உலக வரலாறு
நேரு, மகள் இந்திராவுக்கு எழுதிய கடிதங்கள்

மூன்றாம் பாகம்

ஜவஹர்லால் நேரு

மொழியாக்கம்
ஆதனூர் சோழன்

உலக வரலாறு (மூன்றாம் பாகம்)	Ulaga Varalaru (Third Part)
ஆசிரியர் ஜவஹர்லால் நேரு	Authuor **Jawaharlal Nehru**
மொழியாக்கம் ஆதனூர் சோழன்	Translation **Athanurchozhan**
முதற்பதிப்பு 2024 பக்கங்கள் 432 நூலின் அளவு (14x21.5) டெமி விலை ரூ. 400/-	First Edition **2024** Pages **432** Book Size (14x21.5) Demy Price **Rs. 400/-**
வெளியீடு நக்கீரன் 105, ஜானி ஜான்கான் சாலை இராயப்பேட்டை சென்னை 14 செல்: 044- 2688 1700	Published by **Nakkheeran** 105, Jani Jahankhan Road Royapettah, Chennai 14 Ph 044- 2688 1700
புத்தகம் வடிவமைப்பு சிபி டிசைன்ஸ் மதுரை 18	Layout by **SIBI Designs** Madurai 18
கட்டமைப்பு சாருபிரபா பிரிண்டர்ஸ் லிட்., சென்னை 14	Binding by **Saaruprabha Printers Ltd.,** Chennai 14
அச்சாக்கம் என் பிரிண்டர்ஸ் சென்னை 14	Printed at **N Printers** Chennai 14

ISBN 978-81-970587-0-7

பொருளடக்கம்

143.	ஜார்களின் ரஷியா பேரரசு	5
144.	உலகைப் புரட்டிய ரஷியப் புரட்சி	12
145.	ஒரு சகாப்தத்தின் முடிவு	20
146.	தொடங்கியது முதல் உலக யுத்தம்	26
147.	யுத்தத்திற்கு முந்தைய இந்தியா	36
148.	உலக யுத்தம் (1914-18)	44
149.	யுத்தத்தின் போக்கு	51
150.	ருஷியாவில் ஜார் ஆட்சியின் வீழ்ச்சி	60
151.	அரசைக் கைப்பற்றிய போல்ஷிவிக்	71
152.	முழு வெற்றி பெற்ற சோவியத்	82
153.	சீனாவை மிரட்டிப் பறித்த ஜப்பான்	94
154.	யுத்த காலத்தில் இந்தியாவின் நிலை	101
155.	புதிய ஐரோப்பிய வரைபடம்	109
156.	யுத்தம் முடிந்தபின் உலகம்	119
157.	குடியரசுக்காகப் போராடும் அயர்லாந்து	127
158.	புதிய துருக்கி பிறக்கிறது	134
159.	பழமையை உடைக்கும் முஸ்தபா கமால்	143
160.	காந்தியைப் பின்பற்றும் இந்தியா	151
161.	1920 முதல் 30 வரை இந்தியா	160
162.	இந்தியாவின் அஹிம்சைப் போர்	168
163.	எகிப்துக்கு பிரிட்டன் கொடுத்த சுதந்திரம்	178
164.	எகிப்தில் பிரிட்டனின் தந்திரம்	185
165.	உலக அரசியல் அரங்கில் மேற்கு ஆசியா	193
166.	பிரான்சிடமிருந்து சிரியாவுக்கு விடுதலை	198
167.	பாலஸ்தீனமும் ஜோர்டானும்	204
168.	அரபியா நிகழ்காலத்துக்கு வருகிறது	211
169.	விமானக் குண்டு வீச்சும் இராக்கும்	216
170.	ஆப்கானிஸ்தானமும் ஆசிய நாடுகளும்	222
171.	நடக்காத புரட்சி	228

172. பழைய கடனைத் தீர்க்க புதிய முறை	*235*
173. பணத்தின் விசித்திரப் போக்கு	*240*
174. சதுரங்க ஆட்டம்	*249*
175. முசோலினியும் பாசிசமும்	*259*
176. ஜனநாயகமும் ஒரு நாயகமும்	*268*
177. சீனாவில் புரட்சியும் எதிர்ப் புரட்சியும்	*276*
178. உலகத்தையே எதிர்க்கும் ஜப்பான்	*286*
179. சோவியத் குடியரசுகளின் ஒன்றியம்	*294*
180. சோவியத் ரஷியாவின் ஐந்தாண்டு திட்டம்	*302*
181. ரஷியா சந்தித்த சவால்கள்-வெற்றிகள்	*311*
182. அற்புதமான அறிவியல் முன்னேற்றம்	*319*
183. அறிவியலின் நன்மையும் தீமையும்	*327*
184. பொருளாதார மந்தமும் உலக நெருக்கடியும்	*333*
185. நெருக்கடியின் காரணம்	*339*
186. அமெரிக்கா V/S இங்கிலாந்து	*347*
187. டாலர், பவுன், ரூபாய் விளையாட்டு	*352*
188. முதலாளித்துவ உலகின் பிணக்குகள்	*359*
189. ஸ்பெயினில் புரட்சி	*362*
190. ஜெர்மனியில் நாஜி வெற்றி	*367*
191. ஆயுதக் குறைப்பு மாநாடு	*380*
192. கைகொடுத்து உதவிய ரூஸ்வெல்ட்	*385*
193. பார்லிமெண்டுகளின் தோல்வி	*391*
194. மீண்டும் ஒரு உலகப் பார்வை	*396*
195. மிரட்டும் யுத்தம்	*402*
196. கடைசிக் கடிதம்	*410*
பிற்சேர்க்கை	*416*

ரஷ்யாவின் ஜார் இரண்டாம் அலெக்ஸாண்டர் குளிர்கால அரண்மனையில் இருந்து வெளியே வரும்போது உலகின் முதல் தற்கொலை குண்டு வீசப்பட்டது

143. ஜார்களின் ரஷியா பேரரசு

மார்ச் 16, 1933

இன்றைக்கு ரஷியா சோவியத் நாடாக இருக்கிறது. தொழிலாளர்களுக்கும் விவசாயிகளுக்கும் பிரதிநிதிகளாக உள்ளவர்கள் அதன் அரசாங்கத்தை நடத்துகிறார்கள். சில அம்சங்களில் ரஷியா இன்று உலகிலேயே மிகுந்த முன்னேற்றம் அடைந்த நாடாக இருக்கிறது. அங்குள்ள நிலைமைகள் எவ்வாறு இருப்பினும் ரஷியாவின் அரசாங்க, சமூகக் கட்டுக்கோப்பு முழுவதும் சமூக சமத்துவம் என்ற கொள்கை மீது அமைக்கப் பட்டிருக்கிறது. இது தற்போதைய நிலைமை.

ஆனால், சில ஆண்டுகளுக்கு முன்பும், 19ஆவது நூற்றாண்டு முழுவதும், அதற்கு முன்பும் ஐரோப்பாவில் மிகத் தாழ்ந்த, பிற்போக்கான தேசம் ரஷியாதான். மேற்கு ஐரோப்பாவில் எத்தனை புரட்சிகள் தோன்றினால் என்ன? எத்தனை மாற்றங்கள் நிகழ்ந்தால் என்ன? ரஷியாவின் மத அமைப்பு ஜார்களைத் தாங்கும் தூணாவும் அவர்களுடைய கைக் கருவியாகவும் இருந்தது. அது கத்தோலிக்கும் அல்ல, பிராடெஸ்டண்டும் அல்ல. ரஷியதேசம் 'பரிசுத்த ரஷியா' என்று அழைக்கப்பட்டது. ரஷிய ஜார் 'சிறு வெண்பிதா' (Little White Father) என்று அழைக்கப்பட்டார். அவர் எல்லோருக்கும் பிதா. மத அமைப்பும், அரசாங்கமும் இத்தகைய கதைகளைக் கொண்டு ஜனங்களின் அறிவை மயக்கி கவனத்தை திருப்பி இருந்தன.

'பரிசுத்த ரஷியா'வின் சின்னமாக விளங்கியது 'சவுக்கு'. அடிமைகளை அடித்து துவைப்பதும், எதிர்ப்போரை கொலை செய்வதுமே அந்த நாட்டின் கொள்கையாக இருந்தது. யூதர்கள் உள்ளிட்டோர் கூட்டம் கூட்டமாகக் கொல்லப்பட்டனர். அரசியல் எதிரிகளை பழி தீர்ப்பதற்கே சைபீரியா அகன்று கிடந்தது. அங்கே அனுப்பப்பட்டவர்கள் உயிரோடு திரும்புவது அரிது. சுதந்திரம் என்று பேசும் யாராக இருந்தாலும் அந்த முயற்சியை ஜாரின் ரஷியா தொடக்கத்திலேயே அதை கிள்ளி எறியும். சுதந்திரக் கருத்துகள் பரவாமல் தடுக்க ரஷியாவில் பயணம் செய்யவே தடை இருந்தது. அடக்கப்படும் சுதந்திர உணர்ச்சி மீறிக் கிளைத்தெழும் தன்மை உள்ளது தடைகளை உடைத்து அது வளர்ந்து முன்னேறும். அரசாங்கத்தின் அத்தனை ஏற்பாடுகளையும் தலைகீழாக புரட்டிப்போடும்.

ரஷியாவின் இரண்டு முகங்களில் ஒன்று மேற்கே பார்த்துக் கொண்டிருக்கும். மற்றொன்று கிழக்கே பார்த்துக் கொண்டிருக்கும். இந்த இருமுகத் தோற்றத்துக்கு அதனுடைய பூகோள இயற்கை நிலைமையே காரணம். ஆகவே, அதை ஐரோப்பாவும் ஆசியாவும் இணைந்த யூரேஷியா வல்லரசு என்றே சொல்ல வேண்டும். அதன் முன்னேற்றம் மேற்கே தடைப்பட்டால் கிழக்கிலும், கிழக்கே தடைப்பட்டால் மேற்கிலும் நாட்டம் செலுத்தி வந்திருக்கிறது.

செங்கிஸ்கானால் உருவாக்கப்பட்ட மங்கோலியப் பேரரசு பின்னர் சிதறியது. சிதறிய நிலையில் மாஸ்கோ இளவரசன் தலைமையில் ரஷிய சிற்றரசர்கள் ஒன்று சேர்ந்து மங்கோலியரை விரட்டினர். 14ஆவது நூற்றாண்டில் இது நடந்தது. அதன்பிறகு மாஸ்கோ இளவரசனின் வம்சத்தார் ரஷியா முழுவதும் சர்வாதிகாரம் செலுத்தத் தொடங்கினர். அவர்கள் தங்களை ஜார்கள் என்று அழைத்துக் கொண்டனர். அவர்களுடைய பழக்க வழக்கங்களும் மங்கோலியரைப் போலவே இருந்தது. மேற்கு ஐரோப்பிய நாடுகள் ரஷியாவை காட்டுமிராண்டி நாடாகவே கருதின. 1689ல் மகா பீட்டர் என்பவன் ரஷிய பேரரசன் ஆனான். அவன் மேற்கு ஐரோப்பிய நாடுகளுக்கு பயணம் செய்து, ரஷியாவில் மேற்கு நாடுகளின் நாகரிகத்தை திணித்தான்.

அறியாமையில் சிக்கியிருந்த ரஷியப் பிரபு வர்க்கத்தின் மீது அவர்களுடைய விருப்பத்துக்கு மாறாகவே திணித்தான். ரஷியப் பொதுமக்களோ மிகவும் கீழான நிலையில் இருந்தார்கள். அவர்கள் தன்னுடைய சீர்திருத்தங்களைப் பற்றி என்ன நினைத்தார்கள் என்று பீட்டர் கொஞ்சமும் கவலைப்படவில்லை. மற்ற வல்லரசுகளைப்

போல கடற்படையை பலப்படுத்த பீட்டர் விரும்பினான். ஆனால், ஆர்க்டிக் கடல் மட்டுமே ரஷ்யாவுக்கு இருந்தது. அது ஆண்டுக்கு பல மாதங்கள் உறைந்துவிடும். எனவே, பனி உறையாத கடலை நோக்கி அவன் பார்வை திரும்பியது. வடமேற்கே பால்டிக் கடலையும், தெற்கே கிரிமியாவையும் நோக்கி ரஷியாவை விரிவாக்த் தொடங்கினான். அவன் ஸ்வீடனை ஜெயித்துப் பால்டிக் பகுதியைப் பெற்றான். அங்கே அவன் நீவா நதிக்கரையில் செயின்ட் பீட்டர்ஸ்பர்க் என்ற புதிய நகரை உருவாக்கினான். அந்த நகர் பின்லாந்து வளை குடாவுக்கு அருகில் இருந்தது. பின்லாந்து வளைகுடாவிலிருந்து பால்டிக் கடலில் நுழையமுடியும். பழைமையில் ஊறிக்கிடந்த மாஸ்கோவை விடுத்துப் புதிய நகரை தலைநகராகக் கொண்டான். அவன் 1725ல் இறந்தான்.

அதற்குப்பின், 1782ல், ரஷியாவை ஆண்ட இரண்டாவது காதரின் என்பவளும் நாகரிக மயமாக்க முயற்சித்தாள். அவளையும் மகா காதரின் என்று அழைத்தார்கள். அவள் விசித்திரமானவள். திறமையும் உறுதியும் வாய்ந்தவள். ஆனால், கொடூரமானவள். அவள் ரஷியாவின் ஜாராயிருந்த தன் கணவனையே கொன்றுவிட்டு அரசுப் பொறுப்புக்கு வந்தவள். 14 ஆண்டுகள் ரஷியாவை ஆண்டாள். அவள் வால்டேருடன் நட்பு ஏற்படுத்தி, அவனுடன் கடிதப் போக்குவரத்து வைத்திருந்தாள். காதரின் செய்த காரியங்கள் அனைத்தும் வெறும் பகட்டே ஒழிய வேறில்லை. மேல் ஐரோப்பாவின் பண்பாடு சில சமூக நிலைமைகளை அடிப்படையாகக் கொண்டிருந்தது. ரஷியாவில் பீட்டரும், காதரினும் அந்த அடிப்படையை நிறுவ முயற்சிக்கவில்லை. ஆகவே, அவர்கள் செய்த மாறுதல்கள் மக்களின் சிரமங்களை அதிகரித்தன.

ரஷிய விவசாயிகள் அடிமைகளாகவே இருந்தார்கள். அவர்கள் அனுமதி இல்லாமல் தங்கள் நிலத்தை விட்டு நகர முடியாது. மத்திய வகுப்பு என்பது இல்லவே இல்லை. பொது மக்களுக்கு எழுத்து வாசனையே இல்லை. கொடுமை தாளாமல் விவசாயிகள் அடிக்கடி கலகம் செய்தனர். அவை கொடூரமாக அடக்கப்பட்டன. பிரெஞ்சுப் புரட்சி காலத்தில் ஐரோப்பிய புரட்சிக் கருத்துகள் பரவத் தொடங்கின. பிறகு நெப்போலியன் வந்தான். நெப்போலியன் வீழ்ந்ததும், ஐரோப்பாவில் பிற்போக்குச் சக்திகள் வலுப்பெற்றன. ரஷிய ஜாரான முதலாம் அலெக்சாண்டர் அவற்றுக்குத் தலைமை வகித்தான். அவன் மற்ற நாடுகளையும் சேர்த்துக் கொண்டு 'பரிசுத்தக் கூட்டுறவு' என்று தொடங்கினான். அவனுக்குப் பின் ரஷிய சிம்மாசனம் ஏறினவன், அவனை நல்லவனாக்கிவிட்டான்.

ஜார் அரசாங்கத்தின் கொடுமை தாங்காமல் சில வாலிப ஊழியர்களும் படித்தவர்களும் 1825ல் கலகம் செய்தார்கள். அவர்கள் அனைவரும் நில உடமையாளர் வகுப்பைச் சேர்ந்தவர்கள். அவர்களுக்குப் பொதுமக்களின் ஆதரவோ, ராணுவத்தின் ஆதரவோ இல்லை. ஆகவே, அவர்கள் எளிதில் அடக்கப்பட்டார்கள். அவர்கள் டிசம்பர் மாதத்தில் கலகம் செய்தபடியால் 'டிசம்பர்காரரர்கள்' என்று அழைக்கப்படுகிறார்கள். இந்தக் கலகத்தில்தான் ரஷியாவின் அரசியல் விழிப்பு முதன் முதலாக வெளிப்பட்டது. இதற்கு முன்பே அரசியல் சங்கங்கள் தோன்றி ரகசியமாக இயங்கின. ஜார் அரசாங்கம் பகிரங்கமான அரசியல் வேலைகள் அனைத்தையும் தடுத்துவிட்டது. 1825ஆம் ஆண்டுக் கலகம் அடக்கப்பட்ட பின்பும் ரகசியச் சங்கங்கள் வேலை செய்து வந்தன. புரட்சிகரமான கருத்துகள் நாட்டில் பரவின. முக்கியமாக அவை படித்த வகுப்பார் மத்தியிலும் கல்லூரி மாணவர்கள் மத்தியிலும் பரவின.

கிரிமிய யுத்தத்தில் ரஷியா தோல்வி அடைந்த பிறகு சில சீர்திருத்தங்கள் அளிக்கப்பட்டன. 1861ல் விவசாயிகளின் அடிமைத் தனம் ஒழிக்கப்பட்டது. விவசாயிகளுக்கு இது பெரிய நன்மை என்பதில் ஐயமில்லை. ஆனால், விடுதலை பெற்ற அடிமைகளுக்கு போதுமான நிலம் கொடுக்கப்படவில்லை. அரசுக்கு எதிரான தீவிரப் போக்குடைய படித்தவர்களுக்கும், கிராமங்களில் வாழ்ந்த வந்த விவசாயிகளுக்கும் யாதொரு தொடர்பும் இல்லை. ஆகவே, 1870க்குப் பின் பொதுவுடமைக் கொள்கை சார்ந்த மாணவர்கள், விவசாயிகளை திரட்ட கிராமங்களுக்குச் சென்றனர். மாணவர்களை விவசாயிகள் சந்தேகப்பட்டனர். மீண்டும் தங்களை அடிமையாக்க சூழ்ச்சி நடப்பதாக நினைத்தனர். எனவே, மாணவர்களில் பலரை பிடித்து போலிசிடம் ஒப்படைத்தனர்.

விவசாயிகளிடம் தாங்கள் பட்ட அனுபவம், மாணவர்களை தீவிரவாதச் செயல்களில் ஈடுபடத் தூண்டியது. அவர்கள் வெடிகுண்டு வீசத் தொடங்கினர். அதிலிருந்து ரஷியாவில் புரட்சி சகாப்தம் தொடங்கிற்று. வெடிகுண்டு எறிவோர் தங்களை 'வெடிகுண்டு லிபரல்கள்' (Liberals with a bomb) என்றனர். அவர்களுடைய சங்கம் 'மக்கள் நம்பிக்கை' (Will of the People) என்று அழைக்கப்பட்டது.

ஜார் அரசாங்கத்துக்கு எதிராக இளைய தலைமுறையின் எழுச்சி உருவாகத் தொடங்கியது. அவர்களுடன், அரசாங்கத்தால் அடிமைப்படுத்தப்பட்டு, கொடுமைக்கு ஆளான ஒரு மக்கள் கூட்டம் சேரத் தொடங்கியது. அவர்கள் தங்களுடைய மொழிகளைக்கூட

பேச அனுமதி மறுக்கப்பட்டவர்கள். தொழில் துறையில் ரஷியாவை விட போலந்து அதிக முன்னேற்றம் அடைந்திருந்தது. அது இப்போது ரஷியாவின் ஒரு மாகாணமாக இருந்தது. போலந்து என்கிற பெயரே மறைந்து விட்டது. போலிஷ் மொழி உபயோகத்துக்குத் தடை விதிக்கப்பட்டது. போலந்துக்கே இந்தக் கதி என்றால் மற்ற சிறுபான்மை வகுப்பினரின் நிலை? 1860க்குப் பின் போலந்தில் ஒரு கலகம் நிகழ்ந்தது. அதில் ஈடுபட்ட 50 ஆயிரம் பேர் சைபீரியாவுக்கு அனுப்பப்பட்டனர். யூதர்கள் அடிக்கடி கோரமாக கொல்லப்பட்டதால், அவர்களில் பலர் வெளிநாடுகளுக்குச் சென்று குடியேறினார்கள்.

ஜார் அரசாங்கத்தால் துன்புறுத்தப்பட்ட யூதரும் ரஷிய புரட்சியாளர்கள் கூட்டத்தில் சென்று சேர்ந்தனர். ஆனால், அவர்களுக்கு எதிராக கொடூர அடக்குமுறையை அரசு ஏவியது. அரசியல் குற்றவாளிகள் வண்டி வண்டியாகச் சைபீரியாவுக்கு அனுப்பப்பட்டனர். அவர்களில் பலர் தூக்கில் போடப்பட்டார்கள். புரட்சிக்காரர்களை ஒடுக்க, அவர்களுடன் உறவாடும் ஒற்றர் படையை நியமித்தது. அந்த ஒற்றர் கூட்டத்தில் அசப் என்பவன் மிகவும் புகழ் பெற்றவன். அவன் வெடிகுண்டு வீரர்களில் முக்கிமானவனாக இருந்ததோடு ரஷிய ரகசியப் போலீஸ் தலைவர்களில் ஒருவனாகவும் இருந்தான்.

ரஷியாவில் இவை நிகழ்ந்த சமயத்திலேயே அதன் எல்லை இடைவிடாது கிழக்கு நோக்கி விரிந்து பசிபிக் கடற்கரையை அடைந்தது. மத்திய ஆசியாவில் அது ஆப்கானிஸ்தானம் வரை பரவியது. தெற்கில் துருக்கி எல்லையை ஆக்கிரமித்தது. 1860க்குப் பின் ரஷியாவில் இயந்திரத் தொழில் வளர்ச்சி அடையத் தொடங்கியது. இந்த வளர்ச்சி பீட்டர்ஸ்பர்க், மாஸ்கோ போன்ற சில இடங்களில் மட்டுமே இருந்தது. ரஷியாவில் ஏற்படுத்தப்பட்ட தொழிற்சாலைகள் மிகவும் நவீன முறையில் அமைந்திருந்தன. அவை பெரும்பாலும் ஆங்கிலேயரால் நிர்வகிக்கப்பட்டன.

தொழிற்சாலைப் பிரதேசங்களில் ரஷிய முதலாளித்துவம் வெகுவிரைவில் வளர்ச்சி அடைந்தது. அத்துடன் அதே வேகத்தில் தொழிலாளி வகுப்பும் வளர்ச்சி அடைந்து வந்தது. பிரிட்டனில் தொழிற்சாலை முறையின் தொடக்க காலத்தில் நிகழ்ந்தது போல, ரஷியத் தொழிலாளிகள் கடுமையான சுரண்டலுக்கு ஆளாக்கப்பட்டார்கள். அவர்கள் இரவு பகல் பாராமல் வேலை செய்ய வேண்டியதாயிற்று. ஆனால், பிரிட்டனுக்கும் ரஷியாவுக்கும் இந்த வித்தியாசம் இருந்தது. பொது உடைமை புதுக் கருத்துகள்

இப்போது தோன்றியிருந்தன. புத்தம் புதிய மனம் படைத்த ரஷியத் தொழிலாளி அந்தப் புதுக் கருத்துகளை ஆவலுடன் பருகினான்.

புதுக் கருத்துகள் உருவாகத் தொடங்கின. ‘பொதுவுடைமை ஜனநாயகக் கட்சி’ என்ற கட்சி தோன்றியது. அது மார்க்சின் தத்துவத்தை அடிப்படையாகக் கொண்டிருந்தது. அந்தக் கட்சியைச் சேர்ந்தவர்கள் தாங்கள் பயங்கரச் செயல்களை ஆதரிக்கவில்லை என்று அறிவித்தார்கள். ஏனெனில், கார்ல் மார்க்சின் சித்தாந்தத்தில் பயங்கரவாதத்துக்கு இடமில்லை. அது தொழிலாளி வர்க்கத்தைத் தட்டி எழுப்பி, செயல் ஊக்கத்தை ஏற்படுத்த வேண்டும் என்றது. தனி மனிதர்களைக் கொல்வதால் தொழிலாளி வர்க்கத்தைத் தட்டி எழுப்ப முடியாது. ஏனெனில், ஜார் தத்துவத்தை ஒழிப்பதுதான் லட்சியமே ஒழிய ஜாரையோ அவருடைய மந்திரிகளையோ கொல்வது அல்ல.

ரஷிய தேசிய அரங்கத்தில் இப்போது ஓர் இளைஞன் தோன்றுகிறான். பிற்பாடு உலகெங்கும் ‘லெனின்’ என்று பிரசித்திப் பெற்றவன் அவனே. அவன் பள்ளிச் சிறுவனாத இருக்கும் போதே புரட்சிகர நடவடிக்கைகளில் கலந்து கொண்டான். 1887ல் அவனுக்கு வயது பதினேழு. அந்த வயதில் அவன் ஒரு பேரிடியைத் தாங்க வேண்டியதாயிற்று. அவனுடைய பாசத்துக்குரிய அண்ணன் அலெக்ஸாண்டர், ஜாரைக் கொல்ல சதி செய்த குற்றச்சாட்டில் தூக்கில் இடப்பட்டான். அண்ணனிடம் உயிரை வைத்திருந்த லெனினுக்கு இதைவிடப் பெரிய அதிர்ச்சி வேறு என்ன வேண்டும்?

ஆனால், அத்தகைய நிலையிலும் லெனின் தன்னுடைய அறிவுத் தெளிவை இழக்கவில்லை. ‘பயங்கர முறைகள் மூலம் சுதந்திரத்தைப் பெற முடியாது. பொதுஜன இயக்கத்தினால்தான் அதைப் பெறமுடியும்’ என்று அவன் கூறினான், பிறகு அவன் சிறிதும் மனங்கலங்காமல் தன்னுடைய பள்ளிப் பாடங்களைப் படிக்கலானான். அது மட்டுமா? ‘பள்ளி இறுதி வகுப்புத்’ தேர்வை எழுதி அதில் முதல் ‘மார்க்’கும் வாங்கினான். முப்பது ஆண்டுகளுக்குப்பின் ஒரு பெரும் புரட்சியைத் தோற்றுவித்து நடத்திய அவன் ஆக்கப்பட்டிருந்த விதம் இதுவாகும்!

தொழிலாளி வர்க்கப் புரட்சி தோன்றுவது நிச்சயம் என்று மார்க்ஸ் தீர்க்கதரிசனம் உரைத்திருந்தார். அந்தப் புரட்சி தொழில் வளர்ச்சியில் தலைசிறந்த, பலமும் கட்டுப்பாடும் வாய்ந்த பெரிய தொழிலாளி வர்க்கத்தை உடைய ஜெர்மனி போன்ற ஒரு நாட்டில்தான். தொடங்கும் என்று அவர் எண்ணியிருந்தார். பிற்போக்குக்கும்,

'பயங்கர முறைகள் மூலம் சுதந்திரத்தைப் பெற முடியாது. மக்கள் இயக்கத்தினால்தான் அதைப் பெறமுடியும்' என்று கூறினான் லெனின்

இடைக்கால வாழ்வுக்கும் உறைவிடமான ரஷியாவில் அத்தகைய புரட்சி தோன்றுவதற்கு வாய்ப்பில்லை என்பதுதான் மார்க்சின் எண்ணம். ஆனால், ரஷிய இளைஞர்கள் மத்தியில் அவருக்கு மிக நெருக்கமான சீடர்கள் உருவானார்கள். தங்களுடைய நாட்டின் தாங்க முடியாத நிலைமையைப் போக்க வழி காண விரும்பிய அவர்கள் மார்க்சின் கோட்பாடுகளை ஒரு தனி ஆர்வத்துடன் கற்றார்கள். ஜார் ஆட்சிக்கு உட்பட்ட ரஷியாவில் பகிரங்கமாகவும் சட்ட ரீதியான முறைகளிலும் காரியம் செய்வதற்கு இடமில்லை. எனவேதான், அவர்கள் மார்க்சிஸத்தைக் கற்கவும் அதைத் தங்களுக்குள் விவாதிக்கவும் தொடங்கினார்கள். அவர்களில் எண்ணிறந்த பேர் சிறைக்கும் சைபீரியாவுக்கும் அனுப்பப்பட்டனர். பலர் நாடு கடத்தப்பட்டு வேற்றுநாடுகளில் வாழ்ந்தார்கள். அவர்கள் எங்கு சென்றாலும் மார்க்சிஸத்தை விடாது கற்று வந்தார்கள். அத்துடன் செயலாற்ற வேண்டிய நாளுக்கு தேவையான தயாரிப்புகளையும் இடைவிடாது செய்து வந்தார்கள்.

1905ல் நடைபெற்ற முதல் ரஷ்யப் புரட்சி

144. உலகைப் புரட்டிய ரஷியப் புரட்சி

மார்ச் 17, 1933

1903ல் ரஷிய மார்க்சிஸ்ட்டுகளுக்கு, அதாவது பொதுவுடமை ஜனநாயகக் கட்சிக்கு, ஒரு பெரிய நெருக்கடி ஏற்பட்டது. தங்களுடைய கொள்கைகளை அப்படியே பிடித்துக் கொண்டு தொழிலாளி வர்க்கப் புரட்சிக்கு வேலை செய்வதா? அல்லது நிலைமைக்கு ஏற்ப விட்டுக்கொடுத்து புரட்சி உருவாகும் பக்குவத்தை ஏற்படுத்துவதா என்பதே நெருக்கடி.

இதே கேள்வி எல்லா மேற்கு ஐரோப்பிய நாடுகளிலும் எழுந்தது. அதன் பயனாக அநேகமாக எல்லா நாடுகளிலும் பொதுவுடமை ஜனநாயகக் கட்சி போன்ற கட்சிகள் பலவீனம் அடைந்தன. அல்லது உள்கட்சி சண்டைகள் ஏற்பட்டன.

ஜெர்மனியில் மார்க்சிஸ்ட்டுகள் கொள்கையை தளர்த்த மாட்டோம் என்று பேசிவிட்டு, மிதவாதப் போக்கைக் கடைப்பிடித்தனர். பிரான்சில் கட்சிப் பிரமுகர்கள் அமைச்சர் பதவிகளைப் பெற்றனர். இதாலி, பெல்ஜியம் உள்ளிட்ட நாடுகளிலும் இதுவே நடந்தது. பிரிட்டனில் கூட தொழிற்கட்சி பிரமுகர் அமைச்சரானார்.

ரஷியாவில் நாடாளுமன்றம் இல்லாவிட்டாலும், அரசுக்கு

எதிரான சட்டவிரோத நடவடிக்கைகளை கைவிட்டு அமைதியான பிரச்சாரம் செய்ய வாய்ப்பு இருந்தது. ஆனால், கொள்கையை தளர்த்துவதோ விட்டுக் கொடுப்பதோ கூடாது என்று லெனின் திட்டவட்டமாக கூறிவிட்டார். அப்படிச் செய்தால் கட்சிக்குள் சந்தர்ப்பவாதிகள் ஏராளமாக நுழைய வாய்ப்பு ஏற்படும் என்று அவர் பயந்தார். மேற்கு நாடுகளின் பொதுவுடைமைக் கட்சிகள் கையாண்ட முறை அவருக்கு பிடிக்கவில்லை. மக்கள் தங்களைப் புகழாவிட்டாலும், ஊக்கம் குறையாமல் வேலை செய்பவர்களாக இருக்கவேண்டும் என்று அவர் கூறினார். இயக்கத்தை வலுவாக வளர்க்கக்கூடிய புரட்சியில் தேர்ந்த நிபுணர்களைக் கொண்ட ஒரு அமைப்பை வளர்க்க லெனின் விரும்பினார். அவருடைய திட்டத்தில் அனுதாபிகளுக்கும், சமயத்துக்கு தகுந்த முடிவெடுப்போருக்கும் இடமில்லை.

லெனின் முடிவை ஒரு சிலர் எதிர்த்தனர். இதையடுத்து பொதுவுடைமை ஜனநாயகக் கட்சி இரண்டாகியது. ஒன்று 'போல்ஷிவிக்' கட்சி என்றும், மற்றொன்று 'மென்ஷிவிக்' கட்சி என்றும் அழைக்கப்பட்டன. அப்போதுமுதல் இரண்டு பெயர்களும் பரவலாக பேசப்பட்டன. இப்போது சிலருக்குப் 'போல்ஷிவிக்' என்கிற வார்த்தையே காதில் கொடூரமாகக் கேட்டது. ஆனால், அதன் பொருள் ' பெரும்பான்மை' என்பதுதான். 'மென்ஷிவிக்' என்றால் 'சிறுபான்மை' என்று பொருள். 1903ல் கட்சிப் பிளவு ஏற்பட்டதும், லெனினைப் பின்பற்றுவோர் பெரும்பான்மையாக இருந்ததால் அவர்கள் 'போல்ஷ்விக்குகள்' என்று அழைக்கப்பட்டார்கள். 1917ஆம் ஆண்டுப் புரட்சியில் லெனினுக்குப் பெரிய சகாவாக விளங்கிய டிராட்ஸ்கி, அப்போது 24 வயதுடைய ஓர் இளைஞர். அவர் அந்தச் சமயம் 'மென்ஷ்விக்' பக்கம் இருந்தார் என்பது குறிப்பிடத்தக்கது.

ரஷியாவில் இது நடந்தபோது, ரஷியாவுக்கு வெகு தொலைவிலுள்ள லண்டன் மாநகரில் நடந்ததை அறிந்தால் நீ வியப்படைவாய். ஒரு ரஷியக் கட்சிக் கூட்டம் நடத்தக்கூட ரஷியாவில் இடமில்லை. அதன் உறுப்பினர்களில் பெரும்பாலோர் நாடு கடத்தப்பட்டவர்களாகவும், சைபீரியாவிலிருந்து தப்பி வந்தவர்களாகவோ இருந்தனர். ஆகவே, அவர்கள் லண்டனில் கூட வேண்டியதாயிற்று.

இதற்கிடையில் ரஷியாவில் புயல் குமுறிக் கொண்டிருந்தது. அரசியல் வேலைநிறுத்தங்கள் அதற்கு அடையாளமாக இருந்தன. அரசியல் வேலை நிறுத்தம் என்பது அரசாங்கத்தின் அடக்குமுறைக்கு எதிராக நடக்கும் வேலைநிறுத்தம் ஆகும். அது தொழிலாளர் இடையே

அரசியல் விழிப்பு ஏற்படுவதன் அடையாளம். காந்திஜி கைது செய்யப்பட்டதையோ, பிரிட்டிஷ் அரசாங்கத்தின் அடக்குமுறையை எதிர்த்தோ இந்தியத் தொழிலாளர் வேலை நிறுத்தம் செய்தால் அது அரசியல் வேலை நிறுத்தமாகும். ரஷியாவில் ஜார் அரசாங்கம் இடைவிடாது புரிந்த கொடுமை காரணமாக அரசியல் பிரச்சினை அங்கு எப்போதும் முன்னணியில் இருந்தது. 1903ஆம் ஆண்டிலேயே தெற்கு ரஷியாவில் பல அரசியல் வேலை நிறுத்தங்கள் நடைபெற்றன. பிறருடைய தூண்டுதலின்றித் தொழிலாளர் தாமாகவே அவற்றை நடத்தினார்கள். மிகப் பெரிய அளவில் நடைபெற்ற அந்தப் பொதுஜன இயக்கம் தலைவர்கள் இல்லாததால் குலைந்து போயிற்று.

அடுத்த ஆண்டு கிழக்குக் கோடியில் தகராறு ஏற்பட்டது. இதைப்பற்றி நான் முந்தைய கடிதம் ஒன்றில் கூறியிருக்கிறேன். ஆசிய பனிப் பிரதேசங்கள் வழியாக பசிபிக் பெருங்கடல் வரை மிக நீளமான சைபீரிய ரெயில்வே போடப்பட்டது. அத்துடன் 1894ஆம் ஆண்டிலிருந்து ரஷியாவுக்கும் ஜப்பானுக்கும் இடையே மோதல் போக்கு அதிகரித்தது. 1904ல் தொடங்கி 1905 வரை ரஷியாவுக்கும் ஜப்பானுக்கு நீண்ட யுத்தம் நடைபெற்றது. இதற்கிடையே, 1905ஆம் ஆண்டு ஜனவரி 22 ஞாயிற்றுக்கிழமை பசிக் கொடுமையைச் சொல்லி முறையிடுவதற்காக கிறிஸ்தவ மத போதகர் ஒருவர் தலைமையில் ஒரு கூட்டம் ஊர்வலமாக சென்றது. அந்தக் கூட்டத்தின் மீது ஜாரின் ராணுவத்தினர் கொடூரமாக துப்பாக்கிச் சூடு நடத்தினர். பலர் கொல்லப்பட்டனர். அந்தச் சம்பவம் 'குருதி ஞாயிறு' என அழைக்கப்பட்டது. இந்தச் சம்பவம் கொதிப்பை ஏற்படுத்தியது. பல இடங்களில் அரசியல் வேலை நிறுத்தங்கள் நடைபெற்றன. அது, கடைசியில் ரஷியா முழுவதும் பொது வேலை நிறுத்தமாக மாறியது. மார்க்ஸ் கூறிய புது வகையான புரட்சி தொடங்கிவிட்டது.

வேலை நிறுத்தம் செய்த தொழிலாளர்கள் எல்லா இடங்களிலும் 'சோவியத்' என்ற புதிய அமைப்பை உருவாக்கினார்கள். முக்கியமாக, மாஸ்கோ, பீட்டர்ஸ்பர்க் போன்ற பெரிய நகரங்களில் வேலை நிறுத்தம் செய்தவர்கள் இதில் முன்னணி வகித்தனர். 'சோவியத்' என்பது முதலில் பொதுவேலை நிறுத்தத்தை நடத்துவதற்கான ஒரு கமிட்டியாக மட்டும் இருந்தது. பீட்டர்ஸ்பர்க் சோவியத்துக்கு டிராட்ஸ்கி தலைவர் ஆனார்.

ஜார் அரசாங்கத்துக்கு என்ன செய்வதென்றே புரியவில்லை. அது ஓரளவு இறங்கி வந்து அரசியல் நிர்ணய சபை ஏற்படுத்துவதாகவும்,

ஜனநாயக வாக்குரிமை வழங்குவதாகவும் வாக்குறுதி அளித்தது. சர்வாதிகாரத்தின் கோட்டை இடிந்து விட்டதுபோல் காணப்பட்டது. விவசாயிகளின் கலகங்களும், பயங்கரவாதிகளின் வெடிகுண்டுகளும், மிதவாதிகளின் கெஞ்சல்களும் சாதிக்க முடியாத ஒன்றைத் தொழிலாளர் களின் பொது வேலைநிறுத்தம் சாதித்து விட்டது. தன்னுடைய வரலாற்றில் முதல் தடவையாகப் பொது மக்களுக்கு ஜார் அரசாங்கம் தலைவணங்கியது. ஆனால், பொது மக்களின் இந்த வெற்றியானது வெறும் ஒட்டை வெற்றியாக முடிந்தது. ஆயினும், அதன் நினைவு தொழிலாளருக்குக் குன்றின் மேலிட்ட விளக்காக இருந்தது.

ஜார் வாக்களித்த அரசியல் நிர்ணயசபை அமைக்கப்பட்டது. அது டூமா என்று அழைக்கப்பட்டது. டூமா என்றால் ஆலோசனை சபை என்று பொருள். பார்லிமெண்ட் என்றால் பேசும் சபை என்று கொள்ளலாம். ஜார் அவ்வாறு வாக்களித்ததும் மிதவாத லிபரல்களின் உச்சி குளிர்ந்துவிட்டது. அவர்கள் எப்பொழுதுமே எளிதில் திருப்தி அடைந்து விடுவார்கள். அவர்களை திருப்தி படுத்தியவுடன், புரட்சிக்காரர்களஅ பக்கம் அரசு திரும்பியது. அவர்களுடைய பலவீனத்தை நன்றாக உணர்ந்த அரசாங்கம் அவர்களை வீழ்த்துவதற்கான வழிகளில் வேலை செய்யத் தொடங்கியது.

ஒரு பக்கம் ஏழைத் தொழிலாளரும் விவசாயிகளும் இருந்தார்கள். அவர்களுக்கு சோறுதான் முக்கியம். அரசியல் சீர்திருத்தம் குறித்து அவர்களுக்கு என்ன தெரியும்? தொழிலாளர்கள் அதிகக் கூலி கேட்டார் கள். விவசாயிகளோ “எங்களுக்கு நிலத்தைக் கொடுங்கள்” என்று கூச்சலிட்டார்கள். இன்னொரு பக்கம் புரட்சிக்காரர்களின் நாட்டமோ அரசியல் பிரச்சனையில் இருந்தது. மேற்கு ஐரோப்பாவில் இருப்பதைப் போல நாடாளுமன்றத்தைப் பெற அவர்கள் விரும்பினர். பொதுமக்களின் உணர்ச்சிகளையோ உண்மையான கோரிக்கைகளையோ அவர்கள் பொருட்படுத்த வில்லை. தொழிற்சங்கங்கள் அமைத்து நடத்திய தொழிலாளர்கள் பலர் புரட்சியில் சேர்ந்ததற்கு, அதன் அரசியல் அம்சத்தை போற்றியதுதான் காரணம்.

நிலைமையை உணர்ந்த அரசாங்கமும் போலீசும் பிரித்தாளும் தந்திரத்தை கையாளத் தொடங்கினர். அவர்கள் பசியால் வாடும் பொதுமக்களைப் புரட்சிக்காரருக்கு எதிராகக் கிளப்பிவிட்டார்கள். அதன்பயனாக ரஷியர் யூதரையும், தார்த்தாரியர் அர்மீனியரையும் படுகொலை செய்தனர். புரட்சிக்காரர்களான மாணவர்களுக்கும் ஏழைத் தொழிலாளருக்கும் கூடப் போராட்டங்கள் நிகழ்ந்தன.

தேசத்தின் பல பாகங்களிலும் புரட்சியை இடுப்பொடித்த பின்னர் புரட்சியின் கோட்டைகளான பீட்டர்ஸ்பர்க்கையும் மாஸ்கோவையும் அரசு தாக்கத் தொடங்கியது. பீட்டர்ஸ்பர்க் சோவியத் எளிதில் அடக்கப்பட்டு விட்டது. மாஸ்கோவில் ராணுவம் புரட்சிக்காரர்களுக்கு உதவியது. அதனால் ஐந்து நாள் சண்டைக்குப் பின்னரே மாஸ்கோ சோவியத்தை அரசு நசுக்கியது. அதற்குப்பின் அரசாங்கம் கோரமாகப் பழிதீர்த்துக் கொள்ளத் தொடங்கியது. மாஸ்கோவில் மட்டும் 1000 பேர் விசாரணையின்றித் தூக்கிலிடப்பட்டனர். சிறையில் அடைக்கப்பட்டவர்கள் 70 ஆயிரம் பேர். இந்தப் புரட்சியில் தேசம் முழுவதும் உயிரிழந்தவர்கள் 14 ஆயிரம் பேர்.

இவ்வாறு, 1905 ஆம் வருஷத்து ருஷியப் புரட்சி அலங்கோலத்திலும் படுதோல்வியிலும் முடிவுற்றது. தோல்வியுற்ற இந்தப் புரட்சி, வெற்றிபெற்ற 1917ஆம் ஆண்டுப் புரட்சிக்கு ஓர் முகவுரையாகும். 1905 ஆம் ஆண்டு நிகழ்ச்சிகள் ரஷிய பொதுமக்களுக்கு அனுபவப் படிப்பைக் கொடுத்தன. ஆனால், அந்தப் படிப்புக்கு அவர்கள் அளித்த விலை மிகவும் அதிகமாகும்.

டூமாவுக்குத் தேர்தல் நடந்தது. அதன் கூட்டம் 1906, மே மாதத்தில் நடந்தது. அதை ஒரு புரட்சிகரமான சபை என்றே சொல்ல முடியாது. இரண்டரை ஆண்டுகள் கூட அதை ஜார் தாங்க முடியவில்லை. புரட்சியை ஒடுக்கிய பின்னர் டூமாவின் கோபத்துக்கு அவன் துளியும் அஞ்சவில்லை. கலைக்கப்பட்ட டூமாவின் உறுப்பினர்கள் பின்லாந்துக்குப் போய்ச் சேர்ந்தார்கள். பின்லாந்தில் அவர்கள், ஜாரின் நடவடிக்கையை எதிர்ப்பதற்கு அடையாளமாக ரஷிய மக்கள் வரி கொடுக்க மறுக்க வேண்டும் என்றும், தரைப்படைக்கும் கடற்படைக்கும் ஆள் சேர்ப்பதை எதிர்க்க வேண்டும் என்றும் கேட்டுக் கொண்டார்கள். ஆனால், அவர்களுக்கும் பொதுமக்களுக்கும் தொடர்பு இல்லாததால் அவர்களுடைய வேண்டுகோளுக்கு மதிப்பில்லை.

அடுத்த ஆண்டு 1907ல் இரண்டாவது டூமா தேர்ந்தெடுக்கப்பட்டது. தீவிரவாதிகள் தேந்தெடுக்கப்படாமல் இருப்பதற்காகப் போலீஸ் அவர்களைக் கைது செய்தது. பல இடையூறுகளைச் செய்தது. இப்படித் தேர்வு செய்யப்பட்ட டூமாவும் ஜாருக்கு பிடிக்கவில்லை. அடுத்த மூன்று மாதங்களில் அதையும் காலி செய்தான். அதற்குப் பின் ஜார் அரசாங்கம் தனக்கு ஆகாதவர்கள் உறுப்பினர்கள் தேர்வாவதை தடுக்க தேர்தல் சட்டத்தை மாற்றியது. அதில் அது வெற்றி பெற்றது. மூன்றாவது தடவையாகத் தேர்ந்தெடுக்கப்பட்ட டூமா 'கண்ணியம்'

வாய்ந்ததாகவும் பழமைப்பற்று மிகுந்ததாகவும் இருந்தது. ஆகவே, அது நீண்ட காலம் உயிரோடு இருந்தது.

1905ஆம் ஆண்டுப் புரட்சியை ஒடுக்கிய பிறகு, ஜார் தன்னுடைய விருப்பம் போல் ஆட்சி நடத்தாமல், அதிகாரமே இல்லாத டூமாவைக் கட்டி அழுவது ஏன் என்று நீ நினைக்கலாம். சர்வாதிகார ஆட்சி நடத்தத் தேவையான பலம் இருந்தாலும் சில சில்லறை குழுக்களை திருப்தி படுத்த விரும்பினான். அவர்களில் பணக்கார நில உடமையாளர்களையும், வியாபாரிகளையும் முக்கியமாகக் குறிக்க வேண்டும். நாடு சீர்கேடு அடைந்துள்ளது. மக்கள் சினம் கொண்டுள்ளனர். குறைந்தபட்சம் பணக்காரர்களையாவது தனது கைக்குள் வைத்திருக்க ஜார் விரும்பினான். தன்னை ஒரு தாராள குணமுள்ள அரசனாக ஐரோப்பிய நாடுகளுக்கு படம் காட்ட விரும்பினான் ஜார்.

முதல் டூமாவை ஜார் கலைத்தபோது பிரிட்டிஷ் லிபரல் கட்சித் தலைவர் ஒருவர் காமன்ஸ் சபையில், ‘டூமா மாண்டுவிட்டது! டூமா நீடூழி வாழ்க!’ என்று கூவியதாக எனக்கு ஞாபகம். இதிலிருந்து டூமாவின் மீது வெளிநாடுகள் காட்டிய அனுதாபம் உனக்குப் புரியும். ஜாருக்கு வேண்டிய பெரும் பணத்தை பிரான்சு கடனாகக் கொடுத்து வந்தது. அதைக் கொண்டுதான், 1905 ஆம் ஆண்டுப் புரட்சியை ஜார் அடக்கினான். எல்லாக் காரணங்களையும் தாண்டி. தானும் நியாயமாக ஆட்சி செய்வதாகக் காட்டிக் கொள்ள வேண்டியது அவசியமாக இருந்தது. அதற்கு டூமா பெரிதும் உதவியாக இருந்தது.

இதற்கிடையில் ஐரோப்பிய நிலைமையும் உலக நிலைமையும் மாறி வந்தன. ஷியா ஜப்பானிடம் தோல்வி அடைந்த பிறகு அதன்மீது இங்கிலாந்துக்கு இருந்த பயம் நீங்கி விட்டது. ஆனால், நீண்ட காலமாக இங்கிலாந்து ஏகபோகமாக அனுபவித்து வரும் தொழில் துறையிலும் கடலிலும் ஜெர்மனி போட்டியாக வந்து சேர்ந்தது. பிரான்சு ரஷியாவுக்குத் தாராளமாகக் கடன்கள் வழங்கியதற்கும் ஜெர்மனியிடம் அதற்கு இருந்த பயமே காரணம். ஜெர்மன் அபாயம் காரணமாக இங்கிலாந்தும் ரஷியாவும் நெருங்கிய நட்பு கொண்டார்கள். 1907ல் கையெழுத்தான ஆங்கிலோ - ரஷிய உடன் படிக்கை இருதரப்புக்கும் இடையே ஆப்கானிஸ்தானம், பாரசீகம் உள்ளிட்ட அனைத்து தகராறுகளுக்கும் தீர்வு கொடுத்தது.

பிறகு, இங்கிலாந்து, பிரான்சு, ரஷியா ஆகிய மூன்று நாடுகளுக்கிடையில் ஒரு முக்கூட்டு ஏற்பட்டது. பால்கன் பிரதேசத்தில் ஆஸ்திரியா ரஷியாவுக்குப் போட்டியாக இருந்தது.

அது ஜெர்மனியுடன் நேசமாகவும் இருந்தது. அவ்வாறே, இதாலியும் எழுத்தளவில் ஜெர்மனியுடன் சேர்ந்திருந்தது. ஆக, இங்கிலாந்து பிரான்சு ரஷியா முக்கூட்டும், ஜெர்மனி - ஆஸ்திரியா இத்தாலி முக்கூட்டும் ஒன்றையொன்று எதிர்த்து நின்றன. இந்த இருதரப்பு படைகளும் யுத்தத்துக்கு தயாரா ஆகி வந்தன. நிலைமை இப்படி இருக்கும்போது அப்பாவிகளான பொதுமக்கள் தங்களுக்கு நேரவிருக்கும் பயங்கரத்தை சிறிதும் அறியாதவர்களாக அமைதியாகத் தூங்கிக் கொண்டிருந்தார்கள்.

1905-க்குப் பிற்பட்ட மேற்கூறிய ஆண்டுகளில் ரஷியாவில் பிற்போக்கு நடவடிக்கைகள் அதிகரித்தன. போல்ஷெவிக்குகளும் மற்ற புரட்சிக்காரரர்களும் அடியோடு நசுக்கப்பட்டார்கள். லெனின் போன்ற நாடுகடத்தப்பட்ட போல்ஷெவிக்குகள் சிலர் வெளி நாடுகளில் பொறுமையை இழக்காமல் வேலை செய்து வந்தார்கள். அவர்கள் புத்தகங்கள் எழுதியும், சிறு பிரசுரங்கள் வெளியிட்டும், மாறி வரும் நிலைமைகளுக்குப் பொருந்த மார்க்சிஸ கோட்பாடுகளை பொருத்த முயன்றார்கள். போல்ஷெவிக் கட்சிக்கும் மென்ஷெவிக் கட்சிக்கும் இடையே இருந்த பிளவு அதிகரித்தது.

பிற்போக்கு தாண்டவமாடிய நேரத்தில் மென்ஷிவிக் கட்சி அதிக ஆதரவை அப்போதைக்குப் பெற்றிருந்தது. 1912லிருந்து ரஷியாவில் மீண்டும் ஒரு மாறுதல் தோன்றத் தொடங்கியது. புரட்சிகரமான நடவடிக்கைகள் அதிகரித்தன. அவற்றுடன் போல்ஷெவிக் கட்சியும் பிரபலமடைந்தது. 1914ஆம் ஆண்டு மத்தியில் பெட்ரோகிராடில் (பீட்டர்ஸ் பர்க்) புரட்சியைப் பற்றிய பேச்சு பலமாக இருந்தது. 1905ல் நடந்ததைப் போல ஏராளமான அரசியல் வேலை நிறுத்தங்கள் நிகழ்ந்தன. ஆனாலும், எழுவரைக் கொண்ட பீட்டர்ஸ்பர்க் போல்ஷெவிக் குழுவில் மூவர் ஜாரின் ரகசியப் போலீசைச் சேர்ந்தவர்கள் என்பது பின்னர் கண்டு பிடிக்கப்பட்டது! புரட்சிகள் ஆக்கப்படும் விதம் இதுதான்! டூமாவில் ஒரு சிறு போல்ஷெவிக் குழு இருந்தது. மலினோங்கி என்பவன் அதற்குத் தலைவனாக இருந்தான். அவனும் போலீசின் கையாள் என்பது பிறகு தெரியவந்தது! லெனின் அவனிடத்தில் நம்பிக்கை கொண்டிருந்தார்.

1914 ஆகஸ்டில் முதல் உலக யுத்தம் தொடங்கியது. திடீரென்று எல்லோருடைய கவனமும் போர் முனைகளுக்குத் திரும்பியது. கட்டாய ராணுவ சேவை முக்கியமான ஊழியர்களை அபகரித்துச் சென்றது. புரட்சி இயக்கம் படுத்துவிட்டது. சில போல்ஷெவிக்குகள் யுத்தத்துக்கு விரோதமாகப் பேசினார்கள். அவர்கள் மக்கள் ஆதரவை அடியோடு இழந்தார்கள்.

லியோ டால்ஸ்டாய்

மாக்ஸிம் கார்க்கி

ஆண்டன் செகாவ்

நம்முடைய கதையை உலக யுத்தம் வரை கொண்டு வந்து விட்டோம். இங்கே, அதை நாம் நிறுத்திக் கொள்ள வேண்டும். ஆனால், இந்தக் கடிதத்தை முடிக்குமுன் ரஷியக் கலையைப் பற்றியும் இலக்கியத்தைப் பற்றியும் சிறிது கூற விரும்புகிறேன். ஜார் தலைமை-யிலான ரஷியாவில் குற்றங்குறைகள் நிறைய இருந்தன. ஆனால், அது தன்னுடைய அற்புதமான நடனக் கலையை அழியாமல் போற்றி வந்தது. 19ஆவது நூற்றாண்டில் அங்கே தலைசிறந்த ஆசிரியர் பலர் தோன்றி ஒரு பெரிய இலக்கிய பரம்பரையை உருவாக்கினார்கள். நீண்ட நவீனங்கள் எழுதுவதிலும் சிறுகதைகள் எழுதுவதிலும் அவர்கள் இணையற்ற திறமை காட்டினார்கள்.

அந்த நூற்றாண்டின் தொடக்கத்தில் ரஷிய மகாகவியான புஷ்கின் உயிரோடிருந்தார். அவர் ஆங்கிலக் கவித்திரயமாகிய பைரன், கீட்ஸ், ஷெல்லி ஆகியோர் காலத்தைச் சேர்ந்தவர். ரஷிய நாவல் ஆசிரியர்களுக்குள்ளே கோகல், டர்ஜீனீவ், செகோவ், தோஸ்தோ யவ்ஸ்கி ஆகியோர் புகழ்பெற்றவர்கள். ஆனால், அவர்களுக்கெல்லாம் சிகரமாக இருந்தவர் லியோ டால்ஸ்டாய். அவருடைய செல்வாக்கு உலகெங்கும் பரந்தது. அப்போது தென் ஆப்பிரிக்காவில் இருந்த காந்திஜியையும் அது எட்டியது. இருவரும் ஒருவரையொருவர் போற்றியதோடு ஒருவருக்கொருவர் கடிதங்களும் பரிமாறிக் கொண்டார்கள். டால்ஸ்டாய் ஒரு தீர்க்கதரிசியாக மட்டும் இருந்தார். அவர் தாம் கண்ட உண்மைகளைத் தம் வாழ்க்கையில் கடைப்பிடித்தது உண்மை.

19ஆவது நூற்றாண்டைச் சேர்ந்த மிகப்பெரிய ரஷிய எழுத்தாளர்களில் மார்க்சிம் கார்க்கியும் முக்கியமானவர்.

1903ல் பறந்த முதல் விமானம்

145. ஒரு சகாப்தத்தின் முடிவு

மார்ச் 22, 1933

பத்தொன்பதாவது நூற்றாண்டு! இந்த நூறு ஆண்டுகள் நம்மை நீண்ட காலம் போல தாமதிக்கச் செய்துவிட்டது அல்லவா? ஆகக் கூடி, இப்பொழுது நான்கு மாதமாக நான் அதைப் பற்றி எழுதி வருகிறேன். எனக்கும் சிறிது சலிப்புத் தட்டிவிட்டது. இந்தக் கடிதங்களைப் படிக்கும்போது உனக்கும் அப்படித்தான் இருக்கும் என்று நினைக்கிறேன். அதைப் பற்றி எழுதத் தொடங்கியபோது அது மிகவும் வசீகரமான ஒரு காலப் பகுதி என்று சொன்னேன். ஆனால், அளவுக்கு மிஞ்சினால் அமிர்தமும் கசப்பாகி விடுகிறது. உண்மையில் நாம் 19ஆவது நூற்றாண்டைக் கடந்து 20-வது நூற்றாண்டில் பிரவேசித்து விட்டோம். நம்முடைய எல்லைக்கல் 1914ஆம் ஆண்டு. அந்த ஆண்டில்தான் ஐரோப்பாவில் யுத்த அரக்கன் தன்னுடைய கோர தாண்டவத்தைத் தொடங்கினான். அந்த ஆண்டிலிருந்து வரலாற்றின் போக்கே மாறிவிட்டது. அந்த ஆண்டில் ஒரு சகாப்தம் முடிந்து அடுத்த சகாப்தம் தோன்றியது.

1914ஆம் ஆண்டும் அதற்கு முற்பட்ட ஆண்டுகளும் ஏதோ புராண காலத்தைச் சேர்ந்தவை மாதிரி நமக்குத் தோன்றுகின்றன. நம்முடைய காலம் அவ்வளவு தூரம் மாறிவிட்டது. நமக்கு இத்தகைய தோற்றத்தை உருவாக்கும் பெரு மாறுதல்களைப் பற்றிப் பின்னர் கூறுவேன். இப்பொழுது ஒரு எச்சரிக்கை மட்டும் செய்ய

விரும்புகிறேன். நீயும் நானும் படிக்கும் பூகோளம் மாறிக் கொண்டே இருக்கிறது. நீ இப்போது படிக்கும் பூகோளத்தை திரும்பவும் படிக்கும் காலம் வரும். யுத்த வெள்ளம் வந்து பழைய எல்லைக் கோடுகளையும் பழைய தேசங்களையும் அடித்துக் கொண்டு போய்விட்டது. அதற்குப் பின் புதிய தேசங்களும் புதிய எல்லைக் கோடுகளும் தோன்றின. அவற்றின் பெயர்களை ஞாபகத்தில் வைத்துக் கொள்வது கூடக் கஷ்டமாக இருக்கிறது. நூற்றுக்கணக்கான நகரங்களுக்கு நேற்று இருந்த பெயர்கள் இன்று பார்த்தால் காணோம். செயின்ட் பீட்டர்ஸ்பர்க் ஆக இருந்தது பெட்ரோகிராட் ஆகிப் பின்னர் லெனின் கிராட் ஆகியது. கான்ஸ்டாண்டிநோபிள் இப்போது இஸ்தான்பூல் ஆகிவிட்டது. பீகிங் நகர் பெய்ஜிங் ஆகிவிட்டது. பொஹிமியாவிலுள்ள பிரேக் செக்கோஸ்லொவாகியாவில் உள்ள பிரஹா என்று பேர் பெற்றது.

19ஆவது நூற்றாண்டைப் பற்றிய என்னுடைய கடிதங்களில் கண்டங்களையும் தேசங்களையும் நான் தனித்தனியே ஆராய்ந்தேன். அந்த நூற்றாண்டை நாம் ஒரு கலைடாஸ்கோப் காட்சிக்கு ஒப்பிடலாம். அந்தக் காட்சி தெளிவில்லாமல் சதா ஓடிக் கொண்டும் சதா மாறிக்கொண்டும் இருந்தது. அதில் பல பகுதிகள் அருவருக்கத் தக்கவையாகவும் இருந்தன. இந்த உண்மை ஏறக்குறைய மற்ற காலப் பகுதிகளுக்கும் பொருந்தும்.

19ஆவது நூற்றாண்டின் முக்கிய விசேஷம் முதலாளித்துவத் தொழில் வளர்ச்சி என்பதை முன்பே கண்டோம். அதாவது நீர், நீராவி, மின்சாரம் போன்ற இயந்திரச் சக்திகளின் துணை கொண்டு உற்பத்தி பெருகியது. இதனால் உலகின் வெவ்வேறு பாகங்களில் வெவ்வேறு விதமான பலன்கள் ஏற்பட்டன. அவை நேர்முகமாகவும் மறைமுகமாகவும் இருந்தன. பிரிட்டிஷ் இயந்திரத் தொழில் இந்தியக் கிராமக் கைத்தொழில்களை அழித்துவிட்டது. தனிமனிதர்கள் இந்த முறையை மேற்கொண்டார்கள். தேசங்களும் அதையே கடைப்பிடித்தன. ஆகவே, இந்த முறையின் கீழ் வளர்ந்த சமூகம் சம்பாத்திய சமூகம் என்று அழைக்கப்பட்டது. யந்திர உற்பத்தியை மேலும் மேலும் பெருக்க வேண்டியது. அதனால் கிடைக்கும் உபரி செல்வத்தை மேலும் மேலும் புதிய தொழிற்சாலைகள் கட்டுவதிலும் ரயில் பாதைகள் போடுவதிலும் உபயோகிக்க வேண்டியது. இதுதான் அந்த முறையின் நோக்கம். தொழில்களில் இருந்து பெருகிய செல்வத்துக்குக் காரணமான தொழிலாளர்களுக்கு கிடைத்த நன்மை மிகவும் குறைவாகும். அவர்கள், பெண்கள் குழந்தைகள் உட்பட நரகவேதனை அனுபவித்தார்கள்.

முதலாளித்துவமானது சாலை உருளையைப் போன்று கண்ணை மூடிக் கொண்டு, எல்லாவற்றையும் நசுக்கிக் கொண்டு முன்னேறிச் சென்றது. ஆயினும், அதை ஒரு வெற்றிகரமான முன்னேற்றம் என்றே சொல்ல வேண்டும். முதலாளித்துவமானது விஞ்ஞானத்தின் துணைகொண்டு பல துறைகளில் வெற்றி அடைந்தது. அந்த வெற்றியின் பிரகாசம் உலகத்தின் கண்ணைப் பறித்தது. முதலாளித்துவத்தால் விளைந்த தீமைகளுக்கும் துன்பங்களுக்கும் அதன் வெற்றி ஒரு பரிகாரம் போல் ஆனது. அதனால் மனித வாழ்க்கையில் பல சுக சவுகரியங்களும் ஏற்பட்டன. அவற்றை ஏற்படுத்த வேண்டும் என்று முதலாளித்துவம் நினைக்கவும் இல்லை, திட்டம் போடவும் இல்லை. இடையில், தற்செயலாக, அவை உண்டாயின. ஆனால், இந்த மேல் பளபளப்புக்குக் கீழே தீமை நிறைந்திருந்தது.

தொழிற்சாலைகள் தோன்றிய புதிதில் தொழிலாளர்கள், முக்கியமாகப் பெண்களும், குழந்தைகளும், மிகக் கடுமையான சுரண்டலுக்கு ஆளானார்கள். ஆண்களை விடப் பெண்களுக்கும் குழந்தைகளுக்கும் கொடுக்க வேண்டிய கூலி குறைவாக இருந்தது. எனவே, முதலாளிகள் அவர்களை வேலைக்கு வைத்துக் கொண்டனர். அவர்களிடம் சில சமயங்களில் தினம் பதினெட்டு மணிநேர வேலை கூட வாங்கி வந்தார்கள். அவர்கள் வேலை செய்த இடமும், வாழ்ந்த இடமும் மோசமாக இருந்தன. கடைசியில் அரசாங்கம் தலையிட்டு அவர்களுடைய நலனுக்காக சில சட்டங்களை இயற்றியது. அவை, தொழில் அதிபர்களின் கடும் எதிர்ப்பை மீறியே நடைமுறைக்கு வந்தன.

பொது உடைமைக் கருத்துகள் தோன்றுவதற்கும் முதலாளித்துவத் தொழில்தான் காரணமாக இருந்தது. அந்தச் சித்தாந்தங்கள் நவீன இயந்திரத் தொழிலை ஏற்றுக் கொண்டன. ஆடிப்படையாகிய முதலாளித்துவத்தை எதிர்த்தன. தொழிலாளர் அமைப்புகளும், தொழிற் சங்கங்களும், 'இன்டர்நேஷனல்'களும் (சர்வதேசத் தொழிலாளர் சங்கங்கள்) தோன்றி வளர்ந்தன.

முதலாளித்துவம் நாடு கவரும் கொள்கையையும் உண்டாக்கியது. மேற்கு நாட்டு முதலாளித்துவத் தொழில், பழமையான கிழக்கு நாட்டுப் பொருளாதார நிலைமைகளோடு மோதியது. இந்த மோதல் அந்த நாடுகளில் மிகப்பெரிய பாதிப்பை ஏற்படுத்தியது. சிறிது சிறிதாகக் கிழக்கு நாடுகளில் கூட முதலாளித்துவத் தொழில் வேரூன்றி வளர ஆரம்பித்தது, மேற்கு நாட்டு ஆதிக்கத்தை எதிர்த்துக் கிழக்கு நாடுகளில் தேசியமும் வளர்ந்தது.

ஆக, முதலாளித்துவம் உலகையே ஒரு ஆட்டம் கண்டது. அது மக்களுக்குப் பெரிய துன்பம் விளைத்தது. ஆனால், மேற்கு நாடுகளைப் பொறுத்தவரை அதை ஒரு நன்மையான இயக்கம் என்றே கூறவேண்டும். அது உலக வாழ்வில் பெரிய முன்னேற்றத்தை ஏற்படுத்தியது. மக்களுடைய வாழ்வையும் மேம்படுத்தியது. சாமானிய மக்களுக்கு எப்போதும் இல்லாத கவுரவமும் முக்கியத்துவமும் ஏற்பட்டன. பெயரளவில், அரசாங்கத்தில் அவர்களுடைய அந்தஸ்து பெரிதும் உயர்ந்தது. அந்தஸ்து உயரவே அவர்களுடைய சுய மதிப்பும் உயர்ந்தது.

இந்த உண்மை முதலாளித்துவத் தொழில் வளர்ச்சியடைந்த மேற்கு நாடுகளுக்கு மட்டுமே பொருந்தும். விஞ்ஞானக் கல்வி பெருகியது. அதனால் விளைந்த அற்புதங்கள் ஏராளம். விஞ்ஞான அறிவு, தனிமனித வாழ்வின் சிரமங்களைக் குறைத்தது. மருத்துவ முறையும், சுகாதாரமும் இதுவரையில் மனித குலத்தை வாட்டிய நோய்களை தடுக்கவும், துடைத்தெறியவும் தொடங்கின. ஒன்றை மட்டும் உதாரணத்துக்குச் சொல்கிறேன். மலேரியா ஜுரம் உண்டாகும் விதத்தையும், அதைத் தடுப்பதையும் அறிவியல் சாதித்தது. இன்னும் இந்தியாவில் மலேரியா ஒழிக்கப்படவில்லை என்றால், அது அறிவியலின் குறை அல்ல. அரசாங்கத்தின் அக்கறையின்மையே காரணம்.

அந்த நூற்றாண்டின் தனிச் சிறப்பு போக்கு வரத்து சாதனங்களில் ஏற்பட்ட முன்னேற்றம் என்று சொல்லலாம். ரயில் வண்டி, நீராவிக் கப்பல், தந்தி, மோட்டார்கார் ஆகியவை வந்து உலகையே அடியோடு மாற்றிவிட்டன. அதுவரையில் இருந்த பழைய உலகம் மறைந்து புதிய உலகம் தோன்றியது. முன்பு விரிந்து கிடந்த உலகம் இப்போது சுருங்கிவிட்டது. அறியாமை காரணமாக மக்களிடையே ஏற்பட்டிருந்த பல தடைகள் இப்போது நீங்கிவிட்டன. 19ஆவது நூற்றாண்டு முடிவில் ஆகாயத் தந்தியும் ஆகாய விமானமும் தோன்றின. இப்பொழுது அவை சாதாரணமாகி விட்டன. அதைப் பற்றி யோசிக்காமலே பலமுறை விமானத்தில் பயணித்திருக்கிறாய். ஆகாயத் தந்தி, ஆகாய விமானம் இவற்றின் வளர்ச்சி 20ஆவது நூற்றாண்டையும் நமது காலத்தையும் சேர்ந்தது. முன்காலத்தில் ஜனங்கள் பலூன்களில் மேலே போவ துண்டு. அரபிக் கதைகளில் பறக்கும் ஜமக்காளங்களில் உட்கார்ந்து பறந்து சென்றதாகப் படிக்கிறோம். நமது புராண இதிகாசங்களில் ஆகாயத்தில் பறந்து செல்லும் புஷ்பக விமானமும், மயிற் பொறியும் பேசப்படுகின்றன. மேற்கூறிய கதைகளைத் தவிர்த்து அதுவரை யாரும் காற்றைக் காட்டிலும் கனமான ஒன்றில் ஏறி ஆகாயத்தில் பறந்தது கிடையாது.

அத்தகைய ஒரு இயந்திரத்தில் முதன் முதல் பறந்து சென்றவர்கள் வில்பர் ரைட், ஆர்வில் ரைட் என்ற இரு அமெரிக்கச் சகோதரர்கள் ஆவர். அவர்கள் பறந்து சென்ற இயந்திரத்தை தற்கால ஆகாய விமானத்தின் தந்தை என்று சொல்லலாம். 1903 டிசம்பரில் அவர்கள் 300 கஜத்துக்குச் சற்றுக் குறைவாகவே பறந்தார்கள். ஆனால், அவர்கள் இதுவரை யாரும் சாதிக்காத ஒரு காரியத்தைச் சாதித்து விட்டார்கள். அதிலிருந்து முன்னேற்றம் அடைந்து, 1930ல் பிளேரியோ (Bleriot) என்ற பிரெஞ்சுக்காரன் பிரான்சிலிருந்து இங்கிலாந்துக்கு இங்கிலீஷ் கால்வாயின் மீது பறந்தான். அப்போது ஏற்பட்ட உற்சாகம் எனக்கு நன்றாக நினைவிருக்கிறது. அதை அடுத்து உடனே பிரான்சிலுள்ள ஐஃபெல் கோபுரத்திற்குமேல் முதல் ஆகாய விமானம் பறந்த காட்சியை நான் பார்த்தேன். அதற்குப் பல ஆண்டுகளுக்குப் பிறகு, 1927ஆம் ஆண்டு மே மாதத்தில், சார்லஸ் லிண்ட்பர்க் என்பவன், தன்னுடைய ஆகாய விமானத்தில் அட்லாண்டிக் சமுத்திரத்தைக் கடந்து வந்து பாரிசிலுள்ள லே பூர்ஜே (Le Bourget) என்ற விமானக் கூடத்தில் இறங்கியபோது, நாம் இருவரும் அங்கு இருந்தோம். அந்த விமானம் ஆகாயத்தில் பறந்து வந்த காட்சி வெள்ளி அம்பொன்று ஆகாயத்தைக் கிழித்துக்கொண்டு வருவதுபோல் இருந்தது.

மேற்கூறியவற்றை எல்லாம் அந்த நூற்றாண்டின் வரவு ஏட்டில்தான் பதிய வேண்டும். அந்த நூற்றாண்டில் மனிதன் அற்புதமான சாதனை களைச் சாதித்தான் என்பதில் சந்தேகமில்லை. வரவு ஏட்டில் சேர்த்துக் கொள்ள வேண்டிய விஷயம் இன்னொன்றும் இருக்கிறது. முதலாளித் துவத்தின் பேராசையும் அபகரிக்கும் குணமும் அளவுக்கு மீறி வளர்ந்து கொண்டே சென்றன. அதற்கு ஒரு தடையாகக் கூட்டுறவு இயக்கம் உருவானது.

அரசியல் துறையில் ஜனநாயகக் கருத்துகள் மக்களிடையே அதிகமாகப் பரவின. மேலும் மேலும் அதிகமான பேர் தங்களுடைய நாடாளுமன்றங்களுக்கும் சட்டசபைகளுக்கும் வாக்களிக்கும் உரிமையைப் பெற்றார்கள். ஆனால், இந்த வாக்குரிமை ஆண்களுக்கு மட்டும்தான் இருந்தது. பெண்கள், தள்கள் வாக்குரிமைக்காக 20ஆம் நூற்றாண்டின் தொடக்கத்தில் இங்கிலாந்தில் பெண்கள் இதற்காக ஒரு பெரிய போராட்டத்தை நடத்தினார்கள். பெண்கள் வாக்குரிமை இயக்கம் என்று அது அழைக்கப்பட்டது. ஆண்கள் இதைப் பொருட் படுத்தாமல் இருந்தார்கள். ஆகவே, அவர்களுடைய கவனத்தை இதில் திருப்புவதற்காக பலாத்கார முறைகளை பெண்கள் கையாண்டனர். அவர்கள் நாடாளுமன்றத்துக்குள் சென்று ‘கலாட்டா’ செய்தார்கள்.

அதனால் சபை வேலை தடைப்பட்டது. அவர்கள் மந்திரிகளையும் தாக்கினார்கள். இன்னும் பெரிய அளவில் பலாத்காரச் செயல்களும் நிகழ்ந்தன. பல பெண்கள் சிறைக்கு அனுப்பப்பட்டார்கள். அங்கே அவர்கள் உண்ணாவிரதம் தொடங்கினார்கள். உடனே, அரசாங்கம் அவர்களை விடுதலை செய்து சரியானவுடன் மீண்டும் சிறைக்கு அனுப்பியது. இதைச் செய்வதற்குப் விசேஷச் சட்டம் இயற்றியது. அந்தச் சட்டத்தை ஜனங்கள் 'எலி பூனைச் சட்டம்' என்று அழைத்தார்கள். சில ஆண்டுகள் கழித்து, முதல் உலக யுத்தம் தொடங்கிய பின்,பெண்கள் வாக்குரிமை வழங்கப்பட்டது.

பெண்களுடைய இந்த இயக்கம் 'பெண் விடுதலை இயக்கம்' (Feminist movement) என்று அழைக்கப்பட்டது. வாக்குரிமை மட்டுமின்றி, எல்லாத் துறைகளிலும் ஆண்களோடு பெண்களும் 'சரி நிகர் சமானமாக' வாழ வேண்டும் என்று அது கோரியது. 19ஆவது நூற்றாண்டில் நாம் எந்தப் பக்கம் திரும்பினாலும் பெரும் மாறுதல்களைக் காண்கிறோம். ஆனால், அரசாங்கங்களின் வழிகளில் மட்டும் எந்த மாறுதலும் தோன்றவில்லை. அவர்கள் நெடுங்காலத்துக்கு முன்னர் மெக்கியவெல்லியால் உபதேசிக்கப்பட்ட கள்ளமும் சூதும் நிறைந்த வழியிலேயே பயணித்தார்கள். அரசாங்கங்களுக்கிடையில் எப்பொழுதும் ஓயாத போட்டி இருந்தது. அவை ரகசிய உடன்படிக்கைகளும் ஒப்பந்தங்களும் செய்து கொண்டன. ஆனால், ஒரு நாடு இன்னொரு நாட்டின் கண்ணில் மண்ணைத் தூவ முயன்றது. அமெரிக்கா தன் சொந்த அலுவல்களில் ஈடுபட்டிருந்த காரணத்தால் உலக அரசியலில் அதிகமாகப் பங்கு கொள்ளவில்லை.

தேசியம் வளர வளர 'தப்போ சரியோ, என் தேசம்' என்னும் கொள்கை மக்களிடையே பரவியது தனி மனிதர்கள் விஷயத்தில் தவறென்றும் தீய வழி என்றும் கருதப்பட்ட காரியங்களைச் செய்வதில் தேசங்கள் பெருமை கொண்டன. இவ்வாறு, தனி மனிதர்களுக்கு ஒரு நீதி, தேசங்களுக்கு ஒரு நீதி என்னும் கொள்கை வளர்ந்தது. பெரிய சமூகங்கள் அல்லது தேசங்கள் தனிமனிதர்களின் தீய குணங்களை கடைப்பிடித்தால் நன்மையாகக் கொண்டாடப்பட்டன. அதை தேசபக்தி என்கிற போர்வையின் கீழ் அளிக்கப்பட்டது. பெரிய தேசங்கள் ஒன்று மற்றொன்றுக்கு எதிராக மக்களை கொன்று குவித்தால் அதை மெச்சி புகழ்ந்தார்கள். 'தனி மனிதர்களின் தீய குணங்களை மேலும் மேலும் பெரிய சமூகங்களுக்கு மாற்றுவதற்கான வழியே நமது நாகரிகம்' என்று ஒரு எழுத்தாளர் சமீபத்தில் கூறினார். அவர் வாய்க்குச் சர்க்கரை போட வேண்டும்.

தொடங்கியது முதல் உலகப்போர்

146. தொடங்கியது முதல் உலக யுத்தம்

மார்ச் 23, 1933

அநீதியையும் அக்கிரமத்தையும் தங்கள் அடையாளமாக கொண்ட நாடுகள் தங்களுக்குள் எப்படி நடந்துகொண்டன என்று சொன்னேன். அவை சுதந்திர நாடுகள் என்பதால் யாரும் அவற்றை தட்டிக்கேட்க முடியாது. அதுதான் தங்கள் சுதந்திரத்தின் அடையாளம் என்று கருதின. அவற்றை எதிர்த்து பேசினால் அது அவற்றின் சுதந்திரத்தில் தலையிடுவதாகும். அவை தாங்களாகவே இதைச் செய்யக்கூடாது என்று முடிவெடுத்தால் மட்டுமே எளிய நாடுகள் தப்ப முடியும். அந்த அளவுக்கு வலிய நாடுகளுக்கு அஞ்சியே எளிய நாடுகள் வாழவேண்டி இருந்தது.

தங்கள் தொழிலுக்கு மூலப் பொருட்களையும், சந்தைகளையும் தேடி முதலாளித்துவ நாடுகள் ஓடின. உலகம் முழுவதும் அப்பாவி ஏழை நாடுகளை பங்கிட்டுக் கொள்வதில் வல்லரசுகள் ஆளாளுக்கு போட்டியிட்டன. இயன்ற அளவுக்கு அவை இடம் பிடித்துக் கொண்டன. இப்போது தாங்கள் பங்கிட்ட நாடுகளைக் கவர்வதில் அவை போட்டியிடத் தொடங்கிவிட்டன.

ஆசியாவிலும், ஆப்பிரிக்காவிலும், ஐரோப்பாவிலும் அந்த வல்லரசுகள் அடிக்கடி ஒன்றோடொன்று மோதிக் கொண்டன. அவற்றிடையே கோபமும் ஆத்திரமும் கொழுந்து விட்டெரிந்தன.

யுத்தம் எந்தச் சமயத்திலும் மூளும்போல் இருந்தது. சில வல்லரசுகள் மற்றவற்றை விட நல்ல நிலைமையில் இருந்தன. மற்ற எல்லா நாடுகளையும் விட இங்கிலாந்துதான் முந்தி நின்றது. அதன் ராணுவ வல்லமையும், தொழில் முதன்மையும் உலகிலேயே இணையற்ற இடத்தை அளித்திருந்தன. இவ்வளவு இருந்தும் அது திருப்தி அடையவில்லை. பேரரசு எல்லையை விரிவாக்க அதன் முதலாளிகள் வழிகளை ஆராய்ந்தனர். ஆப்பிரிக்காவின் வட கோடியிலிருந்து தென் கோடிவரையில் தொடர்ச்சியான பேரரசை கட்டுவதற்கான திட்டங்களை அவர்கள் வகுத்துக் கொண்டிருந்தன. தொழிற்துறையில் ஜெர்மனியும் அமெரிக்காவும் இங்கிலாந்துக்குப் போட்டியாக வந்ததுதான் இங்கிலாந்தின் இந்த பரபரப்புக்கு காரணம். இங்கிலாந்தைவிட மலிவாக பொருட்களை உற்பத்தி செய்து மார்க்கெட்டுகளை பறித்துக் கொண்டிருந்தன.

வல்லரசு பட்டியலில் தாமதமாக வந்து சேர்ந்த ஜெர்மனிக்கு தனது பொருட்களை விற்க சந்தைகளே கிடைக்கவில்லை. முந்திய நாடுகள் எல்லா இடத்தையும் கைப்பற்றிக் கொண்டன. விஞ்ஞானம், கல்வி, தொழில் ஆகிய துறைகளில் ஜெர்மனி மிகப்பெரிய முன்னேற்றம் அடைந்திருந்தது. ராணுவத் துறையிலும் ஒப்பிலாத வளர்ச்சி பெற்றிருந்தது. தொழிலாளர் நிலைமையைச் சீர்திருத்துவதற்கான சட்டங்களிலும் அது மற்ற நாடுகளை முந்தியிருந்தது. ஜெர்மனி உலக அரங்கத்திற்கு வந்தபோது, மற்ற வல்லரசுகள் உலகின் பெரும்பகுதியை விழுங்கியிருந்தன. சுரண்டலுக்கான வழிகளும் குறைவாக இருந்தன. அப்படியிருந்தும் ஜெர்மனி உலகிலேயே வலிமையிலும் திறமையிலும் முதன்மையாக விளங்கியது. அதன் வியாபாரக் கப்பல்கள் உலகின் ஒவ்வொரு துறைமுகத்திலும் காணப்பட்டன. அதன் துறைமுகங் களான பிரெமெனும் ஹாம்பர்க்கும் உலகின் மிகச் சிறந்த துறைமுகங்கள் வரிசையில் இருந்தன. ஜெர்மன் வியாபாரக் கப்பல்கள் ஜெர்மன் சாமான்களை மட்டுமின்றி, பிற நாடுகளின் சாமான்களையும் ஏற்றிச் செல்லத் தொடங்கின.

ஜெர்மன் பேரரசுக்கு பிரஷியா தலைமை வகித்தது. பிரஷிய நிலச்சுவான்தார்கள், ராணுவ வகுப்பினர் கையில்தான் ஜெர்மன் அரசாங்க அதிகாரம் இருந்தது. அந்த வகுப்பினர் பணிவு என்பதையே அறியாதவர்கள். அதில் பெருமையும் கொள்பவர்கள். அப்போது ஜெர்மன் பேரரசராக இருந்தவர் இரண்டாம் விலம் கெய்சர், ஜெர்மனி தான் உலகத்துக்குத் தலைமை வகிக்கப் போகிறது. அது தனக்குரிய இடத்தைப் பிடிக்க விரும்புகிறது. ஜெர்மனியின் வருங்காலம் அதன் கடலாதிக்கத்தைப் பொறுத்திருக்கிறது என்று கெய்சர் கூறினார்.

கடல்களில் முதன்மை இடம் தனக்கே என்று இங்கிலாந்து உரிமை கொண்டாடியது. உண்மையில் அது அந்த இடத்தை அடைந்தும் இருந்தது. எத்தனையோ ஆங்கிலேயர் இங்கிலாந்து சார்பில் கொண்டாடிய அதே உரிமையைத்தான் கெய்சரும் ஜெர்மனி சார்பில் கொண்டாடினார். இங்கிலாந்து கொண்டாடிய கடல் முதன்மை அதற்கு இருந்தது. ஜெர்மனிக்கோ அது இல்லை. எனவே, கெய்சரின் வீம்புப் பேச்சுகள் ஆங்கிலேயருக்கு கோபத்தை உண்டாக்கின. உலகிலேயே தலைசிறந்த தேசமாக இங்கிலாந்து தன்னை நினைத்துக் கொண்டிருக்கிறது. ஆனால், அந்த இடத்துக்கு போட்டியாக பிறர் பேசினால், இங்கிலாந்தைத் தாக்குவதாத்தானே அர்த்தம்? பிரிட்டன் தனது கடலாதிக்கத்தை இழந்தால், அப்புறம் உலகமெங்கும் பரவிக்கிடக்கும் அதன் பேரரசின் கதி என்னாவது?

கெய்சர் வெறும் பேச்சளவில் இல்லை. அவர் தன்னுடைய கடற்படையைப் பெருக்கினார். அதைக் கண்ட பிரிட்டிஷார் கதிகலங்கிப் போனார்கள். ஆங்காரமும் கோபமும் அவர்களை ஆட்கொண்டன. அவர்களும் தங்களுடைய கடற்படையைப் பெருக்கினார்கள். இரு நாடுகளுக்கும் கடற்படைப் போட்டி தொடங்கியது. தங்கள் நாடுகள் மேலும் மேலும் போர்க் கப்பல்களைக் கட்டவேண்டும் என்று இரு நாட்டுப் பத்திரிகைகளும் தினமும் எழுதின. இது எரியும் நெருப்பில் எண்ணெய் ஊற்றியது.

இதைத் தவிர யுத்த அபாயத்திற்கு வேறு காரணங்களும் இருந்தன. 1870ஆம் ஆண்டு ஜெர்மனியிடம் தோற்றதை பிரான்ஸ் மறக்கவில்லை. பால்கன் பிரதேசமோ எந்த நேரத்திலும் அக்கினிக் குழம்பைக் கக்கும் எரிமலையாக இருந்தது. மேற்கு ஆசியாவில் செல்வாக்கைப் பெருக்கும் நோக்கத்தில் ஜெர்மனி, துருக்கியுடன் நட்பாகியது. ஐரோப்பாவி லிருந்து கான்ஸ்டாண்டிநோபிள் வழியாகப் பாக்தாதுக்கு ரயில் பாதை கட்டும் யோசனை இருந்தது. அது மிகவும் விரும்பத்தக்கது என்பதில் சந்தேகமில்லை. ஆனால் அந்தப் பாக்தாது ரெயில்வேயை ஜெர்மனி தன்னுடைய ஆதிக்கத்தின் கீழ்க் கொண்டு வர விரும்பியதால் மற்ற நாடுகளிடையே பொறாமைத் தீ மூண்டது.

ஐரோப்பாவை யுத்த பீதி கவிந்தது. ஐரோப்பிய வல்லரசுகள் இரு பிரிவாக அணி வகுத்தன. ஒருபக்கம் ஜெர்மனி - ஆஸ்திரியா - இதாலி முக்கூட்டு. மறுபக்கம் பிரிட்டன் - பிரான்சு - ரஷியா முக்கூட்டு. ஜெர்மன் முக்கூட்டில் இதாலி முழு மனத்துடன் ஈடுபடவில்லை. யுத்தம் தொடங்கியதும் இதாலி தன் வாக்குறுதியைக் காற்றில்

பறக்கவிட்டு எதிரணியில் சேர்ந்து கொண்டது. ஜெர்மனியின் இன்னொரு துணை நாடான ஆஸ்திரியா கலகலத்துப் போயிருந்தது. ஜெர்மனி முக்கூட்டுறவு என்பது ஜெர்மனி என்றே பொருள்பட்டது. ஆனால், யுத்தம் தொடங்குவதற்கு முன்னர், இதாலியும் ஆஸ்திரியாவும் இப்படித்தான் நடந்து கொள்ளும் என்று யாரும் கூற முடியவில்லை.

ஆக, ஐரோப்பாவை யுத்த பயம் பற்றிக்கொண்டது. எல்லா நாடுகளும் யுத்தக் கருவிகளை சேகரித்துத் தயாராகி வந்தன. யுத்த தளவாட உற்பத்தியில் நாடுகள் போட்டியிட்டன. இந்தக் கருவிகளை தயாரிக்கும் தனியார் நிறுவனங்கள் ஆயுதங்களை விற்று கொழுத்தன. யுத்த பீதியை கிளப்புவதிலும் அவை முக்கியப் பங்கு வகித்தன. அப்பொழுது தானே அவற்றின் வியாபாரம் மேலும்மேலும் பெருகும்! இங்கிலாந்திலும் பிரான்சிலும் ஜெர்மனியிலும் மற்ற இடங்களிலும் இருந்த பெரிய அதிகாரிகளுக்கும், மந்திரிகளுக்கும் அந்தக் கம்பெனிகளில் பங்குகள் இருந்தன. அரசாங்கங்களின் மந்திரிகளும் அதிகாரிகளும் தங்களுடைய வருமானத்தை பெருக்கிக் கொள்ள யுத்தம் ஏற்படுவதில் அக்கறை காட்டுவது விசித்திரமான நிலைமை அல்லவா?

நாடுகளின் யுத்தச் செலவைப் பெருக்குவதற்கு அந்தக் கம்பெனிகள் வேறு வழிகளையும் கையாண்டன. பொது மக்கள் கருத்தை யுத்தத்துக்கு ஆதரவாகத் திருப்ப, பத்திரிகைகளுக்கு லஞ்சம் கொடுத்தன. பெரும்பான்மையான அரசாங்க அதிகாரிகளுக்கும் லஞ்சம் கொடுத்தன. அந்தந்த நாடுகளின் ஆவேச உணர்ச்சிகளைத் தூண்டுவதற்கு பொய் வதந்திகளைப் பரப்பவும் தயங்கவில்லை. ஆயுதத் தயாரிப்பு நிறுவனங்கள் லாபம் சம்பாதிக்க, உலகத்தையே யுத்தச் சுழலில் சிக்கவைத்தன. பிறருடைய உயிரைப் பலி கொடுத்து, தான் உயிர் வாழ விரும்பும் இந்த ஆயுத உற்பத்தித் தொழிலை நினைத்தாலே குலை நடுங்குகிறது. 1914ஆம் ஆண்டு யுத்தம் அவ்வளவு சீக்கிரம் தொடங்கியதற்கு அந்தத் தொழில் காரணமாக இருந்தது. இன்னும் அது அதே கைங்கரியத்தை விடாமல் தொடர்ந்து நடத்தி வருகிறது.

யுத்த ஆயத்தங்களுக்கு இடையே, சமாதான முயற்சியில் ரஷிய ஜார் இரண்டாம் நிகோலஸ் ஈடுபட்டார். இது ஆச்சர்யமாக தெரியலாம். உலகம் முழுவதும் சமாதானத்தை ஏற்படுத்த, ஐரோப்பிய வல்லரசுகள் ஓரிடத்தில் கூடிப் பேசவேண்டும் என்று அவர் யோசனை கூறினார். தன்னுடைய நாட்டில் சுதந்திர இயக்கங்களை ஒடுக்கி, அரசியல் கைதிகளைக் கூட்டம் கூட்டமாகச் சைபீரிய பாலைவனத்துக்கு அனுப்பிய ஜார்தான் இந்த யோசனையை கூறினார்.

இதைப்போன்ற கிண்டல் ஏதும் இருக்க முடியாது. ஏனெனில், சமாதானம் என்பதற்கு அவருடைய சர்வாதிகாரமும் இன்னும் அப்போதிருந்த மற்ற நிலைமைகளும் மாறாமல் இருக்க வேண்டும் என்பதே அவர் விரும்பிய பலனாக இருக்கும். அவருடைய அழைப்பை ஏற்று ஹாலந்திலுள்ள ஹேக் நகரில் இரண்டு சமாதான மாநாடுகள் 1899, 1907 ஆம் ஆண்டுகளில் நடைபெற்றன. ஆனால், அவற்றால் பலன் ஏற்படவில்லை. சமாதானம் என்பது ஆகாயத்திலிருந்து திடீரென்று குதித்துவிடாது. யுத்தத்திற்கான மூலகாரணங்களை அகற்றினால்தான் சமாதானம் நிலவும்.

வட ஐரோப்பாவில் நாம் கவனிக்க வேண்டிய சில சிறு நாடுகள் இருக்கின்றன. ஸ்காண்டிநேவிய நாடுகளான நார்வே, ஸ்வீடனையும் அவற்றுக்குக் கீழேயுள்ள டென்மார்க்கையும் நான் குறிப்பிடுகிறேன். அவை ஆர்க்டிக் வட்டத்துக்கு அருகில் இருப்பதால் குளிராகவே இருக்கும். அங்கு வசிப்பது சிரமம், ஆனால், அவை போட்டியும் பகைமையும் பொறாமையும் மிகுந்த வல்லரசு மண்டலத்திற்கு வெளியே இருப்பதால் தங்களுடைய சக்திகளை நாகரிக வழிகளில் செலவழித்துக் கொண்டு அமைதியாக வாழ்ந்து வருகின்றன. அந்த நாடுகளில் விஞ்ஞானமும் இலக்கியமும் சிறப்பான நிலையில் இருக்கின்றன. 1905ஆம் ஆண்டு வரையில் நார்வேயும் ஸ்வீடனும் ஒரே அரசாக இருந்தன. அந்த ஆண்டு நார்வே ஸ்வீடனிடமிருந்து பிரிந்து தனியாக வாழ்வதென்று முடிவு செய்தது. உடனே இரு நாடுகளும் சமாதானமாகவே பிரிந்துவிட்டன. ஒன்றையொன்று அடுத்துள்ள அவ்விரு நாடுகளும் சிநேகப் பான்மையுடன் வாழ்ந்து வருகின்றன.

குட்டி டென்மார்க் தேசமானது சிறு நாடுகள், பெரு நாடுகள் எல்லாவற்றுக்குமே ஒரு எடுத்துக்காட்டாக இருக்கிறது. அது தன்னுடைய தரைப்படை, கடற்படை இரண்டையும் வேண்டா மென்று எடுத்துவிட்டது. டென்மார்க் ஒரு விவசாய நாடு. சொற்ப நிலமுள்ள விவசாயிகள்தான் அங்கு அதிகம். அந்த நாட்டில் ஏழைக்கும் பணக்காரனுக்கும் அதிக வித்தியாசம் கிடையாது. இந்தச் சமத்துவத்துக்கு டென்மார்க்கில் கூட்டுறவு இயக்கம் அடைந்த பெரிய வெற்றியே காரணமாகும்.

ஹாலந்து ஒரு சிறிய தேசம்தான். ஆனால், அது கிழக்கிந்தியத் தீவுகளைக் கொண்ட ஒரு பெரிய பேரரசைக் கட்டி ஆளுகிறது. அதை அடுத்துள்ள பெல்ஜியமும் ஒரு சிறு நாடுதான். அது ஆப்பிரிக்காவிலுள்ள காங்கோ என்ற பெரிய பகுதியை தன்

ஆளுகைக்கு உட்படுத்திச் சுரண்டி வருகிறது. ஐரோப்பிய அரசியலில் பெல்ஜியத்துக்குள்ள முக்கியம் அது அமைந்திருக்கும் இடத்தைப் பொறுத்ததாகும். அது பிரான்சிலிருந்து ஜெர்மனிக்குப் போகும் வழியில் இருக்கிறது. நெப்போலியன் இறுதியாகத் தோல்வியுற்ற வாட்டர்லு பெல்ஜியத்தில் பிரஸ்ஸெல்ஸ் நகருக்கு அருகிலுள்ளது என்பது உனக்கு நினைவிருக்கலாம். மேற்கூறிய காரணங்களால் பெல்ஜியம், 'ஐரோப்பாவின் குருக்ஷேத்திரம்' என்று அழைக்கப்படுகிறது. யுத்தம் நேர்ந்தால் பெல்ஜியத்தை தொட மாட்டோம் என்று முக்கியமான வல்லரசுகள் தங்களுக்குள் ஒரு ஒப்பந்தம்செய்து கொண்டன. ஆனால், உண்மையில் யுத்தம் நேர்ந்ததும் அந்த ஒப்பந்தமும் வாக்குறுதியும் காற்றில் பறந்தன என்பதை விரைவில் காண்போம்.

ஆனால், ஐரோப்பாவிலுள்ள சிறு நாடுகள் எல்லாவற்றிலும் மிகவும் தொந்தரவு பிடித்த நாடுகள் பால்கன் நாடுகள்தான். அம்மாதிரி வேறு எங்கும் பார்க்க முடியாது. 1912, 1913ஆம் ஆண்டுகளில் நடந்த பால்கன் யுத்தங்களில் ரத்தம் ஆறாக ஓடியது. யுத்தத்தில் பின் வாங்கி ஓடிய துருக்கியரையும் அகதிகளான துருக்கியரையும் பல்கேரியர் படுத்திய பாடு கொஞ்சமன்று. இப்பொழுது யுகோஸ்லாவியாவின் ஒரு பாகமாக இருக்கும் செர்பியா சதிக் கொலைகளுக்கு அஞ்சாத நாடு. அந்த நாட்டின் அரசன் அலெக்சாந்தரும், அரசி டிராகாவும், அரசியின் சகோதரர்களும், முதன் மந்திரி உள்ளிட்டோரும் மிகவும் வெறுக்கத் தக்க முறையில் கொல்லப்பட்டார்கள். இதை வெறும் அரண்மனைப் புரட்சி என்றுதான் சொல்ல வேண்டும்.

இவ்வாறு இருபதாம் நூற்றாண்டு, இடியும் மின்னலுமாக ஐரோப்பாவில் நுழைந்தது. செல்லச் செல்ல ஐரோப்பிய வானில் புயலின் குமுறல் அதிகமாயிற்று. சமாதான முறையில் பின்னல்களைப் பிரிக்கவோ, சிக்கல்களை எடுக்கவோ, முடிச்சுகளை அவிழ்க்கவோ முடியவில்லை. ஆகவே, யுத்தம் வந்து அவற்றை இறுதியாக அறுத்தெறிய வேண்டியதாயிற்று. எல்லா நாடுகளும் யுத்தத்தை எதிர்பார்த்தன. ஆனால் ஒரு நாடும் யுத்தத்தை விரும்பவில்லை. எல்லா நாடுகளுமே யுத்தத்தைக் கண்டு ஓரளவு அஞ்சின. ஆனால், யுத்தத்தின்மீது இருந்த அச்சமே அவற்றை யுத்தத்தில் கொண்டு செலுத்தியது.

ஜப்பான் ஐரோப்பாவுக்கு வெகு தூரத்தில் இருக்கிறது. ஐரோப்பாவின் உள் விவகாரங்களில் அதற்கு அவ்வளவாக அக்கறையும் இல்லை. ஆயினும், ஐரோப்பியக் கூட்டுறவுகளிலும், வல்லரசு சமநிலையிலும் அதுவும் சேர்ந்திருந்தது. ஜப்பானும் இங்கிலாந்தும் கூட்டாளிகள்.

இந்தக் கூட்டுறவின் மூலம் இங்கிலாந்து கிழக்கே, முக்கியமாக இந்தியாவில் தனக்குள்ள நலன்களைப் பாதுகாத்துக் கொள்ள விரும்பியது. ஐரோப்பியக் கூட்டுறவுகளிலும் நடுநிலை வகிப்பதிலும் சேராது ஒதுங்கியிருந்த வல்லரசு அமெரிக்கா மட்டும்தான்.

1914ல் நிலைமை இப்படியாக இருந்தது. அந்தச் சமயம் அயர்லாந்து சுயாட்சி மசோதா விஷயமாக ரணகளமாக இருந்தது. வட அயர்லாந்திலும் தென் அயர்லாந்திலும் தொண்டர்கள் படைப்பயிற்சி பெற்று வந்தார்கள். அயர்லாந்தில் உள்நாட்டுப் போர் மூளும்போல் இருந்தது. இந்த நிலையில் ஐரோப்பிய யுத்தத்தில் இங்கிலாந்து கலந்து கொள்ளாது என்று ஜெர்மன் அரசாங்கம் நினைத்திருக்கலாம். உண்மை என்ன வென்றால், யுத்தத்தில் பிரான்சின் பக்கம் சேருவதாகப் பிரிட்டிஷ் அரசாங்கம் வாக்களித்து இருந்தது. ஆனால், அது பகிரங்கமாக யாருக்கும் தெரியாது.

1914ஆம் ஆண்டு ஜூன் 28ஆம் தேதிதான், உலகையே மூடிக் கொண்டிருந்த யுத்தப் பெரு நெருப்பு கொளுத்தப்பட்டது. ஆஸ்திரியப் பட்டத்து இளவரசனான பிரான்சிஸ் பர்டினண்டு என்பவன் போஸ்னியாவின் தலைநகரான சிராஜிவோவுக்கு சென்றான். போஸ்னியா பால்கன் பிரதேசத்தில் உள்ளது. சில ஆண்டுகளுக்கு முன், துருக்கிய இளைஞர் தங்கள் சுல்தானை ஒழிக்கப் பாடுபட்டுக் கொண்டிருந்த சமயத்தில், ஆஸ்திரியா போஸ்னியாவை அபகரித்துக்கொண்டது. இளவரசன் பார்டினண்டும் அவன் மனைவியும் திறந்த கோச்சு வண்டியில் அமர்ந்து சிராஜிவோ வீதிகளில் ஊர்வலமாகப் போய்க் கொண்டிருந்தனர். அப்போது, யாரோ இருவரையும் சுட்டுக் கொன்றனர். இதைக் கேள்விப் பட்ட ஆஸ்திரிய அரசாங்கமும் மக்களும் கோபத்தால் சீறினார்கள். அவர்கள், இந்தச் சதிக்கு உடந்தையாக இருந்ததாகச் செர்பிய அரசாங்கத்தைக் குற்றம் சாட்டினார்கள். செர்பிய அரசாங்கம் அதை உடனே மறுத்துவிட்டது.

ஆஸ்திரிய அரசாங்கம் செர்பியாவை அதிகமாக மிரட்டத் தொடங்கியது. கோபம், ராஜதந்திரம் இரண்டும் அதற்குக் காரணமாக இருந்தன. செர்பியாவை அவமானப்படுத்துவதில் ஆஸ்திரியா உறுதியாக இருந்தது. ஆனால் பெரிய போர் மூண்டால் அதில் ஜெர்மனி தனக்கு உதவி புரிவது நிச்சயம் என்று ஆஸ்திரியா நம்பியது. ஆகவே, செர்பியா மன்னிப்புக் கேட்டுக் கொண்டதை ஆஸ்திரியா ஏற்றுக் கொள்ளவில்லை. அது செர்பியாவுக்கு இறுதி எச்சரிக்கை ஒன்றை விடுத்தது. ஐந்து நாளைக்குப் பின், 1914 ஜூலை 23ல் ஆஸ்திரியா செர்பியா மீது போர் தொடுத்து விட்டதாக அறிவித்தது.

ஆஸ்திரியப் பேரரசனாக இருந்தவன் பிரான்சிஸ் ஜோசப். அவன் 1848ல் ஆஸ்திரிய சிம்மாசனம் ஏறியவன். அவனைப் போருக்கு இணங்குமாறு மந்திரி ஒருவன் தூண்டிவிட்டான். போரில் உதவி அளிப்பதாக ஜெர்மனி அரை குறையாகச் சொன்ன வார்த்தையைப் பூரண வாக்குறுதியாகவே அவன் அர்த்தம் செய்து கொண்டான். உண்மையில், ஆஸ்திரியாவைத் தவிர, மற்ற வல்லரசு எதுவும் அந்தச் சமயம் யுத்தத்தை விரும்பவில்லை.

ஜெர்மனி கூட அந்தச் சமயம் போரில் ஆர்வம் உடையதாக இல்லை. கெய்சரும் யுத்தம் ஏற்படுவதை அரை மனதுடன் தடுக்க முயன்றார். இங்கிலாந்தும் பிரான்சும் போரை விரும்பவில்லை. ரஷிய அரசாங்கம் என்பது ஜார் ஒருவனையே குறித்தது. ஜார் தன் வரையில் யுத்தத்தைச் சிறிதும் விரும்பவில்லை. ஆனால், அவனுடைய ஆலோசனைக் குழுவினர் அவனை விடவில்லை. ரஷியா போன்ற ஒரு பெரிய நாட்டில் படைகளைத் திரட்டுவதற்குச் சிறிது காலமாகும் அல்லவா? ஜெர்மனி படையெடுக்கும் என்கிற பயத்தினால் அப்படை திரட்டல் சற்றுத் துரிதமாகவே நடைபெற்றது. ஜூலை மாதம் 30ல் படை திரட்டல் உத்தரவு பிறப்பிக்கப்பட்டது.

இந்தச் செய்தி ஜெர்மனிக்கு எட்டியதும் அது பயந்துவிட்டது. ரஷியா படை திரட்டுவதை உடனே நிறுத்த வேண்டும் என்று அது கேட்டது. ஆனால், யுத்தம் என்னும் பிரமாண்டமான இயந்திரத்தை இனி நிறுத்துவது சாத்தியமில்லை. இரண்டு நாளைக்குப் பின், ஆகஸ்டு முதல் தேதியன்று ஜெர்மனி தன் படைகளைத் திரட்டி ரஷியா மீதும் பிரான்சு மீதும் போர்ப்பிரகடனம் செய்தது. உடனே ஜெர்மன் ராணுவம் பெல்ஜியத்தின் மீது படையெடுத்துச் செல்லத் தொடங்கின. ஏனெனில், பெல்ஜியம் வழியாகப் பிரான்சுக்குப் போவது எளிதாக இருந்தது. பெல்ஜியம் வழியாகத் தன் படையை அனுப்புவதற்கு ஜெர்மன் அரசாங்கம் அனுமதியைக் கோரியது. பெல்ஜியம் அதற்கு எவ்வாறு அனுமதியளிக்க முடியும்? அது ஜெர்மனியின் கோரிக்கையைக் கோபத்துடன் மறுத்துவிட்டது.

பெல்ஜியத்தின் நடுநிலையை மீறி அதன் மீது ஜெர்மனி படையெடுத்துச் சென்றதை எதிர்த்து இங்கிலாந்திலும் பிற நாடுகளிலும் பெரிய கூக்குரல் கிளம்பிற்று. ஜெர்மனி மீது தான் போர் தொடுப்பதற்கு இங்கிலாந்து இதையே அடிப்படையான காரணமாகக் கொண்டது. உண்மை என்ன வென்றால், எந்தப்பக்கம் சேருவதென்பதைப்பற்றி இங்கிலாந்து நெடுநாளைக்கு முன்பே முடிவு

செய்தாகிவிட்டது. வெளியே சொல்லிக் கொள்வதற்குப் பெல்ஜியம் விஷயம் ஒரு நல்ல காரணமாக வாய்த்தது. யுத்தத்துக்கு முற்பட்ட ஆண்டுகளில், பிரான்ஸ், அவசியம் நேருமாயின், பெல்ஜியம் வழியாக ஜெர்மனிக்குத் தன் படையை அனுப்பத் திட்டம் போட்டிருந்தது என்கிற தகவல் இப்போது வெளிவருகிறது. அது எப்படி இருந்தாலும், இங்கிலாந்து சத்தியத்தையும், சிறு நாடுகளின் நலன்களையும் ஜெர்மனியிடமிருந்து காக்கவே, தான் போரில் இறங்கியதாக காட்டிக் கொள்ள முயன்றது. ஆகஸ்டு மாதம் 4 ஆம் தேதி நள்ளிரவில் இங்கிலாந்து ஜெர்மனி மீது போர் தொடுப்பதாக அறிவித்தது. ஆனால், அது வெகு முன் ஜாக்கிரதையுடன் தன்னுடைய படையை ஒரு நாள் முன்னதாகவே பிரான்சுக்கு அனுப்பி விட்டது.

இப்போது ஆஸ்திரியா, ருஷியா, ஜெர்மனி, பிரான்சு, இங்கிலாந்து ஆகிய எல்லா நாடுகளும் யுத்தச் சுழலில் அகப்பட்டுக் கொண்டன. யுத்தம் அந்தச் சமயம் உண்டாவதற்கு ஓரளவு சமீப காரணமாயிருந்த சிறிய நாடாகிய செர்பியாவும் அதில் சிக்கிக் கொண்டது. ஜெர்மனியுடனும் ஆஸ்திரியாவுடனும் நட்புப் பூண்டிருந்த இதாலியின் கதை என்னவாயிற்று? அது ஒதுங்கி நின்று, ஜெயிப்பதற்கு வாய்ப்புகள் எந்தப் பக்கத்துக்கு அதிகமாக இருக்கின்றன என்று பார்த்துக் கொண்டிருந்தது, அதே சமயத்தில் அது இரு திறத்தாருடனும் பேரம் செய்து வந்தது. கடைசியாக, ஆறு மாதத்திற்குப்பின, அது தன்னுடைய பழைய நண்பர்களைக் காலைவாரி விட்டு விட்டு இங்கிலாந்து-பிரான்சு- ருஷியா பக்கம் சேர்ந்து கொண்டது.

ஆக, 1914ஆகஸ்டு தொடக்கத்தில் ஐரோப்பாவின் படைகள் உருண்டு திரண்டு போர்க்களத்தை நோக்கிச் சென்றுகொண்டிருந்தன. ஐரோப்பிய நாடுகளில் கட்டாய ராணுவ சேவை என்ற பெயரில் எல்லோரும் போர்ப்பயிற்சி பெற்றே தீரவேண்டும். எனவே, போரில் ஈடுபடுகிற எந்தப் படையும் ஒரு தேசத்தின் ஆண்மக்களான இளைஞர் அத்தனை பேரையும் கொண்டது என்றாகி விட்டது. பிரான்சு, ஜெர்மனி, ஆஸ்திரியா, ரஷியா ஆகிய நாடுகளில் இந்த நிலைமை இருந்தது. அந்த நாடுகளில் படை திரட்டல் என்பது தொலைவான பட்டணங்களிலும் கிராமங்களிலும் வசிக்கும் எல்லா இளைஞரையும் ராணுவ சேவைக்கு அழைப்பதுதான்.

பொது ராணுவ சேவையின் கீழ் ஒரு தேசம் முழுவதும் போர்க் கோலம் பூண்டு போருக்குக் கிளம்ப வேண்டியதாயிற்று. படை திரட்டல் உத்தரவு ஒவ்வொரு பட்டணத்தையும் ஒவ்வொரு

கிராமத்தையும் ஒவ்வொரு குடும்பத்தையும் பாதித்தது. ஆகஸ்டு மாத தொடக்கத்தில் ஐரோப்பாவில் பெரும்பாலும் வாழ்க்கையானது அப்படியே திடீரென்று ஸ்தம்பித்து நின்றுவிட்டது. ஐரோப்பா முழுவதும் தேசபக்தி கரைபுரண்டது. தேசப் பணியில் தம் உற்றார் உறவினரைத் தியாகம் செய்வதற்கு அனைவரும் தங்கள் நெஞ்சங்களை இரும்பாக்கிக் கொண்டார்கள். போருக்குப் புறப்படும் வீரர்களின் ஆரவாரமும் அவர்களை உற்சாகப்படுத்தி வழியனுப்பும் முழக்கமும் நடுங்க வைத்தன. எங்கே பார்த்தாலும் ஒரே யுத்த வெறியும் கோலாகலமும்தான்.

தேச பக்தி வெள்ளம் எல்லோரையும், எல்லாவற்றையும் அடித்துக் கொண்டு சென்றது. சர்வதேசியம், என்று கரடியாய்க் கத்திய பொதுவுடமைவாதிகளும், பொதுவிரோதியாகிய முதலாளித்துவத்துக்கு எதிராக உலகத் தொழிலாளரே, ஒன்றுபடுங்கள் என்று கூவிய மார்க்சியவாதிகளும் கூட அந்த வெள்ளத்தில் அடித்துச் செல்லப்பட்டனர். அவர்கள், தாங்களே முதல் நம்பர் தேச பக்தர்களாக மாறி, முதலாளிகளின் யுத்தத்தில் சேர்ந்து கொண்டார்கள். சிலர் மட்டும் அதை எதிர்த்து உறுதியாய் நின்றார்கள். அவர்கள் நிந்தனை, சாபம், தண்டனை ஆகியவற்றைப் பரிசாகப் பெற்றார்கள். பிரிட்டிஷ் தொழிலாளரும் ஜெர்மன் தொழிலாளரும் ஒருவரையொருவர் கொன்று குவித்தார்கள். இந்த நாடுகளையும் இன்னும் மற்ற நாடுகளையும் சேர்ந்த அறிவாளிகளும் விஞ்ஞானிகளும் ஆசிரியர்களும் ஒருவரையொருவர் மனமாரச் சபித்தார்கள். ஒருவர் மற்றவரைப் பற்றிய கதைகளை, அவை எவ்வளவுதான் அசம்பாவிதமாக இருந்தாலும், நம்பினார்கள்.

ஆகவே, மகா யுத்தத்தின் வருகையுடன் 19ஆவது நூற்றாண்டின் சகாப்தம் முடிவை அடைந்தது. சாந்தமாகவும் கம்பீரமாகவும் ஓடிக் கொண்டிருந்த மேல்நாட்டு நாகரிகம் என்ற நதியை யுத்தம் என்னும் சுழலானது திடீரென்று குடித்துவிட்டது. பழைய உலகம் போயே போய்விட்டது. நாலு ஆண்டுகளுக்குப் பின் அந்தச் சுழலிலிருந்து புதிதாக ஒன்று தோன்றியது.

1907ல் தொடங்கப்பட்ட டாடாவின் முதல் உருக்காலை

147. யுத்தத்திற்கு முந்தைய இந்தியா

மார்ச் 29, 1933

உலக யுத்தம் தொடங்குவதற்கு முன் இந்தியாவின் நிலைமை எப்படி இருந்தது என்று உனக்குச் சொல்லப் போகிறேன். இந்தியாவைப் பற்றி எழுதி நெடுநாளாகி விட்டது அல்லவா?

இந்தியாவில் பிரிட்டிஷ் ஆட்சி உறுதிப்பட்டதும், அதை ஒட்டி நாடு சுரண்டப்பட்டதுமே 19ஆவது நூற்றாண்டின் முக்கிய விஷயங்களாகும். ராணுவம், சிவில், வியாபாரம் என மூன்று வகையில் இந்தியாவை பிரிட்டன் அடக்கி ஆண்டது. ராணுவம், சிவில் இரண்டும் மக்களை நேரடியாக பாதிக்கவில்லை. வியாபாரம்தான் நாட்டைச் சுரண்டும் காரியத்தை செய்தது. அந்தச் சுரண்டல் கண்ணுக்குத் தெளிவாக புலப்படாது. இந்தியத் தலைவர்கள்கூட ராணுவம், சிவில் இரண்டையுமே தொடக்கத்தில் எதிர்த்தார்கள். வியாபாரத்தை முக்கியமாக கருதவில்லை.

இந்தியாவில் நிலையான உரிமைகளை உருவாக்குவதே பிரிட்டனின் நோக்கமாக இருந்தது. அதாவது, இந்தியாவில் தங்களைச் சேர்ந்தவர்களாகவும், தங்களுக்கு சார்பானவர்களாகவும் இருக்க வேண்டும் என்று விரும்பினார்கள். அந்த நோக்கத்துடன்தான் நிலமானிய சுதேச ராஜாக்களுக்கு ஆதரவு அளித்து வளர்த்தார்கள். பெரிய ஜமீன்தார், தாலுக்காதார் வகுப்பையும் உருவாக்கினார்கள்.

இந்தியாவின் மத விஷயங்களில் தலையிடுவதில்லை என்று சொல்லி, பிற்போக்கு சக்திகளுக்கு ஊக்கம் அளித்தார்கள். இவர்கள் அனைவரும் தேசத்தைச் சுரண்டுவதில் அக்கறை கொண்டவர்களாக இருந்தார்கள். ஏனெனில் அவர்களுடைய வாழ்வே சுரண்டலை அடிப்படையாகக் கொண்டிருந்தது. அதாவது, நம் கையை எடுத்தே நம் கண்ணைக் குத்தும் திட்டத்தை அவர்கள் செயல்படுத்தினார்கள்.

இந்தியாவுக்கான பிரிட்டிஷ் மந்திரியாக இருந்த லார்டு சாலிஸ்பரி என்பவர் **1875**ஆம் ஆண்டு கூறிய ஒரு விஷயம் பிரிட்டிஷ் கொள்கையை நன்கு விளக்குவதாக இருக்கிறது. எனவே அதை நான் தருகிறேன்... "இங்கிலாந்தின் நன்மைக்காக இந்தியாவின் ரத்தத்தை எடுக்க வேண்டியது அவசியமாக இருக்கிறது. நாம் அதன் உடம்பில் ரத்தம் கட்டியிருக்கிற இடங்களையும், ரத்தம் போதுமான அளவு இருக்கிற இடங்களையுமே கீற வேண்டும். ஏற்கெனவே ரத்தம் சுண்டியுள்ள இடங்களை விட்டுவிட வேண்டும்."

இந்தியாவில் பிரிட்டிஷார் தொழில் துறையில் கடைப்பிடித்த கொள்கையின் பயனாகத் இந்திய கைத்தொழில்கள் அழிந்தன. மக்கள் பட்டணங்களை விட்டு கிராமங்களுக்கு செல்லும் நிலை உருவானது. அப்படி கிராமங்களுக்குச் சென்றவர்களுக்கு போதுமான நிலம் இல்லை. விவசாய வருமானம் சோற்றுக்கே போதவில்லை. எப்படியோ காலம் தள்ளவேண்டிய நிலைக்கு தள்ளப்பட்டார்கள். ஜமீன்தாரி, தாலுக்காதாரிப் பகுதிகளில் விவசாயிகளின் துன்பம் அதிகமாகியது. ஜமீன்தாருக்கோ சர்க்காருக்கோ வரி செலுத்தத் தவறிய விவசாயிகளின் நிலம் பறிக்கப்பட்டது. கிராமங்களில் நில மில்லாத தொழிலாளர் எண்ணிக்கை நாளுக்கு நாள் அதிகரித்து வந்தது. பல கொடிய பஞ்சங்களும் ஏற்பட்டன.

நிலம் இல்லாவிட்டாலும், பஞ்சத்தால் வாடினாலும் விவசாயிகள் செலுத்த வேண்டிய வரிகளை ஜமீன்தார்கள் பலவாறு உயர்த்தினார்கள். ஏழை விவசாயிகள் இந்த கட்டணங்களை எப்படி செலுத்துவார்கள்? பனியாக்களிடம் கடன் வாங்கியே கட்டினார்கள். திருப்பிச் செலுத்த வழியே இல்லாத நிலையில் கடனை வாங்கினால் எப்படி கடனை கட்டுவான்? விவசாயத்திற்கு நிலம் வேண்டுமே. நிலம் கிடைத்தால் நல்ல காலம் பிறக்காமலா போகும்? கடவுள் கண் திறக்காமலா போவான்? இந்த நம்பிக்கையில்தான் கடன் வாங்கினார்கள். கடன் வாங்கியும் வரியைச் செலுத்த முடியாதபோது, ஜமீன்தார் நிலத்தை பறிப்பான். மறுபடியும் நிலமற்றவனாக விவசாயி மாறுவான்.

இத்தகைய ஒரு நிலைமை நெடுநாளைக்கு நீடிக்க முடியாதென்று தோன்றுகிறது. ஒரு காலம் வரும். அப்போது விவசாயிகள் தாங்கள் செலுத்த வேண்டிய வரிகள் எதையும் செலுத்த முடியாத நிலைமைக்கு வந்துவிடுவார்கள். நடைமுறையில் உள்ள இந்த ஏற்பாடு அழியும் என்று அதன் நெற்றியிலேயே எழுதப்பட்டுள்ளது. அது அதிக காலம் நீடிக்க முடியாது என்பதை சமீபத்தில் தேசம் முழுவதும் நிகழ்ந்த விவசாயிகள் கலகங்கள் காட்டுகின்றன.

இந்தியா என்றால் அதன் கோடிக்கணக்கான விவசாயிகள் என்று அர்த்தமே ஒழிய, எல்லாவற்றையும் ஆக்கிரமித்து நிற்கும் ஒரு சில மத்திய வகுப்பார் அல்ல என்ற உண்மையை நீ நன்கு உணர வேண்டும் என்பதே என்னுடைய விருப்பமாகும். அதற்காகவே முன்பு சொன்னவற்றையே நினைவூட்டுகிறேன்.

நிலத்தை இழந்து வேலை இல்லாமல் திண்டாடுவோர் எண்ணிக்கை அதிகமாகிறது. தொழிற்சாலை முறைக்கு இது அவசியமாகிறது. அவர்கள் அதிகமாக இருந்தால்தானே தொழிற்சாலை முதலாளிகள் அவர்களை அடக்கி ஆளவும் அவர்களுடைய கூலியைக் குறைக்கவும் முடியும்!

இந்தியாவில் ஒரு புதிய மத்திய வகுப்பு சிறிது சிறிதாக உருவானது. அவர்கள் கையில் சிறிது மூலதனமும் சேர்ந்திருந்தது. தொழிற்சாலைகள் தொடங்குவதற்கு வேண்டிய முதலும் தொழிலாளரும் இருக்கும் போது அவை ஏற்பட்டுத்தானே தீரும்? அவ்வாறே தொழிற்சாலைகள் தோன்றின. அந்தத் தொழிற்சாலைகளுக்குப் பிரிட்டிஷ் அரசாங்கம் ஆதரவளிக்கவில்லை. ஏனெனில், அரசாங்கத்தின் கொள்கைக்கு அது விரோதமாயிருந்தது. அந்தக் கொள்கை என்ன? "இந்தியா எப்போதும் விவசாய நாடாக இருக்க வேண்டும். அது இங்கிலாந்தின் தொழிற்சாலைகளுக்கு வேண்டிய மூலப் பொருள்களை உற்பத்தி செய்து கொடுக்க வேண்டும். அந்தத் தொழிற்சாலைகளில் தயார் செய்யப்படும் பொருள்களை வாங்கிப் பயன்படுத்த வேண்டும்" என்பதுதான் அந்தக் கொள்கை.

ஆனால், இந்தியாவில் பெரிய இயந்திரத் தொழிற்சாலைகள் தோன்றின. அரசாங்கம் அதை தடுக்கவில்லை. ஆனால், அரசாங்கம் சும்மா இல்லை. அது தன்னுடைய எதிர்ப்பை பல வழிகளில் காட்டியது. அவற்றில் ஒன்று இந்தியாவில் இறக்குமதியாகும் இயந்திரங்களின் மீது விதிக்கப்பட்ட வரியாகும். இன்னொன்று, உள்நாட்டுப் பருத்தி வரியாகும். அதாவது, இந்திய மில்கள் உற்பத்தி செய்த துணிகள் மீதே நேராக வரி விதிக்கப்பட்டது.

இந்தியாவின் தொழில் முதலாளிகளில் ஜாம்ஷெட்ஜி நசர்வான்ஜி டாடா முதன்மையானவர். அவர் பல தொழில்களை தொடங்கினார். அவற்றில் மிகவும் பெரியது பீஹாரில் சக்சி என்ற ஊரிலுள்ள 'டாடா இரும்புத் தொழிற்சாலை' ஆகும். அது 1907ல் ஆரம்பிக்கப்பட்டு, 1912ல் வேலை செய்யத் தொடங்கியது. அடிப்படைத் தொழில்கள் என்று அழைக்கப்படும் தொழில்களில் இரும்புத்தொழிலும் ஒன்றாகும். இந்தக் காலத்தில் இரும்பை நம்பித்தான் எல்லாம் ஆகவேண்டியிருக்கிறது. ஆகவே, இரும்புத் தொழில் இல்லாத ஒரு நாடு பெரும்பாலும் மற்ற நாடுகளை எதிர்பார்க்க வேண்டியிருக்கிறது.

டாடா இரும்புத் தொழிற்சாலை என்பது சிறியதல்ல. அது மிகவும் பிரம்மாண்டமானது. வெறும் கிராமமாக இருந்த சக்சி இப்போது ஜாம்ஷெட்பூர் என்ற நகரமாக இருக்கிறது. அதற்குச் சற்றுத் தூரத்திலுள்ள ரெயில்வே ஸ்டேஷனுக்கு டாடாநகர் என்று பெயர். விசேஷமாக யுத்த காலத்தில் இரும்புத் தொழிலின் முக்கியம் மிகவும் உயர்ந்து விடுகிறது. யுத்த தளவாட உற்பத்திக்கு அது மிகவும் அவசியமல்லவா? உலக யுத்தம் ஆரம்பித்த காலையில் இந்தியாவில் டாடா இரும்புத் தொழிற்சாலை இருந்தது பிரிட்டிஷ் அரசாங்கத்துக்குப் பெரிய உதவியாக முடிந்தது.

இந்தியத் தொழிற்சாலைகளில் வேலை செய்து வந்த தொழிலாளரின் நிலைமை மிகவும் மோசமாயிருந்தது. நிலமும் வேலையும் இல்லாதவர்கள் ஏராளமாக இருந்ததால் தொழிற்சாலைகளில் கொடுக்கப்படும் கூலி குறைவாகவும் வேலை வாங்கும் நேரம் அதிகமாகவும் இருந்தன. 1911ல் தான் முதல் இந்தியத் தொழிற்சாலைச் சட்டம் நிறைவேற்றப்பட்டது. அந்தச் சட்டம் கூட ஆண்கள் தினமும் 12 மணி நேர வேலையும் குழந்தைகள் ஆறுமணி நேர வேலையும் செய்ய வேண்டும் என்று விதித்தது.

இருபது லட்சத்துக்கு மேற்பட்ட இந்தியத் தொழிலாளர், சொந்த நாட்டில் பிழைக்க வழியின்றி வெளிநாடுகளுக்குச் சென்றார்கள். அவர்களில் பெரும்பாலோர் இலங்கையிலும் மலாய் நாட்டிலும் உள்ள தோட்டங்களுக்குச் சென்றார்கள். இன்னும் பலர் இந்து மகாசமுத்திரத்தில் மடகாஸ்கர் தீவுக்கருகிலுள்ள மொரீசியஸ் தீவுக்கும், தென் அமெரிக்காவுக்கு வடக்கே உள்ள டிரினிடாட் தீவுக்கும், ஆஸ்திரேலியாவுக்கு, அருகிலுள்ள பிஜித் தீவுகளுக்கும், தென் ஆப்பிரிக்காவுக்கும் கிழக்கு ஆப்பிரிக்காவுக்கும், தென் அமெரிக்காவிலுள்ள பிரிட்டிஷ் கயானாவுக்கும் சென்றார்கள்.

மேற்கூறிய இடங்களில் பலவற்றுக்கு அவர்கள் 'ஒப்பந்தத் தொழிலாளர்' ஆகச் சென்றார்கள். அந்த ஒப்பந்தப்படி அவர்கள் தங்களுடைய முதலாளிகளுக்கு அடிமைகள் ஆனார்கள். இந்த ஒப்பந்த முறையின் கீழ் நமது தொழிலாளர்கள் அனுபவித்த கொடுமைகளுக்கு அளவில்லை. முக்கியமாக, பிஜித் தீவுகளாகும். அந்தக் கொடுமைகளை எதிர்த்து இந்தியாவில் நடந்த கிளர்ச்சியால் ஒப்பந்த முறை ஒழிக்கப்பட்டது.

இவர்களைத் தவிர்த்து, தங்கள் மனதுக்கு தோன்றியதை உறுதியாக எடுத்துக் கூறிய இந்தியாவின் புதிய மத்திய வகுப்பும் வளர்ந்தது. இது, பிரிட்டிஷ் ஆட்சியின் பயனாகத் உருவானது என்றாலும், அந்த ஆட்சியை குறைகூறத் தயங்கவில்லை. அவர்களுடன் கூடவே இந்தியத் தேசிய இயக்கமும் வளர்ந்து வந்தது. **1907-1908**ல் தேசிய இயக்கம் ஒரு நெருக்கடியான கட்டத்தை அடைந்தது. வங்காளத்தில் பொதுமக்கள் இயக்கம் உச்சநிலையை அடைந்தது. காங்கிரஸ் மகாசபையானது தீவிரவாதிகள் என்றும் மிதவாதிகள் என்றும் இரு பிரிவாகப் பிரிந்தது.

பிரிட்டிஷார் தங்களுடைய வழக்கமான தந்திரத்தைக் கையாண்டனர். அவர்கள் தீவிரவாதிகளை அடக்கவும், சில்லறைச் சீர்திருத்தங்களை அளித்து மிதவாதிகளைக் கைக்குள் போட்டுக் கொள்ளவும் முயன்றார்கள். இதே சமயத்தில் இந்திய அரசியலில் முஸ்லிம்கள், தாங்கள் சிறுபான்மைச் சமூகம் என்கிற முறையில் அரசியலில் சலுகைகள் கோரினர். அரசாங்கமே முஸ்லிம்களை அவ்வாறு கேட்கும்படி தூண்டியது என்கிற விஷயம் இப்போது எல்லோரும் அறிந்தது.

அப்போதைக்குப் பிரிட்டிஷ் ராஜதந்திரம் வெற்றி பெற்றது. லோகமானிய திலகர் சிறைக்கு அனுப்பப்பட்டார். அவருடைய தீவிரவாதக் கட்சியும் ஒடுக்கப்பட்டது. மிதவாதிகள் மின்டோ- மார்லி (அந்தக் காலத்தில் வைசிராயாக இருந்தவருடைய பெயர் லார்டு மின்டோ. இந்தியா மந்திரியாக இருந்தவருடைய பெயர் லார்டு மார்லி) சீர்திருத்தங்களைக் கண்டு உளம் பூரித்துப் போனார்கள். இவ்வளவுக்கும் அச்சீர்திருத்தங்கள் இந்தியருக்கு எந்த அதிகாரமும் வழங்கவில்லை.

சிறிது காலத்துக்குப் பின்னர் வங்காளப் பிரிவினை ரத்து செய்யப்பட்டது. அதனால் வங்காளி உள்ளம் சாந்தி அடைந்தது. **1907**லிருந்து அரசியல் இயக்கமானது மீண்டும் பொழுது போக்காக மாறியது. ஆகவே, **1914**ல் யுத்தம் தொடங்கியபோது இந்தியாவின் அரசியல் வாழ்வு மிகவும் அடங்கியிருந்தது என்றே சொல்ல

வேண்டும். மிதவாதிகளை மட்டும் கொண்ட காங்கிரஸ் மகாசபை ஆண்டுக்கு ஒருமுறை கூடிச் சம்பிரதாயமாகச் சில தீர்மானங்களை நிறைவேற்றிவிட்டு அப்புறம் உறங்கச் சென்றது. இந்திய தேசியத்தின் நாடித் துடிப்பு ஓய்ந்து வந்தது.

மேனாட்டுத் தொடர்பால் அரசியல் துறையில் மட்டுமின்றி வேறு துறைகளிலும் சில பலன்கள் விளைந்தன. பிரம்ம சமாஜம், ஆரிய சமாஜம் போன்ற புதிய இயக்கங்கள் தோன்றின. ஜாதி ஏற்பாட்டின் கடுமையும் குறையத் தொடங்கியது. இலக்கியம், கலை ஆகிய துறைகளிலும் மறுமலர்ச்சிக் காணப்பட்டது. இதில் வங்காளம் முன்னணியில் நின்றது. வங்காளம் 'கவீந்திரனாகிய ரவீந்திர நாதனை' உலகுக்கு அளித்தது. அவர் பாரதத் தாயின் உத்தமப் புதல்வர்களிலே ஒருவராக இருக்கிறார். ஜகதீச சந்திரபோஸ், பிரபுல்ல சந்திர ராய் என்ற இரு விஞ்ஞானிகளையும் வங்காளம் ஈன்றெடுத்தது. இராமானுஜமும் சந்திரசேகர வெங்கட்ராமனும் தமிழன்னை ஈன்ற இன்னும் இரண்டு விஞ்ஞானிகள் ஆவர். தாகுர், போஸ், ராய், ராமன் நால்வருக்கும் 'சர்' பட்டம் அளித்து அரசாங்கம் கவுரவித்தது. இவ்வாறு, எந்த விஞ்ஞானம் ஐரோப்பாவின் உயர்வுக்கு அடிகோலியதோ அதே விஞ்ஞானத்தில் இந்தியா முன்னேற்றம் அடைந்து வந்தது.

சர்.முகம்மது இக்பால் என்பவரைப் பற்றியும் இங்கே நான் குறிப்பிட வேண்டியது அவசியம். அவர் உருது மொழியிலும் சிறப்பாகப் பாரசீக மொழியிலும் ஒரு பெரிய கவிஞர். இக்பால் சில அருமையான தேசியப் பாடல்கள் இயற்றியுள்ளார்.

யுத்தத்துக்கு முற்பட்ட ஆண்டுகளில், இந்தியா இப்படி இருந்தது. அரசியல் துறையில் ஆழ்துயிலில் வீழ்ந்திருந்த காலையில், இந்தியாவுக்கு வெகு தொலைவிலுள்ள ஆப்பிரிக்காவில் யாரும் கேட்டறியாத போராட்டம் நடைபெற்றது. இந்தியாவின் மானத்தைக் காப்பதற்கான வீரப்போராட்டம் அது. இந்தியாவில் இருந்து ஏராளமான தொழிலாளர் பிழைப்பதற்காகத் தென்னாப்பிரிக்காவுக்கு போனதாக முன்பே கூறியுள்ளேன். சில இந்திய வியாபாரிகளும் அங்குக் குடியேறியிருந்தனர்.

அவர்களை அங்குள்ள நிறத்திமிர் பிடித்த வெள்ளையர் பல வழிகளில் இழிவாகவும் மானக்கேடாகவும் நடத்தி வந்தார்கள். அச்சமயம் வயதில் சிறியவரான ஒரு இந்திய வழக்கறிஞர் ஒரு வழக்கு விஷயமாக அங்கே அழைத்துச் செல்லப்பட்டார். அவர் அங்கே தனது நாட்டவர் படும்

கஷ்டங்களைக் கண்டார். அவருடைய உள்ளம் உருகிற்று. அவரால் அந்த அவமானத்தைப் பொறுக்க முடியவில்லை. 'என் நாட்டவரின் துன்பத்தைத் துடைக்க என்னால் ஆனதைச் செய்வேன்' என்று அவர் உறுதி பூண்டார். பல ஆண்டுகள் அங்கே அவர் ஆடம்பரமின்றிப் பாடுபட்டார். சிலகாலம் கழித்து அவர் தனது வக்கீல் தொழிலையும் கைவிட்டுத் தன்னுடைய உடல், பொருள், ஆவி மூன்றையும் தான் எடுத்துக் கொண்ட காரியத்திலேயே ஈடுபடுத்தினார். அந்த மாமனிதர் நமது காந்திதான்.

இன்றைய தினம் இந்தியாவில் அவருடைய பெயரைக் குழந்தைக் குட்டிகளும் அறியும். அவரைக் 'காந்தித் தாத்தா' என்று ஆசையோடு அழைக்காத இந்தியக் குழந்தையும் உண்டா? ஆனால், அந்தக் காலத்தில் தென்னாப்பிரிக்காவுக்கு வெளியே அவரை அறிந்தவர் யாருமில்லை. திடீரென்று அவருடைய புகழ் இந்தியர் காதுக்கு எட்டியது. தென் ஆப்பிரிக்க அரசாங்கமோ அங்கு வாழ்ந்து வந்த இந்தியரை துன்புறுத்தவும் அவமானத்துக்கு உள்ளாக்கவும் முயன்றது. காந்தியின் தலைமையில் அவர்கள் அதற்குப் பணிய மறுத்தார்கள்.

கண் தெரியாதவர்களும், வயிற்றுக்கு இல்லாதவர்களும், பிறர் காலடியில் நசுக்கி மிதிக்கப்படுவோரும் தங்களுடைய தாய்நாட்டுக்கு வெகு தொலைவில் ஒரு பலம் பொருந்திய அரசாங்கத்தை எதிர்ப்பது ஆச்சரியமான விஷயமல்லவா? அதைவிடப் பெரிய ஆச்சரியம் அவர்கள் கையாண்ட போர் முறையே ஆகும். அந்தப் போர் 'சத்தியாக்கிரகம்' என்று அழைக்கப்பட்டது. இப்போது 'சத்தியாக்கிரகம்' என்றால் என்னவென்று நம் எல்லோருக்கும் நன்கு தெரியும். ஆனால், காந்திஜி முதன் முதலாகச் சத்தியாக்கிரகத்தைக் கண்டு அதை ஒரு அரசியல் ஆயுதமாகத் தென் ஆப்பிரிக்காவில் புகுத்தியபோது வரலாறுக்கே புதுமையாக இருந்தது.

சத்தியாக்கிரகத்தின் முக்கிய அம்சம் அஹிம்சை. அதாவது ஒரு சத்தியாக்கிரகி, எந்தக் காரணத்தைக் கொண்டும் பகைவனை துன்புறுத்தக் கூடாது. ஆனால், அதைக் கொண்டு சத்தியாக்கிரகம் என்றால் 'பகைவனை எதிர்க்காமல் இருந்துவிடுவது' என்று அர்த்தம் கொள்ளக் கூடாது. காந்தியின் அஹிம்சைப் போரைக் கண்டு தென்னாப்பிரிக்காவும், இந்தியாவும் திடுக்கிட்டுப் போயின. தென்னாப்பிரிக்காவில் தங்களுடைய சகோதர சகோதரிகள் ஆயிரக் கணக்கில் புன்முறுவல் பூத்த முகத்துடன் சிறை புகுவதைக் கேள்விப்பட்ட இந்தியர் மகிழ்ச்சியும் பெருமிதமும் அடைந்தனர்.

ஜவஹர்லால் நேரு 43

தென்னாப்பிரிக்கா வந்த கோகலேவை காந்தி உள்ளிட்டோர் வரவேற்றனர்

தாங்கள் சொந்த நாட்டிலேயே அடிமைகளாக வாழ்வதை எண்ணி, இந்தியர்கள் உள்ளுக்குள் வெட்கப்பட்ட காலம் அது. அப்படிப்பட்ட நிலையில் தென்னாப்பிரிக்க இந்தியரின் வீரம் புத்துணர்ச்சியையும் சுயமதிப்பையும் அளித்தது. அதுவரை உறங்கிக் கிடந்த இந்திய அரசியல் திடீரென்று விழிப்புற்றுத் தென்னாப்பிரிக்க விவகாரத்தைத் தன் விவகாரமாகக் கொண்டது. காந்திக்கும் தென்னாப்பிரிக்க அரசாங்கத் துக்கும் ஓர் ஒப்பந்தம் ஏற்பட்டதன் பேரில் சத்தியாக்கிரகப் போராட்டம் நிறுத்தப்பட்டது. அந்தச் சமயம் அது இந்தியருக்குப் பெரிய வெற்றி என்பதில் ஐயமில்லை. ஆனாலும், தென்னாப்பிரிக்க இந்தியரின் தொல்லைகள் பல இன்னும் தீர்ந்த பாடில்லை. காந்தியுடன் செய்து கொண்ட ஒப்பந்தப்படி அங்குள்ள அரசாங்கம் நடந்து கொள்ளவில்லை. தாய் நாட்டில் வாழும் இந்தியருக்கே மதிப்பு இல்லாதபோது வெளி நாடுகளில் வாழும் இந்தியருக்கு அது எங்கிருந்து கிடைக்கும்? சொந்த நாட்டில் சுதந்திரம் பெறாத இந்தியர் அயல் நாடுகளில் வாழும் இந்தியர் சுதந்திரம் பெற உதவுவது எங்ஙனம்?

யுத்தத்துக்கு முற்பட்ட ஆண்டுகளில் இந்திய விவகாரங்கள் இப்படி இருந்தன. **1911**ல் இதாலி துருக்கியைத் தாக்கியபோது இந்தியாவின் அனுதாபம் துருக்கிக்கு மீது சென்றது. துருக்கி ஓர் ஆசிய நாடாகவும் கிழக்கு நாடாகவும் கருதப்பட்டதே காரணம். துருக்கியைத் தாக்கியவுடன் உலக யுத்தம் தொடங்கியது. அதில் துருக்கி இங்கிலாந்துக்கு எதிர்ப்பக்கத்தில் சேர்ந்து கொண்டது. ஆனால், இந்த விஷயம் யுத்தத்தைப் பற்றியது என்பதால் இத்துடன் நிறுத்திக் கொள்கிறேன்.

பிரான்ஸில் இறங்கிய அமெரிக்க படையினர்

148. உலக யுத்தம் (1914-18)

மார்ச்சு 31, 1933

நான்கு ஆண்டுகள் நடந்த உலக யுத்தத்தைப் பற்றி நான் என்ன எழுதுவது? அந்த நான்கு ஆண்டுகளில் ஐரோப்பாக் கண்டமும் ஆசியா, ஆப்பிரிக்காக் கண்டங்களில் சில பகுதிகளும் சுடுகாடாக மாறின. லட்சக் கணக்கான இளைஞர்களின் உயிரை வாரிக் குடித்தது. இதெல்லாம் நினைக்க இனிமையான விஷயம் இல்லையே. அந்த யுத்தம் மாக கோரமானது. நெருப்பு பொன்னை மாசு நீக்கி ஒளிபெறச் செய்கிறது. அதைப்போல, போர் நெருப்பானது ஒரு நாட்டின் சோர்வை நீக்கி, அதற்கு ஆண்மையும் திறனும் அளிக்கிறது என்று கூறிக்கொள்கிறார்கள். போரிலே காட்டப்படும் வீரத்தையும், உயிர்த் தியாகத்தையும் அவர்கள் தங்கள் கூற்றுக்குச் சான்றாக எடுத்துக் கூறுகிறார்கள்.

முதலாளித்துவத் தொழில் நாடுகளின் பேராசையும், வல்லரசுகளின் போட்டியும்தான் போரை வரவைத்தன. யுத்தம் என்பது பணக்காரர்கள் ஆடும் ஒரு வகை ஆட்டம், அவர்கள் சாமானிய மக்களின் உயிரை, முக்கியமாக இளைஞர்களின் உயிரைப் பணயமாக வைத்து அதை ஆடுகிறார்கள். ஆனால், சாமானிய மக்கள் சண்டைபோடத் தயாராக இருந்தால் தவிர யுத்தம் நடக்க முடியாது அல்லவா? ஐரோப்பாவில் இங்கிலாந்தைத் தவிர, மற்ற

நாடுகளில் யுத்தத் தொடக்கத்திலேயே கட்டாய ராணுவ சேவை விதிக்கப்பட்டதையும் இங்கிலாந்து சிறிது காலத்திற்குப் பின் அதை மேற்கொண்டதையும் முன்பே கண்டோம். ஆயினும், பொதுவாக மக்கள் யுத்தத்தை விரும்பாத பட்சத்தில் கட்டாயத்தினால் கூட அவர்களை அதில் ஈடுபடுத்த முடியாது என்ற உண்மையை ஒவ்வொரு நாட்டின் அரசாங்கமும் உணர்ந்திருந்தது.

ஆகவே, அவை தங்கள் நாட்டு மக்களின் தேச பக்தியையும் போர் வெறியையும் தூண்டிவிடும் முயற்சிகளை செய்தன. ஒவ்வொரு நாடும் எதிரி நாட்டை ஆக்கிரமிப்பு நாடு என்று முத்திரை குத்தியது. ஒவ்வொன்றும் தற்காப்புக்காகவே போர் புரிவதாகப் பாசாங்கு செய்தது. எதிரிகள் தன்னை நான்கு பக்கமும் சூழ்ந்து கொண்டு குரல்வளையை நெரிப்பதாக ஜெர்மனி கதறியது. பிரான்சும் ரஷியாவும்தான் முதலில் தாக்குதலை தொடுத்ததாக அது குற்றம்சாட்டியது. எளிய நாடாகிய பெல்ஜியத்தை வலிய நாடாகிய ஜெர்மனி தாக்கியது. அதைத் தட்டிக்கேட்கவே யுத்தம் புரிவதாக இங்கிலாந்து கூறியது. யுத்தத்தில் ஈடுபட்ட நாடு ஒவ்வொன்றும் தர்மத்தின் அவதாரம் என்று கூசாமல் கூறிக் கொண்டது. இந்த மாதிரியான யுத்த மனோபாவத்தை மக்களிடையே வளர்ப்பதில் பத்திரிகைகள் பெரும் பங்கு வகித்தன. அதன் பயனாக ஒவ்வொரு நாட்டு மக்களும் எதிரி நாட்டு மக்களை விஷம்போல் வெறுத்தார்கள்.

மகாயுத்த காலத்தில் ஐரோப்பாவை ஆட்கொண்ட யுத்த வெறியை நான் எவ்வாறு வருணிப்பேன்! எல்லா நாடுகளைச் சேர்ந்த அறிவாளிகள், எழுத்தாளர்கள், அறிஞர்கள், விஞ்ஞானிகள் என எல்லோருமே, பகைமை நஞ்சு தலைக்கேறியவர்களாய் மாறியது எப்படி? இவர்களே இப்படி என்றால், பாமரரைப் பற்றி கேட்பானேன். மத குருமார்கள் கூட மற்றவர்களைவிட ஒரு படி அதிகமாகவே ரத்தவெறி பிடித்து அலைந்தார்கள். யுத்தத்தை எதிர்த்த சமாதானவாதிகளும், பொதுவுடமைவாதிகளும் கூடத் தங்களுடைய கொள்கைகளை மறுத்து அறிவையும் இழந்தார்கள்.

இவ்வாறு யுத்தம் என்கிற பிசாசு எல்லோரையும் பிடித்துக் கொண்டு ஆட்டிவைத்தது. ஆனால், ஒவ்வொரு நாட்டிலும் யுத்தத்திற்கு எதிரான குழுக்கள் இல்லாமல் இல்லை. அவர்கள் இந்த யுத்த ஜுரம் தங்களை அணுக விடவில்லை. ஆனால், மற்றவர்கள் அவர்களைக் கோழைகள் என்றும் தொடை நடுங்கிகள் என்றும் நக்கல் செய்தார்கள். அவர்களில் பலர் யுத்த சேவை செய்ய மறுத்த காரணத்துக்காகச் சிறைக்கும் அனுப்பப்பட்டார்கள். அவர்களில் பொதுவுடமைவாதிகளும்

'குவேக்கர்'களும் இருந்தார்கள். 'குவேக்கர்'கள் என்போர் ஒரு மதப் பிரிவினர். யுத்தத்துக்கு அவர்கள் கொண்ட மறுப்பு மனச்சாட்சியைப் பற்றியது. தற்காலத்தில், யுத்தம் தொடங்கியவுடனே சம்பந்தப் பட்ட நாட்டவருக்குப் பைத்தியம் பிடித்து விடுகிறது என்றும் சொல்லப்படுகிறது. அது சத்தியமான வார்த்தை.

யுத்தம் தொடங்கியவுடன் யுத்தத்தில் ஈடுபட்ட நாடுகளின் அரசாங்கங்கள் உண்மையை மறைக்கவும் பொய்யைப் பரப்பவும் யுத்தத்தை ஒரு காரணமாகக் கொண்டன. ஜனங்களின் சொந்த உரிமைகளும் பறிக்கப்பட்டன. யுத்தத்தில் ஈடுபட்ட அரசாங்கங்கள் பொய்யையும் புனை சுருட்டுகளையும் கூறித் தமது மக்களை ஏய்த்தன.

யுத்தத்தை ஆதரித்துப் பெரிய பெரிய புத்தகங்கள் எழுதப்பட்டன. மனித வாழ்வுக்கும் முன்னேற்றத்துக்கும் யுத்தம் அவசியம் வேண்டப் படுவது என்று அவை காரணம் காட்டி நிரூபணம் செய்தன. ஜெர்மனியில் கெய்சரும் பிரஷிய ஆளும் வகுப்பினரும் கொண்டிருந்த கருத்துகளையே, இங்கிலாந்தையும் பிற நாடுகளையும் சேர்ந்த ராணுவத்தினரும் உயர் வகுப்பினரும் கொண்டிருந்தார்கள். 19ஆவது நூற்றாண்டில் இங்கிலாந்தில் வாழ்ந்த பேராசிரியர்களில் ரஸ்கின் ஒருவர். ரஸ்கின் காந்திஜிக்கு மிகவும் பிடித்த ஒரு எழுத்தாளர். அவருடைய நூல்களில் சிலவற்றை நீ வாசித்திருக்கலாம். அவர் தன்னுடைய நூலொன்றில் இப்படிக் கூறுகிறார்...

"சுருங்கக் கூறினால், நான் கண்ட உண்மை இதுதான். பெரிய நாடுகள் அனைத்தும் தங்களுடைய சொல்லின் உண்மையையும் சிந்தனை உறுதியையும் யுத்தத்திலே கண்டு சமாதானத்திலே இழக்கின்றன. யுத்தம் அந்த நாடுகளுக்கு நல்லறிவு கொளுத்துகிறது. சமாதானம் அவற்றை வஞ்சிக்கிறது. யுத்தம் அவற்றுக்கு நல்ல பயிற்சி அளிக்கிறது. சமாதானம் அவற்றைக் காட்டிக் கொடுக்கிறது. ஒரே வார்த்தையில் சொல்ல வேண்டுமாயின் அந்த நாடுகள் யுத்தத்தில் உயிர்பெற்றுச் சமாதானத்தில் உயிர் துறக்கின்றன."

ரஸ்கின் எப்பேர்ப்பட்ட வடிகட்டிய ஆதிக்கக்காரராக இருந்தார் என்பதைக் காட்ட இன்னொரு மேற்கோள் தருகிறேன்...

"இங்கிலாந்து பின்வரும் கடமையைச் செய்ய வேண்டும் அல்லது சாகவேண்டும். அதாவது, அது, தான் கால் வைக்கும் எல்லா உபயோக மான இடங்களையும் கைப்பற்றி அங்கே காலனிகள் நிறுவ வேண்டும். பிறகு, அந்தக் காலனிகளுக்கு 'நிலத்திலும் நீரிலும்

இங்கிலாந்தின் பலத்தை அதிகரிப்பதே அவற்றின் முதல் நோக்கமாக இருக்க வேண்டும்' என்று போதிக்க வேண்டும்.

இன்னும் ஒரு மேற்கொள்... இது, பிரிட்டிஷ் ராணுவத்தில் ஒரு சாதாரண அதிகாரியாக இருந்து, மேஜர் ஜெனரல் பதவி வகித்த ஒருவர் எழுதிய புத்தகத்தில் இது இருக்கிறது.

"யுத்தத்தில் ஜெயிக்க வேண்டுமானால், மனமாரப் பொய் சொல்ல வேண்டும். பித்தலாட்டம் செய்ய வேண்டும். அப்படிச் செய்ய மறுப்பவன் தன்னுடைய தோழர்களுக்கும் தனக்குக் கீழ்ப்பட்டவர்களுக்கும் வேண்டுமென்றே துரோகம் செய்தவனாகிறான். அவனை இழிபிறவி என்றும் சவத்துக்குப் பிறந்த கோழை என்றும் தான் கூறவேண்டும். ஒரு நாட்டுக்குத் தலையே போகிறதென்றால் அந்த சமயத்தில் நியாயம், அநியாயம், தர்மம். அதர்மம் என்று பேசுவதெல்லாம் அர்த்தமற்ற வெறும் பேச்சு. எதிரி முடிவாக மடியும் வரையில் அவனுக்கு அடிமேல் அடி கொடுக்க வேண்டியதுதான் ஒரு நாட்டின் கடமையாகும்."

இவற்றைக் கொண்டு பொதுவாகப் பிரிட்டிஷ் மனோபாவம் இப்படி என்றோ, கெய்சரின் வீறாப்புப் பேச்சுகள் சராசரி ஜெர்மன் குடிமகனின் உள்ளத்தைப் பிரதிபலித்தன என்றோ நீ எண்ணிவிடக்கூடாது. கெடுவாய்ப்பாக, அப்படி நினைப்போரும் பேசுவோரும் அதிகாரத்தை வகிப்போராக இருக்கிறார்கள். அதுவும் யுத்தகாலத்தில் அவர்களே முன்னணியில் இருக்கிறார்கள்.

யுத்தத்தில் ஈடுபடும் நாடுகள் என்ன சொல்வார்கள்? இனி யுத்தமே உலகில் தோன்றாதபடி செய்வதும், ஜனநாயகத்தைப் பரப்புவதும், சிறு நாடுகளின் சுதந்திரத்தையும் சுய நிர்ணய உரிமையையும் நிலைநாட்டுவதுமே தங்கள் லட்சியம் என்பார்கள். இளைஞர்களை யுத்த அக்கினியில் குதிக்குமாறு உசுப்புவதற்காக இப்படிக் கூறுவார்கள். ஆனால், இங்கிலாந்தின் நிதி முதலாளிகளும், தொழில் முதலாளிகளும் யுத்த தளவாட முதலாளிகளும் வீட்டில் உட்கார்ந்தபடியே கொள்ளை லாபம் அடித்தப்பார்கள். கோடி கோடியாகத் செல்வத்தைக் குவிப்பார்கள்.

யுத்தம் மாதக் கணக்காகவும் ஆண்டுக் கணக்காகவும் நடந்தது. சும்மாயிருந்த நாடுகளும் அதில் இழுக்கப்பட்டன. சிறிய எளிய நாடுகளுக்கு ரகசியமாக லஞ்சம் வழங்கி அவற்றைத் தம் பக்கம் சேர்த்துக் கொள்ள முயன்றார்கள். ஜெர்மனியைவிட இங்கிலாந்துக்கும் பிரான்சுக்கும்தான் லஞ்சம் கொடுக்கும் சக்தி அதிகமாக இருந்தது.

ஆகவே யுத்தத்தில் சேர்ந்த எளிய நாடுகள் பெரும்பாலும் இங்கிலாந்து - பிரான்சு - ரஷியா இருந்த நேச அணியிலேயே சேர்ந்தன. ஜெர்மனியின் பழைய நண்பனான இதாலிக்கு ஆசியா மைனரிலும் வேறு இடங்களிலும் நாடு கொடுப்பதாக நேச அணியினர் ஓர் ரகசிய உடன்படிக்கை செய்து கொடுத்தார்கள். உடனே இதாலியும் அவர்கள் பக்கம் சேர்ந்து கொண்டது. இன்னொரு ரகசிய உடன்படிக்கை ரஷியாவுக்குக் கான்ஸ்டாண்டிநோபிளைத் தருவதாக வாக்களித்தது. ரஷியாவில் போல்ஷெவிக்குகள் அதிகாரத்தைக் கைப்பற்றிய போது இந்த ரகசிய உடன்படிக்கைகளை வெளிப்படுத்தாமல் இருந்திருந்தால் அவற்றைப் பற்றி ஒருவரும் அறிந்தே இருக்க மாட்டார்கள்.

கடைசியாக, நேச அணியில் பிரிட்டன், பிரிட்டிஷ் சாம்ராஜ்யம், பிரான்சு, ரஷியா, இதாலி, ஐக்கிய அமெரிக்கா, பெல்ஜியம், செர்பியா, ஜப்பான், சீனா, ருமேனியா, கிரீஸ், போர்ச்சுகல் ஆகிய நாடுகள் இணைந்துவிட்டன. ஜெர்மன் அணியில் ஜெர்மனி, ஆஸ்திரியா, துருக்கி, பல்கேரியா ஆகிய நாடுகள் இருந்தன. ஐக்கிய அமெரிக்கா யுத்தம் தொடங்கிய மூன்றாம் ஆண்டுதான் பங்கேற்றது. நேச அணிக்கு ஆள்பலமும் படை பலமும் யுத்த தளவாட உற்பத்தி சாலைகளும் அதிகமிருந்தன. அவர்கள் தங்களுடைய கடலாதிக்கத்தின் பயனாக அமெரிக்காவிடமிருந்து யுத்த சாதனங்களோ, உணவுப் பொருள்களோ, கடனாகப் பணமோ பெறுவது சாத்தியமாக இருந்தது.

ஜெர்மனியையும் அதன் துணை நாடுகளையும் நேச அணியினர் நாற்புறமும் வளைத்துக் கொண்டு நெருக்கினார்கள். மேலும் ஜெர்மனியின் துணை நாடுகளால் ஜெர்மனிக்கு ஒரு நன்மையும் இல்லை. அதற்கு மாறாக, அவை ஜெர்மனிக்குப் பாரமாக முடிந்தன. ஜெர்மனியே அவற்றைத் தாங்க வேண்டியிருந்தது. ஆக, நடைமுறையில், ஜெர்மனியே ஒண்டியாக நின்று உலகத்தின் பெரும் பகுதியை எதிர்த்துப் போராட வேண்டியதாயிற்று. எந்த வகையில் பார்த்தாலும் இதைச் சமபலமுள்ள இருவர் போர் என்று சொல்ல முடியாது. ஆனாலும், ஜெர்மனி நான்கு ஆண்டுகள் உலகையே எதிர்த்து போர் செய்தது. பல முறை வெற்றிக்கு வெகு அருகிலும் வந்தது.

யுத்தம் தொடங்கிய சில மாதங்கள் வரை இங்கிலாந்தும் அமெரிக்காவும் ரொம்பவும் முறுக்கிக் கொண்டிருந்தன. இரு நாடுகளுக்கும் இடையே போர் மூளலாம் என்று கூடச் சொல்லப்பட்டது. அதற்குக் காரணம் அமெரிக்கக் கப்பல்கள் ஜெர்மனிக்குச் சாமான்கள்

ஜெர்மனியின் யு போட் எனப்படும் நீர்மூழ்கிகளின் தாக்குதல்

கொண்டு செல்வதாக இங்கிலாந்து சந்தேகம் அடைந்து அவற்றின் போக்குவரவில் தலையிட்டதுதான். ஆனால், பிரிட்டிஷ் பிரசார இயந்திரம் உடனே விசையை வேறுவிதமாகத் திருப்பி அமெரிக்க நட்பைப் பெற புதிய முயற்சிகளில் ஈடுபட்டது. ஜெர்மானியர் ஒரு பிரேதத் தொழிற்சாலை நடத்துவதாகக் கூட அவர்கள் பொய்யை அவிழ்த்து விட்டார்கள். இதைப் போன்ற பொய்களை மக்கள் உண்மையாகவே நம்பினார்கள். காரணம், யுத்தத்தில் ஈடுபட்ட நாடுகளைச் சேர்ந்த மக்கள் தங்களுக்குள் அவ்வளவு வெறுப்பு நிறைந்தவர்களாக இருந்தார்கள். அமெரிக்காவுக்கு அனுப்பப்பட்ட பிரிட்டிஷ் யுத்தப் பிரச்சாரக் குழுவில் 500 அதிகாரிகளும் 10 ஆயிரம் உதவியாளரும் இருந்தார்கள் என்றால் பிரிட்டிஷ் பிரசாரத்தின் அளவை நீ யூகிக்கலாம்.

இந்தப் பிரசாரமும் ஜெர்மன் நீர்மூழ்கி நடவடிக்கைகளும் தான் அமெரிக்கா நேச நாடுகளுடன் சேர்வதற்குப் பெரும்பாலும் காரணமாயிருந்தன. ஆனால், கடைசியில் பணம்தான் அந்த முடிவுக்கு முக்கிய காரணமாயிருந்தது.

யுத்தத்தை நடத்துவதற்கு ஆகும் செலவைக் கேட்டால் நீ மலைத்துப் போவாய். அதை அளவிட்டுச் சொல்ல முடியாது. அது ராட்சசனைப் போல் விலை உயர்ந்த பொருள்களை மலைமலையாக விழுங்கிக்

கொண்டே இருக்கும். இவ்வளவையும் விழுங்கி ஏப்பம் விட்ட பின்னர், நாட்டைக் காடாகவும் நகரத்தை நரகமாகவும் ஆக்கிவிடும். இதுதான் யுத்தம் நமக்குச் செய்கிற பிரதி உபகாரம். அது ஒரு நாட்டின் செல்வத்தைப் பெருக்கும் ஆக்க வேலைகளை நிறுத்திவிட்டு மக்களின் ஆற்றலை அழிவு வேலைகளில் செலுத்துகிறது. இதற்கெல்லாம் பணம் எங்கிருந்து வரும்?

யுத்தத் தொடக்கத்தில் நேச நாடுகளின் சார்பில் பிரிட்டனும் பிரான்சுமே பணம் படைத்தவை. அவை தங்கள் பங்குக்குரிய யுத்தச் செலவுக்குப் பணம் கொடுத்து வந்ததோடு தங்கள் துணை நாடுகளுக்கும் பணமும் பொருள்களும் கடனாகக் கொடுத்து உதவின. சில காலத்துக்குப் பிரான்ஸ் நொடித்தது. இரண்டாம் ஆண்டு பிரிட்டனும் நொடித்தது. ஆகவே, 1916ஆம் ஆண்டு முடிவில், பிரிட்டிஷ் அதிகாரிகள் அமெரிக்காவிடம் பண உதவி கேட்கச் சென்றது. அமெரிக்காவும் கடன் கொடுக்க ஒப்புக்கொண்டது. அதுமுதல் நேச நாடுகளின் யுத்தச் செலவுகளுக்கு அமெரிக்காவே பணம் கொடுத்து வந்தது. நேச நாடுகள் அமெரிக்காவுக்குக் கொடுக்க வேண்டிய கடன் தொகை மலைபோல் பெருகியது.

கடன் பெருகப் பெருகக் கடன் கொடுத்த அமெரிக்க வங்கிகளும் பண முதலாளிகளும் நேச நாடுகளின் வெற்றியில் மேலும் மேலும் அக்கறை கொண்டனர். நேச நாடுகள் ஜெர்மனியின் கையில் தோல்வியுற்றால் கோடிகோடியாக அமெரிக்கா கொடுத்திருக்கும் கடன் என்னாகும்? அமெரிக்க வங்கிகளின் பணத்துக்கு ஆபத்து நேரும்போல் தோன்றவே அவர்கள் அதைத் தவிர்ப்பதற்கான வழிகளை தேடினார்கள். அமெரிக்கா நேசநாடுகள் பக்கம் போரில் சேருவதற்கான மனப்பான்மை நாட்டில் வளர்க்கப்பட்டது. கடைசியில் அமெரிக்கா போரிலும் சேர்ந்தது.

அமெரிக்கக் கடன் பிரச்சினை இப்போது அதிகமாக அடிபடுகிறது. பத்திரிகைகள் அதைப் பற்றிப் பத்தி பத்தியாக எழுதுகின்றன. இப்போது பிரிட்டனையும் பிரான்சையும் வாட்டும் அந்தக் கடன் சுமை யுத்த காலத்தில் ஏறியதுதான். கடன்பட்ட அவற்றின் நெஞ்சம் அதைக் கொடுக்க முடியாமல் கலங்குகிறது. ஆனால், அமெரிக்கா அந்தச் சமயம் அவற்றுக்கு பண உதவி செய்திராவிட்டால் அவற்றின் நிதிநிலை அடியோடு குலைந்து போயிருக்கும். அமெரிக்காவும் யுத்தத்தில் சேர்ந்திருக்காது.

பிரான்ஸ் போர் முனையில் அகழிகளைத் தோண்டி சண்டையிட்ட வீரர்கள்

149. யுத்தத்தின் போக்கு

ஏப்ரல் 12, 1933

1914 ஆம் ஆண்டு ஆகஸ்டு மாதத் தொடக்கத்தில் யுத்தம் தொடங்கியபோது பெல்ஜியத்தையும் பிரான்சின் வடக்கு எல்லையையும் உலகம் நோக்கியது. பிரம்மாண்டமான ஜெர்மன் ராணுவம் எதிர்த்த தடைகளை நொறுக்கிவிட்டு முன்னேறிச் சென்றன. சிறிது காலம் குட்டி பெல்ஜியம் ஜெர்மன் ராணுவத்தை தடுத்து நிறுத்தியது. இதையடுத்து சினம் கொண்ட ஜெர்மானியர் பெல்ஜியம் நாட்டவரை அச்சுறுத்த கொடூரமான செயல்களில் ஈடுபட்டனர். அதைக் கொண்டுதான் ஜெர்மனி ராணுவத்தின் கொடுமைகள் பற்றிய கற்பனைக் கதைகளை பிரிட்டன் அணி பரப்பியது.

ஜெர்மன் ராணுவம் மலை உருண்டு வருவதைப் போல பாரிசை நோக்கி நகர்ந்தது. யுத்தம் தொடங்கிய ஒரே மாதத்தில் பாரீஸ் ஜெர்மனி வசம் விழுந்துவிடும் என்ற பயம் ஏற்பட்டது. பிரெஞ்சு அரசாங்கம் தனது அலுவலகங்களையும் அரிய பொருட்களையும் தெற்கே உள்ள போர்டோ நகருக்கு மாற்றும் ஏற்பாடுகளைச் செய்துவிட்டது. சில ஜெர்மானியர் தாங்கள் யுத்தத்தில் ஜெயித்து விட்டதாகவே எண்ணி மகிழ்ந்தார்கள். ஆகஸ்டு மாத முடிவில் பிரெஞ்சுப் போர்முனை நிலைமை மேற்கூறியவாறு இருந்தது.

இதற்கிடையில் ரஷிய படைகள் கிழக்குப் பிரஷ்யாவை நோக்கி

நகர்ந்தன. ஜெர்மானியரின் கவனத்தை எப்படியாவது பிரெஞ்சுப் போர் முனையிலிருந்து திருப்பிவிட முயற்சி நடந்தது. ரஷியப் படைகள் 'நீராவி உருளை'யைப் போல் எதிர்ப்பை நசுக்கிக் கொண்டு பெர்லினுக்கே போய்விடும் என்று பிரிட்டனும், பிரான்ஸும் எதிர்பார்த்தன. ஆனால், ரஷியப் போர் வீரர்களும் ரஷிய ராணுவ அதிகாரிகளும் திறமை குறைந்தவர்களாக இருந்தனர்.

அவர்களைவிட ஜார் அரசாங்கம் பயனற்றதாக இருந்தது. ஜெர்மானியர் திடீரென்று ரஷியர் மீது பாய்ந்து அவர்களுடைய பெரிய ராணுவம் ஒன்றைக் கிழக்குப் பிரஷியாவின் சதுப்பு நிலத்திலும் ஏரிகளிலும் வளைத்து அழித்தனர். இது 'டானன்பர்க் சண்டை' என்று அழைக்கப்படுகிறது. இந்த வெற்றிக்கு ஜெர்மன் தளபதி வான் ஹிண்டன் பர்க் முக்கியமானவர். அவர் பிற்காலத்தில் ஜெர்மன் குடியரசுத் தலைவர் ஆனார்.

டானன்பர்க் வெற்றி பெரிது என்றாலும் ஜெர்மன் ராணுவத்துக்கு பெரிய நஷ்டம் ஏற்பட்டது. ரஷியர் படையெடுப்பை சமாளிக்க பிரெஞ்சு முனையில் இருந்து தனது ராணுவத்தின் ஒரு பிரிவை ரஷிய முனைக்கு மாற்றினார்கள். அப்போது, ஜெர்மன் பலம் சற்றுக் குறைந்தது. அதைப் பயன்படுத்தி, ஜெர்மன் ராணுவத்தை பின்னுக்குத் தள்ள முயற்சி நடந்தது. 1914, செப்டம்பர் தொடக்கத்தில் மார்ன் என்ற இடத்தில் நடந்த போரில் பிரெஞ்சுக்காரர், ஜெர்மானியரை ஐம்பது மைல் பின்னுக்குத் தள்ளினார்கள். பாரிஸ் பிழைத்தது.

அதற்கப்புறம் இரு திறத்துப் படைகளும் அகழி வெட்டிக் கொண்டு அதில் மறைந்து நின்று யுத்தம் செய்யத் தொடங்கின. இந்தப் புதுமாதிரியான யுத்தம் 'அகழியுத்தம்' என்று அழைக்கப்பட்டது. இந்த யுத்தம் மேற்குப் போர் முனையில் மூன்று ஆண்டுகளுக்கு மேலாக, கிட்டத்தட்ட யுத்தம் முடியும் வரை நடந்தது, பிரெஞ்சுப் போர் முனையில் தொடக்கத்தில் இருந்தே ஜெர்மன் ராணுவமும் பிரெஞ்சு படைகளும் பல லட்சக்கணக்கில் இருந்தன. முதலில் சிறிதாயிருந்தது பிரிட்டிஷ் சைனியம்தான். ஆனால், அதுவும் விரைவில் பெருகிப் பல லட்சக்கணக்கை அடைந்தது.

ரஷியப் போர்முனையில், படைகளின் இயக்கம் பிரெஞ்சுப் போர் முனையைவிட அதிகமாயிருந்தது. ரஷியத் படைகள் ஆஸ்திரியரை மீண்டும் மீண்டும் தோற்கடித்தன. ஆனால், ஜெர்மானியரிடம் ரஷியர் எல்லாச் சண்டைகளிலும் தோல்வியே அடைந்தனர். இந்த முனையில் விளைந்த உயிர் பொருள்சேதங்கள் மிகவும் அதிகம். இப்படிச்

சொல்வதால் பிரெஞ்சு முனையில் அகழிப் போர் காரணமாக நஷ்டம் குறைவாக இருந்ததாக நினைத்துவிடாதே.

இந்த இரு முனைகளைத் தவிர வேறு பல இடங்களிலும் போர் நடந்தது. துருக்கியர் சூயஸ் கால்வாயைத் தாக்க முயன்றார்கள். ஆனால், அவர்கள் துரத்தப்பட்டார்கள். 1914, டிசம்பரில் எகிப்து ஒரு பிரிட்டிஷ் பாதுகாப்பு நாடாக அறிவிக்கப்பட்டது என்று முன்பே கூறியுள்ளேன். உடனே பிரிட்டிஷார் அங்கு நடந்துவந்த புதிய சட்டசபையை நிறுத்தி வைத்துதனர். அத்துடன், தாங்கள் சந்தேகித்த ஆட்களை சிறைகளில் அடைத்தனர். யுத்தகாலம் முழுவதும் எகிப்து ராணுவ ஆட்சியின் கீழ் இருந்ததென்றே சொல்ல வேண்டும்.

ஆட்டம் கொடுத்துக் கொண்டிருந்த துருக்கிப் பேரரசைப் பிரிட்டன் பல இடங்களில் தாக்கியது. அது முதலில் இராக்கையும் பின்னர் பாலஸ்தீனத்தையும் சிரியாவையும் தாக்கியது. அரபியருக்கு ஏராளமான பொன்னையும் போர்க் கருவிகளையும் பிரிட்டன் லஞ்சமாக வழங்கியது. அவர்களைத் துருக்கிக்கு எதிராக கலகம் செய்யும்படித் தூண்டியது.

ஆனால், 1915 பிப்ரவரியில் துருக்கியின் தலைநகர் கான்ஸ்டாண்டிநோபிளைக் கைப்பற்ற முயன்றது. ஆனால், அவர்கள் அதில் வெற்றி பெறவில்லை. துருக்கியர் வீரப்போர் புரிந்தார்கள். ஏறக்குறைய ஒரு ஆண்டு வரையில் பிரிட்டிஷார் கலிபோலியில் இந்தத் தாக்குதலை நடத்தினார்கள். கடைசியில் அவர்கள் பெரு நஷ்டத்துடன் பின் வாங்கினார்கள். துருக்கியரின் இந்த வெற்றிக்கு முஸ்தாபா கமால் பாஷா பெரிதும் காரணமாக இருந்தார் என்பதை இங்கே கவனிக்க வேண்டும்.

மேற்கு ஆப்பிரிக்காவிலும் கிழக்கு ஆப்பிரிக்காவிலும் இருந்த ஜெர்மன் காலனிகள், நேச நாடுகளிடம் பணிந்துவிட்டன. அவற்றுக்கு ஜெர்மன் உதவக்கூட முடியவில்லை. சீனாவில் ஜெர்மனியின் சலுகைப் பிரதேசமான கியோசோவை ஜப்பான் எளிதில் பிடித்துக் கொண்டது. கிழக்குக் கோடியில் போர் ஒன்றும் ஏற்படவில்லை. ஆகவே, ஜப்பான் அந்த நல்ல சந்தர்ப்பத்தைப் பயன்படுத்தி சீனாவை மிரட்டி சலுகைகளையும் உரிமைகளையும் பறித்துக் கொண்டது.

இத்தாலி பல மாதங்கள் மதில் மேல் பூனையாக இருந்தது. எந்த அணி ஜெயிக்கும் என்பதை அறிவதற்காக யுத்தத்தின் போக்கைக் கூர்ந்து கவனித்து வந்தது. கடைசியில் நேச நாடுகள் ஜெயிக்கக்கூடும் என்று

அதற்குப்பட்டது. உடனே அது நேச நாடுகள் கொடுத்த லஞ்சத்தைப் பெற்றுக் கொண்டு அவர்களுடன் ஒரு ரகசிய உடன்படிக்கையும் செய்து கொண்டது. 1915 ஆம் ஆண்டு மே மாதத்தில் இதாலி நேச நாடுகள் சார்பில் போரில் இறங்கியது. இரண்டு ஆண்டுகள் வரையில் இதாலியரும் ஆஸ்திரியரும் சண்டை போட்டுக் கொண்டிருந்தார்கள். பிறகு, ஆஸ்திரியருக்கு ஜெர்மானியரின் உதவி கிடைத்ததும், ஜெர்மன் - ஆஸ்திரிய ராணுவம் வெனிஸ் வரை சென்றது.

1915 அக்டோபரில் பல்கேரியா ஜெர்மனியுடன் சேர்ந்தது. உடனே பல்கேரியாவின் உதவியுடன் ஜெர்மன் - ஆஸ்திரிய படை செர்பியாவை நொறுக்கியது. செர்பியாவை ஜெர்மன் கைப்பற்றியது.

ருமேனியா இரண்டு ஆண்டுகள் யுத்தத்தின் போக்கை உன்னிப்பாகக் கவனித்த பின்னர், 1916 ஆகஸ்டில், நேச நாடுகள் பக்கம் சேர்ந்தது. ஆனால், ஜெர்மன் ராணுவம் அதன் மீது மாபெரும் அலையாய் புரண்டு வந்து மூழ்கடித்து விட்டது. ருமேனியாவும் ஆஸ்திரிய-ஜெர்மன் ஆதிக்கத்தின் கீழ் வந்தது.

ஆக, மத்திய வல்லரசுகளான ஜெர்மனியும் ஆஸ்திரியாவும் பெல்ஜியத்தையும், பிரான்சில் வடகிழக்கில் ஒரு பகுதியையும், போலந்து, செர்பியா, ருமேனியா ஆகிய நாடுகளையும் பிடித்துக் கொண்டன. இன்னும் பல சிறு போர்க் களங்களிலும் அவை வெற்றி அடைந்தன. ஆனால், பிரதான போர்க் களங்களான பிரெஞ்சு முனையிலும் அகண்ட பெருங்கடலிலும் அவை முன்னேற முடியவில்லை. மேற்கு முனையில் இரு தரப்பு படைகளும் கடுமையான போர் நடத்தின.

கடல் போரில் நேச நாடுகளின் கை ஓங்கியிருந்தது. கடல் வழிகள் அனைத்தும் நேச நாடுகளின் வசம் இருந்தன. ஜெர்மனியின் நடவடிக்கைகள் அதை ஒன்றும் பாதிக்கவில்லை. நேச நாடுகள் தங்களுடைய கடலாதிக்கத்தின் துணை கொண்டு மத்திய அரசுகளுக்கு வெளியிலிருந்து உணவுப் பொருள்களும் மற்றப் பொருள்களும் வரமுடியாமல் தடுத்துவிட்டனர். நேச நாட்டினரின் இந்தக் கடல் முற்றுகை ஜெர்மனியையும் ஆஸ்திரியாவையும் கடும் சோதனைக்கு ஆளாக்கியது. அதனால், அந்த நாடுகளில் உணவுப் பொருள் குறைந்தும் பசிப் பிணி மலிந்தும் வந்தன.

இதற்கு மாறாக, ஜெர்மனி தன்னுடைய நீர் மூழ்கிக் கப்பலைகளைக் கொண்டு நேசக் கப்பல்களை மூழ்கடிக்கத் தொடங்கியது. இந்தச்

நீர்மூழ்கி யுத்தத்தில் ஜெர்மனி நல்ல வெற்றி அடைந்தது. அதனால் இங்கிலாந்துக்கு வெளியிலிருந்து உணவுப் பொருள் வருவது குறைந்து அங்கே பஞ்சம் உருவாகும் நிலை ஏற்பட்டது. 1915 மே மாதம் ஜெர்மன் நீர்மூழ்கி, 'லூசி டானியா' என்ற பெரிய பிரிட்டிஷ் கப்பலை மூழ்கடித்தது. அதில் பயணம் செய்து மூழ்கி இறந்தவர்களில் அமெரிக்கரும் இருந்தனர். அதனால் அமெரிக்காவும் ஜெர்மனி மீது கடும் கோபம் கொண்டது.

ஜெர்மனி இங்கிலாந்து மீது நிலா இரவுகளில் வான் தாக்குதலை நடத்தியது. லண்டன் மீதும், யுத்தத் தளவாட தொழிற்சாலைகள் மீதும் தாக்குதல் நடத்தியது. விமானங்கள் பலத்த சத்தத்துடன் குண்டுகளை வீசுவதும், பீரங்கிகள் விமானங்களை நோக்கி சுடுவதும் வாடிக்கையாகி விட்டன. ஆனால், பிரிட்டிஷ் விமானங்கள் இந்தியாவின் வட மேற்கு எல்லைப் புறத்திலும், இராக்கிலும் குண்டுகளை வீசின.

இவ்வாறு, வெட்டுக்கிளிக் கூட்டங்களை அழிக்கும் காட்டுத்தீ போல, மாதாமாதம் மக்களின் உயிரை யுத்தம் காவு வாங்கியது. போகப் போக யுத்தத்தின் நாசம் அதிகரித்தது. ஜெர்மானியர் விஷப்புகை உபயோகித்தார்கள். உடனே நேச நாடுகளும் உபயோகித்தனர். பிறகு 'டாங்கி' (Tank) என்ற புதிய போர் எந்திரம் களத்துக்கு வந்தது. இங்கிலாந்துதான் முதலில் பயன்படுத்தியது. 'டாங்கி'கள் மேடு, பள்ளம் எல்லா இடங்களிலும் கம்பளிப் பூச்சி போல் ஊர்ந்து செல்லக் கூடிய பெரிய ராட்சச யந்திரங்களாகும். போர்முனைக்குச் சென்ற ஆண்கள் லட்சக்கணக்கில் மடிந்தார்கள். நாட்டில் விடப்பட்ட அவர்களுடைய மனைவியரும் பிள்ளைகளும் பட்டினியில் இளைத்து சாகிறார்கள். சண்டையில் ஈடுபட்ட நாடுகளில் வாழ்ந்த ஆண் பெண் அனைவரும் ஒரே நோக்கத்தில் இருந்தார்கள். 'எதிரியைப் பழிவாங்க வேண்டும், நாம் ஜெயிக்க வேண்டும்' என்பது தான் அந்த நோக்கம்.

யுத்தத்தின் கடைசி ஆண்டுகளில் எங்கும் வெறுமை குடிகொண்டிருந்தது. யுத்தத்தில் சேர்ந்த ஒவ்வொரு நாட்டிலும் ஒவ்வொரு வீட்டிலும் துக்கமும் சோர்வும் நிரம்பி இருந்தன. எல்லோருக்கும் யுத்தப் பிரமை தெளிந்துவிட்டது. ஆனால், அவர்கள் தூக்கிய கொடியை உயர்த்திப் பிடிக்காமல் வேறு என் செய்வது?

1916 ஆம் ஆண்டு முடிவில் ஜெர்மனியைவிட நேச நாடுகளுக்கே சாதகமான நிலை இருப்பதாக தோன்றியது. அவர்கள் தங்களுடைய புதிய 'டாங்கி'களைக் கொண்டு பகைவரை இடித்தார்கள். இங்கிலாந்தின் மீது குண்டு வீச வந்த ஜெப்பலின் ஆகாயக் கப்பல்கள்

நாசமாக்கப்பட்டன. கடல் முற்றுகை காரணமாக ஜெர்மன் - ஆஸ்திரிய மக்களைப் பசிப்பிணி நெருங்கியது. காலம் ஜெர்மனிக்கு விரோதமாக இருப்பது போல் தோன்றியது. ஜெர்மனி சமாதான விஷயமாகவும் நேச நாடுகளைத் தொட்டுப் பார்த்தது. ஆனால், அவை ஜெர்மனியின் சமாதானக் கோரிக்கையை ஏறிட்டுப் பார்க்கவும் மறுத்துவிட்டன. சமாதானத்தை ஏற்படுத்துவதற்கு அமெரிக்க ஜனாதிபதி உட்ரோவில்சனும் சில முயற்சிகள் செய்து பார்த்தார். ஆனால், அவை பலன் அளிக்கவில்லை.

அதன் பேரில், ஜெர்மன் தலைவர்கள் நீர்மூழ்கிப் போரின் வேகத்தை கடுமையாக்க, இங்கிலாந்தைப் பட்டினி போட்டுப் பணிய வைப்பதென்று முடிவு செய்தார்கள். **1917** ஜனவரியில், அவர்கள் சில கடல் பகுதிகளில் நடுநிலைக் கப்பல்களையும் மூழ்கடிப்போம் என்று அறிவித்தார்கள். அதைக் கேட்டு அமெரிக்கா கடுங்கோபம் கொண்டது. அமெரிக்காவும் நடுநிலை நாடு. அது, தன்னுடைய கப்பல்கள் ஜெர்மன் நீர்மூழ்கிகளால் தாக்கப்படுவதை பார்த்துக் கொண்டிருக்குமா? ஆகவே, இப்பொழுது அமெரிக்கா யுத்தத்தில் சேருவது தவிர்க்க முடியாதது ஆகிவிட்டது. அமெரிக்கா, **1917** ஏப்ரலில் ஜெர்மனிக்கு எதிராகப் போரில் இறங்கியது. யுத்தத்தில் ஈடுபட்ட எல்லா நாடுகளும் சோர்ந்து களைத்திருந்த தருணத்தில் புதிய பலத்துடனும் ஏராளமான சாதனங்களுடனும் அமெரிக்கா நேச நாடுகளில் சேர்ந்தது, ஜெர்மன் அணியின் தோல்வியை உறுதி செய்தது.

ஆனால், அமெரிக்கா யுத்தத்தில் சேருவதற்கு முன்பே, ஐரோப்பாவில் இன்னொரு முக்கியமான சம்பவம் நிகழ்ந்தது. **1917**ஆம் ஆண்டு மார்ச் **15**ல் நடந்த முதல் ரஷியப் புரட்சியை நான் குறிப்பிடுகிறேன். அதன் பயனாக ரஷிய ஜார் பதவி இழந்தார். அந்தப் புரட்சியைப் பற்றிப் பின்னர் தனியாகக் கூறுகிறேன். அந்தப் புரட்சி யுத்த நிலையில் ஏற்படுத்திய மாற்றத்தை நீ கவனிக்க வேண்டும். ரஷியா ஜெர்மானிய அரசுகளை எதிர்த்துப் போரிடுவது இல்லை என்றாகிவிட்டது.

ரஷியப் புரட்சி நடக்குமென்று ஆறேழு வாரங்களுக்கு முன்பே ஜெர்மனிக்குத் தெரிந்திருந்தால், அது போரின் போக்கை எவ்வளவு தூரம் மாற்றி விட்டிருக்கும் தெரியுமா? அப்பொழுது, ஜெர்மனி தன்னுடைய நீர்மூழ்கிப் போரில் எந்த மாறுதலையும் செய்திருக்காது. அமெரிக்காவும் யுத்தத்தில் சேராமல் இருந்திருக்கும். ரஷியாவும் போரிலிருந்து விலகி, அமெரிக்காவும் போரில் சேராத நிலையில் ஜெர்மனி பிரிட்டிஷ்,

பிரெஞ்சு ராணுவங்களை தோற்கடித்திருக்கும். ஆனால், அதெல்லாம் இல்லாமலேயே பிரெஞ்சு முனையில் ஜெர்மனியின் பலம் வளர்ந்தது. ஜெர்மன் நீர்மூழ்கிகளும் ஏராளமான நேசக் கப்பல்களையும் நடுநிலைக் கப்பல்களையும் கடல் ஆழத்துக்கு அனுப்பின.

ருஷியப் புரட்சி ஜெர்மனிக்கு சாதகமான நிகழ்ச்சியாகவே தோன்றியது. ரஷியாவில், முதல் புரட்சி தோன்றிய எட்டு மாதங்களுக்குள் இரண்டாவது புரட்சி தோன்றியது. அதன் பயனாக அரசாங்க அதிகாரம் சோவியத்துகளின் கைக்கும் போல்ஷிவிக்குகளின் கைக்கும் மாறியது. அவர்கள் சமாதானத்தைத் தங்களுடைய வாசகமாகக் கொண்டார்கள். அவர்கள் யுத்தம் புரியும் நாடுகளைச் சேர்ந்த போர்வீரர்களையும் தொழிலாளர்களையும் பார்த்து யுத்தத்தைக் கைவிட்டுச் சமாதானத்தைக் கைக்கொள்ளும்படி வேண்டிக் கொண்டார்கள்.

அது முதலாளிகளின் யுத்தம் என்றார்கள். முதலாளிகள் தங்களுடைய நாடு பிடிக்கும் நோக்கத்தை நிறேவேற்ற தொழிலாளரைப் பீரங்கிக்கும் துப்பாக்கிக் குண்டுக்கும் இரையாக்குகிறார்கள் என்றார்கள். இந்த உண்மையை உணர்ந்து தொழிலாளர் யுத்தம் புரிய மறுக்க வேண்டும் என்றும் கூறினார்கள். சோவியத் ரஷியாவின் குரல் போர்க்களத்தில் போர் புரிந்த மற்ற நாடுகளைச் சேர்ந்த போர்வீரர்களின் காதுகளுக்கு எட்டியது. அதன் பயனாகப் பிரெஞ்சு ராணுவத்தில் பல கலகங்கள் நிகழ்ந்தன. அவை ஒருவாறு அடக்கப்பட்டன. ரஷியச் செய்தி ஜெர்மன் போர் வீரர்களை அதிகமாகவே வசீகரித்தது. பல ஜெர்மன் பட்டாளங்கள் புரட்சிக்குப் பின்னர் ரஷிய வீரர்களுடன் சகோதரத்துவமே கொண்டாட ஆரம்பித்துவிட்டன. ரஷியப் புரட்சி ஜெர்மனியை உள்ளூரப் பலவீனப்படுத்தி விட்டது.

1918 மார்ச்சில் ஜெர்மன் அதிகாரிகள் சோவியத் ரஷியா மீது இழிவைத் தரும் கடுமையான சமாதான நிபந்தனைகளைத் திணித்தார்கள். சோவியத் ரஷியா அவற்றை வேறு வழியின்றி ஒப்புக் கொண்டது. மேலும், அது என்ன விலை கொடுத்தாகிலும் சமாதானத்தை அடைய விரும்பியது. அதே 1918 மார்ச்சில் ஜெர்மன் ராணுவம் பிரெஞ்சுப் போர்முனையில் தன்னுடைய இறுதிப் பெரு முயற்சியைச் செய்தது. அது பெரு முயற்சி செய்து பின்வாங்கி மூன்றவை ஆண்டுகளுக்கு முன் விட்டு வந்த மோர்ன் நதிக்கரையை அடைந்தது. இது மிகப் பெரிய சாதனை என்பதில் ஐயமில்லை. ஆனால், இதுவே ஜெர்மனியின் கடைசிச் சாதனையாகவும்

முடிந்தது. ஜெர்மனியால் அதற்கு மேல் ஒன்றும் முடியவில்லை. அது களைப்புற்றுச் சோர்ந்துவிட்டது. இதற்கிடையில், அமெரிக்க படைகளும் பிரிட்டிஷ் - பிரெஞ்சு படைகளுடன் இணைந்தன. இந்த மூன்று படைகளும் பிரெஞ்சு மார்ஷல் பாஷ் (Marshal Foch) என்பவர் தலைமையில் ஒருங்கிணைந்தது. 1918 ஆம் ஆண்டு பாதிக்குள் நேச நாடுகளுக்கு சாதகமாக நிலைமை மாறியது. அவர்கள் ஜெர்மானியரைப் பின்னுக்குத் தள்ளி, முன்னேறினார்கள். யுத்தம் சீக்கிரத்தில் முடிந்துவிடும் என்று அக்டோபர் மாதத்திற்குள்ளேயே தெரிந்துவிட்டது. யுத்த நிறுத்தத்தைப் பற்றிய பேச்சும் அடிபட்டது.

நவம்பர் மாதம் 4 ஆம் தேதி கீல் கால்வாய்க்கு அருகில் ஜெர்மன் கப்பற்படைக் கலகம் ஒன்று நடந்தது. நவம்பர் 9 ஆம் தேதி பெர்லினில் ஜெர்மன் குடியரசு பிரகடனம் செய்யப்பட்டது. அன்றைய தினமே கெய்சர் இரண்டாவது விலம் ஜெர்மனியை விட்டு ஹாலந்துக்கு ஓடிவிட்டார். அவருடன் ஹோஹென் ஜாலர்ன் அரச வம்சமும் முடிந்தது.

1918 ஆம் ஆண்டு நவம்பர் மாதம் 18 ஆம் தேதி இரு அணிகளும் கையெழுத்து போட்டார்கள். யுத்தம் முடிந்தது. யுத்த நிறுத்த ஒப்பந்தம் அமெரிக்க ஜனாதிபதி உட்ரோ வில்சன் வகுத்த 'பதினாலு அம்சங்களை' அடிப்படையாகக் கொண்டிருந்தது. சிறு நாடுகளுக்குச் சுய நிர்ணய உரிமை, ஆயுத பரிகரணம், இரகசிய ராஜதந்திரச் சூழ்ச்சி ஒழிப்பு, ரஷியாவுக்குப் பிற வல்லரசுகள் உதவுதல், சர்வதேச சங்கம் அமைப்பு உள்ளிட்ட அம்சங்கள் அந்த உடன்படிக்கையில் இருந்தன.

யுத்தம் நாலேகால் ஆண்டுகள் நடைபெற்றது. அந்தக் காலத்தில் மனிதன் வெறி கொண்ட விலங்காகவும், ராட்சசனாகவும் மாறி கொலைபாதகச் செயல்கள் புரிந்தான். ஆனால், யுத்தம் நின்ற பிறகும் பிரிட்டன் ஜெர்மனியை பட்டினியில் தள்ளிய கொடூரச் செயலுக்கு ஈடாக எதையும் சொல்ல முடியாது. ஜெர்மனியின் குருத்துகளான குழந்தைகள் 'பசி, பசி' என்று கதறி அழுதன. யுத்தத்தினால் மனிதனின் மனநிலை எவ்வளவு கெடுகிறது, பார்த்தாயா! யுத்தம் நின்ற பின்னர் ஏழு மாதங்களுக்கு மேலாகவே பிரிட்டன் கடல் முற்றுகையைத் தொடர்ந்து நடத்தியது.

யுத்தத்தின் வரவு செலவுக் கணக்கு யாருக்காவது தெரியுமா? தெரியாது. நவீன யுத்தம் என்றால் என்னவென்று நீ தெரிந்து கொள்வதற்காகக் கீழே சில புள்ளி விவரங்கள் தருகிறேன். யுத்தத்தினால் விளைந்த மொத்தச் சேதங்களைப் பின்வருமாறு கணக்கிட்டிருக்கிறார்கள்:

போர் வீரர்களில் மாண்டவர்கள் என்று நிச்சயமாகத் தெரிந்தவர்கள்	1,00,00,000
போர் வீரர்களில் மாண்டவர்கள் என்று கருதப்படுபவர்கள்.	30,00,000
மக்களில் ('சிவிலியன்கள்') மாண்டவர்கள்	1,30,00,000
காயம்பட்டவர்கள்	2,00,00,000
சிறைப்பட்டவர்கள்	30,00,000
யுத்தத்தால் அநாதைகளாக விடப்பட்ட குழந்தைகள்	90,00,000
யுத்தத்தால் விதவைகளான பெண்கள்	50,00,000
அகதிகள்	1,00,00,000

இந்த எண்களைப் பார்க்கும் போதே கதி கலங்குகிறது அல்லவா? இவற்றில் மனிதகுலம் அனுபவித்த வேதனையன்றோ தொக்கி நிற்கிறது! அதை எண்ணிப்பார்! மாண்டவர்கள், காயம்பட்டவர்கள் தொகை மட்டும் நாலுகோடியே அறுபது லட்சம் ஆகிறதே!

சரி, யுத்தத்துக்கு ஆன ரொக்கச் செலவு எவ்வளவு? அதை இன்னும் கணக்கு போட்டுக் கொண்டிருக்கிறார்கள்! அமெரிக்காவில் ஒரு மதிப்புப் போட்டிருக்கிறார்கள். அதன்படி நேச நாடுகளுக்கு ஆன மொத்தச் செலவு சுமார் நான்காயிரத்து நூறு கோடி பவுன்.(ரூபாய்க் கணக்கில் பார்த்தால் ஏறக்குறைய இதைப்போல் பதினைந்து மடங்கு ஆகிறது) ஜெர்மன் அணிக்கு ஆன மொத்தச் செலவு ஆயிரத்து ஐநூறு கோடி பவுனுக்குமேல். இரண்டையும் கூட்டினால், அப்பாடா, ஐயாயிரத்து அறுநூறு கோடி பவுனுக்கு மேல் போகிறது! இந்த எண்களின் முழு அர்த்தத்தையும் புரிந்துகொள்வது நமக்குக் கஷ்டமாக இருக்கும். ஆகவே, யுத்தச் செலவினால் விளைந்த சங்கடங்களில் இருந்து தோற்ற நாடுகள், ஜெயித்த நாடுகள் இரண்டும் இன்னும் விடுபடாமல் திணறுவதில் ஆச்சரியம் ஒன்றும் இல்லை.

இங்கிலாந்து, பிரான்சு, அமெரிக்கா, இதாலி ஆகிய பெரிய நாடுகளும் இன்னும் இவற்றுடன் சேர்ந்த சிறிய நாடுகளும் வெற்றி பெற்றுவிட்டன. இந்தப் போரின் லட்சியங்கள் என்று வல்லரசுகள் கூறிய எதாவது நிறைவேறியதா என்பதை பிறகு பார்ப்போம்.

1917 மார்ச் மாதம் புரட்சியாளர்கள் ஜார் அரண்மனைக்குள் நுழைந்தனர்

150. ருஷியாவில் ஜார் ஆட்சியின் வீழ்ச்சி

ஏப்ரல் 12, 1933

உலக யுத்தத்தின் போக்கைப் பற்றிக் கூறியபோது, ரஷியப் புரட்சியைப் பற்றியும், அதனால் யுத்தம் பாதிக்கப்பட்டதையும் குறிப்பிட்டேன். புரட்சியால் யுத்தம் பாதிக்கப்பட்டது இருக்கட்டும். புரட்சியே ஒரு மகத்தான நிகழ்ச்சியாகும். அது உலக வரலாறுக்கே ஒரு புதுமையாக இருந்தது. உலகில் அத்தகைய புரட்சி தோன்றியது அதுவே முதல் தடவை. இருந்தாலும், அதைப் போல் மேலும் பல புரட்சிகள் விரைவில் தோன்றக் கூடும் என்று எண்ணத்தையும் ஏற்படுத்தியுள்ளது.

ஏனெனில், ரஷியப் புரட்சி, உலகின் மற்ற நாடுகளுக்கு ஓர் அறைகூவலாகவும், உலகத்தில் உள்ள புரட்சிக்காரர்களுக்கு ஓர் உதாரணமாகவும் அது இருக்கிறது. ஆகவே, அதை நாம் அதிக கவனமாக ஆராய வேண்டும். யுத்தத்தின் மிகப்பெரிய பலன் ரஷியப் புரட்சி என்பதில் சந்தேகமில்லை. ஆனால், யுத்தத்தைத் தொடங்கிய நாடுகளின் அரசுகளுக்கு, கிணறு வெட்ட பூதம் கிளம்பிய கதைதான் ரஷியப்புரட்சி. அவர்கள் அதைக் கனவிலும் எதிர்ப்பார்க்கவில்லை. அதை அவர்கள் விரும்பியதும் இல்லை. ரஷ்யப் புரட்சியை இப்படிக் கூறுவது பொருத்தமாக இருக்கும்...

ரஷியாவின் பொருளாதார, வரலாற்று நிலைமைகள் என்னும்

மரத்திலே புரட்சியானது பூத்துக் காய்த்தது. உலக யுத்தம் ரஷ்யாவுக்கு ஏற்படுத்திய மகத்தான கஷ்ட நஷ்டங்கள் அந்தக் காயைக் கனியாக்கின. பேரறிஞரும் புரட்சி மேதையுமாகிய லெனின் என்ற தோட்டக்காரரர் அந்தக் கனியைப் பக்குவம் அறிந்து பறித்து ரஷியர் கையில் கொடுத்தார்.

1917 ஆம் ஆண்டு ரஷியாவில் உண்மையில் இரண்டு புரட்சிகள் நடந்தன. ஒன்று மார்ச்சுப் புரட்சி. இன்னொன்று நவம்பர் புரட்சி. அவற்றை இரண்டு தனித்தனிப் புரட்சிகளாகப் பார்க்காமல் ஒன்றாகவும் பார்க்கலாம். அதாவது, மார்ச் மாதம் தொடங்கிய புரட்சி, நவம்பர் மாதம் வரை புரட்சி தொடர்ந்து நடந்தது என்று கொள்ளலாம். அப்படிப் பார்த்தால், மார்ச்சு மற்றும் நவம்பர் நிகழ்ச்சிகளை புரட்சியின் இரண்டு உச்ச நிலைகளாகக் கொள்ள வேண்டும்.

கடைசியாக நான் ரஷியாவைப் பற்றி எழுதிய கடிதத்தில் 1905 ஆம் ஆண்டுப் புரட்சியைப் பற்றிக் கூறினேன். ரஷியா போரில் சிக்கி ஜப்பானிடம் தோல்வி அடைந்த நேரத்தில்தான் அந்தப் புரட்சியும் ஏற்பட்டது. ஜார் அரசாங்கம் அதை மூர்க்கத்தனமாக அடக்கிவிட்டுப் பழைய படி தனது சர்வாதிகார ஆட்சியைத் தொடர்ந்தது. ஆட்சிக்கு எதிரானவர்களை வேட்டையாடி சிறையில் அடைத்தும் மரண தண்டனை அளித்தும் வந்தது.

முக்கியமாக, மார்க்சியவாதிகளும் போல்ஷ்விக்குகளும் அரசின் கோபத்துக்கு ஆளானார்கள். அவர்களில் முக்கியமான தலைவர்கள் எல்லோரும் தண்டனை விதிக்கப்பட்டவர்களாய்ச் சைபீரியாவிலோ, நாடு கடத்தப்பட்டவர்களாய் வெளி நாடுகளிலோ வாடி வதங்கிக் கொண்டிருந்தார்கள். இவ்வாறு, வெளி நாடுகளில் வசித்தவர்கள் ஒரு சிலராயினும் அவர்கள் லெனின் தலைமையின் கீழ்த் தங்களுடைய ஆராய்ச்சியையும் பிரசாரத்தையும் விடாது நடத்தி வந்தார்கள். அவர்கள் அனைவரும் மார்க்சியத்தில் உறுதியான நம்பிக்கை கொண்டவர்கள்.

ஆனால், மார்க்சின் சித்தாந்தங்கள் தொழில் வளர்ச்சி அடைந்த இங்கிலாந்து அல்லது ஜெர்மனி போன்ற நாடுகளுக்கு பொருந்தும் வகையில் இருந்தன. ஆனால், ரஷியாவின் அன்றைய நிலைமைக்கு ஏற்ப மார்க்சியத்தை லெனின் பொருத்தினார். அதுகுறித்து நாடுகடத்தப்பட்ட தலைவர்கள் விவாதம் நடத்தினர். ஒரு காரியத்தைத் திருத்தமாகச் செய்து முடிப்பதற்குத் தேர்ந்த நிபுணத்துவம் வேண்டும்,

வெறும் உற்சாகம் மட்டும் போதாது என்கிற நம்பிக்கை உடையவர் லெனின். ஒரு புரட்சியை நடத்த முற்படுவோர் அதற்குரிய முழுப் பயிற்சியையும் பெற்றவர்களாக இருக்க வேண்டும். செயல்படுத்தும் காலம் வரும்போது, காரியத்தை முடிக்க எந்தத் தயக்கமோ, மயக்கமோ இருக்கக்கூடாது என்பது லெனின் கருத்து.

லெனினும் அவருடைய தோழர்களும் 1905 ஆம் ஆண்டுக்குப் பின் நிகழ்ந்த அடக்குமுறைகளால் சோர்வடையவில்லை. அவர்கள் அந்தக் காலத்தை நன்கு பயன்படுத்திக் கொண்டு வரப்போகிற புரட்சிக்குத் தங்களைத் தயார் செய்து வந்தார்கள்.

1914 ல், யுத்தம் தொடங்குவதற்கு முன்பே, ரஷியாவின் நகரத் தொழிலாளர் மீண்டும் புரட்சி வழியில் திரும்பினர். பல அரசியல் வேலை நிறுத்தங்கள் நிகழ்ந்தன. அதற்குப் பிறகு யுத்தம் தொடங்கிற்று. லெனினும், அவருடைய குழுவினரும் ரஷியாவுக்கு வெளியில் வாழ்ந்து வந்தார்கள். அவர்கள் தொடக்கம் முதலே யுத்தத்தை எதிர்த்து வந்தார்கள். அவர்கள் அதை முதலாளிகளின் யுத்தம் என்று அழைத்தார்கள். தொழிலாளர்கள் தங்களுடைய சுதந்திரத்தைப் பெற அதைப் பயன்படுத்திக் கொள்ளலாம். மற்றபடித் தொழிலாளர்களுக்கும் யுத்தத்திற்கும் எந்தச் சம்பந்தமும் இல்லை என்று அவர்கள் வற்புறுத்தினார்கள்.

போர்க்களத்தில் ரஷிய ராணுவம் பெரு நஷ்டம் அடைந்தது. ரஷியப் போர் வீரர்களுக்குச் சரியான ஆயுத பயிற்சி இல்லை. அவர்கள் லட்சக் கணக்கில் மடிந்தார்கள். இதற்கிடையில், யுத்தத்தை வைத்து பெரு நகரங்களில் முதலாளிகளும், வியாபாரிகளும் கொள்ளை லாபம் சம்பாதித்தனர். போர் வீரர்களுக்கும் தொழிலாளர்களுக்கும் சண்டைக்கு ஆட்களை அனுப்பி வந்த விவசாயிகளுக்கும் யுத்தம் சலிப்பாகிவிட்டது. அவர்கள் பட்டினியால் நொந்து சோர்ந்தார்கள். அவர்களிடையே அதிருப்தி குடிகொண்டது.

அப்போது ரஷிய ஜாராக இருந்த நிக்கோலஸ் கடைந்தெடுத்த முட்டாள். போதாக்குறைக்கு முட்டாள் மனைவியின் பேச்சைக் கேட்பவனாக இருந்தான். இந்த இருவரையும் அறிவிலிகளும் வஞ் சகர்களும் சூழ்ந்திருந்தார்கள். கிரெகரி ராஸ்புடீன் என்பவன் ஜரினாவுக்கும் ஜாருக்கும் வேண்டியவனாக இருந்தான். ரஷிய அரசியலின் சீர்கேட்டுக்கு இவனும் முக்கிய காரணம் என்கிறார்கள். ஜாரும், ஜரினாவும் அவன் பேச்சைக் கேட்டு நடக்க ஆரம்பித்தார்கள்.

பெரிய பெரிய உத்தியோக நியமனங்கள் எல்லாம் அவனுடைய பரிந்துரைப்படியே செய்யப்பட்டன. இதற்கெல்லாம் அவன் கணக்கு வழக்கில்லாமல் கைக்கூலி வாங்கினான். அந்த நாய் மகனின் வாழ்க்கையே ஒரு பாவ பொக்கிஷமாக இருந்தது. ஆனால், ரஷியாவில் பல ஆண்டுகள் வரை அவனுடைய அட்டகாசமே பெரிதாக இருந்தது.

இந்த 'ராஸ்புடீன்' தர்பாரைக் கண்டு வெறுப்படையாதவர் ஒருவருமில்லை. **1916** ஆம் ஆண்டு முடியச் சில நாட்கள் இருந்தது. ஜார் குடும்பத்தைச் சேர்ந்த ஒருவனால் ராஸ்புடீன் கொல்லப்பட்டான். கொலை செய்தவர்கள் ராஸ்புடீனை ஒரு விருந்துக்கு அழைத்தனர். அவனிடம் தன்னைத்தானே சுட்டுக் கொள்ளும்படி கூறினார்கள். அவன் மறுக்கவே, அவனை சுட்டுக் கொன்றார்கள். ராஸ்புடீன் ஒழிந்தது எல்லாருக்கும் நிம்மதி. ஆனால், அதன் பயனாக ஜாருடைய ரகசியப் போலீசின் அக்கிரமம் அதிகரித்தது.

நெருக்கடி முற்றியது. சோற்றுப் பஞ்சம் தோன்றியது. பெட்ரோகிராடில் சோற்றுக் கலகங்கள் நிகழ்ந்தன. மார்ச்சு மாத தொடக்கத்தில் யாரும் எதிர்பாராமல் யார் தூண்டுதலும் இல்லாமல் புரட்சி தோன்றியது. ஐந்தே நாட்களில் அது வெற்றி பெற்றது. அது அரண்மனைப் புரட்சி அல்ல. அதை தலைவர்கள் சிந்தித்துத் திட்டம் போட்டு நடத்திய புரட்சி என்றும் சொல்லமுடியாது.

அது கீழே மிகவும் அதிகமாகத் துன்புறுத்தப்பட்ட தொழிலாளர்கள் இடமிருந்து யாதொரு திட்டமோ தலைமையோ இல்லாமல், எப்படியோ தட்டுத் தடுமாறிக் கொண்டு முன்னேறியது. எதிர்பாராத விதமாகத் தோன்றிய அந்தப் புரட்சியைக் கண்டு உள்ளூர் போல்ஷிவிக்குகள் உட்பட நாட்டின் சகல புரட்சிக்காரர்களும் திகைப்பும் வியப்பும் அடைந்தார்கள். அவர்களுக்கு என்ன செய்வது, தோன்றிவிட்ட புரட்சியை எந்த வழியில் நடத்துவது என்று ஒன்றுமே புரியவில்லை. ஜனங்கள் தாங்களாகவே புரட்சியைத் தொடங்கினார்கள். பெட்ரோகிராடில் வைக்கப்பட்டிருந்த ராணுவத்தினரையும் அவர்கள் தங்கள் பக்கம் சேர்த்துக் கொண்டார்கள். அந்த நிமிடமே அவர்களுக்கு வெற்றி கிடைத்தது.

புரட்சித்தன்மை கொண்ட இந்த மக்களை, ஆவேசத்தில் எதையும் அழிக்க முற்படும் கட்டுப்பாடில்லாத மக்கள் கூட்டங்களைப் போல எண்ணிவிடக்கூடாது. தொழிற்சாலைகளில் வேலை செய்யும் தொழிலாளர் வகுப்பினர். ஒரு புரட்சியைத் தலைமை

வகித்து நடத்தியது வரலாற்றிலேயே அதுதான் முதல் தடவையாகும். மார்ச்சுப் புரட்சியைப் பற்றிய முக்கியமான உண்மையும் அதுவே, அந்தத் தொழிலாளர்கள் மத்தியில் அந்தச் சமயம் பெரிய தலைவர்கள் யாரும் இல்லை என்பது உண்மைதான். அப்போது லெனினும் பிறரும் சிறைகளிலும் வெளிநாடுகளிலும் இருந்தார்கள். ஆயினும், லெனின் பள்ளிக்கூடத்தில் பயிற்சி பெற்ற பல தொண்டர்கள் அவர்கள் மத்தியில் இருந்தார்கள். பல தொழிற்சாலைகளில் வேலை செய்து வந்த ஊர் பேர் தெரியாத இந்தத் தொண்டர்களே புரட்சிக்கு முதுகெலும்பாக நின்று அதைச் சரியான வழியில் நடத்தினார்கள்.

புரட்சியில் தொழிலாளருக்கு உரிய பங்கை ரஷியத் தொழிலாளர் எடுத்து முடித்ததைப்போல் வேறு எந்த நாட்டுத் தொழிலாளரும் செய்யவில்லை. ரஷியா பெரும்பாலும் ஒரு விவசாய நாடு என்பதும் அந்த விவசாயமும் மிகவும் கர்நாடக முறையில் நடந்து வந்தது என்பதும் உண்மையே. பொதுவாக பார்த்தால் ரஷியாவில் நவீன இயந்திரத் தொழில் மிகவும் குறைவாக இருந்தது. அதுவும் சில நகரங்களில் மட்டுமே அடங்கிக் கிடந்தது. பெட்ரோகிராடில் பல தொழிற் சாலைகள் இருந்தன. ஆகவே, அங்கு ஏராளமான தொழிலாளர்கள் வசித்து வந்தார்கள். பெட்ரோகிராட் தொழிலாளரும் அங்கு வைக்கப்பட்டிருந்த ராணுவமும் சேர்ந்து செய்த வேலைதான் மார்ச் புரட்சி.

மார்ச்சு 8 ஆம் தேதியன்று புரட்சியின் குமுறல் முதன் முதல் கேட்கிறது. பெண்கள்தான் முதலில் வழிகாட்டுகிறார்கள். பஞ் சாலைகளில் வேலை செய்யும் பெண் தொழிலாளர்கள் வேலையை நிறுத்தி விட்டு வெளியே வந்து வீதிகளில் ஆர்ப்பாட்டம் செய்கிறார்கள். அதற்கு அடுத்த நாள் மார்ச்சு 9ஆம் தேதி வேலை நிறுத்தம் மற்ற தொழிற் சாலைகளுக்கும் பரவுகிறது. பல ஆண் தொழிலாளர்களும் வெளியே வருகிறார்கள். எல்லோரும் சேர்ந்து, 'சோறு வேண்டும்' 'சர்வாதிகாரம் ஒழிக' என்று முழக்கமிடுகிறார்கள். ஆர்ப்பாட்டம் செய்யும் தொழிலாளரை அடக்க வேண்டிய கசாக்கு பாதுகாப்பு படையினர் மக்களை சுடுவதற்கு பதிலாக தடுத்து தள்ளுகிறார்கள். வழக்கமாக சுடுகிற படையினர் இந்தமுறை தங்களிடம் தோழமையாக இருப்பதற்கு காரணம் புரியமால், தொழிலாளர்கள் உற்சாகம் அடைகிறார்கள். ஆனால், போலீஸ் மீது கல்லெறிகிறார்கள். மார்ச் மாதம் 10 ஆம் தேதி மூன்றாம் நாள். அன்றைய தினம் தொழிலாளருக்கும் ஜாரின் காசக்கு படை வீரர்களுக்கும் தோழமை பெருகுகிறது. போலீஸை காசக்குகள் சுடுகிறார்கள் என்று கூட ஒரு வதந்தி பரவுகிறது. போலீசார் தெருக்களிலிருந்து நழுவுகிறார்கள்.

நான்காவது நாள். மார்ச் 11 ஆம் தேதி ஞாயிற்றுக்கிழமை. தொழிலாளர் நகரத்தின் நடுவில் கூடுகிறார்கள். போலீசார் அவர்களை சுடுகிறார்கள். சில காசக்குகளும் சுடுகிறார்கள். உடனே தொழிலாளர் அந்தக் காசக்குப் பட்டாளத்திடம் சென்று முறையிடுகிறார்கள். காசக்குகளின் மனம் கரைகிறது. அவர்கள் மக்களைக் காப்பாற்ற, போலீசார்மீது சுடுகிறார்கள். அந்தப் பட்டாளம் கைது செய்யப்படுகிறது. ஆனால், அது காலம் தாழ்த்த செயலாக முடிகிறது. ஐந்தாவது நாள். மார்ச் 12 அன்று கலகம் மற்றப் பட்டாளங்களுக்கும் பரவுகிறது. அவர்கள் தங்களுடைய துப்பாக்கிகளையும் இயந்திரத் துப்பாக்கிகளையும் எடுத்துக் கொண்டு வருகிறார்கள். பெட்ரோகிராட் வீதிகளில் ஒரே துப்பாக்கிச் சத்தமாக இருக்கிறது. ஆனால், யார் யாரைச் சுடுகிறார்கள் என்று தெரியவில்லை. பிறகு தொழிலாளரும் ராணுவ வீரரும் சென்று சில மந்திரிகளையும் போலீஸ்காரரையும், ரகசியப் போலீசாரையும் கைது செய்கிறார்கள். பிறகு, அவர்கள் சிறைகளைத் திறந்து பழைய அரசியல் கைதிகளை விடுதலை செய்கிறார்கள்.

பெட்ரோகிராடில் புரட்சி வெற்றி பெற்றுவிட்டது. உடனே, மாஸ்கோவும் அதைப் பின்பற்றியது. பெட்ரோகிராடும் மாஸ்கோவும் தொழிலாளர்கள் நிறைந்த நகரங்கள் என்பதை நீ நினைவில் வைக்க வேண்டும். நகரங்களில் புரட்சி நிகழ்ந்தபோது கிராமங்களில் வாழ்ந்து வந்த விவசாயிகள் என்ன செய்தார்கள்? அவர்கள் மேற்கூறிய நிகழ்ச்சிகளைக் கவனித்து வந்தார்கள். அவர்கள் மெள்ள மெள்ளப் புதிய ஏற்பாட்டை ஏற்றுக் கொண்டார்கள். ஆனால், அவர்கள் அதில் உற்சாகம் கொள்ளவில்லை. அவர்களுக்கு இரண்டே இரண்டு விஷயங்கள்தான் முக்கியமாகத் தோன்றின. ஒன்று, நிலம் அவர்களுக்குச் சொந்தமாக வேண்டும். இன்னொன்று, யுத்தம் கூடாது. சமாதானம் வேண்டும்.

ஜார் என்ன ஆனார்? ஜார் பெட்ரோகிராடில் இல்லை. வெகு தூரத்தில் சிறு நகரில் இருந்தார். ஆனால், அவருடைய காலம் முடிந்துவிட்டது. நன்றாகக் கனிந்த பழம் மரத்திலிருந்து விழுந்து விடுவது போல ஜாரும் ரஷிய அரங்கிலிருந்து மறைந்துவிட்டார். மகா வல்லமை பொருந்திய ஜார், 'பரிசுத்த ருஷியா'வின் 'சிறு வெண்பிதா' இப்போது 'வரலாற்றின் குப்பைத் தொட்டி'க்குப் போய்ச் சேர்ந்து விட்டார். பெட்ரோகிராடில் தொழிலாளர் வேலை நிறுத்தம் என்றவுடன், அங்கு ராணுவச் சட்டம் அமல் படுத்தும்படி ஜார் உத்தரவிட்டார். தளபதியும் அவ்வாறே செய்தான். ஆனால் அந்த உத்தரவை அந்த வேலையை செய்வதற்கு ஒருவரும் அகப்படவில்லை. அரசாங்க இயந்திரம் நொறுங்கிவிட்டது.

அவர் பெட்ரோகிராடுக்குத் திரும்பி வர முயன்றார். ஆனால், ரெ-யில்வே தொழிலாளர் அவர் சென்ற வண்டியைப் பாதி வழியில் நிறுத்திவிட்டார்கள். அப்போது ஜரினா பெட்ரோகிராடின் நகர்ப்புறம் ஒன்றில் இருந்தாள். அங்கிருந்து அவள் ஜாருக்கு ஒரு தந்தி அனுப்பினாள். அது தந்தி ஆபீசிலிருந்து அவளுக்கே திரும்பி வந்துவிட்டது. அத்துடன் வந்த ஒரு பென்சில் குறிப்பில், முகவரியில் இருப்பவர் இருப்பிடம் தெரியவில்லை” என்று கண்டிருந்தது!

இந் நிகழ்ச்சிகளைக் கண்டு தளபதிகள் ஜாரை அணுகி பதவி விலகும்படி கூறினார்கள். அதையடுத்து உறவினர் ஒருவரை ஜாராக நியமித்துவிட்டு பதவி விலகினார். ஆனால், ஜார்களின் காலம் மலையேறிவிட்டது. முன்னூறு ஆண்டு சர்வாதிகார ஆட்சிக்குப்பின் ரஷியாவின் கெட்ட காலம் தொலைந்தது.

தொழிலாளரின் இந்தப் புரட்சியையும், ராணுவம் அவர்களுக்கு உதவியாக இருப்பதையும் கண்டு பிரபுக்கள், பெரிய நிலச்சுவான்தார்கள், உயர் மத்திய வகுப்பார் ஆகியோர் அச்சமும் திகைப்பும் அடைந்தார்கள். ஜார் ஜெயிப்பாரா அல்லது தொழிலாளர்கள் ஜெயிப்பார்களா என்று அவர்களுக்கு நிச்சயமாகத் தெரியவில்லை. ஆக, தொழிலாளர்களிடத்தில் பயம் ஒரு புறம், ஜாரிடத்தில் பயம் இன்னொருபுறம், இதற்கிடையில் தாங்கள் எப்படியாவது தலை தப்பித்துக் கொள்ள வேண்டும் என்கிற கவலை வேறு. ஜார் இல்லாத நிலையில் ‘டூமா’ வழிகாட்டும் என்று தொழிலாளர்கள் ஓரளவு எதிர்பார்த்தார்கள். ஆனால், டூமா செயலற்று அமர்ந்திருந்தது.

இதற்கிடையில் சோவியத் உருவாகியது. அதில், தொழிலாளர் பிரதிநிதிகளுடன் ராணுவ பிரதிநிதிகளும் இணைக்கப்பட்டனர். இந்தப் புது சோவியத், அரண்மனையின் ஒரு பகுதியை அலுவலகமாக கொண்டது. அதன் இன்னொரு பக்கம் டூமா இருந்தது. தொழிலாளரும் ராணுவ வீரரும் வெற்றி பெற்றனர். அவர்களுக்கு அரசாங்க அதிகாரம் கிடைத்துவிட்டது. அந்த அதிகாரத்தைச் செலுத்துவது யார்? சோவியத்தே அந்த அதிகாரத்தைச் செலுத்தலாம் என்கிற விஷயம் எட்டவில்லை. டூமாவை அதிகாரத்தை ஏற்கும்படி கேட்டார்கள். ஆனால், டூமா உறுப்பினர்கள் அதை மறுக்க முடியாமல் அச்சம் காரணமாக வேண்டா வெறுப்புடன் டூமாவின் கமிட்டி ஒன்று அதிகாரத்தை ஏற்றுக் கொண்டது. இதனால், டூமாதான் புரட்சியைத் தலைமை வகித்து நடத்துவதாக வெளி உலகத்துக்குத் தோன்றியது. இவையெல்லாம் உனக்கு விசித்திரமாகத் தோன்றுகிறதல்லவா? இதைப்போன்ற நிகழ்ச்சிகளை நாம் கதையில் படித்தாலே நம்ப

மாட்டோம். வெறும் கற்பனை என்று தள்ளி விடுவோம். ஆனால், கற்பனையைவிட உண்மையே பெரும்பாலும் விநோதமாக இருக்கிறது.

அதிகாரத்தை ஏற்றுக்கொண்ட டூமா கமிட்டி ஒரு தற்காலிக அரசாங்கத்தை நியமித்தது. அதில் பழமைவாதிகளே இருந்தார்கள். பிரதமராக ஒரு இளவரசர் இருந்தார். சோவியத் பக்கத்தில் உட்கார்ந்து கொண்டு அரசாங்க விவகாரங்களில் ஓயாது தலையிட்டது. ஆனால், தொடக்கத்தில் சோவியத்தே மிதவாதப் போக்கில் இருந்தது. அதில் ஒரு சில போல்ஷிவிக்குகள் மட்டுமே இருந்தார்கள். இவ்வாறு, அந்த அரசாங்கத்திடம் மக்கள் பெரிய காரியங்களை எதிர்பார்த்தார்கள். ஆனால், பசியாலும், யுத்தத்தாலும் சோர்ந்திருந்த மக்களுக்கு அரசு அளித்த பரிசு என்ன தெரியுமா? 'ஜெர்மானியர் தோல்வி அடையும் வரை ரஷ்யா யுத்தத்தைத் தொடர்ந்து நடத்த வேண்டும்' என்பதுதான். இதற்குத்தானா புரட்சி செய்து ஜாரை ஓட்டினோம் என்று மக்கள் திகைத்து நின்றார்கள்.

இந்தச் சமயத்தில்தான், ஏப்ரல் மாதம் 17 ஆம் தேதி லெனின் ரஷியாவுக்கு வந்து சேர்ந்தார். யுத்தம் தொடங்கியதில் இருந்து அவர் ஸ்விட்சர்லாந்தில்தான் இருந்தார். புரட்சியைப் பற்றிக் கேள்விப் பட்டதும் அவர் ருஷியாவுக்குச் செல்ல ஆவல் கொண்டார். ஆனால், எந்த ராணுவமுமே அவரை அனுமதிக்காது. கடைசியில், ஜெர்மானிய அரசாங்கம், தன்னுடைய சொந்தக் காரணங்களுக்காக, அவரை மூடி முத்திரையிட்ட ரயில் வண்டியில் ஸ்விஸ் எல்லையில் இருந்து ரஷிய எல்லை வரையில் அனுப்பச் சம்மதித்தது. லெனின் யுத்தத்துக்கு விரோதமானவர். அவர் ரஷியாவுக்குப் போவதால் தற்காலிக அரசாங்கமும் யுத்தம் வேண்டும் என்கிற குழுவும் பலவீனம் அடையலாம். அது ஜெர்மனிக்கு நன்மை ஆகலாம். இவ்வாறு ஜெர்மானிய அரசாங்கம் எண்ணியது. ஆனால், இந்த சாதாரணப் புரட்சிக்காரர் ஐரோப்பாவையும் உலகையும ஆட்டி வைக்கப் போகிறார் என்பதை, அவர்கள் எங்கே கண்டார்கள்!

லெனின் அவர்களுடைய அறிவு மிகவும் தெளிவானது. அதில் சந்தேகமோ, திரிபோ, மயக்கமோ, எதற்கும் இடம் கிடையாது. அவருடைய கண்களின் கூரிய பார்வை மக்கள் மனநிலைகளை அவ்வப்போது உணரும் தன்மை உடையது. அவருடைய புத்தியோ நன்கு சிந்தித்துத் தெளிவுகொண்ட தத்துவங்களை மாறிவரும் நிலைமைகளுக்கு ஏற்ப மாற்றி அமைத்துப் பயன்படுத்தக் கூடியதாக இருந்தது. அவருடைய சித்தமோ தான் வகுத்துக் கொண்ட நெறியில் இருந்து நூலிழை கூடப் பிறழாது! அதனால் உடனே நேரும் சில்லறை

ஸ்விட்சர்லாந்திலிருந்து ரஷ்யா வந்த லெனினுக்கு ரயிலடியில் உற்சாக வரவேற்பு

விளைவுகளையும் அது பொருட்படுத்துவதில்லை. இத்தகைய குணங்களைக் கொண்ட லெனின் தான் வந்த அன்றே போல்ஷிவிக் கட்சியை உலுக்கு உலுக்கென்று உலுக்கிவிட்டார்.

அவர் அவர்களுடைய மடமையையும் செயலின்மையையும் இடித்துரைத்தார். அத்துடன், அவர்களுடைய கடமை என்ன என்பதை சுடச்சுட எடுத்துக் காட்டினார். அவருடைய சொற்கள் அவர்களுடைய உள்ளத்தில் மின்சாரம் பாய்வது போல் பாய்ந்தன. அவை அவர்களைத் துன்புறுத்தினாலும் அவர்களுக்குப் புத்துயிரை அளித்தன.

"நாம் வெறும் பேச்சு வீணர்கள் அல்ல. மக்களின் உணர்ச்சியை அடிப்படையாகக் கொண்டே நாம் நமது திட்டங்களை வகுக்க வேண்டும். நாம் சிறுபான்மையாக இருப்பது அவசியம் என்றால் இருந்துதான் ஆக வேண்டும். சிறுபான்மையாக இருப்பதற்கு நாம் பயப்படக்கூடாது. சில காலம் தலைமைப் பதவியைக் கைவிடுவது கூட நல்லதுதான்" என்று அவர் பேசினார். இவ்வாறு அவர் தன்னுடைய கொள்கைகளில் அசையாது நின்றார். விட்டுக் கொடுக்க அவர் மறுத்துவிட்டார். இதுவரை வழிகாட்டும் தலைவர் இல்லாமல் நடந்து வந்த புரட்சிக்கு இப்போது தலைவர் கிடைத்துவிட்டார். ஒவ்வொரு காலத்திலும் அந்தந்தக் காலத்துக்குரிய மனிதர் தோன்றுகிறார்கள்.

போல்ஷிவிக்குகளும் மென்ஷிவிக்குகளும் மார்க்சின் கோட்பாடு களில் நம்பிக்கை கொண்ட மற்றவர்களும் பிரிட்டிஷ் அல்லது பிரெஞ்சு மாதிரியில் ஒரு 'பூர்ஷுவா' ஜனநாயகக் குடியரசை ரஷியாவில் ஏற்படுத்த வேண்டும் என்கிற அந்த ஒரே எண்ணத்தில் இருந்தார்கள். ஆகையால்தான், சோவியத் தன் கையில் அரசாங்க அதிகாரத்தை வைத்துக் கொள்வதற்குப் பதிலாக அதைத் டூமாவுக்கு வழங்கிற்று. ஒரு புதிய நிலைமை ஏற்பட்டிருப்பது அவர்களுடைய கண்களுக்குத் தெரியவில்லை. புதிய நிலைமைக்கு ஏற்ப ஒரு புதிய கொள்கையை கடைப்பிடிக்க வேண்டும், அல்லது பழைய கொள்கையையாவது அதற்குத் தக்கவாறு மாற்றியமைக்க வேண்டும் என்கிற விஷயமும் எட்டவில்லை.

தலைவர்களை விட ஜனங்களே அதிகப் புரட்சித் தன்மை வாய்ந்தவர்களாக இருந்தார்கள். சோவியத்தை நடத்திய மென்ஷிவிக்குகள், 'இப்போது தொழிலாளர் சமூகப் பிரச்சினை எதையும் கிளப்பக் கூடாது. அரசியல் சுதந்திரம் அடைவதுதான் அவர்கள் உடனே செய்ய வேண்டிய காரியம்' என்று கூடச் சொன்னார்கள். போல்ஷிவிக்குகளும் அதைத் தற்காலிகமாக ஒப்புக் கொண்டார்கள். தலைவர்களுடைய தயக்கத்தையும் மயக்கத்தையும் மீறியே மார்ச் புரட்சி வெற்றி பெற்றது.

லெனின் வந்தவுடனே இவையெல்லாம் மாறத் தொடங்கின. அவர் இருக்கிற நிலைமையை உடனே தெரிந்து கொண்டார். அதற்குத் தகுந்தபடி மார்க்சிய செயலாக்கத்தை மாற்றி அமைத்தார். இதுவன்றோ உண்மையான தலைமைக்குரிய லட்சணம்! தொழிலாளர் வகுப்பானது ஏழை விவசாயிகளின் ஒத்துழைப்பைப் பெற்று இப்பொழுதே முதலாளித்துவத்துடன் போராடித் தன்னுடைய ஆட்சியை ஏற்படுத்த வேண்டும் என்று அவர் கூறினார்.

போல்ஷிவிக்குகள் உடனே எடுத்துக் கொள்ள வேண்டிய மூன்று விஷயங்களை அவர் கூறினார்... (1) ஜனநாயகக் குடியரசு (2) நிலச்சுவான்தார்களின் எஸ்டேட்டுகளைப் பறிமுதல் செய்வது, (3) தொழிலாளருக்கு தினமும் எட்டு மணி நேர வேலை. இந்த மூன்று வாசகங்களும், விவசாயிகள் கண்களில், போராட்டத்துக்கு ஒரு நிஜத் தன்மையை அளித்தன. இப்பொழுது, அவர்களுடைய வாழ்வும் நம்பிக்கையும் அந்தப் போராட்டத்தில் அடங்கியிருந்தன.

போல்ஷிவிக்குகளுக்கு லெனின் ஒரு செயல்திட்டத்தை வகுத்தார். அவர்கள் பெரும்பான்மையான தொழிலாளரைத் தங்கள் பக்கம் திருப்பிச் சோவியத்தைக் கைப்பற்ற வேண்டும். பிறகு அந்தச் சோவியத்

ரஷ்யாவுக்கு திரும்பிய லெனின் மக்களிடம் உரையாற்றுகிறார்

தற்காலிக அரசாங்கத்திடம் இருந்து அதிகாரத்தைக் கைப்பற்ற வேண்டும். உடனே இன்னொரு புரட்சி செய்வதை அவர் ஆதரிக்க வில்லை. தற்காலிக அரசாங்கத்தைக் கவிழ்ப்பதற்குரிய காலம் வருமுன்பு, பெரும்பான்மையான தொழிலாளர்களின் ஆதரவைப் பெற்றுச் சோவியத்தைக் கைப்பற்ற வேண்டியது அவசியம் என்று அவர் வற்புறுத்தினார். அந்த அரசாங்கத்துடன் ஒத்துழைக்க வேண்டும் என்று கூறியவர்களை அவர் கடுமையாகக் கண்டித்தார். அது புரட்சியைக் காட்டிக் கொடுப்பதாகும் என்று அவர் சொன்னார். அதற்குரிய காலம் வருமுன்பே அரசாங்கத்தைக் கவிழ்த்துவிட வேண்டும் என்று அவசரப் பட்டவர்களையும் அவர் அழுத்தமாகக் கண்டித்தார். 'காரியத்தில் இறங்கிய பிறகு நாம் நமது திட்டத்திற்குமேல் இம்மியளவும் யோசிக்கக் கூடாது. அதனால் கட்டுப்பாடு குலைந்து விடும். ஒரு போராட்டத்தில் அதைவிடப் பெரிய தவறு வேறு இல்லை' என்று அவர் கூறினார்.

இவ்வாறு, லெனின் என்ற நீறு பூத்த நெருப்பானது, ஏதோ தவிர்க்க முடியாத ஒரு ஊழ்வினையின் பயனைப் போலக் கலக்கமோ பரபரப்போ இல்லாமல் தான் அடைய வேண்டிய முடிவை நோக்கித் திட்டமிட்டு பயணித்தது.

லெனினும் ட்ராட்ஸ்கியும் பெட்ரோகிரேட் நகரில்

151. அரசைக் கைப்பற்றிய போல்ஷிவிக்

ஏப்ரல் 9, 1933

புரட்சி சாத்தியப்படும் காலத்தில் வரலாறு வாயு வேகம், கற்பனை வேகத்தில் பயணம் செய்கிறது. புற உலகில் ஏற்படும் மாறுதலைக் காட்டிலும் மக்களின் அக உலகில் மிகப்பெரிய மாறுதல்கள் தோன்றுகின்றன. 'அனுபவம்' என்கிற கஷ்டமான, ஆனால் உண்மையான பள்ளிக் கூடத்தில் படித்தே விஷயங்களைத் தெரிந்து கொள்கிறார்கள். புரட்சிக் காலத்தில் அரசைக் கைப்பற்று வதற்காக நடைபெறும் வாழ்வா, சாவா எனும்படியான போராட்டத் தில் அதுவரை மறைந்திருந்த உண்மை வெளிப்படுகிறது. ரஷியாவின் தலைவிதியை நிர்ணயம் செய்த அந்த 1917 ஆம் ஆண்டில், ரஷியப் பொதுமக்களும், புரட்சியின் முன்னணியில் நின்ற தொழிற்சாலைத் தொழிலாளரும், நிகழ்ச்சிகளையே புத்தகங்களாகக் கொண்டு தங்களு டைய பாடங்களைக் கற்றும், தினந்தோறும் மாறியும் வந்தார்கள்.

புரட்சியின் போது, ரஷியாவில் நேற்று இருந்த நிலைமை இன்று இல்லை. எங்கும் ஒரே மாறுதல். எதுவும் நிரந்தரமில்லை. மக்கள் வாழ்க்கை, இடைவிடாது இயங்கிக் கொண்டே இருந்தது. முக்கியமான தகராறு, தற்காலிக அரசாங்கத்துக்கும் சோவியத்துக்கும் இடையில் ஏற்பட்டது. ஆயினும், சோவியத்தைச் சேர்ந்த பெரும்பாலோர் அந்த அரசாங்கத்துடன் சமரசமாகப் போகவும்

ஒத்துழைக்கவுமே விரும்பினார்கள். அவர்கள் அரசாங்கப் பொறுப்பை ஏற்று நடத்துவதற்குப் பயந்ததே அதற்குக் காரணம்.

"அரசாங்க அதிகாரத்தை ஒப்புக் கொள்வது யார்? நாமா? நம்முடைய கைகள்தான் நடுங்குகின்றனவே...." என்று ஒருவர் சோவியத் கூட்டத்தில் பேசினாராம். இந்தியாவில் கூட இத்தகைய கோழை நெஞ்சினர் பலர் இருக்கிறார்கள். அவர்கள் இதே கூச்சலை அடிக்கடி கிளப்புகிறார்கள். ஆனால், காலம் வரும்போது அஞ்சா நெஞ்சினரும் வந்து சேர்ந்து விடுகிறார்கள்.

தற்காலிக அரசாங்கத்துக்கும் சோவியத்துக்கும் தகராறு வளர்ந்தது. மக்களிடம் நெருங்கிய தொடர்பு கொண்ட சோவியத்து அவர்களுடைய சமாதான விருப்பத்தையும், விவசாயிகளின் நிலக் கோரிக்கையையும், எட்டு மணி நேர வேலை உள்ளிட்ட தொழிலாளர் கோரிக்கைகளையும் நன்கு உணர்ந்திருந்தது. மக்களோ கட்சிகளையும் கட்சித் தலைவர்களையும் விட அதிகப் புரட்சித் தன்மை மிக்கவர்களாக இருந்தார்கள். ஆகவே, மக்களை அனுசரிக்காமல் சோவியத்தும், சோவியத்தை அனுசரிக்காமல் தற்காலிக அரசாங்கமும் ஒரு காரியமும் செய்ய இயலாது போயிற்று.

சோவியத்தை இன்னும் அதிகமாக அனுசரித்துத் தற்காலிக அரசாங்கத்தை அமைக்க முயற்சி செய்யப்பட்டது. கெரன்ஸ்கி தலைமையில் கூட்டு அரசாங்கம் அமைந்தது. அதில் மென்ஷ்விக்குகளின் பிரதிநிதிகள் சேர்ந்தனர். ஜெர்மனிக்கு எதிராக கெரன்ஸ்கி ஒரு தாக்குதல் நடத்தினார். ஆனால், அது தோற்றது.

இதற்கிடையில், அகில ரஷிய சோவியத் காங்கிரஸ் கூட்டங்கள் தலைநகர் பெட்ரோகிராடில் நடைபெற்றன. ஒவ்வொரு கூட்டத்திலும் போல்ஷ்விக் உறுப்பினர்கள் அதிகரித்தனர். மென்ஷ்விக் உள்ளிட்ட மற்ற புரட்சிகர கட்சிகளின் பெரும்பான்மை குறைந்தது. போல்ஷ்விக் செல்வாக்கு அதிகரித்தது. நாடு முழுவதும் சோவித்துகள் தோன்றின.

தலைநகரில் அதிகாரத்துக்கு போராட்டம் நடந்து கொண்டிருந்தது. விவசாயிகளோ எல்லாவற்றையும் பொறுமையாக பார்த்துக் கொண்டிருந்தார்கள். நிலச்சுவான்தார்கள் தங்களுடைய எஸ்டேட்டுகள் பறிமுதல் ஆகிவிடுமோ என்று பயந்தார்கள். ஆகவே, அவர்கள் தங்களுடைய எஸ்டேட்டுகளைச் சிறு சிறு பாகங்களாகப் பிரித்துத் தங்களுக்கு நம்பிக்கையானவர்கள் பேரில் எழுதி வைத்தனர். விவசாயிகளுக்கு இது சற்றும் பிடிக்கவில்லை. அவர்கள் எல்லா நில

விற்பனைகளையும் சட்டத்தின் மூலம் தடுக்கும் படி அரசாங்கத்தைக் கேட்டார்கள். அரசாங்கம் தயங்கியது. அரசாங்கம் நடவடிக்கை எடுக்காததால், விவசாயிகள் தாங்களாகவே நடவடிக்கை எடுக்கத் தொடங்கினார்கள். ஏப்ரல் மாதத்திலேயே நிலச்சுவான்தார்களைக் கைது செய்து, அவர்களுடைய எஸ்டேட்டுகளை விவசாயிகள் தங்களுக்குள் பங்குபோட்டுக் கொண்டார்கள். போர் முனையிலிருந்து திரும்பிய போர் வீரர்கள் இதில் முக்கியப் பங்கு வகித்தனர். ஜூன் மாதத்திற்குள் இது சைபீரிய 'ஸ்டெப்' புல்வெளிகளுக்கும் பரவி விட்டது. அங்கே மத அமைப்புகளுக்கும் மடங்களுக்கும் சொந்தமான நிலங்களைப் பறிமுதல் செய்தனர்.

போல்ஷிவிக் புரட்சி தோன்றுவதற்குப் பல மாதங்களுக்கு முன்பே, விவசாயிகள் தாங்களாகவே முனைந்து இவ்வாறு பெரிய ஜமீன் எஸ்டேட்டுகளை பறிமுதல் செய்துவிட்டார்கள். நிலங்களை இப்படி பங்கிட்டுக் கொள்வதை லெனின் விரும்பவில்லை. பிற்பாடு, போல்ஷிவிக்குகள் அதிகாரத்துக்கு வந்தபோது ரஷியா முழுவதும் ரயத்துவாரிப் பட்டதார்களே நிறைந்திருந்தார்கள்.

லெனின் வருகைக்குச் சரியாக ஒரு மாதத்திற்குப் பின்னர், நாடு கடத்தப்பட்டவர்களில் முக்கியமான இன்னொருவர் பெட்ரோகிராடுக்கு வந்தார். இவர்தான் டிராட்ஸ்கி. இவர் நியூயார்க்கிலிருந்து திரும்பி வரும்போது, பிரிட்டிஷாரால் தடைசெய்யப்பட்டுப் பின்னர் ரஷியாவுக்கே வந்து சேர்ந்தார். டிராட்ஸ்கி பழைய போல்ஷ்விக்குகளில் ஒருவரல்ல. இப்போது அவர் மென்ஷ்விக் கட்சியிலும் இல்லை. ஆனால், விரைவில் அவர் லெனின் பக்கம் சேர்ந்து கொண்டு பெட்ரோகிராட் சோவியத்தில் முதலிடம் வகித்தார்.

அவர் பேச்சாற்றலும் எழுத்தாற்றலும் மிக்கவர். அவரை ஒரு மின்சார 'பாட்டரி'க்கு ஒப்பிடலாம். அரை நிமிஷம் சும்மா இருக்கமாட்டார். ஒரே வேகமும் உற்சாகமும் நிறைந்தவர். லெனின் கட்சிக்கு அவர் பெரிதும் உதவியாக இருந்தார். அவர் தன்னுடைய வாழ்க்கை வரலாற்றைத் தானே எழுதியிருக்கிறார். அதற்கு 'என் சரித்திரம்' என்று பெயர்.

பெட்ரோகிராடிலும், ரஷியாவின் மற்ற நகரங்களிலும் கிராமங்களிலும் புரட்சி உற்சாகமாக அரங்கேறி வந்தது. அதன் காட்சிகள் அடிக்கடி மாறிக் கொண்டிருந்தன. புரட்சிக் குந்தை நாளொரு மேனியும், பொழுதொரு வண்ணமுமாக வளர்ந்து பெரிதாயிற்று. ஆதாயக்காரர்கள் யுத்தத்தின் பயனாக ஆதாயம் குவித்துக் கொண்டே போனார்கள்.

தொழிற்சாலைகளிலும் சோவியத்துகளிலும் போல்ஷ்விக்குகளின் செல்வாக்கும் பலமும் நாளுக்கு நாள் பெருகியது. இதைக் கண்ட கெரன்ஸ்கிக்கு ஜுரம் கண்டது. அவன் போல்ஷிவிக்குகளை அடக்க முடிவு செய்தான். முதலில் லெனினுக்கு எதிராக ஒரு பெரிய அவதூறுப் பிரசாரம் தொடங்கப்பட்டது.

லெனின் ஜெர்மனியின் கையாள் என்றும், ரஷியாவில் குழப்பம் உண்டு பண்ணுவதற்காக அவர் ஜெர்மானியரால் அனுப்பப்பட்டார் என்றும் பரப்பினார்கள். இந்தப் பிரசாரத்தின் பயனாக மத்திய வகுப்பார் லெனினை வெறுத்தனர். அவர்கள் அவரை தேசத்துரோகியாகவே கருதினார்கள். அவரைக் கைது செய்வதற்குக் கெரன்ஸ்கி ஒரு 'வாரண்டு' பிறப்பித்தான். அவர் புரட்சிக்காரரர் என்பதற்காக அந்த வாரண்டு பிறப்பிக்கப் படவில்லை. ஜெர்மனியை ஆதரிக்கும் ஒரு தேசத்துரோகி என்கிற முறையில் அவரைக் கைது செய்ய வேண்டியது அவசியம் என்று சொல்லப்பட்டது.

லெனினோ விசாரணை மன்றத்தில் ஆஜராகி அந்தக் குற்றத்தைப் பொய்யாக்க வேண்டும் என்று விரும்பினார். ஆனால், அவருடைய நண்பர்கள் அதற்கு ஒப்பவில்லை. அவர்கள் அவரைத் தலைமறை வாக இருக்கும்படி வற்புறுத்தினார்கள். டிராட்ஸ்கி கைது செய்யப்பட்டார். பின்னர் பெட்ரோகிராட் சோவியத்தின் பிடிவாதத்தின் பேரில் விடுதலை செய்யப்பட்டார். தற்காலிக அரசாங்கத்துக்கு எதிராக அடிக்கடி பெரிய ஆர்ப்பாட்டங்கள் நடந்தது.

இதற்கிடையே எதிர்ப் புரட்சி தலை தூக்கியது. கோர்னிலாவ் என்கிற பழைய தளபதி படையுடன் தலைநகரை நோக்கி வந்தான். புரட்சி, தற்காலிக அரசாங்கம் எல்லாவற்றையும் அவன் தொலைத்துவிட நினைத்தான். ஆனால், அவன் தலைநகரை நெருங்கியதும் அவனுடைய படை புரட்சியின் பக்கம் சேர்ந்து கொண்டது.

தற்காலிக அரசாங்கத்துக்கு சோவியத்து பெரிய போட்டியாக வளர்ந்து வந்தது. அது அரசாங்கத்தின் உத்தரவுகளை ரத்து செய்தும் அவற்றிற்கு நேர்மாறான உத்தரவுகளைப் பிறப்பித்தும் வந்தது. சோவியத்துக்கும், பெட்ரோகிராட் புரட்சிக்கும் 'ஸ்மால்னி கழகம்' தலைமைச் செயலகமாக விளங்கியது. இதற்கு முன்னர் ஸ்மால்னி கழகம் என்பது பிரபு குலப் பெண்களின் தனிப் பள்ளிக் கூடமாக இருந்தது.

லெனின் பெட்ரோகிராடின் நகர்ப்புறத்துக்கு வந்து சேர்ந்தார். தற்காலிக அரசாங்கத்திடம் இருந்து அரசைக் கைப்பற்றுவதற்கு உரிய

காலம் வந்து விட்டதாகப் போல்ஷிவிக்குகள் தீர்மானித்தார்கள். புரட்சிக்குரிய எல்லா ஏற்பாடுகளும் டிராட்ஸ்கியின் வசம் ஒப்புவிக்கப்பட்டன. என்னென்ன முக்கியமான இடங்களை எந்தச் சமயத்தில் பிடிக்க வேண்டும் என்ற விஷயம் முன்கூட்டியே வகுக்கப்பட்டன.

புரட்சி செய்வதற்கு நவம்பர் 7 ஆம் நாள் குறிக்கப்பட்டது. அன்றைய தினம் அகில ரஷிய சோவியத்துகளின் காங்கிரஸ் நடைபெறுவதாக இருந்தது. லெனின்தான் அந்த நாளைக் குறித்தவர். அதற்கு அவர் கூறிய காரணம் மிகவும் சுவாரஸ்யமானது. "புரட்சிக்கு ஒரு அகில ரஷிய அடிப்படை அவசியம். நவம்பர் 6 ஆம் தேதியே காங்கிரசுக்கு வரவேண்டிய எல்லாப் பிரதிநிதிகளும் வந்து சேர்வது சாத்தியமில்லை. ஆகவே, 6 ஆம் நாள் புரட்சியைத் தொடங்குவது உரிய காலத்துக்கு முன் தொடங்கப்பட்ட செயலாய் முடியும். நவம்பர் 8ல் ஆரம்பிப்போம் என்றால் அது காலம் கடந்த செயலாய் முடியும். அதற்குள் காங்கிரஸ் கூடிவிடும். காங்கிரசைப் போன்ற ஒரு பெரிய சபை துணிந்து உடனே, காரியத்தில் இறங்குவது கஷ்டம். ஆகவே, நாம் காங்கிரஸ் கூடுகின்ற 7 ஆம் நாள் அன்றே புரட்சியைத் தொடங்க வேண்டும். காங்கிரஸ் கூடும்போது, 'இதோ அரசாங்க அதிகாரம். இதைப் பயன்படுத்த வேண்டிய பொறுப்பு உங்களுடையது' என்று சொல்லக்கூடிய நிலைமையில் நாம் இருக்க வேண்டும்" என்று புரட்சிகளின் வெற்றி அற்ப விஷயங்களையே பெரிதும் பொருத்திருக்கிறது என்பதை நன்குணர்ந்த புரட்சி மேதையாகிய லெனின் பேசியதாகச் சொல்லப்படுகிறது.

நவம்பர் 7 ஆம் நாள் பொழுது விடிந்தது. சோவியத்து ராணுவவீரர்கள் முன்னேற்பாட்டின்படிச் சென்று அரசாங்கக் கட்டடங்களைப் பிடித்துக் கொண்டார்கள். தந்தி நிலையம், டெலிபோன் நிலையம், அரசாங்க வங்கி போன்ற முக்கியமான இடங்களை அவர்கள் முதலில் வசப்படுத்தினார்கள். இவையன்றோ ஒரு நாட்டின் உயிர்நாடிகள்! சோவியத்துப் படைகளை ஒருவரும் எதிர்க்கவில்லை. "புரட்சிக்காரர்களுக்கு முன்னால் தற்காலிக அரசாங்கம் சூரியனைக் கண்ட பனிபோலாயிற்று" என்று ஒரு பிரிட்டிஷ் ஏஜெண்டு இங்கிலாந்துக்கு தான் அனுப்பிய அறிக்கையில் கூறியுள்ளார்.

புதிய அரசாங்கத்துக்கு லெனின் தலைவரானார். டிராட்ஸ்கி வெளிநாட்டு மந்திரி ஆனார். அடுத்த நாள், நவம்பர் 8ல் லெனின் ஸ்மால்னி கழகத்தில் நடந்து கொண்டிருந்த சோவியத்துக் காங்கிரசுக்கு வந்தார். அப்போது மாலை நேரம். காங்கிரஸ் தன்னுடைய தலைவரை

பிரபஞ்சமே அதிரும்படியான ஆரவாரம் செய்து வரவேற்றது. அந்தச் சமயம் உடனிருந்த அமெரிக்கப் பத்திரிகை நிருபர் ரீட் என்பவர் மேடைக்கு நடந்து சென்ற மகாத்மா லெனின் எவ்வாறு காட்சி அளித்தார் என்பதைக் கூறுகிறார் கேள்...

"கட்டைக் குட்டையான உடல். குறுகிய கழுத்து, பெரிய தலை, சிறிய கண்கள், சப்பை மூக்கு, அகன்ற பெரிய வாய், தடித்த மோவாய்க் கட்டை, இப்போது முகத்தை நன்றாய்ச் சவரம் செய்து கொண்டிருக்கிறார். அந்தச் சமயத்துக்கு முன்பும் அதற்குப் பின்பும் பிரசித்தமான அவருடைய தாடி மயிர் அப்போதே அதில் சிலிர்க்க ஆரம்பித்துவிட்டது. பொருத்தமில்லாத உடை அணிந்திருக்கிறார். இடுப்பில் பேண்ட் அளவுக்கு மேல் நீண்டிருக்கிறது.

உருவத்தைப் பார்த்தால் இவரையா மக்கள் தெய்வம் போல் கொண்டாடுகிறார்கள் என்று தோன்றும். அதிசயமான ஒரு மக்கள் தலைவர். வெறும் அறிவு பலத்தாலேயே தலைவராக இருப்பவர். அவருடைய பேச்சு அலங்காரமாக இருக்காது. அதில் நகைச்சுவை தோன்றாது. பேசும்போது விசித்திரமான அசைவுகள் ஏதும் செய்யமாட்டார். ஆனால், விஷயங்களை விருப்பு வெறுப்பு இல்லாமல் ஆராய்வார். கொள்கையில் ஒன்றையும் விட்டுக் கொடுக்க மாட்டார். கஷ்டமான பொருள்களையும் எளிய சொற்களால் விளங்க வைக்கும் ஆற்றல் உடையவர். உருவான ஒரு நிலைமையைப் பிட்டுப் பிட்டு எடுத்துச் சொல்லக் கூடியவர். விவரிக்க முடியாத அறிவு நுட்பத்தோடு ஒப்பற்ற அறிவுத் துணிவும் படைத்தவர்".

அந்த ஆண்டிலேயே, அதாவது **1917**ல் நடந்த இரண்டாவது புரட்சி வெற்றி பெற்று விட்டது. இதுவரையில் அது அமைதியாகவே இருந்தது. அதிக ரத்தம் சிந்தாமலேயே அரசு மாற்றம் நிகழ்ந்தது. மார்ச் புரட்சியில் போரும் கொலையும் இதைவிட அதிகமாக இருந்தன. மார்ச்சுப் புரட்சி எந்த ஏற்பாடும் இன்றித் தானாகவே தோன்றியது. நவம்பர் புரட்சி அப்படியல்ல. முன் கூட்டியே மிக எச்சரிக்கையாக வகுக்கப்பட்ட திட்டத்தின்படி நடந்தது. வரலாற்றிலேயே முதல் தடவையாக மிகவும் ஏழ்மையான வகுப்பாரின் பிரதிநிதிகள், சிறப்பாகத் தொழிலாளரின் பிரதிநிதிகள், ஒரு தேசத்தின் ஆட்சியைக் கைப்பற்றிக் கொண்டார்கள். ஆனால், அவர்கள் அவ்வளவு எளிதாக அதை அடைவதற்கு மற்றவர்கள் விடுவார்களா? அவர்களைச் சுற்றிலும் கடும் புயல் குமுறிக் கொண்டிருந்தது, பிறகு, அவர்கள் மீது அது வேகமாக சுழன்று வீசத் தொடங்கியது.

லெனினும் அவருடைய புதிய அரசாங்கமும், எதிர்கொண்ட நிலைமை சிக்கலாக இருந்தது. உலக யுத்தத்தில் ரஷியா ராணுவம் தோற்றுவிட்டது. அதற்குப் போரிட சக்தியில்லை. அந்த நிலையிலும் ஜெர்மனியுடன் யுத்தம் நடந்து வந்தது. நாடெங்கும் ஒரே குழப்பம். போர் வீரர் கூட்டங்களும் திருடர் கூட்டங்களும் நாடெங்கும் தொல்லை கொடுத்தன. நாட்டின் பொருளாதார நிலை குலைந்து விட்டது. மக்களுக்குப் போதிய உணவு இல்லை. பசியால் வாடினார்கள். புரட்சியை ஒழிப்பதற்கு பழமைவாதிகள் வழி பார்த்துக் கொண்டிருந்தார்கள். பழைய அரசாங்க ஊழியர்கள் பெரும்பாலோர் புதிய அரசாங்கத்துடன் ஒத்துழைக்க மறுத்தார்கள். வங்கி முதலாளிகள் பணம் கொடுக்க மாட்டோம் என்றார்கள். தந்தி நிலையத்தார் கூடத் தந்திகளை அனுப்ப மறுத்தார்கள். கலங்காத நெஞ்சத்தையும் கலங்க வைக்கக் கூடிய நிலைமை தான்!.

லெனினும், அவருடைய தோழர்களும் செயலில் இறங்கினார்கள். அவர்கள் ஜெர்மனியுடன் சமாதானம் செய்து கொள்வதற்காக யுத்தத்தை நிறுத்த ஏற்பாடு செய்தனர். இரு நாட்டுப் பிரதிநி-திகளும் பிரெஸ்ட்-லிடாப்ஸ்க் என்ற இடத்தில் சந்தித்தார்கள். போல்ஷிவிக்குகள் சண்டை போட மாட்டார்கள் என்ற உண்மையை ஜெர்மானியர் நன்றாக அறிந்திருந்தார்கள். ஆகவே, இழிவான நிபந்தனைகளை விதித்தனர். இதைக்கண்டு போல்ஷ்விக்குகள் திகைத்தனர். பலர் இணங்க விரும்பவில்லை. ஆனால், தலையை அடமானம் வைத்தாலும் சமாதானம் அவசியம் என்று லெனின் கூறினார். அந்தச் சமயத்தில் நடந்ததாக ஒரு கதை சொல்வதுண்டு. சமாதானம் பேசச் சென்றிருந்த ரஷியப் பிரதிநிதிகளில் டிராட்-ஸ்கியும் ஒருவர். ஜெர்மானியர் அவரை 'மாலை உடை' அணிந்து ஒரு விருந்துக்கு வரும்படி அழைத்தார்கள். மாலை உடை அணிவது 'பூர்ஷுவா' வழக்கமாயிற்றே! ஒரு தொழிலாளர் பிரதிநிதி அத்தகைய ஒரு உடையை அணியலாமா? இந்த இக்கட்டான நிலையில் என்ன செய்வதென்று டிராட்ஸ்கிக்குப் புரியவில்லை. உடனே ஆலோசனை கூறும்படி அவர் லெனினுக்கு ஒரு தந்தி கொடுத்தார். லெனின் பின்வருமாறு பதில் தந்தி கொடுத்தாராம்... "சமாதானம் ஏற்படுவதற்குப் பாவாடை அணிந்து செல்வது உதவியாக இருக்குமாயின் அவ்வாறே செய்க."

சோவியத்து சமாதான நிபந்தனைகளை விவாதித்துக் கொண்டிருக்கும் போதே ஜெர்மானியர் பெட்ரோகிராடை நோக்கி முன்னேறத் தொடங்கினார்கள். இப்போது அவர்களுடைய சமாதான

நிபந்தனைகள் இன்னும் கடுமையாகின. இறுதியில், லெனின் கூறிய ஆலோசனையைச் சோவியத்து ஒப்புக் கொண்டது. அவர்கள் 1918 மார்ச்சில், பிரெஸ்ட் லிடாப்ஸ்கில், சமாதான உடன்படிக்கையில் கையெழுத்திட்டார்கள். வேறு வழியின்றி வேண்டா வெறுப்பாக அவர்கள் அதற்கு உடன்பட வேண்டியதாயிற்று. அந்த உடன்படிக்கை-யின்படி மேற்கில் ஒரு பெரிய பிரதேசத்தை ஜெர்மனி ரஷியாவிடம் இருந்து எடுத்துக்கொண்டது. ஆனால், லெனின் கூறியபடி, "ரஷிய ராணுவம் சமாதானத்திற்காகக் கையை மட்டுமின்றிக் காலைக் தூக்கியும் வோட்டுச் செய்ததல்லவா?" ஆகவே, எவ்விதத் தியாகத்துக்கும் உட்பட்டுச் சமாதானத்தைப் பெறவேண்டியதாயிற்று.

முதலில் சோவியத்து அரசாங்கத்தார் உலக யுத்தத்தில் ஈடுபட்டிருந்த எல்லா நாடுகளிடமும் சமாதானத்தை ஏற்படுத்த முயற்சித்தார்கள். அவர்கள் அரசைக் கைப்பற்றிய மறுநாளே அகில உலகுடனும் தாங்கள் சமாதானமாகவாழவிரும்புவதாகஅறிவித்தார்கள். கான்ஸ்டாண்டிநோபிள் துருக்கியிடமே இருக்க வேண்டியதுதான் என்றும், வேறு எந்தப் பிரதேசத்தையும் ரஷியாவில் சேர்த்துக் கொள்ளும் ஆசை தங்களுக்குக் கிடையாது என்றும் அவர்கள் அறிவித்தார்கள். ஆனால், ஒருவரும் சோவியத்தின் பேச்சுக்குச் செவி சாய்க்கவில்லை. சோவியத்தின் இந்தச் சமாதான அறிவிப்பு ஓரளவு பிரசார நோக்கம் கொண்டது என்பதில் சந்தேகமில்லை. அவர்கள் போரினால் களைத்திருக்கும் பிற நாட்டுப் போர்வீரர், மக்கள் ஆங்காங்கே சமூகப் புரட்சிகளைக் கிளப்புவார்கள் என்று அவர்கள் எதிர்பார்த்தார்கள். ஏனெனில், அவர்கள் உலகப்புரட்சி நாட்டம் உடையவர்களாக இருந்தார்கள். உலகம் முழுவதும் புரட்சி ஏற்பட்டாலொழியத் தங்களுடைய புரட்சியைக் காப்பாற்றுவது அரிது என்று அவர்கள் நினைத்தார்கள். சோவியத்தின் பிரசாரம் பிரெஞ்சு, ஜெர்மன் ராணுவத்தில் பெரிய பலனை அளித்தது என்று முன்பே கூறியுள்ளேன்.

பிரெஸ்ட்-லிடாப்ஸ்கில் ஜெர்மனியுடன் செய்துகொண்ட சமாதானத்தை லெனின் ஒரு தற்காலிக விவகாரமாகவே கருதினார். அது அதிகக் காலம் நீடிக்காதென்று அவருக்குத் தெரியும். அவர் எதிர்பார்த்த படியே நடந்தது. ஒன்பது மாதங்களுக்குப் பின்னர் நேச நாடுகள் மேற்கு முனையில் ஜெர்மனியைத் தோற்கடித்தார்கள். உடனே, சோவியத்தும் பிரெஸ்ட் - லிடாப்ஸ்க் உடன்படிக்கையை ரத்து செய்துவிட்டது. முதலில் லெனின் அந்த உடன்படிக்கைக்கு ஒப்புக்கொண்ட காரணம் இதுதான்.

தொழிலாளரும் போர்முனைக்குச் சென்ற விவசாயிகளும் தங்களுடைய வீடுகளுக்குத் திரும்ப வேண்டும். புரட்சியினால் விளைந்திருக்கும் நன்மைகளை அவர்கள் பார்க்க வேண்டும். அதற்கு வேண்டிய அவகாசத்தை அவர்களுக்கு அளிக்க வேண்டும். நிலச்சுவான்தார்கள் போய்விட்டதையும், நிலம் இப்போது தங்களுக்கே சொந்தம் என்பதை, விவசாயிகள் தெரிந்து கொள்ள வேண்டும். அவ்வாறே, தொழிலாளரும் முதலாளிகள் ஒழிந்துவிட்டார்கள் என்பதை உணரவேண்டும். அப்பொழுதுதான் புரட்சியினால் விளைந் துள்ள நன்மைகள் அவர்களுக்குப் புலனாகும். அத்துடன் அவற்றைத் தொலைத்துவிடாமல் பாதுகாக்க வேண்டும் என்ற அக்கறையும் உண்டாகும்.

தங்களுடைய உண்மையான எதிரிகள் யார் என்பதையும் அவர்கள் தெரிந்து கொள்வார்கள். சமாதானம் செய்து கொள்வதால் லெனின் அடைய விரும்பிய பலன்கள் இவைதான். உள்நாட்டுப் போர் விரைவில் வரும் என்பதை அவர் உணர்ந்திருந்தார். அதைச் சமாளிக்க ஆயத்தம் செய்ய வேண்டும் என்று விரும்பினார். போர் முனை-யிலிருந்து திரும்பிய விவசாயிகளும், தொழிலாளர்களும், தொழிற் சாலைகளும் நிலங்களும் தங்களுக்கே சொந்தம் என்பதைக் கண்டார் கள். பொதுவுடமைவாதிகளோ, போல்ஷ்விக்கோ அல்ல. ஆனால், புரட்சியை ஆதரிப்பதில் அவர்களே முதன்மையாய் நின்றார்கள்.

போல்ஷிவிக் தலைவர்கள் ஜெர்மனியுடன் சமாதானத்துக்கு முயன்ற போது, உள்நாட்டில் பழைய ராணுவ ஊழியர்களும், ஆயுதங்களைக் கொண்ட அராஜகவாதிகளும் நாட்டை சூறையாடிக் கொண்டிருந்தனர். அவர்கள் சோவியத் அரசாங்கத்தை ஏற்கவில்லை. இந்தக் கொள்ளைக் கூட்டத்தாரை சோவியத் அதிகாரிகள் கடுமையாக தண்டித்து வந்தனர்.

சோவியத்து ஆட்சிக்கு 'சிவில்' அதிகாரிகளால் மிகப்பெரிய ஆபத்து ஏற்பட்டது. அவர்களில் பலர் போல்ஷிவிக்குகளின் கீழ் வேலை செய்யவோ அவர்களுடன் ஒத்துழைக்கவோ மறுத்துவிட்டார்கள். 'உழைக்க மறுப்பவனுக்கு உணவும் மறுக்கப்படும்' என்ற கொள்கையை லெனின் விதித்தார். ஒத்துழைக்க மறுத்த 'சிவில்' அதிகாரிகள் உடனே வேலையிலிருந்து நீக்கப்பட்டார்கள். வங்கி முதலாளிகள் தங்களுடைய கருவூலக் கதவுகளைத் திறக்க மறுத்தார்கள். அவை வெடி வைத்துத் திறக்கப்பட்டன. புதிய அரசுக்கு பணிய மறுத்தவர்களை லெனின் எப்படிக் கையாண்டார் என்பதற்கு ஒரே உதாரணம் போதும். நாட்டின்

தலைமைத் தளபதியாக இருந்தவர் அரசின் உத்தரவுகளுக்கு பணிய மறுத்தார். உடனே அவரை நீக்கிவிட்டு, அடுத்த ஐந்தே நிமிடங்களில் கிரிலென்கோ என்ற இளைஞரை தலைமைத் தளபதியாக நியமித்தார்.

இந்த மாறுதல்களுக்கு பிறகும் ரஷியா பழைய கட்டுக்கோப்பிலேயே இருந்தது. ஒரு பெரிய நாட்டை திடீரென்று புதிய அமைப்புக்கு மாற்றுவது எளிதான காரணம் இல்லை. முன்பு, விவசாயிகள் கைப்பற்றிய நிலம், தொழிலாளர்கள் கைப்பற்றிய தொழிற்சாலைகள் எல்லாவற்றையும் உரிமையாளர்களுக்கே திருப்பிக் கொடுக்க முடியாது. ஆகவே, அவற்றை அரசாங்கமே எடுத்துக் கொண்டது. அதாவது, தொழிற்சாலை, நிலம் ஆகியவற்றை அரசாங்கத்துக்குச் சொந்தமாக்கும் நடவடிக்கை வேகமாகவே நடைபெற்றது.

சோவியத்து ஆட்சியின் முதல் ஒன்பது மாத காலத்தில் ரஷியாவில் பொதுவாக வாழ்க்கை மாறுதல் அடைந்துவிடவில்லை. போல்ஷிவிக்குகள் தங்களை பிறர் குற்றம் கூறுவதை பொறுத்துக் கொண்டுதான் இருந்தார்கள். போல்ஷ்விக்குகளுக்கு எதிரான பத்திரிகைகளும் வந்துகொண்டிருந்தன. அந்நிய ஆட்சியில் முதலாளிகளுக்கு இருந்த அச்சத்தைக் காட்டிலும் சமூகப்புரட்சியில் அவர்களுக்கு இருந்த வெறுப்பு மிகமிக அதிகமாக இருந்தது. வர்க்கங்களைப் பொறுத்த விவகாரங்களில், எல்லாக் காலங்களிலும் எல்லா இடங்களிலும் பெரும்பாலும் இதையே காண்கிறோம்.

ஆக, வாழ்க்கை ஏறக்குறைய முன்போலவே இருந்தது. இந்தக் கட்டத்தில் போல்ஷ்விக் பீதி என்பது நிச்சயமாக இல்லை. மாஸ்கோ நடனக் கூடத்தில் நாள் தவறினாலும் ஆட்டமும் பாட்டமும் தவறவில்லை. பெட்ரோகிராடுக்கு ஜெர்மானியரால் ஆபத்து ஏற்படும் போலிருந்த காலத்தில் சோவியத்து அரசாங்கம் மாஸ்கோவுக்கு மாறியது. அதிலிருந்து மாஸ்கோவே அதன் தலைநகரமானது. நேச நாட்டுத் தூதர்கள் இன்னும் ரஷியாவிலேயே இருந்தார்கள். அவர்கள் ஜெர்மானியருக்குப் பயந்து பெட்ரோகிராடில் இருந்து ஓடிப்போய் வோலக்தா என்ற ஒதுக்குப்புறமான ஒரு ஊரில் பத்திரமாக இருந்தனர்.

அங்கே அவர்கள் பலவிதமான வதந்திகளைக் கேட்டு நடுங்கியவர்களாய்க் காலத்தைக் கழித்தனர். அந்த வதந்திகள் உண்மைதானா என்று அடிக்கடி டிராட்ஸ்கியைக் கவலையுடன் விசாரிப்பார்கள். அவர்களுக்கு பதில் சொல்லிச் சொல்லி டிராட்ஸ்கிக்கு அலுத்துவிட்டது. கடைசியில், அவர் அவர்களுடைய அச்சத்தைத்

தணிப்பதற்கு மயக்க மருந்து ஒன்று எழுதிக் கொடுப்பதாகச் சொன்னாராம்!

மேற்பார்வைக்கு வாழ்க்கை வித்தியாசமின்றி நடைபெறுவதாகவே தோன்றியது. ஆனால், அந்த அமைதிக்குக் கீழே பல சக்திகளும் எதிர்ச்சக்திகளும் வேலை செய்து வந்தன. போல்ஷிவிக்குகள் அதிக காலம் நிலைக்க மாட்டார்கள் என்று எல்லோரும் நினைத்தார்கள். அவர்களே அப்படித்தான் நினைத்தார்கள். நாலு பக்கத்திலும் அவர்களுக்கு எதிராகச் சூழ்ச்சிகள் நடந்தன. தென் ரஷியாவிலுள்ள உக்ரேனில் ஜெர்மானியர் ஒரு பொம்மை அரசாங்கத்தைச் உருவாக்கி நடத்தி வந்தார்கள். சமாதானம் ஏற்பட்ட பிறகும் அவர்கள் சோவியத்தை அச்சுறுத்தும் காரியம் செய்வது தெரிந்தது.

நேச நாடுகள் ஜெர்மானியரைவிடப் போல்ஷிவிக்குகளையே அதிகமாக வெறுத்தார்கள். 1918ஆம் ஆண்டு தொடக்கத்தில் அமெரிக்க ஜனாதிபதி வில்சன் சோவியத்து காங்கிரசுக்கு அன்பான வாழ்த்துச் செய்தி அனுப்பினார். ஆனால், பிறகு அவர் தன்னுடைய கருத்தை மாற்றிக் கொண்டு தன்னுடைய செயலுக்கு வருந்தியதாகத் தெரிகிறது. ஆகவே, நேச நாடுகள் ரஷியாவில் எதிர்ப்புரட்சி வேலைகளுக்கு கள்ளத்தனமாக ஆதரவு கொடுத்து வந்தனர். மாஸ்கோவில் அயல்நாட்டு ஒற்றர்கள் மொய்த்தனர். பிரிட்டிஷ் ஒற்றர்களிலே தலைசிறந்த ஏஜெண்டு சோவியத்து அரசாங்கத்துக்கு தொல்லை விளைவிக்க மாஸ்கோவுக்கு அனுப்பப்பட்டான். சொத்து சுதந்திரங்களை இழந்து நின்ற ருஷியப் பிரபுக்களும் 'பூர்ஷுவா'க்களும் நேச நாட்டினரிடம் இருந்து பெற்ற பணத்தின் உதவியால் ஓயாது எதிர்ப் புரட்சியைத் தூண்டிக் கொண்டே இருந்தார்கள்.

1918 ஆம் ஆண்டு மத்தியில் இருந்த நிலைமை இதுவாகும். சோவியத்தின் உயிர், 'இப்பவோ, பிறகோ, இன்னும் சற்று நேரத்திலோ' என்ற கணக்கில் ஊசலாடிக் கொண்டிருந்தது.

புரட்சியாளர்களால் கொல்லப்பட்ட ஜார் குடும்பத்தினர்

152. முழு வெற்றி பெற்ற சோவியத்

ஏப்ரல் 11, 1933

1918 ஆம் ஆண்டு ஜூலை மாதம் ரஷியாவில் அதிர வைக்கும் சம்பவங்கள் நிகழ்கின்றன. போல்ஷிவிக்குகளை வீழ்த்துவதற்கு எதிரிகள் கொஞ்சம் கொஞ்சமாக பள்ளம் பறித்தார்கள்.

தெற்கில் உக்ரேனில் இருந்து ஜெர்மானியர் அச்சுறுத்தினர். யுத்தத்தில் பிடிபட்ட செக்கோஸ்லோவாக்யக் கைதிகளை மாஸ்கோ மீது படையெடுக்கும்படி நேச நாடுகள் ஏவிக் கொண்டிருந்தார்கள். பிரான்சில் மேற்கு முனை நெடுகிலும், நேச நாடுகளும் ஜெர்மனியும் யுத்தம் செய்து கொண்டுதான் இருந்தார்கள்.

ஆனால், இரண்டு தரப்பினரும் ரஷியாவில் மட்டும் போல்ஷ்விக்குகளை துடைத்தெறியும் நோக்கத்தில் தனித்தனியாக ஈடுபட்டிருந்தார்கள். தொழிலாளி வர்க்கம் ஆட்சியைப் பிடிப்பது, பொதுவுடமைக் கொள்கை வெற்றி பெறுவது முதலாளிகளுக்கு பிடிக்கவில்லை. சோவியத்தில் குழப்பம் ஏற்படுத்த அந்த நாடுகள் பண உதவியும் ஆயுத உதவியும் அளித்தன. ஜார் காலத்துத் தளபதிகள் சோவியத்தை எதிர்த்துப் போர் தொடங்கினார்கள்.

ஜாரும் அவருடைய குடும்பத்தாரும் கிழக்கு ரஷியாவில் யூரல் மலைகளுக்கு அருகில் காவலில் வைக்கப்பட்டனர். அவர்களுடைய

காவல் பொறுப்பை உள்ளூர் சோவியத்து ஏற்றுக் கொண்டிருந்தது. ஜாரை விடுவிக்க, செக்கோஸ்லோவாக்கிய படைகள் முன்னேறின. அவர்கள் ஜாரை விடுவித்துவிட்டால் எதிர்ப்புரட்சிக்கு அவரை மையமாக ஆக்குவார்கள் என்று உள்ளூர் சோவியத் நினைத்தது. எனவே, ஜாரையும் அவர் குடும்பத்தையும் சிரச்சேதம் செய்துவிட்டது. மத்திய கமிட்டிக்கு தகவல் இல்லாமலேயே இது நடந்துவிட்டது.

சர்வதேசக் கொள்கையையும், மனுஷத் தன்மையையும் முன்னிட்டு ஜாரையும் அவருடைய குடும்பத்தாரையும் கொல்லக் கூடாது என்பது லெனினுடைய கருத்தாக இருந்தது. ஆனால், காரியம் கையை விட்டு மீறியபிறகு, சோவியத் மத்திய அரசாங்கம் நடந்தது நியாயமென்றே சாதித்தது. ஏற்கெனவே நிலை கலங்கியிருந்த நேச நாட்டு அரசாங்கங்கள் இதைக் கண்டு இன்னும் அதிகமாகக் கலங்கின. எனவே, அவர்கள் மேற்கொண்டு சோவியத்தை எதிர்த்து கொடூரமான தாக்குதலில் இறங்க இதுவே காரணமாக இருக்கலாம்.

ஆகஸ்டு மாதத்தில் லெனினைக் கொலை செய்ய முயற்சி மேற்கொள்ளப்பட்டது. வடக்கு ரஷியாவில் ஆர்க் ஏஞ்சல் என்ற இடத்தில் நேசப்படை ஒன்று கரை இறங்கியது. இந்த இரண்டு நிகழ்வுகளும் தலைநகர் மாஸ்கோவில் பெரும் பரபரப்பை உருவாக்கியது. சோவியத்துக்கு முடிவு காலம் நெருங்கிவிட்டது என்றே தோற்றம் உருவானது. மாஸ்கோ நகரம் நான்கு புறமும் எதிரிகளால் சூழப்பட்டது. போல்ஷ்விக்குகளிடம் ராணுவம் என்று ஒன்று இல்லை. பிரெஸ்ட் - லிடாப்ஸ்க் உடன்படிக்கை கையெழுத்தாகி 5 மாதங்கள் மட்டுமே ஆகியிருந்தன. பழைய ராணுவத்தில் பெரும்பகுதி விவசாயத்துக்கு போய்விட்டது. மாஸ்கோவிலேயே சதிகாரர்களுக்கு குறைவில்லை. சோவியத்துகள் விரைவில் வீழ்வார்கள் என்று முதலாளிகள் கூத்தாடினர்.

ஒன்பது திங்களே நிரம்பிய சோவியத்துக் குடியரசு என்னும் குழவியை இத்தகைய பாலாரிஷ்டம் பீடித்திருந்தது. போல்ஷிவிக்கரை அச்சமும் நிராசையும் வந்து பற்றிக் கொண்டன. எப்படியும் அவர்கள் சாவது சரதம் என்று ஏற்பட்டுவிட்டது. ஆகவே, அவர்கள் போரிட்டுக் கொண்டே சாக நிச்சயித்தார்கள். ஒன்றேகால் நூற்றாண்டுக்கு முன் பாலப் பிராயத்திலிருந்த பிரெஞ்சுக் குடியரசு செய்ததையே அவர்களும் செய்தார்கள். நாற்புறமும் போக வழியின்றி வளைத்துக் கொள்ளப்பட்ட காட்டு விலங்கானது உயிரை வெறுத்துப் பாய்வது போல அவர்கள் தங்களுடைய பகைவர்கள் மீது பாய்ந்தார்கள். தேசம்

லெனினைச் சுட்டுக்கொல்ல முயற்சி நடந்தது

முழுவதும் ராணுவச் சட்ட அமலின் கீழ் கொண்டுவரப்பட்டது. செப்டம்பர் மாத ஆரம்பத்தில் சோவியத்து மத்தியக் கமிட்டி, "துரோகிகளுக்குச் சாவு; நாட்டின் மீது படையெடுத்து வரும் அந்நியருடன் இரக்கமற்ற கடும் போர் என்கிற வாக்கியங்களில் 'செந்நிற பீதி' (Red Terror)யை அறிவித்தது. இப்போது அவர்கள் வெளி உலகத்தையும், உள் நாட்டுப் பிற்போக்காளரையும் ஒருங்கே எதிர்த்துப் போராட வேண்டியதா யிற்று. ஆகவே, அவர்கள் உட்பகை புறப்பகை இரண்டையும், வருவது வரட்டும் என்று ஒரு கை பார்க்கத் துணிந்தார்கள். இது "மறப் பொது உடைமை" (Militant Communism) யின் காலம் என்று சொல்லப்படுகிறது. அதாவது, பொது உடைமை இப்போது மறத்தன்மையை மேற்கொள்ளத் தொடங்கியது. தேசம் முழுவதும் முற்றுகையிடப்பட்ட ஒரு கோட்டையின் நிலைமைக்கு மாற்றப்பட்டது. செஞ்சேனையைத் திரட்டி உருவாக்குவதற்கு எல்லா முயற்சிகளும் செய்யப்பட்டன. அந்த வேலை டிராட்ஸ்கி வசம் ஒப்புவிக்கப்பட்டது.

1918 செப்டம்பர், அக்டோபர் மாதங்களில் ரஷியா மேற்கூறியபடி மாறுதலடைந்து வந்தது, அதே சமயம் மேற்கு முனையில் ஜெர்மன் யுத்த தந்திரம் நொறுங்க ஆரம்பித்தது. யுத்த நிறுத்தத்தைப் பற்றிய வதந்தியும் எழுந்தது. 1918 ஆம் ஆண்டு நவம்பர் 11ஆம் தேதி நேச அணியும் ஜெர்மன் அணியும் சமாதானம் செய்து கொண்டன. யுத்த நிறுத்த உடன்படிக்கை கையெழுத்தானது. ஆனால், ரஷியாவிலோ

1919 ஆம் ஆண்டு முழுவதும், 1920 ஆம் ஆண்டு முழுவதும் உள்நாட்டுப் போர் உக்கிரமாக நடந்தது.

சோவியத்து தனித்து நின்றே பல பகைவர்களை எதிர்த்துப் போரிட்டது. ஒரு சமயம் எதிரிகள் பதினேழு போர் முனைகளில் செஞ்சேனையைத் தாக்கினார்கள். இங்கிலாந்து, அமெரிக்கா, பிரான்சு, ஜப்பான், இதாலி, செர்பியா, செக்கோஸ்லொவாகியா, ருமேனியா, பால்டிக் நாடுகள், போலந்து, எதிர்ப் புரட்சியினரான பல ரஷ்ய தளபதிகள் எல்லோரும் சேர்ந்து சோவியத்தை எதிர்த்தார்கள். கிழக்கு சைபீரியாவிலிருந்து பால்டிக் வரையிலும், பால்டிக்கிலிருந்து கிரிமியா வரையிலும் போர் நடந்தது.

பலமுறை சோவியத்தின் வாழ்வு அஸ்தமித்து விட்டதென்றே தோன்றியது. மாஸ்கோவுக்கே அபாயம் நேரும்போல் இருந்தது. பெட்ரோகிராட் விழுந்துவிடுகிற நிலைமைக்கு வந்துவிட்டது. ஆனால் ஒவ்வொரு நெருக்கடியிலும் சோவியத் வெற்றி பெற்றே வந்தது. ஒவ்வொரு வெற்றியும் அதன் பலத்தையும் தன்னம்பிக்கையையும் வளர்த்து வந்தது.

எதிர்ப்புரட்சித் தலைவர்களில் கடற்படைத் தலைவனான கோல்சாக் என்பவன், தன்னை ரஷியாவின் அரசன் என்று அழைத்துக் கொண்டான். நேச அணியினரும் அவனை அவ்வாறே ஏற்று, அவனுக்குப் பேருதவி செய்தார்கள்.

நேச நாடுகள் ரஷியாவையும் கடல் முற்றுகையிட்டார்கள். 1919 ஆம் ஆண்டு முழுவதும் ரஷியா வெளி நாடுகளில் இருந்து ஒன்றை வாங்கவோ அல்லது விற்கோ முடியவில்லை. அந்த அளவுக்கு கடல் முற்றுகை கடுமையாக இருந்தது.

சோவியத் ரஷியாவுக்கு வந்த துன்பங்களோ மலை போன்றவை. வாய்த்த பகைவர்களோ கடல் போன்றவர்கள். ஆனால், அது எல்லாவற்றையும் கடந்து தலைநிமிர்ந்து நின்றது. சோவியத் ரஷியா இதை எவ்வாறு சாதித்தது? நேச வல்லரசுகள் சோவியத் ரஷியாவை நசுக்க வேண்டுமென்று ஒற்றுமையாக முனைந்திருந்தால் நடந்திருக்கும். ஆனால், உலகம் முழுவதும் தொழிலாளர்கள் மத்தியில் புதிய ரஷியாவின் மீது அனுதாபம் நிறைந்திருந்தது. சோவியத் ரஷியாவின் மீது வெளிப்படையாகப் போர் தொடுத்தால் உள் நாட்டில் தொழிலாளர் தொந்தரவு ஏற்படும் என்று நேச அரசாங்கங்கள் அஞ்சின. எனவே, அவர்கள் முடிந்தவரை பிறரைக் கிளப்பிவிட்டும்,

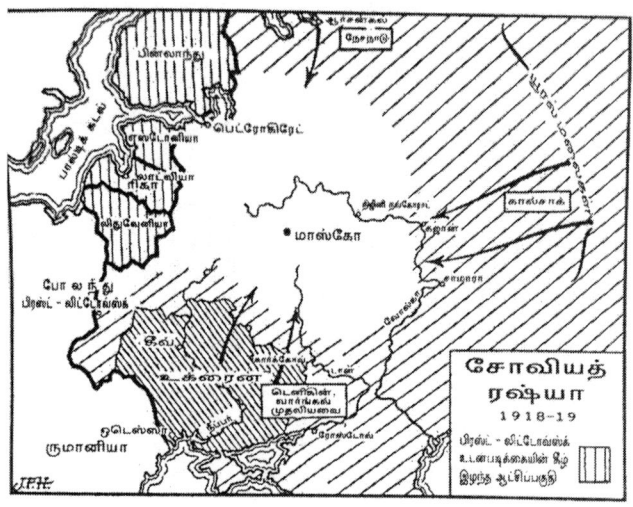

அவர்களுக்கு ஆயுதம், பணம் கொடுத்து, மறைமுகமாகச் சோவியத்தை ஒழிக்கப் பார்த்தார்கள். சோவியத்து நீடித்து நிற்காது என்று அவர்கள் நிச்சயமாக நம்பினார்கள்.

இவையெல்லாம் சோவியத்துக்கு அனுகூலமாய் முடிந்தன என்பதில் ஐயமில்லை. அதனால் அவர்களுக்குத் தங்களைப் பலப்படுத்திக் கொள்ள அவகாசம் கிடைத்தது. ஆனால், அவர்களுடைய வெற்றிக்குப் புற நிலைமைகளே காரணம் என்று நினைப்பது அவர்களுக்கு அநீதி இழைப்பதாக முடியும். ரஷிய மக்களின் லட்சியப் பற்றும், தன்னம்பிக்கையும், தியாகமும், மலை கலங்கினும் நிலை கலங்காத மன உறுதியுமே அந்த வெற்றிக்கு உண்மையான காரணங்களாகும்.

இதிலே ஆச்சரியம் என்னவென்றால், ரஷியர் சோம்பலும் அறியாமையும் மிகுந்தவர்கள் என்றும், கட்டுப்பாடான பெரு முயற்சி எதையும் செய்யச் சக்தியற்றவர்கள் என்றும் பொதுவாக கருதப்பட்டது. அதற்குக் காரணம் இல்லாமல் இல்லை. நீண்டகாலம் அறியாமையில் மூழ்கியிருந்த ரஷிய விவசாயிகளுக்கும் தொழிலாளருக்கும் சுதந்திரம் பழகுவதற்குச் சந்தர்ப்பம் குறைவாக இருந்தது. கோல்சாக் குழுக்கள் தோல்வி அடைந்ததற்குப் போல்ஷ்விக் தலைவர்களின் திறமையும் உறுதியும் மட்டும் காரணங்கள் அல்ல. ரஷிய விவசாயிகள் அவர்களைச் சகிக்க மறுத்து விட்டனர். தங்களுக்குப் புதிதாகக் கிடைத்துள்ள நிலங்களையும் மற்ற உரிமைகளையும் தங்களுடைய உயிரைக் கொடுத்தாகிலும் காப்பதென்று விவசாயிகள் தீர்மானித்தார்கள்.

மலைகளில் உயர்ந்து விளங்கும் இமயத்தைப்போல், மற்ற எல்லோரைக் காட்டிலும் உயர்ந்து நின்றார் லெனின். ரஷியர்கள் அவரைத் தெய்வமாகவே கொண்டாடினார்கள். அவர்களுடைய ஆசைக்கும் நம்பிக்கைக்கும் அவர் அடையாளமாக இருந்தார். அவர்களுடைய கஷ்டங்களில் இருந்து அவர்களைக் கரையேற்ற அவர் ஒருவருக்குத்தான் தெரியும். மலையே புரண்டுவரினும் அவர் மனங் கலங்கமாட்டார். அந்தக் காலத்தில் அவருக்கு அடுத்தபடியாக இருந்தவர் டிராட்ஸ்கி. அவர் எழுதுவதிலும் பேசுவதிலும் வல்லவர். அதற்கு முன்னால் அவருக்கு ராணுவ அனுபவம் கிடையாது. ஆயினும், உள்நாட்டுப் போருக்கும் கடல் முற்றுகைக்கும் நடுவில், அவர் ஒரு பெரிய ராணுவத்தைத் திரட்டும் வேலையில் ஈடுபட்டார். அவர் தன் உயிரைத் துச்சமாக மதித்த ஒரு வீரர். தன் உயிருக்குத் தீங்கு நேருமே என்பதை ஒரு சிறிதும் பொருட்படுத்தாமல் அவர் அடிக்கடி போரில் ஈடுபட்டார். மற்றவர்கள் கோழைத்தனமாகவோ, கட்டுப்பாடுக் குறைவாகவோ நடப்பார்களாயின் அவர் அவர்களிடம் சற்றேனும் தயவு தாட்சணியம் காட்ட மாட்டார். அவ்வளவு கண்டிப்புக்காரரர். உள்நாட்டுப் போரில் நெருக்கடியான கட்டத்தில் அவர் விடுத்த உத்தரவு இது...

“இதோ என்னுடைய எச்சரிக்கை! உத்தரவின்றி எந்தப் படையாவது போர்க்களத்திலிருந்து பின்வாங்கினால் முதலில் அந்தப் படையின் பொறுப்பாளனும், (Commissary) பிறகு அதன் தலைவனும் (Commander) சுட்டுக் கொல்லப் படுவார்கள். அவர்களுடைய இடங்களுக்கு ஆண்மையும் வீரமும் மிக்க போர்வீரர்கள் நியமிக்கப்படுவார்கள். கோழைகளும், பேடிகளும், துரோகிகளும் குண்டுக்குத் தப்பமாட்டார்கள். இந்த உறுதியிலிருந்து நான் அணுவளவும் விலகமாட்டேன் என்பதை செஞ்சேனைக்கு முன்னிலையில் சத்தியமாகச் சொல்கிறேன்.”

அவர் சொன்ன சொல்லைக் காப்பாற்றினார்.

1919 அக்டோபரில் டிராட்ஸ்கி இன்னொரு கட்டளை பிறப்பித்தார். அது போல்ஷிவிக்குகளின் சிறப்பியல்பை நமக்கு காட்டுகிறது. அதாவது, அவர்கள் எப்பொழுதுமே முதலாளித்துவ அரசாங்கங்கள் வேறு, அவற்றின் கீழ் வாழும் மக்கள் வேறு என்று கருதினார்கள். அரசாங்கத்தையும் மக்களையும் பிரித்தே பேசி வந்தார்கள். வெறும் தேசிய நோக்கத்தை அவர்கள் ஒரு பொழுதும் கைக் கொள்ளவில்லை. ட்ராட்ஸ்கியின் கட்டளை இதுதான்...

இன்று நாம் இங்கிலாந்தின் கையாளாகிய யூடெனிக்கின் படைகளுடன் போரில் ஈடுபட்டிருக்கிறோம். ஆனால், இந்தச் சமயத்தில்கூட இரண்டு இங்கிலாந்துகள் இருக்கின்றன என்ற உண்மையை நீங்கள் மறந்து விடக்கூடாது. லாபத்தையும், லஞ்சத்தையும், பலாத்காரத்தையும், ரத்தவெறியையும் கொண்ட இங்கிலாந்து ஒன்று. தொழிலாளரையும், தூய ஆத்ம சக்தியையும், சர்வதேச ஒற்றுமைக்கான உன்னத லட்சியங்களையும் கொண்ட இங்கிலாந்து இன்னொன்று. நீசத்தனமும் அயோக்கியத்தனமும் நிறைந்த சூழ்ச்சிக்காரர்களின் இங்கிலாந்துதான் இப்போது நம்முடன் போராடுகிறது. ஆனால், தொழிலாளருக்கும் ஜனங்களுக்கும் சொந்தமான இங்கிலாந்து நம் பக்கத்தில் இருக்கிறது."

எவ்வளவு பிடிவாதமாகப் போரிடும்படி செஞ்சேனை தூண்டப் பட்டது என்பதற்கு ஒரு உதாரணம். யூடெனிக்கின் சேனைகள் பெட்ரோகிராடைப் பிடித்து விடும்போல் இருந்தன. அந்தச் சமயத்தில் பகைவர்களிடமிருந்து நகரைக் கடைசி வரையில் காப்பதென்று 'பாதுகாப்புக் கழகம்' முடிவு செய்தது. அது பின்வரும் கட்டளையைப் பிறப்பித்தது... "கடைசி மூச்சு வரையில் போரிட வேண்டும். ஒரு அடி நிலம் கூடப் பகைவனுக்கு விட்டுக் கொடுக்கக் கூடாது. பகைவன் உள்ளே புகுந்து விட்டால் தெருத் தெருவாகப் போரிட வேண்டும்."

லெனின் ஒரு முறை டிராட்ஸ்கியைப் பற்றிப் பின்வருமாறு கூறியதாக ரஷிய எழுத்தாளராகிய மாக்சிம் கார்க்கி இப்படி சொல்கிறார்...

"ஒரே ஆண்டில் ஒப்பற்ற ஒரு பெருஞ் சேனையைத் திரட்டி இராணுவ நிபுணர்களின் மதிப்பையும் பெறக்கூடிய இன்னொரு மனிதனைக் காட்டுங்கள் பார்க்கலாம். அத்தகைய மனிதன் நம்மிடையே இருக்கிறான். நமக்கு ஒன்றும் குறைவில்லை. இன்னும் அற்புதங்கள் நிகழ்வதைக் காண்பீர்கள்."

செஞ்சேனை அந்த அளவுக்கு மளமளவென்று வளர்ந்தது. 1917 டிசம்பரில் போல்ஷ்விக்குகள் அதிகாரத்தைக் கைப்பற்றியவுடனே ரஷிய சேனையில் 4 லட்சத்து 35 ஆயிரம் பேர் இருந்தார்கள். பிரெஸ்ட் - லிடாப்ஸ்க் உடன்படிக்கைக்குப் பின்னர் இதில் பெரும்பகுதி கழிந்துவிட்டது. ஆக, புதிதாகவே ஒரு சேனையை கட்ட வேண்டிய கட்டாயம் ஏற்பட்டது. 1919 ஆம் ஆண்டு பாதி முடிவதற்குள் செஞ் சேனையின் எண்ணிக்கை 15 லட்சம் பேராக உயர்ந்தது. அடுத்த ஒரு ஆண்டுக்குப் பின் அது 53 லட்சமாக உயர்ந்துள்ளது.

ஜவஹர்லால் நேரு 89

ஸ்டாலின் லெனின் ட்ராட்ஸ்கி

1919ஆம் ஆண்டு முடிவுக்குள் உள்நாட்டுப் போர் நிலைமை சோவியத்துக்குச் சாதகமாக மாறிவிட்டது. ஆனால், அதற்கு மேலும் ஒரு ஆண்டு அது தொடர்ந்து நடைபெற்றது. சோவியத்துக்குப் பல ஆபத்துகள் ஏற்பட்டன. 1920ல் ஜெர்மனியின் தோல்விக்குப் பின் புதிதாக அமைக்கப்பட்ட போலந்து அரசு ரஷியாவுடன் கருத்து வேறுபாடு கொண்டது. இரண்டுக்கும் போர் மூண்டது. 1920ஆம் ஆண்டு முடிவிற்குள் எல்லா யுத்தங்களும் ஒரு வழியாகத் தீர்ந்து விட்டன. கடைசியில் ரஷியாவுக்குச் சற்று நிம்மதி உண்டாயிற்று. இதற்கிடையில் உள்நாட்டில் கஷ்டங்கள் அதிகரித்தன. போரிலும், முற்றுகையிலும், பஞ்சத்திலும், நோயிலும் அடிபட்டு நாடு மிகவும் நொந்து போயிருந்தது. விவசாய உற்பத்தி, தொழில் உற்பத்தி இரண்டும் பெரிதும் குறைந்துவிட்டன.

மூல தத்துவங்களை வர்த்தமான நிலைகளுக்கு ஏற்ப மாற்றி அமைப்பதில் வல்லவரான லெனின் உடனே நடவடிக்கை எடுத்தார். அவர் போர்க்கால திட்டத்தை மாற்றி, 'புதிய பொருளியல் கொள்கை'யை வகுத்தார். தானியத்தை உற்பத்தி செய்யவும் அதை விற்கவும் இது விவசாயிக்கு அதிகச் சுதந்திரம் அளித்தது. ஓரளவு தனிப்பட்ட வியாபாரமும் அனுமதிக்கப்பட்டது. அசல் பொது உடைமைக் கொள்கைக்கு இது சிறிதளவு மாறுபட்டிருந்தது உண்மையே. ஆனால், தற்காலிகமாக இது அவசியம் என்று லெனின் கூறினார். இது மக்களின் கஷ்டங்களை வெகுவாகக் குறைத்தது என்பதில் சந்தேகமில்லை.

ஆனால், மழை பொய்த்ததால் ரஷியாவை பஞ்சம் தாக்கியது.

லட்சக்கணக்கான மக்களின் உயிரைக் குடித்தது. அடுத்தடுத்த தாக்குதலால் நிலை குலைந்தாலும், அதிலும் மீண்டது ரஷியா. இதனிடையே, ரஷியாவின் பசிக்கு எந்த வகையில் உதவலாம் என்று ஆலோசிக்க ஐரோப்பிய சங்கம் கூடியது. ஜார் அரசாங்கம் வாங்கிய கடன்களை திருப்பித் தருவதாக சோவியத் உறுதி அளித்தால் உதவுவதாக அவை நிபந்தனை விதித்தன. ஏற்கெனவே ஜார் அரசாங்கம் வாங்கிய கடன்களை நிராகரிப்பதாக சோவியத் அறி-வித்திருந்தது. அமெரிக்கா மட்டும் நிபந்தனை இல்லாமல் உதவிகள் வழங்க ஒப்புக்கொண்டது.

இங்கிலாந்தும் மற்ற ஐரோப்பிய நாடுகளும் ரஷியாவுக்குப் பஞ்ச நிவாரண உதவியை மறுத்தனவே ஒழிய, மற்ற விஷயங்களில் அவை சோவியத்தைப் புறக்கணிக்கவில்லை. **1921** ஆம் ஆண்டுத் தொடக்கத்தில் இங்கிலாந்து ரஷியாவுடன் ஒரு வியாபார உடன்படிக்கை செய்து கொண்டது. பிற நாடுகளும் அதைப் பின்பற்றிச் சோவியத்துடன் வியாபார உடன்படிக்கைகள் செய்து கொண்டன.

ருஷியாவில் உள்நாட்டுப்போர் நிகழ்ந்த காலம் முழுவதும், ஈவிரக்க மற்ற கொடுமையில், செஞ்சேனையின் படுகொலைகளை மறைப்பதற்கில்லை. ஜார் தளபதிகள் செய்த கொலைகளைக் காட்டிலும் செஞ்சேனையின் கொலைகளும் குறைவில்லை. நாற்புறமும் பகைவர்களால் தாக்கப்பட்ட நிலையில், ஒற்றர்களாலும், சதிகாரர்களாலும் சூழப்பட்டிருந்த போல்ஷ்விக்குகள் சிறு சந்தேகம் ஏற்பட்டாலும் நிதானமிழந்து கடுமையாகத் தண்டித்தனர். 'சேகா' என்று அழைக்கப்பட்ட போல்ஷ்விக்குகளின் ரகசிய போலீஸ்படை இத்தகைய கொடுஞ் செயல்களுக்குக் காரணமாக இருந்தது. 'சேகா'வை இந்தியாவிலுள்ள 'சி.ஐ.டி.' போலீசுக்குச் சமமாகச் சொல்லலாம். ஆனால், சி.ஐ.டி.யை விட அதற்கு அதிகாரம் அதிகம்.

இந்தக் கடிதம் நீண்டு கொண்டே போகிறது. ஆனால் இதை முடிப்பதற்கு முன் லெனினைப் பற்றி இன்னும் கொஞ்சம் கூற விரும்புகிறேன். **1918** ஆம் ஆண்டு ஆகஸ்டில் அவரைக் கொல்வதற்காகச் செய்யப்பட்ட முயற்சியில் அவர் காயமுற்றார் என்று கூறினேன் அல்லவா? அப்படியிருந்தும், அவர் அதிக ஓய்வு எடுத்துக் கொள்ளவில்லை. தொடர்ந்து வேலை செய்து கொண்டே இருந்தார். அதன் பயனாக **1922** மே மாதத்தில் அவர் விழுந்துவிட்டார். சிறிது ஓய்வுக்குப் பின்னர் மீண்டும் வேலையில் இறங்கினார். ஆனால், அதிக நாள் அவரால் வேலை செய்ய முடியவில்லை. **1923**ல் அவர் மீண்டும்

மாமேதை லெனின் உடல் மக்கள் பார்வைக்கு வைக்கப்பட்டது

*விழுந்து விட்டார். அதிலிருந்து அவர் தேறவே இல்லை. **1924** ஆம் ஆண்டு ஜனவரி மாதம் **21**ஆம் தேதி மாஸ்கோ நகருக்கு அருகில் அவர் மரணம் அடைந்தார்.*

அப்போது, குளிர்காலம். லெனினுடைய உடல் பல நாட்கள் வரையில் மாஸ்கோவில் வைக்கப்பட்டிருந்தது. கெடாமல் இருப்பதற்காக அதை ரசாயன முறைப்படி பதப்படுத்தி வைத்திருந்தார்கள். ரஷியா முழுவதும் இருந்து, வெகு தொலைவிலுள்ள சைபீரியாவில் இருந்தும் சாதாரண மக்களின் பிரதிநிதிகளாகிய சாதாரண விவசாயிகள், தொழிலாளர்கள், ஆண்கள், பெண்கள், குழந்தைகள் அனைவரும் தங்களை ஆழங்காண முடியாத படுகுழியில் இருந்து கரையேற்றி முழுமையான வாழ்வுக்குரிய வழியைக் காட்டிய அருமைத் தோழருக்கு இறுதி மரியாதை செலுத்த திரண்டு வந்தார்கள்.

அவர்கள் மாஸ்கோவின் அழகிய செஞ்சதுக்கத்திலே அவருக்கு ஒரு எளிய சமாதி எழுப்பினார்கள். அந்தச் சமாதியில் ஒரு கண்ணாடிப் பெட்டியில் அவருடைய உடல் வைக்கப்பட்டு இருப்பதையும், அதற்கு எதிரில் ஒவ்வொரு மாலையிலும் மக்கள் மவுனமாகவும் ஒருவர் பின் ஒருவராகவும் செல்வதையும் காணலாம். லெனின் இறந்து அநேக வருஷங்கள் ஆகிவிடவில்லை. ஆனால், அதற்குள்ளேயே அவருடைய வழிமுறைகள் தாய் நாட்டில் மட்டுமின்றி உலகம் முழுவதுமே வலுத்துவிட்டது. நாளாக நாளாக அவருடைய பெருமை அதிகரிக்கிறதே ஒழியக் குறையவில்லை.

செஞ்சேனை வீரர்களுடன் ட்ராட்ஸ்கி

இந்த மண்ணுலகில் அமரத்தன்மை வாய்ந்து விளங்கும் ஒரு சில மகான்களில் அவரும் ஒருவராகி விட்டார். 'பெட்ரோகிராட்' என்ற நகரம் 'லெனின் கிராட்' என்ற பெயரைச் சூட்டிக் கொண்டது. அது மட்டுமா? ரஷியாவில் லெனின் மூலையோ அல்லது லெனின் படமோ இல்லாத வீடே கிடையாது என்று சொல்லி விடலாம். ஆனால், அவர் மரணமற்றவராக இருப்பது சின்னங்களிலும் படங்களிலும் அல்ல. அவர் ஆற்றிய ஒப்பற்ற பெரும்பணியிலேதான் அவர் அழியாது வாழ்கிறார். இன்றைய தினம், வருங்காலத்தில் தங்களுக்கும் விமோசனம் உண்டு என்கிற நம்பிக்கையைப் பெறும் கோடிக்கணக்கான ஏழைத் தொழிலாளரின் இதயத்தில் அவர் நிரந்தரமாக வீற்றிருக்கிறார்.

லெனின் என்றால் வேறொன்றையும் கருதாமல் சதா தன்னுடைய வேலையிலேயே மூழ்கிக் கிடந்த இயந்திரம் என்று நினைத்துவிடாதே. அவர் தன்னுடைய வேலையிலும் வாழ்க்கைப் பணியிலும் பூரண அக்கறை கொண்டிருந்தார் என்பது உண்மைதான். ஆனால், அவர் முற்றிலும் 'தான்' என்ற உணர்ச்சி அற்றவராக இருந்தார். அவரை ஒரு கொள்கையின் அவதாரம் என்றே சொல்ல வேண்டும். ஆயினும் அவரிடம் மனுஷத்தன்மை நிறைந்திருந்தது. மனுஷ இயல்புகளில் தலை சிறந்தது வாய்விட்டுச் சிரிப்பதுதான். அது அவரிடம் முழுமையாக இருந்தது.

சோவியத்தின் அபாயம் நிறைந்த தொடக்க நாட்களில் மாஸ்கோவில் இருந்த பிரிட்டிஷ் ஏஜெண்டான லாக்ஹார்ட் என்பவன், "எது நேர்ந்தாலும் லெனின் ஒருபொழுதும் நிதானம் தவறியதில்லை" என்று கூறுகிறான். "பொது வாழ்வில் நான் கண்ட பெரிய மனிதர்களில் அமைதியான குணத்தில் லெனினுக்கு இணையானவர் வேறு ஒருவருமில்லை" என்கிறான். லெனினுடைய

லெனினுக்கு அஞ்சலி செலுத்த ரஷ்யா முழுவதும் இருந்து மக்கள் வந்தனர்

சொல்லும் செயலும் எளிமையும் நேர்மையும் கொண்டிருந்தன. ஆடம்பரமான சொற்களையும் நடிப்பையும் அவர் வெறுத்தார்.

"மக்கள் தொகையில் சரிபாதி அடுப்பங்கரையில் அடிமைப்பட்டிடு இருக்கும்போது எந்தத் தேசமும் சுதந்திரமாக இருக்க முடியாது" என்று பெண்களைப் பற்றி ஒரு சமயம் லெனின் கூறினார். ஒரு நாள் அவர் சில குழந்தைகளைக் கொஞ்சிக் கொண்டிருந்தார். அப்போது அவர் சொன்ன வார்த்தை அவருடைய உள்ளத்தை அப்படியே திறந்து காட்டுவதாக இருக்கிறது. லெனின் கூறியதாக அவருடைய நண்பரான மாக்சிம் கார்க்கி கூறுகிறார்... "நம்முடையதைவிட இந்தக் குழந்தைகளின் வாழ்க்கை இன்பம் நிறைந்ததாக இருக்கும். நாம் அனுபவித்த அளவுக்கு இவர்கள் கஷ்டம் அனுபவிக்க மாட்டார்கள். இவர்கள் தங்களுடைய வாழ் நாட்களில் இவ்வளவு அதிகமான கொடுமையைக் காணமாட்டார்கள்."

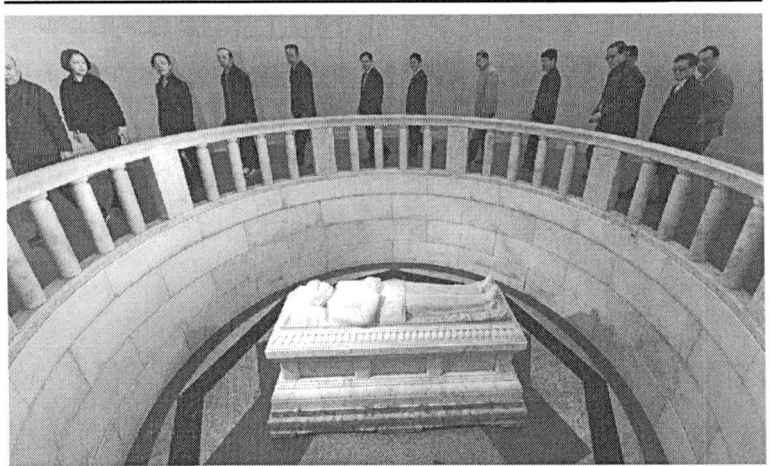

சீனாவின் முதல் குடியரசுத்தலைவர் சன்யாட்சென் நினைவிடம்

153. சீனாவை மிரட்டிப் பறித்த ஜப்பான்

ஏப்ரல் 14, 1933

ஐரோப்பாவிலும் ஆப்பிரிக்காவிலும் மட்டுமே உலக யுத்தத்தை நாம் பார்த்தோம். ஆசியாவின் கிழக்குக் கோடியில் நடந்த நிகழ்ச்சிகளை பார்க்கவில்லை. கடைசியாக சீனாவில் குடியரசு அமைந்ததையும், அதைத் தொடர்ந்து உருவான துன்பங்களையும் பார்த்தோம். மீண்டும் பேரரசு அமைக்க நடந்த முயற்சிகள் தோல்வி அடைந்தன என்பது பற்றி ஏற்கெனவே 118 ஆவது கடிதத்தில் பார்த்தோம்.

குடியரசு அமைந்ததே தவிர, சீனா முழுமைக்குமான அரசாக அது பரவ முடியவில்லை. சில ஆண்டுகள் வரை, தென் சீனாவில் டாக்டர் சன் யாட் சென் தலைமையில் கோ மின்டாங் கட்சி ஆட்சி செய்தது. வட சீனாவில் ராணுவ தளபதி யுவான் ஷி-கே தலைமையிலான அரசு ஆட்சி செய்தது. அவனுக்குப் பின்னர் ஒருவர் பின் ஒருவராகப் பல ராணுவ தளபதிகள் அதிகாரத்துக்கு வந்தனர். இந்த ராணுவ வெறியர்களுக்கு 'டுசூன்'கள் என்று பெயர்.

இவ்வாறு, சீனாவின் நிலைமை தொடர்ந்து குழப்பமாக இருந்து வந்தது. வட சீனாவும் தென் சீனாவும் சண்டை போட்டுக் கொள்ளும்; அல்லது 'டுசூன்'கள் தங்களுக்குள் சண்டையிட்டுக் கொள்வார்கள். உள்நாட்டுப் பிளவுகளால் நன்மை அடையப்

பார்க்கும் வல்லரசுகளுக்கு இது சரியான சந்தர்ப்பம் அல்லவா? அவர்கள் தங்களுடைய கைவரிசையைத் தொடங்கினார்கள். முதலில் ஒரு கட்சியை பிறகு ஒரு கட்சியை என்று அவர்கள் கபட நாடகத்தை நடத்தினார்கள். இவ்வாறு தான் பிரிட்டிஷாரும் இந்தியாவில் தங்களை உறுதிப்படுத்திக் கொண்டார்கள் என்பது உனக்கு நினைவிருக்கும். சீனாவிலும் 'டுசூன்'களுக்குள் சிண்டு முடிந்துவிடும் வேலையை வல்லரசுகள் தொடங்கின. ஆனால், விரைவிலேயே உலக யுத்தமும் மூண்டது. அதனால், அவர்கள் தங்களுடைய கிழக்குக் கோடி விவகாரங்களுக்கு முற்றுப் புள்ளி வைத்தனர்.

ஜப்பானைப் பொறுத்தமட்டில் நிலைமை வேறுவிதமாயிருந்தது. உலக யுத்தத்தின் போர்க்களம் அதற்கு வெகு தொலைவில் இருந்தது. ஆனால் ஐரோப்பிய வல்லரசுகள் சீனாவில் வந்து தலையிடப் போவதில்லை. எனவே, சீனாவிலுள்ள ஜெர்மன் சலுகைப் பகுதியான கியோ சோவைக் கைப்பற்றிக் கொள்ளவும், சீனாவுக்குள் புகவுமே ஜப்பான் ஜெர்மனி மீது போர் தொடுத்தது.

ஜப்பானியர் தங்களுடைய ராணுவத்தை நவீன முறையில் அமைத்தனர். அத்துடன் தங்கள் நாட்டையும் தொழில் மயமாகச் செய்தனர். அப்போதிருந்து, சீனாவில் ஆதிக்கம் செலுத்த தீர்மானித்தார்கள். கொரியா, சீனா இரண்டும் ஜப்பானுக்கு அருகில் இருந்ததோடு பலவீனமாகவும் இருந்தன. அவற்றின் நிலைமை அந்நிய ஆதிக்கத்தையும் சுரண்டலையும் வருந்தி அழைப்பது போல் இருந்தது. சீனாவுடன் **1894** மற்றும் **95**ல் நடத்திய யுத்தமே ஜப்பான் எடுத்துக் கொண்ட முதல் முயற்சியாகும். இதில் ஜப்பான் வெற்றி பெற்றது. பிறகு, **1904**ல் ரஷியாவுடன் யுத்தம் புரிந்தது. சீன யுத்தத்தைவிட இது கஷ்டமான யுத்தம். ஆயினும், ஜப்பான் இதிலும் வெற்றிபெற்றுக் கொரியாவிலும் மஞ்சூரியாவிலும் அழுத்தமாக உட்கார்ந்தது. உடனே, கொரியா ஜப்பானுடன் இணைக்கப்பட்டு ஜப்பானிய பேரரசில் ஒரு பகுதியாகி விட்டது.

சீனாவில் குடியரசு உருவாகும் என்று ஜப்பான் கனவிலும் நினைக்க வில்லை. சீனாவைப் பலப்படுத்தக் கூடிய எந்த மாறுதலையும் அது ஒப்புக் கொள்ளவில்லை. ஆகவே, அது ஒரு 'டுசூனு'க்கு விரோதமாக இன்னொரு 'டுசூனு' க்கு உதவி செய்து உள்நாட்டுக் குழப்பத்தை வளர்ப்பதில் மிகவும் அக்கறை கொண்டிருந்தது.

பாலப் பருவத்திலிருந்த சீனக் குடியரசு மிகப்பெரிய பிரச்சினைகளை

எதிர்த்துச் சமாளிக்க வேண்டியிருந்தது. மத்திய அரசாங்கம் இல்லை. அத்தகைய ஒரு மத்திய அரசாங்கத்தைச் கட்டமைக்க வேண்டிய பொறுப்பு சீனக் குடியரசைச் சார்ந்தது. பழைய சீனா வெறும் பெயரளவில்தான் பேரரசாக இருந்தது.

சீன மாகாணங்கள் ஏறக்குறைய சுய ஆட்சி பெற்றிருந்தன. அவ்வாறே, சீன நகரங்களும் கிராமங்களும் கூடச் சுய ஆட்சி பெற்றிருந்தன. மத்திய அரசாங்கத்தின் அதிகாரம் ஒப்புக் கொள்ளப்பட்டது. ஆனால், அவர்கள் உள்ளூர் விவகாரங்களில் தலை-யிடுவதில்லை. சீனாவில் 'ஒருமுகப்பட்ட' அரசு என்பதில்லை. அதாவது, ஆட்சியையும் அதிகாரத்தையும் மத்தியில் கொண்ட, தனி அரசாங்கம் சீனாவில் இல்லை.

சீனா மீண்டும் பிழைத்து எழ வேண்டுமாயின், சகல அதிகாரங்களும் ஓரிடத்தில் குவிந்த, ஒரே மாதிரியான அரசாங்க அமைப்பைக் கொண்ட ஒரு பலம் பொருந்திய அரசாக அது மாறவேண்டும் என்று கருதப்பட்டது. அத்தகைய ஒரு அரசை உருவாக்க புதிய குடியரசு விரும்பியது. சீனாவுக்கே இது புதிதல்லவா? ஆகவே, குடியரசு சமாளிக்க வேண்டிய பெரிய கஷ்டங்களில் இதுவும் ஒன்றாகி விட்டது. சீனாவில் நல்ல போக்கு வரத்து சாதனங்கள், சாலைகள், ரயில்வேக்கள் ஆகியவை இல்லாததே அதன் அரசியல் ஒற்றுமைக்குப் பெருந்தடையாக இருந்தது.

கடந்த காலத்தில் சீன மக்கள் அரசியல் அதிகாரத்துக்கு அவ்வளவு முக்கியத்துவம் அளிக்கவில்லை. அவர்களுடைய மாபெரும் நாகரிகம் முழுவதும் பண்பாட்டையே அடிப்படையாகக் கொண்டிருந்தது. ஜப்பான் தெரிந்தே மேற்கத்தித் தொழிலையும் முறைகளையும் மேற்கொண்டது. ஆனால், அதன் உள்ளம் மட்டும் நிலமானிய முறையில் அழுந்திக் கிடந்தது. சீனாவோ நிலமானியத்தன்மை கொண்ட நாடல்ல. எதையும் விஞ்ஞான ரீதியில் புத்தி பூர்வமாகச் சிந்தித்துப் பார்க்கும் தன்மை அதனிடம் நிறைந்திருந்தது.

விஞ்ஞானத்திலும் தொழிலிலும் மேல்நாடுகள் கண்ட வளர்ச்சிகளை அது ஆவலுடன் நோக்கிற்று. ஆயினும், ஜப்பான் தாவிக்குதித்த இடத்திற்கு அது தாவவில்லை. ஜப்பானுக்கு இல்லாத பல தடைகள் சீனாவுக்கு இருந்தது. ஆயினும், பழைய பண்பாட்டிலிருந்து அறவே அறுத்துக் கொள்ளும் எதையும் செய்ய சீனா தயக்கம் காட்டிற்று. சீனாவின் சுபாவம் ஒரு வேதாந்தியின் சுபாவத்தை ஒத்தது.

வேதாந்திகள் அவசரப்பட்டு எதையும் செய்வதில்லை என்பதுதான் தெரிந்த விஷயமாயிற்றே!

இன்னொரு காரணமும் இருக்கிறது. சீனா, இந்தியா போன்ற நாடுகள் மிகவும் பெரிய நாடுகளாக இருப்பதாலேயே சில கஷ்டங்கள் உண்டாகின்றன. இவை கண்டத்தைச் சேர்ந்த நாடுகள். கண்டங்களுக் குரிய மந்த இயல்பு இவற்றிடமும் ஓரளவு காணப்படுகிறது. ஒரு யானை விழுந்துவிட்டால் எழுந்திருக்க நேரம் ஆகிறது. நாயைப் போலவோ பூனையைப் போலவோ அது ஒரு குதி குதித்து எழுந்திருக்க முடியாதல்லவா?

உலக யுத்தம் தொடங்கிய உடனே ஜப்பான் நேச நாடுகளுடன் சேர்ந்து கொண்டு ஜெர்மனி மீது யுத்தப் பிரகடனம் செய்தது. அது சீனாவில் ஜெர்மனியின் கைப்பற்றிலிருந்த கியோசோவைப் பிடித்துக் கொண்டது. உடனே, கியோசோ இருந்த ஷான்டுங் மாகாணத்திற்குள் செல்லத் தொடங்கியது. அதாவது, ஜப்பான் அசல் சீனா மீதே படையெடுத்துச் சென்றது. இதை ஜெர்மனிக்கு எதிரான நடவடிக்கை என்று செல்வதற்கில்லை. சீன அரசாங்கம் ஜப்பானை திரும்பிப் போகும்படி கேட்டுக் கொண்டது. உடனே, ஜப்பானிய அரசாங்கம் இருபத்தொரு கோரிக்கைகள் அடங்கிய ஒரு பட்டியலை நீட்டியது.

அந்தக் கோரிக்கைகளை ஏற்றால் சீனாவை ஜப்பானின் காலனி ஆக்குவதில்தான் வந்து முடியும். பலம் ஒடுங்கிக் கிடந்த வடசீனா அரசாங்கம் அந்தக் கோரிக்கைகளை எதிர்த்தது. ஆனால், பலம் மிகுந்த ஜப்பானிய ராணுவத்திற்கு எதிரில் அது என்ன செய்யக் கூடும்? ஆயினும், அது ஜப்பானின் கோரிக்கைகளைப் பகிரங்கப்படுத்தியது. உடனே, சீனாவில் அவற்றுக்கு எதிராக ஒரு பெரிய கூக்குரல் கிளம்பியது. யுத்தத்தில் ஈடுபட்டிருந்த மற்ற வல்லரசுகள் கூட அவற்றைக் கண்டு பொங்கின. முக்கியமாக, அமெரிக்கா அந்தக் கோரிக்கைகளை மறுத்தது. இவற்றின் பயனாக ஜப்பான் சில கோரிக்கைகளை வாபஸ் பெற்றுக் கொண்டது. சிலவற்றைத் திருத்தி அமைத்தது. மிச்சக் கோரிக்கைகளைப் பொறுத்த வரையில் அது சீன அரசாங்கத்தை உருட்டி மிரட்டி 1915 மே மாதத்தில் அவற்றை ஏற்றுக் கொள்ளுமாறு செய்துவிட்டது. இதையடுத்து, சீனாவில் ஜப்பானுக்கு எதிரான உணர்ச்சி மிகவும் அதிகமாயிற்று.

இதை அடுத்து நவம்பரில் போல்ஷ்விக் புரட்சி தோன்றியது. அதன் பயனாக வட ஆசியா எங்கும் பெருங் குழப்பம் ஏற்பட்டது.

சோவியத்துப் படைகளும் சோவியத்துக்கு எதிரான படைகளும் பல போர்க்களங்களில் போரிட்டன. அவற்றில் சைபீரியாவும் ஒன்று. சோவியத்தின் வெற்றியைக் கண்டு பயந்து போன ஜப்பானியர் ஒரு பெரிய ராணுவத்தை சைபீரியாவுக்கு அனுப்பினார்கள். பிரிட்டிஷ், அமெரிக்கத் துருப்புகளும் அங்கு அனுப்பப்பட்டன. மங்கோலியாவிலும் சோவியத்துக்கும் சோவியத்தின் எதிரிகளுக்கும் கொடூரமான போர் நிகழ்ந்தது. மூன்று ஆண்டுகளோ அல்லது அதற்கும் மேற்பட்ட காலமோ நடந்த போரில் மங்கோலிய சோவியத்து வெற்றி பெற்றது.

உலக யுத்தத்துக்குப் பின் நடைபெற்ற சமாதான மாநாட்டில் இங்கிலாந்து, பிரான்சு, ஐக்கிய அமெரிக்கா ஆகிய நாடுகள் கலந்து கொண்டன. அதில் சீனாவைச் சேர்ந்த ஷான்டுங் மாகாணத்தை ஜப்பானுக்கு வழங்குவதென்று தீர்மானித்தார்கள். யுத்தத்தின் போது இங்கிலாந்தும் பிரான்சும் ஜப்பானும் செய்துகொண்ட ஒரு ரகசிய உடன்படிக்கையே இதற்குக் காரணம். காரணம் எதுவாயினும், சீன மக்கள் கொதித்தார்கள். ஜப்பானிய சாமான்கள் புறக்கணிக்கப்பட்டன. ஜப்பானியருக்கு எதிரான கலகங்களும் ஆங்காங்கு தோன்றின. சீன அரசாங்கம் என்று சொல்லும்போது வட சீனாவிலிருந்த பீகிங் அரசாங் கத்தையே குறிப்பிடுகிறேன். சீனாவில் இருந்த இரண்டு அரசாங்கங்களில் இதுவே முக்கியமானது சமாதான உடன் படிக்கையில் கையெழுத்திட மறுத்துவிட்டது.

இரண்டு ஆண்டுகளுக்குப் பிறகு, அமெரிக்காவில் வாஷிங்டனில் நடைபெற்ற ஒரு மாநாட்டில் இந்த ஷான்டுங் மாகாண விஷயம் மீண்டும் முளைத்தது. ஷான்டுங் மாகாணத்தைச் சீனாவுக்குத் திருப்பி அளிக்க ஜப்பான் ஒத்துக் கொண்டது. ஆகவே, சீன மக்களின் மனத்தைப் பெரிதும் சஞ்சலத்துக்க உள்ளாக்கிக் கொண்டிருந்த ஒரு விஷயம் திருப்தியாகத் தீர்க்கப்பட்டது.

வல்லரசுகளுக்கு இடையிலும் இரு முக்கியமான ஒப்பந்தங்களும் செய்து கொள்ளப்பட்டன. அவற்றில் ஒன்றுக்கு ‘நான்கு வல்லரசுகள் ஒப்பந்தம்‘ என்று பெயர். இது அமெரிக்கா, பிரிட்டன், ஜப்பான், பிரான்சு ஆகிய நான்கு நாடுகளுக்கு இடையில் செய்து கொள்ளப்பட்டது. இந்த நான்கும் பசிபிக்கில் தங்களுக்குச் சொந்தமாக உள்ள பிரதேசங்களின் எல்லைத் தூய்மையைப் பரஸ்பரம் மதித்து நடப்பதென்று உறுதி செய்து கொண்டன. அதாவது, ஒன்று மற்றொன்றின் பிரதேசத்தை ஆக்கிரமிப்பது இல்லை என்று வாக்களித்தன.

இன்னொன்றுக்கு 'ஒன்பது வல்லரசுகள் உடன்படிக்கை' என்று பெயர். இது மாநாட்டில் கலந்து கொண்ட, அமெரிக்கா, பெல்ஜியம், பிரிட்டன், பிரான்சு, இதாலி, ஜப்பான், ஹாலந்து, போர்ச்சுகல், சீனா ஆகிய நாடுகள் செய்து கொண்டது ஆகும்.

இந்த இரு ஒப்பந்தங்களும் சீனாவை மேலும் ஆக்கிரமிப்பிலிருந்து காப்பாற்றுவதற்காகவே ஏற்பட்டன என்பது வெளிப்படை. இதுவரை சீனாவில் மற்ற வல்லரசுகள் ஆடிவந்த சலுகை வேட்டையையும், நாடு கவர்தலையும் நிறுத்துவதுதான் இந்த ஒப்பந்தங்களின் பொருள். ஆனால், ஜப்பான் இந்த உடன்படிக்கையை மதிக்கவில்லை என்பது சில ஆண்டுகளிலேயே வெளிப்பட்டுவிட்டது. சீனா மீது ஜப்பான் படையெடுத்து உடன்பாட்டை மீறியது.

வாஷிங்டன் மாநாடு நடைபெற்ற காலத்தில் வெளிநாட்டுப் படைகள் சைபீரியாவிலிருந்து வெளியேறின. கடைசியாகச் சென்றவை ஜப்பானியப் படைகளே. உடனே ஆங்காங்கு இருந்த சோவியத்துகள் முன்வந்து ரஷிய சோவியத்துக் குடியரசில் சேர்ந்து கொண்டன.

ரஷியாவின் சோவியத் அரசாங்கம் தொடக்கத்திலேயே சீன அரசாங்கத்துக்கு எழுதி, ஜார் காலத்து ரஷியா மற்ற வல்லரசுகளுடன் சேர்ந்து சீனாவில் அனுபவித்து வந்த விசேஷச் சலுகைகளை துறந்து விடுவதாகத் தெரிவித்தது. இது ஒருபுறமிருக்க, சோவியத்தானது மேற்கத்திய வல்லரசுளால் நெடுங்காலமாகவே சுரண்டப்பட்டோ அச்சுறுத்தப்பட்டோ வந்த கிழக்கு நாடுகளின்மீது தாராளமான ஒரு கொள்கையை கடைப்பிடித்தது. இதனால், சோவியத்து ரஷியா நீதியாக நடக்கிறது என்கிற நற்பெயரை அது அடைந்தது. கிழக்கு நாடுகளில் அதற்கு நண்பர்கள் ஏற்பட்டனர்.

அது சீனாவில் தனக்குள்ள விசேஷச் சலுகைகளை விடுவதாகச் சொன்ன போது அதற்கு யாதொரு நிபந்தனையையும் விதிக்கவில்லை. அப்படியிருந்தும், சீனா மேற்கு ஐரோப்பிய வல்லரசுகளின் கோபத்துக்குப் பயந்து சோவியத்து ரஷியாவுடன் பேச்சுவார்த்தை நடத்த விரும்பவில்லை. ஆயினும், ரஷிய, சீனப் பிரதிநிதிகள் சந்தித்து 1924ல் ஒரு ஒப்பந்தத்துக்கு வந்தார்கள். இதை பிரெஞ்சு, அமெரிக்க, ஜப்பானிய அரசாங்கங்கள் எதிர்த்தன. உடனே பீகிங் ஒப்பந்தத்தை மறுத்துவிட்டது. ஐயோ, பாவம்! பீகிங் அரசாங்கத்தின் நிலை அவ்வளவு தாழ்வுற்றுக் கிடந்தது.

அதன் பேரில், ரஷியப் பிரதிநிதி ஒப்பந்தத்தின் மூல வாசகம்

முழுவதையும் வெளியிட்டார். அது ஒரு பெருங்கிளர்ச்சியையே உண்டாக்கி விட்டது. சீனா - வல்லரசுகள் உறவில், கவுரவமாகவும் நியாயமாகவும் அதன் உரிமைகளுக்குப் பங்கமில்லாமலும் சீனா நடத்தப்பட்டது இதுவே முதன் முறை என்பது தெரியவந்தது. பெரிய வல்லரசுடன் சம நிலையில் சீனா செய்து கொண்ட முதல் உடன்படிக்கை அதுவே. அதைக் கண்டு சீன மக்கள் களிப்புற்றார்கள். ஆகவே, சீன அரசாங்கம் அதில் கையெழுத்திட்டது. வல்லரசு கள் அந்த உடன்படிக்கையை வெறுத்தது இயற்கையே. ஏனெனில், அவர்களுடைய அக்கிரமத்தை அது நன்கு எடுத்துக்காட்டியது. சோவியத்து ரஷியா தன்னுடைய விசேஷச் சலுகைகளைத் தாராளமாக விட்டுக் கொடுக்கையில் அவை அவற்றை விடாப்பிடியாகப் பற்றிக் கொண்டிருந்தன.

சோவியத்து அரசாங்கம் காண்டனிலிருந்த டாக்டர் சன் யாட்-சன் அவர்களின் தென் சீன அரசாங்கத்துடன் தொடர்பு ஏற்படுத்திக் கொண்டது. இரு அரசாங்கங்களும் பரஸ்பரம் ஒரு ஏற்பாட்டைச் செய்து கொண்டன. சீனாவைப் கவிந்து நின்ற இருளில் சிறிது பிரகாசம் காணப்பட்ட இடம் டாக்டர் சன் யாட்-சன்அரசாங்கத்தின் ஆட்சி நடைபெற்ற தென் சீனப் பகுதியாகும். இந்த அரசாங்கத்துக்கு லட்சியங்களும் கொள்கைகளும் இருந்தன. 1924 ஆம் ஆண்டில் 'கோ-மின்-டாங்' என்று அழைக்கப்பட்ட மக்கள்கட்சியின் முதல் தேசியக் காங்கிரஸ் நடைபெற்றது. அதன் முன்னர் டாக்டர் சன் ஒரு அறிக்கை சமர்ப்பித்தார். அந்த அறிக்கையில் தேசம் பின்பற்ற வேண்டிய சில கொள்கைகளை அவர் வகுத்திருந்தார். அதிலிருந்து அந்த அறிக்கையும் கொள்கைகளுமே கோ-மின்-டாங்கின் அடிப்படையாக இருந்து வருகின்றன. இன்று பேருக்குத் தேசிய அரசாங்கம் என்று அழைக்கப்படும் அரசாங்கத்தின் பொதுக் கொள்கையை அந்த அறிக்கையும் கொள்கைகளுமே உருவாக்குகின்றன என்று எண்ணப்படுகிறது.

தம் வாழ்நாள் முழுவதும் சீனாவுக்குச் செருப்பாக உழைத்துச் சீன மக்களின் அன்புக்குப் பாத்திரமான டாக்டர் சன் 1925 ஆம் ஆண்டு மார்ச் மாதம் இயற்கை எய்தினார்.

நேருவும் இந்திராவும்

154. யுத்த காலத்தில் இந்தியாவின் நிலை

ஏப்ரல் 16, 1933

பிரிட்டிஷ் பேரரசின் ஒரு பகுதி என்ற முறையில் உலக யுத்தத்தில் இந்தியா நேர்முகமாக ஈடுபட்டிருந்தது உண்மைதான். இந்தியாவிலோ இந்தியாவுக்கு அருகிலோ போர் நடக்காவிட்டாலும், இந்தியாவைப் பல்வேறு வழிகளில் நேர்முகமாகவும் மறைமுகமாகவும் பாதித்தது. யுத்தம் இந்தியாவில் அதிகமான மாறுதல்களை ஏற்படுத்தியது. நேச நாடுகளுக்கு உதவி செய்வதற்காக இந்தியாவின் சகல சாதனங்களும் முழுவதுமாக பயன்படுத்தப்பட்டன.

யுத்தம் இந்தியாவுடையது அல்ல. துருக்கி மீது எப்போதும் இந்தியாவுக்கு அனுதாபம் இருந்தது. எகிப்து இந்தியாவின் பகை நாடு அல்ல. ஆனால், இந்தியா பிரிட்டனின் சார்பு நாடு என்பதால் அதன் சொல்படிதானே ஆட வேண்டும். யுத்தம் தொடர்பாக இந்தியாவில் கோபமும் கொதிப்பும் இருந்தது. ஆனாலும், இந்தியப் போர் வீரர்கள் துருக்கியரையும் எகிப்தியரையும் மற்றவர்களையும் எதிர்த்துப் போர் புரிந்தார்கள். இதையடுத்து மேற்கு ஆசியாவில் இந்தியாவை எல்லோரும் வெறுக்கத் தொடங்கினார்கள்.

நான் முன்கடிதம் ஒன்றில் கூறியிருப்பது போல, யுத்தம் தொடங்கு முன் இந்தியாவில் அரசியல் வாழ்வு மிகவும் தாழ்ந்து கிடந்தது. யுத்தம் வந்தவுடன் அரசியலில் இருந்து, இன்னும்

அதிகமாக வேறு திசைகளில் திருப்பியது. பிரிட்டிஷ் அரசாங்கம் பிறப்பித்த யுத்தகாலச் சட்டங்கள் அரசியலில் செயலாற்றுவதைக் கஷ்டமாக்கின. யுத்தகாலம் என்றால் உடனே தணிக்கை முறை அமலுக்கு வந்து விடுகிறது. அது உண்மையை மறைத்து, பொய்யைப் பரப்புகிறது. யுத்தத்தில் ஈடுபட்ட எல்லா நாடுகளிலும் இது நிகழ்ந்தது. இந்தியாவிலும் 'இந்தியப் பாதுகாப்புச் சட்டம்' இயற்றப்பட்டது. யுத்தத்தைப் பற்றி பொதுமக்கள் குறை கூற முடியாமல் இது தடுத்துவிட்டது. ஆனால், மக்கள் துருக்கிமீது அனுதாபமும், ஜெர்மனியிடம் பிரிட்டன் உதைபட வேண்டும் என்ற விருப்பமும் கொண்டிருந்தனர். பிரிட்டனிடம் நன்றாக உதைபடுகிறவர்களுக்கு இத்தகைய கோழைத்தனமான விருப்பம் உண்டாவது இயற்கைதானே!

ஆனால், பிரிட்டனுக்கு விசுவாசமாக சுதேச மன்னர்கள் கூச்சல் போட்டார்கள். ஜனநாயகம், சுதந்திரம், தேசிய சமுதாயங்களின் விடுதலை என்று நேச நாடுகள் பேசியதை முதலாளித்துவ வகுப்பினர் நம்பி விட்டார்கள். இந்தியாவுக்கும் அவை பொருந்தும் என்று அவர்கள் நினைத்தார்கள். மேலும், பிரிட்டனுக்கு ஆபத்துக் காலத்தில் உதவி செய்தால், பிறகு நமக்கும் தக்க பலன் கிடைக்கும் என்று அவர்கள் நம்பினார்கள். எது எப்படியோ, யுத்தம் தொடர்பாக தங்கள் விருப்பப்படி ஒன்றும் செய்வதற்கில்லை. அவர்களுக்கு வேறு பாதுகாப்பான வழியும் இல்லை.

இவ்வாறு, இந்தியாவில் ஒப்புக்குக் காட்டப்பட்ட விசுவாசம் இங்கிலாந்தில் மிகவும் பாராட்டப்பட்டது. இங்கிலாந்து தன் நன்றியைப் பலமுறை வெளியிட்டது. யுத்தம் முடிந்த பிறகு, இங்கிலாந்து இந்தியாவை பார்க்கும் விதமே புது மாதிரியாக இருக்கும் என்று சொல்லிக் கொண்டார்கள்.

ஆனால், இந்த 'விசுவாச'ப் போக்கை கடைப்பிடிக்காத இந்தியர் சிலர் இந்தியாவிலும் வெளிநாடுகளிலும் இருந்தார்கள். இங்கிலாந்தின் கெட்ட காலத்தைத் தங்கள் நாட்டின் நன்மைக்குப் பயன்படுத்திக் கொள்ளவேண்டும் என்று நம்பினார்கள். ஜெர்மனியிலும் மற்ற ஐரோப்பிய நாடுகளிலும் வாழ்ந்த இந்தியர் சிலர் பர்லினில் கூடினார்கள். அவர்கள் இங்கிலாந்தின் எதிரிகளுக்கு உதவும் வழிகளைக் காண முயன்றார்கள். ஜெர்மன் இந்த இந்தியப் புரட்சிக்காரரர்களின் முயற்சியை வரவேற்றது. இரு தரப்பும் ஒரு ஒப்பந்தம் ஏற்படுத்தி கையெழுத்திட்டனர். அதன் பேரில் யுத்தகாலம் முழுவதும் இந்தியக் குழு ஜெர்மனிக்காக வேலை செய்து வந்தது. வெளிநாடுகளுக்குப்

போரிட்ட இந்திய வீரர்களிடம் அவர்கள் பிரசாரம் செய்தார்கள். இது பிரிட்டிஷாருக்கு கவலை ஏற்படுத்தியதைத் தவிர வேறு எதுவும் பலனளிக்கவில்லை.

இந்தியாவிலும் சில புரட்சிகரமான செயல்கள் நிகழ்ந்தன. சதி வழக்குகளை விசாரிப்பதற்காக சிறப்பு நீதிமன்றங்கள் நியமிக்கப் பட்டன. பலர் மரண தண்டனை பெற்றனர். அநேகர் நீண்டகால சிறைத்தண்டனை பெற்றனர். அப்படி தண்டிக்கப்பட்டவர்கள் 18 ஆண்டுகளுக்குப் பின்பும் சிறைகளில் வாடுகிறார்கள்.

யுத்தம் நடந்து கொண்டிருந்தபோது ஏனைய இடங்களில் போல இந்தியாவிலும் ஒரு சிலர் கொழுத்த லாபம் அடித்துக் கொண்டிருந் தார்கள். சண்டைக்கு மேலும் மேலும் ஆள் தேவையாக இருந்ததால் ஆள் சேர்த்தலும் தீவிரமாயிற்று. ஆள் சேர்த்துத் தருவோருக்குப் பலவிதமாக ஆசை காட்டப்பட்டது. இந்தியாவிலிருந்து மொத்தம் பத்து லட்சத்துக்கு மேற்பட்டவர்கள் அனுப்பப்பட்டார்கள். மக்கள் இதை வெறுத்தார்கள். யுத்தத்துக்குப் பிறகு பஞ்சாபில் நிகழ்ந்த கலவரங்களுக்கு இது ஒரு காரணமாகக் கருதப்படுகிறது.

பஞ்சாப் இன்னொரு விதத்திலும் பாதிக்கப்பட்டது. அநேக பஞ்சாபியர், முக்கியமாகச் சீக்கியர், இங்கிருந்து சென்று ஐக்கிய அமெரிக்காவிலுள்ள கலிபோர்னியாவிலும், மேற்குக் கானடாவிலுள்ள பிரிட்டிஷ் கொலம்பியாவிலும் குடியேறியிருந்தார்கள். இப்படி வெளிநாடு போகிறவர்களைத் தடுக்கவும் பிரிட்டன் சட்டம் இயற்றியது. கானடா வரை போய், இந்தியாவுக்கு திருப்பி அனுப்பப்பட்டவர்கள் ஏராளம்.

சண்டைக்கு ஆள் அனுப்பியதுடன், இந்தியா ரொக்கப் பணம் வேறு அழ வேண்டியிருந்தது. இது இந்தியாவின் நன்கொடை என்று அழைக்கப்பட்டது. ஒரு சமயம் பத்து லட்சம் பவுனும், பிறகு இன்னொரு பெருந்தொகையும் இங்கிலாந்துக்கு கொடுக்கப்பட்டது.

யுத்த கால நிலைமைகளால் இவற்றைக் காட்டிலும் அடிப்படையான ஒரு மாறுதல் நிகழ்ந்தது. யுத்தத்தின்போது பிற நாடுகளைப் போலவே இந்தியாவின் வெளிநாட்டு வர்த்தகமும் அடியோடு கவிழ்ந்துவிட்டது. இதற்கு முன்னர் இந்தியாவுக்கு வந்து கொண்டிருந்த ஏராளமான பிரிட்டிஷ் சாமான்கள் இப்போது நின்று விட்டன. மத்திய தரைக் கடலிலும் அட்லான்டிக் பெருங்கடலிலும் ஜெர்மன் 'நீர்மூழ்கிகள்' பிரிட்டிஷ் கப்பல்களை மூழ்கடித்துக்

கொண்டிருந்தன. இந்த நிலைமையில் வியாபாரம் நடைபெறுவது சாத்தியம் இல்லை அல்லவா? இதுவரை அரசாங்கத்தால் பாராமுகம் செய்யப்பட்ட டாடா இரும்புத் தொழிற்சாலைக்கு இப்போது யோகம் அடிக்க ஆரம்பித்தது. ஏனெனில், அதில் யுத்த தளவாடங்கள் உற்பத்தி செய்யலாம் அல்லவா? அரசாங்க ஆதிக்கத்தின் கீழ் அந்த வேலையும் நடைபெற்று வந்தது.

ஆகவே, யுத்தம் நடந்துவந்த ஆண்டுகளில் இந்தியாவிலுள்ள பிரிட்டிஷ், இந்திய முதலாளிகள் இருவருக்கும் வெளிநாட்டுப் போட்டி என்பதே இல்லை. அவர்கள் இந்தச் சந்தர்ப்பத்தை நன்கு பயன்படுத்திக் கொண்டு ஏழை இந்தியப் பொதுமக்களை வயிற்றில் அடித்துக் கொள்ளை லாபம் சம்பாதித்தார்கள். அவர்கள் சாமான்களின் விலைவாசிகளை ஏற்றி யாரும் கண்டிராத அளவுக்கு லாபப் பங்கீடுகள் வழங்கினார்கள். தொழிலாளர்கள் நிலை உண்மையில் முன்பு இருந்ததைவிட மோசமாகிவிட்டது என்றே சொல்ல வேண்டும்.

மாறிவரும் நிலைமைகளுக்கு ஏற்றாற் போல் பிரிட்டிஷ் பேரரசு தனது போக்கையும் அடியோடு மாற்றிக்கொண்டது. யுத்த காலத்தில் பிரிட்டிஷ் ஆட்சி இந்தியாவில் பெரிய இயந்திரத் தொழில்களுக்கு ஊக்கமளிக்கிறது. இதனால் பிரிட்டனில் இயந்திரப் பொருள் உற்பத்தி பாதிக்கப்படும் என்று தெரிந்தும், பிரிட்டிஷ் அரசாங்கம் இவ்வாறு செய்தது. பிரிட்டிஷ் தொழில்களுக்கு கேடு தரும் முறையில் பிரிட்டிஷ் அரசாங்கம் தனது கொள்கையை ஏன் மாற்ற வேண்டும் என்று கேட்கலாம். யுத்த நிலைமைகளால் ஏற்பட்ட நிர்ப்பந்தத்தைப் பற்றி முன்பே கூறினேன்.

பிரிட்டன் வேறு விதியின்றியே இந்தியா விஷயத்தில் தான் அனுசரித்து வந்த கொள்கையை மாற்றத் தீர்மானித்தது. இந்தியாவில் இயந்திரத் தொழிலை அபிவிருத்தி செய்ய வேண்டியதுதான் என்று அது முடிவு செய்தது. பிரிட்டன் தனது, பெரிய நன்மையை கருதியே இந்த முடிவு எடுத்தது. மாறாக, இந்தியாவின் மீது பொங்கி வழியும் அன்பினாலும் இந்தியாவின் நன்மையை முன்னிட்டுமே இந்த மாறுதலைச் செய்வதாகப் பிரிட்டிஷ் அரசாங்கம் சொல்லிக் கொண்டது.

1916ஆம் ஆண்டில், யுத்தம் நடந்து கொண்டிருந்த சமயத்தில், இந்திய இயந்திரத்தொழில் கமிஷன் ஒன்றை நியமித்தார்கள். இரண்டு ஆண்டுகளுக்குப் பிறகு அது தன் அறிக்கையைச் சமர்ப்பித்தது. இயந்திரத் தொழில்களுக்கு அரசாங்கம் ஊக்கமளிக்க

வேண்டுமென்றும், விவசாயத்தில் புதிய இயந்திர முறைகளைப் புகுத்த வேண்டுமென்றும் அது சிபாரிசு செய்தது. அனைவருக்கும் தொடக்கக் கல்வி அளிக்க முயற்சி செய்ய வேண்டும் என்றும் அது கூறியது. இங்கிலாந்தில் தொழிற்சாலைகள் பெருகத் தலைப்பட்ட சமயத்தைப் போல, இந்தியாவிலும் தேர்ந்த தொழிலாளரை உண்டாக்குவதற்குப் பொதுவாக எல்லாப் பிள்ளைகளுக்கும் தொடக்கக் கல்வி அளிப்பது அவசியம் என்று கருதப்பட்டது.

யுத்தம் முடிந்த பின், இந்தக் கமிஷனை அடுத்து வேறு பல கமிஷன்களும் கமிட்டிகளும் நியமிக்கப்பட்டன. இவையெல்லாம் இந்தியத் தொழிலுக்கு ஒரு பெரிய வெற்றியாக கருதப்பட்டது. ஓரளவுக்கு இது உண்மையே. ஆனால், உள் புகுந்து ஆராய்ச்சி செய்தால் சில சுவாரசியமான அம்சங்கள் வெளியாகும்.

இந்தியாவில் இயந்திரத் தொழில்மீது ஆதிக்கம் செலுத்த இந்தியாவிலுள்ள பிரிட்டிஷ் அரசாங்கம் வேறு பல நடவடிக்கைகளும் எடுத்தது. நவீனத் தொழில்களில் வங்கிகளுக்கு முக்கியமான பங்கு உண்டு. ஏனெனில், பெரிய வியாபாரங்களுக்கு நம்பிக்கையின் பேரில் தரப்படும் கடன் வசதி மிகவும் தேவையானது. மிக நல்ல வியாபாரங்கள் கூட இத்தகைய கடன் வசதிகள் இல்லாவிடில் திடீரென்று முறிந்து விடலாம். அவை ஒரு வியாபாரத்தை ஆக்கவும் அழிக்கவும் கூடும். யுத்தம் முடிந்தவுடனே நாட்டிலுள்ள வங்கிகள் அனைத்தையும் பிரிட்டிஷ் அரசாங்கம் தன் ஆதிக்கத்தின் கீழ்க் கொண்டுவந்து விட்டது.

இந்திய முதலாளி வர்க்கமும் உயர் மத்திய வகுப்பும் யுத்த காலத்தில் பலம் பெற்றன. அதன் பலன் அரசியல் இயக்கத்திலும் வெளிப்படத் தொடங்கியது. யுத்தத்துக்கு முன்பும் யுத்த தொடக்கத்திலும் நாம் பார்த்த அரசியல் உறக்கம் சிறிது சிறிதாகத் தெளிந்து வந்தது. சுய ஆட்சி வேண்டும் என்ற கோரிக்கையும் வேறு பல கோரிக்கைகளும் கேட்கத் தொடங்கின. லோகமானிய திலகர் தமது நீண்ட சிறைவாசத்தை அனுபவித்து விட்டு வெளியே வந்தார்.

நான் ஏற்கெனவே கூறியபடி, அந்தச் சமயம் தேசியக் காங்கிரசானது மிதவாதிகள் கையில் அகப்பட்டுக் கொண்டு செல்வாக்கற்ற ஒரு சிறு சபையாக இருந்தது. அதற்கும் ஜனங்களுக்கும் தொடர்பு இல்லை. தீவிர அரசியல்வாதிகள் காங்கிரசில் இல்லை என்பதால் அவர்கள் சுய ஆட்சி சங்கங்களை நிறுவினார்கள். மொத்தம் இரண்டு சங்கங்கள்

தொடங்கப்பட்டன. ஒன்று லோகமானிய திலகராலும், இன்னொன்று அன்னி பெசண்ட் அம்மையாராலும் தொடங்கப்பட்டன. சில ஆண்டுகள் வரை பெசண்டு அம்மையார் இந்திய அரசியலில் முக்கியப் பங்கு வகித்தார். அவருடைய பேச்சாற்றலும், ஆணித்தரமான வாதமும் அரசியலில் காணாமல் போன உற்சாகத்தை மீண்டும் உயிர்ப்பித்தன. அவருடைய பிரசாரத்தைத் தடுக்க அவரையும் அவருடைய தோழர்கள் இருவரையும் சில மாத காலம் ஒரு குறிப்பிட்ட பிரதேசத்துக்குள் சிறை வைத்தது. கல்கத்தாவில் நடைபெற்ற ஒரு காங்கிரஸ் மாநாடுக்கு அவர் தலைமை வகித்தார். காங்கிரசின் தலைவர் பதவியை வகித்த முதல் பெண்மணி அவரே. சில ஆண்டுகளுக்குப் பின் ஸ்ரீமதி சரோஜினி நாயுடு அம்மையார் காங்கிரசின் தலைவராக ஆனார். அவர் அந்தப் பதவியை வகித்த இரண்டாவது பெண்மணி ஆவர்.

1916 ஆம் ஆண்டில் மிதவாதிகள், தீவிரவாதிகள் ஆகிய காங்கிரசின் இரு பிரிவினருக்கும் ஒரு சமரசம் ஏற்பட்டது. இருவரும் அந்த ஆண்டு டிசம்பர் மாதம் லக்னோவில் நடைபெற்ற காங்கிரஸ் மாநாடுக்கு வந்தார்கள். சமரசம் அதிகக் காலம் நீடிக்கவில்லை. இரண்டு ஆண்டுகளுக்குள் இன்னொரு பிளவு ஏற்பட்டது. அதன் பயனாக மிதவாதிகள் தங்களைத் 'தாராளவாதிகள்' என்று அழைத்துக் கொண்டார்கள். காங்கிரசை விட்டு வெளியேறிய அவர்கள் அப்படியே இருந்து வருகிறார்கள்.

1916 ஆம் ஆண்டு லக்னோ மாநாடுக்கு பிறகு தேசியக் காங்கிரஸ் புத்துயிர் பெற்றது என்று சொல்லலாம். அதிலிருந்து காங்கிரஸின் பலமும் முக்கியத்துவமும் வளர்ந்து வந்தது. அதன் வரலாற்றிலேயே முதல் தடவையாக அது மத்திய வகுப்பாரின் தேசிய அமைப்பாக மாறத் தொடங்கியது. இன்னும் அது சாமானியப் பொதுமக்களுடன் எவ்விதத் தொடர்பும் கொள்ளவில்லை. அவர்களும் காந்திஜி வரும் வரையில், அதில் அக்கறை காட்டவில்லை. ஆகவே, மிதவாதிகள், தீவிரவாதிகள் எனப் பட்ட இருவரும் ஏறக்குறைய முதலாளி வகுப்பின், பிரதிநிதிகளாகவே இருந்தார்கள்.

மிதவாதிகள் நல்ல நிலையிலுள்ள ஒரு சிலருக்குப் பிரதிநிதி களாகவோ அல்லது தாங்களே நல்ல நிலையில் உள்ளவர்களாகவோ இருந்தார்கள். அவர்களை அரசாங்க ஊழியர்களைப் போல கருதலாம். தீவிரவாதிகள் பெரும்பாலான மத்திய வகுப்பாரின் ஆதரவைப் பெற்றிருந்தார்கள். அவர்களுடைய கட்சியில் படித்து விட்டு வேலை கிடைக்காத பலர் இருந்தார்கள். இவர்கள் கட்சியைத்

தீவிர நெறியில் செலுத்தினார்கள். இவர்களிடம் இருந்து புரட்சிக் கட்சிக்கு ஆள் கிடைத்தது. நோக்கங்களிலோ லட்சியங்களிலோ இரண்டு பிரிவுகளுக்கும் அதிக வேற்றுமை இல்லை. இருவரும் பிரிட்டிஷ் ஆட்சிக்குள் சுய ஆட்சி என்றே பேசினார்கள். அந்தச் சமயத்துக்கு அதில் கிடைத்த வரையில் பெற்றுக்கொள்ள இரண்டு பேரும் சித்தமாக இருந்தார்கள். தீவிரவாதிகள் மிதவாதிகளைவிடச் சற்று அதிகமாகக் கேட்டார்கள். சற்றுக் கடுமையான வார்த்தைகளை உபயோகித்தார்கள். ஒரு சிலரான புரட்சிக்காரர்கள் மட்டும் முழு விடுதலை வேண்டும் என்றார்கள். ஆனால், காங்கிரஸ் தலைவர்களிடம் அவர்களுக்குச் செல்வாக்கு இல்லை.

மிதவாதிகளுக்கும் தீவிரவாதிகளுக்கும் உள்ள வேற்றுமை இதுதான். மிதவாதக் கட்சியில், உள்ளவர்களும் அவர்களிடம் தொங்கிக் கொண்டு இருப்பவர்கள் இருந்தார்கள். தீவிரக் கட்சியில், இல்லாதவர்கள் நிறைய இருந்தார்கள். அதன் தீவிரப்போக்கு தேசத்திலுள்ள இளைஞர்களை ஈர்த்தது. அவர்களில் முக்கால்வாசிப் பேர் கடுமையாகப் பேசினால் அதுவே தீவிரத் தன்மைக்கு அடையாளம் என்று கருதினார்கள். இவ்வாறு நான் பொதுப்படையாகச் சொல்வது எல்லாத் தனிப்பட்ட நபர்களுக்கும் பொருந்தும் என்று நினைத்துவிடக் கூடாது.

உதாரணமாக, மிதவாதிகள் தலைவரான கோபாலகிருஷ்ண கோகலேயை எடுத்துக் கொண்டால் அவர் ஒரு பெரிய தியாகி. நல்ல திறமை வாய்ந்தவர். அவரை உள்ளவர் என்றே சொல்ல முடியாது. அவர்தான் 'இந்திய ஊழியர் சங்கத்'தைத் தோற்றுவித்தவர். ஆனால், மிதவாதிகளும் சரி, தீவிரவாதிகளும் சரி, உண்மையில் இல்லாதவர் களாக உள்ள தொழிலாளர்கள் இடத்தும் விவசாயிகளிடத்தும் போகவே இல்லை. திலகர் மட்டும் இந்திய மக்களின் பிரியத்துக்கும் மதிப்புக்கும் பாத்திரமான தலைவராக இருந்தார்.

1916ல் நடந்த லக்னோ காங்கிரஸ், இந்து முஸ்லிம் ஒற்றுமைக்கும் முக்கியமானது. காங்கிரஸ் எப்போதுமே ஒரு தேசிய அடிப்படையைப் பற்றி வந்திருக்கிறது. ஆனால், அதில் ஹிந்துக்கள் மிகப் பெரும்பாலோராக இருந்தபடியால் அது அதிகமாக ஒரு ஹிந்து அமைப்பாகவே இருந்தது. யுத்தத்துக்குச் சில ஆண்டுகள் முன்பாக, முஸ்லிம் படித்த வகுப்பார் ஓரளவு அரசாங்கத்தின் தூண்டுதலின் பேரில் தங்களுக்கென்று அகில இந்திய முஸ்லிம் லீக் என்று தனியாக ஒரு அமைப்பை உருவாக்கிக் கொண்டார்கள். காங்கிரசிலிருந்து முஸ்லிம்களைப் பிரித்துவைக்கும் கருத்தோடு இது செய்யப்பட்டது.

ஆனால், விரைவில் லீக் காங்கிரசை நோக்கி இழுத்துச் சென்றது. இந்தியாவின் எதிர்கால அரசியல் அமைப்பைப் பற்றி லக்னோவில் காங்கிரசுக்கும் லீக்குக்கும் ஒரு உடன்பாடு ஏற்பட்டது. இது காங்கிரஸ் - லீக் திட்டம் என்று பெயர் பெற்றது. அதில் வேறு பல விஷயங்களுடன் முஸ்லிம் சிறுபான்மையினருக்கு ஒதுக்க வேண்டிய இடங்களும் சதவீதமும் இடம்பெற்றது. காங்கிரஸ்-லீக் திட்டமே பிற்பாடு தேசத்தின் கூட்டுத் திட்டமாகவும், கோரிக்கையாகவும் ஆனது. அந்தக் காலத்தில் முதலாளித்துவ வகுப்பினர் மட்டுமே அரசியல் விழிப்பு உடையவர்களாக இருந்தார்கள். அவர்களுடைய கருத்துகளையே காங்கிரஸ் - லீக் திட்டம் அடையாளப்படுத்தியது. அந்தத் திட்டதின் அடிப்படையில் கிளர்ச்சி ஓங்கியது.

முஸ்லிம்கள் அதிகமான அரசியல் உணர்ச்சி பெற்றுக் காங்கிரசுடன் ஒன்று சேரத் தொடங்கினார்கள். பிரிட்டன் துருக்கியுடன் போரிட்டதால் ஏற்பட்ட கோபம் இதற்கு முக்கிய காரணமாக இருந்தது. துருக்கியின்பால் கொண்ட அனுதாபம் காரணமாகவும், அதை உறுதியாக எடுத்து உரைத்ததன் காரணமாகவும் மௌலானா முகம்மது அலி, மௌலானா ஷவுகத் அலி ஆகிய இரு முஸ்லிம் தலைவர்கள் யுத்தத் தொடக்கத்திலேயே ஒரு குறிப்பிட்ட பிரதேசத்துக்குள் சிறை வைக்கப்பட்டார்கள். அரபு நாடுகளிடம் உள்ள தொடர்பு காரணமாக மௌலானா அபுல்கலாம் ஆசாதும் அவ்வாறே சிறை வைக்கப்பட்டார். அவர் எழுதிய கட்டுரைகள் அந்த நாடுகளில் மிகவும் கொண்டாடப்பட்டன. அரசாங்கத்தின் இத்தகைய செயல்கள் முஸ்லிம்களுக்கு ஆத்திரத்தையும் கோபத்தையும் ஏற்படுத்தின.

இந்தியாவில் சுய ஆட்சிக் கோரிக்கை வலுக்கவே, பிரிட்டிஷ் அரசாங்கம் அநேக வாக்குறுதிகள் தரவும் விசாரணைகள் நடத்தவும் தொடங்கியது. மக்களின் கவனம் இவற்றில் சென்றது. 1918ஆம் ஆண்டு கோடைக்காலத்தில் அப்பொழுது இந்தியாவுக்கான மந்திரியாக இருந்த மான்டேகுவும் அரசுப் பிரதிநிதியாக இருந்த செம்ஸ்போர்டு பிரபும் ஒரு அறிக்கையை தாக்கல் செய்தனர். இந்தியாவுக்குச் சீர்திருத்தங்கள் வழங்குவது பற்றி அதில் பரிந்துரைகள் செய்யப்பட்டன. அது அவர்கள் பெயரால் மான்டேகு - செம்ஸ்போர்டு அறிக்கை என்று அழைக்கப்பட்டது. உடனே நாட்டில் இதைப் பற்றிப் பலத்த வாதப்பிரதிவாதம் எழுந்தது. அவர்களுடைய பரிந்துரையில் கண்ட சீர்திருத்தங்கள் மிகவும் குறைவானவை என்று கருதிக் காங்கிரஸ் அவற்றை ஏற்க மறுத்தது. தாராளவாதிகள் அவற்றை வரவேற்றனர். இதனால் அவர்கள் காங்கிரசிலிருந்து பிரிந்து சென்றனர்.

முதல் உலகப்போரில் ஜெர்மன் தோற்கடிக்கப்பட் இடத்தில் நினைவுச்சின்னம்

155. புதிய ஐரோப்பிய வரைபடம்

ஏப்ரல் 21, 1933

உலக யுத்தத்தை நிறுத்துவதற்கு கையெழுத்தான உடன் படிக்கையையும், அதில் ஜெயித்த அணி விதித்த நிபந்தனைகளையும் பார்ப்போம். ஜெர்மனி தோற்று, பேரரசர் கெய்சர் ஓடிவிட்டான். குடியரசு அமைந்துவிட்டது. ஆனால், ஜெர்மனியின் ராணுவ பலத்தை சுத்தமாக ஒடுக்கும் நோக்கத்தில் கடுமையான நிபந்தனைகள் விதிக்கப்பட்டன.

ஜெர்மன் ராணுவம் தான் பிடித்த இடங்களை விட்டதோடு, ஜெர்மனி மாகாணமான அல்சாஸ்லோரெய்னையும், ரைன் நதிவரை ஒரு பகுதியையும் கைவிட வேண்டியதாயிற்று. கோலோன் நகரைச் சுற்றி நேச நாடுகளின் படையை நிறுத்தவும் ஒப்புக்கொள்ளப்பட்டது. ஜெர்மனி தனது போர்க் கப்பல்களையும், நீர்மூழ்கிகளையும், ஆயிரக்கணக்கான கனரக துப்பாக்கிகளையும், விமானங்களையும், ரயில் என்ஜின்களையும், லாரிகளையும், வேறுபல தளவாடங்களையும் ஒப்படைக்க வேண்டியதாயிற்று.

பிரான்சின் வட பகுதியில், ‘காம்பெய்ன்’ காட்டில் இப்படி ஒரு நினைவுச் சின்னம் அமைக்கப்பட்டுள்ளது. அதில், “இங்கு, 1918 ஆம் ஆண்டு நவம்பர் 11 ஆம் தேதி படுபாதக ஜெர்மன் சாம்ராஜ்யத்தின் அகங்காரம் அழிந்தது. எந்தச் சுதந்திர மக்களை

அடிமைப்படுத்த அது முயன்றதோ அவர்களே அதை மட்டந்தட்டி விட்டார்கள்.'' என்று எழுதப்பட்டுள்ளது.

ஜெர்மனியும், பிரஷியாவும் திமிர் அடக்கப்பட்டது உண்மைதான். அதற்கு முன்பே ரஷிய பேரரசும் ஒழிந்துவிட்டது. ஆஸ்திரிய, ஹங்கேரி பேரரசையும் யுத்தம் விழுங்கிவிட்டது. ஆனால், ஜெயித்த அணியைச் சேர்ந்த பேரரசுகள் இருந்தன. ஆனால் அந்த பேரரசுகளின் ஆணவத்தையும், அடிமைப்படுத்தப்பட்ட நாடுகளின் உரிமைகளை மதிக்கவும் யுத்தம் கற்றுக் கொடுக்கவில்லை.

வெற்றி பெற்ற நேச நாட்டினர் **1919** ஆம் ஆண்டு பாரிஸ் நகரில் சமாதான மாநாடு கூடினார்கள். உலகத்தின் எதிர்காலத்தையே தீர்மானிப்பதற்கு அவர்கள் கூடியிருந்தார்கள். பல மாதங்கள் வரை உலகத்தின் கவனம் அந்த மாநகர் மீது பதிந்திருந்தது. வெற்றிபெற்ற அணி நாடுகளும், தோல்வியடைந்த அணி நாடுகளும் கூடியிருந்தன. மேலும், எரிகிற வீட்டில் பிடுங்கின வரை லாபம் என்று இன்னும் எத்தனையோ பேர் வந்து மொய்த்தார்கள். இப்போது உலகத்தையே புதிதாகப் பங்குபோடப் போகிறார்கள்.

சமாதான மகாநாட்டின் மூலம் நல்ல பலன் ஏற்படும் என்று எதிர்பார்க்கப்பட்டது. யுத்தம் கற்பித்த கொடிய அனுபவங்களுக்கு பிறகு, நிலையான, நியாயமான சமாதானத்துக்கு வழி காண்பார்கள் என்று மக்கள் நம்பினார்கள். தொழிலாளர்கள் மிகுந்த அதிருப்தி அடைந்தனர். அத்தியாவசிய பொருட்களின் விலை அதிகரித்தது. **1919**ல் ஐரோப்பாவில் சமூகப்புரட்சி தோன்றுவதற்கான அறிகுறிகள் பல தென்பட்டன. ரஷியாவின் உதாரணம் எங்கும் பற்றுவதுபோலத் தோன்றியது.

நாற்பத்தெட்டு ஆண்டுகளுக்கு முன் வார்சேல்ஸ் நகரில் ஜெர்மன் பேரரசு பிரகடனம் செய்யப்பட்ட அதே மண்டபத்தில் மாநாடு கூடியது. பல குழுக்களாக பிரிந்து ரகசியமாக ஆலோசனை நடத்தின. நேசக் கட்சியைச் சேர்ந்த 'பத்துப் பேர் குழு' மாநாட்டை இயக்கியது. பிறகு பத்து ஐந்தாயிற்று. அமெரிக்கா, பிரிட்டன், பிரான்சு, இதாலி, ஜப்பான் ஆகிய ஐந்து நாடுகள் மட்டும் இருந்தன. பிறகு ஜப்பானும் பிரிந்ததால் 'நால்வர் குழு'வே எஞ்சியது. கடைசியில் இதாலியும் பிரிந்தது. அமெரிக்கா, பிரிட்டன், பிரான்சு ஆகிய மூன்றுமே இறுதி வரையில் நின்றவை. ஜானாதிபதி வில்சன், லாயிட் ஜார்ஜ், கிளிமான்சோ ஆகிய மூவரும் மூன்று நாடுகளுக்கும் பிரதிநிதிகளாக இருந்தனர்.

யுத்தத்தால் புண்பட்ட உலகத்தை புதுப்பித்து உருவாக்கும்

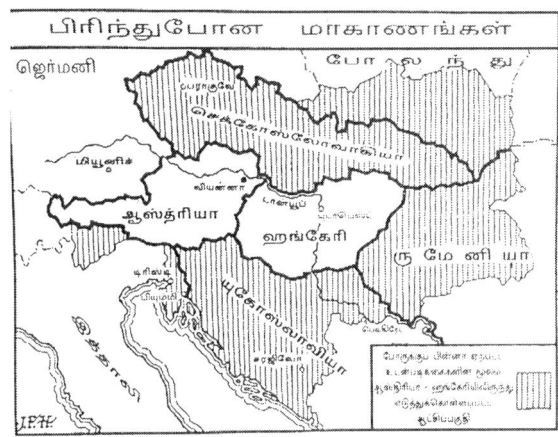

பிரிந்துபோன மாகாணங்கள்

பெரும் பொறுப்பு இந்த மூவர் தலையிலும் விழுந்தது. இது வெறும் மனிதர்களால் ஆகக்கூடியதல்ல. இதற்கும் இந்த மூவருக்கும் வெகுதூரம். அதிகாரத்தில் உள்ளவர்கள் பத்திரிகைகளின் விளம்பா மகிமையால் பொதுமக்களுடைய கண்களில் அதி மேதாவிகளாகவும் மாபெரும் சூரர்களாகவும் தோன்றுகிறார்கள். அவர்களைச் சுற்றிலும் ஏதோ ஒரு ஒளி வட்டம் சூழ்ந்திருப்பது போலக் காணப்படுகிறது. நாமும் நமது அறியாமை காரணமாக அவர்களுக்கு இல்லாத பல குணங்களை இருப்பதாகக் கற்பித்து விடுகிறோம். ஆனால், கிட்டப்போய்ப் பார்க்கும்போது அவர்கள் எவ்வளவு மட்டமான பேர்வழிகள் என்று தெரிய வருகிறது. தன்னை ஆள்வோர் எவ்வளவு அறிவற்றவர்கள் என்பதை இந்த உலகம் கண்டால் அது பிரமிப்பில் ஆழ்ந்துவிடும் என்று ஆஸ்திரிய அறிஞர் ஒருவர் கூறியிருந்தார்.

அமெரிக்க ஜனாதிபதி உட்ரோ வில்சன் அடுக்குச் சொற்களை பயன்படுத்தி எழுதவும் பேசவும் செய்வார். அவற்றில் உயர்ந்த லட்சிய மணம் வீசியது. அதனால் அவரை புதுச் சுதந்திர சகாப்தத்தின் தீர்க்க தரிசி என்று மக்கள் கருதத் தொடங்கினார்கள். பிரிட்டன் பிரதம மந்திரி லாயிட் ஜார்ஜ் அலங்காரமாகப் பேசுவார் என்றாலும் சமயத்துக்குத் தக்க வேஷம் போடுவார் என்பது எல்லாருக்கும் தெரிந்திருந்தது. கிளிமான்சோவைப் 'புலி' என்று எல்லோரும் அழைத்தார்கள். பிரான்சின் பழைய எதிரியான ஜெர்மனியை மீண்டும் தலை தூக்காதபடி அழித்து நசுக்கி அவமானப் படுத்துவதில் அவர் கண்ணாயிருந்தார்.

இவ்வாறு இந்த மூவரும் ஒருவருக்கொருவர் விரோதமாகவும் தத்தம் வழியிலும் இழுத்துக் கொண்டிருந்தார்கள். இவர்கள் எல்லோருக்கும்

பின்னால் சோவியத் ரஷியாவின் நிழல் படர்ந்திருந்தது. ரஷியா மாநாட்டில் இடம் பெறவில்லை. ஜெர்மனியும் அப்படியே. ஆனால், பாரிசில் கூடியிருந்த அத்தனை முதலாளித்துவ நாடுகளுக்கும் சோவியத் ருஷியாவின் இருப்பே பெரிய அறைகூவலாக அமைந்து நின்றது.

கடைசியில், லாயிட் ஜார்ஜின் உதவியால் கிளிமான்சோ தன் எண்ணத்தை நிறைவேற்றிக் கொண்டார். வில்சனுக்கு அவர் பெரிதும் விரும்பிய 'சர்வதேச சங்கம்' கிடைத்தது. மற்றவர்கள் இதற்கு இணங்கவே, அவர் வேறு பல விஷயங்களில் விட்டுக் கொடுத்து விட்டார். பல மாதங்கள் வாதப் பிரதிவாதங்கள் நடத்திய பிறகு, நேச அணியினர் உடன்படிக்கை மசோதா ஒன்றை முடிவாக ஏற்றுக்கொண்டார்கள். அதற்குப் பிறகு அவர்கள் ஜெர்மன் பிரதிநிதிகளை அழைத்தார்கள்.

நானூற்று நாற்பது அம்சங்கள் கொண்ட அந்தப் பெரிய உடன்படிக்கை ஜெர்மானியர் மீது வீசப்பட்டது. அவர்கள் அதில் கையெழுத்துப் போட வேண்டும். அதைப் பற்றி விவாதிக்கவோ, மாறுதல்கள் வேண்டும் என்று யோசனை கூறவோ வாய்ப்பு இல்லை. இது ஜெயித்தவன் தோற்றவன் மீது சுமத்தும் சமாதானம். ஜெர்மானியர் ஒப்புக்கொண்டு கையொப்பம் இடவேண்டும், அல்லது வருவதை அனுபவிக்க வேண்டும். புதிய ஜெர்மன் குடியரசின் பிரதி-நிதிகள் அதை எதிர்த்தனர். ஆனால், கெடு முடியும் கடைசி நாளில் கையெழுத்திட்டனர்.

நேசக்கட்சியார் ஆஸ்திரியா, ஹங்கேரி, பல்கேரியா, துருக்கி ஆகிய நாடுகளுடன் தனித்தனியாக உடன்படிக்கை செய்தனர். துருக்கி உடன்படிக்கையைச் சுல்தான் ஏற்றாலும், கமால் பாஷாவும் அவருடைய வீரத் தோழர்களும் எதிர்த்தனர். அதனால் அது கைவிடப்பட்டது. அந்த அற்புத வரலாற்றைத் தனியாகச் சொல்கிறேன்.

இந்த உடன்படிக்கைகளால் கிழக்கு ஐரோப்பாவிலும், மேற்கு ஆசியாவிலும், ஆப்பிரிக்காவிலும் பிரதேச மாற்றங்கள் நிகழ்ந்தன. ஆப்பிரிக்காவில் ஜெர்மனிக்குச் சொந்தமான குடியேற்ற நாடுகளை நேச நாட்டினர் பறித்துக் கொண்டனர். அதிலும் முதல்தர நாடுகள் இங்கிலாந்துக்குக் கிடைத்தது. வடக்கே எகிப்திலிருந்து தெற்கே நன்னம்பிக்கை முனை வரையில் ஆப்பிரிக்கா கரை நெடுகிலும் தங்களுடைய பேரரசு தடையின்றிப் பரந்திருக்க வேண்டும் என்று அவர்கள் நெடுநாளாகவே கனவு கண்டனர். அது இப்போது கை கூடிவிட்டது.

ஐரோப்பாவின் படத்தில் பல புதிய நாடுகள் தோன்றின. இவற்றில்

சில ரஷியப் புரட்சியால் வந்தவை. ரஷியாவின் எல்லைப் புறங்களில் வாழ்ந்த ரஷியர் அல்லாத பல மக்கள் தொகுதியினர் சோவியத்திலிருந்து பிரிந்து சுதந்திரமாக இருக்க முற்பட்டனர். சோவியத் அரசாங்கமும் அவர்களுடைய சுய நிர்ணய உரிமைகளை மதித்து விட்டுவிட்டது. புதிய ஐரோப்பாப் படத்தைப் பார்! ஆஸ்திரியா - ஹங்கேரி என்ற பெரிய நாடு அடியோடு மறைந்து விட்டது. அதன் இடத்தில் பல சிறு நாடுகள் தோன்றி இருக்கின்றன.

அவை, 'ஆஸ்திரியாவினின்று உதித்த நாடுகள்' என்று அழைக்கப்படுகின்றன. அவை வருமாறு. ஆஸ்திரியா-தன் பழைய பரப்பை இழந்து மிகவும் சிறுத்துவிட்டது. ஆனால், மிகப்பெரிய நகரமான வியன்னா இதன் தலைநகராக இருந்தது. ஹங்கேரி இதுவும் அளவில் மிகவும் குறைந்து விட்டது. செக்கோஸ்லோவாகியா - இதில் பழைய பொஹிமியா சேர்ந்திருந்தது. யுகோஸ்லாவியா - அதன் பகுதியான செர்பியாவை நாம் முன்னரே அறிவோம். செர்பியாவின் வரலாறு அவ்வளவு விரும்பத் தக்கதல்ல. இப்போது அடையாளம் தெரியாத அளவுக்கு பெருத்துவிட்டது. ஆஸ்திரியா- ஹங்கேரியின் சில பகுதிகள் ருமேனியாவுக்கும் போலந்துக்கும் இதாலிக்கும் கிடைத்தன. இவ்வாறு ஐரோப்பா கண்டதுண்டம் செய்யப்பட்டது.

வடக்கில் இன்னொரு புதிய நாடு தோன்றியது, அல்லது ஒரு பழைய நாடு மீண்டும் தோன்றியது என்று சொல்லலாம். அதுதான் போலந்து. பிரஷியா, ரஷியா, ஆஸ்திரியா ஆகிய மூன்று நாடுகளிலிருந்தும் எடுக்கப்பட்ட பிரதேசங்களைக் கொண்டு போலந்தை உருவாக்கினார்கள். அதற்குக் கடற்கரை இல்லாமல் இருந்தது. கடலுக்குச் செல்லும் வழி ஏற்படுத்திக் கொடுப்பதற்கு ஒரு நூதனமான வழி கையாளப்பட்டது. ஜெர்மனியை... இல்லை, பிரஷியாவை என்று சொல்லவேண்டும். அதை இரண்டாகத் துண்டு போட்டுக் கடலுக்குச் செல்லும் இடைகழி ஒன்று போலந்துக்கு அளிக்கப்பட்டது. ஆகவே, இப்போது மேற்குப் பிரஷியாவிலிருந்து கிழக்குப் பிரஷியாவுக்குப் போவதற்கு இந்தப் போலிஷ் இடைகழியைக் கடந்து செல்ல வேண்டி யதாயிற்று. இந்த இடைகழிக் கருகில் புகழ்பெற்ற டான் சீக் நகரம் இருக்கிறது. அது ஒரு சுதந்திர நகரம் ஆக்கப்பட்டது. அதாவது, அது ஜெர்மனிக்கும் சொந்தம் இல்லை. போலந்துக்கும் சொந்தமில்லை. அது ஒரு தனி நாடு. சர்வதேச சங்கத்தின் நேர் பார்வையில் அது இருந்து வர வேண்டியது.

போலந்துக்கு வடக்கே லிதுவேனியா, லாட்வியா, எஸ்தோனியா ஆகிய பால்டிக் நாடுகளும் பின்லாந்தும் இருக்கின்றன. இவை

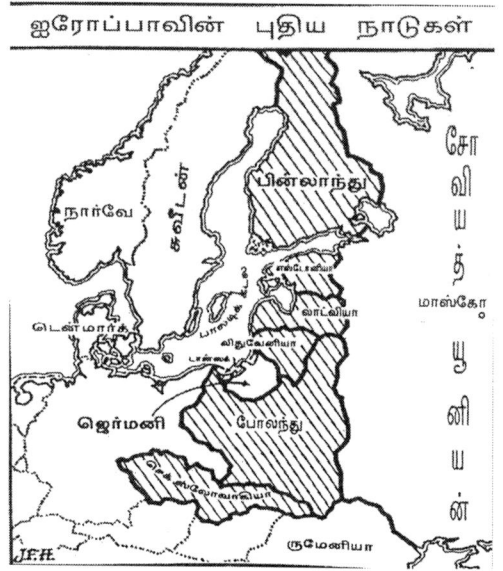

ஐரோப்பாவின் புதிய நாடுகள்

அனைத்தும் பழைய ஜார் பேரரசின் வாரிசுகள். இவை சிறிய நாடுகளாயினும் ஒவ்வொன்றும் தனியான கலாசாரப் பண்பும் பாஷையும் பெற்றவை. ஐரோப்பாவிலுள்ள வேறு பலரைப்போல லிதுவேனியரும் ஆரியர் என்று அறிய நீ மகிழ்ச்சி அடைவாய். அவர்களுடைய மொழி சம்ஸ்கிருதத்தைப் பெரிதும் ஒத்திருக்கிறது. இந்த விஷயம் இந்தியாவில் பலருக்குத் தெரியாது.

மீண்டும் படத்தைப் பார். ரஷியாவை மேற்கு ஐரோப்பாவிலிருந்து பிரித்துக்கொண்டு பின்லாந்து, எஸ்தோனியா, லாட்வியா, லிதுவேனியா, போலந்து, ருமேனியா ஆகிய நாடுகள் வரிசையாக நிற்பது தெரியவரும். இந்த நாடுகளில் பெரும்பாலானவை வார்சேல்ஸ் உடன்படிக்கைகளினால் ஏற்பட்டவை அல்ல, ரஷியப் புரட்சியால் ஏற்பட்டவை என்று முன்பே கூறியிருக்கிறேன். போல்ஷ்விக் தத்துவம் என்ற தொற்று நோயைப் பரவ விடாமல் தடுக்கும் 'சுகாதாரக் காப்பு அரணாக' அவை கருதப்பட்டன. பால்டிக் நாடுகள் யாவும் போல்ஷிவிக் கொள்கையை ஏற்றுக் கொள்ளாதவை.

மேற்கு ஆசியாவைச் சேர்ந்த பழைய துருக்கிய சாம்ராஜ்யத்தின் பகுதிகள் சிலவற்றைக் கண்டு மேல்நாட்டு வல்லரசுகளின் வாயில் ஜலம் ஊறியது. யுத்தத்தின்போது துருக்கிக்கு விரோதமாகக் கலகம் செய்யுமாறு அரபியரைப் பிரிட்டிஷார் தூண்டி விட்டார்கள். அரபியா,

பாலஸ்தீனம், சிரியா ஆகிய நாடுகளைக் கொண்ட ஐக்கிய அரபு ராஜ்யம் ஒன்றைச் சிருஷ்டிக்க உதவுவதாகப் பிரிட்டிஷார் வாக்களித்தார்கள். இவ்வாறு அரபியருக்கு வாக்களித்த அதே சமயத்தில் மேற்கூறிய அதே நாடுகளைப் பங்கு போட்டுக் கொள்வதற்கு அவர்கள் பிரான்சுடன் ஒரு ரகசிய ஒப்பந்தம் செய்து கொண்டிருந்தார்கள். இது எவ்வளவு மோசமான காரியம் என்பதைச் சொல்ல வேண்டியதில்லை.

இதைவிட விசித்திரமான ஒரு நிகழ்ச்சி பிறகு நிகழ்ந்தது. பிரிட்டிஷ் அரசாங்கம் அரபியருக்கு அளித்த வாக்குறுதியை மட்டுமின்றிப் பிரான்சுடன் செய்து கொண்ட ரகசிய ஒப்பந்தத்தையும் காற்றில்விட எண்ணியது. இந்தியாவிலிருந்து எகிப்து வரையில், இந்திய பேரரசையும், ஆப்பிரிக்காவில் அவர்களுக்குச் சொந்தமான அரசுகளையும் இணைத்து, நீண்டு பரந்த மாபெரும் பேரரசை நிறுவலாம் என்று பிரிட்டன் கனவு கண்டது. 1919 ஆம் ஆண்டில், பாரசீகம், இராக், பாலஸ்தீனம், அரபியாவின் பகுதிகள், எகிப்து ஆகியவை கொண்ட பெரும்பரப்பு பிரிட்டிஷ் படைகளிடம் இருந்தன. கான்ஸ்டாண்டிநோபிள் நகரம் கூடப் பிரிட்டிஷார் வசம் இருந்தது. 1920, 21, 22 ஆகிய ஆண்டுகளில் நிகழ்ந்தவற்றைக் கண்ட பிறகு, இந்தக் கனவு மறைந்துவிட்டது, பிரிட்டிஷ் மந்திரிகளின் பேராசைகளுக்குச் சோவியத் ரஷியாவும் கமால் பாஷாவும் முற்றுப்புள்ளி வைத்துவிட்டனர்.

இப்போது நாம் வார்சேல்ஸ் உடன்படிக்கையை மீண்டும் கவனிக்க வேண்டும். ஜெர்மனிதான் யுத்தத்துக்குக் காரணம் என்று அது கூறியது. அதில் கையொப்பமிட்ட காரணத்தால் ஜெர்மானியர் தங்கள் குற்றத்தைத் தாங்களே ஒப்புக்கொள்ளும்படி கட்டாயப்படுத்தப் பட்டனர். உடன்படிக்கையில் ஜெர்மனி மீது பல கடுமையான நிபந்தனைகளைத் திணித்ததன் நோக்கம் அதை அடக்கி ஒடுக்கிக் கட்டிப் போட்டு மீண்டும் தலையெடுக்காதபடி செய்ய வேண்டும் என்பதுதான். ஆண்டுதோறும் பெருந்தொகைகளைக் கப்பமாகக் கட்டி பல தலைமுறைகளுக்கு ஜெர்மனி நேசக் கட்சியினரின் அடிமையாக வேண்டும் என்பதுதான் எண்ணம். ஒரு பெரிய நாட்டவரை நெடுநாளைக்குக் கட்டிப்போட முடியாது என்பது வரலாறு போதிக்கும் பாடம். இது, வார்சேல்ஸ் நகரில் பழிவாங்கும் சமாதானத்துக்கு அடிகோலிய அந்தப் மும்மூர்த்திகளின் மூளைக்கு எட்டவில்லை. ஆனால், அதற்காக அவர்கள் இப்போது வருந்துகிறார்கள்.

இறுதியாக, வார்சேல்ஸ் உடன்படிக்கை உலகுக்குக் கொடுத்த சர்வதேச சங்கத்தைப் பற்றி உனக்குச் சொல்ல வேண்டும். இது சுதந்திரமும் சுய ஆட்சியும் உடைய நாடுகளின் சங்கமாக

வார்செய்ல்ஸ் உடன்படிக்கையில் நாடுகள் கையெழுத்திட்டன

இருந்துவரும். வருங்காலத்தில் யுத்தத்தைத் தவிர்ப்பதும், பொருளியல் அறிவியல் துறைகளில் ஒத்துழைப்பை வளர்ப்பதும், சங்கத்தின் நோக்கங்கள். சங்கத்தின் உறுப்பு நாடுகளுக்கு இடையே எழும் தகராறுகளைச் சமாதானமாகத் தீர்க்கும் வழிகளை ஆராயாமல், போர் தொடுப்பதில்லை, அப்படி போர் தொடுப்பதென்றால், 9 மாதங்கள் கழித்தே போர் தொடுக்கலாம் என்றும் நாடுகள் உறுதி அளித்தன. இதை மீறும் நாடுகள் மீது பொருளாதார தடைகள் விதிக்கப்படும். இதெல்லாம் ஏட்டளவில் அழகாக இருந்தாலும் நடைமுறையில் எல்லாம் மாறிவிட்டன.

சர்வதேச சங்கம் ஒரு மகாசபையையும் ஒரு உட்குழுவையும் கொண்டதாக இருந்தது. மகாசபையில் எல்லா உறுப்பு நாடுகளும், உட்குழுவில் நிரந்தரமாக பெரிய வல்லரசுகளின் பிரதிநிதிகளும் இருந்தார்கள். தலைமைக் காரியாலயம் ஒன்று ஜினீவாவில் ஏற்படுத்தப்பட்டது.

ஏதாவது ஒரு நாடு ஆக்கிரமிப்பில் இறங்குமாயின் அதற்கு எதிராக நடவடிக்கைகள் எடுக்கப்படும் என்று சொல்லப்பட்டது. ஆனால், ஆக்கிரமிப்புக்கு வரையறை வகுக்கவில்லை. இரு தனிப்பட்டவர்களோ அல்லது நாடுகளோ மாறுபட்டுப் போர் புரியும்போது, ஒருவர் மற்றவரை ஆக்கிரமிப்பவர் என்று குற்றம் சாட்டுவது இயற்கையல்லவா!

சர்வதேச சங்கம் முக்கிய விஷயங்களில் ஏகோபித்துத்தான் ஒரு முடிவுக்கு வரமுடியும். ஒரு தீர்மானத்துக்கு ஒரு உறுப்பு நாடு எதிராக இருந்தாலும் அது நிறைவேறுவதற்கு இல்லை. சங்கம் இந்த எல்லா நாடுகளின் மீதும் அதிகாரம் செலுத்தும் நிலையில் இல்லை. இது

அதன் பலத்தை வெகுவாகக் குறைத்து அதை வெறும் ஆலோசனை சபையாக மாற்றிவிட்டது.

சுதந்திர நாடு எதுவும் சங்கத்தில் சேரலாம். ஆனால், ஜெர்மனி, ஆஸ்திரியா, துருக்கி, போல்ஷ்விக் நாடான ருஷியாவும் நான்கு சேரக்கூடாது என்று விதி வகுக்கப்பட்டது. இவை பின்பு சில நிபந்தனைகள் மீது சேர வழி செய்யப்பட்டது. சுய ஆட்சி செலுத்தும் நாடுகளே அங்கத்தினர் ஆகலாம் என்ற விதிக்கு நேர்மாறாக இந்தியாவுக்கு உறுப்பினர் பதவி அளிக்கப்பட்டது. இது ஒரு வேடிக்கை. அதாவது, இந்தியா என்ற பெயரில் பிரிட்டனுக்கு மேலும் ஒரு இடம் அதிகமாக கிடைத்தது.

சர்வதேச சங்கம் தற்கால உலகின் பிணக்குகளை ஒழித்து, அல்லது குறைக்கவாவது குறைத்து, அமைதிக்கும் செழிப்புக்கும் அடிகோலும் என்று பலர் நம்பிக்கையுடன் எதிர்பார்த்தார்கள். பல நாடுகளில் சங்கத்திற்கு ஆதரவு தேடுவதற்கும், பிரச்சினைகளைச் சர்வதேசியக் கண்கொண்டு பார்க்கும் வழக்கத்தைப் பரப்புவதற்கும் பல அமைப்புகள் தொடங்கப்பட்டன. ஆரம்பிக்கப்பட்டன. ஆனால், வேறு பலர் அதை வல்லரசுகளின் சூழ்ச்சிகளுக்குத் துணைபோகும் ஒரு கபட நிறுவனம் என்று கூறினார்கள்.

இப்பொழுது நமக்கு அதைப் பற்றிய அனுபவம் சிறிது ஏற்பட்டிருப்பதால் அதன் பலாபலன்களை கூறுவது சற்று எளிதாகும். 1920ஆம் ஆண்டு புத்தாண்டு தினத்தன்று சர்வதேச சங்கம் செயலாற்றத் தொடங்கியது. தொடங்கி சிறிது காலமே ஆனாலும் கெட்ட பெயர் எடுப்பதற்கு இதுவே போதுமானதாக இருந்தது. தற்கால வாழ்வின் உள்துறைகள் பலவற்றில் அது நல்ல வேலை செய்திருக்கிறது என்பதில் சந்தேகமில்லை. தேசங்கள் அல்லது அவற்றின் அரசாங்கங்கள் சர்வதேசப் பிரச்சினைகளை ஒருமித்துக் கூடி விவாதிப்பதற்கு வழி செய்தது ஒன்றே மேலான சாதனையாகும். ஆயினும், உலகில் அமைதியை நிலைநாட்ட வேண்டும் அல்லது போருக்கான வாய்ப்புகளைக் குறைக்க வேண்டும் என்ற அதன் உண்மையான நோக்கம் நிறைவேறவில்லை.

ஜனாதிபதி வில்சனின் தொடக்க எண்ணம் எதுவாயினும், சர்வதேச சங்கம் பெரிய வல்லரசுகளின், குறிப்பாக பிரிட்டன், பிரான்சு ஆகிய நாடுகளின், கைக் கருவியாக இருந்து வந்துள்ளது என்பதை யாரும் மறுக்க முடியாது. சிறிய நாடு ஏதாவது தவறு இழைத்தால் உடனே

சங்கம் வெகு கண்டிப்பாக அதை உருட்டி மிரட்டும். பெரிய நாடு தவறிழைத்தால் அதைக் கண்டும் காணாததுபோல் இருந்துவிடும், அல்லது, அது ஒன்றும் பிரமாதம் இல்லை என்று கூறும்.

இவ்வாறு பெரிய வல்லரசுகள் சர்வதேச சங்கத்தைத் தங்கள் இஷ்டம்போல் ஆட்டிப்படைத்தன. அவை அதைத் தங்களுக்கு வேண்டியபோது பயன்படுத்தியும் வேண்டாதபோது புறக்கணித்தும் வந்தன. இந்த நிலைமைக்குச் சங்கத்தைக் குற்றம் சொல்லிப் பயனில்லை. எந்த ஏற்பாட்டின் கீழ்ச் சங்கம் வேறு வழியின்றி வேலை செய்ய நேர்ந்ததோ அதைத்தான் சொல்ல வேண்டும். ஒவ்வொரு நாடும் தன்னால் இயன்றவரை உலகைச் சுரண்டப் பார்க்கிறது. ஒரு சமூகத்தைச் சேர்ந்தவர்கள் ஓயாது ஒருவர் பொருளை ஒருவர் அபகரிக்க முயன்றும், ஒருவர் கழுத்தை ஒருவர் வெட்டக் கத்தி தீட்டிக் கொண்டும் வந்தால் அந்தச் சமூகம் உருப்படுமா? அதில் ஒத்துழைப்பு எங்கே இருக்கும்? அது முன்னேறுவதுதான் சாத்தியமா? ஆகவே, சங்கத்தை ஊட்டி வளர்ப்பதற்குப் பற்பல நல்ல தாய்மாரு செவிலித் தாய்மாரும் இருந்துங்கூட அது சவலையாக மாறிக் கொண்டிருந்தது.

வார்சேல்ஸ் நகரில் உடன்படிக்கை ஷரத்துகள் விவாதிக்கப்பட்டு வந்த சமயத்தில், ஜப்பானிய அரசாங்கத்தின் சார்பில் இன சமத்துவத்தை அங்கீகரிக்கும் அம்சம் ஒன்றை சேர்க்கவேண்டும் என்று சொல்லப்பட்டது. இதை மற்ற நாடுகள் ஒப்புக்கொள்ளவில்லை. ஆனாலும், சீனாவைச் சேர்ந்த கியோசோவை ஜப்பானுக்குக் கொடுத்து அதைத் திருப்தி செய்தார்கள். கடைத்தேங்காயை எடுத்து வழிப் பிள்ளையாருக்கு உடைப்பதுபோல, சீனா போன்ற ஒரு அப்பாவிக் கூட்டாளியை அடித்து ஜப்பானுக்குத் தானம் செய்துவிட்டனர். இதனால், சீனா உடன்படிக்கையில் கையொப்பம் செய்யவில்லை.

யுத்தத்தையே உலகிலிருந்து ஒழிப்பதற்காக மேற்கொள்ளப்பட்ட, யுத்தத்தை முடிவுக்குக் கொணர்ந்த வார்சேல்ஸ் உடன்படிக்கை இவ்வாறு இருந்தது.

பேராசை, பகைமை, செருக்கு இவற்றுக்கு ஆளான நேசக் கட்சியார் தங்களையும் மீறி நடந்துகொண்டார்கள். ஆண்டுகள் செல்லச் செல்ல, அவர்களுடைய முட்டாள்தனத்தின் விளைவுகள், அவர்களையே அழித்துவிடுமோ என்ற நிலை உருவாகியது. அந்தக் காலகட்டத்தில், அவர்கள் தங்கள் மீதே பச்சாத்தாபம் கொள்ளத் தொடங்கினார்கள். ஆனால், அதற்குள் காரியம் மிஞ்சிவிட்டது.

முதல் உலகப்போரில் 1 கோடிக்கும் அதிகமாக உயிரிழந்தனர்

156. யுத்தம் முடிந்தபின் உலகம்

ஏப்ரல் 26, 1933

உலக யுத்தத்துக்கு பின் உலகம் எப்படி இருந்தது என்று நாம்பார்க்க வேண்டும். இப்போது நாம் நம்முடைய காலத்துக்கு வந்துவிட்டோம். அதாவது உன்னுடைய காலத்துக்கே வந்துவிட்டோம். யுத்தம் முடிந்து பதினான்கரை ஆண்டுகளே ஆகின்றன. வரலாற்றின் மிக நீண்ட பக்கங்களை பார்த்துவிட்ட நமக்கு இது என்ன பெரிதா? வரலாற்று நிகழ்ச்சிகளை இவ்வளவு அருகில் இருந்து பார்க்கும்போது அவற்றை சரியாக கணிப்பது கஷ்டம். அவற்றை விருப்பு வெறுப்பு இல்லாமல் பார்ப்பது நம்மால் இயலாது. நம் கண்களுக்கு சிறியவை பெரியவையாக தோன்றலாம், பெரியனவான சிலவற்றை நாம் உள்ளபடி உணராமல் போகலாம். அற்பமான சிலவற்றை ரசித்துவிட்டு, முக்கியமானவற்றை பாராட்டாமல் விட்டுவிடலாம்.

நிகழ்ச்சிகளை சரியாக அளவிடுவது எப்படி? எல்லாம் நாம் பார்க்கும் விதத்தைப் பொறுத்திருக்கிறது. ஒரு நிகழ்ச்சி ஒரு விதத்தில் முக்கியமாகவும், இன்னொரு விதத்தில் முக்கியமில்லாமலும் தோன்றலாம். இதுவரை நிகழ்ச்சிகளை நான் பார்க்கும் விதத்தில்தான் எழுதியிருக்கிறேன். இந்தக் காலப்பகுதிகளை வேறொருவர் எழுதியிருந்தால் முற்றிலும் வேறு விதமாக எழுதலாம்.

வரலாற்று நிகழ்வுகளைப் பற்றிய எனது மனோபாவமே கடந்த சில ஆண்டுகளில் பெரிதும் மாறியிருக்கிறது. எனது கருத்துகளை நான் மாற்றிக் கொண்டதைப் போலவே பலரும் மாற்றிக் கொண்டிருக்கிறார்கள். யுத்தம் எல்லோரையும் ஒரு உலுக்கு உலுக்கிவிட்டது. பழைய உலகத்தை தலைகீழாக மாற்றிவிட்டது. உலகம் மீண்டும் எழுந்து நிற்க முயற்சிக்கிறது. நாம் பிறந்து வளர்ந்த சித்தாந்தங்களையே ஆட்டிவிட்டது. இன்றைய சமுதாயம், நாகரிகம் இவற்றின் அடிப்படை குறித்தே சந்தேகத்தை கிளப்பிவிட்டது.

மனிதன் விலங்காக மாறி எல்லாவற்றையும் அழித்தான். ஒரு கோடி இளைஞர்களுக்கு மேல் உயிரைக் கொடுத்திருக்கிறார்கள். பொய்யும் புனைச்சுருட்டும் இம்சையும் தலைவிரித்தாடின. ரஷியாவில் சோவியத் உதித்தது. உலகத்துக்கு அது புதுமையாக இருந்தது. அது பழைய சமுதாயத்துக்கு அறைகூவலாக திகழ்ந்தது. பழைய நம்பிக்கைகளும், பழக்க வழக்கங்களும் பொலபொலவென்று உதிரத் தொடங்கின.

இவையெல்லாம் சேர்ந்து யுத்தத்துக்கு பிந்தைய நிகழ்ச்சிகளை ஆராய்வதை கஷ்டமாக்குகின்றன. பழையன என்பதற்காக எதையும் நாம் ஏற்க வேண்டியதில்லை. அதற்காக எதையும் குதர்க்கம் செய்ய வேண்டியதில்லை. நிகழ்ச்சிகளை சிந்தித்து சீர்தூக்கிப் பார்த்து முடிவுக்கு வரவேண்டும். உலக வரலாற்றில் இத்தகைய மாறுதல் நிகழும் காலங்களில்தான் மனிதன் மூளைக்கும் உடலுக்கும் வேலை கொடுக்க வேண்டும். இந்தக் காலங்களில்தான் வாழ்க்கை அர்த்தமுள்ளதாக மாறுகிறது. அரிய செயல்களைச் செய்ய நம்மை அழைக்கிறது. புதிய அமைப்பை உருவாக்குவதில் பங்கேற்கலாம். இம்மாதிரி சமயங்களில் முதியவர்களைக் காட்டிலும் இளையவர்கள் முன்வந்து செயலாற்றுகிறார்கள்.

யுத்தத்துக்குப் பிற்பட்ட காலத்தை நீ பொதுப்பட நோக்கினால் போதும். வார்சேல்ஸில் கண்ட சமாதானம், வியன்னா சமாதானத்துக்கு அண்ணனாக இருந்தது என்பதைச் சென்ற கடிதத்தில் பார்த்தோம். அதைச் சமாதானம் என்றே கூறுவதற்கில்லை. ஆக, கடந்த பதினான்கு ஆண்டுகளில் நிகழ்ந்த முக்கிய நிகழ்ச்சிகள் யாவை? எல்லாவற்றிலும் முதன்மையானது ஒன்றுபட்ட சோவியத் யூனியனின் உதயம் என்று நான் கருதுகிறேன். அது ‘சோஷலிஸ்டு சோவியத்துக் குடியரசுகளின் யூனியன்’ (U.S.S.R.) என்று அழைக்கப்பட்டது. சோவியத் ரஷியா தான் உயிர் வாழ்வதற்கு எத்தனை பெரிய இடையூறுகள் எதிர்த்துப் போரிட வேண்டியிருந்தது என்று முன்பே சிறிது கூறியிருக்கிறேன்.

எல்லாவற்றையும் தாண்டி சோவியத் வெற்றி பெற்றது இந்த நூற்றாண்டின் அதிசயங்களில் ஒன்று. தனித்தனி சோவியத்துக் குடியரசுகள் அமைக்கப்பட்டன. ஆனால், அவை அனைத்தும் ஒரு யூனியனில் கூட்டாகச் சேர்ந்து நின்றன. இதைத்தான் 'சோஷலிஸ்டு சோவியத்துக் குடியரசுகளின் யூனியன்' என்று சொல்கிறார்கள். ஐரோப்பாவிலும் ஆசியாவிலும் பெரும்பகுதி, அதாவது, உலகின் நிலப்பரப்பில் சுமார் ஆறில் ஒரு பங்கு, யூனியனின் ஆட்சியில் உள்ளது. இது மிகவும் பெரிய பரப்புதான். ஆனால், பரப்பு பெரியதாக இருப்பதால் ஒன்றும் ஆகிவிடாது.

ரஷியாவும், அதைவிடச் சைபீரியாவும் மத்திய ஆசியாவும், மிகவும் பிற்போக்கான நிலையில் இருந்தன. சோவியத்துகள் மாபெரும் திட்டங்கள் வகுத்து இந்தப் பரப்பின் பெரும் பகுதிகளை அடையாளம் தெரியாதபடி மாற்றியதுதான் புரிந்த இரண்டாவது அதிசயம். ஒரு தேசத்தின் மக்கள் இவ்வளவு வேகமாக முன்னேறியதற்கு எழுதப்பட்ட வரலாற்றில் வேறு உதாரணமே இல்லை. மத்திய ஆசியாவைச் சேர்ந்த மிக மிகப் பிற்போக்கான பகுதிகள் கூட அதிவிரைவாக முன்னேறின.

இதைக் கண்டு இந்தியாவில் உள்ள நாம் பொறாமைப்பட வேண்டும். கல்வியிலும் தொழிலிலும் அவர்கள் அடைந்த முன்னேற்றம் அதி ஆச்சரியமானது. பிரமாண்டமான ஐந்தாண்டு திட்டங்கள் மூலம் ரஷியாவில் இயந்திரத் தொழில் ஆக்கம் தலைதெறிக்கும் வேகத்தில் ஊக்குவிக்கப்பட்டது. பெரிய பெரிய தொழிற்சாலைகள் உருவாக்கப்பட்டன.

இந்தச் சாதனைகள் எல்லாம் மக்களுக்கு பெரும் சிரமத்தை அளித்தன என்பதில் சந்தேகமில்லை. அவர்கள் சுக சவுகரியங்கள் ஏதுமின்றி, வாழ்க்கைக்கு அவசியமான பொருள்கள் கூட இன்றி, தங்கள் சம்பாத்தியத்தில் பெரும் பகுதியைச் செலவிட்டு முதல் சோஷலிஸ்டு நாட்டை கட்டுவதில் முனைந்து நின்றார்கள். இந்தப் பளு முக்கியமாக விவசாயிகள் மீது விழுந்தது.

இவ்வாறு தாவிப் பாய்ந்து முன்னேறும் சோவியத்து நாட்டுக்கும், சொல்ல முடியாத துன்பங்களில் சிக்கித் தவிக்கும் மேற்கு ஐரோப்பாவுக்கும் உள்ள வேற்றுமை பளிச்சென்று தெரிகிறது அல்லவா? இத்தனை துன்பங்களுக்கும் இடையில், மேற்கு ஐரோப்பா ரஷியாவை விடப் பணம் பெருத்திருந்தது. அந்தப் பழைய கொழுப்பிலேயே அது இன்னும் சிறிது காலம் தள்ளக்கூடிய நிலையில் இருந்தது. ஆனால்,

யுத்தத்தில் ஒவ்வொரு நாட்டுக்கும் ஏற்பட்ட கடன் சுமையும், வார்சேல்ஸ் உடன்படிக்கையின் கீழ் ஜெர்மனி கொடுக்க வேண்டிய யுத்த நஷ்ட ஈட்டுக் கடன் தொல்லைகளும், ஏழை ஐரோப்பாவை இக்கட்டான நிலைமையில் கொண்டு வைத்தன.

யுத்தத்துக்குப் பிறகு ஐரோப்பாவில் பரவிய இந்தத் தொற்று நோயில் இருந்து அமெரிக்கா தப்பியதுபோலத் தோன்றியது. பத்து ஆண்டுகள் வரையில் அந்த நாட்டில் எல்லா வளங்களும் கொழித்தன. வட்டி வியாபாரத்தில் உலகில் இங்கிலாந்து வகித்துவந்த முதலிடத்தை யுத்தத்தின் போது அமெரிக்கா பறித்துக் கொண்டது. இப்போது அமெரிக்கா உலகின் வட்டி வியாபாரி ஆகிவிட்டது. அகில உலகமும் அதனிடம் கடன்பட்டிருந்தது. தனக்குச் சேரவேண்டிய வட்டியைப் பெறுவதற்கு அமெரிக்கா மேலும் அந்த நாடுகளுக்குக் கடன் கொடுத்தது. வாங்கிய கடனைத் திருப்பிப் பெறுவதற்கு இத்தகைய வழியை யாரும் அறிந்திருக்க மாட்டார்கள்.

இதனால், கடன் கொடுத்தவரே மேலும் மேலும் கொடுத்துக் கொண்டு போய், சுமை அதிகரிக்கிறதே தவிர வேறில்லை. கடன்பட்ட நாடுகளில் பெரும்பாலானவை கடனை ஒரு நாளும் தீர்க்க முடியாது என்பது தெளிவாகத் தெரிந்ததும், அமெரிக்கா கடன் கொடுப்பதை நிறுத்திவிட்டது. உடனே இந்தக் காகிதத்தில் எழுதிப் பார்த்துக் கொண்டிருந்த கொடுக்கல் வாங்கல் வியாபாரம் முறிந்து விழுந்தது. இன்னொரு விசித்திர சம்பவமும் நிகழ்ந்தது. பணக்கார நாடான அமெரிக்காவில், பல்லாயிரக் கணக்கான தொழிலாளருக்கு வேலை கிடைக்கவில்லை. தொழிலை இயக்கும் சக்கரங்கள் சுழலாது அசையாது நின்றன. இல்லாமை என்னும் துயரம் பரவியது.

பணம் படைத்த அமெரிக்காவின் கதியே இப்படி என்றால், ஏழை ஐரோப்பாவின் நிலைமையை எளிதில் ஊகித்துக் கொள்ளலாம். ஒவ்வொரு நாடும் தன்னுடைய பொருள்களைப் பிற நாடுகளுக்கு விற்கப் பார்த்ததே ஒழியப் பிற நாடுகளிடமிருந்து ஒன்றையும் வாங்க விரும்பவில்லை. வாங்கினாலும் மிகக் குறைவாகவே வாங்க முயன்றது. இது எத்தனை நாளைக்கு நடக்கும்? இந்த முறை நீடித்தால் சர்வதேச வர்த்தகம் செத்துப்போக வேண்டியதுதான். ஏனெனில், வியாபாரமும் வர்த்தகமும் பரிவர்த்தனையில்தானே அடங்கியிருக்கின்றன? இந்தக் கொள்கை பொருளியல் தேசியம் என்று அழைக்கப்படுகிறது.

முதலாளித்துவ நாகரிகம் மேற்கு ஐரோப்பாவிலும் அமெரிக்காவிலும்

ஆட்சி செலுத்தி, உலகின் ஏனைய இடங்களிலும் மேலோங்கி நின்ற காலம் முடிவை நெருங்குவதுபோல தெரிகிறது. யுத்தத்திற்குப் பின் பத்து ஆண்டுகள் வரை முதலாளித்துவம் மீண்டும் பலம் பெற்று எழுந்து இன்னும் வெகுகாலத்துக்குத் தன்னை உறுதிப்படுத்திக் கொள்ளும் என்று தோன்றியது. ஆனால், அடுத்த மூன்று ஆண்டுகள் அதிகச் சந்தேகத்தை ஏற்படுத்தியது. முதலாளித்துவ நாடுகளுக்கு இடையே போட்டி அஞ்சத்தக்க அளவில் வளர்ந்தது. அதுமட்டுமின்றி, அந்த நாடுகளுக்குள் வர்க்க வேறுபாடு பெருகி வந்தது. பலம் பெருகும் தொழிலாளர்களை கடைசியாக ஒரு கை பார்த்துவிட வேண்டும் என்று முதலாளி வர்க்கத்தார் முடிவெடுக்கிறார்கள். இது பாசிசம் ஆக உருவெடுக்கிறது. வர்க்கங்களுக்குள் பகைமை முற்றி, முதலாளி வர்க்கம் தன்னுடைய உயர்நிலையை இழந்து விடுமோ என்ற அச்சம் பிறக்கிற காலத்தில் பாசிசம் தோன்றுகிறது.

யுத்தம் முடிந்த உடனேயே இதாலியில் பாசிசம் தலையெடுத்தது. தொழிலாளர்கள் மிஞ்சி வரும் சமயத்தில் அங்கு முசோலினியின் தலைமையின் கீழ்ப் பாசிஸ்டுகள் அதிகாரத்தைக் கைப்பற்றி ஆட்சி செலுத்துகிறார்கள். பாசிசம் என்பது பச்சையான சர்வாதிகாரத்துவம். ஜனநாயக முறைகளை அது பகிரங்கமாக இகழ்ச்சி செய்கிறது. இப்போது பெரிய அல்லது சிறிய அளவில் பாசிச முறைகள் ஐரோப்பிய நாடுகள் பலவற்றில் பரவிவிட்டன. சர்வாதிகார ஆட்சி அங்கே சர்வ சாதாரணமாகி வருகிறது. ஜெர்மனியின் 1933 ஆம் ஆண்டு தொடக்கத்தில் பாசிசம் வெற்றி பெற்றது. 1918ல் பிரகடனம் செய்யப்பட்ட குடியரசு தனது இளம் பிராயத்திலேயே ஒழித்துக் கட்டப்பட்டது. தொழிலாளர் இயக்கத்தை அழித்து ஒழிப்பதற்கு எங்கும் காணாத காட்டுமிராண்டி முறைகள் கையாளப்பட்டன.

ஆகவே, ஐரோப்பாவில் பாசிசம் ஜனநாயகத்தையும் சோஷலிச சக்திகளையும் எதிர் நோக்கி நிற்கிறது. அதே சமயத்தில் முதலாளித்துவ நாடுகள் ஒன்றையொன்று முறைத்து நோக்கி உடன் எழுவதற்குத் தொடை தட்டிக் கொண்டு நிற்கின்றன. ஒரு பக்கம் மலைமலையாக உணவு தானியம் குவிந்து மக்குகிறது. இன்னொரு பக்கம் மக்கள் ஒரு கவளம் உணவுக்கும் வழியின்றிப் பட்டினியால் வாடி வதங்குகிறார்கள்.

ஐரோப்பாவின் புராதன நாடு ஸ்பெயின் கடந்த சில ஆண்டுகளில் தன்னை ஆண்டுவந்த ஹாப்ஸ்பர்க் - பூர்பான் வம்ச அரசனைத் துரத்திவிட்டுக் குடியரசாக மாறியிருக்கிறது. ஆகவே, ஐரோப்பாவிலும் உலகத்திலும் ஒரு அரசர்கள் எண்ணிக்கையில் ஒன்று குறைந்தது.

யுத்தத்துக்குப் பிற்பட்ட பதினான்கு ஆண்டுகளில் நிகழ்ந்த முக்கிய நிகழ்ச்சிகளில் மூன்றைப் பற்றி உனக்குச் சொன்னேன். சோவியத்து யூனியனின் உதயம். உலகில் அமெரிக்காவின் பொருளியல் ஆதிக்கமும் அதன் தற்போதைய நெருக்கடியான நிலைமையும். ஐரோப்பியச் சிக்கல்.

இந்தக் காலத்திய நான்காவது முக்கிய நிகழ்ச்சி, கிழக்கு நாடுகள் விழிப்புற்று விடுதலை பெறுவதற்காக எடுத்த தீவிர முயற்சி யாகும். உலக அரசியல் அரங்கில் கிழக்கு உலகம் நிச்சயமாக நுழைகிறது. இந்தக் கிழக்கு நாடுகளை இரண்டாகப் பிரிக்கலாம். ஒன்று, சுதந்திரமானவை என்று கருதப்படும் நாடுகள். மற்றொன்று, ஏதாவதொரு வல்லரசின் ஆதிக்கத்துக்கு உட்பட்டிருக்கும் காலனி நாடுகள். இந்த நாடுகள் பலவற்றுக்கு அவை நடத்திய தேசியப் போராட்டத்தின் நெருக்கடியான சமயத்தில் சோவியத் யூனியன் நேர் முகமான உதவி அளித்தது. அதைவிட அதிக முக்கியம் வாய்ந்தது அது அளித்த தார்மீக ஆதரவாகும்.

தலைதூக்க முடியாதபடி வீழ்ந்துவிட்டதாக தோன்றிய துருக்கி, ஆச்சரியமான வகையில் மறுபிறவி எடுத்தது. இதற்கு முக்கியக் காரணம் முஸ்தபா கமால் பாஷாவின் வீரத் தலைமையாகும். அவர் தமது நாட்டுக்குச் சுதந்திரம் பெற்றது மட்டுமின்றி அதை நவீன முறையில் மாற்றிவிட்டார். அவர் சுல்தான் பதவியையும் கலீபா பீடத்தையும் ஒழித்தார். கோஷா வழக்கத்தையும் இன்னும் பல்வேறு பழைய வழக்கங்களையும் அவர் நாட்டை விட்டு விரட்டினார். அறத்துறையிலும் பொருள் துறையிலும் சோவியத்து அவருக்கு ஆதரவு அளித்து உதவி செய்தது. பாரசீகம் பிரிட்டிஷ் ஆதிக்கத்தை உதறுவதற்கும் சோவியத்தின் ஆதரவு கிடைத்தது. அங்கும் ரிசாகான் என்னும் பலம் வாய்ந்த ஒரு தலைவன் எழுந்தான். அவனே இப்போது பாரசீகத்தின் அரசன். இந்தக் காலத்தில் ஆப்கானிஸ்தானமும் பரிபூரண சுதந்திரத்தைப் பெற்றது.

சீனா, இந்தியா ஆகிய இரு நாடுகள் இவற்றில் இருந்து தனித்து நிற்கின்றன. ஏனெனில், அவை உலக முக்கியத்துவம் வாய்ந்தவை. ஆகவே, சீனாவிலும் இந்தியாவிலும் நிகழும் போராட்டங்கள் சம்பந்தப்பட்ட மக்களைப் பாதிக்கும் உள்நாட்டுப் போராட்டங்கள் மட்டும் அல்ல. சீனா வெற்றி பெற்றால் உடனே உலக அரங்கில் ஒரு மாபெரும் அரசாங்கம் தோன்றும். அதேபோல, இந்தியாவின் வெற்றியும் பெரிய அரசாங்கம் ஒன்று தோன்றுவதற்குக் காரணமாகிப் பிரிட்டிஷ் ஆதிக்கத்தை நிச்சயமாகக் குழிதோண்டிப் புதைத்துவிடும்.

சென்ற பத்தாண்டுகளில் சீனா எத்தனையோ தாழ்ச்சி உயர்ச்சிகளுக்கு ஆளாகியிருக்கிறது. கோ-மின்-டாங் கட்சிக்கும் சீனக் கம்யூனிஸ்டுகளுக்கும் ஏற்பட்ட கூட்டுறவு முறிந்துவிட்டது. இதற்கிடையில் சீனாவின் உள்பகுதியில் மிகப்பெரிய பிரதேசங்கள் கம்யூனிஸ்டுகளின் ஆளுகைக்கு மாறியிருக்கின்றன. சோவியத்து அரசாங்கம் போன்ற ஒன்று அங்கு நடைபெற்று வருகிறது.

இந்தியாவில் உலக யுத்தம் முடிந்தவுடனே, பெரும் சீர்திருத்தங்கள் வழங்கப்படும் என்று எல்லோரும் எதிர்பார்த்திருந்தனர். ஆனால், பஞ்சாப்பில் ராணுவச் சட்ட அமுலும், ஜாலியன் வாலாபாக் படுகொலையும் பரிசாகக் கிடைத்தன. இதைக் கண்டு இந்தியா கொதித்தெழுந்தது.

துருக்கியையும் கலீபாவையும் நடத்திய விதத்தைக்கண்டு முஸ்லிம்கள் கோபம் கொண்டார்கள். இந்த இரண்டும் சேர்ந்து 1920-22ல் காந்திஜியின் தலைமையின் கீழ் நடைபெற்ற ஒத்துழையாமை இயக்கத்துக்கு காரணமாயின. 1920ஆம் ஆண்டிலிருந்தே காந்திஜி இந்தியத் தேசியத்தின் ஒப்புயர்வற்ற தலைவராக செயல்படுகிறார். இந்தியாவில் இதைக் காந்தி சகாப்தம் என்றே கூற வேண்டும். அவருடைய அஹிம்சைப் போர்முறைகளும் சத்தியாக்கிரகமும், புதுமை காரணமாகவும், கோரிய பலனைத் தருவதாலும், உலகத்தின் கவனத்தைக் கவர்ந்து வருகின்றன.

சிறிது காலம் அமைதியான ஆக்க வேலைகளில் ஈடுபட்டு ஆயத்தம் செய்து கொண்ட பின்னர், மீண்டும் 1930ல் சுதந்திரப் போராட்டம் துவங்கியது. இதற்கு முன்பே காங்கிரஸ் மகாசபை முழு சுதந்திரமே தனது லட்சியம் என்பதைத் திட்டமாக அறிவித்து விட்டது. அதிலிருந்து விட்டுவிட்டுச் சட்ட மறுப்பும், சாத்வீக மறியலும் இன்னும் உனக்குத் தெரிந்த பல்வேறு காரியங்களும் நிகழ்ந்து வருகின்றன. சிறைச் சாலைகளில் இடமில்லாதபடி தேசபக்தர்கள் நிரம்புகிறார்கள். இதற்கிடையில் பிரிட்டிஷ் ராஜதந்திர முறை அற்பச் சீர்திருத்தங்களை வழங்கி அந்த வலையில் முடிந்தவரை சிலரையாவது சிக்கவைக்கப் பார்ப்பதும், தேசிய இயக்கத்தை அடக்கி ஒடுக்க முயலுவதுமாக இருந்து வருகிறது.

பர்மாவில் 1931ல் பட்டினிக் கொடுமைக்கு ஆற்றாத விவசாயி கள் கிளர்ந்தெழுந்தார்கள். அந்தக் கிளர்ச்சி மூர்க்கத்தனமாக அடக்கப் பட்டது. ஜாவாவிலும், டச்சு இந்தியத் தீவுகளிலும் கூட மக்கள்

எழுச்சியுற்றுக் கலகம் செய்தனர். சையாமும் பொங்கி எழுந்தது. அதன் பயனாக அரசனின் அதிகாரங்கள் ஓரளவு கட்டுப்படுத்தப்பட்டன. பிரெஞ்சு இந்தோ-சீனாவில் தேசியம் வீறுகொண்டு நடக்கிறது.

ஆகவே, கிழக்கு உலகம் முழுவதிலும் தேசியம் மலர்ச்சி அடைவதற்குப் போராடுகிறது. சில இடங்களில் அது கம்யூனிசத்துடன் சிறிது கலந்திருக்கிறது. இந்த இரண்டுக்கும் பொதுவாகச் சொல்லக்கூடிய அம்சங்கள் ஏதும் இல்லை. சோவியத்து ரஷியா தனது யூனியனில் அடங்கிய, அடங்காத எல்லா கிழக்கு நாடுகளிடமும் அனுசரித்து வந்த அறிவும் ஆதரவும் பொருந்திய கொள்கை கம்யூனிஸ்டு அல்லாத நாடுகளில் கூட அதற்கு நண்பர்களைத் தேடித் தந்தது.

சமீப ஆண்டுகளில் நிகழ்ந்தவற்றில் நாம் கண்டுகொள்ள வேண்டிய இன்னொன்று, பெண்ணினம் சட்டத்தின் பேராலும், சமூகத்தின் பேராலும், வழக்கத்தின் பேராலும் தன்னைப் பிணைத்திருந்த விலங்குகளைத் தகர்த்தெறிந்து விட்டு விடுதலை அடைந்துள்ளதாகும். மேற்கு நாடுகளில் அந்த இயக்கத்துக்கு உலக யுத்தம் பேரூக்கம் அளித்தது. கிழக்கு நாடுகளிலும், துருக்கியிலிருந்து இந்தியா, சீனாவரையில், பெண்கள் கிளர்ந்து தேசிய, சமூகத் துறைகளில் மாபெரும் பங்கெடுத்து உழைத்து வருகிறார்கள்.

நாம் வாழும் காலத்தின் கூறுகள் இவ்வாறு இருக்கின்றன. தினம் பொழுது விடிந்து எழுந்தால் ஏதாவதொரு சேதி காதில் அடிபடாமல் இருப்பதில்லை. தேசத்துக்கும் தேசத்துக்கும் பூசல், முதலாளித்து வத்துக்கும் சோஷலிஸத்துக்கும் முரண்பாடு, பாசிசத்துக்கும் ஜனநாயகத்துக்கும் போட்டி, வறுமையும் இல்லாமையும் அதிகரித்து வளர்கின்றன. இதுபோல எதாவது செய்தி வந்துகொண்டே இருக்கிறது.

வரலாற்றிலேயே மிகவும் கொந்தளிப்பான காலம் இது. இந்தக் காலத்தில் உயிர் வாழ்ந்து தன் பங்கைச் செய்ய ஒருவன் கொடுத்து வைத்திருக்க வேண்டும். டேராடூன் சிறையில் தனிமையில் வாடுவது தான் அந்தப் பங்கு என்றாலும் அது எவ்வளவோ மேலாகும்.

அயர்லாந்து உள்நாட்டுப் போரில் இவர்களுக்கு என்ன வேலை?

157.குடியரசுக்காகப் போராடும் அயர்லாந்து

ஏப்ரல் 28, 1933

அயர்லாந்தைப் பற்றிய எனது கடைசிக் கடிதத்தில் உலக யுத்தத்துக்கு சற்று முன் பிரிட்டிஷ் நாடாளுமன்றம் நிறைவேற்றிய சுயாட்சி மசோதாவைப் பற்றிக் கூறியிருந்தேன். இதை எதிர்த்து, அல்ஸ்டரின் பிராடெஸ்டண்டு தலைவர்களும் இங்கிலாந்தில் உள்ள கன்சர்வேடிவ் கட்சியினரும் சீறினார்கள். கலகம் செய்யவும் அவர்கள் தயாரானார்கள். அவசியம் நேர்ந்தால் அல்ஸ்டருடன் போரிடுவதற்குத் 'தேசியத் தொண்டர்படை' ஒன்றை தெற்கு அயர்லாந்து கத்தோலிக்கரும் திரட்டினார்கள். அயர்லாந்தில் உள்நாட்டு யுத்தம் தொடங்குவது உறுதியாக தோன்றியது. அந்தச் சமயத்தில் உலக யுத்தம் தொடங்கியதால், கவனம் திசை திரும்பியது. நாடாளுமன்றத்தில் இருந்த ஐரிஷ் தலைவர்கள் யுத்தத்தில் பிரிட்டனுக்கு உதவ உறுதி அளித்தார்கள். ஆனால், அயர்லாந்து மக்கள் எதைப்பற்றியும் கவலை இல்லாமல் இருந்தனர்.

இங்கிலாந்தின் யுத்தத்துக்கு அயர்லாந்து பலியாகக் கூடாது என்ற எண்ணம் வளர்ந்தது. இங்கிலாந்தில் இருந்ததுபோல அயர்லாந்திலும் கட்டாய ராணுவ சேவையை அறிமுகப்படுத்த திட்டமிடப்பட்டது. இளைஞர்களை ராணுவத்தில் சேர்க்கும் இந்த தந்திரத்தை கடுமையா எதிர்க்க அயர்லாந்து தயார் ஆனது.

1916ல் ஈஸ்ட்டர் வாரத்தின்போது டப்ளின் நகரில் ஒரு கலகம் ஏற்பட்டது. ஐரிஷ் குடியரசு பிரகடனம் செய்யப்பட்டது. சில நாட்கள் சண்டையில், பிரிட்டிஷார் இதை அடக்கி விட்டார்கள். சில நாட்களே நடந்த இந்தக் கலகத்தில் பங்குகொண்டதற்காக அயர்லாந்தின் வீர இளைஞர்கள் சிலர் சுட்டுக் கொல்லப்பட்டனர். இந்தக் கலகம் 'ஈஸ்ட்டர் எழுச்சி' என்று அழைக்கப்படுகிறது. அயர்லாந்து பிரிட்டிஷ் ஆதிக்கத்தை எதிர்த்து, குடியரசை நிறுவ விரும்புவதை, உலகுக்கு உணர்த்தும் வீரம் நிறைந்த குறிப்பாக அதைக் கொள்ளவேண்டும்.

இந்தக் கலகம் நிகழ்ந்த காலத்தில், ஜெர்மனியிலிருந்து அயர்லாந்துக்கு ஆயுதங்கள் கொண்டுவர முயலுகையில் ஒரு ஐரிஷ்காரர் பிரிட்டிஷாரால் பிடிபட்டார். லண்டனில் அவர் விசாரிக்கப்பட்டு மரண தண்டனை விதிக்கப்பட்டார்.

கலகம் தோற்றுவிட்டாலும், அந்தத் தோல்வியே ஒருவகை வெற்றியாகியது. கலகத்துக்குப் பின் பிரிட்டிஷ் அரசாங்கம் கையாண்ட அடக்குமுறையும், இளந் தலைவர்களை ஈவிரக்கமின்றிச் சுட்டுக் கொன்ற விதமும் ஐரிஷ் மக்கள் மனத்தில் ஆழமாகப் பதிந்துவிட்டன. அயர்லாந்து பார்வைக்கு அமைதியாயிருந்ததே ஒழிய உள்ளுக்குள் கொதித்துக்கொண்டிருந்தது. அந்தக் கொதிப்பு விரைவில் 'ஷின்பேன்' இயக்கமாக உருவெடுத்தது. ஷின்பேன் கொள்கைகள் வெகு துரிதமாகப் பரவின.

உலக யுத்தத்துக்கு பிறகு பிரிட்டனில் நாடாளுமன்றத் தேர்தல் நடைபெற்றது. அயர்லாந்தில் ஷின்பேன் அமைப்பினர் பெரும் பான்மையான இடங்களைக் கைப்பற்றினார்கள். பிரிட்டிஷாருடன் ஓரளவு ஒத்துழைத்தவர்கள் தோற்றார்கள். ஆனால், ஷின்பேன் அமைப்பினர், தேர்தலில் வெற்றிபெற்றாலும், லண்டனிலுள்ள நாடாளுமன்றத்துக்கு செல்லாமல் டப்ளின் நகரில் தங்களுடைய குடியரசு சபை ஒன்றை 1919ல் ஏற்படுத்திக் கொண்டார்கள். அயர்லாந்து குடியரசு நாடு என்று பிரகடனம் செய்தார்கள்.

தங்களுடைய சட்ட சபையை அவர்கள் 'தால் ஏய்ரன்' என்று அழைத்தார்கள். அல்ஸ்டர் உள்ளிட்ட அயர்லாந்து முழுமைக்கும் அது பிரதிநிதித்துவம் வாய்ந்ததாகக் கருதப்பட்டது. ஆனால், அல்ஸ்டரைச் சேர்ந்தவர்கள் அதிலிருந்து ஒதுங்கி நின்றார்கள். பிராடெஸ்டண்டு அல்ஸ்டருக்கும் கத்தோலிக்க அயர்லாந்துக்கும் எட்டாம் பொருத்தம்

என்பது நாம் அறிந்ததுதானே. தால் ஏரன், டி வாலிராவைத் தலைவராகவும் கிரிப்பித் என்பவரை துணைத் தலைவராகவும் தேர்ந்தெடுத்தது. புதிய குடியரசின் இந்த இரு தலைவர்களும் அந்தச் சமயம் பிரிட்டிஷ் சிறைகளில் இருந்தார்கள்.

இதற்குப் பிறகு அயர்லாந்துக்கும் இங்கிலாந்துக்கும் எங்கும் எவரும் கண்டிராத போராட்டம் ஆரம்பமாயிற்று. முந்தைய போராட்டங்களில் இருந்து அது முற்றிலும் மாறுபட்டிருந்தது. ஷின்பேன் போராட்டத்தை ஒரு வகையான ஒத்துழையாமை என்றே கூறவேண்டும். அதில் சில சமயம் பலாத்காரமும் கலந்திருந்தது. இங்கிலீஷ் அமைப்புகளை அவர்கள் புறக்கணித்ததோடு, அவற்றுக்குப் பதிலாக இயன்ற வரையில் தங்களுடைய சொந்த அமைப்புகளை ஏற்படுத்தினார்கள்.

சாதாரணக் கோர்ட்டுகளுக்குப் பதிலாக அவர்கள் நடுவர் மன்றங்களை நிறுவி நியாயம் வழங்கினார்கள். நாட்டுப்புறத்தில் புறக்காவல் போலீஸ் படையை எதிர்த்து அவர்கள் கொரில்லா போர் நடத்தினார்கள். ஷின்பேன் கைதிகள் சிறைகளில் உண்ணாவிரதம் இருந்து பிரிட்டிஷ் அரசாங்கத்துக்கு ஓயாத தொல்லை கொடுத்தார்கள். கார்க் நகரின் லார்டு மேயர் ஆன டெரன்ஸ் மாக்ஸ்வினி என்பவர், சிறையில் 75 நாட்கள் உண்ணாவிரதம் இருந்து உயிரற்ற உடலாக வெளியே கொண்டுவரப் பட்டார்.

ஷின்பேன் போராட்டத்தை வகுத்து நடத்திய முக்கியஸ்தர்களில் மைக்கேல் காலிஸ் ஒருவர். ஷின்பேன்காரர் கையாண்ட யுத்த தந்திரங் களால் அயர்லாந்தில் பிரிட்டிஷ் அரசாங்கம் பெரும்பாலும் சீர்குலைந்தது. சிறிது சிறிதாக இரு தரப்பினரும் வன்முறைகளில் இறங்கினார்கள். பழிக்குப்பழி வாங்குவது அதிகரித்தது. அயர்லாந்தில் ஊழியம் புரிவதற்கென்று விசேஷ பிரிட்டிஷ் படை திரட்டப்பட்டது. எதற்கும் அஞ்சாத முரடர்கள் அதில் சேர்க்கப்பட்டார்கள். இவர்கள் மக்களை இரக்கமின்றி கொன்றார்கள். படுக்கைகளில் உறங்கியவர்களையும் சுட்டுக் கொன்றார்கள். எதற்கும் ஷின்பேன்காரர் பணிய மறுத்தனர். அயர்லாந்து பெரிய ரணகளம் ஆயிற்று. இருவருமே வன்முறையில் சளைக்கவில்லை. இந்த ஆங்கிலோ-ஐரிஷ் யுத்தம் 1919 முதல் 1921 அக்டோபர் வரை இரண்டு ஆண்டுகள் நீடித்தது.

இதற்கிடையில் 1920 ஆம் ஆண்டு பிரிட்டிஷ் நாடாளுமன்றம் ப் புது சுய ஆட்சி மசோதாவைச் சட்டமாக்கியது. புதிய சட்டம்

அயர்லாந்தை இரண்டாக பிரித்தது. அல்ஸ்டர் அல்லது வட அயர்லாந்து ஒரு பாகம். மீதி இன்னொரு பாகம். இரண்டுக்கும் தனித்தனி நாடாளுமன்றங்கள். அயர்லாந்தே ஒரு குட்டித் தீவு. வடக்கே, அல்ஸ்டரில் புதிய நாடாளுமன்றம் ஏற்படுத்தப்பட்டது. தெற்கே, இந்த புதிய சட்டத்தை ஒருவரும் கண்டுகொள்ளவில்லை. அவர்கள் எல்லோரும் ஷின்பேன் போராட்டத்தில் ஈடுபட்டிருந்தார்கள்.

1921 ஆம் ஆண்டு அக்டோபர் மாதம் சமாதான பேச்சுக்காக, சண்டையை நிறுத்தும்படி பிரதமர் லாயிட் ஜார்ஜ் கேட்டார். அதை ஏற்று ஷின்பேன் தலைவர்கள் சண்டையை நிறுத்தினார்கள். பிரிட்டன் நினைத்திருந்தால், ஷின் பேன் இயக்கத்தை நசுக்கி நாட்டையும் பாலைவனமாக மாற்றியிருக்கும். ஆனால், அயர்லாந்தில் பிரிட்டன் கடைப்பிடித்த கொள்கை அமெரிக்காவிலும் பிற இடங்களிலும் அதற்கு கெட்ட பெயரை ஏற்படுத்தியது. அமெரிக்காவிலுள்ள ஐரிஷ் காரர்களும், பிரிட்டிஷ் குடியேற்ற நாடுகளும் போராட்டத்துக்கு ஏராளமாகப் பணம் கொடுத்தன.

ஆங்கில, ஐரிஷ் பிரதிநிதிகள் லண்டனில் இரண்டு மாதம் கூடிப் பேசி 1921 டிசம்பரில் ஒரு தற்காலிக ஒப்பந்தத்தில் கையெழுத்திட்டார்கள். இந்த ஒப்பந்தம் ஐரிஷ் குடியரசை அங்கீகரிக்காவிட்டாலும், இரண்டொரு விஷயங்கள் தவிர, அயர்லாந்துக்கு ஏனையக் குடியேற்ற நாடுகளை விட அதிகச் சுதந்திரம் வழங்கியது. அப்படியிருந்தும் ஐரிஷ் பிரதிநிதிகள் இதை ஏற்க விரும்பவில்லை. ஆனாலல்,பயங்கர யுத்தம் மூளும் என்று மிரட்டியே பணியச் செய்தது.

இந்த ஒப்பந்தத்தின் மீது அயர்லாந்தில் பெரிய போர் நிகழ்ந்தது. சிலர் அதை ஆதரித்தார்கள். மற்றவர்கள் கூடவே கூடாது என்றார்கள். ஷின்பேன் கட்சி இது விஷயத்தில் இரண்டாகப் பிளவுபட்டது. தால் ஏரன் கடைசியில் ஒப்பந்தத்தை ஏற்றுக் கொண்டது. பல மாதங்கள் வரையில் உள்நாட்டுப்போர் நடந்தது. ஒப்பந்தத்துக்கும், ஐரிஷ் சுதந்திர அரசுக்கும் ஆதரவாக இருந்தவர்களுக்கு, பிரிட்டிஷ் படைகள் ஆதரவளித்தன. குடியரசுப் போராட்டத்திலேயே இந்த குளறுபடி பெரிய துக்க நிகழ்வாக அமைந்தது. பிரிட்டிஷார் படை பலத்தால் சாதிக்க முடியாததை பிரித்தாளும் சூழ்ச்சியால் சாதித்தார்கள். இப்போது ஐரிஷ்காரனும் ஐரிஷ்காரனும் அடித்துக் கொண்டார்கள். இங்கிலாந்துக்குப் பரம திருப்தி.

ஐரிஷ் சுதந்திர அரசின் தோற்றம் பிரிட்டனின் சாம்ராஜ்ய

ஜவஹர்லால் நேரு

1922ல் அயர்லாந்து சுதந்திர நாடு அறிவிக்கப்பட்ட நேரத்தில்...

அரசியலில் முக்கியமான சில விளைவுகளுக்குக் காரணமாக இருந்தது. ஐரிஷ் ஒப்பந்தம் அயர்லாந்துக்கு, மற்றக் குடியேற்ற நாடுகளின் சுதந்திரத்தைவிட கூடுதலாக சுதந்திரம் வழங்கியது. அயர்லாந்துக்கு இது கிடைத்தவுடனே மற்றக் குடியேற்ற நாடுகளும் அதை எதிர்பார்த்தன. குடியேற்ற நாடுகளுக்கும் இங்கிலாந்துக்கும் பொதுவான மரபும், பண்பாடும், இன ஒற்றுமையும் உண்டு. அவையே, இங்கிலாந்துக்குக் கட்டுப்பட்டு வாழ முடியாது என்றால், இந்தியாவுக்கு அது இன்னும் எவ்வளவு கஷ்டமாக இருக்கும். ஏனெனில், இந்தியாவின் பொருளியல் நலன்கள் பிரிட்டனின் நலன்களோடு நேருக்கு நேர் மாறுபடுகின்றன. ஒன்று மற்றொன்றுக்கு வழிவிட்டு விலகி நிற்பதைத் தவிர வேறு வழி இல்லை. ஆகவே, சுதந்திர இந்தியா இந்த உறவை ஏற்றுக் கொள்வது நடக்காத காரியம். இந்தியாவின் பொருளியல் கொள்கை பிரிட்டனின் நலத்துக்கு அடங்கி நடக்க வேண்டும் என்று இருக்கும் வரையில் இது சாத்தியமில்லை.

ஐரிஷ் ஒப்பந்தம் பிரிட்டிஷ் மூலதனம் அயர்லாந்தைத் தொடர்ந்து சுரண்டுவதற்கு ஓரளவு இடம் கொடுத்தது. இதுதான் குடியரசுக் கிளர்ச்சிக்கு முக்கியக் காரணம். டி வாலிராவும் அவரைச் சேர்ந்த குடியரசுவாதிகளும் ஏழை விவசாயிகளுக்கும், கீழ் மத்திய வகுப்பினருக்கும், வறுமையில் வாடும் படித்த வகுப்பினருக்கும் பிரதிநிதிகளாக இருந்தார்கள். காஸ்கிரேவும் அவரைச் சேர்ந்த

சுதந்திர அரசுவாதிகளும் பணம் படைத்த விவசாயிகளுக்கும், மத்திய வகுப்பினருக்கும் பிரதிநிதிகளாக இருந்தார்கள். இந்தப் பணக்கார விவசாயிகளும் மத்திய வகுப்பினரும் பிரிட்டிஷ் வியாபாரத்தில் அக்கறை காட்டினார்கள்.

சிறிது காலம் சென்ற பிறகு டி வாலிரா தன்னுடைய போர்த் தந்திரத்தை மாற்றிக் கொள்ளத் தீர்மானித்தார். அவரும் அவருடைய கட்சியினரும் தால் ஏரனுக்குச் சென்று அங்கு ராஜவிசுவாச உறுதிமொழி எடுத்துக் கொண்டார்கள். அதே சமயத்தில், தாங்கள் ஒரு முறையை ஒட்டி அவ்வாறு செய்வதாகவும், தங்களுக்கு மெஜாரிட்டி கிடைத்ததும் தாங்கள் விசுவாச உறுதிமொழியையே ஒழித்துவிடப் போவதாகவும் கூறினார்கள். அடுத்த தேர்தல், 1932ஆம் ஆண்டு தொடக்கத்தில் நடந்தது. அதில் டி வாலிராவுக்கு, அவர் சொன்ன படியே சுதந்திர அரசு நாடாளுமன்றத்தில் மெஜாரிட்டி கிடைத்தது. உடனே அவர் தம்முடைய திட்டத்தை நிறைவேற்றத் தொடங்கினார். குடியரசுக்காக இன்னும் போர் நடத்த வேண்டி-யிருந்தது. ஆனால், போர் முறை மாற்றப்பட்டு விட்டது. டி வாலிரா விசுவாசப் பிரமாணத்தை ஒழிக்கப் போவதாகவும், ஆண்டுதோறும் நிலத் தீர்வைகளை இனிச் செலுத்த முடியாது என்றும் பிரிட்டிஷ் அரசாங்கத்துக்கு அறிவித்தார். இந்த நிலத்தீர்வைகளைப் பற்றி உனக்கு முன்பே கூறியிருப்பதாக எண்ணம்.

உடனே இங்கிலாந்தில் கூக்குரல் எழுந்தது. பிரிட்டிஷ் அரசாங்கத்துடன் மாறுபாடு உண்டாயிற்று. டி வாலிரா ராஜ விசுவாசப் பிரமாணத்தை ஒழிப்பது 1921 ஆம் ஆண்டு ஐரிஷ் ஒப்பந்தத்தை மீறுவதாகும் என்று ஆட்சேபித்தார்கள். "குடியேற்ற நாடுகளும் இங்கிலாந்தும் சம உரிமை பூண்ட சகோதர நாடுகள் என்று பறைசாற்றப்படுகிறது. ஒவ்வொரு குடியேற்ற நாடும் தனது அரசியல் அமைப்பைத் தன் இஷ்டம்போல் மாற்றிக் கொள்ளலாம். அயர்லாந்து ஒரு குடியேற்ற நாடு; அப்படியாயின், அது ராஜவிசுவாசப் பிரமாணத்தைத் தன்னுடைய அரசியல் அமைப்பிலிருந்து நீக்கி விடலாம் அல்லவா?" என்று டி வாலிரா வாதிட்டார். 1921 ஆம் ஆண்டு ஒப்பந்தத்தைப் பற்றிய பேச்சுக்கே இதில் இடமில்லை. அயர்லாந்துக்கு இந்த உரிமை இல்லையென்றால் அந்த அளவுக்கு அது இங்கிலாந்தைச் சார்ந்துதானே வாழ வேண்டும்?

1933 தொடக்கத்தில் அயர்லாந்தில் மீண்டும் தேர்தல் நடந்தது. டி. வாலிராவுக்கு முன்னைவிடப் பெரிய வெற்றியும் மெஜாரிடியும்

கிடைத்தன. பிரிட்டிஷ் அரசாங்கத்துக்கு ஒரே வயிற்றெரிச்சல். பொருளியல் வகையில் நிர்ப்பந்தம் செய்து அயர்லாந்தைப் பணிய வைக்க வேண்டும் என்ற பிரிட்டிஷ் கொள்கை வெற்றி பெறவில்லை என்பது தெளிவாகப் புலனாயிற்று. வேடிக்கை என்னவென்றால், பட்ட கடனைக் கொடுக்காதது சுத்த அயோக்கியத்தனம் என்று அயர்லாந்தைப் பழிக்கும் பிரிட்டிஷ் அரசாங்கம் அமெரிக்காவிடம் தான் பட்ட கடனைக் கொடுக்க விரும்பவில்லை.

ஆக, டி வாலிரா இப்போது ஐரிஷ் அரசாங்கத்தின் தலைவராக விளங்குகிறார். அவர் படிப்படியாகத் தன்னுடைய நாட்டைக் குடியரசு நிலையை நோக்கிக் கொண்டு செல்கிறார். குடியரசுக்காகப் போர் என்னவோ நடந்து கொண்டுதான் இருக்கிறது. ஆனால், முறைகள் மாறி விட்டன. நூற்றாண்டு நூற்றாண்டாக நடந்து வரும் ஆங்கிலோ - ஐரிஷ் போராட்டம் இன்னும் ஓய்ந்தபாடில்லை. அது இன்று பொருளாதார வடிவை அடைந்திருக்கிறது.

அயர்லாந்து விரைவில் குடியரசு ஆகலாம். ஆனால், அதற்குப் பெரிய தடை ஒன்று இருக்கிறது. டி வாலிராவும் அவருடைய கட்சியினரும் அல்ஸ்டர் உள்ளிட்ட தீவு முழுமைக்கும் ஒரே குடியரசு, ஒரே மத்திய அரசாங்கம் வேண்டும் என்கிறார்கள். ஆனால், அல்ஸ்டரை மற்றப் பகுதியுடன் எவ்வாறு சேரும்படி செய்வது? இதுவே டி வாலிராவின் முன் நிற்கும் பிரச்சினை. பலாத்காரத்தால் அதைச் சாதிக்க முடியாது. 1914ல் இதைப் பிரிட்டிஷ் அரசாங்கம் செய்ய முயன்றபோது ஒரு பெரிய கலகமே விளைந்தது. அல்ஸ்டரின் நல்லெண்ணத்தைப் பெற்று அயர்லாந்தை ஐக்கியப் படுத்தலாம் என்று டி வாலிரா நம்புகிறார். ஆனால், பிராடெஸ்டண்டு அல்ஸ்டருக்குக் கத்தோலிக்க அயர்லாந்தைக் கண்டால் இன்னும் எட்டிக்காயாகவே இருக்கிறது.

குறிப்பு (1938): இரு நாடுகளுக்கிடையிலும் சில வருஷங்களாக நடந்து வரும் பொருளியல் போர் இரு அரசாங்கங்களும் செய்து கொண்ட ஒரு ஒப்பந்தத்தின் பயனாக நின்றிருக்கிறது. குடியரசு நோக்கத்திற்காக டி வாலிரா மேலும் பல நடவடிக்கைகள் எடுத்து வருகிறார். அயர்லாந்துக்கு இப்போது அயர் என்று பெயர். அயரின் முக்கிய பிரச்சினை அல்ஸ்டரை உள்ளடக்கிய ஐக்கியமே. ஆனால், அல்ஸ்டருக்கு இன்னும் இது சம்மதமில்லை.

நவீன துருக்கியை உருவாக்கிய முஸ்தபா கமால் பாஷா

158. புதிய துருக்கி பிறக்கிறது

மே 7, 1933

துருக்கியின் வீரப்போரட்டத்தைப் பற்றி இந்தக் கடிதத்தில் சொல்லப் போகிறேன். அயர்லாந்தைப் போலவே பெரிய இடையூறுகளை எதிர்த்து துருக்கியும் போராடியது. உலக யுத்தத்தின் விளைவாக ரஷியா, ஆஸ்திரியா, ஜெர்மனி ஆகிய மூன்று பேரரசுகள் மறைந்ததை பார்த்தோம். துருக்கியில் இருந்த நான்காவது பேரரசான ஒட்டாமன் பேரரசும் முடிவுக்கு வந்தது. உஸ்மான் என்பவனும் அவனுடைய வாரிசுகளும் 600 ஆண்டுகளுக்கு முன் இந்த பேரரசை நிறுவினார்கள். ஆஸ்திரியாவை ஆண்ட ஹாப்ஸ்பர்க வம்சமும் உஸ்மான் வம்சமும் சமகாலத்தவை. இரண்டுமே ஒரே காலத்தில் மறைந்து ஒழிந்தன.

உலக யுத்தத்தில் ஜெர்மனி வீழ்வதற்கு சில நாட்களுக்கு முன் துருக்கி வீழ்ந்தது. துருக்கி சிதறுண்டது. அரசு செயல்படவில்லை. இராக்கும் அரபுநாடுகளும் நேச நாடுகள் வசம் இருந்தன. கான்ஸ்டாண்டிநோபிள் கூட அவர்களுடைய ஆதிக்கத்தில் இருந்தது. அந்த மாநகருக்கு எதிரில், பாஸ்பரஸ் நீரிணையில், பிரிட்டிஷ் யுத்தக் கப்பல்கள் நின்று கொண்டிருந்தன. எங்கும் பிரிட்டிஷ், பிரெஞ்சு, இதாலியப் படைகளின் நடமாட்டம். பிரிட்டிஷ் ரகசியப் போலீஸ் ஏஜெண்டுகள் கண்காணிப்பில் இருந்தது துருக்கி. துருக்கி ராணுவத்திடம் இருந்து ஆயுதங்கள் பறிக்கப்பட்டன.

துருக்கி இளைஞர் கட்சித் தலைவர்களான அன்வர் பாஷா, தலாத் பேக் உள்ளிட்டோர் வேறு நாடுகளுக்கு தப்பி ஓடினர். சுல்தானுடைய சிம்மாசனத்தில் எதிரிகளின் கைப்பொம்மையான கலீபா வாஹித் உத்தின் இருந்தான். நாட்டைவிட தனது பாதுகாப்பை அவன் முக்கியமாக கருதினான். பிரிட்டிஷ் அரசாங்கம் தன்னுடைய கைப்பொம்மையான இன்னொருவனைப் பிரதமர் ஆக்கியது. துருக்கி நாடாளுமன்றம் கலைக்கப்பட்டது.

*1918*ஆம் ஆண்டு முடிவிலும் *1919*ஆம் ஆண்டு தொடக்கத்திலும் துருக்கியின் நிலை இப்படியாக இருந்தது. துருக்கியர் வலிமை குன்றி நின்றார்கள். நான்கு ஆண்டுகள் உலக யுத்தம், அதற்கு முன்பு பால்கன் நாடுகளுடன் யுத்தம். அதற்கு முன்பு இதாலியோடு யுத்தம். இத்தனையும் இளந்துருக்கியப் புரட்சிக்குப் பின்னர் ஒன்றன் பின் ஒன்றாக வந்தன. துருக்கியர் பொறுமையாக இருந்தனர். ஆனால், சுமார் எட்டு ஆண்டுகள் நடந்த போர்களின் பாரத்தை அவர்களால் பொறுக்க முடியவில்லை. எந்த நாட்டவருக்கும் இது அரிதுதான். ஆகவே, அவர்கள் தங்கள் நம்பிக்கைகளை கைவிட்டு, நேச நாடுகளின் தீர்ப்புக்கு காத்திருந்தார்கள்.

சுமார் இரண்டு ஆண்டுகளுக்கு முன், ஸ்மிர்னாவையும் ஆசியா மைனரின் மேற்குப் பகுதியையும் இதாலிக்குக் கொடுக்க ரகசிய ஒப்பந்தம் செய்திருந்தனர். கான்ஸ்டாண்டிநோபிளையும், அரபு நாடுகளையும் இதற்கு முன்பே பங்கிட்டுக் கொண்டனர். ஆசியா மைனரை இதாலிக்கு கொடுப்பதற்கு ரஷியாவின் சம்மதம் தேவைப்பட்டது. அதற்குள், ரஷியா போல்ஷ்விக்குகள் கையில் அதிகாரம் போயிற்று. இதையடுத்து நேச நாடுகள் மீது கோபம் கொண்டது.

'ஐரோப்பாவின் நோயாளி' கடைசியாக இறந்துவிட்டான் என்றே எல்லோரும் நினைத்தார்கள். ஆனால், தலைவிதிக்குத் தலைகுனிய மறுத்த சில துருக்கியர் இருந்தார்கள். அவர்கள் சத்தமின்றி ரகசியமாக சில காலம் வேலை செய்தார்கள். நேச நாடுகளின் ஆயுதக் கிடங்குகளில் இருந்தே யுத்த தளவாடங்களை சேகரித்தனர். அவற்றை கபப்பலில் ஆசியா மைனர் என்ற அனடோலியாவின் உள்பாகத்துக்கு கருங்கடல் வழியாக அனுப்பினர். இந்த வேலையில் முக்கியமானவர் முஸ்தபா கமால் பாஷா.

ஆங்கிலேயருக்கும், அவர்கள் சொல்படி ஆடும் சுல்தானுக்கும் கமால் பாஷாவை பிடிக்கவில்லை. சுல்தான், கமால் பாஷாவை

அனடோலியாவுக்கு அனுப்பினான். அங்கிருந்த ராணுவத்துக்கு இன்ஸ்பெக்டர் ஜெனரல் ஆக கமால் நியமிக்கப்பட்டார். துருக்கி படை வீரர்களிடம் ஆயுதங்களை எடுத்துக் கொள்வதற்கு நேச நாடுகளுக்கு உதவ வேண்டியது அவர் வேலை. உடனே அனடோலியாவுக்கு போய்விட்டார். சில மணி நேரத்தில் சுல்தான் மணம் மாறி கமாலை தடுக்க உத்தரவிட்டான். அதற்குள் அவர் அனடோலியா போய்விட்டார்.

கமால் பாஷாவும் இன்னும் ஒரு சில துருக்கியரும் அனடோலியாவில் தேசிய எதிர்ப்புக்கு ஏற்பாடு செய்தனர். அங்கிருந்த ராணுவ அதிகாரிகளிடம், சுல்தானின் ஏஜெண்டுகளாக நடித்தார்கள். ஆனால், கான்ஸ்டாண்டி நோபிளில் இருந்து வரும் உத்தரவுகளைக் கண்டுகொள்ளவே இல்லை. நிகழ்ச்சிகளும் அவர்களுக்கு உதவியது. காகசஸ் பிரதேசத்தில் அர்மீனிய குடியரசு ஒன்றை பிரிட்டிஷார் அமைத்தார்கள். அதில், துருக்கியின் கிழக்கு மாகாணங்களை சேர்ப்பதாக வாக்களித்தனர். அர்மீனியரை துருக்கியருக்கு பிடிக்காது. அவர்களுக்கு அடங்கி நடப்பது எளிதான காரியமல்ல. அர்மீனியருக்கு அடங்குவதைக் காட்டிலும் போரிட்டு சாவது மேல் என்று நினைத்தார்கள். அவர்கள், கமால் பாஷாவின் பக்கம் நிற்க சம்மதித்தார்கள்.

இதற்கிடைய, **1919** தொடக்கத்தில் நேச நாடுகளுடன் செய்துகொண்ட ரகசி ஒப்பந்தப்படி, இதாலி, தனது படையை ஆசியா மைனரில் இறக்கியது. இங்கிலாந்துக்கும் பிரான்சுக்கும் இது பிடிக்கவில்லை. அவை இதாலிக்கு ஆதரவளிக்க விரும்பவில்லை. இதாலியரை முந்திக்கொள்ள, கிரேக்க படைகள் ஸ்மிர்னாவை கைப்பற்ற சம்மதம் தெரிவித்தனர்.

இதற்குக் கிரேக்கரை அனுப்பக் காரணம் என்ன? பிரிட்டிஷ், பிரெஞ்சு படைகளுக்குச் சண்டையில் அலுப்புத் தட்டியிருந்தது. அவர்கள் வீட்டுக்குப் போகத் துடித்துக் கொண்டிருந்தார்கள். இந்தச் சமயத்தில் கிரேக்க அரசாங்கம் ஆசியா மைனரையும் கான்ஸ்டாண்டி நோபிளையும் தனதாக்கி, பழைய பைஜாண்டிய பேரரசை உயிர்ப்பிக்கலாம் என்று கனவு கண்டது. திறமைவாய்ந்த இரண்டு கிரேக்கர்கள் அப்போது பிரிட்டிஷ் பிரதமர் லாயிட் ஜார்ஜூக்கு நண்பர்களாயிருந்தார்கள். அவர்களில் ஒருவர் கிரீசின் பிரதமர் வெனிசெலாஸ். இன்னொருவர் சர் பேசில் ஜஹராப். போர்த் தளவாட ஏஜெண்டாக வாழ்க்கையைத் தொடங்கிய இவர் திரைமறைவில்

உலக நாடுகளை ஆட்டிப்படைக்கும் இடத்துக்கு வந்தார்.

அவர் தொடக்கத்தில் இருந்தே பிரிட்டிஷ் ரகசிய இலாகாவைச் சேர்ந்தவர் என்று பலர் நம்புகிறார்கள். இது வியாபாரத்திலும் அரசியலிலும் அவருக்குப் பெரிய உதவியாக இருந்தது. அடிக்கடி நிகழ்ந்து வந்த யுத்தங்கள் அவருக்குக் கோடிக்கணக்கில் லாபத்தைக் கொணர்ந்தன. இவ்வாறு அவர் யாரும் அறியாமல் வளர்ந்து இன்று விசுவரூபம் எடுத்திருக்கிறார்.

இந்தப் பணக்காரரும், கிரீஸ் பிரதமர் வெனிசெலாசும் சேர்ந்து கிரேக்கப் படைகளை ஆசியா மைனருக்கு அனுப்ப, பிரிட்டிஷ் பிரதமர் லாயிட்ஸ் ஜார்ஜை சம்மதிக்க செய்தனர். இதற்கு வேண்டிய பணத்தைத் தான் கொடுப்பதாக ஜஹராப் ஒப்புக்கொண்டார். அவருக்கு லாபம் கிடைக்காத முதலீடுகளில் இது ஒன்று. துருக்கி யுத்தத்துக்காகக் கிரீசுக்கு அவர் கொடுத்த பத்துக் கோடி டாலர் பணம் கோவிந்தா ஆகிவிட்டது.

1919 மே மாதத்தில் கிரேக்கத் துருப்புகள் பிரிட்டிஷ் கப்பல்களில் சென்று ஆசியா மைனரில் உள்ள ஸ்மிர்னாவில் இறங்கின. பிரிட்டிஷ், பிரெஞ்சு, அமெரிக்க யுத்தக்கப்பல்கள் அதற்குக் காப்பாக நின்றன. கிரேக்க படைகள் இறங்கியவுடன் படுபாதகக் கொலைகளில் ஈடுபட்டன. துருக்கியில் அது பேரதிர்ச்சியை உண்டாக்கியது. தேசிய இயக்கம் வேகமாக வளர்ந்தது. கமால் பாஷா இந்த இயக்கத்தின் தலைவர் என்றாலும், கிரேக்கர் ஸ்மினார்வைக் கைப்பற்றியதே இதற்கு மூலகாரணம் என்று சொல்லப்படுகிறது. இதுவரை நிலையில்லாமல் இருந்த ராணுவ அதிகாரிகள் தேசிய இயக்கத்தில் கலந்துகொண்டனர். சுல்தானின் கட்டளையையும் மீறினார்கள். சுல்தானும் கமால் பாஷாவைக் கைது செய்ய உத்தரவிட்டான்.

1919 செப்டம்பரில் கமாலைத் தலைவராகக் கொண்ட ஒரு நிர்வாகக் கமிட்டி அமைக்கப்பட்டது. நேச நாடுகளுடன் சமாதானமாகப் போவதற்குரிய குறைந்தபட்சக் கோரிக்கைகள் அடங்கிய 'தேசிய ஒப்பந்தம்' ஒன்றும் தயாரானது. அது முழு சுதந்திரத்துக்குச் சமமானதாக இருந்தது. கான்ஸ்டாண்டிநோபிளில் இருந்த சுல்தான் இதைக் கண்டு பயந்து விட்டான். அவன் புதிய நாடாளுமன்றத்தைக் கூட்டுவதாகக் கூறி அதற்குத் தேர்தல்கள் நடத்தவும் உத்தரவிட்டான்.

இந்தத் தேர்தல்களில் சிவாஸ் காங்கிரசைச் சேர்ந்தவர்களுக்குப் பெரிய மெஜாரிடி கிடைத்தது. கமால் பாஷாவுக்கு கான்ஸ்டாண்டிநோபிளில்

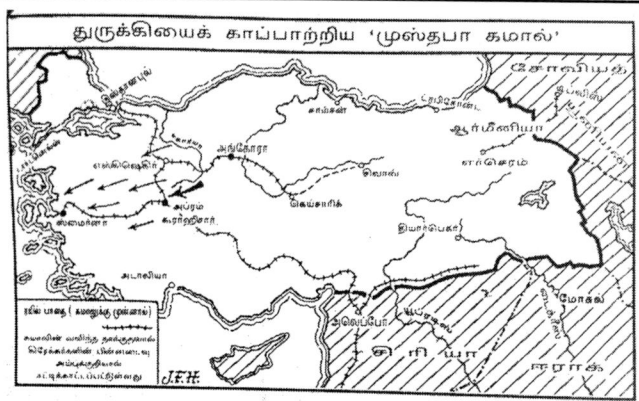

துருக்கியைக் காப்பாற்றிய 'முஸ்தபா கமால்'

இருந்தவர்களிடம் நம்பிக்கை இல்லை. அங்குச் செல்ல வேண்டாம் என்று புதிதாகத் தேர்ந்தெடுக்கப்பட்ட பிரதிநிதிகளுக்கு ஆலோசனை கூறினான். ஆனால், அவர்கள் அதைக் கேட்காமல், ரவூப் பேக்கின் தலைமையின் கீழ் இஸ்தான் பூலுக்குச் சென்றார்கள். (இனி, கான்ஸ்டாண்டிநோபிளை இஸ்தான்பூல் என்று அழைப்போம்) புதிய நாடாளுமன்றம் இஸ்தான்பூலில் சுல்தானின் தலைமையின் கீழ் கூடினால் அதைத் தாங்கள் அங்கீகரிப்பதாக நேச நாடுகள் அறிவித்தது. பிரதிநிதிகள் இஸ்தான்பூல் செல்வதற்கு அது ஒரு காரணமாக இருந்தது. கமால் மட்டும் பிரதிநிதியாக இருந்தும் அங்கு செல்லவில்லை.

1920 ஜனவரியில் புதிய நாடாளுமன்றம் இஸ்தான்பூலில் கூடி, சிவாஸ் காங்கிரசில் ஒப்புக் கொள்ளப்பட்ட தேசிய ஒப்பந்தத்தை அங்கீகரித்தது. இதுவும் இன்னும் நாடாளுமன்றம் செய்த வேறு பல காரியங்களும் இஸ்தான்பூலில் இருந்த நேச நாடுகளின் ஆசாமிகளுக்குப் பிடிக்கவில்லை. ஆகவே, அவர்கள் ஆறு வாரத்துக்குப் பின் பிரிட்டிஷ் தளபதி இஸ்தான்பூலுக்குச் சென்று நகரைக் கைப்பற்றி, ராணுவச் சட்டப் பிரகடனம் செய்தான். ரவூப் பேக் உள்ளிட்ட நாற்பது பிரதி-நிதிகளைக் கைது செய்து மால்டாவுக்கு நாடு கடத்தி விட்டான்!

மீண்டும் துருக்கி கிளர்ந்தெழுந்தது. சுல்தான் பிரிட்டிஷாரின் கைப்பொம்மை என்பது விளங்கிவிட்டது. பல துருக்கி பிரதிநிதிகள் அங்கோராவுக்குத் தப்பினார்கள். அங்குப் நாடாளுமன்றம் கூடி தன்னைத் துருக்கிய தேசிய மகாசபை என்று அழைத்துக் கொண்டது. அது தன்னையே அரசாங்கம் என்று அறிவித்தது.

கமால் பாஷாவுக்கும் மற்றவர்களுக்கும் சுல்தான் மரண தண்டனை

விதித்தான். கமாலையும் மற்றவர்களையும் கொல்ல உத்தரவிட்டான். கமால் பாஷா வேட்டையாட வேண்டிய கலகக்காரன் மட்டுமல்ல, மார்க்கத்துக்கே துரோகம் செய்தவன் என்று அறிவிக்கப்பட்டான். துருக்கி முழுவதும் உள்நாட்டுப் போர் மூண்டது. ஊருக்கும் ஊருக்கும், பட்டணத் துக்கும் பட்டணத்துக்கும், சகோதரனுக்கும் சகோதரனுக்கும் கொடிய போர் விளைந்தது. இருதரப்பினரும் ஈவிரக்கமின்றி சண்டையிட்டனர்.

இதற்கிடையில், ஸிமிர்னாவில் கிரேக்கர் தாங்களே தேசத்தின் நிரந்த எஜமானர்கள் போல நடந்து வந்தார்கள். அவர்களுடைய நடவடிக்கையில் காட்டுமிராண்டித்தனம் மிகுந்திருந்தது. அவர்கள் வளமிகுந்த பள்ளத்தாக்குளை அழித்து, ஆயிரக்கணக்கான துருக்கியரை விரட்டியடித்தார்கள். அவர்களுடைய முன்னேற்றத்தை தடுக்க துருக்கியருக்கு சக்தி இல்லை,

தேசியவாதிகளின் நிலை இருதலைக் கொள்ளி எறும்புபோல் இருந்தது. ஆனால், அஞ்சா நெஞ்சம் படைத்த கமால் பாஷா அவருடைய மக்களுக்கு 'வெல்வோம் அல்லது வீழ்வோம்' என்ற போர் முழக்கத்தைக் கற்றுக் கொடுத்தார். ஒரு அமெரிக்கர் கமாலைப் பார்த்து, தேசிய வாதிகள் தோற்று விட்டால் அவர் என்ன செய்வார் என்று கேட்ட போது, "சுதந்திர வாழ்வுக்காக உடல், பொருள், ஆவி மூன்றையும் அர்ப்பணம் செய்யும் ஒரு நாட்டுக்குத் தோல்வியே இல்லை. தோல்வி என்றால் அந்த நாடு இறந்துவிட்டது என்று கொள்ள வேண்டும்" என்று பதில் அளித்தார்.

1920 ஆகஸ்டில் துர்ப்பாக்கிய துருக்கிக்காக நேச நாடுகள் தயாரித்த உடன்படிக்கை வெளியிடப்பட்டது. அந்த உடன்படிக்கை துருக்கியின் சுதந்திரத்துக்கு உலை வைத்தது. ஒரு சுதந்திர நாடு என்ற வகையில் துருக்கிக்குத் தூக்கு தண்டனை விதிக்கப்பட்டது. நாடு சிறு சிறு துண்டுகளாக பிரிக்கப்பட்டது. அதுமட்டுமின்றி, தலைநகராகிய இஸ்தான்பூலில் ஒரு குழு அமர்ந்து ஆட்சி செய்யும் என்ற நிலை உருவானது. தேசம் துக்கம் கடைப்பிடித்தது. கறுப்புத் தடவிய ஓரங்களுடன் அன்றையப் பத்திரிகைகள் வெளிவந்தன. ஆயினும், துருக்கியின் சார்பில் சுல்தானின் பிரதிநிதிகள் உடன்படிக்கையில் கையெழுத்திட்டனர்.

தேசியவாதிகள் அதை நிராகரித்தார்கள் என்று சொல்லத் தேவையில்லை. உடன்படிக்கை வெளியானதன் பலன் நாட்டில் அவர்களுடைய செல்வாக்குப் பெருகியது. நாட்டை அதலபாதாளத்தில் விழாமல்

காப்பாற்றுவதற்குத் தேசியவாதிகளால் மட்டுமே முடியும் என்று மேலும் மேலும் மக்கள் அவர்களைப் பின்பற்றத் தொடங்கினார்கள்.

ஆனால், தங்கள் உடன்படிக்கை அமலாக்க நேச நாடுகளுக்கு துணிச்சல் இல்லை. அவர்கள் தங்கள் ராணுவத்தை கலைத்துவிட்டார்கள். மேற்கு ஐரோப்பாவிலும், எகிப்திலும், சிரியாவிலும், இந்தியாவிலும் அவர்கள் மிகப்பெரிய எதிர்ப்பை சமாளிக்க வேண்டியிருந்தது. இந்தியாவில் 1857 ஆம் ஆண்டுக் கலகத்துக்குப் பின்னர், முதல் மாபெரும் போராட்டம் உருவாகி வந்தது. ஆனால், அது சாத்விக அடிப்படையைக் கொண்டிருந்தது. காந்திஜியின் தலைமையில் நடைபெற்ற ஒத்துழையாமை இயக்கத்தையே இங்குக் குறிப்பிடுகிறேன். அந்த இயக்கத் திட்டத்தில் துருக்கியை நடத்திய விதமும், கலீபா பீடம் அல்லது கிலாபத் பற்றிய பிரச்சினையும் முக்கிய அம்சங்களாகத் திகழ்ந்தன.

ஆகவே, நேச நாடுகள் துருக்கியில் தங்களுடைய உடன்படிக் கையைத் தாங்களே அமலாக்க முடியாதவர்களாக இருந்தார்கள். ஆகவே, அவர்கள் தங்களுக்கு உதவிசெய்யும்படி வெனிசெலாசையும் ஐஹராப்பையும் வேண்டினார்கள். அந்த இருவரும் கிரீசின் சார்பில் இந்த வேலையை விருப்பத்துடன் செய்ய முன்வந்தார்கள். கிரேக்கப் படைகள் துருக்கியில் நுழைந்தன. கிரேக்க - துருக்கி யுத்தம் பெரிய அளவில் தொடங்கியது. 1920 ஆம் ஆண்டு கோடைக்காலம், இலையுதிர் காலம் வரையில் கிரேக்கருக்கு வெற்றி கிடைத்துவந்தது. கமால் பாஷாவும் அவருடைய தோழர்களும் சிதறிக்கிடந்த பழைய ராணுவ வீரர்களைக் கொண்ட திறமைவாய்ந்த சேனை ஒன்றைத் திரட்ட அரும்பாடுபட்டார்கள். காலத்தில் அவர்களுக்கு வேண்டிய உதவி கிடைத்தது. சோவியத் ரஷியா அவர்களுக்கு ஆயுதமும் பணமும் உதவியது. துருக்கி, ரஷியா, ஆகிய இரு நாடுகளுக்கும் இங்கிலாந்து பொது விரோதி.

கமாலின் பலம் வளரவே போரின் முடிவு எப்படி ஆகுமோ என்று நேச நாடுகளுக்கு சந்தேகம் ஏற்பட்டது. அவர்கள் சமாதான முயற்சி செய்தார்களஅ. ஆனால், கமால் அதற்கு ஒப்புக்கொள்ளவில்லை. உடனே, கிரேக்க - துருக்கி யுத்தத்தில் நடுநிலை வகிப்பதாக நேசநாடுகள் விலகிவிட்டன. இன்னும் சொல்லப்போனால், பிரான்சும் ஓரளவுக்கு இதாலியும் ரகசியத்தில் துருக்கியின் நட்பை வேண்டின. இங்கிலாந்து மட்டும் இன்னும் கிரேக்கர் ஆதரவில் இருந்தது.

1921 கோடையில் கிரேக்கர் துருக்கியின் தலைநகராகிய அங்கோராவைக் கைப்பற்ற முயன்றார்கள். அவர்கள் ஊர் ஊராகப் பிடித்துக்கொண்டு அதற்கு வெகு அருகாமையில் வந்துவிட்டார்கள். ஆனால், சக்கரையா ஆற்றங்கரையில் தடுத்து நிறுத்தப்பட்டார்கள். இந்த ஆற்றுக்கருகில் இருதரப்பும் மூன்று வாரம் ஓயாது போரிட்டன. கிரேக்கர் தோற்றுப் பின்வாங்கினார்கள். ஆனால், அவர்களுடைய வழக்கப்படி கிரேக்க ராணுவம் வழியில் கண்ட எல்லாவற்றையும் சுட்டெரித்துக் கொண்டும், இருநூறு மைலுக்கு வளமான நாட்டைப் பலைவனமாகச் செய்தபடியும் சென்றது.

இரு பக்கத்து ராணுவமும் களைத்துவிட்டன. ஆனால், கமால் பாஷாவுக்கு சாதகமான சூழல் உருவானது. பிரெஞ்சு அரசாங்கம் அங்கோராவுடன் ஒரு உடன்படிக்கை செய்து கொண்டது. சோவியத் அரசாங்கம் ஏற்கெனவே அங்கோராவுடன் உடன்படிக்கை செய்துகொண்டிருந்தது. பிரான்சின் அங்கீகாரம் முஸ்தபா கமாலுக்குப் பெரிய நன்மையாகவும் லாபமாகவும் முடிந்தது. சிரியாவின் எல்லைப்புறத்தில் இருந்த துருக்கி படைகளை இப்போது கிரீசுக்கு எதிராக அனுப்ப முடிந்தது. பிரிட்டிஷ் அரசாங்கம் இன்னும் பொம்மை சுல்தானையும் வீரியமற்ற இஸ்தான்பூல் அரசாங்கத்தையும் ஆதரித்தது. ஆகவே, பிரான்சின் ஒப்பந்தம், அதற்கு ஒரு கை ஒடிந்த மாதிரி ஆயிற்று.

1922 ஆகஸ்டில், திடீரென்று, ஆனால் வெகு எச்சரிக்கையுடன் ஆயத்தம் செய்து கொண்ட பிறகே, துருக்கிய ராணுவம் கிரேக்கர்களைத் தாக்கிக் கடலில் தள்ளியது. எட்டே நாட்களில் கிரேக்கர் 160 மைல் பின்வாங்கி ஓடினார்கள். அப்படி ஓடுகையிலும் அவர்கள் துருக்கிய ஆணையும் பெண்ணையும் குழந்தையையும் கொன்றனர். துருக்கியரும் இரக்கம் காட்டவில்லை. அவர்கள் கிரேக்க ராணுவத்தின் தலைவனையும் ராணுவக் குழுவினரையும் சிறைப்பிடித்தனர். கிரேக்கப்படை தப்பினாலும், ஸ்மிர்னா நகரம் தீக்கிரையானது.

கமால் பாஷா இதை அடுத்துத் தன்னுடைய துருப்புகளை இஸ்தான்பூல் நகரை நோக்கி நடத்திச் சென்றார். நகருக்குப் புறத்தில், சணக் என்ற இடத்தில், பிரிட்டிஷ் படைகள் அவரைத் தடுத்து நிறுத்தின. 1922 செப்டம்பரில் பிரிட்டிஷார் அநேகமாகத் துருக்கியர் கோரிக்கைகள் யாவற்றையும் ஒப்புக்கொண்டு ஒரு போர் நிறுத்த ஒப்பந்தம் செய்து கொண்டார்கள். புதிய துருக்கிக்குப் பின்னால் சோவியத் ரஷியா என்கிற பூதம் எப்போதும் நேச நாடுகளை மிரட்டி

வந்தது. துருக்கிக்கு உதவும் வாய்ப்பை ரஷியாவுக்கு வழங்க அவர்கள் விரும்பவில்லை.

முஸ்தபா கமால் வெற்றிபெற்றார். தனது எண்ணத்தை நிறைவேற்றினார். 1919ல் விரல்விட்டு எண்ணக்கூடிய கலகக்காரர் என்று கருதப்பட்டவர்கள், பெரிய வல்லரசுகளின் பிரதிநிதிகளோடு சரிசமமாக அமர்ந்து உரையாடினார்கள்.

லாசேனில் ஒரு சமாதான மாநாடு கூடியது. அது பல மாதங்கள் இழுத்துப் பறித்துக்கொண்டிருந்தது. 'தேசிய ஒப்பந்தத்தில்' இடம்பெற்ற துருக்கியக் கோரிக்கைகளில் ஒன்று மட்டும் நீங்கலாக, அனைத்தும் ஒப்புக் கொள்ளப்பட்டன. லாசேன் உடன்படிக்கை 1923 ஜூலையில் கையெழுத்தாயிற்று. இந்தத் தடவையும் சோவியத்து ரஷியாவின் ஆதரவும், நேச வல்லரசுகளின் பொறாமைகளும் துருக்கிக்கு உதவி செய்தன.

இஸ்லாம் மார்க்கத்துக்காக யுத்தம் செய்யும் வீரர்களைக் 'காஜி' என்று அழைப்பதுண்டு. கமால் பாஷா இப்போது 'காஜி'யானார். தொடக்கத்திலிருந்தே அவர் தன்னுடைய குறைந்தபட்சக் கோரிக்கைகளை வரையறை செய்து கொண்டார். தமக்கு வெற்றி கிட்டிய போதும் அவற்றிலிருந்து அவர் விலகவில்லை. துருக்கியரல்லாத நாடுகளான அரபியா, இராக், பாலஸ்தீனம், சிரியா ஆகியவை மீது துருக்கி ஆதிக்கத்தை அவர் கைவிட்டார். துருக்கியர் வாழும் பூமியாகிய துருக்கி வரையில் விடுதலை அடையவேண்டும் என்று அவர் விரும்பினார். பிற நாட்டவருடைய விவகாரங்களில் துருக்கியர் தலையிடுவதை அவர் விரும்பவில்லை. துருக்கியின் விவகாரங்களில் பிற நாட்டவர் தலையிடுவதற்கும் அவர் ஒப்பவில்லை.

ஏறக்குறைய பதினொரு ஆண்டுகளுக்கு முன், முஸ்தபா கமால் கிரேக்கரை முறியடித்து வெற்றி பெற்றார். அந்தச் செய்தி எங்களுக்கு எவ்வளவு உற்சாகத்தை அளித்தது என்பது எனக்கு நன்றாக நினைவிருக்கிறது. 1922 ஆகஸ்டில் அபியம் கரஹிசார் போரில் அவர் கிரேக்க ராணுவத்தை ஸ்மிர்னாவுக்கும் கடலுக்கும் விரட்டிப் புறமுதுகிடச் செய்தார். எங்களில் பலர் அப்போது லக்னோ மாவட்ட சிறையில் இருந்தோம். எங்கள் சிறையின் காவல் கூடங்களை கிடைத்த பொருட்களால் அலங்காரம் செய்து துருக்கியின் வெற்றியைக் கொண்டாடினோம். மாலையில் தீப அலங்காரம் செய்வதற்கும் ஒருவாறு முயற்சி செய்து பார்த்தோம்.

துருக்கியில் இஸ்லாமிய பெண்களின் கோஷா பழக்கம் ஒழிக்கப்பட்டது

159.பழமையை உடைக்கும் முஸ்தபா கமால்

மே 8, 1933

கமால் பாஷாவும் அவருடைய தோழர்களும் மிகப்பெரிய வெற்றியைப் பெற்றார்கள். அந்த வெற்றியை அவர்கள் எப்படி பயன்படுத்தினார்கள் என்பதில்தான் அவர்களுடைய வெற்றிக்கு மதிப்பு அதிகரிக்கிறது. வெற்றிக்கு பிறகு அவர்கள் என்னதான் செய்தார்கள்?

கமால் பாஷாவுக்குப் பழைய பழக்க வழக்கங்களில் நம்பிக்கை இல்லை. அவர் துருக்கியை அடியோடு மாற்ற விரும்பினார். மிகப்பெரிய வெற்றியை பெற்ற அவர் மக்கள் ஆதரவைப் பெற்றிருந்தார். ஆனாலும், இதில் மிகுந்த எச்சரிக்கையுடன் செயல்பட வேண்டும் என்பதை அறிந்திருந்தார். நீண்ட நாள் வழக்கங்களையும், மத நம்பிக்கைகளையும் கடைப்பிடித்து வரும் மக்களை அவற்றில் இருந்து மாற்றுவது எளிதான காரிய மல்ல. சுல்தான், கலீபா பொறுப்புகளை கமால் ஒழிக்க விரும்பினார். ஆனால், அவருடைய தோழர்களில் பலர் அதற்கு இணங்கவில்லை.

பொதுவாக, துருக்கியரின் மனோபாவம் மாறுதலுக்கு ஒத்ததாக இல்லை. பொம்மை சுல்தான் வாஹித் உத்தீன் சிம்மாசனத்தில் இன்னும் வீற்றிருந்தான். அவனை யாரும் விரும்ப வில்லை. நாட்டை அன்னியருக்கு விற்க முயன்ற துரோகி என்று எல்லோரும்

தூற்றினர். ஆனால், தேசிய மகாசபையிடம் உண்மையான அதிகாரம் இருக்கவும், அதற்குக் கட்டுப்பட்டுச் சட்ட ரீதியான சுல்தான் பதவியும் கலீபா பீடமும் இருக்க வேண்டுமென்றும் பலர் விரும்பினார்கள். கமால் பாஷாவுக்கு இது பிடிக்கவில்லை. ஆனால், சமயம் வரட்டும் என்று காத்திருந்தார்.

வழக்கம்போல் பிரிட்டிஷாரே அத்தகைய சமயத்தை அளித்தார் கள். லாசேன் சமாதான மாநாடு நடக்கவுள்ள நிலையில் பிரிட்டிஷ் அரசாங்கம் இஸ்தான்பூலில் உள்ள சுல்தானுக்கு அழைப்பு அனுப்பியது. சமாதான நிபந்தனைகளைப் பற்றிப் பேசுவதற்குப் பிரதிநிதிகளை அனுப்பும்படியும், அவனையே அங்கோராவுக்கும் அழைப்பு அனுப்பி விடும்படியும் கேட்டிருந்தது.

யுத்தத்தை ஜெயித்த அங்கோராத் தேசிய அரசாங்கத்தை பிரிட்டன் அலட்சியம் செய்தது. அதுமட்டுமின்றி, மீண்டும் பொம்மை சுல்தானுக்கு முக்கியத்துவம் அளிக்க முயன்றது. இந்த நடவடிக்கை துருக்கியில் பரபரப்பையும், கோபத்தையும் உண்டாக்கியது. சுல்தான் மீண்டும் பிரிட்டிஷாருக்கு நாட்டைக் காட்டிக்கொடுக்க சூழ்ச்சி செய்கிறான் என்று மக்கள் சந்தேகம் அடைந்தனர். முஸ்தபா கமால் உடனே இந்த உணர்ச்சியைப் பயன்படுத்திக் கொண்டார். தேசிய மகாசபை **1922** நவம்பரில் சுல்தான் பதவியை நீக்கியது. ஆனால், கலீபா பீடம் மட்டும் இருந்தது. அது உதுமானிய வம்சத்துக்கு உரியதாக அறிவிக்கப் பட்டது. சுல்தான் மீது தேசத்துரோக குற்றம் சாட்டப்பட்டது. அவன் தப்பி ஓடி பிரிட்டனின் யுத்தக்கப்பலை அடைந்தான். அவனுடைய பங்காளியான அப்துல் மஜீத் அதிகாரம் இல்லாத கலீபாவாக நியமிக்கப்பட்டான்.

அடுத்த ஆண்டு, **1923**ல், அங்கோராவைத் தலைநகராகக் கொண்டு, துருக்கியக் குடியரசு முறையாகப் பிரகடனம் செய்யப்பட்டது. முஸ்தபா கமால் ஜனாதிபதியாக தேர்ந்தெடுக்கப்பட்டார். எல்லா அதிகாரங்களும் அவரிடமே இருந்தன. சர்வாதிகாரியாக இருந்தார். தேசிய மகாசபை அவரது கட்டளைகளை நிறைவேற்றி வைத்தது. அவர் பல பழைய வழக்கங்களை ஒழிக்க ஆரம்பித்தார். மதத்துக்கு அவர் அதிக மரியாதை காட்டவில்லை. பழமைவாதிகளுக்கு இது பிடிக்கவில்லை. அவர்கள் சாதுவான கலீபாவைச் சுற்றினர். இதுவும் கமாலுக்கு பிடிக்கவில்லை. அவர் கலீபாவை லட்சியம் செய்யவில்லை. அடுத்த பெரிய காரியத்தை செய்வதற்கு அவர் தக்க சமயத்தை எதிர்நோக்கி இருந்தார்.

அந்தச் சமயம் சீக்கிரமே வாய்த்தது. அது வாய்த்த விதம் வேடிக்கையானது. ஆகாகான், இந்தியாவில் முன்னர் நீதிபதியாக இருந்த அமீர் அலி ஆகிய இருவரும், கமால் பாட்ஷாவுக்கு ஒரு கடிதம் எழுதினர். கலீபாவை மரியாதையுடன் நடத்தும்படி அவர்கள் அதில் கேட்டிருந்தார்கள். அந்தக் கடிதத்தின் நகலை இஸ்தான்பூல் பத்திரிகைகளுக்கு அவர்கள் அனுப்பினர். எனவே, கடிதம் கமால் பாஷா கைக்கு கிடைப்பதற்குள் பத்திரிகைகளில் வெளிவந்தது. கடிதத்தில் எதிரான கருத்து இல்லை. ஆனால், கமால் அதை பெரிதாக்கிவிட்டார். இந்தக் கடிதம், துருக்கியைப் பிரிப்பதற்கு மீண்டும் ஆங்கிலேயர் செய்யும் சூழ்ச்சி என்று பரவியது.

ஆகாகான் ஆங்கிலேயரின் ஏஜெண்டு என்று சொல்லப்பட்டது. அவர் இங்கிலாந்தில் வசிப்பவர். இங்கிலாந்தின் குதிரைப் பந்தயத்தில் ஈடுபடுபவர். எப்போதும் இங்கிலீஷ் அரசியல்வாதிகளுடன் கூடிக் குலாவுபவர். அவர் முஸ்லிம்களில் கோஜா என்ற ஒரு பிரிவினருக்குத் தலைவர். அதனால் அவரை ஒரு வைதிக முஸ்லிம் என்றும் கூறமுடியாது. உலக யுத்தம் நடந்த சமயத்தில் ஆங்கிலேயர் அவரைக் கிழக்கு நாடுகளில் சுல்தான் கலீபாவுக்குப் போட்டியாகப் பயன்படுத்திக் கொண்டு அவருடைய கவுரவத்தைப் பிரசார மூலமாகவும் வேறு வழிகளிலும் அதிகரித்து வந்தார்கள். இந்திய முஸ்லிம்கள் தங்கள் கையில் இருப்பதற்காக அவரை அவர்களுடைய தலைவராக்கவும் முயன்றார்கள். இந்த விஷயம் துருக்கிய மக்களுக்குத் தெளிவாக எடுத்துக் காட்டப்பட்டது. ஆகாகானுக்கு துருக்கி கலீபாவிடத்தில் அவ்வளவு அக்கறை இருந்தால், அவர் ஏன் யுத்தகாலத்தில் ஆங்கிலேயருக்கு விரோதமாக 'ஜிஹாத்' அல்லது புண்ணிய யுத்தம் தொடுக்கப்பட்டபோது கலீபாவை ஆதரிக்கவில்லை? அவர் அப்பொழுது ஆங்கிலேயர் பக்கம் சேர்ந்துகொண்டு கலீபாவுக்கு எதிராகத்தானே இருந்தார்!

இவ்வாறு கமால் பாஷா, ஒரு கடிதத்தை வைத்தே துருக்கியில் புயலைக் கிளப்பிவிட்டார். கடிதத்தை எழுதியவர்கள் இப்படி ஆகும் என்று நினைக்கவில்லை. கடிதத்தைத் தங்கள் பத்திரிகைகளில் வெளி-யிட்ட பத்திரிகை முதலாளிகள் இங்கிலாந்தின் ஏஜெண்டுகள் என்று கண்டிக்கப்பட்டனர். அதைத்தொடர்ந்து, கலீபா பீடத்தை ஒழிக்கும் மசோதா தேசிய மகா சபையின் முன் சமர்ப்பிக்கப்பட்டது. *1924 மார்ச்சு மாதத்தில், சமர்ப்பிக்கப்பட்ட அன்றே அது சட்டமாக நிறைவேற்றப் பட்டது. இப்பொழுது துருக்கி ஒரு மதச்சார்பற்ற அரசு.*

இஸ்லாம் மார்க்கம் கலீபா இன்றி நின்றது. துருக்கிக்கு அரபு

நாடுகளுடனும் சரி, இந்தியாவுடனும் சரி, மதப் பிணைப்புகள் இருக்கக் கூடாது என்று கமால் கூறினார். அவருக்கோ அவருடைய நாட்டுக்கோ இஸ்லாமின் தலைமையை அவர் விரும்பவில்லை. இந்தியாவில் இருந்தும் எகிப்தில் இருந்தும் சிலர் அவரே கலீபாவாக இருக்க வேண்டும் என்று கூறினார்கள். அவர் அதை நிராகரித்துவிட்டார். துருக்கியை மேற்கத்திய மயமாக்க வேண்டும் என்று அவர் விரும்பினார். அகில இஸ்லாமியக் கருத்தில் அவருக்கு உடன்பாடில்லை. துருக்கியர் துரானிய இனத்தைச் சேர்ந்தவர்கள். அதனால், அவர் அகில துரானியத்தைப் புது லட்சியமாகக் கொண்டார். அதாவது, பரந்து தளர்ந்திருக்கும் சர்வதேசிய லட்சியமான இஸ்லாமைவிட, நெருங்கி உறுதியோடு இருக்கும் சுத்தத் தேசியத்தின் பிடிப்பு விரும்பத்தக்கது என்று அதை மேற்கொண்டார்.

1925 ஆம் ஆண்டில் துருக்கியைச் சேர்ந்த குர்துப் பிரதேசத்தில் ஒரு பெருங் கலகம் விளைந்தது. இந்தச் சமயத்தில்தான் மோசூல் விஷயமாகத் துருக்கிக்கும் இங்கிலாந்துக்கும் தகராறு நடந்து கொண்டிருந்தது. துருக்கிக்குப் பெருத்த அபாயம் நேரிட்டிருக்கிறது என்று கிளப்பிவிட்டார் கமால் பாஷா. கமால் பாஷா தேசிய மகாசபையைக் கொண்டு ஒரு சட்டம் இயற்றினார். அதன்படி, பொதுமக்களஅ ஆவேசத்தைக் கிளப்புவதற்குப் பேச்சிலும் சரி, எழுத்திலும் சரி, மதத்தை உபயோகிப்பது பெரிய ராஜத் துரோகக் குற்றம். இந்தக் குற்றத்தில் ஈடுபடுவோர் கடுமையாக தண்டிக்கப்படுவர் என்று அதில் கூறப்பட்டது. குடியரசு மீது விசுவாசத்தைக் குலைக்கக்கூடிய மதக் கோட்பாடுகளை மசூதிகளில் போதிக்கக் கூடாது என்று தடை விதிக்கப் பட்டது. இவ்வளவு ஏற்பாடுகளையும் செய்த பிறகு கமால் பாஷா குர்துகளை ஈவிரக்கமின்றி நசுக்கினார்.

நேற்றுவரை தங்களுடைய சுதந்திரத்துக்காகப் போராடி வந்த துருக்கியர், இன்று தங்களிடமிருந்து சுதந்திரம் பெற விரும்பிய குர்துகளை நசுக்குகிறார்கள். தன்னைப் பகைவனிடமிருந்து காத்துக் கொள்ளப் போராடும் தேசியம் ஆக்கிரமிப்பில் இறங்குவதும், தங்களுடைய விடுதலைக்காகப் போராடுவோர் பிறரை அடக்கி ஆள முயல்வதும் பெரியதொரு விந்தையே.

தேசிய மகாசபைக்கு உள்ளும் வெளியிலும் தம் கொள்கையை எதிர்த்து வந்த எல்லோர் மீதும் இப்போது கமால் பாஷா திரும்பினார். ஒரு சர்வாதிகாரியின் அதிகாரப்பசி அந்த அதிகாரத்தைப் பயன்படுத்துவதால் ஒருபோதும் தணிவதில்லை; அதற்கு மாறாக

அதிகரித்துக் கொண்டே போகும். எவ்வித எதிர்ப்பையும் அது பொறுக்காது. ஆகவே, முஸ்தபா கமால் எதிர்ப்பைக் கண்டு சீறினார். யாரோ ஒரு வெறியன் அவரைக் கொல்ல முயன்றான். இந்தச் சம்பவத்தால் நிலைமை இன்னும் முற்றிவிட்டது. சுதந்திர நியாய சபைகள் துருக்கி முழுவதும் சுற்றிக் காஜி பாஷாவை எதிர்த்தவர்களை விசாரித்துக் கடுமையாகத் தண்டித்து வந்தன. கமாலுடன் பயணித்த தோழர்களும்கூட தண்டிக்கப்பட்டனர்.

எதிர்ப்புகள் முறியடிக்கப்பட்டன. இஸ்மத் பாஷா அவருக்கு வலக் கையாக விளங்கினார். கமால் தமது கருத்துகள் பலவற்றை இப்போது வரிசையாக செயல்படுத்தினார். முதலில் துருக்கிக் குல்லாய் மீது தடை விதித்தார். அந்தக் குல்லாய் துருக்கியரையும், ஓரளவுக்கு முஸ்லிம்களையும், குறிக்கும் அடையாளமாக இருந்தது. ராணுவத்தினர் அதை அணியக் கூடாது என்று முதலில் சொன்னார். பிறகு அவரே ஐரோப்பியத் தொப்பி ஒன்றை அணிந்துகொண்டு எல்லோருக்கும் எதிரில் காட்சி அளித்தார். ஜனங்களுக்கு ஒரே ஆச்சரியம்! கடைசியில் துருக்கிக் குல்லாய் அணிவதே சட்டப்படி குற்றம் என்று ஆக்கிவிட்டார். இந்த அப்பாவிக் குல்லாயைக் கொண்டு கமால் பாஷா பழைய பழக்கங்களையும், வைதிகப் போக்கையும் தாக்கினார் என்று கொள்ளலாம். இது காரணமாகக் கலகங்கள் நிகழ்ந்தன. அவை அடக்கப்பட்டன. கலகக்காரருக்குக் கடுந்தண்டனை கிடைத்தது.

முதல் தாக்குதலில் ஜெயித்தவுடன் முஸ்தபா கமால் இன்னும் ஒருபடி முன்னேறினார். அவர் எல்லா மடங்களையும் மதஸ்தாபனங் களையும் கலைத்து மூடினார். அவற்றின் சொத்தைப் பறிமுதல் செய்து அரசாங்கத்துக்குச் சொந்தமாக்கினார். அந்த மடங்களில் வாழ்ந்த துறவிகள் வேலை செய்து பிழைக்குமாறு கூறப்பட்டார்கள். அவர்கள் வழக்கமாக அணியும் ஆடைகளையும் அணிய தடை விதிக்கப்பட்டது.

இதற்கு முன்பே முஸ்லிம் மதப் பாடசாலைகளை ஒழித்துக் கட்டிவிட்டு மதச் சார்பற்ற அரசாங்கப் பள்ளிகள் துவக்கப்பட்டன. பிற நாட்டவர் துருக்கியில் பல பள்ளிக்கூடங்களையும் கல்லூரிகளையும் யும் நடத்தி வந்தார்கள். அவர்களும் மத போதனையைக் கைவிட வேண்டும் என்று சொல்லப்பட்டது. அதற்கு மறுத்தவர்களின் பள்ளிகள் மூடப்பட்டன.

சட்ட அமைப்பில் ஒரே அடியாக மாறுதல் செய்யப்பட்டது. அதுவரை, சட்டம் பல விஷயங்களிலும் குரான் உபதேசங்களை

அடிப்படையாகக் கொண்டிருந்தது. அதற்கு ஷரீயத் என்று பெயர். இப்போதோ, ஸ்விட்சர்லாந்து நாட்டு சிவில் சட்டத் தொகுப்பும், இதாலி நாட்டுக் 'கிரிமினல்' சட்டத் தொகுப்பும், ஜெர்மனி நாட்டு வர்த்தகச் சட்டத் தொகுப்பும் அப்படியே எடுத்துக் கொள்ளப்பட்டன. அதாவது, விவாகம், வாரிசு பாத்தியதை முதலான சொந்த விவகாரம் பற்றிய சட்டங்களில் அடியோடு மாறுதல் செய்யப்பட்டது. ஒருவன் ஒருத்திக்கு மேல் பலரை மணக்கலாம் என்று இருந்த பழைய சட்டம் ஒழிக்கப்பட்டது. ஒருவன் ஒருத்தியைத்தான் மணக்கலாம் என்று புதிய சட்டம் அமலானது.

பழைய மத சம்பிரதாயத்துக்கு விரோதமாக இன்னொரு மாறுதலும் செய்யப்பட்டது. மனித உருவப் படம் வரைதல், சித்திரம் தீட்டல், கல்லில் செதுக்குதல் ஆகிய முயற்சிகளுக்கு அரசாங்கம் ஊக்கம் அளித்தது. இவ் வழக்கம் இஸ்லாமியக் கொள்கைகளுக்கு மாறானது. சிறுவர், சிறுமியர் இத்தகைய கலைகளில் பயிற்சி பெறுவதற்கு முஸ்தபா கமால் பல பள்ளிகளை ஏற்படுத்தினார்.

துருக்கிய இளைஞர் கட்சி தோன்றிய காலத்தில் இருந்து துருக்கிய பெண்கள் விடுதலைப் போரில் முக்கியப் பங்கெடுத்து உழைத்தனர். துருக்கியில் பெண்களுக்கு இருந்த பல்வேறு விலங்குகளையும் தகர்த்து எறிவதில் கமால் பாஷா தனிப்பட்ட அக்கறை காட்டினார். 'பெண்ணுரிமைப் பாதுகாப்புச் சங்கம்' ஒன்று நிறுவப்பட்டது. எல்லாத் தொழில்களிலும் பெண்கள் ஈடுபடலாம் என்று ஏற்படுத்தப்பட்டது. முதலில், அவர்களுடைய முகத்தை மூடிய கோஷாக்களை ஒழித்தார். தடை விதிக்கப்பட்டவுடன், முகத் திரைகள் தாமாகவே கழன்றுவிட்டன.

வெவ்வேறு ஆடவரும், பெண்களும் ஜோடி, ஜோடியாக ஐரோப்பிய பாணியில் நடமாடும் வழக்கத்தை அவர் மிகவும் ஆதரித்தார். அவருக்கு அதில் பிரியந்தான். அதுமட்டுமின்றி, பெண் விடுதலைக்கும் மேற்கத்திய நாகரிகத்துக்கும் அந்த நடனம் சிறந்த அறிகுறி என்று அவர் நினைத்தார். தலையில் தொப்பியுடன், ஆணும் பெண்ணும் குடித்துக் கூத்தாடுவதும், முன்னேற்றத்துக்கும் நாகரிகத் துக்கும் அடையாளம் ஆகின. இவை, கமால் எதிர்பார்த்த பலனைக் கொடுத்தன. துருக்கி தனது தலைப் பாகையையும் நடை உடை பாவனைகளையும் மாற்றிக்கொண்டது. தலைமுறை தலைமுறையாகப் பொந்துகளில் அடைந்து கிடந்த பெண்கள் திடீரென்று ஒரு சில ஆண்டுகளில் வக்கீல்களாகவும், 'டாக்டர்'களாகவும், ஆசிரியைகளாகவும், நீதிபதிகளாகவும் மாறிவிட்டனர். இஸ்தான்பூல்

தெருக்களில் பெண் 'போலீசைக் கூடப் பார்க்கலாம்! ஒரு மாறுதல் இன்னொரு மாறுதலையும் அது வேறொன்றையும் எவ்வாறு உண்டாக்குகிறது என்று பார்த்தால் வேடிக்கையாக இருக்கிறது. துருக்கி மொழிக்கு லத்தீன் எழுத்தை உபயோகிக்கத் தொடங்கினார்கள். அதிலிருந்து 'டைப்' அடிக்கும் இயந்திரங்கள் பெருகின. அதனால் 'டைப்' அடிப்போருக்கும், சுருக்கெழுத்தாளருக்கும் அதிகக் கிராக்கி ஏற்பட்டது. உடனே அந்த வேலைகளில் பெண்கள் அதிகமாக ஈடுபடலானார்கள்.

முன்பெல்லாம் மதபாடசாலைகளில் குழந்தைகள், எல்லாவற்றையும் பொட்டை நெட்டுருப் பண்ண வேண்டும், இப்போது அவர்கள் சுதந்திரமாக இருக்கவும் உபயோகமாக வாழவும் பழக்கப்பட்டார்கள். 'குழந்தைகள் வாரம்' என ஒன்று ஏற்படுத்தப்பட்டது. இது மிகவும் ஆச்சரியமானது. ஆண்டுக்கு ஒரு வாரம் ஒவ்வொரு அரசாங்க உத்தியோகஸ்தர் இடத்திலும் ஒரு குழந்தை வேலை பார்க்க வேண்டியது. இவ்வாறு அரசாங்கம் முழுவதையும் அந்த வாரத்தில் குழந்தைகளே நடத்துவதாக முடிவு. இது எவ்வாறு நடைபெறுகிறது என்று எனக்குத் தெரியாது. ஆனால், ஒன்று மட்டும் சொல்வேன். இதன் உட்கருத்து வெகு அற்புதம். சில குழந்தைகள் அனுபவம் இன்மையால் எவ்வளவுதான் முட்டாள்தனமாக நடந்து கொண்டாலும், நமது அரசாங்க அலுவல்களைக் கவனிக்கும் சில குட்டிச்சுவர்களைவிட அதிக மட்டித்தனமாக நடந்துகொள்ள முடியாது.

இன்னொரு மாறுதல், அது சிறியதாயினும் துருக்கியை ஆள்வோரின் புதிய மனப்பான்மையை நன்கு குறிப்பதாக இருந்தது. அதாவது, இனிமேல் ஒருவரையொருவர் சந்திக்கும்போது சலாம் பண்ணக்கூடாது. ஐரோப்பிய முறையில் கைகுலுக்கவேண்டும். சலாம் பண்ணுவதைவிடக் கைகுலுக்குவதே அதிக நாகரிகம் வாய்ந்ததென்று சொல்லப்பட்டது.

இன்னொரு மாறுதலும் நிகழ்ந்தது. அரபு, பாரசீகப் பதங்களைப் புதிய எழுத்துகளில் எளிதாக எழுதக்கூடவில்லை. அவற்றின் சிறப்பொலிகளையும், மொழி நயங்களையும் புதிய எழுத்து வடிவில் சொல்ல முடியவில்லை. தனித் துருக்கியச் சொற்கள் அவ்வளவு அருமையானவை அல்ல. அவை கரடு முரடாகவும் நினைப்பதை நேராகச் சொல்லக்கூடிய உரம் பெற்றவையாகவும் இருந்தன. அவற்றைப் புதிய எழுத்தில் எழுதுவது எளிதாயிருந்தது. ஆகவே, துருக்கிய மொழியிலிருந்து அரபு, பாரசீகச் சொற்களை விலக்கிவிட்டு அசல் துருக்கியச் சொற்களையே எடுத்தாளுவது என்று முடிவு செய்யப்பட்டது. இம்முடிவுக்கு தேசிய உணர்ச்சி ஒரு காரணம்

என்பது உண்மையே. நான் முன்பு சொன்னது போல், கமால் பாஷா இயன்றவரையில் துருக்கியை அரபியத் தொடர்புகளில் இருந்து அறுத்துக்கொள்ள விரும்பினார். ஆகவே, ஆரவாரம் நிறைந்த வேற்று மொழிச் சொற்கள் கைவிடப்பட்டன.

மொழியில் செய்யப்பட்ட இந்த மாறுதல்களால் ஊர்களின் பேரும் ஆள்களின் பேரும்கூட மாறுதலுற்றன. கான்ஸ்டாண்டிநோபிள் இப் போது இஸ்தான்பூல் என்று வழங்குவது உனக்குத் தெரியும். அங்கோரா என்பது அங்காரா ஆயிற்று. ஸ்மிர்னா இஸ்மீர் ஆயிற்று. துருக்கியில் மக்களின் பெயர் பெரும்பாலும் அரபு மொழியைச் சார்ந்ததாக இருக்கும். முஸ்தபா கமால் என்பதுகூட அரபுப் பெயர்தான். இப் போது தனித் துருக்கியப் பெயர்களையே இட்டு வருகிறார்கள்.

இஸ்லாமியப் பிரார்த்தனைகளும், தொழுகைக்குக் கூப்பிடுவதும் துருக்கிய மொழியிலேயே இருக்கவேண்டும் என்று கூறிய சட்டம் கலகத்துக்கு காரணமாகியது. ஆனால், கமால் பாஷாவைத் தலைவராகக் கொண்ட அரசாங்கம் மற்ற எதிர்ப்புகளைப் போல இதையும் நசுக்கிப்போட்டது.

கடந்த பத்தாண்டுகளில் நிகழ்ந்த மேற்கூறிய சமூகப் புரட்சிகளின் பயனாக மக்களின் வாழ்க்கை அடையாளம் தெரியாதபடி மாறி-விட்டது. பழைய மத சம்பிரதாயங்கள், பழக்க வழக்கங்கள் ஆகிய வற்றின் தொடர்பு அறவே இல்லாத ஒரு புதிய தலைமுறை அங்கே தோன்றி வளர்ந்து வருகிறது. கமால் பாஷாவுக்குப் பொருளியல் விஷயங்களில் அவ்வளவாக அறிவு போதாது. மேலும் சோவியத்து ரஷியாவில் நிகழ்ந்தது போன்ற அடிப்படையான மாறுதல்களை அவர் விரும்பவில்லை.

கமால் பாஷாவுக்கு விவசாய முன்னேற்றத்தில் அக்கறை அதிகம். துருக்கிய தேசத்துக்கும் ராணுவத்துக்கும் முதுகெலும்பாக இருந்து வருபவன் துருக்கிய விவசாயிதான். உலகத்தைக் கவ்விய பொருளியல் சுணக்கம் துருக்கியையும் பற்றியது. வரவு செலவைச் சரிக்கட்டுவது சிரமமாகிவிட்டது. ஆனால், துருக்கி முஸ்தபா கமாலைப் பின்பற்றி நிதானமாகவும் நிச்சயமாகவும் முன்னேறி வருகிறது. அவர் துருக்கியின் ஒப்புயர்வற்ற தலைவராகவும், சர்வாதிகாரியாகவும் விளங்குகிறார். அவர் 'அதா துர்க்', அதாவது தேசத்தின் தந்தை என்று அழைக்கப்படுகிறார். இந்தப் பெயராலேயே அவரை உலகம் அறிந்துள்ளது.

தண்டி யாத்திரையில் மகாத்மா காந்தி

160. காந்தியைப் பின்பற்றும் இந்தியா

மே 11, 1933

இந்தியாவில் சமீபத்தில் நடந்த நிகழ்ச்சிகளைப் பற்றி உனக்குக் கூறவேண்டும். யுத்தத்துக்குப் பிறகு, சிறிது காலம் வரை வியாபாரம் கொழித்தது. எல்லாவற்றுக்கும் ஏகக் கிராக்கி இருந்தது. வியாபாரிகள் பெருத்த லாபம் சம்பாதித்தார்கள். வங்காளத்தில் சணல் வியாபாரத்தில் நல்ல லாபம் கிடைத்தது. லாபப் பங்கீடுகள் போட்ட முதலுக்கு மேலும் கிடைத்தன. விலைவாசிகள் ஏறின. ஆனால், ஒரு சிறிய அளவுக்கு மட்டும்தான் கூலிகள் உயர்ந்தன. விலைவாசிகள் ஏறியதால், ஜமீன்தார்களுக்குக் கொடுக்க வேண்டிய பாகமும் உயர்ந்தது. பிறகு, விலைவாசிகள் இறங்கத் தலைப்பட்டன. வியாபாரம் முடங்கிற்று. தொழிலாளர்கள், விவசாயிகளின் நிலைமை முன்னிலும் மோசமாயிற்று. அதிருப்தி குடிகொண்டது.

அதிகரித்து வரும் கஷ்டங்களின் காரணமாகத் தொழிற்சாலை களில் அடிக்கடி வேலை நிறுத்தங்கள் நிகழ்ந்தன. அயோத்தியில் யாருடைய தூண்டுதலும் இல்லாமல் பெரிய விவசாயிகள் இயக்கம் தோன்றியது. படித்த கீழ் மத்திய வகுப்பார் வேலை இல்லாமல் கஷ்டப்பட்டார்கள். தேசத்தில் போர் உணர்ச்சி உருவானது. இயந்திரத் தொழிற்சாலைகளில் வேலை செய்யும் தொழிலாளர்கள் தொழிற்சங்கங்கள் அமைத்து ஒன்றுபட்டு

வந்தார்கள். அகில இந்திய தொழிற்சங்கக் காங்கிரஸ் நிறுவப்பட்டது. புழுவைக்கூட மீண்டும் மீண்டும் மிதித்தால் அது திருப்பிக் கடிக்க ஆரம்பிக்கும். அதைப்போல், எளிய விவசாயிகள் மத்தியிலும் எழுச்சி காணப்பட்டது. மத்திய வகுப்பாரில், படித்து விட்டு வேலை இல்லாமல் இருப்போர், அரசியலுக்கு வந்தனர். அவர்களில் சிலர் வன்முறை வழியிலும் போராடினர்.

யுத்தத்துக்குப் பிறகு இந்தியா ஆத்திரம் பொங்கப் பாதி நம்பிக்கையோடும் பாதி நம்பிக்கை இல்லாமலும் பல்லைக் கடித்துக் கொண்டு நின்றது. சில மாதங்களுக்கு உள்ளேயே புதிய பிரிட்டிஷ் கொள்கையின் முதல் பலன் கைமேல் கிடைத்தது. பலாத்காரப் புரட்சி இயக்கத்தை அடக்குவதற்காக சிறப்புச் சட்டங்கள் இயற்றப்படும் என்று அறிவிக்கப்பட்டது. அதிகச் சுதந்திரத்துக்குப் பதிலாக அதிக அடக்குமுறை வழங்கப்பட்டது. இந்தச் சட்டங்கள் ரௌலட் சட்டங்கள் என்று அழைக்கப்பட்டன. ஒரு கமிட்டியின் அறிக்கையை ஆதாரமாகக் கொண்டு இவை பிறப்பிக்கப்பட்டன.

ஆனால், விரைவிலேயே அதன் உண்மைச் சொரூபத்தை அனைவரும் தெரிந்துகொண்டு கண்டிக்க ஆரம்பித்தார்கள். இந்தியாவில் அதைக் கண்டிக்காத இந்தியனோ இடமோ இல்லை. அதிமிதவாதிகளும் அதைக் கண்டித்தனர். அவை நாடெங்கும் 'கொடுஞ் சட்டங்கள்' என்று அழைக்கப்பட்டன. 'வக்கீல் கிடையாது, வாதம் கிடையாது, அப்பீல் கிடையாது' என்று அக்காலத்தில் இவற்றைப்பற்றிக் கூறுவதுண்டு. இவற்றுக்கு எதிரான கூக்குரல் அதிகரித்து வந்த சமயத்தில் இந்திய அரசியல் வானில் புதிதாக ஒரு சிறு மேகம் தோன்றியது. அது விரைவில் பெருகிப் பரந்து நாலாபக்கமும் கவிந்துகொண்டது.

மோஹன்தாஸ் கரம்சந்த் காந்தி என்ற அந்தப் புது மனிதர் யுத்தம் நடந்து கொண்டிருந்தபோது தென் ஆப்பிரிக்காவில் இருந்து இந்தியாவுக்குத் திரும்பிவந்து சபர்மதியில் ஒரு ஆசிரமம் அமைத்துக்கொண்டு தம்முடைய பரிவாரத்துடன் தங்கியிருந்தார். அவர் அரசியலிலிருந்து விலகியிருந்தார். யுத்தத்திற்கு ஆள் சேர்ப்பதற்குக்கூட அவர் அரசாங்கத்துக்கு உதவி புரிந்தார். தென் ஆப்பிரிக்காவில் அவர் சத்தியாக்கிரகப் போர் நடத்திய காலத்தில் இருந்து அவருடைய பெயர் இந்தியாவில் புகழ் பெற்றிருந்தது.

1917ல் பீகாரில் சம்பாரன் மாவட்டத்தில் ஐரோப்பியத் தோட்ட முதலாளிகளின் கீழ் அகப்பட்டு அவதிப்பட்டுக் கொண்டிருந்த

தொழிலாளரின் குறைகளை நீக்கப் பாடுபட்டு வெற்றி பெற்றார். பிற்பாடு அவர் குஜராத்தில் கெய்ரா மாவட்ட விவசாயிகளின் குறைகளை நீக்கப்பாடுபட்டார். 1919ஆம் ஆண்டு தொடக்கத்தில் அவர் நோய்வாய்ப்பட்டிருந்தார். அவர் அதிலிருந்து தேறி ஒருவாறு எழுந்த சமயத்தில்தான் நாடெங்கும் ரௌலட் சட்டத்துக்கு எதிராகக் கிளர்ச்சி நடந்துகொண்டிருந்தது. எங்கும் எழுந்த கூக்குரலோடு அவர் தமது குரலையும் சேர்த்தார்.

ஆனால், அதென்னமோ அவருடைய குரல் பிறருடைய குரலினின்று வேறாக ஒலித்தது. அதில் சாந்தம் தவழ்ந்தது. அது உரத்ததாக இல்லாவிட்டாலும் ஜனக்கூட்டத்தின் இரைச்சலை மீறிக்கேட்டது. அதில் கனிவும் பணிவும் காணப்பட்டன. ஆயினும், அதில் எங்கோ உறுதி ஒளிந்திருப்பதுபோலத் தோன்றியது. அது நயமாகவும் விநயமாகவும் பேசியது. ஆயினும், அது கேட்போர் நெஞ்சில் பயத்தை விளைத்தது. அந்தக் குரல் இப்போது நமக்குப் பழக்கமாகிவிட்டது. கடந்த பதினான்கு ஆண்டுகளாக அதை நாம் அடிக்கடி கேட்டு வந்திருக்கிறோம்.

ஆனால், 1919ஆம் ஆண்டு பிப்ரவரி, மார்ச்சு மாதங்களில் அது நமக்குப் புதிதாக இருந்தது. அதை நம்மால் புரிந்து கொள்ள முடியவில்லை. ஆனால், அதைக் கேட்ட நாம் மெய் சிலிர்த்தோம். இதற்கும் நமது வாய்வீச்சு அரசியலுக்கும் மிகுந்த வேற்றுமை தெரிந்தது. கண்டனக் கூட்டங்கள் போட்டு, நீண்ட சொற்பொழிவுகள் ஆற்றி, உப்புச் சப்பில்லாத தீர்மானங்கள் நிறைவேற்றிவிட்டு நாம் கலைந்துவிடுவது வழக்கம். அதை ஒருவரும் அவ்வளவாகப் பொருட் படுத்துவதில்லை. இப்பொழுது நாம் கண்டது செயலாற்றும் அரசியல். சொற்பொழிவாற்றுவது அல்ல.

மகாத்மா காந்தி சில குறிப்பிட்ட சட்டங்களை மீறிச் சிறைக்குச் செல்லக்கூடியவர்கள் அடங்கிய சத்தியாக்கிரக சபை ஒன்றை ஏற்படுத்தினார். இது அந்தக் காலத்தில் மிகவும் புதுமையாக இருந்தது. எங்களில் பலருக்கு அது ஆவேச மூட்டியது. ஆனால், பலர் பின்வாங் கினார்கள். இன்று அது சர்வ சாதாரணமாகிவிட்டது. எங்களில் பெரும்பான்மையோருக்கு அதுவே தொழிலாகிவிட்டது!

காந்திஜி, தமது வழக்கப்படி, வைசிராய்க்கு மரியாதையாக ஒரு வேண்டுகோள் விடுத்தார். அதுவே எச்சரிக்கையாகவும் இருந்தது. இந்தியா முழுவதும் ஏகோபித்து எதிர்த்தும் பிரிட்டிஷ் அரசாங்கம்

பிடிவாதமாக ரௌலட் சட்டத்தை நிறைவேற்றத் தயாராயிருப்பதை அவர் கண்டார். உடனே அவர், அந்தச் சட்டம் நிறைவேறிய நாளுக்கு அடுத்த முதல் ஞாயிறன்று அகில இந்தியாவும் துக்கம் கடைப்பிடிக்க வேண்டும். மாலையில் பொதுக்கூட்டங்கள் நடத்த வேண்டும் என்றார். சத்தியாக்கிரக இயக்கம் இவ்வாறு தொடங்கப்பட்டது.

1919 ஆம் ஆண்டு ஏப்ரல் மாதம் ஆறாந் தேதி ஞாயிற்றுக் கிழமை நாடெங்கும் பட்டணத்திலும் கிராமத்திலும் சத்தியாக்கிரகத் தினம் கடைப்பிடிக்கப்பட்டது. இதற்கு முன்னர் அகில இந்தியாவும் சேர்ந்து இத்தகைய ஆர்ப்பாட்டம் எதையும் நடத்தியதில்லை. சகல ஜனங்களும் ஜாதி மத பேதமின்றிக் கலந்து கொண்டு நடத்திய இந்த முதல் அரசியல் போராட்டம் வெற்றிபெற்றது. இந்த அரசியல் ஆர்ப்பாட்டத்தில் நகரத்தானும் கிராமத்தானும் அப்பொழுதுதான் முதன் முதலாகப் பங்கு கொண்டார்கள்.

டில்லியின் பிரசித்திப் பெற்ற ஜும்மா மசூதியில் ஆரிய சமாஜத்தின் மாபெரும் தலைவரான சுவாமி சிரத்தானந்தர் ஆயிரக்கணக்கான மக்கள் அடங்கிய மாபெரும் கூட்டங்களில் பேசினார் என்றால் அந்த அற்புதத்தை என்ன சொல்வது? மார்ச்சு மாதம் *31* ஆம் தேதி டில்லித் தெருக்களில் குழுமிய பெருங் கூட்டங்களைக் கலைக்க முயன்ற போலீசாரும் ராணுவத்தினரும் அவர்கள் மீது துப்பாக்கிப் பிரயோகம் செய்து சிலரைக் கொன்று விட்டனர்.

ஏப்ரல் மாதம் **6** ஆம் தேதி சத்தியாக்கிரகத் தினத்துக்குப் பின்னர் நிகழ்ச்சிகள் துரிதமாக நடைபெற்றன. டாக்டர் கிச்லு, டாக்டர் சத்தியபால் என்ற இரு தலைவர்களைக் கைது செய்ததற்காக அமிர்தசரசில் ஏப்ரல் **10** ஆம் தேதி மக்கள் திரண்டு துக்கம் கடைப்பிடித்தார்கள். துக்கத்திற்கு அறிகுறியாக அவர்கள் தலையில் ஒன்றும் அணியவில்லை. அத்தகைய ஒரு கூட்டத்தினர் மீது ராணுவத்தினர் சுட்டுப் பலரைக் கொன்றனர். அதையடுத்து, பழி வாங்கும் வெறியில் அலுவலகங்களில் வேலை செய்து கொண்டிருந்த ஒரு பாவமும் அறியாத ஐந்தாறு ஆங்கிலேயர்களைக் கொன்று அவர்களுடைய வங்கிக் கட்டடங்களைக் கொளுத்திவிட்டனர்.

அதற்குப் பிறகு பஞ்சாப் மாகாணத்தின் மீது ஒரு திரை விழுந்தது. கடுமையான தணிக்கை முறையினால் பஞ்சாப் துண்டிக்கப்பட்டது. யாரும் உள்ளே போகவோ, வெளியே வரவோ முடியாது. ராணுவச் சட்ட அமல் அங்கே நடைபெற்றது. அங்கு என்ன நடக்கிறது, ஏது நடக்கிறது

என்று அறிய முடியவில்லை. வாரக் கணக்கிலும் மாதக் கணக்கிலும் கடந்த பின்னர், சிறிது சிறிதாகத் திரை தூக்கப்பட்டது. அங்கு நிகழ்ந்தவை எவ்வளவு பயங்கரமானவை என்பது பிறகுதான் தெரிந்தது.

ஏப்ரல் மாதம் 13ஆம் தேதி அமிர்தசரசில் உள்ள ஜலியன்வாலாபாக் என்னும் தோட்டத்தில் நிகழ்ந்த படுகொலையை உலகம் அறியும். அந்த மரணப் பொறியில் சிக்கிக் கொண்ட ஆயிரக்கணக்கான மக்கள் தப்பிக்க வழியின்றி உயிரிழந்தனர். படுகாயமுற்றனர். 'அமிர்தசரஸ்' என்னும் பெயர் படுகொலைக்கு வேறு பெயராயிற்று. அமிர்தசரசைக் காட்டிலும் அவமானகரமான வேறு பல கொடுஞ் செயல்கள் பஞ்சாப் முழுவதும் நிகழ்ந்தன.

மேற்கூறிய காட்டுமிராண்டித் தனமான பயங்கரச் செயல்கள் நிகழ்ந்து இப்போது பல வருஷங்கள் ஆகிவிட்டது. இருந்தாலும் அவற்றை மன்னிப்பது கஷ்டமாயிருக்கிறது. 1857 ஆம் ஆண்டுக் கலகத்தை அவர்கள் இன்னும் மறந்துவிடவில்லை. இந்த விதமான பகைப் பின்புலத்தை மனத்திற்கொண்டு நாம் அவர்களுடைய செய்கையை நோக்க வேண்டும். நாட்டில் தங்களுக்கு விரோதமாக ஒரு பெரிய இயக்கம் தோன்றுவதைக் கண்டதும் அவர்களுடைய அச்சம் அதிகரித்தது. ஏப்ரல் 10 ஆம் தேதி அமிர்தசரசில் நடந்த பலாத்காரச் செயல்கள் லாகூரில் இருந்த உயர் அதிகாரிகளின் காதுகளுக்கு எட்டியவுடனே அவர்கள் அதை 1857 இல் நடந்தது போன்ற ஒரு பெருங் கலகம் என்று எண்ணிவிட்டார்கள். இந்தியாவிலுள்ள எல்லா ஆங்கிலேயரின் உயிருக்கும் உலை வைக்கப்பட்டு விட்டது என்று அவர்கள் அஞ்சினார்கள். ஜலியன்வாலாபாக் படுகொலையும், ராணுவச் சட்ட அதிக்கிரமங்களும். அவற்றை அடுத்து நிகழ்ந்தவையும் ஆகிய எல்லாம் மேற்கூறிய மனோபாவத்தின் விளைவுகளேயாகும்.

அமிருதசரசில் ஆயிரக்கணக்கான நிராயுதபாணி மக்களைச் சுட்டு வீழ்த்தியதைக் காட்டிலும், அதற்குக் காரணமான ஜெனரல் டயர் செய்தது நியாயமே என்று, பிரிட்டன் கூறியதுதான் ஆத்திரத்தை வரவழைக்கிறது. பிரபுக்கள் சபையில் நடந்த ஒரு விவாதத்தில் ஜெனரல் டயருக்குப் புகழ்மாலை சூட்டப்பட்டது. இவையெல்லாம் சேர்ந்து இந்தியாவில் எரிகிற நெருப்புக்கு எண்ணெய் ஊற்றின. பஞ்சாபில் நிகழ்ந்தவற்றை உள்ளவாறு அறிய அரசாங்கமும், காங்கிரஸும் விசாரணைக் கமிட்டிகளை நியமித்தன. தேசம் அவற்றின் அறிக்கைகளை எதிர்நோக்கியிருந்தது.

அந்த ஆண்டிலிருந்து ஏப்ரல் மாதம் 13 ஆம் தேதி இந்தியாவின்

தேசிய தினமாயிற்று. ஏப்ரல் 6 ஆம் தேதியிலிருந்து 13 ஆம் தேதி வரையிலும் தேசிய வாரம் ஆகியது. ஜலியன்வாலாபாக் இப்போது அரசியல் யாத்திரை பூமியாக இருக்கிறது. இப்போது அது ஒரு அழகான பூங்கா. அதன் பழைய பயங்கரம் அநேகமாக மறைந்துவிட்டது. ஆனால், அந்த நினைவு மட்டும் அடியோடு அகலவில்லை.

அதே ஆண்டு, 1919 டிசம்பரில், காங்கிரஸ் அமிர்தசரசிலேயே கூடியது. பஞ்சாப் சம்பவங்கள் பற்றிய விசாரணைகளின் முடிவு அப்போது வெளியாகவில்லை. எனவே, அந்தக் காங்கிரஸ் முக்கியமான முடிவு எதையும் செய்யவில்லை. ஆனால் இப்போது காங்கிரஸ் பழைய காங்கிரசாக இல்லை என்பது தெளிவாகிவிட்டது. இப்போது அதற்குப் புத்துயிர் கிடைத்துள்ளது. பொதுமக்களுக்கு நெருக்கமாகி இருக்கிறது. இது பழைய காங்கிரஸ்காரரர் சிலருக்குப் பிடிக்கவில்லை.

கடைசித் தடவையாக லோகமானிய திலகர் காங்கிரசுக்கு வந்தார்.. அடுத்த காங்கிரஸ் நடை பறுவதற்குள் அவர் காலமாகிவிட்டார். எப்போதும்போல் அவர் தீவிரவாதியாகவே இருந்தார். அந்தக் காங்கிரசுக்கு காந்திஜியும் விஜயம் செய்திருந்தார். எல்லா தரப்பு மக்களும் அவரைக் கொண்டாடி னார்கள். அதற்குப் பிறகு நெடுங்காலம் காங்கிரஸ் மீதும் இந்திய அரசியல் மீதும் அவர் செலுத்தவிருந்த ஆதிக்கம் அப்போதுதான் தொடங்கியது. புகழ்பெற்ற அலி சகோதரர்கள் பல ஆண்டுகள் காவலில் இருந்த பின்னர் அப்போதுதான் விடுவிக்கப்பட்டுக் காங்கிரசுக்கு வந்திருந்தார்கள்.

அதற்கு அடுத்த ஆண்டு கூடிய காங்கிரஸ் தீயில் குதித்தது. காந்திஜியின் ஒத்துழையாமைத் திட்டம் ஏற்கப்பட்டது. கல்கத்தாவில் கூடிய சிறப்புக் காங்கிரஸ் அதை ஏற்றது. நாகபுரியில் கூடிய ஆண்டிறுதி காங்கிரஸ் அதை உறுதி செய்தது. போராட்ட முறையோ முற்றிலும் சாத்விகமானது. அஹிம்சை வழியில் ஒத்துழையாமை என்று அது அழைக்கப்பட்டது.

அன்னிய அரசாங்கம் அளித்த கவுரவப் பட்டங்களைத் துறப்பது, அரசு விழாக்களையும் விருந்துகளையும் புறக்கணிப்பது, வக்கீல்கள் நீதிமன்றங்களையும், மாணவர்கள் கல்லூரிகளையும் பள்ளிகளையும், மக்கள் பிரதிநிதிகள் புதிய சட்டசபைகளையும் புறக்கணிப்பது என்று அறிவிக்கப்பட்டது. பிறகு, அரசு அலுவலர்கள், ராணுவத்தினர் வரை விரிவுபடுத்துவது என்றும், வரி கொடுக்க மறுப்பதென்றும் திட்டத்தில் கண்டிருந்தது. தவிர, கையால் நூற்றுக் கையால் நெய்த

கதரை அணிவதும், ஹிந்து - முஸ்லிம் ஒற்றுமையை வளர்ப்பதும், ஹிந்துக்களிடையே நிலவிய தீண்டாமையை ஒழிப்பதும், நீதிமன்றங்களுக்கு பதிலாக நடுவர் மன்றங்களை அமைப்பதும் முக்கிய அம்சங்களாக இடம்பெற்றன. காங்கிரசின் அமைப்பும் மாற்றப்பட்டு பொதுமக்கள் பெருவாரியாக உறுப்பினர்களாகச் சேர இடமளிக்கப்பட்டது.

இதுவரை நடைமுறையிலிருந்த காங்கிரசின் காரியத் திட்டத்தில் இருந்து இது முற்றிலும் மாறுபட்டிருந்தது. இந்தியாவுக்கு மட்டுமின்றி உலகத்துக்கே இது ஒரு புதுமை என்று சொல்லலாம். காங்கிரசின் முன்னணித் தலைவர்களில் மோதிலால் நேரு ஒருவர்தான் காந்திஜியை தொடக்கத்தில் ஆதரித்தவர். ஆனால் சாதாரணக் காங்கிரஸ்காரர் அல்லது பொதுமக்கள் இவர்களுடைய மனநிலை பற்றி யாதொரு சந்தேகத்துக்கும் இடமில்லை. காந்திஜி அவர்களை அப்படியே மயக்கிவிட்டார். அவர்களுடைய உற்சாகம் கரை புரண்டோடியது. அவர்கள் போட்ட 'மகாத்மா காந்திஜிக்கு ஜே' என்ற கோஷம் வானைப் பிளந்தது. மற்றவர்களைப் போலவே முஸ்லிம்களும் உற்சாகம் காட்டினார்கள். காங்கிரஸ் இந்தத் திட்டத்தை ஏற்றுக்கொள்வதற்கு முன்னரே அலி சகோதரர்களின் தலைமையின்கீழ்க் கிலாபத் கமிட்டி இதை ஏற்றுக்கொண்டது. பொதுமக்களின் உற்சாகத்தையும், தொடக்கத்தில் இயக்கம் அடைந்த வெற்றிகளையும் கண்ட பழைய காங்கிரஸ் தலைவர்களில் பெரும்பாலோர் விரைவிலேயே இதில் கலந்து கொண்டார்கள்.

அந்த இயக்கம் அவ்வளவு விரைவில் பரவி வெற்றி பெற்றது. அதன் காரணத்தை நாம் மூன்றாவது மனிதர் பார்ப்பதைப் போலப் பார்த்துப் புரிந்து கொள்ள முயற்சிப்போம்.

சாமானியப் பொதுமக்கள் பொருளாதார நெருக்கடியில் சிக்கியிருந்தனர். மத்திய வகுப்பார் மத்தியில் வேலையில்லாத் திண்டாட்டம் அதிகரித்தது. இதிலிருந்து விடுபட தேசிய உணர்ச்சி வளரவும், அரசியல் சுதந்திரத்தின் அவசியத்தையும் மக்கள் உணரத் தொடங்கினர். நமது மக்களின் வறுமையை அகற்றுவதற்கு சுதந்திரம் அவசியமாக இருந்தது. அதை அடைவது எப்படி? சும்மா கைகட்டிக்கொண்டு காத்திருந்தால் சுதந்திரம் கிடைத்துவிடுமா? கிடைக்காது. எதிர்த்துப் பேசியும் யாசகம் கேட்டும் அதைப் பெற முடியுமா? முடியாது. இதுவரையில் காங்கிரஸ் கையாண்டு வந்த இம்முறை ஒரு மக்களின் கௌரவத்தைக் குறைப்பதோடு கவைக்குதவாதது என்பதும் தெளிவு. வரலாறை ஆராய்ந்தால்

இத்தகைய முறைகள் ஒருபோதும் வெற்றி பெற்றதில்லை என்பது தெரியும். அதற்கு மாறாக, அடிமைப் படுத்தப்பட்ட மக்களும் வகுப்பாரும் பலாத்காரத்தைக் கையாண்டு கலகம் செய்து விடுதலை அடைந்துள்ளார்கள் என்பதை வரலாறு காட்டும்.

ஆயுதப் போராட்டம் நடத்துவது இந்திய மக்களால் ஆகாத காரியம். நம்மில் பெரும்பாலோருக்கு ஆயுதங்களை உபயோகிக்கவும் தெரியாது. ஆயுதம் இல்லாத மக்கள் ஆயுதம் தரித்த சேனைகளை எதிர்த்துக் கலகம் செய்ய முடியாது. மேலும், இம் முறை மக்களைச் சீர்கேட்டுக்கு ஆளாக்குகிறது. நான் முன்பே கூறியுள்ளது போல, ரஷியப் புரட்சிக்காரர் கூட இத்தகைய தனிப்பட்ட பலாத்காரத்தைப் பயனற்றதென்று கருதிக் கைவிட்டார்கள்.

இப்போது நாம் பின்பற்றக் கூடிய வழி என்ன? ரஷியப் புரட்சி வெற்றி பெற்று அங்கே தொழிலாளர் குடியரசு அமைந்துவிட்டது. ரஷியர் கையாண்ட முறை, ராணுவத்தின் ஆதரவுடன் பொது மக்கள் செயலாற்றுவதாகும்.

மக்களுடைய உள்ளமெல்லாம் திக்கற்றுச் சோர்ந்து கிடந்தது. இந்தச் சமயத்தில்தான் காந்திஜி தமது ஒத்துழையாமைத் திட்டத்தைத் தேசத்தின் முன்வைத்தார். அயர்லாந்தின் 'ஷின்பேன்' இயக்கம் போன்று இது நம்மையே நாம் நம்பவும், அரசாங்கத்தை நெருக்குவதற்கும் சிறந்த வழியாக விளங்கியது. ஒத்துழையாமை பலனளிக்காவிட்டாலும், அரசாங்கத்துக்கு அதிகமான நிர்ப்பந்தத்தை ஏற்படுத்தி, மக்களின் பலத்தை வளர்க்க உதவும் என்பதில் சந்தேகமில்லை. சத்தியாக்கிரகம் என்பது அமைதி வழியாக இருந்தாலும், அது தீமையைத் திட்டமாக எதிர்க்கும் ஒரு முறையாகும்.

உண்மையில், அதை ஒரு சாத்துவிகக் கலகம் என்று கூறலாம். அது மிகவும் நாகரிகம் வாய்ந்த ஒரு போர்முறையாயினும் அரசாங்கத்துக்கு அபாயத்தை ஏற்படுத்த வல்லது. அது நம்மைச் சுற்றி நின்ற அச்சத்தை அறவே போக்கியது. நாம் முன்புபோல் கூனிக் குறுகி நில்லாமல் நிமிர்ந்து நோக்கத் தலைப்பட்டோம்; நம் மனதில் உள்ளதை உள்ளபடியே வெளியிட்டுக் கூறவும் துணிந்தோம். இந்தப் புதிய பேச்சுரிமையும் செயல் உரிமையும் நமக்கு நம்பிக்கையையும் பலத்தையும் ஊட்டின.

ஆகவே, மக்களின் உள்ளத்தைக் கொள்ளை கொண்டு அவர்களுடைய இதய பீடத்தில் தனியாட்சி செலுத்திய மகாத்மா

காந்தியின் மகிமையோடு கூடிய ஒத்துழையாமை நெறி தேசத்தை வசீகரித்ததிலும் நம்பிக்கையால் மலரச் செய்ததிலும் வியப்பில்லை. அது எங்கும் பற்றிப் பரவியது. அதைக் கண்டதும் பழைய சீர்கேடு ஓடி மறைந்தது. புதிய காங்கிரஸ் நாட்டிலுள்ள நல்ல சக்திகளைத் தன்பால் ஈர்த்து அதிகாரத்திலும் செல்வாக்கிலும் வளர்ந்து வந்தது.

இதற்கிடையில் மாண்டேகு - செம்ஸ்போர்டு சீர்திருத்தப்படி, புதிய சட்டசபைகள் உருவாகின. லிபரல்கள் என்று அழைக்கப்பட்ட மித்வாதிகள் அவற்றை வரவேற்று அவற்றின் கீழ் மந்திரி பதவிகளிலும் வேறு பதவிகளிலும் அமர்ந்தனர். அவர்களுக்குப் மக்கள் ஆதரவு இல்லை. அவர்கள் அரசாங்கத்துடன் இரண்டறக் கலந்துவிட்டனர். காங்கிரஸ் இந்தச் சட்டசபைகளைப் புறக்கணித்தது. எனவே, நாட்டில் அவற்றைக் கவனிப்பார் யாருமில்லை. முதன் முதலாக, காங்கிரஸ் ஊழியர்கள் கிராமங்களுக்குச் சென்று அங்கே காங்கிரஸ் கமிட்டிகள் உருவாக்கி, கிராம மக்களின் அரசியல் விழிப்புக்கு உதவிபுரிந்தார்கள்.

நாளாக நாளாக நிலைமை முற்றிவந்து 1921 டிசம்பரில் மோதல் நிகழ்ந்தது. வேல்ஸ் இளவரசர் இந்தியாவுக்கு பயணம் செய்தது இதற்கு காரணமாயிற்று. அவருடைய பயணத்தை காங்கிரஸ் புறக்கணித்தது. இந்தியா முழுவதும் தேசபக்தர்கள் கூட்டம் கூட்டமாகக் கைது செய்யப்பட்டார்கள். எங்களில் பெரும்பாலோருக்கு அப்போதுதான் முதன் முதலாகச் சிறையின் உட்புற அனுபவம் ஏற்பட்டது. காங்கிரசுக்குத் தலைவராகத் தேர்ந்தெடுக்கப்பட்டிருந்த தேசபந்து சித்தரஞ்சன் தாஸ்கூடக் கைது செய்யப்பட்டார். ஆனால், காந்திஜி அப்போது கைது செய்யப்படவில்லை. இயக்கம் பெருகிப் பரவியது.

1922ஆம் ஆண்டு தொடக்கத்தில் ஐக்கிய மாகாணத்தில் கோரக்பூருக்கு அருகில் சௌரிசௌரா என்ற இடத்தில் விவசாயிகள் அடங்கிய ஒரு கூட்டத்துக்கும் போலீசாருக்கும் இடையே கைகலப்பு ஏற்பட்டது. கூட்டத்தினர் போலீஸ் ஸ்டேஷனைக் கொளுத்தினர். அதில் போலீஸ் நிலையத்தில் இருந்த சில போலீஸ்காரர்களும் பலியாகினர். இதைக் கண்டு காந்திஜி பெரிதும் கலக்கமுற்றார். வேறு சில சம்பவங்களும் நிகழ்ந்தன. இயக்கம் நெறி தவறிப் பலாத்காரத்தில் இறங்கிவிட்டது என்பதை மேற்கூறிய சம்பவங்கள் தெளிவாகக் காட்டின. காந்திஜியின் ஆலோசனைப்படி ஒத்துழையாமையின் சட்டமறுப்புப் பகுதியை நிறுத்திவைத்தது. இதை அடுத்து, காந்திஜியே கைது செய்யப்பட்டார். அவரை விசாரித்து ஆறு ஆண்டுகள் தண்டனை அளித்தார்கள். 1922 மார்ச்சில் இது நிகழ்ந்தது. இத்துடன் ஒத்துழையாமை இயக்கத்தின் முதல் அங்கம் முடிவுற்றது.

எரவாடா சிறையில காந்தி

161. 1920 முதல் 30 வரை இந்தியா

மே 14, 1933

1922 ஆம் ஆண்டு சட்டமறுப்பு நிறுத்தி வைக்கப்பட்டதுடன், காந்திஜி கைது செய்யப்பட்டு 6 ஆண்டுகள் சிறைத் தண்டனை விதிக்கப்பட்டார். போராட்டத்தை நிறுத்தியது பல காங்கிரஸ்காரருக்குப் பிடிக்கவில்லை. தேசத்தில் என்றும் இல்லாத விழிப்பு ஏற்பட்டிருந்தது. முப்பதாயிரம் சாத்விகப் போர்வீரர் சிறையில் இருந்தார்கள். இவ்வாறு பட்டபாடெல்லாம் வீணாவதா? யாரோ சில ஏழை விவசாயிகள் ஆத்திரத்தில் தவறி நடந்துவிட்டால் அதற்காக இயக்கத்தை நடுவாந்தரத்தில் திடீரென்று நிறுத்திவிடுவதா? இப்படிப் பலர் நினைத்தார்கள்.

அடுத்தாற்போல் என்னசெய்வது என்பதைப்பற்றிக் காங்கிரஸ் கட்சிக்குள் பெரிய விவாதம் நடைபெற்றது. காங்கிரஸ் கொள்கையில் மாறுதல் வேண்டும் என்று வற்புறுத்துவதற்காக, சுயராஜ்யக் கட்சி அமைக்கப்பட்டது. சட்டசபைப் புறக்கணிப்பு வேண்டாம் என்று அவர்கள் சொன்னார்கள். இதனால் காங்கிரஸ் பிளவுபட்டது. ஆனால், முடிவில் சுயராஜ்யக் கட்சி தன் விருப்பப்படி நடக்க அனுமதிக்கப்பட்டது.

காங்கிரஸ்காரரர்கள் சட்டசபைகளில் நுழைந்து வீர உரை நிகழ்த்தினார்கள். மானியங்கள் கொடுக்க மறுத்தார்கள். ஆனால்,

அவர்களுடைய தீர்மானங்களையும் வாக்குகளையும் அரசாங்கம் நிராகரித்தது. சட்டசபை நிறைவேற்றாத பட்ஜெட்டை வைசிராய் தமது சிறப்பு அதிகாரத்தால் நிறைவேற்றிக் கொண்டார். இந்தச் சட்ட சபை நடவடிக்கைகள் சிறிது காலத்துக்கு நல்ல பிரசார பலனை அளித்தன. ஆனால், இயக்கத்தின் தீவிரத்தை அவை சிறிது குறைத்தன.

1920-30ஆம் ஆண்டுகளில் பல்வேறு சக்திகள் இந்தியாவைக் கலக்கி வந்தன. மற்ற எல்லாவற்றையும்விட ஹிந்து - முஸ்லிம் பிரச்சினை விஞ்சி நின்றது. ஹிந்து - முஸ்லிம் தகராறுகள் அதிகரித்தன. மசூதிக்கு முன்னால் மேளம் வாசிப்பது போன்ற அற்ப விஷயங்களுக்காக வட இந்தியாவில் பல இடங்களில் ஹிந்து - முஸ்லிம் கலகங்கள் நிகழ்ந்தன. ஒத்துழையாமை நாட்களில் நாம் கண்ட ஆச்சரியமான ஹிந்து - முஸ்லிம் ஒற்றுமை எங்கே போயிற்று? இந்த மாறுபாட்டுக்குக் காரணம் என்ன? பழைய ஒற்றுமை எதை அடிப்படையாகக் கொண்டிருந்தது?

தேசிய இயக்கத்துக்கு பெரும்பாலும் பொருளாதார நெருக்கடியும் வேலையில்லாத் திண்டாட்டமும் காரணம் ஆகும். இதன் பயனாக மக்களின் எல்லாப் பிரிவினரிடத்தும் பொதுவாகப் பிரிட்டிஷ் அரசாங்கத்துக்கு விரோதமான ஒரு உணர்ச்சியும், சுயராஜ்யம் அல்லது விடுதலை பெற வேண்டும் என்று ஒருவிதமான ஆவலும் ஏற்பட்டது. இந்த விரோத உணர்ச்சிதான் எல்லோரையும் ஒன்றாகப் பிணைத்து எல்லோரும் ஒன்றுபட்டுச் செயலாற்றுவதற்கு உதவி செய்தது. ஆனால், ஒவ்வொரு பிரிவினரின் நோக்கமும் ஒவ்வொரு விதமாக இருந்தது.

சுயராஜ்யம் என்பதற்கு ஒவ்வொரு பிரிவினரும் ஒவ்வொரு விதமாக அர்த்தம் செய்து கொண்டனர். வேலை கிடைக்காத மத்திய வகுப்பார் சுயராஜ்யம் வந்தால் வேலை கிடைக்கும் என்று நினைத்தார்கள். ஏழை விவசாயிகள் தங்கள் மீதான வரிப்பளுவில் இருந்து விடுதலை கிடைக்கும் என்று எதிர்பார்த்தார்கள். முஸ்லிம்கள் கடந்த இயக்கத்தில் பெருவாரியாகப் பங்கு கொண்டதற்கு முக்கிய காரணம் கிலாபத் பிரச்சினை என்று கொள்ளலாம். இது முஸ்லிம்களை மட்டும் பாதிக்கிற ஒரு மதப் பிரச்சினை. ஆனால், காந்திஜி அதைப் பொதுப் பிரச்சினையாக்கினார். கஷ்டத்தில் இருக்கும் ஒரு சகோதரனுக்கு உதவி செய்ய வேண்டியது தமது கடமை என்று அவர் கருதினார். இதனால் ஹிந்து - முஸ்லிம் ஒற்றுமை பெருகும் என்றும் அவர் எதிர்பார்த்தார்.

இதற்கு மாறாக ஹிந்துக்களுக்குத் தேசியம் என்றால் ஹிந்து தேசியம் என்றே தோன்றியது. முஸ்லிம்கள் விஷயத்தில் பிரித்துக்காட்டியது

போல ஹிந்துக்கள் விஷயத்தில் ஹிந்து தேசியத்தையும் உண்மையான தேசியத்தையும் பிரித்துக் காட்டுவது எளிதில்லை. ஆகவே, முஸ்லிம் களைவிட ஹிந்துக்கள் அசல் தேசியவாதிகளாகக் காட்சி அளிப்பது சுலபமாக இருந்தது. ஆனால், இந்த இருதரரப்பினரும் தமது முத்திரை பொறித்த தேசியத்துக்காகவே பாடுபட்டார்கள்.

மூன்றாவதாக, உண்மையான தேசியம் என்று சொல்லக்கூடிய இந்தியத் தேசியம் நின்றது. நிஜத்தைச் சொன்னால், இந்த மூன்றாவது பிரிவில் ஹிந்துக்களும் முஸ்லிம்களும் மற்றவர்களும் இருந்தார்கள். 1920லிருந்து 1922 வரையில் ஒத்துழையாமை இயக்கம் நடைபெற்ற காலத்தில், இந்த மூன்று வகைத் தேசியங்களும் ஒன்றாகக் கலந்து நின்றன. இந்த மூன்று பாதைகளும் வேறு வேறானவையாக இருந்தாலும் அந்தச் சமயத்துக்கு இணைந்தே சென்றன.

1921ல் எழுந்த பொதுஜன இயக்கத்தைக் கண்டு பிரிட்டிஷ் அரசாங்கம் கதிகலங்கியது. இயக்கம் தோன்றும் என்பது முன்பே தெரிந்திருந்தும் அவர்களுக்கு அதை எப்படிச் சமாளிப்பதென்று தெரியவில்லை. கைது செய்து தண்டிக்கும் பழைய முறை பிரயோஜனமில்லை. ஆகவே, அவர்களுடைய ரகசியப் போலீசார் காங்கிரசை உள்ளுக்குள் இருந்தே பலவீனப்படுத்தும் முறை ஒன்றை ஆராய்ந்து கண்டனர். போலீஸ் ஏஜெண்டுகளும் ரகசியப் போலீசாரும் காங்கிரஸ் கமிட்டிகளில் புகுந்து கொண்டு, மக்களைப் பலாத்காரம் செய்யுமாறு தூண்டிவிட்டுத் தொந்தரவு கொடுத்தார்கள். இன்னொரு முறை, ரகசிய ஒற்றர்கள் சாதுக்களாகவும் பக்கிரிகளாகவும் வேஷம் போட்டு வகுப்புக் கலகங்களைத் தூண்டுவதாகும்.

பிரித்தாளும் சூழ்ச்சி என்பது ஏகாதிபத்திய வல்லரசுகளின் கண்டுபிடிப்பாகும். இது வெற்றிபெறுகிறது என்றால், மக்களின் பலவீனத்தையே காட்டுகிறது. எதிர்க்கட்சியில் பிளவும் வேற்றுமையும் இருந்தால்தானே பிரித்தாளும் தந்திரம் வெற்றிபெற இயலும்? ஊர் இரண்டுபட்டால் கூத்தாடிக்குக் கொண்டாட்டம் என்று சொல்லுவார்களே, அதுபோல. ஆகவே, இந்தியாவில் ஹிந்து - முஸ்லிம் பிரச்சினையை பிரிட்டிஷ் அரசாங்கம் உருவாக்கியதாக கூறுவது தவறாகும்.

1922ல் ஒத்துழையாமை இயக்கம் நிறுத்தி வைக்கப்பட்ட பிறகு இத்தகைய சூழ்ச்சி புரிவதற்குக் காலமும் இடமும் ஏற்றவையாக இருந்தன. கிலாபத் பிரச்சினையை மற்றவர்கள் தீர்த்துக்கொண்டார்கள்.

அதைப்பற்றி இந்தியா செய்யக்கூடியது ஒன்றுமில்லை. வேலையில்லாத மத்திய வகுப்பு முஸ்லிம்கள் எல்லா உத்தியோகங்களையும் ஹிந்துக்களே கைப்பற்றிக்கொண்டு தங்களுக்குக் குறுக்கே நிற்பதாக நினைத்தார்கள். ஆகவே, அவர்கள் எல்லாவற்றிலும் தங்களுக்குத் தனியாக இடமும் தனியாகப் பங்கும் கேட்டார்கள். அரசியல் வகையில் ஹிந்து - முஸ்லிம் பிரச்சினை என்பது இருதரப்பு மத்திய வகுப்பினரும் உத்தியோகத்திற்காகப் போட்டுக்கொண்ட சண்டையே தவிர வேறில்லை. ஆனால், இதன் பலா பலன் சாமானியப் பொது மக்கள் மத்தியிலும் பரவியது.

மொத்தத்தில், ஹிந்துக்கள் முஸ்லிம்களைவிட நல்ல நிலையில் இருந்தார்கள். முஸ்லிம்களுக்கு முன்பாக ஹிந்துக்கள் ஆங்கிலக் கல்வியைக் கைக்கொண்ட காரணத்தால் உத்தியோகங்களில் பெரும் பாலும் ஹிந்துக்களே இருந்தார்கள். அவர்கள் முஸ்லிம்களைவிடப் பணக்காரராகவும் இருந்தார்கள். இயந்திரங்களில் உற்பத்தியான சாமான்கள் பரவியது ஹிந்துக்களைவிட முஸ்லிம்களை அதிகமாகப் பாதித்தது. முஸ்லிம்கள்தான் கைத்தொழில் செய்வோர் அதிகமாக இருந்தனர். இவையெல்லாம் சேர்ந்து இந்தியாவில் வாழும் இரண்டு பெரும் வகுப்பினரிடையே வேற்றுமையையும் மனக் கசப்பையும் வளர்த்து வந்தன. இவற்றால் முஸ்லிம் தேசியம் வலுப்பெற்றது. அது தேசத்தைவிட வகுப்பே பெரிதென நினைத்தது.

முஸ்லிம் வகுப்புவாதத் தலைவர்களுடைய கோரிக்கைகள் இந்தியாவின் உண்மையான தேசிய ஒற்றுமை லட்சியத்தைத் தகர்த்து எறிவனவாக இருந்தன. அவற்றை அதே வகுப்புவாத முறையில் எதிர்ப் பதற்காகத் தோன்றிய ஹிந்து வகுப்புவாத அமைப்புகள் பிரபலம் அடைந்தன. ஹிந்து வகுப்புவாதிகள் உண்மைத் தேசியவாதிகள் போன்று நடித்தாலும் பிறரைப் போலவே குறுகிய வகுப்பு மனப்பான்மை உடையவர்களாக இருந்தனர்.

காங்கிரஸ் மகாசபை வகுப்புவாத அமைப்புகளில் இருந்து ஒதுங்கி நின்றது. ஆனால், பல தனிப்பட்ட காங்கிரஸ்காரர்களை இந்தத் தொற்று நோய் பற்றியிருந்தது. உண்மைத் தேசியவாதிகள் இந்த வகுப்புவாத வெறியை அகற்ற முயன்றார்கள். ஆனால், அவர்களுடைய முயற்சி பலன் அளிக்கவில்லை. பெருங்கலகங்கள் நிகழ்ந்தன.

இருக்கிற குழப்பம் போதாதென்று, மூன்றாவது வகையான வகுப்புத் தேசியம் ஒன்று முளைத்தது. நான் குறிப்பிடுவது சீக்கிய

தேசியத்தை. இதற்கு முன்பெல்லாம் சீக்கியருக்கும் ஹிந்துக்களுக்கும் அதிக வேற்றுமை தெரியவில்லை. தேசத்தில் ஏற்பட்ட தேசிய விழிப்பு சீக்கியரையும் விட்டு வைக்கவில்லை. அவர்களும் தங்களுக்கென்று தனியாக வேலை செய்ய ஆரம்பித்தார்கள். அவர்களில் அநேகர் ராணுவத்தில் சேவை செய்தவர்கள். இது அந்த வகுப்புக்கு ஒரு உரத்தைக் கொடுத்தது. சீக்கியர் சிறு தொகையினராக இருந்தாலும் நல்ல கட்டுப்பாடு உடையவர்கள்.

ஒவ்வொரு வகுப்பினரும் இத்தகைய குறுகிய வகுப்புவாத உணர்ச்சி காட்டியது நாட்டின் கெடுவாய்ப்பாகும். ஒத்துழையாமை இயக்கம் இந்தியாவை நன்கு கிளறிவிட்டது. அதன் பயனாக முதலில் கிடைத்தவையே இந்த வகுப்பு உணர்ச்சிகளும், ஹிந்து, முஸ்லிம், சீக்கிய தேசியங்களும். வேறு பல சிறிய வகுப்பினரும் சுய உணர்ச்சி பெற்றார்கள். அவர்களில் 'தாழ்த்தப்பட்ட வகுப்பின'ரை முக்கியமாகச் சொல்லவேண்டும். மேல் ஜாதி ஹிந்துக்களால் பல்லாண்டுகளாக அடக்கி வைக்கப்பட்ட இவர்கள், நிலத்தில் பாடுபட்டு வந்த நிலமில்லாத தொழிலாளர்கள் ஆவர். இவர்கள் விழிப்புற்றுச் சுயஉணர்ச்சி பெற்ற உடனே தங்களை அழுத்தி நிற்கும் பல்வேறு தளைகளை உடைத்தெறிய ஆசைப்பட்டனர். தங்களைப் பல நூறு ஆண்டுகளாக ஒடுக்கிவரும் ஹிந்துக்களிடம் வன்மம் கொள்ளத் தொடங்கினர்.

விழிப்புற்ற ஒவ்வொரு வகுப்பும் தேசியத்தையும் தேசபக்தியையும் தன்னுடைய சுயநலத்தைக் கொண்டே பார்த்தது. ஒவ்வொரு வகுப்பிலும் தீவிர வகுப்புவாதம் பேசும் தலைவர்கள் வந்தார்கள். இந்த வகுப்புப் பூசலை அரசாங்கம் பல வழிகளில் தூண்டி விட்டது. அதிகத் தீவிரமாகவுள்ள வகுப்புவாதத் தலைவர்களை அது ஆதரித்தது. இவ்வாறு, நாட்டில் வகுப்பு வேற்றுமை என்னும் கொடிய விஷம் பரவி வந்தது. அதிலிருந்து தப்பும் வழியும் தெரியவில்லை.

இந்த வேற்றுமைச் சக்திகளும் பிரிவினைப் போக்குகளும் நாட்டில் உருவாகி வந்த சமயத்தில் காந்திஜி எரவாடா சிறையில் நோயுற்று இருந்தார். அவருக்கு சத்திர சிகிச்சை செய்ய வேண்டியதாயிற்று. 1924ஆம் ஆண்டு ஆரம்பத்தில் அவர் சிறையிலிருந்து விடுதலை அடைந்தார். வகுப்புப் பூசல்களைக் கண்டு அவர் பெரிதும் மனம் நொந்தார். இதற்குப் பல மாதங்களுக்குப் பிறகு நடந்த ஒரு பெரிய ஹிந்து - முஸ்லிம் கலகம் அவருக்குப் பெரிய அதிர்ச்சியைத் தந்தது. அதற்குப் பிராயச்சித்தமாக அவர் இருபத்தொரு நாள் உண்ணாவிரதம் இருந்தார். வகுப்புச் சமாதானத்தை ஏற்படுத்துவதற்காகப் பல

'ஒற்றுமை' மாநாடுகள் நடைபெற்றன. ஆனால் கண்ட பலன் ஒன்றுமில்லை.

இவ் வகுப்புப் பூசல்கள், வகுப்புத் தேசியங்களால் காங்கிரசும், சட்டசபைகளில் வேலை செய்த சுயராஜ்யக் கட்சியும் பலவீனம் அடைந்தன. சுயராஜ்ய லட்சியம் மறைந்தது. வகுப்பு நலன்களைப் பற்றிய சிந்தனையும் பேச்சும் மேலோங்கின. காங்கிரஸ் எந்த வகுப்புடனும் சேராதபடியால் எல்லா வகுப்புவாதிகளும் அதைத் தாக்கினார்கள். இந்தக் காலத்தில் காங்கிரஸ் சத்தமின்றி அமைப்பைப் பலப்படுத்தியும், கதர் முதலான குடிசைத் தொழில் வளர்ச்சியில் கவனம் செலுத்தியும் வந்தது.

நமது வகுப்புத் தகராறுகளைப் பற்றிச் சிறிது விரிவாக எழுதியிருக்கிறேன். ஏனெனில், 1920 - 30 ஆண்டுகளில் அவை நமது அரசியல் வாழ்வில் பெரும் பங்கு கொண்டிருந்தன. ஆயினும், நாம் அவற்றை மிகைப்படுத்துவது கூடாது. அவற்றுக்குத் தகாத முக்கியத்துவம் அளிக்கப்படுகிறது. ஒரு ஹிந்துச் சிறுவனும் ஒரு முஸ்லிம் சிறுவனும் மிட்டாய்க்காக சண்டையிட்டுக் கொண்டாலும் அது வகுப்புச் சண்டையாகக் கொள்ளப்படுகிறது. சிறு கலகத்துக்குக்கூடப் பெரிய விளம்பரம் தரப்படுகிறது. இந்தியா ஒரு பெரிய தேசம் என்பதையும், இங்குள்ள லட்சோபலட்சம் கிராமங்களிலும் பட்டணங்களிலும் ஹிந்துக்களும் முஸ்லிம்களும் சண்டை சச்சரவின்றிச் சமாதானமாக வாழ்ந்து வருகிறார்கள் என்பதை நாம் மறந்துவிடக்கூடாது. சில நகரங்களில் மட்டும்தான் இந்தத் தகராறு காணப்படுகிறது.

யுத்தத்தின் பயனாக ஏற்பட்ட துரிதமான இந்தியத் தொழில் வளர்ச்சி, யுத்தம் முடிந்து சில ஆண்டுகள் வரையில் நீடித்தது. ஏராளமான பிரிட்டிஷ் மூலதனம் இந்தியாவுக்கு வந்தது. புதிய தொழிற்சாலைகளையும் தொழில்களையும் நடத்துவதற்காகப் பல புதிய கம்பெனிகள் பதிவாயின. பெரிய இயந்திரத் தொழிற்சாலைகள் அந்நிய மூலதனத்தைக் கொண்டே நடைபெற்றன. ஆகவே, பெரிய தொழில்கள் பிரிட்டிஷ் முதலாளிகளின் ஆதிக்கத்தில் இருந்தன.

தொழிற்சாலைகள் பெருகவே அவற்றில் வேலை செய்யும் தொழிலாளர் எண்ணிக்கையும் பெருகியது. 1922 ஆம் ஆண்டிலேயே இவர்களுடைய எண்ணிக்கை 20 லட்சம் என்று அரசாங்கம் கணக்கிட்டது. அவர்கள், மானமுள்ள எவரும் பொறுக்க முடியாத சுரண்டலுக்கு ஆளாயினர். நூறு ஆண்டுகளுக்கு முன்னர், பிரிட்டனில்

தொழிற்சாலைகள் ஆரம்பிக்கப்பட்ட காலத்தில் இருந்த நிலைமைகள் இப்போது இந்தியாவில் காணப்பட்டன. அதிக மணி நேரம் வேலை, மிகவும் குறைந்த கூலி, சுகாதாரக் குறைவான சேரிவாசம் ஆகிய நிலைமைகள் தோன்றின.

தொழிலாளர் அமைப்பான தொழிற்சங்கங்கள் வளர்ந்தன. அவற்றின் வளர்ச்சி காரணமாக, தொழிலாளரின் நிலைமைகளைச் சீர்திருத்துவதற்கான கிளர்ச்சியும் வலுத்தது. குறைந்த மணிநேர வேலையும், உயர்ந்த கூலி விகிதமும் வேண்டுமென்று அவை கோரின. இது காரணமாகவும், பொதுவாக உலகத்திலேயே தொழிலாளரை நன்கு நடத்த வேண்டும் என்று எழுந்த கோரிக்கை காரணமாகவும், தொழிற்சாலைகளில் வேலை செய்யும் தொழிலாளரின் நிலை திருந்துவதற்கான பல சட்டங்களை அரசாங்கம் இயற்றியது.

1923 இல் இந்திய சுரங்கச் சட்டம் இயற்றப்பட்டது. பூமிக்கு அடியில் சுரங்கங்களில், முக்கியமாக, நிலக்கரிச் சுரங்கங்களில் வேலை செய்யும் தொழிலாளருக்கு இது சிறிது பாதுகாப்பு அளித்தது. அவர்களின் நிலை மிகவும் இரங்கத்தக்கது. பதின்மூன்று வயதுக்கு உட்பட்ட குழந்தைகள் பூமிக்கு அடியில் சுரங்கங்களில் வேலை செய்வதை இந்தச் சட்டம் தடை செய்தது. ஆனால், பெண்கள் பழையபடியே வேலை செய்து வந்தார்கள். சுரங்கத் தொழிலாளரில் பாதிப்பேர் பெண்கள்தான். தொழிலாளர்கள் வாங்கும் கூலி, வாழும் வகை, இன்னும் இது போன்ற வேறு பல விஷயங்களை நீ அறிந்துகொண்டால் தான், தொழிலாளரின் நிலை உனக்கு உள்ளபடியாக விளங்கும். அவற்றையெல்லாம் இங்கு விரித்துச் சொல்வதற்கு இல்லை.

தொழிலாளருக்கு அனுகூலமான வேறு சில சட்டங்களும் இயற்றப்பட்டன. **1923**ல் நிறைவேறிய தொழிலாளர் நஷ்டஈடுச் சட்டம் தொழிற்சாலைகளில் வேலை செய்யும்போது எதிர்பாராத விபத்துக்குள்ளாகிக் காயமடையும் தொழிலாளருக்கு நஷ்ட ஈடு தரவேண்டும் என்று விதித்தது. தொழிற் சங்கங்களின் அமைப்பு, அங்கீகாரம் முதலிய விஷயங்கள் பற்றிய சட்டம் ஒன்று **1926**ல் இயற்றப்பட்டது. அந்தக் காலத்தில் தொழிற்சங்க இயக்கம் இந்தியாவில், குறிப்பாகப் பம்பாயில், அதி விரைவில் வளர்ச்சியுற்றது. அகில இந்திய தொழிற்சங்கக் காங்கிரஸ் தோன்றியது. ஆனால், சில ஆண்டுகளுக்குள் அது இரு கட்சியாகப் பிளவுபட்டது. யுத்தத்துக்குப் பிறகும் ரஷியப் புரட்சிக்குப் பிறகும் உலக முழுவதிலும் தொழிலாளர்கள் இரு திசைகளில் இழுக்கப்படுகிறார்கள்.

விவசாயிகளைப் பற்றி நான் ஏற்கெனவே கூறியிருப்பதைவிட அதிகம் கூறுவதற்கில்லை. அவர்களுடைய நிலைமை நாளுக்கு நாள் சீர்கேடு அடைந்தது. அவர்கள் மேலும் மேலும் வட்டிக்கடன் வலையில் சிக்குகிறார்கள்.

அரசாங்கத்தால் நியமிக்கப்பட்ட கமிட்டிகள் விவசாயிகளின் கடன் சுமையைப் பலவாறு மதிப்பிட்டிருக்கின்றன. 1930ல் பர்மா நீங்கலாக இந்தியாவில் உள்ள விவசாயிகளின் மொத்தக் கடன் 803 கோடி ரூபாய் என்று மதிப்பிடப்பட்டது. இதில் ஜமீன்தார்கள், விவசாயிகள் இந்த இரண்டு தரப்பினரின் கடன் சேர்ந்திருக்கிறது. அதற்குப் பிறகு பொருளியல் சுணக்கம் ஏற்பட்ட காலத்தில் இந்த தொகை மேலும் பெருகியது.

இவ்வாறு, சின்ன ஜமீன்தார்களும் நிலச் சுவான்தார்களும் கொண்ட விவசாய வகுப்பினர் நாளுக்கு நாள் கடனில் ஆழ்ந்து கரையேற வழியின்றித் தவிக்கின்றனர். இப்போதுள்ள நில உரிமை முறையை அடிப்படையில் மாற்றி அமைத்தால் தவிர இதற்குத் தீர்வு காண்பது முடியாது. நிலவரியை கொடுக்க முடியாதவர்கள் தலையில் அதிக சுமை ஏற்றப்படுகிறது. அரசாங்கச் செலவு பெரும்பாலும் ராணுவத்துக்கும், 'சிவில்' உத்தியோகங்களுக்கும், வேறு பிரிட்டிஷ் செலவினங்களுக்கும் போகிறது. இதனால் பொது மக்கள் பயனடைவதில்லை. பிரிட்டனில் கல்விக்காகத் தலைக்கு 2 பவுன் 15 ஷில்லிங் செலவு செய்கிறார்கள்; இந்தியாவில் 9 பென்சுதான் செலவாகிறது. அதாவது, இந்தியாவைவிட 734% மடங்கு அதிகமாகப் பிரிட்டன் கல்விக்கு செலவழிக்கிறது.

இந்தியாவில் தலைக்கு ஆண்டு வருமானம் இவ்வளவு என்று மதிப்பிடுவதற்குப் பலர் முயற்சி செய்திருக்கிறார்கள். இதைச் சரியாக மதிப்பிடுவது கடினம். ஒருவர் மதிப்பிற்கும் இன்னொருவர் மதிப்பிற்கும் வித்தியாசம் இருக்கும். 1870ல் தாதாபாய் நௌரோஜி ஒரு இந்தியனின் சராசரி ஆண்டு வருமானம் ரூபா 20 என்று கணக்கிட்டார். சமீபத்தில் கணக்கிட்டவர்கள் ரூபா 67 என்று சொல்கிறார்கள். சில ஆங்கிலேயர்கள் போட்ட உயர்ந்த கணக்குக் கூட ரூபா 116க்கு மேல் போகவில்லை. இதை மற்ற நாடுகளின் வருவாயோடு ஒப்பிட்டுப் பார்ப்பது நலம். அமெரிக்காவில் தலைக்கு ஆண்டு வருவாய் சராசரி ரூபா 1925 ஆகும். இப்போதைய வருவாய் இந்தத் தொகைக்கு மேலும் போகிறது. பிரிட்டனில் இந்த வருவாய் ரூபா 1000 ஆகும்.

பகத்சிங் தூக்கிலிடப்பட்டார்

162. இந்தியாவின் அஹிம்சைப் போர்

மே 17, 1933

இந்தியாவைப் பற்றியும் அதன் கடந்த கால சரித்திரத்தைப் பற்றியும் பல கடிதங்கள் எழுதிவிட்டேன். வேறு எந்நாட்டையும் விட அதிகமாகவே நம் நாட்டைப்பற்றி எழுதியிருக்கிறேன்.

1927 ஆம் ஆண்டு முடிவில், இந்தியாவுக்கு ஒரு கமிஷனை அனுப்ப பிரிட்டிஷ் அரசு முடிவெடுத்தது. இந்தியாவுக்கு வழங்கக்கூடிய சீர்திருத்தங்களைப் பற்றி அந்தக் கமிஷன் விசாரணை நடத்தும் என்று அறிவிக்கப்பட்டது. இதைக் கேட்ட அரசியல் இந்தியா ஆத்திரத்தில் பொங்கியது. சுயஆட்சி பெறுவதற்கு இந்தியாவுக்குத் தகுதி வந்துவிட்டதா என்று சில ஆண்டுக்கு ஒருமுறை தேர்வு நடத்துவதைக் காங்கிரஸ் எதிர்த்தது. இயன்றவரையில் இந்த நாட்டை விடாமல் பற்றி நிற்கவே இதுபோன்ற நாடகம் நடத்தப்படுவதாக காங்கிரஸ் கருதியது. நெடுநாளாகவே காங்கிரஸ் இந்நாட்டுக்குச் சுய நிர்ணய உரிமை கோரி வந்துள்ளது. உலக யுத்தம் நடந்த போது நேச நாடுகள் சுய நிர்ணய உரிமைப் பற்றி நிறைய பேசினார்கள். இந்தியாவின் தலையெழுத்தை நிச்சயிக்கும் உரிமை பிரிட்டிஷ் நாடாளுமன்றத்துக்கு இல்லை என்று காங்கிரஸ் கூறிவிட்டது. இந்தக் காரணங்களைக் கூறி, நாடாளுமன்றக் குழுவுக்கு

காங்கிரஸ் எதிர்ப்பு தெரிவித்தது. மிதவாதிகள் எதிர்த்த காரணம் வேறு. குழுவில் இந்திய உறுப்பினர்கள் இல்லை என்று அவர்கள் கூறினார்கள். காரணங்கள் வேறாக இருந்தாலும் எல்லோரும் குழுவை புறக்கணித்தார்கள் என்பது உண்மையாகும்.

ஏறக்குறைய அதே சமயம், *1927* டிசம்பரில், காங்கிரஸ் சென்னையில் கூடி இந்தியாவுக்குத் தேசிய சுதந்திரம் பெறுவதே தனது லட்சியம் என்று தீர்மானித்தது. காங்கிரஸ் சுதந்திரம் கோரியது இதுவே முதல் தடவையாகும். இரண்டு ஆண்டுகளுக்குப்பின் லாகூரில் கூடிய காங்கிரஸ் முழுவிடுதலையே லட்சியம் என்று சந்தேகத்துக்கு இடமின்றி ஏற்றுக்கொண்டது.

அடுத்த ஆண்டில், அதாவது *1928*ல், சைமன் கமிஷன் இந்தியாவுக்கு வந்தது. கமிஷனை இந்தியா முழுவதும் புறக்கணித்தார்கள். 'சைமனே, திரும்பிப் போ' என்ற கோஷம் எங்கும் கேட்டது. பல இடங்களில் ஆர்ப்பாட்டம் செய்த கூட்டத்தினர்மீது போலீசார் தடியடிப் பிரயோகம் செய்தனர். லாகூரில் பாஞ்சால சிங்கம் என்று அழைக்கப்பட்ட லாலா லஜபதி ராய் அவர்களையும் போலீசார் தடிகொண்டு தாக்கினர். அதற்குச் சில மாதங்களுக்குப் பிறகு லாலாஜி மரணம் அடைந்தார். போலீசார் அவரை அடித்த அடியே அவர் மரணம் அடையக் காரணம் என்று டாக்டர்கள் கூறினர். இவற்றைக் கண்டு நாட்டில் கோபமும் கொந்தளிப்பும் மிகுந்தன.

இதற்கிடையில், சர்வ கட்சி மாநாடு கூடி வகுப்புச் சிக்கலைத் தீர்க்கவும், அரசியல் அமைப்பு ஒன்றைத் தயாரிக்கவும் முயன்று வந்தது. இந்த இரண்டுக்கும் யோசனைகள் கூறி அது ஒரு ரிப்போர்ட்டை வெளியிட்டது. பண்டித மோதிலால் நேரு அந்தக் கமிட்டிக்குத் தலைமை வகித்தபடியால், அது 'நேரு ரிப்போர்ட்டு' என்று அழைக்கப்பட்டது.

அவ்வாண்டில் நிகழ்ந்த இன்னொரு முக்கிய நிகழ்ச்சி குஜராத்தில் பர்டோலி தாலுகாவைச் சேர்ந்த விவசாயிகள் சர்தார் வல்லபாய் பட்டேல் தலைமையின்கீழ் நடத்திய வரிகொடா இயக்கம் மாபெரும் வெற்றி பெற்றது.

1928 டிசம்பரில் கல்கத்தாவில் கூடிய காங்கிரஸ் நேரு ரிப்போர்ட்டை ஏற்றது. பிரிட்டிஷ் குடியேற்ற நாடுகளில் இருப்பது போன்ற அரசியல் அமைப்பையும் அந்தஸ்தையும் அது இந்தியாவுக்குப் பரிந்துரை செய்தது. காங்கிரஸ் அதை ஒரு நிபந்தனையின்மீதே

அங்கீகரித்தது. அதாவது, ஒரு ஆண்டு காலத்தில் அந்த ரிப்போர்ட்டின் அடிப்படையில் பிரிட்டிஷ் அரசாங்கம் ஒரு சமரசத்துக்கு வரவேண்டும். இல்லாவிட்டால் காங்கிரஸ் மீண்டும் சுதந்திர லட்சியத்துக்காகப் போராடும். இவ்வாறு காங்கிரசும் தேசமும் தவிர்க்கமுடியாத ஒரு நெருக்கடியை நோக்கிப் போய்க்கொண்டிருந்தன.

தொழிலாளர் கிளர்ச்சியும் வலுத்து வந்தது. பம்பாயில் தொழிலாளர்கள் அமைப்பு பலமும் கட்டுப்பாடும் உடையவர்களாக இருந்தார்கள். அங்கே நடந்த பெரிய வேலை நிறுத்தங்களில் லட்சத்துக்கும் அதிகமான தொழிலாளர் கலந்துகொண்டார்கள். தொழிலாளரின் பலம் வளருவதைக் கண்டும், அவர்களுடைய புரட்சிகரமான போக்கைக் கண்டும் அரசாங்கம் நடுக்கம் கொண்டது. திடீரென்று அது 1929 தொடக்கத்தில் முப்பத்திரண்டு தொழிலாளர் தலைவர்களைக் கைது செய்து சதி வழக்கு தொடுத்தது. இது மீரட் சதிவழக்கு என்று அழைக்கப்படுகிறது. ஏறக்குறைய நான்கு ஆண்டுகள் விசாரணை நடந்தது. நீண்டகாலச் சிறைத்தண்டனை பெற்றனர்.

நாட்டில் புரட்சிகர நடைமுறையும் ஆங்காங்கே தலைக்காட்டியது. வன்முறையில் நாட்டம் உடையோர் புரட்சியில் ஈடுபட்டனர். அது முக்கியமாக வங்காளத்திலும், ஓரளவு பஞ்சாபிலும், சிறிது ஐக்கிய மாகாணத்திலும் காணப்பட்டது. பிரிட்டிஷ் அரசாங்கம் இதைப் பல வழிகளில் அடக்க முயன்றது. பல சதி வழக்குகள் தொடரப்பட்டன. 'வங்காள அவசரச் சட்டம்' என ஒரு சிறப்புச் சட்டம் இயற்றப்பட்டது. இதன்கீழ் அரசாங்கம் தான் சந்தேகிக்கும் எந்த நபரையும் விசாரணை-யின்றிக் காவலில் வைக்க முடியும்.

இந்தப் புரட்சிக்காரர்கள் பல பலாத்காரச் செயல்களில் ஈடுபட்டார்கள். அவை பெரும்பாலும் வங்காளத்தில் நிகழ்ந்தன. அவற்றில் மூன்று சம்பவங்கள் எல்லோருடைய கவனத்தையும் கவர்ந்தன. லாகூரில் ஒரு பிரிட்டிஷ் போலீஸ் அதிகாரியைச் சுட்டுக்கொன்றது முதலாவது சம்பவமாகும். அந்த அதிகாரி சைமன் கமிஷன் பகிஷ்கார ஆர்ப்பாட்டத்தில் லாலா லஜபதி ராயை அடித்தவர் என்று கருதப்பட்டவர். டில்லி சட்டசபை மண்டபத்தில் பகத்சிங், படுகேச்வர தத்தர் என்ற இரு இளைஞர்கள் குண்டு வீசியது இரண்டாவது சம்பவமாகும். இந்தக் குண்டு வீச்சினால் அதிகச் சேதம் ஒன்றும் விளைந்துவிட வில்லை. பெரிய சத்தம் எழுப்பித் தேசத்தின் கவனத்தை இழுப்பதுதான் அதன் நோக்கமாக இருந்திருக்க வேண்டும்.

1930ல் சட்ட மறுப்பு இயக்கம் ஆரம்பமாகி வந்த சமயம்,

சிட்டகாங்கில் வெகு துணிகரமாக ஆயுதசாலை கொள்ளையடிக்கப் பட்டது மூன்றாவது சம்பவமாகும். பெரிய அளவில் நிகழ்ந்த இந்தக் கொள்ளை சிறிது வெற்றி பெற்றது. சிலர், கோர்ட்டுகளில் குற்றவாளிகள் அல்ல என்று விடுதலை செய்யப்பட்ட உடனே கோர்ட்டு வாசலில் மீண்டும் கைது செய்யப்பட்டனர். அவசரச் சட்டத்தின்கீழ்க் காவலில் வைக்கப்பட்டனர். கிழக்கு வங்காளத்தின் சில பகுதிகள் ராணுவத்தினர் வசம் விடப்பட்டன.

1929ல் லாகூரில் நடந்த சதி வழக்குகள் ஒன்றில் யதீந்திர நாத தாஸ் என்பவர் தண்டனை பெற்றார். மிகவும் இளம் வயதினரான அவர், சிறையில் தன்னையும் பிறரையும் நடத்தும் முறையைக் கண்டித்து உண்ணாவிரதம் தொடங்கினார். அவர் உறுதியோடு கடைசிவரையில் உண்ணாவிரதம் இருந்து அறுபத்தோராவது நாள் உயிர் நீத்தார். யதீன் தாசின் மரணம் கண்டு நாடு பதைத்து போனது. நாட்டைப் பேரதிர்ச்சிக்கும் பதைபதைப்புக்கும் உள்ளாக்கிய இன்னொரு சம்பவம் 1931 தொடக்கத்தில் பகத்சிங் தூக்கிலிடப் பட்டதாகும்.

கல்கத்தாக் காங்கிரஸ் நிர்ணயித்த ஒரு வருஷக் கெடு காலாவதியாகி வந்தது. 1929 முடிவில் பிரிட்டிஷ் அரசாங்கம் விபரீதம் ஏதும் நேராவண்ணம் தடுக்க ஒரு முயற்சி செய்தது. எதிர்கால முன்னேற்றத்தைப்பற்றி அது தெளிவற்ற ஒரு பிரகடனம் செய்தது. காங்கிரஸின் நிபந்தனைகள் ஏற்கப்படாமல் போகவே 1929 டிசம்பரில் லாகூரில் கூடிய காங்கிரஸ் பூரண சுதந்திர லட்சியத்துக்காகப் போரிடத் தீர்மானித்தது.

1930 ஆம் ஆண்டு தொடங்கிற்று. சட்ட மறுப்புப் போருக்கு ஆயத்தங்கள் நடைபெற்று வந்தன. மீண்டும் சட்டசபைகள் புறக்கணிக்கப்பட்டன. காங்கிரஸ்காரர்கள் அவற்றிலிருந்து ராஜிநாமா செய்துவிட்டு வெளியேறினர். ஜனவரி மாதம் 26ஆம் தேதியன்று தேச முழுவதும் மக்கள் விடுதலை தின உறுதிமொழி ஏற்றனர். மார்ச் மாதத்தில் காந்திஜி தமது புகழ்பெற்ற தண்டி யாத்திரையைத் தொடங்கினார். உப்பு வரியைக் கண்டிக்க, அவர் கடற்கரையிலுள்ள தண்டி என்ற ஊருக்கு புறப்பட்டுச் சென்றார். தம்முடைய போராட்டத்தைத் துவங்குவதற்கு அவர் அந்தத் தீய சட்டத்தைத் தேர்ந்தெடுத்தார்.

1930 ஆம் ஆண்டு ஏப்ரல் மாதம் பாதி கழிவதற்குள் சட்டமறுப்பு இயக்கம் உச்சநிலையை எய்தியது. உப்புச் சட்டம் மட்டுமின்றி வேறு பல சட்டங்களும் நாடெங்கும் மீறப்பட்டன. நாடு முழுதும்

சாத்விகப்போர் நடந்தது. காங்கிரஸ் கமிட்டிகள் சட்டவிரோத அமைப்புகளாகின. பத்திரிகைகள் வாய்ப்பூட்டுக்கும் தணிக்கைக்கும் ஆளாயின. அடியும் உதையும் சிறைகளில் கெடுபிடியும் தாண்டவமாடின. ஏறக்குறைய லட்சம் பேர் சிறைக்குச் சென்றார்கள். இந்தியாவின் சாத்வீகமான, ஆனால் முன்வைத்த காலைப் பின் வைக்காத, இந்தப் போராட்டத்தைக் கண்டு உலகமே மூக்கின் மேல் விரல் வைத்தது.

இந்தியாவில் சட்ட மறுப்புப் போர் மும்முரமாக நடந்துவந்த சமயத்தில், லண்டனில் வட்ட மேஜை மகாநாடு வெகு தடபுடலாக நடந்து கொண்டிருந்தது. காங்கிரஸ் அதை திரும்பிக்கூடப் பார்க்கவில்லை. அதற்குச் சென்ற இந்தியர்கள் அனைவரும் அரசாங்கத்தால் நியமிக்கப்பட்டவர்கள்.

1931 மார்ச்சில், மேற்கொண்டு பேச்சுவார்த்தை நடத்துவதற்காகக் காங்கிரசுக்கும் அரசாங்கத்துக்கும் இடையே தற்காலிக ஒப்பந்தம் ஒன்று செய்துகொள்ளப்பட்டது. அது காந்தி-இர்வின் ஒப்பந்தம் என்று சொல்லப்பட்டது. சட்ட மறுப்பு இயக்கம் நிறுத்தப்பட்டது. ஆயிரக் கணக்கான சட்ட மறுப்புக் கைதிகள் சிறைகளிலிருந்து விடுதலை செய்யப்பட்டார்கள். அவசரச் சட்டங்கள் வாபஸ் பெறப்பட்டன.

நடந்த *1931* மார்ச்சில், காந்திஜி காங்கிரசின் பிரதிநிதியாக லண்டனில் இரண்டாவது வட்ட மேஜை மாநாட்டுக்குச் சென்றார்.

1931 ஆம் ஆண்டு கடைசி வாரத்தில் காந்திஜி லண்டனிலிருந்து இந்தியாவுக்கு வெறுங்கையுடன் திரும்பி வந்தபோது இத்தகைய நிலைமை அவரை எதிர்நோக்கி நின்றது. மூன்று மாகாணங்களில் அவசரச்சட்ட அமல் தாண்டவமாடியது. அவருடைய தோழர்கள் பலர் சிறையில் இருந்தார்கள். ஒரு வாரத்துக்குள் காங்கிரஸ் மீண்டும் சட்ட மறுப்புப் போரில் குதித்தது. அரசாங்கமோ ஆயிரக்கணக்கான காங்கிரஸ் கமிட்டிகளையும் காங்கிரசுடன் சம்பந்தப்பட்ட வேறு பல அமைப்புகளையும் சட்ட விரோதமானவை என்று அறிவித்தது.

1930 ஆம் ஆண்டைவிட இந்தப் போராட்டம் அதிகக் கடுமையாக இருந்தது. பழைய அனுபவத்தின் பயனாக அரசாங்கம் இதை அடக்குவதற்குத் தகுந்த ஏற்பாடுடன் இருந்தது. சட்டம் என்ற போர்வையை அது உதறி எறிந்து விட்டது. எல்லாவற்றையும் தம்முள் அடக்கிய அவசரச் சட்டங்களின் பெயரில் சிவில் அதிகாரிகளின் கீழ் ஒரு வகையான ராணுவச் சட்ட அமல் தேசமெங்கும் நடைபெற்றது.

அரசாங்கத்தின் மிருகபலம் தன்னுடைய சுய ரூபத்தில் காணப்பட்டது. இது இயற்கையான நிகழ்ச்சிதான். தேசிய இயக்கம் வலிவு பெற்று அந்நிய அரசாங்கத்தின் அடிமடியிலேயே கையைப் போடுமாயின், அவ்வரசாங்கம் அதி மூர்க்கமாக எதிர்க்கத் தொடங்குகிறது. தர்மகர்த்திருத்துவம், நல்லெண்ணம் என்று பசப்புவதெல்லாம் பறந்து போய்விடுகிறது. அந்நிய ஆட்சியைத் தாங்கி நிற்பவை குண்டாந்தடியும் துப்பாக்கிச் சலாகையுமே என்னும் உண்மை வெட்ட வெளிச்சமாகிறது. உச்சியில் வீற்றிருக்கும் வைசிராய் வைத்ததே சட்டம் என்பது மட்டுமின்றித் தன் இஷ்டம்போல் நடக்கக் கூடிய ஒவ்வொரு சில்லறை அதிகாரி வைத்ததும் சட்டமாகிவிடுகிறது. தாங்கள் எதைச் செய்தாலும் மேல் அதிகாரிகள் ததாஸ்து சொல்லி விடுவார்கள் என்பதை நிச்சயமாக உணர்ந்த சில்லறைத் தேவதைகளின் அட்டகாசத்துக்குச் சொல்லவா வேண்டும்! சி. ஐ. டி. (C. I. D.) ரகசியப் போலீசார், ஜார் காலத்து ருஷியாவில் போல, சர்வ வியாபிகளாகவும், சர்வவல்லமை உடையவர்களாகவும் விளங்கினார்கள். கேள்வி முறை-யின்றி வரம்பு கடந்த அதிகாரம் செலுத்துவோரின் அதிகாரப் பசி அடங்காது வளர்ந்துகொண்டே போகும். பெரும்பாலும் ரகசியப் போலீசின் மூலம் ஆட்சிபுரியும் ஒரு அரசாங்கமும் அவ்வாட்சிக்கு உட்பட்ட ஒரு நாடும் சீக்கிரத்திலேயே ஒழுக்கம் குன்றிவிடுகின்றன. ரகசியப் போலீஸ் என்பது பொய்யும் புனை சுருட்டும், சூதும் வாதும், வஞ்சனையும் பலாத்காரமும், அழி குணமும் இழிதகைமையும் எருவிட்டு வளர்க்கும் நச்சுமரமாகும். கடந்த மூன்று வருஷ காலமாக, இந்தியாவில் சில்லறை அதிகாரிகளுக்கும், போலீசாருக்கும், சி.ஐ.டி. காரருக்கும் அளிக்கப்பட்ட அளவு கடந்த அதிகாரமும் அதன் பிரயோகமும் மேற்கூறிய உத்தியோக வருக்கத்தினரைக் கயமைத் தனத்தில் ஆழ்த்திவிட்டன. இதன் நோக்கம் ஜனங்களைப் பயமுறுத்திப் பணிய வைக்கவேண்டும் என்பதுதான்.

இவையெல்லாம் விரிக்கில் பெருகும். ஸ்தாபனங்களுக்கும் தனி நபர்களுக்கும் சொந்தமான வீடுகள், மோட்டார்கார்கள், பாங்குப் பணம் முதலிய சொத்துக்களைப் பறிமுதல் செய்வதை அரசாங்கம் இம்முறை தனது கொள்கையாகக் கொண்டது சற்று ஊன்றிக் கவனிக்கவேண்டிய விஷயமாகும். காங்கிரசை ஆதரிக்கும் மத்திய வகுப்பினரைத் தண்டிப்பதற்காகவே அரசாங்கம் இந் நடவடிக்கையை மேற்கொண்டது. அவசரச் சட்டங்களின் ஒரு அம்சம் சிறு பிள்ளைகளின் குற்றத்துக்காகப் பெற்றோர்களைத் தண்டிப்பதாகும். இது சிறு அம்சமாயினும் அரசாங்கத்தின் உள்ளக்கிடக்கையை நன்கு புலப்படுத்துகிறது.

இங்கு இப்படி தர்பார் நடந்து கொண்டிருக்கையில் பிரிட்டிஷ் பிரசார இயந்திரம் இந்தியாவைப் பொன்னாடாகப் பொறித்துக் கொண்டிருந்தது. இந்தியாவிற்குள்ளேயே பத்திரிகைகள் உண்மையை எடுத்துரைக்க அஞ்சின. கைது செய்யப்பட்டோரின் பெயர்களை வெளியிடுவது கூடக் குற்றமாகும்.

இந்தியாவில் நடைபெற்ற சட்டமறுப்பு இயக்கம் ஒரு தேசியப் போராட்டமாகும். அதை வர்க்கப் போராட்டம் என்று கூறமுடி யாது. அது விவசாயிகளின் ஆதரவு பெற்ற ஒரு மத்திய வகுப்பு இயக்கமாகும். ஆகவே, ஒரு வர்க்க இயக்கம் வர்க்கங்களைப் பிரித்துக் காட்டுவதுபோல இந்த இயக்கம் செய்ய இயலாது. ஆயினும், இந்தத் தேசிய இயக்கத்தில் கூட வர்க்கங்கள் ஓரளவுக்குத் தனியாகப் பிரிந்து காட்டின. நிலமானியச் சுதேச மன்னர்கள், தாலுக்காதார்கள், பெரிய ஜமீன்தார்கள் போன்ற சில வர்க்கத்தினர் அன்னிய அரசாங்கத்தின் ஜோதியில் கலந்துவிட்டனர். அவர்களுக்குத் தேசிய சுதந்திரத்தைவிடத் தங்கள் வர்க்க நலனே பெரிதாகத் தென்பட்டது.

காங்கிரசின் தலைமையில் தேசிய இயக்கம் வளர்ச்சியுற்றதன் பயனாக விவசாயப் பொதுமக்கள் காங்கிரசில் பெருவாரியாகச் சேர்ந்து தங்களுடைய நல்ல காலத்துக்காக காங்கிரசை எதிர்பார்த்தார்கள். இது காங்கிரசின் சக்தியைப் பெரிதும் அதிகரித்ததோடு அதற்கு ஒரு பொது ஜன மனப்பான்மையையும் அளித்தது. காங்கிரசின் தலைமை மத்திய வகுப்பினரிடம் இருந்தாலும் கீழேயிருந்து வந்த நிர்ப்பந்தம் அதைப் பதப்படுத்தியது. காங்கிரஸ் வரவர விவசாயப் பிரச்சினைகளிலும், சமூகப் பிரச்சினைகளிலும் அதிகக் கவனம் செலுத்தியது.

இந்தியாவில் சட்ட மறுப்புப் போர் நிகழ்ந்துகொண்டிருந்தது. ஏராளமான தேசியத் தொண்டர்கள் சிறையில் இருந்தார்கள். அந்தச் சமயத்தில் இந்திய அரசியல் அமைப்புச் சீர்திருத்தத்துக்கான யோசனைகளைப் பிரிட்டிஷ் அரசாங்கம் வெளியிட்டது. கட்டுப்படுத்தப்பட்ட மாகாண சுய ஆட்சியும், நிலமானியச் சுதேச மன்னர்களின் ஆதிக்கம் நிறைந்த மத்தியக் கூட்டாட்சியும் (Federation) வழங்குவதாக அறிவிக்கப்பட்டது.

பிரிட்டிஷாரின் நல உரிமைகளை விட்டுக்கொடுக்கக் கூடாது. வர்த்தகம், சிவில், ராணுவம் ஆகிய துறைகளில் இந்தியாவில் அவர்களுக்குள்ள உரிமைகளைப் பலப்படுத்திக் கொள்ள வேண்டும். இதற்கு எல்லாவிதமான பாதுகாப்புகளையும் பிரிட்டிஷ் அரசாங்கம்

கூறியிருந்தது. எல்லாத் திறத்தாரின் நல உரிமைகளும் முற்றிலும் பாதுகாக்கப் பட்டன. எல்லாரினும் முக்கியமாக பிரிட்டிஷாரின் நல உரிமைகள் வெகு பத்திரமாகப் பாதுகாக்கப்பட்டன. முப்பத்தைந்து கோடி இந்திய மக்களின் நல உரிமைகள் மட்டுமே பாதுகாக்கப்படாதவை. இந்த யோசனைகளுக்கு இந்தியாவில் மிகப்பெரிய எதிர்ப்புத் தோன்றியது.

நான் பர்மாவைப்பற்றி ஒன்றும் கூறவில்லை; இப்போது சிறிது கூறவேண்டும். 1930 - 32 சட்ட மறுப்புப் போரில் பர்மிய மக்கள் பங்குகொள்ளவில்லை. ஆனால், 1930 - 31ஆம் ஆண்டுகளில் வட பர்மாவில் பொருளியல் பரிதவிப்புக் காரணமாக விவசாயிகள் பெருங் கலகம் செய்தார்கள். பிரிட்டிஷ் அரசாங்கம் அதை அடக்கியது. பர்மாவை இந்தியாவிலிருந்து பிரிப்பதற்கு இப்போது முயற்சி நடந்து வருகிறது. இதற்குக் காரணம், ஒருவேளை இந்தியா சுதந்திரம் பெற்றுவிட்டாலும் பர்மாவையாவது பழையபடியே சுரண்டி வரலாம் என்று பிரிட்டிஷ் அரசு ஆசை கொள்வதுதான். பர்மாவில் கிடைக்கும் எண்ணெய்யும், மரமும், தாதுப் பொருள்களும் அதன்மீது மையலை உண்டாக்குகின்றன.

குறிப்பு : (அக்டோபர், 1938)

ஐந்தரை ஆண்டுகளுக்கு முன்னால் சிறையில் இந்தக் கடிதத்தை எழுதியபிறகு இந்தியாவில் எத்தனையோ மாறுதல்கள் நிகழ்ந்துவிட்டன. இதை எழுதிய சமயம் சட்ட மறுப்பு இயக்கம், சுருங்கிய முறையில் என்றாலும், நடந்து வந்தது. ஏராளமான காங்கிரஸ் தொண்டர்கள் சிறையில் வதங்கினார்கள். காங்கிரஸ் மகாசபையே, அதன் ஆயிரக் கணக்கான கமிட்டிகளோடும் சம்பந்தப்பட்ட ஸ்தாபனங்களோடும், சட்டத்துக்குப் புறம்பானது என்று அறிவிக்கப்பட்டிருந்தது. 1934ல் காங்கிரஸ் சட்ட மறுப்பை நிறுத்தி விட்டது. அரசாங்கம் காங்கிரஸ் மீது விதித்திருந்த தடையை நீக்கியது. சட்டசபைப் புறக்கணிப்பு ஆகிய தனது பழைய கொள்கையைக் காங்கிரஸ் சிறிது மாற்றிக்கொண்டது. மத்திய சட்டசபைக்கு நடைபெற்ற தேர்தல்களில் காங்கிரஸ் கலந்து கொண்டு நல்ல வெற்றி பெற்றது.

1935ல் நெடுநாள் விவாதத்துக்குப் பின்னர், இந்தியாவுக்குப் புதிய அரசியலமைப்பு ஒன்றைக் கொண்ட இந்திய அரசாங்கச் சட்டத்தைப் பிரிட்டிஷ் நாடாளுமன்றம் நிறைவேற்றியது. அதன்படி மாகாணங்களில் பற்பல பாதுகாப்புகளோடு கூடிய மாகாணச் சுய

ஆட்சி ஓரளவுக்கு வழங்கப்பட்டது. மத்தியில் மாகாணங்களையும் இந்திய சமஸ்தானங்களையும் கொண்ட கூட்டாட்சிக்கு ஏற்பாடு செய்யப்பட்டது. இந்தச் சட்டத்துக்கு இந்தியா முழுவதும் எதிர்ப்பு இருந்தது. புதிய அரசியல் அமைப்பில் வகுப்புவாரிப் பிரதிநிதித் துவத்துக்கு வழிசெய்யப்பட்டது. வகுப்புக்கு ஒரு தொகுதியாகப் பல தனித் தொகுதிகள் ஏற்பட்டன. அதனால் பலனடைந்த சில சிறுபான்மை வகுப்பினர் அதை வரவேற்றார்கள். அந்த ஏற்பாடு முன்னேற்றத்துக்குத் தடையாகவும், ஜனநாயகத்துக்கு எதிராகவும் இருந்தபடியால் கண்டிக்கப்பட்டது.

இந்திய அரசாங்கச் சட்டத்தில் மாகாணச் சுயஆட்சி பற்றிய பாகம் 1937 தொடக்கத்தில் அமலுக்குக் கொண்டு வரப்பட்டது. அதை அனுசரித்துத் தேசமெங்கும் பொதுத் தேர்தல்கள் நடைபெற்றன. காங்கிரஸ் தேர்தல்களில் கலந்துகொள்ள முடிவுசெய்தது. மிகப் பெரும்பாலான மாகாணங்களில் மிகப் பெருவாரியாகக் காங்கிரஸ் வெற்றி பெற்றது. புதிய மாகாணச் சட்டசபைகள் பெரும்பாலானவற்றில் காங்கிரஸ் கட்சி பெரும்பான்மைக் கட்சியாக விளங்கியது. மாகாண அரசாங்கங்களில் காங்கிரஸ் மந்திரிப் பொறுப்பு ஏற்றுக்கொள்வதென்று தீர்மானிக்கப்பட்டது.

இம் முடிவின் பயனாகப் பம்பாய், மதராஸ், ஐக்கிய மாகாணம், பீகார், மத்திய மாகாணம், ஒரிஸ்ஸா, வடமேற்கு எல்லைப்புற மாகாணம் ஆகிய ஏழு மாகாணங்களில் காங்கிரஸ் மந்திரி சபைகள் ஏற்பட்டன. சில காலத்துக்குப் பிறகு, அஸ்ஸாமில் காங்கிரஸ் ஒரு கூட்டு மந்திரி சபையை அமைத்தது. காங்கிரஸ் மந்திரிசபை ஏற்படாத இரு முக்கிய மாகாணங்கள் வங்காளமும் பஞ்சாப்பும் ஆகும்.

காங்கிரஸ் மந்திரி சபைகள் ஏற்பட்டதன் பயனாக அரசியல் கைதிகள் விடுவிக்கப்பட்டார்கள். குடி உரிமைகளுக்கு இருந்த தடைகள் அகற்றப்பட்டன. பொது மக்கள் இந்த அரசாட்சி மாறுதலை வரவேற்றார்கள். தங்களுடைய நிலைமை விரைவில் திருந்தும் என்றும் எதிர்பார்த்தார்கள்.

காங்கிரஸ் மந்திரி சபைகளுக்கும் கவர்னர்களுக்கும் இடையே அடிக்கடி முரண்பாடுகள் உண்டாயின. இரண்டுதடவை மந்திரிகள் ராஜிநாமா செய்து விடுவதாகச் சொன்னார்கள். அந்த ராஜினாமாக் களை ஒப்புக்கொண்டிருந்தால் உடனே காங்கிரசும், பிரிட்டிஷ் அரசாங்கமும் மோதிக்கொள்ள வேண்டிய நிலைமை ஏற்பட்டிருக்கும்.

பிரிட்டிஷ் அரசாங்கம் அதை விரும்பவில்லை. ஆகவே, மந்திரிகளின் அபிப்பிராயம் நின்றது.

பிரிட்டிஷ் அரசாங்கம் கூட்டாட்சியைத் திணிக்க முயன்றால் பெரும் போராட்டம் நிகழ்வது திண்ணம். இதற்கு எதிர்ப்பு பலமாயி ருப்பதால் இதைச் செய்வதற்குப் பிரிட்டிஷ் அரசாங்கம் முயலவில்லை. முன் எப்போதும் இருந்ததைவிட இன்று காங்கிரஸ் அதிகப் பலம் வாய்ந்து விளங்குகிறது. அதைப் புறக்கணிப்பதற்கு இல்லை. வயது வந்தோருக் கெல்லாம் வாக்குரிமை அளித்து அவர்களால் தேர்ந்தெடுக்கப்படும் ஒரு அரசியல் நிர்ணயசபை சுதந்திர இந்தியாவுக்குரிய அரசியலை வகுக்க வேண்டுமென்பதே காங்கிரசின் கோரிக்கை,

மீண்டும் வகுப்புப் பிரச்சினை தலை தூக்குகிறது. அதனால் தொல்லை கள் விளைகின்றன. ஆனால், சமூக, பொருளியல் பிரச்சினைகள் முன்வந்து வகுப்பு, மத பேதங்களை மறைப்பதையும் காண்கிறோம்.

இந்தியாவில் ஏற்பட்ட பொதுஜன விழிப்பு சுதேச சமஸ்தானங் களுக்கும் பரவி வருகிறது. பல சமஸ்தானங்களில் பொறுப்பாட்சி இயக்கங்கள் வலுத்து வருகின்றன. பெரிய சமஸ்தானங்களில், மைசூர், காஷ்மீர், திருவாங்கூர் ஆகியவற்றை இந்த இயக்கங்களுக்கு முக்கிய இடங்களாகச் சொல்லவேண்டும். இவற்றுக்குப் பதிலளிக்கும் முறையில் சமஸ்தான அதிகாரிகள் கோரமான அடக்குமுறையிலும் பலாத்காரத்திலும் இறங்கியிருக்கிறார்கள். சமீபத்தில் திருவாங்கூரில் இத்தகைய அடக்குமுறை தாண்டவமாடியது.

கடந்த சில ஆண்டுகளாக இந்தியா சர்வதேச விவகாரங்களில் அதிக அக்கறை காட்டிவருகிறது. அது தன்னுடைய பிரச்சினையை உலகப் பிரச்சினையோடு பொருத்திப் பார்க்க முயன்று வருகிறது. அபிசீனியா, ஸ்பெயின், சீனா, செக்கோஸ்லவாகியா, பாலஸ்தீனம் ஆகிய நாடுகளில் நிகழ்ந்த நிகழ்ச்சிகள் இந்தியாவைப் பெரிதும் கலக்கியிருக்கின்றன. காங்கிரஸ் தனக்கென ஒரு அயல்நாட்டுக் கொள்கையை உருவாக்கத் தொடங்கியுள்ளது. அந்தக் கொள்கை சமாதான அடிப்படையிலும் ஜனநாயகத்தை ஆதரிக்கும் அடிப்படையிலும் இயங்குகிறது. ஏகாதிபத்தியத்தையும், பாசிசத்தையும் அறவே எதிர்க்கிறது.

1937ல் பர்மா இந்தியாவிலிருந்து பிரிக்கப்பட்டது. இந்திய மாகாணங்களில் உள்ளது போன்ற ஒரு சட்டசபையை அதற்கு வழங்கியுள்ளார்கள்.

எகிப்து விடுதலைப் புரட்சி

163. எகிப்துக்கு பிரிட்டன் கொடுத்த சுதந்திரம்

மே 20, 1933

எகிப்தில் தேசியத்துக்கும் ஏகாதிபத்திய வல்லரசான பிரிட்டனுக்கும் இடையே நடக்கும் போராட்டத்தை இந்தக் கடிதத்தில் பார்த்துவிடுவோம். இந்தியாவிலிருந்து எகிப்து பல வழிகளில் வேறுபட்டுள்ளது. பிரிட்டன் எகிப்தில் கொஞ்ச காலமாகத்தான் இருந்து வருகிறது. ஆயினும், இந்தியாவுக்கும் எகிப்துக்கும் பல பொதுவான அம்சங்கள் இருக்கின்றன.

இந்த இரண்டு வெவ்வேறு முறைகளில் போராடினாலும், தேசிய சுதந்திரத்துக்கான தூண்டுதலும் லட்சியமும் ஒன்றுதான். இந்த போராட்டங்களை ஒடுக்குவதற்கு ஏகாதிபத்திய அரசு கையாளும் முறைகளும் ஒன்றுதான். இந்தியர்களான நமக்கு எகிப்தின் அனுபவம் சில படிப்பினையைத் தருகிறது. பிரிட்டிஷார் நமக்கு அவ்வப்போது தானமாக வழங்கும் 'சுதந்திரத்'தின் பொருள் என்ன என்பதும். அது எங்கே கொண்டு செல்லும் என்பதும் நமக்கு நன்கு தெரிகின்றன.

அரபு நாடுகளில் எகிப்து அதிக முன்னேற்றமுள்ள நாடு. சூயஸ் கால்வாய் வெட்டப்பட்ட பிறகு நீராவிக் கப்பல்கள் செல்லும் பெரிய வியாபார மார்க்கம் எகிப்து. மேற்கு ஆசியாவைச் சேர்ந்த வேறு எந்த நாட்டையும்விட எகிப்துக்கும் பத்தொன்பதாம்

நூற்றாண்டின் புதிய ஐரோப்பாவுக்கும் உறவு அதிகம். அது அரபு நாடுகளுடன் மிக நெருங்கிய உறவு கொண்டுள்ளது. அந்த நாடுகள் அனைத்தும் ஒரே மொழி, ஒரே மரபு, ஒரே மதத்தைப் பின்பற்றுகின்றன. கெய்ரோவில் வெளியாகும் தினசரிப் பத்திரிகைகள் அரபு நாடுகளுக்கும் செல்கின்றன. அவற்றுக்கு அந்த நாடுகளில் மிகுந்த செல்வாக்கு உண்டு. அந்த நாடுகளுக்குள் முதன் முதலாகத் தேசிய இயக்கம் தோன்றி உருவாகியது எகிப்தில்தான். ஆகவே, அரபு நாடுகளுக்கு எகிப்திய தேசியம் ஒரு முன் மாதிரியாக இருப்பது இயற்கையே யாகும்.

இதற்கு முன், எகிப்தைப் பற்றி எழுதிய 141ஆவது கடிதத்தில், 1881-1882ல் அரபி பாஷாவின் தலைமையில் அங்கு நடைபெற்ற தேசிய இயக்கத்தையும், அதைப் பிரிட்டன் நசுக்கிய விதைத்தையும் கூறினேன். ஜமாலுத் தீன் ஆப்கனி முதலான சீர்திருத்தவாதிகள், மேற்கிலிருந்து இஸ்லாமைப் பாதித்த புதுக்கருத்துகளை ஒதுக்கிவிட்டு மூல தத்துவங்களை மட்டும் எடுத்துக் கொண்டதை கூறியிருந்தேன்.

ஹிந்து மதம், இஸ்லாம் மதம் இரண்டுமே சுத்த சமய போதனைகள் மட்டுமின்றி, சமூக ஆசார நியதிகளையும், விவாகம், வாரிசு பாத்தியதை பற்றிய விதிமுறைகளையும், சிவில், கிரிமினல் சட்டங்களையும் அரசியல் நடத்தும் அமைதியையும், இன்னும் இவைபோன்ற பல விஷயங்களைச் செய்யும் ஒழுங்கையும் வகுத்து வைத்திருக்கின்றன. அதாவது, இந்த மதங்கள் சமூக அமைப்பே இப்படித்தான் இருக்கவேண்டும் என்று வகுத்து அதை எப்போதும் நிலைநாட்ட முயற்சிக்கின்றன. இதில் ஹிந்து மதம் சென்ற அளவுக்கு வேறு எந்த மதமும் செல்லவில்லை. அது தனது சமூகத்தில் அசைக்க முடியாதபடி ஜாதிப் பாகுபாட்டைப் புகுத்தியிருக்கிறது. இவ்வாறு, மதத்தின் துணைகொண்டு ஒரு சமூக அமைப்பை நீடிக்கச் செய்வதால் அதை மாற்றி அமைப்பது அரிதாகி விடுகிறது. ஆகவே, மற்ற இடங்களைப்போல எகிப்திலும், முற்போக்கை நாடுவோர் இஸ்லாம் மதத்தைச் சமூக அமைப்பில் இருந்து பிரிக்க முயன்றனர். இதற்கு அவர்கள், "பழைய ஏற்பாடுகள் புதுக் காலத்துக்கு பொருத்தமற்றுப் போய்விட்டன என்றும், கட்டை வண்டிக்காகச் செய்யப்பட்ட விதி, மோட்டார் காருக்கோ ரயில் வண்டிக்கோ பொருந்தாது என்பதைப் புத்தகத்தைப் புரட்டித் தெரிந்து கொள்ள வேண்டியதில்லை" என்று விளக்கம் அளித்தனர்.

சீர்திருத்தவாதிகளும் முன்னேற்றவாதிகளும் இவ்வாறு பேசினார்கள்.

இதன் பயனாக அரசாங்கமும் மற்றும் பல அமைப்புகளும் வரவர மதச்சார்பற்றவையாக மாறின. இந்த மாறுதல் துருக்கியில் உச்சம் பெற்றதை முன்பு கண்டோம். துருக்கியக் குடியரசின் தலைவர் கடவுள் சாட்சியாகப் பதவிப் பிரமாணம் கூட எடுப்பதில்லை. தம்முடைய கவுரவ சாட்சியாக எடுத்துக்கொள்ளுகிறார். எகிப்தில் விஷயம் இவ்வளவு தூரத்துக்கு வரவில்லை. ஆனால், எகிப்திலும் சரி, ஏனைய இஸ்லாமிய நாடுகளிலும் சரி, இதே போக்கைக் காண்கிறோம். துருக்கியர், எகிப்தியர், சிரியர், ஈரானியர் முதலானோருடைய பேச்சில் மதத்தின் பழைய வாசனையைவிடத் தேசியத்தின் புதுமணமே வீசுகிறது.

உலகிலுள்ள மற்ற முஸ்லிம் மக்களைக் காட்டிலும் இந்திய முஸ்லிம்கள் இந்தத் தேசியப் போக்கை அதிகமாக எதிர்த்து வந்திருக்கிறார்கள். ஆகவே, இவர்கள் இஸ்லாமிய நாடுகளில் வாழும் முஸ்லிம்களைவிட அதிக மதப்பற்றும் பழைமைப்பற்றும் உடையவர்கள் என்று கொள்ளலாம். இந்தியாவில் சிறுபான்மையினராக இருப்பதால் ஏற்பட்ட அச்சம் காரணமாகவும், அவர்கள் புதுப்போக்கை விரும்பாமல் பழம்போக்கையே கட்டிக் கொண்டிருக்கிறார்கள் என்றும் கூறலாம். ஆயிரம் ஆண்டுகளுக்கு முன்னால் முஸ்லிம்கள் இந்த நாட்டின் மீது படையெடுத்துவந்த சமயத்தில் ஹிந்துக்களும் இதைப் போன்றதொரு மனப்பான்மையால் உந்தப்பட்டிருக்க வேண்டும். அவர்கள் தங்களுடைய கூட்டுக்குள் தங்களை இழுத்துக் கொண்டு தங்களைச் சுற்றிலும் எவரும் உட்புகமுடியாத ஜாதிச்சுவர் எழுப்பிக்கொண்டார்கள்.

பத்தொன்பதாம் நூற்றாண்டின் கடைசிப் பாகத்திலும் அதற்குப் பிறகும் எகிப்தில் வெளிநாட்டு வர்த்தகம் பெருகியது. அத்துடன் எகிப்தின் புதிய மத்திய வகுப்பும் வளர்ந்து வந்தது. சாத் ஜக்லுல் என்பவர் இவ் வகுப்பைச் சேர்ந்தவர். அவர் குடியானவர் குடும்பம் ஒன்றில் பிறந்து பிறகு மத்திய வகுப்புக்கு உயர்ந்தவர். 1881-1882ல் அரபி பாஷா பிரிட்டிஷாரை எதிர்த்து நின்றபோது இளவயதினரான ஜக்லுல் அவருக்குக் கீழே சேவை செய்தார். அதிலிருந்து சாகும்வரை, நாற்பத்தைந்து ஆண்டுகள், அவர் எகிப்தின் விடுதலைக்காக உழைத்தார்.

எகிப்திய சுதந்திர இயக்கத்தின் ஒப்பற்ற தலைவராக இருந்தார். அவரை விவசாயிகளும், மத்திய வகுப்பினரும் கொண்டாடினார்கள். ஆனால், பழைய நிலமானியப் பிரபுக்களுக்கு அவரைக் கண்டால் பிடிக்கவில்லை. தேசத்தில் அவர்களுக்கு மிகுந்த செல்வாக்கு

இருந்தது. அதைச் சிறிது சிறிதாக அபகரித்துவந்த மத்திய வகுப்பாரை அவர்களுக்குப் பிடிக்காததில் வியப்பில்லை. அவர்கள் ஜக்லுலை அலட்சியம் செய்தார்கள். தலைவர் என்ற முறையிலும், தம்முடைய வகுப்பின் பிரதிநிதி என்கிற முறையிலும் அவர் அவர்களை எதிர்த்து நீந்த வேண்டியதாயிற்று. இந்தியாவில் போலவே பிரிட்டிஷார் இந்த நிலமானியப் பிரபு வமிசத்தாரைத் தங்களுக்குத் துணையாகக் கொள்ள முயன்றார்கள். அந்த வம்சத்தார் முன்பு எகிப்தை ஆண்டவர்கள். அவர்களுக்கு எகிப்தியக் கலப்பைவிடத் துருக்கியக் கலப்பு அதிகம்.

இந்தியாவில் போலவே எகிப்திலும் சிறுபான்மையினரான கிறிஸ்தவர்களை மையமாக வைத்து சிறுபான்மையினர் பிரச்சினையை உருவாக்கப் பார்த்தார்கள். ஆனால், இதில் அவர்கள் தோல்வியுற்றார்கள். அவர்கள் செய்வது ஒவ்வொன்றும் எகிப்தியர் நன்மைக்காகத்தான் என்று கூசாமல் பொய் சொன்னார்கள். அவர்கள் 'வாயில்லாப் பூச்சிகளா'ன மக்களுக்குத் 'தர்மகர்த்தர்கள்' அல்லவா? நாட்டில் எவ்விதமான 'அக்கு தொக்கு'ம் இல்லாத 'கிளர்ச்சிக்காரர்'களும் அவர்களைப் போன்ற பிறரும் தொந்தரவு கொடுக்காமல் இருந்தால் எல்லாம் சரியாகிவிடும். இவ்வாறு, மக்களுக்கு நன்மை செய்யும் சமயத்தில்தான் பலருடைய உயிரைப் பறிக்கிறார்கள் போலும்.

யுத்தத்தின் போதும் அதற்கு நெடுநாளைக்குப் பின்னரும் எகிப்து ராணுவச் சட்ட ஆட்சியின் கீழிருந்தது. எகிப்தில் எங்கே பார்த்தாலும் பிரிட்டிஷ் படைகள் குவிந்திருந்தன. யுத்தம் தொடங்கிய சமயம் அது பிரிட்டிஷ் பாதுகாப்பு நாடு என அறிவிக்கப்பட்டது,

1918ல் யுத்தம் முடிந்து சமாதானம் ஏற்பட்ட உடனே எகிப்திலுள்ள தேசியவாதிகள் மீண்டும் செயலாற்றத் தொடங்கினர். பிரிட்டிஷ் அரசாங்கத்துக்கும், பாரிஸ் சமாதான மாநாட்டுக்கும் சமர்ப்பிக்க, எகிப்தின் சுதந்திரக் கோரிக்கையைத் தயார் செய்தார்கள். லண்டனுக்கும் பாரிசுக்கும் சென்று எகிப்திய சுதந்திரத்துக்காக வாதாட சாத் ஜக்லுல் பாஷாவின் தலைமையில் தூதுக்குழு அனுப்ப முடிவு செய்யப்பட்டது. அந்தக் குழுவுக்கு அங்கீகாரம் பெறுவதற்காக, பல தரப்பு மக்களையும் கொண்ட ஒரு அமைப்பு உருவாக்கப்பட்டது. எகிப்தின் பெரிய கட்சியான 'வப்த்' கட்சியின் தோற்ற வரலாறு இதுதான். 'வப்த்' என்றால் தூதுக்குழு என்று பொருள். இந்தத் தூது குழு லண்டன் செல்வதற்குப் பிரிட்டிஷ் அரசாங்கம் அனுமதி அளிக்க மறுத்தது. 1919 மார்ச்சில் அது ஜக்லுலையும் மற்றத் தலைவர்களையும் கைது செய்தது.

பிரிட்டிஷ் அரசாங்கத்தின் இந்த நடவடிக்கையால் புரட்சி

தோன்றியது. சில பிரிட்டிஷார் கொல்லப்பட்டார்கள். புரட்சிக்குழு கெய்ரோவையும் மற்ற முக்கிய இடங்களையும் தன் வசப்படுத்திக் கொண்டது. தேசியவாதிகள் பல இடங்களில் ஜனங்களின் பாதுகாப்புக்காகக் குழுக்கள் அமைத்தனர். இந்தக் கலகத்தில் கல்லூரி மாணவர்கள் பெரும்பங்கு வகித்தனர். பிரிட்டிஷார் பெரும்பாலும் கலகத்தை அடக்கி விட்டார்கள். ஆனால், அவ்வப்போது பிரிட்டிஷ் அதிகாரிகளைக் கொலை செய்வது மட்டும் நிற்கவில்லை. கலகம் அடக்கப்பட்டது என்றாலும், இயக்கம் ஒடுக்கப்படவில்லை. அது தன்னுடைய போர்த் தந்திரத்தை மாற்றிக்கொண்டு சாத்விக எதிர்ப்பில் இறங்கியது. இவ்வெதிர்ப்பின் வெற்றியைக் கண்ட பிரிட்டிஷ் அரசாங்கம் எகிப்தின் கோரிக்கையை நிறைவேற்ற உடனே சில நடவடிக்கைகள் எடுத்தது.

அது லார்டு மில்னர் என்பவரின் தலைமையில் எகிப்துக்கு ஒரு கமிஷனை அனுப்பியது. எகிப்தியத் தேசியவாதிகள் கமிஷனைப் புறக்கணிக்க முடிவு செய்தார்கள். அது, மாபெரும் வெற்றி பெற்றது. இந்த எதிர்ப்பின் சக்தியை உணர்ந்த மில்னர் கமிஷன் சில முற்போக்கான பரிந்துரைகளைச் செய்தது. ஆனால், பிரிட்டிஷ் அரசாங்கம் அவற்றை ஏற்கவில்லை. 1919ஆம் ஆண்டுத் தொடக்கம் முதல் 1922 ஆம் ஆண்டுத் தொடக்கம் வரை மூன்று ஆண்டுகள் எகிப்தில் போராட்டம் தொடர்ந்து நடைபெற்றது. எகிப்தியர் பூரண சுதந்திரத்துக்குக் குறைந்த எதையும் ஏற்றுக்கொள்ள மறுத்துவிட்டார்கள்.

ஐக்லுல் பாஷா 1919ல் கைதான பிறகு, சில காலம் கழித்து விடுதலை செய்யப்பட்டார். 1921 டிசம்பரில் அவரை மீண்டும் கைது செய்து நாடு கடத்தினார்கள். எகிப்தியத் தேசியவாதிகள் பிரிட்டனுக்கு எகிப்தில் உள்ள எல்லா நலன்களையும் புறக்கணிக்க விரும்பவில்லை. அவர்கள் அவற்றைப்பற்றி விவாதிக்கவும், வர்த்தகம், ராணுவ முக்கியம் வாய்ந்த வழிகள், இன்னும் இவை போன்ற விஷயங்களில் பிரிட்டனுக்குள்ள அக்கறையை மதித்து நடக்க விருப்பமாக இருக்கிறார்கள். ஆனால், அதற்கு, அவர்களுடைய முழு சுதந்திரம் ஒப்புக் கொள்ளப்பட வேண்டும், ஆனால், இதற்கு மாறாக பிரிட்டன், இவ்வளவு சுதந்திரம்தான் கொடுக்க முடியும் என்று கூறத் தனக்கே உரிமை உண்டு என்றும், அந்தச் சுதந்திரமும் தன்னுடைய நலன்களுக்கு உட்பட்டிருக்க வேண்டும் என்றும், தன்னுடைய நலன்களுக்கே முக்கிய இடம் என்றும் நினைக்கிறது.

ஆகவே, இரு தப்பினரும் ஒத்துப்போவதற்கு வழி இல்லை. ஆனால்,

பிரிட்டிஷ் அரசாங்கம் ஏதாவது செய்தாக வேண்டும் என்று கருதியது, ஆகவே, எவ்வித உடன்பாடும் இல்லாமலே, 1922ஆம் வருடம் பிப்ரவரி மாதம் 28ஆம் தேதி அவர்கள் இனி எகிப்தை ஒரு 'சுதந்திரத் தனியரசு நாடாக' ஏற்கிறோம் என்று அறிவித்தார்கள். ஆனால் என்று, சில நிபந்தனைகளை விதித்தார்கள். அவை வருமாறு...

1. எகிப்தில் செல்லும் பிரிட்டிஷ் பேரரசின் போக்குவரத்து வழிகளின் பாதுகாப்பு.

2. நேராகவோ மறைமுகமாகவோ அன்னியர்கள் எகிப்தில் தலையிடுவதையும் அக்கிரமிப்பதையும் தடுப்பதற்கான பாதுகாப்பு ஏற்பாடுகள்.

3. எகிப்தில் உள்ள அன்னியர் நலன்களையும், சிறுபான்மை வகுப்பினரையும் பாதுகாப்பது.

4. சூடானின் எதிர்காலம் பற்றிய பிரச்சினை.

இந்த ஒதுக்கப்பட்ட அதிகாரங்களும் இந்தியாவில் 'பாதுகாப்புகள்' என்று நாம் அறிந்துள்ளவையும் ஒரே மாதிரியாக இருப்பதை காணலாம். இந்த ஒதுக்கல்கள் பார்வைக்கு ஒன்றுமில்லாதது போல் தோன்றினாலும், இவற்றை ஒப்புக் கொண்டால், உள்நாட்டு விவகாரங்களிலா ஆகட்டும், வெளிநாட்டு விவகாரங்களில் ஆகட்டும், எகிப்துக்கு உண்மையான சுதந்திரம் இருக்காது. ஆகவே, எகிப்தியர் இவற்றை ஒப்புக்கொள்ளவில்லை. 1922 பிப்ரவரி 28 ஆம் தேதி அறிக்கை அரைகுறையாவே முடிந்தது.

எகிப்து 'சுதந்திரம்' பெற்ற பிறகும் அங்கு ஒன்றரை ஆண்டுக்கு மேலாகவே பிரிட்டிஷ் அதிகாரிகளின் கீழ் ராணுவச் சட்ட ஆட்சி நடைபெற்றது. எகிப்திய அரசாங்கம் 'குற்ற நிவாரணச் சட்டம்' ஒன்று இயற்றிய பிறகே அது முடிவுற்றது. அதாவது, ராணுவச் சட்ட ஆட்சியின்போது, சட்டத்துக்குப் புறம்பான செயல்கள் புரிந்த எல்லா அதிகாரிகளும் அவற்றிற்குப் பதில் சொல்வதில் இருந்து விடுவிக்கப் பட்டார்கள்.

புதிதாகச் 'சுதந்திரம்' பெற்ற எகிப்துக்கு மிகவும் பிற்போக்கான ஒரு அரசியல் அமைப்பு வழங்கப்பட்டது. அதன்படி, அரசரின் கையில் மிகவும் அதிகப்படியான அதிகாரங்கள் ஒப்படைக்கப்பட்டன. அரசர் புவாத் ஏழை எகிப்தியர் மீது திணிக்கப்பட்டார். அரசருக்கும்

பிரிட்டிஷ் அதிகாரிகளுக்கும் நல்ல பொருத்தம். இரண்டு பேருக்கும் தேசியவாதிகளைப் பிடிக்கவில்லை. புவாத் தன்னையே அரசாங்கம் என்று கருதிக்கொண்டு தான் தோன்றியாய் நடக்கலானார். அவர் நாடாளுமன்றத்தைக் கலைத்துவிட்டுத் தானே சர்வாதிகாரம் செலுத்தினார்.

*1923*ல் புதிய நாடாளுமன்றத்துக்கு முதல் முறையாகத் தேர்தல்கள் நடைபெற்றன. ஜக்லுல் பாஷாவும் அவருடைய கட்சியும் - அதற்கு இப்போது வப்த் கட்சி என்று பெயர் - பெருமிதமான வெற்றி பெற்றார்கள். அவர்களுக்கு 100க்கு 90 வோட்டுகளும், 214க்கு 177 இடங்களும் கிடைத்தன. பிரிட்டனுடன் சமரசமாகப் போவதற்கு முயற்சி செய்யப்பட்டது. இதற்காக ஜக்லுல் லண்டனுக்குச் சென்றார். இரு பக்கத்து நோக்கங்களையும் சமரசப்படுத்துவது சாத்தியப்பட வில்லை. சமரசப் பேச்சு முறிந்தது. அவற்றில் ஒன்று சூடானைப் பற்றியது.

இதற்கு முன்னர் இங்கிலாந்து, எகிப்து இவ்விரண்டின் கூட்டு ஆதிக்கத்துக்கு உட்பட்ட நாடாகச் சூடான் கருதப்பட்டு வந்தது. அது ஆங்கிலோ - எகிப்திய சூடான் என்று அழைக்கப்பட்டது. இங்கிலாந்து எகிப்தை ஆண்டு வந்ததால் இரு நாட்டின் நலன்களுக்குள் முரண்பாடு எழவில்லை. அதுமட்டுமின்றி, எகிப்தின் பணம் ஏராளமாகச் சூடானில் செலவழிக்கப்பட்டது. எகிப்தை விட்டு வெளியேறும் நிலை உருவானதும், சூடானையாவது வைத்துக் கொள்ள வேண்டும் என்று பிரிட்டிஷார் நினைத்தார்கள். நைல் நதிக்காக சூடானை எகிப்துடன் சேர்க்க வேண்டும் என்று எகிப்தியர் நினைத்தார்கள். இவ்வாறு இரு தரப்புக்கும் மாறுபாடு ஏற்பட்டது.

*1924*ல், சாத் ஜக்லுலும் பிரிட்டிஷ் அரசாங்கமும் சூடான் பிரச்சினையை விவாதித்துக் கொண்டிருந்த சமயத்தில், சூடானியர் எகிப்தின் மீது தங்களுக்குள்ள நட்பையும் பற்றுதலையும் பல வழிகளில் காட்டினார்கள். இதற்காக அவர்களைப் பிரிட்டிஷார் கடுமையாகத் தண்டித்தார்கள்.

எகிப்தின் தேசத்தந்தை ஜக்லுல் பாஷா தனது தோழர்களுடன்

164. எகிப்தில் பிரிட்டனின் தந்திரம்

மே 22, 1933

எகிப்திய அரசாங்கப் பிரதிநிதிகளான தேசியவாதிகளுக்கும் பிரிட்டிஷாருக்கும் இடையில் 1924ஆம் ஆண்டு நடைபெற்ற பேச்சு வார்த்தைகள் முறிந்தது. அதையடுத்து நிகழ்ந்த ஆச்சரியமான நிகழ்ச்சிகளைக் கூறுமுன், எகிப்து சுதந்திரமாக இருப்பதாகக் கூறப்பட்டாலும் பிரிட்டிஷ் ராணுவம் அங்கேயே இருந்தது என்பதை உனக்கு நினைவூட்ட வேண்டும். பிரிட்டிஷ் படைகள் நிறுத்தப்பட்டதுடன், எகிப்து ராணுவத்துக்கும் பிரிட்டிஷ் ஆதிக்கத்தின் கீழ்தான் இருந்தது. போலீசிலும் உயர் அதிகாரிகள் ஆங்கிலேயர்களே. எகிப்தில் உள்ள நிதி, நீதி, உள்நாட்டு இலாகாக்களிலும் பிரிட்டிஷ் அரசாங்கம் ஆதிக்கம் செலுத்தியது. அதாவது, எகிப்திய அரசாங்கத்தின் உயிர்நாடி பிரிட்டிஷார் கையில் இருந்தது.

1924 நவம்பர் 19ல் சர் லீ ஸ்டாக் என்ற ஆங்கிலேயரைச் சில எகிப்தியர் கொன்றுவிட்டார்கள். அவர் எகிப்திய ராணுவத்தின் தளபதியாகவும், சூடானின் கவர்னர் ஜெனரலாகவும் இருந்தார். இந்தச் செய்தி எகிப்திலும் இங்கிலாந்திலும் பிரிட்டிஷாருக்குப் பேரதிர்ச்சியை விளைத்தது. அதைவிட வப்த் கட்சியின் தலைவர்களுக்கு அதிர்ச்சி. இது அவர்களைத்தான் பாதிக்கும் என்று நன்கு அறிந்திருந்தார்கள். எதிர்பார்த்தபடியே, மூன்றே

நாட்களில் நவம்பர் 22 ஆம் தேதி, எகிப்தில் இருந்த பிரிட்டிஷ் தூதர் லார்டு ஆலன்பி என்பவர் எகிப்திய அரசிடம் சில கோரிக்கைகளை வைத்தார்...

1. நடந்ததற்கு அரசாங்கம் மன்னிப்புக் கேட்க வேண்டும்.

2. குற்றவாளிகளைத் தண்டிக்க வேண்டும்.

3. எல்லா அரசியல் ஆர்ப்பாட்டங்களையும் தடை செய்யவேண்டும்.

4. ஐந்து லட்சம் பவுன் நஷ்ட ஈடு தரவேண்டும்.

5. இருபத்து நான்கு மணிக்குள் சூடானிலிருந்து எல்லா எகிப்தியத் துருப்புகளையும் வாபஸ் பெறவேண்டும்.

6. எகிப்தின் நன்மையை முன்னிட்டுச் சூடானில் இவ்வளவு பரப்புக்குத்தான் நீர் பாய்ச்சலாம் என்ற கட்டுப்பாட்டை நீக்க வேண்டும்.

7. எகிப்தில் உள்ள அன்னியரை பாதுகாக்கும் உரிமையைப் பிரிட்டிஷ் அரசாங்கம் மேற்கொள்ள எதிர்ப்பு காட்டக்கூடாது. பிரிட்டிஷார் தொடர்ந்து நிதி, நீதி, உள்நாட்டு இலாக்காக்கள் மீது ஆதிக்கம் செலுத்திவர வேண்டும்.

யாரோ சிலர் சர் லீ ஸ்டாக்கைக் கொன்றதற்காக பிரிட்டிஷ் அரசாங்ங்கமே, அதாவது, எகிப்திய மக்களே அந்தக் கொலையைச் செய்தது போல முடிவுக்கு வந்துவிட்டனர். அந்தக் கொலைக்காக எகிப்திடமிருந்து பெருந்தொகையை அபகரித்துக் கொண்டார்கள். எல்லாவற்றிற்கும் மேலாக, சில மாதங்களுக்கு முன்பு இருதரப்புக்கும் உடன்பாடு எட்டாத விவகாரங்கள் அனைத்தையும் இதை வைத்து முடித்துக்கொள்ள முயன்றனர். இவை போதாதென்று அரசியல் ஆர்ப்பாட்டங் களுக்கும் தடை விதிக்க வேண்டுமென்று கேட்டார்கள்.

ஒரு கொலையிலிருந்து இவ்வளவு லாபத்தையும் அடைய விரும்பும் பிரிட்டிஷாரின் புத்திசாலித்தனம் யாருக்காவது வருமா? இதில் வேடிக்கை என்ன வென்றால், அந்தக் கொலையைத் தடுக்கும் பொறுப்பில் இருந்த இரு முக்கிய போலீஸ் அதிகாரிகளும் ஆங்கிலேயர்கள். அவர்களை யாரும் குற்றம் கூறவில்லை. ஆனால், எகிப்திய அரசாங்கம் எல்லாவற்றையும் தன் தலையில் ஏற்றுக்கொள்ள வேண்டியதாயிற்று. கொலை நிகழ்ந்ததை அறிந்த உடனே அது தன் ஆழ்ந்த வருத்தத்தைத் தெரிவித்தும் பலனில்லை.

எகிப்திய அரசாங்கம் எல்லாவற்றுக்கும் தாழ்ந்து கொடுத்தது. ஜக்லுல் பாஷா ஏறக்குறைய எல்லாக் கோரிக்கைகளையும் ஒப்புக்கொண்டார். இருபத்து நான்கு மணி நேரத்துக்குள் ஐந்து

லட்சம் பவுனைக் கொடுத்தார். சூடான் விஷயத்தில் மட்டும் விட்டுக்கொடுக்க மறுத்தார். அது இவ்வளவு தாழ்ந்து போயும் லார்டு ஆலன்பி திருப்தி அடையவில்லை. சூடான் விஷயத்தில் விட்டுக் கொடுக்காததால், பிரிட்டிஷாரின் சார்பில் அலெக்சாண்டிரியாவில் உள்ள சுங்கச் சாவடியை கைப்பற்றிக் கொண்டார். அதுமட்டுமின்றி, எகிப்தின் அனுமதி இல்லாமலேயே, சூடானை பிரிட்டனின் காலனியாக மாற்றிக்கொண்டார். சூடானிலிருந்த எகிப்தியத் துருப்புகளின் கலகத்தையும் அடக்கினார்கள்.

1924 நவம்பரில் பிரிட்டிஷாரின் இந்தச் செயலை எதிர்த்து ஜக்லுக் பாஷாவும் அவருடைய அரசாங்கமும் ராஜினாமா செய்தார்கள். அதே மாதத்தில் அரசர் புவாத் நாடாளுமன்றத்தைக் கலைத்துவிட்டார். பிரிட்டிஷாரின் எண்ணம் நிறைவேறியது.

பிரிட்டன் அக்கிரமம் செய்கிறது என்று சர்வதேச சங்கத்திடம் எகிப்து முறையிட்டது. ஆனால், பெரிய வல்லரசுகள் மீது புகார் என்றால், அதற்கு காதும் கேட்பதில்லை, கண்ணும் தெரிவதில்லையே.

இதிலிருந்து, எகிப்தில் ஒரு பக்கம் வப்த் கட்சிக்கும், இன்னொரு பக்கம் அரசர் புவாத் மற்றும் பிரிட்டிஷ் ஹைகமிஷனர் ஆகியோருக்கு இடையே ஓயாத போராட்டம் நடந்து வந்தது. வப்த் கட்சியைத் தேசம் ஒருமுகமாக ஆதரித்து நின்றது. பிரிட்டிஷ் பலமும், அவர்களுக்குக் கீழிருந்த ராணுவம், போலீஸ் இவற்றின் பலமும் அரசர் புவாத்துக்கு இருந்தது.

1924 நவம்பரில் நாடாளுமன்றம் கலைக்கப்பட்டது. 1925 மார்ச்சில் புது நாடாளுமன்றம் கூடியது. அதில் வப்த் கட்சி மிகப் பெரும்பான்மையான கட்சியாக விளங்கியது. அது உடனே ஜக்லுல் பாஷாவைப் 'பிரதிநிதி சபை'யின் தலைவராகத் தேர்ந்தெடுத்தது. பிரிட்டிஷாரோ அரசர் புவாத்தோ இதை ஒப்புக்கொள்ளவில்லை. அன்றைய தினமே அது கலைக்கப்பட்டது. அதன் வாழ்வு ஒருநாள் வாழ்வாக முடிந்தது. இதற்குப் பின் ஓராண்டு வரையில் நாடாளுமன்றமே இல்லாமல் அரசர் புவாத் சர்வாதிகாரம் செலுத்தினார். பிரிட்டிஷ் கமிஷனர் அவரைப் பின்னாலிருந்து ஆட்டி வைத்தார்.

இதைக் கண்டு நாடு முழுவதும் சினங்கொண்டது. அரசர் புவாத்-ஆங்கிலேயரின் கூட்டை எதிர்ப்பதற்கு எல்லாக்கட்சிகளையும் ஜக்லுல் ஒன்றுபடுத்தினார். 1925 நவம்பரில் அரசாங்கத்தின் தடையையும்

மீறிப் நாடாளுமன்ற உறுப்பினர்கள் ஒரு கூட்டம் கூட்டினார்கள். நாடாளுமன்ற மன்றத்தில் உறுப்பினர்கள் நுழையாதபடி படைகள் காவல் புரிந்தன. ஆகவே, அவர்கள் வேறு இடத்தில் கூடினார்கள்.

இதற்குப் பிறகு அரசர் புவாத் அரசியல் அமைப்பையே மாற்றி-விட எத்தனித்தார். நாடாளுமன்றத்தை மேலும் பிற்போக்கானதாக மாற்றிவிட்டால், ஜக்லுல் கட்சியைச் சேர்ந்தவர்கள் அதிகமாக வரமாட்டார்கள் என்று எண்ணினார். புதிய அரசமைப்பின் கீழ்த் தேர்தல்கள் நடத்தினால் அவற்றை எல்லாக் கட்சிகளும் புறக்கணிப்பார்கள் என்பது தெளிவாகத் தெரிந்தது. அதன்பேரில் அரசர் புவாத் தன் போக்கை மாற்றிக்கொண்டு பழையபடியே தேர்தல்கள் நடத்தினார். ஜக்லுல் கட்சி மாபெரும் வெற்றி பெற்றது. 214 இடங்களில் 200ஐ அவர்கள் கைப்பற்றினார்கள்! ஜக்லுல், தேசத்தின் நம்பிக்கைக்குப் பாத்திரமான ஒப்பற்ற தலைவர் என்பதற்கும், தேசத்தின் கோரிக்கை இதுதான் என்பதற்கும் இதைவிட வேறு சான்று வேண்டியதில்லை.

அப்படியிருந்தும், ஜக்லுல் பிரதம மந்திரியாக வருவதைப் பிரிட்டிஷ் கமிஷனரான லார்டு லாயிட் எதிர்த்தார். ஆகவே, வேறு ஒருவர் பிரதமராக நியமிக்கப்பட்டார். இதில் பிரிட்டிஷார் தலையிடு வதற்கு என்ன நியாயம் இருக்கிறதென்று யாரும் புரிந்துகொள்வது கடினம். புதிய அரசாங்கம் பெரும்பாலும் ஜக்லுல் கட்சியின் கருத்துப்படியே நடந்து வந்தது. அது எவ்வளவுதான் மிதமாகப் போக முயன்றும் லாயிட் உடன் அடிக்கடி மோதலைத் தவிர்க்க முடியவில்லை. அவர் எடுத்ததற்கெல்லாம் பிரிட்டிஷ் யுத்தக் கப்பல்களைக் கொண்டு வருவதாக எகிப்து அரசாங்கத்தை மிரட்டினார்.

1927ல் மீண்டும் பிரிட்டனுடன் சமரசத்துக்கு முயற்சி செய்யப்பட்டது. ஏட்டளவில் சுதந்திரம் என்று பேசினார்களே தவிர, உண்மையில் எகிப்து பிரிட்டனின் பாதுகாப்பு நாடாக இருப்பதையே அவர்கள் விரும்பினார்கள். அதனால், சமரசப் பேச்சு முறிந்தது.

இந்தப் பேச்சு நடைபெற்று வந்தபோது எகிப்தின் தனிப் பெருந் தலைவரான சாத் ஜக்லுல் பாஷா காலமானார். 1927 ஆகஸ்டு 23 ஆம் தேதி அவர் காலமானபோது அவருக்கு வயது எழுபது. அவருடைய நினைவுச் சுடர்விளக்கு அவர்களுக்கு என்றென்றும் வழிகாட்டும். கெய்ரோவிலுள்ள ஜக்லுல் பாஷாவின் வீடு பொதுமக்கள் இல்லம் என்று அழைக்கப்படுகிறது. அது நெடுங்காலமாக எகிப்தியத்

தேசியவாதிகளின் தலைமையிடமாக இருந்து வருகிறது.

ஜக்லுல் பாஷாவுக்குப்பின் முஸ்தபா நஹாஸ் பாஷா வப்த் கட்சியின் தலைவரானார். பிறகு, **1928** மார்ச்சில், அவர் பிரதமர் ஆனார். யார் பிரதமர் ஆனால் என்ன? மக்களுடைய குடியுரிமை பற்றியும், ஆயுதம் ஏந்தும் உரிமை பற்றியும் சில உள்நாட்டு சீர்திருத்தங்களைக் கொண்டுவர முயன்றார். உடனே இங்கிலாந்து அரசு தடுத்தது. எதற்கெடுத்தாலும் எகிப்து அரசின் முயற்சிகளையெல்லாம் இங்கிலாந்து தடுத்தது. அடுத்த கூட்டத்தில் பார்க்கலாம் என்பார்கள். ஆனால், கூட்டமே இருக்காது. இந்நிலையில்தான் பொய்க் கையெழுத்து போட்ட ஒரு கடிதத்தை ஆதாரமாக வைத்து, நஹாஸ் பாஷா மீது லஞ்சக் குற்றம் சாட்டி பதவியிலிருந்து விலகச் சொன்னார்கள். அவர் மறுத்துவிட்டார். உடனே அரசர் புவாத், பிரதமரை பதவி நீக்கம் செய்தார். பிறகு அரசியல் சட்டத்தை மாற்றி அமைத்தார். பத்திரிகை உரிமை உள்ளிட்ட முக்கியமான உரிமைகளையும் ரத்து செய்தார்.

சர்வாதிகார அரசாங்கத்தைப் பொருட்படுத்தாமல் நாடாளுமன்ற உறுப்பினர்கள் கூடிப் புதிய அரசாங்கம் சட்ட விரோதமானது என்று அறிவித்தார்கள். அதற்கெல்லாம் லாயிடும், புவாத்தும் கவலைப்படவில்லை.

அரசாங்கம் நிர்ப்பந்தம் செய்தும், நஹாஸ் பாஷாவுக்கு எதிராக அரசாங்கம் கொண்டு வந்த வழக்கு நிற்கவில்லை. அவர்மீது கொண்டு வந்த குற்றம் அத்தனையும் பொய் என்று தீர்ப்பளிக்கப்பட்டது. இந்தத் தீர்ப்பு பத்திரிகைகளில் பிரசுரம் ஆகாதபடி உடனே அரசாங்கம் தடுத்துவிட்டது. ஆனால், இந்தச் செய்தி ஒரு நொடிக்குள் காற்றாகப் பரவிவிட்டது. இதைக் கேட்ட மக்கள் குதூகலித்தனர்.

லாயிடையும் பிரிட்டிஷ் படைகளையும் பின்பலமாகக் கொண்ட சர்வாதிகார அரசாங்கம் வப்த் கட்சியை ஒழிக்க முயன்றது. எங்கும் பயங்கர அமளி. பத்திரிகைகளுக்கு வாய்ப் பூட்டு. ஆனால், எல்லாவற்றையும் மீறிப் பெரிய தேசிய ஆர்ப்பாட்டங்கள் நிகழ்ந்தன. அவற்றில் எகிப்திய மாதர் சிறந்த பங்கெடுத்தனர். ஒரு வாரம் வேலை நிறுத்தம் நிகழ்ந்தது. அதில் வக்கீல்களும் பிறரும் கலந்து கொண்டார்கள். ஆனால் வாய்ப்பூட்டுக் காரணமாக இந்தச் செய்தி பத்திரிகைகளில் வெளியாகக்கூடவில்லை.

இவ்வாறு **1928** ஆம் ஆண்டு போரும் பூசலுமாகக் கழிந்தது.

அந்த ஆண்டு முடிவில் இங்கிலாந்தில் தொழிற்கட்சி அரசாங்கம் பதவி ஏற்றது. அரசின் முதல் வேலை லாயிடை வீட்டுக்கு வரச் சொன்னதுதான். சிறிது காலத்துக்குப் புவாத் -பிரிட்டிஷ் கூட்டுறவு தளர்ந்தது. 1928 டிசம்பரில், நாடாளுமன்றத்துக்கு புதிய தேர்தல்கள் நடைபெற்றன. மீண்டும் வப்த் கட்சி எல்லா இடங்களையும் கைப்பற்றியது.

பிரிட்டிஷ் தொழிற்கட்சி அரசாங்கத்துடன் பேச்சு நடத்த, நஹாஸ் பாஷா 1929ல் லண்டன் சென்றார். இந்த முறை தொழிற்கட்சி அரசாங்கம் நான்கில் மூன்று அதிகாரங்கள் குறித்து நஹாஸ் பாஷாவின் கருத்தை ஒப்புக்கொண்டது. ஆனால், நான்காவது விஷயமான சூடானைக் குறித்து ஒற்றுமை காண முடியவில்லை. ஆகவே, பேச்சு வார்த்தை முறிந்தது. ஆனால், மொத்தத்தில் நஹாஸ் பாஷாவுக்கும் வப்த் கட்சிக்கும் பெரிய வெற்றி என்று சொல்ல வேண்டும். எகிப்தில் இருந்த பிரிட்டிஷாரும், மற்ற அந்நிய வியாபாரிகளும் நிதி நிர்வாகிகளும் இதை எதிர் பார்க்கவில்லை. அரசர் புவாத்தும் அப்படியே, இதற்குச் சில மாதங்களுக்குப் பின்பு, 1930 ஜூனில், அரசருக்கும் நாடாளுமன்றத்துக்கும் மாறுபாடு உண்டாயிற்று. நஹாஸ் பாஷா பிரதமர் பதவியை ராஜினாமா செய்தார்.

புவாத் மீண்டும் சர்வாதிகார ஆட்சி மேற்கொண்டார். அவரது ஆளுகையில் இது மூன்றாவது சர்வாதிகார அமல் ஆகும். நாடாளுமன்றம் கலைக்கப்பட்டது. வப்த் கட்சிப் பத்திரிகைகள் வெளியாகாமல் நிறுத்தப்பட்டன. அடக்குமுறை தாண்டவமாடியது. நாடாளுமன்றத்தின் இரு சபைகளையும் சேர்ந்த உறுப்பினர்கள் எல்லோரும் அரண்மனை ஆட்சியை எதிர்த்து நாடாளுமன்றத்துக்குள் புகுந்து அங்கே கூட்டம் நடத்தினார்கள். 1930 ஜூன் 23ஆம் தேதி அவர்கள் அரசியல் அமைப்புக்கு விசுவாசமாகவும், உயிரைக் கொடுத்தும் அதைக் காப்பாற்றுவதாகவும் உறுதி எடுத்துக் கொண்டார்கள். தேசமெங்கும் பெரும் ஆர்ப்பாட்டங்கள் நிகழ்ந்தன. படைகள் அடக்கின. மக்கள் ரத்தம் சிந்தினார்கள். நஹாஸ் பாஷாவும் காயமுற்றார்.

இதற்குப் பிறகு அதே ஆண்டு 1930ல் புதிய அரசியல் அமைப்பைப் பிரகடனம் செய்யும் கட்டளை ஒன்றை அரசர் பிறப்பித்தார். அதில் நாடாளு மன்றத்தின் அதிகாரங்களைக் குறைத்துத் தம்முடைய அதிகாரங்களை அதிகமாக்கிக் கொண்டார். இது எவ்வளவு சுலபம் பார்த்தாயா?

இந்தக் கடிதத்தை முடிக்கு முன்னர் பெண்கள் இயக்கத்தைப் பற்றி உனக்குச் சொல்லவேண்டும். அரபியா நீங்கலாக, அரபு நாடுகள் முழுவதும் பெண்களிடையே பெரிய விழிப்புத் தோன்றியுள்ளது. மற்றவற்றைப் போலவே இதிலும் இராக் அல்லது சிரியா அல்லது பாலஸ்தீனத்தைவிட எகிப்து முன்னணியில் நிற்கிறது. இந்த எல்லா நாடுகளிலும் பெண்கள் இயக்கம் கட்டுப்பாடாக நடந்து வருகிறது. 1930 ஜூலையில் முதலாவது அரபு பெண்கள் காங்கிரஸ் டமாஸ்கஸ் நகரில் கூடியது. அரசியலை விடச் சமூக முன்னேற்றம், கலாசாரம் ஆகிய துறைகளில் அது அதிகக் கவனம் செலுத்தியது. ஆண்களைப் போலவே பெண்களுக்கும் சம வாய்ப்பு வேண்டுமென்றும் கோருகிறார்கள். எங்கும், குறிப்பாக எகிப்தில், பெண்கள் முகத்தைத் திரையிட்டு மறைக்கும் கோஷா வழக்கம் குறைந்து வருகிறது. துருக்கியைப் போல முகத்திரை இன்னும் அடியோடு மறைந்து விடவில்லை. ஆனால், கிழிந்து சுக்கல் சுக்கலாகி வருகிறது.

குறிப்பு (1938 அக்டோபர்):

1930-லிருந்து எகிப்து, அரண்மனை சர்வாதிகார அரசாங்கத்தின்கீழ் இருக்கிறது. பெயரளவில் அது தனிச் சுதந்திர ராஜ்யம் தான். ஆனால், உண்மையில் அதை ஏறக்குறைய ஒரு பிரிட்டிஷ் காலனிக்கு ஒப்பாகவே கூறவேண்டும். கெய்ரோவிலும் அலெக்சாண்டிரியாவிலும் அன்னியப் படைகள் நிறுத்தி வைக்கப்பட்டிருந்தன. சூயஸ் கால்வாயும் சூடானும் பிரிட்டிஷ் ஆதிக்கத்தில் இருந்தன. இந்த ஆண்டுகளில் உலகம் முழுவதும் பொருளியல் சுணக்கத்தில் அகப்பட்டுத் தவித்துக் கொண்டிருந்தது. பஞ்சு விலை விழுந்து விடவும் எகிப்து பெருங் கஷ்டத்துக்கு ஆளாயிற்று.

1935 இல் பாசிஸ்டு இதாலி அபிசீனியா மீது படை எடுத்தது. எகிப்துக்கும், நைல் நதியின் மேட்டுப் பிரதேசத்தில் பிரிட்டிஷ் நலன்களுக்கும் ஏற்பட்ட இந்த புது அபாயம் எகிப்து இங்கிலாந்து உறவில் மாறுதலை ஏற்படுத்தியது. எகிப்து முன்போல் எதிர்த்துக் கலகம் செய்து கொண்டிருந்தால் இப்போது இங்கிலாந்துக்குக் கஷ்டம்தானே. எகிப்தியத் தலைவர்களும் இங்கிலாந்துடன் நட்போடு வாழலாம் என்று நினைத்தார்கள். நாடாளுமன்றத் தேர்தலின்போது வப்த் கட்சி வெற்றிபெற்றது. நஹாஸ்பாஷா பிரதமர் ஆனார். அபிசீனியாவை இதாலி ஆக்கிரமித்ததன் பயனாக ஏற்பட்ட புதிய நிலைமையில் இங்கிலாந்தும் எகிப்தும் சமரசத்துக்கு வந்தன. 1936 ஆகஸ்டில் இரண்டும் ஓர் உடன்படிக்கை செய்து கொண்டன. சமாதானத்தை

முன்னிட்டு எகிப்து தன்னுடைய பழைய கோரிக்கைகளை வெகுவாக விட்டுக் கொடுத்தது. சூடானில் ஏற்கெனவே இருந்த நிலை நீடிக்கவும், சூயஸ் கால்வாயைப் பிரிட்டன் பாதுகாத்து வரவும் அது இணங்கியது.

இங்கிலாந்து தன் பங்குக்கு அலெக்சாண்டிரியாவில் இருந்தும், கெய்ரோவில் இருந்தும் தன்னுடைய படைகளை வாபஸ் பெற்றுக் கொண்டது. சர்வதேச சங்கத்தில் எகிப்து இடம் பெறுவதை ஆதரிப்பதாகவும் வாக்களித்தது. இந்தச் சமரசம் எல்லோருக்கும் சந்தோஷம் அளித்தது. ஆனால், அவ்வளவு அவசரப்பட்டு சந்தோஷப் பட்டிருக்க வேண்டாம் என்பது பின்னர் புரிந்தது. அரசர் மாறினாலும் அரண்மனை மாறவில்லை. அது பழையபடியே வப்த் கட்சியை வெறுத்து வந்தது; அந்தக் கட்சிக்கு எதிராகச் சூழ்ச்சி செய்தது. பிரிட்டிஷ் ஏகாதிபத்தியம் இன்னும் திரைமறைவில் வேலை செய்து வந்தது. எகிப்தில் உள்ள நிலத்தில் பெரும் பகுதி ஒரு சிலருக்குச் சொந்தமானது, அரச குடும்பத்தினருக்கு அதில் பெரும் பங்கு சொந்தம். நிலம் படைத்துள்ள இந்தப் பிரபுக்கள் மக்களுடைய அதிகாரம் பெருகுவதை விரும்பவில்லை. அவர்கள் முன்னேற்றத்திற்கான சட்டங்களையும் பலமாக எதிர்த்தார்கள். ஆகவே, ஓயாமல் தகராறு இருந்து வந்தது. அரசர், நஹாஸ் பாஷாவைப் பிரதமர் பதவியிலிருந்து நீக்கிவிட்டுப் நாடாளுமன்றத்தைக் கலைத்துவிட்டார்.

அரண்மனைக் குழு சிறிது காலம் ஆட்சி செய்த பின்னர், புதிய தேர்தல்கள் நடைபெற்றன. அவற்றில் வப்த் கட்சி யாரும் எதிர்பாராத பெருந்தோல்வியைச் சந்தித்தது. இந்தத் தேர்தல்கள் பெரும்பாலும் போலியாக நடத்தப்பட்டன என்றும், பொய் வாக்குகள் கணக்கிடப்பட்டன என்றும் பிறகு தெரிய வந்தது. நஹாஸ் பாஷாவைத் தலைவராகக் கொண்ட வப்த் கட்சி இன்றும் மக்கள் அன்புக்கும் நம்பிக்கைக்கும் பாத்திரமாக இருந்து வருகிறது. ஆனால், பிரிட்டிஷ் ஏகாதிபத்தியத்தின் துணையோடு அரண்மனைக் குழு எகிப்தை ஆண்டு வருகிறது.

ஆங்கிலோ பாரசீக
ஆயில் கம்பெனி

165. உலக அரசியல் அரங்கில் மேற்கு ஆசியா

மே 25, 1933

சூயஸ் கால்வாய்தான் எகிப்தையும் ஆப்பிரிக்காவையும் மேற்கு ஆசியாவிலிருந்து பிரிக்கிறது. ஒரு சிறு நீலத் துண்டாக காட்சிதரும் சூயஸ் கால்வாயைத் தாண்டி இப்போது அரபியா, பாலஸ்தீனம், சிரியா, இராக் ஆகிய அரபு நாடுகளுக்குச் செல்வோம். அவற்றுக்கு அப்பால் பாரசீகத்தையும் பார்ப்போம். வரலாற்றில், மேற்கு ஆசியா பெரும் பங்கு வகித்ததை முந்பே பாரத்தோம். அது எத்தனையோ முறை உலக விவகாரங்களின் மையமாக இருந்திருக்கிறது. அதற்குப் பின் பல நூற்றாண்டுகள் கழித்து இப்போது மீண்டும் உலக அரசியல் அரங்கில் நுழைகிறது.

16 ஆம் நூற்றாண்டின் தொடக்கத்தில் இருந்து 19 ஆம் நூற்றாண்டு முடியும்வரை, ஏறக்குறைய நானூறு ஆண்டுகள், கடல் வழிகள் முக்கியத்துவம் பெற்றிருந்தன. குறிப்பாக, ரயில் வழிகள் இல்லாத இடங்களில் அவை தரை வழியையும் முக்கியத்துவம் இழக்கும்படி செய்தன. மேற்கு ஆசியாவில் ரயில் வழியே இல்லை. உலக யுத்தம் தொடங்குவதற்கு சில காலம் முன்னர், கான்ஸ்டாண்டிநோபிளையும், பாக்தாதையும் இணைக்கும் ரயில்பாதையை கட்டுவதற்கு, ஜெர்மன் அரசு ஆதரவுடன் திட்டம் போடப்பட்டது. அது நடந்துவிட்டால் ஜெர்மனி முக்கியத்துவம் பெற்றுவிடுமே என்று வல்லரசுகல் நினைத்தன. அதற்குள் உலகயுத்தம் தொடங்கிவிட்டது.

*1918*ல் யுத்தம் முடிந்தபோது மேற்கு ஆசியாவில் பிரிட்டனின் அதிகாரம் ஓங்கியிருந்தது. நான் ஏற்கெனவே கூறியுள்ளபடி, சிறிது காலம் வரையில், இந்தியாவிலிருந்து துருக்கி வரையான பரந்த மத்தியக் கிழக்கு பேரரசை அமைக்க பிரிட்டன் கனவு கண்டது. அது பலிக்கவில்லை. கம்யூனிஸ்ட் ரஷியாவும், கமால் பாஷாவும் அந்தக் கனவைச் சிதைத்தனர். ஆனாலும், அந்தப் பகுதியை பிடிவாதமாக பற்றி வந்தது. இராக்கும் பாலஸ்தீனமும் பிரிட்டிஷ் ஆதிக்கத்தில்தான் இருந்தன. பிரிட்டனின் ஆசையில் மண் விழுந்தாலும், இந்தியாவுக்குச் செல்லும் தரை வழிகளை தன் பிடியில் வைத்திருந்தது.

இந்த நோக்கத்துடன்தான் யுத்தத்தின்போது பிரிட்டிஷ் படைகள் மெசபொடேமியாவிலும் பாலஸ்தீனத்திலும் போர் புரிந்தன. துருக்கிக்கு எதிராக, அரபியரைத் தூண்டிக் கலகம் செய்யச் சொன்னதற்கும் இதுதான் காரணம். யுத்தத்துக்குப் பிறகு, மோசூல் நகரம் தொடர்பாக இங்கிலாந்துக்கும் துருக்கிக்கும் தகராறு ஏற்பட்டதும் இதற்காகத்தான். இங்கிலாந்தும் சோவியத்து ரஷியாவும் மோதல் போக்கைக் கடைப்பிடிக்க இது முக்கிய காரணம். இந்தியாவுக்குச் செல்லும் வழியில் ரஷியாவைப் போன்ற பெரிய வல்லரசு மதில்மேல் பூனையாக உட்கார்ந்திருப்பதை இங்கிலாந்து விரும்பவில்லை.

யுத்தத்துக்கு முன் அவ்வளவு தகராறுக்கு காரணமாக இருந்த பாக்தாது ரயில் வழியும், ஹெஜாஸ் ரயில் வழியும் இப்போது போடப்பட்டு விட்டன. பாக்தாது ரயில் வழி பாக்தாதை மத்தியதரைக் கடலுடனும் ஐரோப்பாவுடனும் இணைக்கிறது. ஹெஜாஸ் ரயில் வழி அரபியாவிலுள்ள மதீனாவைப் பாக்தாது ரயில் மார்க்கத்திலுள்ள அலெப்போவுடன் இணைக்கிறது. ஹெஜாஸ் என்பது அரபியாவின் மிக முக்கியமான பகுதியாகும். அந்தப் பகுதியில்தான், இஸ்லாமின் புனித இடங்களான மக்காவும் மதீனாவும் இருக்கின்றன. இப்போது மேற்கு ஆசியாவிலுள்ள பல முக்கிய நகரங்கள் ஐரோப்பாவுடனும் எகிப்துடனும் ரயில்களில் செல்லும்படி இணைக்கப்பட்டுள்ளது. அலெப்போ நகரம் ஒரு முக்கிய ஜங்ஷனாக இருக்கிறது. ஐரோப்பாவிலிருந்து வரும் ரயில் தொடர், பாக்தாது வழியாக ஆசியாவிலிருந்து வரும் ரயில் தொடர், கெய்ரோ வழியாக ஆப்பிரிக்காவிலிருந்து வரும் ரயில் தொடர் ஆகிய மூன்று கண்டங்களின் ரயில்களும் அங்கே கூடுகின்றன.

ஆசியாவிலும் ஆப்பிரிக்காவிலும் உள்ள இந்த வழிகள் தங்கள் ஆதிக்கத்தில்ல் இருக்க வேண்டும் என்பதே பிரிட்டிஷாரின்

நெடுங்காலக் கொள்கையாகும். ஆசிய ரயில் வழியை பாக்தாதில் இருந்து நீட்டினால் இந்தியாவுக்குச் செல்லலாம். கெய்ரோ - கேப் டவுன் மார்க்கம் 'முழுவதும் சிவப்பாக இருக்க வேண்டும்' என்று பிரிட்டிஷ் ஏகாதிபத்தியத்தின் நெடுங்காலக் கனவாகும். அது இப்போது பலிக்கும்போல் தோன்றுகிறது. முழுவதும் சிவப்பாயிருக்க வேண்டும் என்பது அது முழுவதும் பிரிட்டிஷ் ஆட்சிக்கு உட்பட்ட பகுதியிலேயே இருக்க வேண்டும் என்பதாகும். உலக வரைபடத்தில் பிரிட்டனுக்கு கீழ் உள்ள நாடுகள் சிவப்பாக குறிக்கப்பட்டிருக்கும்.

ஆனால், எதிர்காலத்தில் இவை நிகழுமா என்று தெரியாது. ஏனெனில், இப்போது மோட்டார்காரும் ஆகாய விமானமும் ரயிலுக்குப் போட்டியாக வந்திருக்கின்றன. பாக்தாது ரயில் வழியில் ஒரு பகுதி பிரெஞ்சு ஆதிக்கத்தின் கீழுள்ள சிரியா வழியாகச் செல்கிறது. இது பிடிக்காமல் பிரிட்டிஷார் பாலஸ்தீனம் வழியாக வேறு ரயில் பாதை போடும் திட்டத்தில் உள்ளனர். அரபியாவில் செங்கடல் துறைமுகமான ஜெட்டாவுக்கும் மக்காவுக்கும் இடையே இன்னொரு சிறிய ரயில் வழி அமைக்கப்பட்டு வருகிறது. ஆண்டுதோறும் மக்காவுக்குச் செல்லும் லட்சக்கணக்கான பயணிகளுக்கு இது மிகவும் சவுகரியமாக இருக்கும்.

மேற்கு ஆசிய நாடுகளை உலகுக்குத் திறந்துவிடும் ரயில் வழிகளைப் பற்றிய விவரங்களை முடித்துக் கொள்கிறேன். ஆனால், அதன் வேலை முடியும் முன்னரே, அதன் முக்கியத்துவம் குறைந்து வருகிறது. மோட்டார் காரும் ஆகாய விமானமும் ரயில் பாதையை தள்ளி வருகின்றன. ஆயிரக்கணக்கான ஆண்டுகளாக ஒட்டகங்களில் ஆடி அசைந்து சென்ற பாலைவன வழிகளில் இப்போது மோட்டார் கார்கள் பறக்கின்றன. ரயில் பாதைக்கு காலமும் பணமும் நிறைய ஆகின்றன. மோட்டார் காருக்கு அதிகப்பணச் செலவு இல்லை. நினைத்த மாத்திரத்தில் அதை உபயோகிக்கலாம். ஆனால், மோட்டார் கார்களும் லாரிகளும் நூறு மைல் தூரத்துக்கு அவை முன்னும் பின்னும் போகக்கூடும்.

நெடுந்தூரப் போக்கு வரத்துக்கு ஆகாய விமானம் இருக்கவே இருக்கிறது. அது ரயிலைவிடச் சிக்கனமானது. போகப் போக ஆகாய விமானம் மக்களின் போக்கு வரவுக்கு மிகவும் அதிகமாகப் பயன்படும். இந்தத் துறையில் ஏற்கெனவே பெரிய முன்னேற்றம் ஏற்பட்டிருக்கிறது. ஒரு கண்டத்திலிருந்து இன்னொரு கண்டத்துக்குப் பெரிய பெரிய பயணிகள் விமானங்கள் போய் வருகின்றன. இந்தப் பெரிய வான் வழிகள் மீண்டும் மேற்கு ஆசியாவில் ஒன்று கூடுகின்றன. பாக்தாது அவற்றுக்கு மையமாக இருக்கிறது.

லண்டனிலிருந்து இந்தியாவுக்கும் ஆஸ்திரேலியாவுக்கும் செல்லும் 'பிரிட்டிஷ் இம்பீரியல் ஏர்வேஸ்' என்ற பிரிட்டிஷ் விமான சேவை பாக்தாது வழியாகச் செல்கிறது. ஆம்ஸ்டர்டாமிலிருந்து படேவியா செல்லும் டச்சு 'கே.எல்.எம்.' சேவையும், பாரிசிலிருந்து இந்தோ - சீனா செல்லும் 'ஏர்பிரான்ஸ்' என்ற பிரெஞ்சு சேவையும் பாக்தாது வழியாகப் போகின்றன. மாஸ்கோவிலிருந்து ஈரான் செல்லும் விமானமும் பாக்தாதைத் தொடுகிறது. சீனாவுக்கும் தூரக் கிழக்குக்கும் விமானத்தில் செல்லும் போது பாக்தாதைக் கடந்துதான் செல்ல வேண்டும். பாக்தாதில் இருந்து ஆகாய விமானங்கள் கெய்ரோவுக்குப் பறந்து அங்கிருந்து கேப்டவுனுக்குச் செல்லும் ஆப்பிரிக்க விமான சேவையுடன் இணைகின்றன.

இந்த விமான சர்வீசுகள் பெரும்பாலும் நஷ்டத்தில் வேலை செய்கின்றன. அந்த நஷ்டத்தை ஈடு செய்வதற்காக அவற்றின் அரசாங்கங்கள் அவற்றுக்கு ஏராளமாக உதவித்தொகை அளிக்கின்றன. ஏனெனில், இப்பொழுது வான் வழியில் யார் பெரியவன் என்ற போட்டி நடக்கிறது. வான் வழிகள் பெருகப்பெருகக் கடல் வழி முக்கியத்துவம் குறைகிறது. இங்கிலாந்து தன் கடற்படை காரணமாகத் தன்னை யாரும் நெருங்க முடியாது என்று எண்ணி இருந்தது. ஆனால், இனி, இங்கிலாந்து உள்பட எந்த நாடாக இருந்தாலும் வான் வழியாக எளிதில் தாக்க முடியும். ஆகவே, பெரிய வல்லரசுகள் அனைத்தும், வான் பலத்தைப் பெருக்குவதில் முனைந்துள்ளன.

பழைய கடல் போட்டா போட்டி இப்போது வான்வழிப் போட்டியாக மாறி வருகிறது. அரசாங்கங்கள் சமாதான காலத்தில் ஆகாய விமானப் பயணத்துக்கு ஊக்கமும் உதவித் தொகையும் அளிக்கின்றன. அதனால் விமானம் ஓட்டும் பயிற்சி அளிக்கப்படுகிறது. யுத்தம் வந்தால் அவர்களை பயன்படுத்திக் கொள்ளலாம் அல்லவா? பயணிகள் விமானப் போக்குவரவு, ராணுவ விமானப் போக்கு வரவுக்கு ஊக்கம் தருகிறது. ஆகவே, சிவில் விமானப் போக்குவரவு அதிவேகமாக வளர்ச்சி அடைந்து வருகிறது. ஐரோப்பாவிலும் அமெரிக்காவிலும் நூற்றுக்கணக்கான விமான சேவைகள் இருக்கின்றன. இது விஷயத்தில் மற்ற எல்லா நாடுகளையும் விட அமெரிக்கா அதிக முன்னேற்றம் அடைந்துள்ளது என்று கூறலாம். சோவியத் ரஷியாவிலும் அதிக முன்னேற்றம் ஏற்பட்டிருக்கிறது. அதன் பரந்த பிரதேசங்களில் விமான சேவைகள் குறுக்கும் நெடுக்கும் பறந்து கொண்டிருக்கின்றன.

இந்த விமான பலம் பெருகிய காலத்தில் மேற்கு ஆசியாவுக்கு ஒரு புதிய முக்கியத்துவம் ஏற்பட்டு வருகிறது. ஏனெனில், பல

நெடுந்தூர விமானப் போக்கு வரவு வழிகள் அங்கே ஒன்றையொன்று கடந்து செல்கின்றன. மேற்கு ஆசியா மீண்டும் உலக அரசியல் அரங்கில் பிரவேசிக்கிறது. அனத்துக் கண்டங்களின் விவகாரங்களில் அது மையம் பெறுகிறது. இந்தக் காரணத்தினால் அது பெரிய வல்லரசுகளின் மாறுபாட்டுக்கும் மோதலுக்கும் களமாகவும் மாறுகிறது. வல்லரசுகளின் போட்டியும் பேராசையும் அந்த நிலையை ஏற்படுத்தி இருக்கின்றன. இதை நினைவில் கொண்டால், மத்திய கிழக்கிலும் மற்ற இடங்களிலும் பிரிட்டிஷாருடைய நடவடிக்கைகளும் பிறருடைய நடவடிக்கைகளும் உருவாக்கி வரும் கொள்கையைப் புரிந்து கொள்ளலாம்.

மோசூல் நகரம் இந்தியாவுக்கு வரும் இந்தப் புதிய வழித்தடத்தில் அமைந்திருப்பதோடு அங்கு ஏராளமான எண்ணெயும் கிடைக்கிறது. முன்னைவிட இப்போது எண்ணெய்க்கு, இந்த வான் போட்டி யுகத்தில், கிராக்கி அதிகம். இராக்கில் நிறைய எண்ணெய் வயல்கள் இருக்கின்றன. அது அனைத்துக் கண்டங்களின் விமானப் போக்கு வரத்து மையமாக விளங்குவதை முன்பே கண்டோம். அதனால்தான் பிரிட்டிஷார் இராக்கைத் தங்கள் பிடியில் வைத்திருக்க வேண்டுமென்று இவ்வளவு பாடுபடுகிறார்கள். ஆங்கிலோ - பாரசீக எண்ணெய்க் கம்பெனி பாரசீகத்தில் உள்ள பெரிய எண்ணெய் வயல்களில் கிணறுகள் தோண்டி நெடுநாளாக எண்ணெய் எடுத்து வருகிறது. அந்தக் கம்பெனியில் பிரிட்டிஷ் அரசாங்கத்துக்குப் பங்கு உண்டு. எண்ணெய், பெட்ரோல் இவற்றின் முக்கியம் பெருகி ஏகாதிபத்தியக் கொள்கைகளைப் பாதிக்கிறது. தற்கால ஏகாதிபத்திய வாதம் சில சமயங்களில் 'எண்ணெய் ஏகாதிபத்திய வாதம்' என்றும் அழைக்கப்படுகிறது.

இந்தக் கடிதத்தில் மத்திய கிழக்குக்குப் புது முக்கியத்துவத்தை அளித்து, அதை மீண்டும் உலக அரசியலில் சேர்த்திருக்கும் விஷயங்களை கவனித்தோம். ஆனால், இவை எல்லாவற்றுக்கும் பின்னால் உள்ள நிகழ்ச்சி, கிழக்கு ஆசியா முழுவதும் துயில் நீங்கி எழுவதாகும்.

சிரியா விடுதலைப் போராட்டம் (உள்படம் - தூக்கிலிடப்பட்ட தலைவர்கள்)

166.பிரான்சிடமிருந்து சிரியாவுக்கு விடுதலை

மே 28, 1933

ஒரே மொழியும் மரபும் கொண்ட நாடுகளில் வாழும் மக்களை, தேசியம் எவ்வளவு தூரம் ஒன்று சேர்த்துப் பலப்படுத்தும் என்பதை முன்பே பார்த்தோம். அது ஒரு நாட்டு மக்களை ஒன்றுபடுத்துகிறது என்றால் இன்னொரு நாட்டு மக்களிடண் இருந்து அவர்களை நன்கு பிரித்து விடுகிறது. உதாரணமாக, பிரான்சை ஒன்று திரண்ட, பலம் வாய்ந்த, பிரிக்க முடியாத ஒரு தேசிய இனமாகச் செய்கிறது. அதுவே, பிரான்சை ஏனைய உலகைத் தன்னிலும் வேறாகக் கருதச் செய்கிறது. அவ்வாறே, பிரிந்து நின்ற ஜெர்மன் மக்களைத் திரட்டிச் சக்தி வாய்ந்த ஒரு ஜெர்மன் தேசிய இனத்தைச் உருவாக்குகிறது. ஆனால், பிரான்சையும் ஜெர்மனியையும் ஒன்று திரட்டிய அதே சக்தி அவற்றைத் தனித்தனியாகப் பிரிந்து நிற்கவும் செய்து விடுகிறது.

1908ல் நிகழ்ந்த இளந் துருக்கியப் புரட்சிக்குப் பிறகும், சுல்தான் அப்துல் ஹமீதின் வீழ்ச்சிக்குப் பிறகும் அரபிய நாடுகளில் அரசியல் இயக்கங்கள் தோன்றி வளர்ந்தன. தேசியக் கருத்துகள் அரபியர் மத்தியில் பரவின. முஸ்லிம் அரபியர், கிறிஸ்தவ அரபியர் இருவரும் அவற்றால் ஈர்க்கப்பட்டனர். துருக்கிய ஆட்சி-யிலிருந்து அரபிய நாடுகளை விடுதலை செய்து அவற்றை ஒரு

ராஜ்யமாகச் செய்யும் எண்ணம் உருவாகியது. இது அரபியா, சிரியா, பாலஸ்தீனம், இராக் ஆகிய நாடுகளை உள்ளடக்கியதாக இருக்கும் என்று கருதப்பட்டது. எகிப்து அரபு பேசும் நாடாயினும் அரசியல் இதில் சேரக்கூடும் என்று கருதவில்லை. கலீபா பீடத்தை ஒட்டாமன் சுல்தானிடம் இருந்து ஒரு அரபிய அரச வம்சத்துக்கு மாற்ற வேண்டும். அதன்மூலம் இஸ்லாமிய உலகின் மதத் தலைமையையும் அரபியர் மீண்டும் பெற வேண்டும் என்று விரும்பினார்கள். அரபியர் புகழ்பெற தேசிய ரீதியில் இது அவசியம் என்று கருதப்பட்டது. சிரியாவைச் சேர்ந்த கிறிஸ்தவ அரபியர் கூட இதை ஆதரித்தார்கள்.

உலக யுத்தத்துக்கு முன்பே பிரிட்டன் இந்த அரபியத் தேசிய இயக்கத்தைத் தனக்குச் சாதகமாக்கி சூழ்ச்சி செய்யத் தொடங்கியது. யுத்தத்தின் போது ஒரு பெரிய அரபு அரசாங்கத்தை வகுத்துத் தருவதாக வாக்குறுதிகள் தரப்பட்டன. அதையடுத்து, மக்காவைச் சேர்ந்த ஷரீப் உசேன், தான் ஒரு பெரிய அரசனாகவும் கலீபாவாகவும் ஆகலாம் என்று ஆசைப்பட்டான். அந்த ஆசையில் பிரிட்டிஷாருடன் சேர்ந்து, துருக்கிக்கு எதிராக ஒரு அரபுக் கலகத்தைக் கிளப்பினான். சிரியாவில் உள்ள, அரபியர், முஸ்லிம், கிறிஸ்தவர் அனைவரும் உசேனுக்கு ஆதரவாக நின்றனர். கலகத்தில் ஈடுபட்ட தலைவர்கள் பலர் தூக்கிலிடப்பட்டனர். டமாஸ்கஸ் நகரிலும் பெய்ரூட் நகரிலும் மே மாதம் 6 ஆம் தேதி அவர்கள் தூக்கிலிடப்பட்டார்கள். அவர்களுடைய நினைவுதினம் இன்றும் கடைப்பிடிக்கப்படுகிறது.

பிரிட்டிஷாருடைய பண உதவி, பிரிட்டிஷ் ரகசியப் பிரிவின் தந்திரங்கள் ஆகியவற்றால், அரபியக் கலகம் வெற்றி பெற்றது. யுத்தம் முடிவதற்குளே துருக்கி ஆதிக்த்தில் உருந்த அரபு நாடுகள் பிரிட்டிஷ் ஆதிக்கத்தில் வந்துவிட்டன. துருக்கிப் பேரரசு சிதைந்து போயிற்று. குர்திஸ்தானில் ஒரு பகுதி நீங்கலாக, துருக்கியல்லாத பகுதிகளை சண்டையிட்டு சேர்க்க, முஸ்தபா கமால் விரும்பவில்லை. அவர் மிகவும் முன் யோசனையுடன் அசல் துருக்கி மட்டும் மிஞ்சினால் போதும் என்று நினைத்துப் போராடினார்.

ஆகவே, உக யுத்தம் முடிவடைந்ததும் இந்த அரபு நாடுகளின் எதிர்காலத்தை தீர்மாணிக்க வேண்டியிருந்தது. வெற்றி பெற்ற நேச நாடுகள், அதாவது, பிரிட்டிஷ், பிரெஞ்சு, அரசாங்கங்கள்... "துருக்கியின் காலடியில் மிதிபட்டு நசுங்கிக்கிடந்த இந்த மக்களுக்குப் பரிபூரண விடுதலை அளிக்க வேண்டும். இந்த மக்களின் சுயேச்சையான விருப்பப்படி, இந்த மக்களிடம் இருந்து அதிகாரத்தைப் பெறும்

தேசிய அரசாங்கங்களை நிறுவவேண்டும்." இந்த உயர் நோக்கத்தை நிறைவேற்ற, இரண்டு அரசாங்கங்களும் அரபுப் பிரதேசங்களில் பெரும் பகுதியைத் தங்களுக்குள் பங்கிட்டுக் கொள்ள முயன்றன. சர்வதேச சங்கம் அரபு நாடுகளை இங்கிலாந்து, பிரான்சு இவற்றின் கையில் 'ஒப்படைத்தது'. வல்லரசுகள் தங்களுடைய மண்ணாசையை நிறைவேற்ற இந்த ஒப்படைக்கும் முறையை கண்டுபிடித்தன. பிரான்சின் பங்குக்குச் சிரியாவும், இங்கிலாந்துக்குப் பாலஸ்தீனமும் இராக்கும் கிடைத்தன. அரபியாவின் முக்கியப் பகுதியான ஹெஜாஸ் பிரிட்டனின் கையாளான ஷரீப் உசேனுக்கு தரப்பட்டது.

அரபுப் பிரதேசங்களை ஒன்றாக்கி, அரபு அராசங்கம் அமைப்பதாக சொன்ன வாக்குறுதி காற்றில் பறந்தது. மாறாக தனித்தனியாகப் பிரிக்கப்பட்டு வெவ்வேறு நாடுகள் எடுத்துக் கொண்டன. ஹெஜாஸ் மட்டும் வெளிப்பார்வைக்குச் சுதந்திரமாக இருந்தது. ஆனால், உண்மையில் அதுவும் பிரிட்டிஷாரின் கீழ்தான் இருந்தது. இந்தப் பிரிவினை அரபு நாடுகளுக்கு ஏமாற்றம் அளித்தது. அவர்கள் இதை முடிவாக ஏற்க மறுத்தனர். ஆனால் இதைவிடப் பெரிய ஏமாற்றங்கள் காத்திருந்தன. பிரிக்கப்பட்டாலும், அவற்றுக்குள் பிரித்தாளும் சூழ்ச்சி பயன்படுத்தப்பட்டது. தனித்தனியாக இந்த நாடுகளைப் பார்த்தால் அது புரியும்.

1920 தொடக்கத்திலேயே சிரியாவில் பிரிட்டிஷாரின் உதவியுடன் ஹெஜாஸ் அரசன் உசேனின் மகனான எமிர்பைசல் தலைமையில் அரபு அரசாங்கம் ஏற்படுத்தப்பட்டது. சிரியா தேசியக் காங்கிரஸ் கூடி, ஐக்கிய சிரியாவுக்கு ஒரு ஜனநாயக அரசியல் அமைப்பைத் தயாரித்து ஏற்றது. ஆனால், இது சில மாதங்களில் முடிந்தது. 1920 கோடைக் காலத்தில், சர்வதேச சங்கத்தின் உத்தரவைக் கையில் வாங்கிக்கொண்டு பிரான்ஸ் வந்தது. அவர்கள் பைசலைத் துரத்திவிட்டு நாட்டை கைப்பற்றினார்கள். சிரியா முப்பது லட்சம் மக்கள்தொகை கொண்ட ஒரு சிறிய நாடு. ஆனால், அது பிரான்சுக்குப் பெரிய தலைவலியாக முடிந்தது.

சிரிய அரபுகள் சுதந்திரமாக இருக்க விரும்பினார்கள். அவர்கள் பிரான்சுக்கு கீழ் இருக்க விரும்பவில்லை. கலகத்தில் ஈடுபட்டனர். அங்கு பிரான்ஸ் ராணுவம் நிறுத்தவேண்டி வந்தது. எனவே, சிரியாவை ஐந்து சிறு அரசுகளாக பிரிக்க திட்டமிட்டனர். மத வேற்றுமை, சிறுபான்மை போன்ற அடிப்படையில் பிரித்தார்கள். பிரித்தால்தான் ஆளமுடியும் என்று சொல்லியே பிரித்தார்கள்.

சிரியா ஏற்கெனவே சிறிய நாடு. அது இப்போது ஐந்து சிறு அரசுகளாக பிரிக்கப்பட்டது. மேற்குக் கடற்கரையை அடுத்து லெபனான் மலைகளுக்கு அருகில் லெபனான் அரசு ஏற்படுத்தப்பட்டது. அங்கு வாழ்ந்தவர்களில் பெரும்பாலோர் 'மாரனைட்டுகள்' என்று அழைக்கப்பட்ட கிறிஸ்தவர்கள். சிரிய அரபுகளுக்கு விரோதமாக அவர்களைத் தங்கள் பக்கம் இழுத்துக் கொள்ளப் பிரான்ஸ் அவர்களுக்கு விசேஷ அந்தஸ்து அளித்தது.

லெபனானுக்கு வடக்கே, மலைகளுக்கு இடையில் இன்னொரு சிறிய அரசு உருவாக்கப்பட்டது. அங்கு 'அலவிகள்' என்று அழைக்கப்பட்ட முஸ்லிம்கள் வாழ்ந்தனர். இன்னும் வடக்கே அலெக்சாந்திரத்தா என்ற அரசு தோற்றுவிக்கப்பட்டது. இது துருக்கியை அடுத்து இருந்தபடியால் இங்குள்ளோர் பெரும்பாலும் துருக்கி மொழி பேசுவோராக இருந்தனர்.

இவ்வாறு கூறுபோட்டது போக எஞ்சிநின்ற சிரியா சில வளமான மாவட்டங்களை இழந்து நின்றது. அதுமட்டுமின்றி, கடலே இல்லாமல் போயிற்று. சிரியா பல ஆயிரம் ஆண்டுகளாக மத்திய தரைக் கடல் பகுதியில் முக்கிய நாடாக இருந்தது. இந்தப் புராதன சம்பந்தம் இப்போது அற்றுப்போயிற்று. பாலைவனம்தான் பாக்கி நின்றது. இத்தகைய சிரியாவில் இருந்தும்கூட இன்னொரு மலைநாடு கூறு போடப்பட்டுத் தனி அரசாகத் செய்யப்பட்டது. அதற்கு ஜபல் எத் துரூஜ் என்று பெயர். அங்கு வாழ்வோர் 'துரூஜ்'கள் என்ற பழங்குடியினர்.

தொடக்கத்தில் இருந்தே, சிரியர் பிரெஞ்சு ஆட்சிக்கு இசையவில்லை. மோதல் போக்கு நீடித்தது. அவை அடக்கப்பட்டன. இந்தியாவில் பிரிட்டிஷார் செய்தது போலவே, பிரெஞ்சுக்காரரும் மக்களுடைய சொந்த உரிமைகளையும் அரசியல் உரிமைகளையும் பறித்தனர். தங்களுக்கு 'விசுவாசமுள்ள' சிரியரை உத்தியோகங்களில் அமர்த்தினர். ஆனால், அவர்களுக்கு மக்களிடம் செல்வாக்கு இல்லை. மக்கள் அவர்களை காட்டிக்கொடுக்கும் துரோகிகள் என்றனர். மிகவும் நல்ல நோக்கத்துடன் இவற்றை செய்வதாக பிரான்ஸ் சொன்னது. 'சிரியருக்கு அரசியல் பக்குவம் வருவதற்காக பயிற்சி அளிப்பது தங்கள் கடமை' என்றார்கள். இந்தியாவில் இதைத்தானே பிரிட்டிஷார் கூறுகிறார்கள்.

குமுறல் அதிகமாகியது. சிறப்பாக ஜபல் எத் துரூஜ் அரசில் வாழ்ந்த போர்க் குணம் படைத்த பழங்குடி மக்களிடம் அதிருப்தி

பொங்கியது. பிரெஞ்சுக் கவர்னர் வஞ்சகமாக துருஜ் தலைவர்கள் வரவைத்து அவர்களைக் கைது செய்து சிறையில் அடைத்தான். உடனே அங்கு கலகம் ஏற்பட்டது. அது நாடு முழுவதும் பரவியது.

சிரியர்களின் சுதந்திரப் போர் ஆச்சரியமானது. நமது மாவட்டங்களைப் போல இரண்டு அல்லது மூன்று மாவட்டங்களைக் கொண்ட சிறிய தேசம் அது. ஆனால், உலகில் நிகரற்ற ராணுவத்தை கொண்டிருந்த பிரான்ஸை எதிர்த்து போரிட்டது. பெரிய நகரங்கள்தான் பிரெஞ்சுக்காரர் வசம் இருந்தன. அவற்றிலும், சிரியர் புகுந்து அடிக்கடி சூறையாடினர். ராணுவமோ, மக்களைச் சுட்டுக் கொன்றும், ஊர்களுக்கு தீ வைத்தும் அட்டூழியம் செய்தனர். டமாஸ்கஸ் நகரம் பீரங்கித் தாக்குதலுக்கு உள்ளாயிற்று. 1925 அக்டோபரில் அது பெரும்பாலும், நாசமாக்கப்பட்டது. இரண்டு ஆண்டுகள் வரை கலகத்தை அடக்க முடியவில்லை. சிரியா மக்கள் தங்களுடைய உறுதியை உலகுக்கு வெளிப்படுத்தினர்.

சிரியா மக்களின் போராட்டத்துக்கு மதச்சாயம் பூச பிரான்ஸ் முயன்றது. ஆனால், தாங்கள் விடுதலைக்கே போராடுவதாக ஒன்றிணைத்து கூறினர். 1928 தொடக்கத்தில் சிரியாவில் ராணுவச் சட்டம் முடிவுற்றது. ஒரு அரசியல் நிர்ணயசபை கூட்டப்பட்டது. ஆனால், இப்போது இந்தியாவில் இருப்பது போல், சிரியாவிலும் மதவாரியாகத் தனித் தொகுதிக்கு ஏற்பாடு செய்து பிரான்ஸ் குளறுபடி செய்தது. முஸ்லீம்கள், கிரேக்க கத்தோலிக்கர்கள், கிரேக்க வைதிக தேவாலயத்தைச் சேர்ந்தவர்கள், யூதர்கள் ஆகியோருக்கும் தனித்தனியாகத் தொகுதிகள் பிரிக்கப்பட்டன.

ஒவ்வொரு வாக்காளரும் தன்னுடைய மதத்தைச் சேர்ந்த ஒரு வேட்பாளருக்கே வாக்களிக்கலாம் என்று விதி செய்தனர். டமாஸ்கஸ் நகரில் இதனால் ஒரு விசித்திர நிலைமை விளைந்தது. தேசியவாதிகளுக்குத் தலைவராக இருந்தவர் பிராடெஸ்டண்டு கிறிஸ்தவரான படியால். பிரான்ஸின் ஏற்பாட்டில் கூறப்பட்ட தனித் தொகுதிகள் எதிலும் அவருக்கு இடம் இல்லை. டமாஸ்கஸ் நகர மக்களின் அன்பைப் பெற்ற அவரை அரசியல் நிர்ணய சபைக்கு தேர்வு செய்யவில்லை. முஸ்லிம்கள் தங்களுக்கு உள்ள பத்து இடங்களில் ஒன்றைப் பிராடெஸ்டண்டு கிறிஸ்தவர்களுக்குக் கொடுப்பதாகச் சொன்னார்கள். ஆனால், பிரான்ஸ் அரசாங்கம் அதை ஏற்கவில்லை.

பிரெஞ்சுக்காரர்கள் இவ்வளவு செய்துங்கூட அரசியல் நிர்ணய

சபை தேசியவாதிகள் சொற்படி நடந்தது. அது தயாரித்த அரசியல், சிரியா சுதந்திரமாகவும் தனி அரசாகவும் இருக்கும் என்று கூறியது. அதன்படி சிரியா, ஒரு குடியரசாக இருக்கும். அது, பிரான்ஸைப் பற்றியோ, பிரான்சுக்கு சிரியா ஒப்படைக்கப்பட்டு இருப்பதைப் பற்றியோ ஒன்றும் கூறவில்லை. இதை பிரான்ஸ் எதிர்த்தது. ஆனாலும், சிரியர் சிறிதும் விட்டுக் கொடுக்கவில்லை. பிரான்ஸ் எத்தனையோ தந்திரம் செய்தும் சிரியா அரசியல் நிர்ணயசபை உறுதியாக இருந்தது. இதையடுத்து, *1930,* மே மாதம் அரசியல் நிர்ணயசபையை பிரான்ஸ் கலைத்துவிட்டது. பின்னர் அது, தான் தயாரித்த அரசியல் பிரகடனத்தை வெளியிட்டது.

அதன்படி, சிரியா தான் கோரிய எதையும் விட்டுக்கொடுக்காமல் பெற்றுவிட்டது. இன்னும் இரண்டு விஷயங்கள் மட்டுமே பாக்கியிருந்தன. பிரான்ஸின் ஒப்படைக்கப்பட்ட ஆட்சி முடிவுற்றால் பிரான்ஸ் சேர்ந்த தற்காலிக விதி தானே காலியாகிவிடும். அதன்பிறகு, சிரியா முழுவதும் ஒன்றாக வேண்டும். சிரியா முழு சுதந்திர நாடாக, முற்போக்கு கொண்டதாக இருக்கும். சிரியர்கள் உறுதியாகச் சண்டைபோட்டனர். சமாதானம் பேசுவதிலும் உறுதியாக இருந்தனர். அவர்கள் தங்களுடைய முழுவிடுதலை கோரிக்கையை சிறிதும் விட்டுக் கொடுக்கவில்லை.

1933 நவம்பரில் பிரான்ஸ் சார்பில் சிரியப் பிரதிநிதி சபைக்கு ஒரு உடன்படிக்கையைச் சமர்ப்பித்தது. பிரதிநிதி சபையில் பிரான்ஸ் அரசாங்கத்துக்குச் சாதகமான மிதவாதிகள் பெரும்பான்மையாக இருந்தாலும், உடன்படிக்கையை சபை நிராகரித்துவிட்டது. சிரியாவை ஐந்து அரசுகளாகப் பிரித்து வைத்திருக்க வேண்டும் என்றும், சிரியாவில் தங்களுடைய ராணுவ தளங்களும் விமானக் கூடங்களும் இருக்க வேண்டுமென்றும் பிரான்சு வற்புறுத்தியதுதான் உடன்படிக்கை நிராகரிப்புக்குக் காரணமாகும்.

குறிப்பு : (1938 அக்டோபர்)

செக்கோஸ்லொவாகியாவில் நாஜிகள் வெற்றி அடைந்தனர். இதையடுத்து, ஜெர்மனியின் ஆதிக்கம் ஐரோப்பாவில் அதிகரிக்கிறது. பிரான்ஸ் இரண்டாந்தர வல்லரசாகிவிட்டது. இது புதிய நிலைமையை உருவாக்கி இருக்கிறது. கடலுக்கு அப்பால் பெரிய அரசை கட்டியாளுவது பிரான்ஸுக்கு முடியாது. சிரியாவும் பாலஸ்தீனமும் ஜோர்டானும் சேர்ந்த ஒரு அரபுக் கூட்டரசு அமைக்கலாம் என்ற பேச்சு அடிபடுகிறது.

1917ல் பிரிட்டிஷ் ஒட்டாமன் ராணுவம் பாலஸ்தீனத்தில் நடத்திய போர்

துருக்கி ராணுவம்

167. பாலஸ்தீனமும் ஜோர்டானும்

மே 29, 1933

சிரியாவுக்கு அருகில் உள்ள பாலஸ்தீனத்தை பிரிட்டிஷாரிடம் ஒப்படைத்தது சர்வதேச சங்கம். சிரியாவைவிடச் சிறிய தேசமான அதன் மக்கள்தொகை பத்து லட்சத்துக்கும் குறைவு. ஆனால், அதன் புராதன வரலாறு காரணமாக முக்கியத்துவம் பெறுகிறது. யூதர்களுக்கும் கிறிஸ்தவர்களுக்கு ஓரளவு இஸ்லாமியர்களுக்கும் அது புண்ணிய பூமி. அதில் வாழும் மக்கள் பெரும்பாலும் முஸ்லிம் அரபுகள். அவர்கள் விடுதைலே வேண்டும் என்றும், சிரியாவில் உள்ள சகோதர அரபுக்களுடன் இணைந்து வாழ வேண்டும் என்றும் கூறுகிறார்கள். ஆனால், அங்கு யூதர் பிரச்சனையை பிரிட்டன் உருவாக்கிவிட்டது. அவர்கள் பாலஸ்தீனம் விடுதலைக்கு எதிர்ப்பு தெரிவிக்கிறார்கள்.

பாலஸ்தீனம் விடுதைல பெற்றால் அரபு ஆட்சி ஏற்பட்டுவிடும் என்று யூதர்கள் கருதுகிறார்கள். இரண்டு பேரும் இரண்டு வழியாக இழுக்கும்போது தகராறு விளைவது இயல்புதானே. அரபியர்களுக்கு மக்கள் அதிகம். யூதர்களுக்குப் பணக்கட்டு அதிகம். உலகம் முழுவதும் பரந்துள்ள யூதர் ஸ்தாபனம் யூதருக்குப் பக்கபலமாக இருக்கிறது. ஆகவே, யூத தேசியத்தையும் அரபு தேசியத்தையும் மோதவிட்டு, இருவரையும் சமாதானப்படுத்த பாலஸ்தீனத்தில்

தாங்கள் இருக்க வேண்டியது அவசியம் என்று பிரிட்டன் கூறுகிறது. எல்லா நாடுகளிலும் இதே தந்திரத்தைத்தானே கையாளுகிறது.

யூதர்களின் தொடக்க கால வரலாறு பைபிளில் கூறப்பட்டுள்ளது. அவர்கள் சிறு குழுவாகவோ, பல குழுக்களாகவோ வாழ்ந்தார்கள். அவர்களுக்கென்று நிலையான இடம் இல்லை. பைபிளில் சங்கீதம் என்ற பகுதி இருக்கிறது. அதில் யூதர் புலம்பல் பாடல் வரிகள் இருக்கின்றன. அவற்றிலிருந்து சில வரிகளைத் தருகிறேன்...

பாபிலோன் நதிகளின் அருகே உட்கார்ந்து கொண்டு அங்கே சீயோனை நினைத்து அழுதுகொண்டிருந்தோம்.

அங்கிருக்கும் அலரிச் செடிகளின் மேலே எங்கள் கின்ன ரங்களை மாட்டி வைத்தோம்.

ஏனெனில், எங்களைச் சிறை பிடித்து அடிமை கொண்டவர்கள் "சீயோனின் பாடல்களில் சிவவற்றை எங்களுக்குப் பாடுங்கள்" என்று அங்கே கேட்டார்கள்.

ஆண்டவருடைய பாடலை அன்னிய தேசத்தில் எப்படிப் பாடுவோம்.

எருசலமே, நான் உன்னை மறந்தால், என் வலது கரம் அசை வற்றுப் போகக் கடவது.

நான் உன் பேரால் நினைவு கூராவிட்டால், எருசலமே! நான் என் முக்கியமான மகிழ்ச்சியாக உன்னை எண்ணாவிட்டால், என் நாவு என் குரல் வளையோடு ஒட்டிக்கொள்வதாக!

(சீயோன் - ஜெருசலேம் அருகில் உள்ள மலை. கின்னாரம் - ஒருவகை நரம்பு இசைக்கருவி)

யூதர் இறுதியில் உலகமெங்கும் சிதறுண்டு போனார்கள். அவர்களுக்கு வீடு வாசல், காணி பூமி, ஊர் நாடு ஒன்றும் இல்லை. அவர்களை யாரும் 'வா' என்று அழைக்கவில்லை. சனியன்கள் எங்கிருந்தோ வந்து விட்டனவே என்று முகம் சுளித்தார்கள். மற்றவர்களைத் தீட்டுப்படுத்தாமல் தனியாக ஒதுக்கப்பட்ட இடங்களில் அவர்கள் வாழ நேர்ந்தது. அந்த யூதர் சேரிகளுக்கு ஆங்கிலத்தில் 'கெட்டோ' என்று பெயர். சில சமயங்களில் தங்களை பிரித்துக் காட்ட தனியான உடை அணிய வேண்டும். 'யூதர்' என்பதே வசைச் சொல்லாயிற்று. 'யூதர்' என்றாலே கருமி என்றும், வட்டிக்கு வட்டி வாங்கும் படுபாதகன் என்று ஆயிற்று. இந்த ஆச்சரியமான மக்கள், இத்தனை இக்கட்டுகளையும் மீறி உயிர் வாழ்வதோடு

தங்களுடைய இனப் பண்பாடுகளையும் கலாச்சாரங்களையும் அழியாது காப்பாற்றி வருகிறார்கள்.

யூதர்களில் விஞ்ஞானிகளும், அறிஞர்களும், தொழில் அதிபர்களும், எழுத்தளார்களும், சோஷல்ஸ்டுகளும், கம்யூனிஸ்ட்டுகளும் இருக்கிறார்கள். கிழக்கு ஐரோப்பிய நகரங்களில் அவர்கள் வசிக்கிறார்கள். அடிக்கடி கொல்லப்படுகிறார்கள். அவர்கள் ஏழைகளாக இருந்தாலும் இன்னமும் ஜெருசலேமைப் பற்றிக் கனவு கனவு காண்கிறார்கள். அவர்கள் ஜெருசலேமை ஜியோன் என்று அழைக்கிறார்கள். கடவுள் தங்கள் கனவில் தோன்றி, பாலும் தேனும் ஓடும் இடமாக்குவேன் என்ற வார்த்தைகளை அவர்கள் நம்புகிறார்கள். அவர்களை ஜியோன் கைவிரித்து அழைக்கிறது.

19ஆம் நூற்றாண்டு முடியும் சமயத்தில் ஜியோனிய இயக்கம் சிறிது சிறிதாக ஜியோனில் சென்று குடியேறும் இயக்கமாக மாறியது. யூதர்கள் பலர் பாலஸ்தீனத்துக்குக் குடியேறச் சென்றார்கள். எபிரேய மொழி மறுமலர்ச்சி பெற்றது. உலக யுத்தத்தின்போது பிரிட்டிஷார் பாலஸ்தீனத்தின் மீது படையெடுத்து ஜெருசலேமை நோக்கிச் சென்றார்கள். **1917** நவம்பரில், யூதர்களுக்கு தாயகம் ஏற்படுத்துவது பிரிட்டனின் நோக்கம் என்று அறிவித்தது. யூதர்களின் பண உதவியைப் பெறவும், அவர்களுடைய நல்லெண்ணத்தைப் பெறவும் இப்படி அறிவித்தார்கள். அது வெறும் பாலைவனமல்ல. இன்னொருவரின் தாயகமாக இருக்கிறது. அப்படி இருக்கும்போது, கடைத் தேங்காயை வழிப்பிள்ளையாருக்கு உடைக்கும் கதையைப் போல பிரிட்டனின் வாக்குறுதி இருந்தது.

பிரிட்டனின் வாக்குறுதியால் பாலஸ்தீனத்தில் வாழ்ந்த அரபுகள் உள்ளிட்ட அனைத்து பிரிவினரும் பாதிக்கப்பட்டனர். யூதர்கள் அல்லாத எல்லோரும் இதை எதிர்த்தார்கள். யூதர்கள் வந்தால், தங்களுடைய செல்வாக்கால் தேசத்தின் எஜமானர்கள் ஆகிவிடுவார்கள் என்று மற்றவர்கள் அஞ்சினார்கள். யூதர்கள் தங்கள் நிலத்தை பறித்துக் கொள்வார்கள் என்று பயந்தார்கள்.

அப்போதிருந்து பாலஸ்தீனத்தில் அரபுகளும் யூதர்களும் மோதல் போக்கைக் கடைப்பிடித்தார்கள். பிரிட்டிஷ் அரசு சமயத்துக்கு ஏற்ப இருவரையும் மாறி மாறி ஆதரித்தது. ஆனால், பொதுவாக அவர்கள் யூதர் பக்கம் இருந்தார்கள். பாலஸ்தீனம் சியாட்சியற்ற பிரிட்டிஷ் காலனியைப் போல இருந்தது. முழு விடுதலையையும்,

சுய நிர்ணய உரிமையையும் அரபுகள் கேட்கிறார்கள். அதை கிறிஸ்தவர்களும் யூதரல்லாத மற்றவர்களும் ஆதரிக்கிறார்கள். ஆனால், வெளிநாடுகளில் இருந்து யூதர்கள் வந்து குடியேறினார்கள். அதை அரபுகள் எதிர்த்தார்கள். புதிதாக வருவோருக்கு இடமில்லாமல் போகும் என்கிறார்கள். பிரிட்டனின் போக்கு அரபுகளின் தேசிய விருப்பங்களுக்கு மாறாக இருக்கும் என்று அரபுகள் கவலை தெரிவிக்கிறார்கள்.

அரபுக் காங்கிரஸ் பிரிட்டிஷ் அரசாங்கத்துடன் ஒத்துழைக்க மறுத்தது. நாட்டில் தேர்ந்தெடுக்கப்பட்ட சட்டசபையை அமைப்பது முடியவில்லை. பல ஆண்டுகள் இந்த நிலை நீடித்தது. பிறகு சில குழுக்கள் பிரிட்டிஷ் அரசுடன் அரைகுறையாக ஒத்துழைத்தன. அப்படியும் சட்டசபையை அமைக்க முடியவில்லை. பிரிட்டிஷ் அதிகாரி, சர்வாதிகாரம் பெற்ற சுல்தானைப் போல ஆட்சி செய்தார்.

1929 ஆகஸ்டில், பெரிய அரபு யூதக் கலகங்கள் நிகழ்ந்தன. யூதரின் எண்ணிக்கையும் செல்வமும் வளர்ந்தது. இதையடுத்து அரபுகள் கவலையும் பயமும் அடைந்தனர். விடுதலைக் கோரிக்கையை யூதர்கள் எதிர்த்தனர். புலம்பல் சுவர் தொடர்பாக ஒரு தகராறு ஏற்பட்டது. அது, ஏரோது அல்லது ஹெரோட் ஆலயத்தை சூழ்ந்திருந்த மதில் சுவரின் ஒரு பகுதியாகும். ஆகவே, யூதருக்கு அது புனிதமானது. புராதனப் பெருமைக்கு அடையாளமாக உள்ளது. பிற்காலத்தில் அங்கு ஒரு மசூதி கட்டப்பட்டது. அந்தச் சுவரையும் சேர்த்து மசூதி கட்டிவிட்டார்கள். அந்தச் சுவருக்கருகில் யூதர் பிரார்த்தனை செய்வது வழக்கம். சிறப்பாக உரத்த குரலில் தங்களுடைய புலம்பல் பாடல்களை ஓதுவார்கள். அதனால்தான் அந்தச் சுவருக்குப் 'புலம்பல் சுவர்' என்று பெயர் வந்தது. தங்களுடைய மசூதிக்கு அருகில் யூதர்கள் ஓங்கிப் புலம்புவதை முஸ்லிம்கள் எதிர்த்தார்கள்.

இதில் வேடிக்கை என்னவென்றால் பாலஸ்தீனத்திலுள்ள கிறிஸ்தவ சர்ச்சுகள் அரபுகளுக்குப் ஆதரவு அளிக்கின்றன. முஸ்லிம்களும் கிறிஸ்தவர்களும் இணைந்து போராட்டம் நடத்தினார்கள். இதிலிருந்து தகராறுக்கு மதம் காரணமல்ல என்பது புரியும். பாலஸ்தீனத்தில் தொடக்க காலக் குடிமக்களுக்கும் புதிதாக குடியேறுபவர்களுக்கும் இடையிலான பொருளாதார மாறுபாடுதான் காரணம் என்பது புரியும். பிரிட்டன் தன்னிடம் 'ஒப்புவிக்கப்பட்ட' ஆட்சிப் பொறுப்பைச் சரிவர நடத்தவில்லை. 1929ல் நிகழ்ந்த கலகங்களைத் தடுக்கத் தவறி- விட்டது என்று சர்வதேச சங்கம் அதைக் கண்டித்தது.

ஆகவே, பாலஸ்தீனம் பிரிட்டிஷ் காலனியாக இருந்தாலும், சில வழிகளில் அதைவிடக் கேவலம் என்று கூடச் சொல்லலாம். யூதரையும் அரபுகளையும் மோதவிட்டு வேடிக்கை பார்க்கிறார்கள். கல்வி வசதிக்கு ஒன்றும் செய்யவில்லை. அரபுகள் கல்வியில் பேரார்வம் காட்டியும் கவனிக்கவில்லை. யூதருக்குப் பணவசதி நிறைய இருப்பதால் நல்ல பள்ளிக்கூடங்களும் கல்லூரிகளும் அவர்களுக்கு இருக்கின்றன. யூதர்கள் இப்போது, முஸ்லிம் மக்கள் தொகையில் கால் பங்கு வந்துவிட்டது. பொருளாதாரத்தில் பலமாக இருக்கும் அவர்கள் எதிர்காலத்தில் பாலஸ்தீனத்தில் ஆதிக்கம் செலுத்தலாம் என்று எதிர்பார்ப்பதாக தெரிகிறது. விடுதலைப் போராட்டத்தில் யூதர்களின் ஆதரவை அரபுகள் கேட்டார்கள். யூதர்கள் புறக்கணித்து விட்டார்கள். யூதர்கள், நாட்டை ஆளும் அன்னியருடன் சேர்ந்து கொண்டு நாடு விடுதலை பெற தடையாக இருக்கிறார்கள். ஆகவே, பெரும்பான்மை அரபுகளும் சிறுபான்மைக் கிறிஸ்தவர்களும் யூதரின் போக்கை கண்டிப்பதில் ஆச்சரியமில்லை அல்லவா?

ஜோர்டான்

பாலஸ்தீனத்தை அடுத்து, யோர்தான் நதியின் கரையில் ஜோர்டான் இருக்கிறது. இதுவும் பிரிட்டிஷார் உருவாக்கிய சிறிய அரசு ஆகும். அரபியாவுக்கும் சிரியாவுக்கும் இடையில் பாலைவனத்தை அடுத்தாற் போல் உள்ள இது, பரப்பளவி மிகவும் சிறியது. மொத்த மக்கள் தொகை மூன்று லட்சம்தான். பிரிட்டிஷ் அரசாங்கம் இதைப் பாலஸ்தீனத்துடன் சேர்த்திருக்கலாம். ஆனால், சேர்த்துப் பலப் படுத்துவதைவிடப் பிரித்துப் பலவீனப் படுத்துவதையே பிரிட்டன் விரும்புகிறது. இந்தியாவுக்குச் செல்லும் தரை வழி, வான் வழி இரண்டிலும் இது முக்கிய இடம் வகிக்கிறது.

நாடு சிறிதாயினும் பக்கத்திலுள்ள பெரிய நாடுகளில் நிகழ்ந்ததைப் போலவே இங்கும் காண்கிறோம். மக்கள் ஜனநாயகப் நாடாளுமன்றம் வேண்டும் என்கிறார்கள். மறுக்கிறார்கள். போராட்டம் நடக்கிறது. அடக்கப்படுகிறது. பிரிட்டிஷார் வெகு புத்திசாலித்தனமாக எமிர் அப்துல்லா என்பவனை அரசனாக்கி, தங்கள் கைப் பொம்மையாக மாற்றுகிறார்கள். இவன் பிரிட்டிஷாரின் அட்டூழியங்களை மறைக்கப் பயன்படுகிறான். எல்லாவற்றுக்கும் இவனே பழி சுமக்கிறான். மக்கள் வெறுக்கிறார்கள்.

சொல்லளவில் ஜோர்டான் சுதந்திர அரசாக இருந்தாலும், அப்துல்லா

1928ல் பிரிட்டிஷாருடன் பல உடன்படிக்கைகளை செய்துள்ளது. உண்மையில், ஜோர்டான் பிரிட்டனின் ஒரு பகுதியாக இருக்கிறது. பிரிட்டிஷாரின் கீழ்ச் சுதந்திரமாக இருப்பதன் அர்த்தம் என்ன என்பதற்கு ஜோர்டான் இன்னொரு சிறிய உதாரணமாகும். முஸ்லிம்கள், கிறிஸ்தவர் இருவரும் உடன்படிக்கைகளை வெறுக்கிறார்கள். எதிர்ப்பவர்கள் நாடுகடத்தப்பட்டார்கள். அதன் பேரில் எதிர்ப்பு அதிகரித்தது. தேசிய காங்கிரஸ் கூடி உடன்படிக்கையை நிராகரித்தது. ஆனால், அரசர் அப்துல்லாவும் பிரிட்டிஷாரும் சில ஆதரவாளரைக் பிடித்து உடன்படிக்கை ஏற்கப்படுவதாக அறிவித்தனர்.

1929ல் பாலஸ்தீனத்தில் கிளர்ச்சி வலுவாக நடந்தபோது, ஜோர்டானிலும் பிரிட்டிஷாருக்கும், பால்போர் பிரகடனத்துக்கும் எதிராகப் பெரிய ஆர்ப்பாட்டங்கள் நிகழ்ந்தன.

குறிப்பு : (1938 அக்டோபர்)

பாலஸ்தீனத்தில் அரபு தேசியத்துக்கும் யூத ஜியோனிஸத்துக்கும் பிரிட்டிஷ் பேரரசுக்கும் மூண்டு நின்ற மும்முனைப் போராட்டம் கடுமையாகிறது. ஜெர்மனியில் நாஜிகள் அடைந்த வெற்றியின் விளைவாக ஏராளமான யூதர் மத்திய ஐரோப்பாவில் இருந்தும் துரத்தப்பட்டார்கள். அவர்கள் பாலஸ்தீனத்தைப் புகலிடமாகக் கருதி வந்தார்கள். இதைக் கண்டு அரபுகளின் பயம் அதிகரித்தது. அந்த யூத வெள்ளத்தில் தாங்கள் அழிந்து விடுவோம் என்று அஞ்சினார்கள். யூதர்கள் கை ஓங்கிவிடும் என்று நினைத்தார்கள். நாட்டில் தீவிரவாதப் போராட்டம் தொடங்கியது.

1936 ஏப்ரலில் பாலஸ்தீனத்தில் அரபுகள் பொது வேலை நிறுத்தம் ஆரம்பித்தனர். அது ஆறுமாதம் நடைபெற்றது. பிரிட்டிஷ் அதிகாரிகள் அதை நசுக்கப் பார்த்தும் பலன் இல்லை. நடவடிக்கை பலன் தராததால், 'ராயல் கமிஷனை'ப் பிரிட்டிஷ் அரசாங்கம் நியமித்தது. அந்தக் கமிஷன், பிரிட்டன் தனது பொறுப்புகளை சரிவர செய்யவில்லை என்றும் பாலஸ்தீனத்தை மூன்று பிரிவுகளாக் பிரிக்க வேண்டும் எனவும் கூறியது. ஒரு பெரிய பிரதேசம் அரபு ஆதிக்கத்திலும், கடலை அடுத்த ஒரு சிறிய பிரதேசம் யூத ஆதிக்கத்திலும், ஜெருசலேமும் அதைச் சுற்றியுள்ள பிரதேசமும் பிரிட்டிஷ் ஆதிக்கத்திலும் இருக்கவேண்டும் என்றும் சிபாரிசு செய்தது.

இந்தப் பிரிவினைத் திட்டத்தை அரபுகள், யூதர்கள் எல்லாரும் எதிர்த்தார்கள். ஆனால், யூதரில் பலருக்கு இதை நடத்திப் பார்க்கலாம் என்று எண்ணமிருந்தது. அரபுகள் அதை ஏறிட்டுப் பார்க்கவும்

மறுத்தனர். அவர்களுடைய தேசிய எதிர்ப்பு அதிகமாயிற்று. கடந்த சில மாதங்களாக இது பிரிட்டிஷாருக்கு விரோதமான தேசிய இயக்கமாக உருவெடுத்தது. இதையடுத்து, சிறிது சிறிதாகப் பாலஸ்தீனத்தின் பெரும் பகுதிகளில் பிரிட்டிஷ் ஆட்சியை ஒழித்து அரபு தேசிய ஆட்சி ஏற்படுகிறது. பிரிட்டிஷ் அரசாங்கம் பாலஸ்தீனத்தை மீண்டும் ஜெயிப்பதற்குப் படைகளை அனுப்பியுள்ளது.

வன்முறை போராட்டம் இருதரப்புக்கும் அதிகரிக்கிறது. பிரிட்டிஷ் அரசாங்கம், ராணுவ உதவியுடன், மக்களை ஒழிக்கிறது. செய்திகள் கடுமையான தணிக்கைக்கு உள்ளாவதால் அங்கு நடப்பது வெளி உலகத்துக்குத் தெரிவதில்லை. ஆனால், பிரிட்டிஷ் ராணுவத்தினர் 'சந்தேகிக்கப்பட்ட' அரபுகளை இரும்புக் கூண்டுகள் எனப்படும், முள்வேலிச் சிறைகளில் கூட்டம் கூட்டமாக அடைத்து விடுகிறார்களாம். ஒரு 'கூண்டில்' 50லிருந்து 400 கைதிகள் வரை அடைக்கப்படுகிறார்கள். கூண்டிலுள்ள விலங்குகளுக்கு தீனி கொடுப்பது போல அவர்களுடைய உறவினர்கள் உணவு கொடுக்கிறார்கள். இதைப்பற்றி இப்போது தான் படித்தேன்.

இதற்கிடையில் அரபு உலகம் முழுவதும் கோபத் தீ கொழுந்துவிட்டு எரிகிறது. விடுதலைக்குப் போராடும் ஒரு மக்களை நசுக்குவதற்குக் கையாளப்படும் மிருகத்தனமான செயல்களைக் கண்டு கிழக்கிலுள்ள முஸ்லிம், முஸ்லிம் அல்லாதார் அனைவரும் உள்ளம் கொதிக்கிறார்கள்.

அரபுகள், யூதர் இருவரும் துன்புறுத்தப்படுகிறவர்கள். ஐரோப்பாவில் யூதர் படும் துன்பம் கல் நெஞ்சையும் கரைத்து விடும். அவர்கள் வீடு வாசலை இழந்து வனவாசம் செய்கின்றனர். அவர்கள் பாலஸ்தீனத்துக்குச் செல்ல விரும்புவதை யாரும் புரிந்து கொள்ள முடியும். அங்கு இதுவரையில் குடிபுகுந்துள்ள யூதர் பாடுபட்டு உழைத்துப் புதிய தொழிலை நிறுவி வாழ்க்கைத் தரத்தை உயர்த்தி நாட்டை முன்னுக்குக் கொண்டு வந்துள்ளார்கள் என்பதிலும் சந்தேகமில்லை.

ஆனால், பிரிட்டிஷ் சதுரங்கத்தில் யூதர், அரபுகள் இருவருமே காய்களாக பயன்படுகிறார்கள். எதிர்காலத்தில் என்ன நிகழும் என்று நிச்சயமாகச் சொல்வதற்கில்லை. பழைய பிரிவினைத் திட்டம் நடைமுறைக்கு வருவது கஷ்டம். பாலஸ்தீனத்தில் அரபு தேசத்தை அழிக்க முடியாதென்பது உறுதி. அரபுகளும் யூதரும் ஒன்றுபட்டு உழைத்தால்தான் நாடு நலம் பெறும்.

இபின் சவுத் தலைமையில் அரபியாவை ஒருங்கிணைக்கும் போர்

168. அரபியா நிகழ்காலத்துக்கு வருகிறது

ஜூன் 3, 1933

அரபு நாடுகளைப் பற்றி உனக்கு எழுதினாலும், இஸ்லாமின் பிறப்பிடமாகிய அரபியாவைப் பற்றி நான் இதுவரை ஒன்றும் கூறவில்லை. நமது தற்கால நாகரிகத்தின் அளவுகோலைக் கொண்டு பார்க்கும்போது, எகிப்து, சிரியா, பாலஸ்தீனம், இராக் ஆகியவற்றைவிட அரபியா பின்தங்கியே இருக்கிறது. அது பெரிய தேசம். பரப்பளவில் மூன்றில் இரண்டு பங்கு இருக்கும். ஆனால், அதன் மொத்த மக்கள் தொகை 40 அல்லது 50 லட்சம்தான் இருக்கும்.

பெரும் பகுதி பாலைவனம் என்பதால் அது பேராசைக்காரர்களின் கண்ணிலிருந்து தப்பியிருக்கிறது. மாறி வரும் உலகின் மத்தியில் தந்தியின்றித் தபாலின்றி ரயிலின்றி டெலிபோனின்றி இடைக் காலத்தின் ஞாபகச் சின்னமாக இருந்து வருகிறது. அரபியாவின் தென்மேற்குக் கோடியில் ஏடன் துறைமுகம் இருக்கிறது. இது பிரிட்டிஷாருக்குச் சொந்தமானது. கிழக்குக்கும் மேற்குக்கும் இடையே செல்லும் கப்பல்கள் இங்கே தங்கிப்போகும்.

உலக யுத்தத்துக்கு முன்னால் அரபியா முழுவதும் துருக்கி ஆதிக்கத்தின் கீழ் இருந்தது. ஆனால், நெஜத் ராஜ்யத்தில் எமிர் இபின் சவுத் என்பவன், ஒரு சுதந்திர அரசனாக பாரசீக வளைகுடா வரையில் நாட்டை விரிவு படுத்தினான். இது யுத்தத்துக்கு

முற்பட்ட ஆண்டுகளில் நிகழ்ந்தது. முஸ்லிம்களில் வஹாபிகள் என்னும் மதப்பிரிவுக்கு அல்லது ஒரு குறிப்பிட்ட வகுப்புக்கு அவன் தலைவனாக இருந்தான். அப்துல் வஹாப் என்பவன் அதைப் பதினெட்டாம் நூற்றாண்டில் வகுத்தான். அரபியாவில் வஹாபிகளுக்கும் மற்ற முஸ்லிம் உட்பிரிவுகளுக்கும் இடையே அரசியல் போட்டி மட்டுமின்றி மதப் பிணக்கும் இருந்தது.

உலக யுத்தத்தின் போது பல்வேறு அரபுத் தலைவர்களுக்குப் பிரிட்டிஷார் தங்கள் பணத்தையும் இந்தியாவின் பணத்தையும் ஏராளமாக லஞ்சம் கொடுத்தார்கள். பிரிட்டிஷார் அவர்களுக்கு எல்லாவிதமான வாக்குறுதியும் தந்து துருக்கிக்கு எதிராக கலகம் செய்யுமாறு தூண்டினார்கள். சில சமயங்களில் இப்படியும் நடந்தது. தங்களுக்குள் போரிடும் இரு அரபுத் தலைவர்களுக்கும் பிரிட்டிஷார் பண உதவி அளித்து வந்தார்கள். மக்காவைச் சேர்ந்த ஷரீப் உசேனைக் கொண்டு அரபுக் கலகத்தை தொடங்குவதில் அவர்கள் வெற்றி பெற்றார்கள். உசேன், நபிகள் நாயகமான முகம்மதுவின் வம்சத்தில் வந்தவன் என்பதால், அவனுக்கு அரபியாவில் பெருமதிப்பு இருந்தது. ஐக்கிய அரபியாவின் அரசுரிமையை அவனுக்கு அளிப்பதாகப் பிரிட்டிஷார் வாக்குறுதி அளித்தார்கள்.

இபின் சவுத், உசேனை விடக் கெட்டிக்காரன். மாதம் ஒன்றுக்கு 5000 பவுன், அதாவது, 70,000 ரூபாய், பெற்றுக்கொண்டு நடுநிலைமை வகிப்பதாகச் சொல்லிவிட்டான். அத்துடன் தன்னை சுதந்திர அரசன் என்று ஏற்கவும் செய்தான். ஷரீப் உசேன் துருக்கி சுல்தானை எதிர்த்துக் கலகம் செய்தபடியால் அவனுக்கு இஸ்லாமிய நாடுகளிலும், இந்தியாவிலும் கூட நல்ல பெயர் இல்லை. இபின் சவுதோ எதிலும் மாட்டிக் கொள்ளாமல் நடு நிலைமை வகித்தான்.

தெற்கில் யமின் அரசு இருந்தது. அதன் இமாம் அல்லது அரசன் யுத்தம் முழுவதும் துருக்கிக்கு ஆதரவாக இருந்தான். துருக்கியின் தோல்விக்குப் பின்னர் அவன் சுதந்திர அரசன் ஆனான். யமின் இன்னும் ஒரு சுதந்திர ராஜ்யமாகவே இருந்து வருகிறது.

யுத்தம் முடிந்தபோது, அரபியாவில் பிரிட்டிஷாரின் கை மோலோங்கி இருந்தது. ஷரீப் உசேனின் குடும்பத்துக்கு பிரிட்டிஷ் படைப் பலத்தின் மகிமையால் திடீரென்று ராஜயோகம் அடித்தது. உசேன் ஹெஜாசுக்கு அரசனானான். அவனுடைய மகன் பைசல் சிரியாவுக்கு அரசனானான். அவனுடைய இன்னொரு மகன் அப்துல்லா பிரிட்டிஷாரின் தயவால் ஜோர்டானுக்கு அரசனானான்.

ஆனால், பைசலை பொறுப்பிலிருந்து துரத்தினர். பிரிட்டிஷார் அவனை இராக்கின் அரசன் ஆக்கினார்கள். அவர்கள் தயவால் அவன் அங்கு இருந்து வருகிறான்.

உசேன், ஹெஜாசுக்கு அரசனாக இருந்த அந்தக் குறுகிய காலத்தில், அங்கோராவிலுள்ள துருக்கி நாடாளுமன்றம் கலீபா பீடத்தை 1924ல் ஒழித்துவிட்டது. உசேன் வெகு துணிச்சலுடன் காலியாயிருந்த பதவியை பற்றிக்கொண்டு கலீபா பட்டத்தையும் கட்டிக் கொண்டான். தனக்குரிய காலம் வந்துவிட்டதென்பதை உணர்ந்த இபின் சவுத், உசேனுக்கு எதிராக அரபு தேசியத்தையும் முஸ்லிம் சர்வ தேசியத்தையும் துணையாகக் கொண்டான். பிரிட்டிஷார் ஓசைப்படாமல் உசேனைக் கை கழுவி விட்டார்கள்.

சில மாதங்களுக்குள், 1924 அக்டோபரில், வஹாபிகள் மக்காவுக்குள் தர்காக்கள் சிலவற்றை அழித்தார்கள். அடுத்த ஆண்டு மதீனாவும் ஜெட்டாவும் இபின் சவுத் வசமாயின. உசேனும் அவனுடைய குடும்பமும் ஹெஜாசை விட்டுத் துரத்தப் பட்டனர். 1926 ஆரம்பத்தில் இபின் சவுத் தன்னை ஹெஜாசின் அரசனாக அறிவித்துக் கொண்டான். தன்னுடைய புதிய அந்தஸ்தைப் பலப்படுத்திக் கொள்ளவும், வெளி நாடுகளிலுள்ள முஸ்லிம்களின் அன்பைப் பெறவும், 1926 ஜூனில், அவன் இஸ்லாமிய உலகக் காங்கிரஸ் ஒன்றைக் கூட்டினான்.

மக்காவில் கூடிய உலக இஸ்லாமியக் காங்கிரஸ் யாதொரு முக்கியமான முடிவுக்கும் வராமல் கலைந்தது. அந்நிய அரசுகளுக்கு முன் தன்னுடைய நிலையைப் பலப்படுத்திக் கொள்வதற்கு இபின் சவுத் கையாண்ட வழியே அது. கிலாபத் கமிட்டியின் ஆதரவு தேவைப்பட்டபோது இபின் சவுத் பயன்படுத்திக் கொண்டான். இப்போது அதன் தயவு அவனுக்குத் தேவை இல்லை.

இபின் சவுத், யமின் தவிர்த்த, அரபியா முழுமைக்கும் அரசனாகி விட்டான். யமின் ஒரு சுதந்திர அரசாக இருந்து வந்தது. இபின் சவுத், இப்போது ஹெஜாஸ், நெஜத் இரண்டுக்கும் அரசன். அந்நிய அரசுகள் அவனுடைய சுதந்திரத்தை அங்கீகரித்தன. அன்னியர்கள் அங்கே வாலை ஒட்டச் சுருட்டி மடக்கி வைத்துக்கொள்ள வேண்டியதுதான். திராட்சை ரசமும் இதர மது வகைகளுங்கூட அவர்கள் அங்கே கொண்டு செல்லக்கூடாது.

இபின் சவுத் ஒரு போர்வீரன் என்கிற முறையில் வெற்றி பெற்று விட்டான். தற்கால நிலைமைகளுக்கு ஏற்பத் தன்னுடைய நாட்டைத் திருத்தி அமைக்கும் கடினமான வேலையில் அவன் இப்போது

ஈடுபட்டான். ஒரு தலைவன் கீழ்ச் சிறு சிறு கூட்டங்களாக வாழும் தொடக்க நிலையில் இருந்து அது நிகழ்கால நவீன உலகத்துக்குத் தாவவேண்டும். இந்த வேலையிலும் இபின் சவுத் சொல்லத்தக்க வெற்றி பெற்றான். அவன் தான் ஒரு தொலைநோக்குள்ள ராஜதந்திரி என்பதை உலகுக்குக் காட்டியிருக்கிறான்.

உள்நாட்டுக் குழப்பத்தை ஒழித்தது அவனுடைய முதல் வெற்றியாகும். சிறிது காலத்திற்குள்ளாக பெரிய வியாபார வழிகளும், பயண வழிகளும் கள்வரின் தொல்லை நீங்கி பயமின்றிச் செல்லக் கூடிய நிலையை அடைந்தன. இது பெரிய சாதனையாகும். ஏராளமான புனித பயணிகள் இதை வரவேற்றதில் வியப்பில்லை அல்லவா?

இதைவிடப் பெரிய சாதனை, நாடோடிகளான பதாவின்களை ஓரிடத்தில் நிலையாகக் குடியேற்றியதாகும். ஹெஜாசை ஜெயிக்கு முன்னரே இபின் சவுத் இந்த வேலையைத் தொடங்கி, அரபியாவை ஒரு தற்கால அரசாங்க அடிப்படையில் கொண்டுவர அடித்தளம் போட்டான். விமானங்களும், மோட்டார் கார்களும், டெலிபோன்களும், இன்னும் நவீன நாகரிகத்தின் அடையாளங்களான பல்வேறு பொருள்களும் வந்துவிட்டன. ஹெஜாஸ் படிப்படியாக, ஆனால் நிச்சயமாக, தற்கால நாகரிக ஏணியில் ஏறிவருகிறது. ஆனால், ஒரு நாடு இடைக்கால நிலையிலிருந்து தற்கால நிலைக்குத் தாவுவது சுலபமில்லை. ஆனால், இந்தப் புதிய முன்னேற்றமும், நவீன சாதனங்களும் பிசாசின் உற்பத்தி என்று பார்த்தனர். அவர்கள் இம்மாறுதலை எதிர்த்தார்கள். 1929ல் இபின் சவுதுக்கு எதிராகக் கலகமும் செய்தார்கள். இபின் சவுத் அவர்களிடம் நயந்து பேசி சம்மதிக்க வைத்தான். எதிர்த்தோரை அடக்கினான்.

இப்பொழுது இபின் சவுதுக்கு இன்னொரு இன்னல் எதிர்த்தோன்றியது. ஆனால், அந்த இன்னல் உலகம் பூராவுக்குமே ஏற்பட்டது. 1930லிருந்து எங்கும் பெரிய வியாபார மந்தம் தோன்றியுள்ளது. இயந்திரத் தொழில் சாதனங்கள் மிகுந்த பெரிய மேல்நாடுகள் இதில் சிக்கிக்கொண்டு இன்னும் வழி காணாது தவித்துக் கொண்டிருக்கின்றன. அரபியாவுக்கும் உலக வியாபாரத்துக்கும் அதிகச் சம்பந்தம் இல்லை. ஆனால், பொருளாதார சுணக்கம் இன்னொரு வழியில் அதைப் பாதித்தது.

இபின் சவுத்தின் முக்கிய வருவாய் ஆண்டுதோறும் மக்காவுக்குச் செல்லும் 'ஹஜ்' யாத்திரையில் இருந்து கிடைத்து வந்தது. வெளி நாடுகளில் இருந்து சுமார் லட்சம் பேர் ஆண்டுதோறும் மக்காவுக்குப்

ஜவஹர்லால் நேரு

மன்னர் இபின் சவுத்

போய் வருவார்கள். 1930 ல் இது திடீரென்று 40 ஆயிரமாக குறைந்தது. அதற்கு அடுத்த ஆண்டுகளிலும் யாத்திரிகர் தொகை குறைந்து வந்தது. இது அரபியாவின் பொருளாதாரக் கட்டுக்கோப்பைக் கலகலக்கச் செய்து விட்டது. பல பகுதிகளில் மக்கள் பெருங் கஷ்டத்திற்கு ஆளாயினர். பணமில்லாக் குறையால் இபின் சவுதின் வேலைகள் பல வழிகளில் தடைப்பட்டன. பல சீர்திருத்தத் திட்டங்களை எடுத்துக்கொள்வதற்கே வழியில்லை. அன்னியரிடம் வேலைகளை விட்டால் நாளடைவில் அவர்கள் கை ஓங்கிவிடும் என்று அஞ்சினான். செல்வம் படைத்துச் சுதந்திரத்தை இழப்பதைவிட ஏழ்மை நிலையில் இருந்தாலும் சுதந்திரத்தை இழக்காமல் இருப்பதே மேலென்று இபின் சவுத் கருதினான்.

வியாபார மந்தம் காரணமாக இபின் சவுத் தன்னுடைய கொள்கையைச் சிறிது மாற்றிக்கொண்டான். அந்நியருக்குச் சில சலுகைகள் கொடுத்தான். ஆயினும், அவன் தன்னுடைய சுதந்திரத்தைப் பாதுகாத்துக் கொள்ளத் தவறவில்லை. அதற்கான நிபந்தனைகளை அவன் விதித்தான். அன்னிய நாட்டு முஸ்லிம்களுக்கு மட்டும் சலுகைகள் வழங்கத் தீர்மானித்தான். ஜெட்டாவிலிருந்து மக்கா வரையில் ரயில் போடுவதற்காக இந்திய முஸ்லிம் முதலாளிகளுக்கு வாய்ப்பளித்தான். அரபியாவில் இதை ஒரு புரட்சி என்றே சொல்லவேண்டும். மக்காவுக்கு இனி ரயிலில் போகலாம் அல்லவா?

இந்தக் கடிதத் தொடக்கத்தில் அரபியாவின் தென்மேற்குக் கோடியில் அரபு வளநாடு என்று பெயர் பெற்ற யமின் அரசைப் பற்றிக் கூறினேன். இந்தப் பெயர், பாரசீக வளைகுடா வரையில் நீண்டிருந்த தென் அரபியாவின் பெரும் பகுதிக்கும் பெயராக இருந்தது. ஆனால், அதற்கு இந்தப் பெயர் சிறிதும் பொருத்தமில்லை. அது நீரும் நிழலுமற்ற ஒரு வனாந்தரம். முன்காலத்தில் அதன் இயற்கை நிலையை அறியாதவர் அதற்கு இந்தப் பெயர் சூட்டியிருக்க வேண்டும். சமீபகாலம் வரையில் அது யாரும் அறியாத பிரதேசமாகவே இருந்தது.

1920 இராக் கலகம்
இராக்கை நாசம் செய்த பிரிட்டிஷ் விமானங்கள்

169. விமானக் குண்டு வீச்சும் இராக்கும்

ஜூன் 7, 1933

அரபு நாடுகளில் இராக் மட்டுமே நாம் பார்க்க வேண்டியுள்ளது. இராக் அல்லது மெசபொடேமியா என்ற பெயர் கொண்ட அந்த நாடு, யூப்ரடிஸ், டைகிரிஸ் என்ற இரு நதிகளுக்கு இடையே அமைந்துள்ளது. வளமான நாடு. அது பாரசீகத்துக்கும் அரபியப் பாலைவனத்துக்கும் இடையில் இருக்கிறது. தெற்கே அதன் முக்கியத் துறைமுகமான பஸ்ராவும், வடக்கே துருக்கியும் இருக்கிறது. குர்துகள் வாழும் குர்திஸ்தானில் இராக்கும் துருக்கியும் சந்திக்கின்றன. குர்துகளில் பெரும்பாலோர் துருக்கியிலும், சிறுபான்மை இராக்கிலும் இருக்கிறார்கள். இவர்கள் இருக்கும் மோசூல் நகரைத்தான் பிரிட்டன் வம்பு செய்து வாங்கியது. மோசூல் அருகேதாந் அசீரியரின் புராதன தலைநகர் நினேவேயின் மிச்சங்கள் இருக்கின்றன.

சர்வதேச சங்கம் இங்கிலாந்தின் கையில் 'ஒப்புவித்த' நாடுகளில் இராக்கும் ஒன்றாகும். ஆனால், பசுக் கூட்டத்தையோ மான் கூட்டத்தையோ பார்த்துக் கொள்வதற்குப் புலியை நியமித்த கதையாக இது முடிந்தது. சம்பந்தப்பட்ட நாட்டு மக்களின் விருப்பப்படி அவர்கள் பிறரிடம் ஒப்புவிக்கப் பட்டதாக அர்த்தமாகும்.

உலக யுத்தத்தின்போது துருக்கியை எதிர்த்து போரிடுவதற்காக, அப்போது மெசபொடேமியா என்று அழைக்கப்பட்ட இராக்கை படைத்தளமாக பிரிட்டிஷார் பயன்படுத்தினர். பிரிட்டிஷ் படைகளையும், இந்தியப் படைகளையும் அங்கே நிரப்பினார்கள். 1916 ஏப்ரலில் அவர்களுக்குப் பெரிய தோல்வி ஏற்பட்டது. கடைசியில், பிரிட்டிஷார் தங்களுடைய பெரிய யுத்த தளவாடங்கள் காரணமாகத் துருக்கியரைத் தோற்கடித்து பாக்தாதைக் கைப்பற்றினார்கள். யுத்தம் முடிந்தபோது இராக் முழுவதும் பிரிட்டிஷ் ஆதிக்கத்தின்கீழ் இருந்தது.

இங்கிலாந்திடம் இராக்கை ஒப்படைக்க பலமான எதிர்ப்பு இருந்தது. எதிர்ப்பு முற்றிக் குழப்பம் ஏற்பட்டது. குழப்பம் முற்றிக் கலகம் விளைந்தது. அது நாடு முழுதும் பரவியது. 1920ஆம் ஆண்டின் முற்பாதியில், கிட்டத்தட்ட ஒரே சமயத்தில், துருக்கி, எகிப்து, சிரியா, பாலஸ்தீனம், இராக், பாரசீகம் ஆகிய எல்லா நாடுகளிலும் கலகங்கள் தோன்றியது வியப்புக்குரிய விஷயமாகும். இந்தியாவில்கூட அப்போது ஒத்துழையாமைக் காற்று வீசியது.

பிரிட்டிஷார் இராக் கலகத்தை அடக்க படைபலத்தை பயன்படுத்தினார்கள். போதாக்குறைக்கு, யுத்தம் முடிந்ததும் விடுதலை தருவதாக வாக்களித்தனர். அரபு மந்திரிகளைக் கொண்ட ஒரு தற்காலிக அரசாங்கம் அமைக்கப்பட்டது. ஆனால், ஒவ்வொரு அமைச்சருக்கும் ஒரு ஆங்கிலேயர் ஆலோசகராக இருந்தார். அதாவது உண்மையான அதிகாரம் ஆலோசகர் கையில் இருந்தது. மந்திரிகள் தங்களுக்கு அடிபணிய வேண்டும் என்று நினைத்தனர். சில மந்திரிகள் இதற்கு இணங்க மறுத்துவிட்டார்கள்.

ஆகவே, 1921 ஏப்ரலில், மந்திரிகளில் முக்கியமானவரும் திறமை வாய்ந்தவருமான சையது தாலிப் ஷாவைப் பிரிட்டிஷார் கைது செய்து நாடு கடத்தினர். 1921 கோடைக்காலத்தில், பிரிட்டிஷார் ஹெஜாசைச் சேர்ந்த உசேனின் மகன் பைசலை இராக் அரசானாக்க முடிவு செய்தனர். இராக் மந்திரிகளைக் காட்டிலும் அவன் பிரிட்டிஷ் திட்டங்களுக்கு அனுசரணையாக நடந்து கொள்வான் என்று நினைத்தனர். பைசல் அரசனாவதற்கு முன்பு, இராக் தலைவர்கள், நாடாளுமன்றம் அமைப்பதை ஒரு நிபந்தனையாக வைத்தார்கள். பொதுவாக, ஜனங்களுடைய அபிப்பிராயம் கேட்கப்படவில்லை. 1921 ஆகஸ்டில் பைசல் அரசனானான்.

ஆனால், பிரச்சினைக்கு இது தீர்வு காணவில்லை. பிரிட்டனை

எதிர்த்து கிளர்ச்சியும் ஆர்ப்பாட்டமும் தொடர்ந்து நடைபெற்றன. ஓராண்டுக்குப்பின், 1922 ஆகஸ்டில், நிலைமை முற்றியது. பிரிட்டிஷ் அதிகாரிகள் இராக்கியருக்கு இன்னொரு சுதந்திரப் பாடம் கற்பித்தார்கள். சர் பர்சி காக்ஸ் என்னும் பிரிட்டிஷ் ஹை கமிஷனர், அரசன், மந்திரிகள், சட்டசபை மூன்றையும் முடக்கினான். எல்லா அதிகாரத்தையும் தானே எடுத்துக் கொண்டான். விமானப் படையைக் கொண்டு கலகங்களை அடக்கினான். தேசியப் பத்திரிகைகளுக்கு தடை, அரசியல் கட்சிகளுக்கு அனுமதி மறுப்பு, தலைவர்கள் நாடுகடத்தல் என்று எங்கும் பிரிட்டன் கையாளும் அதே வழிகள் இராக்கிலும் கடைப்பிடிக்கப்பட்டன.

சில மாதங்களுக்குப் பிறகு சர் பர்சி காக்ஸ் அரசனையும் மந்திரிகளையும் வெளிப்பார்வைக்கு வேலை செய்ய அனுமதித்தான். பிரிட்டனுடன் ஒரு உடன்படிக்கைக்கு வர அவர்களை இணங்கச் செய்தான். இராக்குக்குச் சுதந்திரம் அளிப்பதாகவும், அதைச் சர்வதேச சங்கத்தில் உறுப்பினர் ஆக்குவதாகவும் வாக்குறுதி கொடுத்தான். 1922 அக்டோபர் உடன்படிக்கை மக்கள் விருப்பத்துக்கு மாறாக செய்யப்பட்டது. எனவே, மக்கள் கண்டித்தார்கள். நாட்டின் எதிர்கால அரசியலைத் தீர்மானிக்க அரசியல் நிர்ணய சபைக்கு அறிவிக்கப்பட்ட தேர்தலை புறக்கணித்தார்கள். இந்த ஒத்துழையாமை வெற்றி பெற்றது. குழப்பங்கள் நிகழ்ந்தன. வரி வசூலிப்பதில் கஷ்டங்கள் ஏற்பட்டன.

ஓராண்டுக்கு மேலாக, 1923 முழுவதும், இந்தக் குழப்பங்கள் இடைவிடாது நிகழ்ந்து வந்தன. கடைசியில், உடன்படிக்கையில் இராக்குக்குச் சாதகமாகச் சில மாறுதல்கள் செய்யப்பட்டன. கிளர்ச்சித் தலைவர்களில் முக்கியமான சிலர் நாடுகடத்தப்பட்டார்கள். கிளர்ச்சி சிறிது குறைந்தது. 1924 ஆரம்பத்தில் அரசியல் நிர்ணய சபைக்குத் தேர்தல்கள் நடைபெற்றன. அதுவும் பிரிட்டிஷ் உடன்படிக்கையை ஆட்சேபித்தது. பிரிட்டிஷார் அதை ஒப்புக்கொள்ளும் படி ரொம்பவும் வலுக்கட்டாயம் செய்தார்கள். கடைசியாக, சபையில் மூன்றில் ஒரு பங்கு உறுப்பினர்களால் உடன்படிக்கை ஒப்புக்கொள்ளப்பட்டது.

அரசியல் நிர்ணய சபை இராக்குக்கு ஒரு புதிய அரசியலை வகுத்தது. ஏட்டில் பார்ப்பதற்கு அது நன்றாகத்தான் இருந்தது. இராக் ஒரு சுதந்திரத் தனியரசு நாடென்றும், சட்டத்துக்குட்பட்ட முடிசூடிய வேந்தர் பரம்பரையின் கீழ் நாடாளுமன்ற முறையில் அரசு நடைபெறும் என்றும் அது விதித்தது. அரசன் கையில் பெரிய அதிகாரம் ஒப்படைக்கப்பட்டது. அரசனுக்குப் பின்னால் பிரிட்டிஷ்

அதிகாரிகள் லகானைத் தங்கள் கையில் வைத்திருந்தார்கள். 1925 மார்ச்சில், புது அரசியல் அமலுக்கு வந்தது. சில வருஷங்கள் வரையில் நாடாளுமன்றம் நடைபெற்றது. 1926 ஜூனில் இங்கிலாந்து, இராக், துருக்கி மூன்றும் வழக்கை முடிவுகட்டின. மோசூல் இராக்குக்கு கிடைத்தது. இராக்கே பிரிட்டிஷ் பேரரசின் கண்பார்வையில் இருப்பதால் பிரிட்டிஷ் நலன்கள் அந்த வகையில் பாதுகாக்கப்பட்டன.

1930 ஜூனில், பிரிட்டனுக்கும் இராக்குக்கும் ஒரு புது உடன்படிக்கை ஏற்பட்டது. அது உள்நாட்டு விவகாரங்களிலும் வெளிநாட்டு விவகாரங்களிலும், இராக்குக்கு உள்ள முழு சுதந்திரத்தை மீண்டும் அங்கீகரித்தது. இந்தியாவுக்குச் செல்லும் வழியைக் காப்பதற்காக இங்கிலாந்து விமான தளங்கள் ஏற்படுத்திக் கொள்வதை இராக் அனுமதித்தது. மோசூலிலும் பிற இடங்களிலும் பிரிட்டிஷ் படைகள் வைக்கப்பட்டுள்ளன. யுத்தம் நேர்ந்தால், பிரிட்டன் தன்னுடைய எதிரியை எதிர்த்துப் போரிடுவதற்கு இராக் சகல வசதிகளும் அளிக்க வேண்டும். இவ்வாறு, சமயம் நேர்ந்தால், மோசூலுக்குப் பக்கத்திலிருந்து இங்கிலாந்து துருக்கியையோ, பாரசீகத்தையோ, சோவியத்து யூனியனிலுள்ள அஜர்பைஜானையோ தாக்கக் கூடும்.

இந்த உடன்படிக்கையை அடுத்து, 1931ல், பிரிட்டனுக்கும் இராக்குக்கும் நீதி பரிபாலன ஒப்பந்தம் ஒன்று ஏற்பட்டது. அதன்படி இராக் நீதித்துறையில் ஆலோசனை கூறுவதற்கு ஒரு ஆங்கிலேயரை வைத்துக் கொள்ள வேண்டும். அப்பீல் கோர்ட்டுக்கு ஒரு பிரிட்டிஷ் தலைவரையும், பாக்தாது, பஸ்ரா, மோசூல் முதலிய இடங்களிலுள்ள கோர்ட்டுகளுக்குப் பிரிட்டிஷ் தலைவர்களையும் வைத்துக் கொள்ள வேண்டும்.

1925ல் புது அரசியல் பிரகடனம் செய்யப்பட்ட பிறகு, புது நாடாளுமன்றம் வேலை செய்து வந்தாலும் மக்களுக்குத் திருப்திகரமான நிலைமை ஏற்படவில்லை. விமானப்படை குண்டு வீசி ஊர்களை அழித்து கலகங்களை அடக்கியது. 1930 ஆம் ஆண்டு உடன்படிக்கைக்குப் பின்னர், பிரிட்டிஷ் ஆதரவில் இராக் சர்வதேச சங்கத்தில் அங்கத்தினராகச் சேரும் பிரச்சினை எழுந்தது. ஆனால், தேசத்தில் அமைதி நிலவவில்லை. குழப்பமும் கொந்தளிப்புமாக இருந்தது. இராக்கில் நடக்கும் அடக்குமுறைகள் சர்வதேச சங்கத்தில் அம்பலாமாகும் என்று பிரிட்டன் அஞ்சியது. இயன்றவரை கலகத்தை அடக்குவதிலேயே குறியாக இருந்தது.

ஆனால், விமானப்படை குண்டு வீச்சிலும் மக்கள் தப்பினார்கள். விமானங்கள் வரும் சத்தமே கேட்டதும் அவர்கள் பதுங்கு குழிகளுக்குள் பதுங்கினார்கள். இதையறிந்த பிரிட்டிஷ் விமானப்படை, காலந்தாழ் வெடிகுண்டுகளை பயன்படுத்தியது. விமானங்கள் வந்து குண்டுகளைப் போட்டுவிட்டு போய்விடும். ஆனால், வெடிக்காது. குண்டுகள் வெடிக்காததால் மக்கள் வீடுகளுக்குத் திரும்புவார்கள். அப்போது திடீரென்று குண்டுகள் வெடிக்கும். கொத்தாக மக்கள் பலியாவார்கள்.

இவ்வாறுதான் இராக்கில் அமைதியும் ஒழுங்கும் நிலைநாட்டப் பட்டன. இராக் அரசாங்கம் பிரிட்டிஷ் ஆதரவின்கீழ் சர்வதேச சங்கத்தில் உறுப்பினராகச் சேருவதற்கு விண்ணப்பித்தது. அது உறுப்பினராகவும் சேர்த்துக் கொள்ளப்பட்டது. சர்வதேச சங்கத்தில் இராக் குண்டுபோட்டு நுழைந்தது என்று யாரோ கூறியது நிஜமான வார்த்தை.

இராக் சர்வதேச சங்கத்தில் உறுப்பினரானதால், பிரிட்டனின் ஒப்படைப்பு ஆட்சி முடிவு பெற்றது. 1930ல் போட்ட ஒப்பந்தம் அமலில் இருக்கிறது. அதைக் கொண்டு பிரிட்டிஷ் ஆதிக்கம் அங்கு நிலைத்திருக்கிறது. இந்த நிலைமை மக்களிடையே அதிருப்தியை வளர்க்கிறது. அவர்கள் பூரண விடுதலையையும் அரபு நாடுகளின் ஒற்றுமையையும் விரும்புகிறார்கள். சர்வதேச சங்கத்தில் அங்கம் வகிப்பதை அவர்கள் முக்கியமாகக் கருதவில்லை. கிழக்கு நாடுகளில் வாழும் மற்ற ஒடுக்கப்பட்ட மக்களைப் போலவே அவர்களும் சர்வதேச சங்கத்தை ஐரோப்பிய வல்லரசுகளின் சுய நலத்துக்குப் பயன்படும் கருவி என்றே மதிக்கிறார்கள்.

இந்தியாவிலும் மற்றக் கிழக்கு நாடுகளிலும் நிகழ்ந்தது போலவே அரபு நாடுகளிலும் தேசிய விடுதலை எழுச்சி வெள்ளம் கரை புரண்டு ஓடியதைக் கண்டோம். இன்னொரு ஆச்சரியம், அவையனைத்தும் ஏறக்குறைய ஒரே மாதிரியான முறைகளைக் கையாண்டதாகும். இந்தப் புதிய எதிர்ப்பு முறையில் இந்தியா வழிகாட்டியாக இருந்தது என்பதில் சந்தேகமில்லை. 1920ல் மகாத்மா காந்தியைப் பின்பற்றி இந்திய தேசியக் காங்கிரஸ் ஒத்துழையாமை, சட்டசபைப் புறக்கணிப்பு மேற்கொண்டதில் இருந்து இந்தக் கருத்துகள் இந்தியாவிலிருந்து மற்றக் கிழக்கு நாடுகளுக்கும் பரவின. இந்தப் புதிய தேசியச் சுதந்திரப் போர் முறை எங்கும் அங்கீகரிக்கப்பட்டு அடிக்கடி கையாளப்பட்டும் வருகிறது.

இராக்கில் பிரிட்டிஷ் ராயல் விமானப் படை செய்துவரும் அடக்குமுறை திருப்பணியைப் பற்றி முன்பே கூறினேன். கடந்த

ஜவஹர்லால் நேரு

விமானங்களைக் கொண்டு
அச்சுறுத்திய பிரிட்டன்

பன்னிரண்டு ஆண்டுகளாக, அரைவாசிக் காலனி நாடுகளில் 'போலீஸ் வேலை' செய்வதற்கு விமானங்களை உபயோகிக்கும் கொள்கையைப் பிரிட்டிஷ் அரசாங்கம் கடைப்பிடித்து வந்திருக்கிறது. ஓரளவு சுய ஆட்சி வழங்கப்பட்டு, நிர்வாகம் உள்நாட்டினர் கையில் இருக்கும் நாடுகளில் இந்த வழி சிறப்பாகக் கையாளப்படுகிறது. இப்போது அந்நாடுகளில் அதிகமாக அந்நியப் படைகளை நிறுத்தி வைப்பதில்லை. அப்படி-யிருந்தாலும், அவற்றின் அளவைக் குறைத்து விடுகிறார்கள். ஏராளமான பணச் செலவு மிச்சமாகிறது. இவ்வகையில் சுதந்திர நாடுகளில் ஆகாய விமானங்களிலிருந்து வெடிகுண்டு வீசும் பழக்கம் அதிகரித்து வருகிறது. இராக்கைப் பற்றி உனக்குச் சொன்னேன். அதே கதை இந்தியாவின் வட மேற்கு எல்லைப் புறத்துக்கும் பொருந்தும். விமான வெடிகுண்டு வீச்சு அங்கு அடிக்கடி ஒழுங்காக நிகழ்ந்து வருகிறது.

பழைய முறையில் ஒரு சேனையை அனுப்பி ஒரு நாட்டவரைப் பணிவிப்பதைக் காட்டிலும், இந்த முறையில் பண விரயமும் கால விரயமும் குறைவாக இருக்கலாம். ஆனால், இந்த முறை படுபாதக அசுரத்தன்மை வாய்ந்தது. குண்டுகளை வீசி, அதுவும் காலந்தாழ் குண்டுகளை வீசிக் கிராமங்களையும் அந்தக் கிராமங்களில் வாழும் மக்களையும் அழிப்பது கொடுமையிலும் கொடுமை. இன்னொரு நாட்டின் மீது படையெடுத்துச் செல்வதையும் இந்தமுறை எளிதாக்குகிறது. ஆகவே, இதற்கு எதிரான கூக்குரல் கிளம்பியிருக்கிறது. ஜெனிவாவில் சர்வதேச சங்க மன்றத்தில் விமானங்களில் இருந்து குண்டு வீசி மக்களைக் கொல்லும் அரக்கத்தனத்தைக் கண்டித்து உரைகள் நிகழ்த்தப்படுகின்றன. விமான குண்டு வீச்சை ஒழிப்பதற்கு அமெரிக்கா உள்ளிட்ட எல்லா நாடுகளும் சாதகமாக இருக்கின்றன. ஆனால், காலனிகளில் 'போலீஸ் காரியங்களுக்கு' விமானங்களை உபயோகிக்கும் உரிமை தங்களுக்கு வேண்டுமென்று பிரிட்டிஷார் வற்புறுத்தியதால், இது விஷயமாகச் சர்வதேச சங்கத்திலும் 1933ல் கூடிய ஆயுதக் குறைப்பு மாநாட்டிலும் ஒற்றுமை ஏற்படவில்லை.

ஆப்கன் மன்னர் அமானுல்லாவின் சீர்திருத்த நடவடிக்கையால்1920ல் பெண்கள் கல்வி கற்று நாகரிக நடை உடைக்கு மாறினர்

170.ஆப்கானிஸ்தானமும் ஆசிய நாடுகளும்

ஜூன் 8, 1933

இந்தியாவுக்கு பக்கத்து நாடுகளாக ஆப்கானிஸ்தானமும், பாரசீகமும் இருக்கின்றன. பாரசீக எல்லையும் இந்திய எல்லையும், பலுசிஸ்தானத்தில் பலநூறு மைல்கள் உரசிச் செல்கின்றன. ஆப்கானிஸ்தானமும் இந்தியாவும் மேற்கே பலுசிஸ்தானத்தின் கடைசியில் இருந்து வடக்கே ஹிந்துகுஷ் மலை வரையில் அடுத்துள்ளன. அங்கே இந்தியா தன்னுடைய பனிமலையை மத்திய ஆசியாவின் மார்பு பரப்பி சோவியத் ரஷியப் பிரதேசங்களைக் கீழ் நோக்குகிறது.

இந்த மூன்று நாடுகளும் பக்கத்து நாடுகள் என்பது மட்டுமின்றி இன வகையிலும் நெருங்கிய தொடர்பு கொண்டுள்ளன. இந்த நாடுகளில் ஆரியர் வழியில் வந்தோர் மிகுந்திருக்கிறார்கள். சமீப காலம் வரையில், வட இந்தியாவில் படித்தவர்கள் பேசும் மொழி பாரசீகமாகவே இருந்தது. இப்பொழுதுகூடச் முஸ்லிம்கள் இடையில் பாரசீக மொழி வழங்கி வருகிறது. ஆப்கானிஸ்தானத்தில் இன்னும் அரசாங்க மொழி பாரசீகம்தான். ஆப்கானிய மக்கள் பேசுவது புஷ்டு மொழியாகும்.

ஆப்கானிஸ்தான் வரலாறு, இந்திய வரலாறின் ஒரு பகுதியாகும். நெடுங்காலமாக ஆப்கானிஸ்தானம் இந்தியாவின் ஒரு பகுதியாகவே இருந்து வந்தது. அது இந்தியாவிலிருந்து பிரிந்த

பிறகு, முக்கியமாக கடந்த நூறு ஆண்டுகளாக, இரண்டு பெரிய பேரரசுகளுக்கு இடையில் சிக்கி விழிக்கிறது. ரஷிய பேரரசுக்கும் பிரிட்டிஷ் பேரரசுக்கும் அது ஒரு 'இடைதாங்கி நாடாக' இருக்கிறது. ரஷியாவில் ஜார் பேரரசு போய், சோவியத் யூனியன் ஏற்பட்டபிறகும் ஆப்கானிஸ்தானத்தில் பழைய நிலை மாறவில்லை.

அங்கே ரஷியரும் ஆங்கிலேயரும் சூழ்ச்சி புரிந்து தங்கள் கை மேலோங்கி நிற்க முயன்று வருகிறார்கள். இந்தச் சூழ்ச்சிகளின் பயனாக, 19 ஆம் நூற்றாண்டில் ஆப்கானிஸ்தானத்துக்கும் பிரிட்டனுக்கும் பல யுத்தங்கள் நடந்தன. பிரிட்டிஷாருக்குப் பெரிய சேதம் விளைந்தது. ஆனால், கடைசியாக அவர்கள் வெற்றி பெற்றார்கள். அதற்குப் பிறகு, பிரிட்டிஷாருக்குச் சாதகமான அமீர்கள் ஆப்கானிஸ்தானத்தை ஆளத் தலைப்பட்டார்கள். அதன், அயல் நாட்டுக் கொள்கை பிரிட்டிஷ் ஆதிக்கத்துக்கு உட்படுத்தப்பட்டது. ஆனால், அமீர்களை பிரிட்டன் நம்பவில்லை. அவர்களுக்கு ஆண்டுதோறும் பெரிய தொகையை உதவியாக கொடுத்தார்கள். அமீர் அப்துர் ரஹ்மான் உதவி பெற்றான். அவனுடைய ஆட்சி 1901ல் முடிந்தது. அவனுப்பின் வந்த அமீர் ஹபிபுல்லாவும் பிரிட்டிஷாருக்குச் சாதகமாக இருந்தான்.

இந்தியாவிலிருந்த பிரிட்டிஷாரை ஆப்கானியர் சார்ந்து நின்றதற்கு ஒரு காரணம் அவர்களுடைய தேசத்தின் அமைப்பாகும். ஆப்கானிஸ்தானத்துக்கு இந்தியா வெளியுலக ஜன்னலாக விளங்குகிறது. பிரிட்டிஷ் அரசாங்கம் இந்த நிலைமையைப் பயன்படுத்திக் கொண்டு பல நன்மைகளைக் கட்டாயத்தின் பேரில் அடைந்து வருகிறது. ஆப்கானிஸ்தானத்தை எதிர்நோக்கியுள்ள பெரிய பிரச்சினைகளில் கடலுக்குச் செல்ல வழி காண்பது முக்கியமானதாகும்.

1919 தொடக்கத்தில், ஆப்கானிய அரண்மனைச் சூழ்ச்சிகளும் போட்டிகளும் வெளிவந்தன. அடுத்தடுத்து இரு அரண்மனைப் புரட்சிகள் நிகழ்ந்தன. அமீர் ஹபிபுல்லா கொல்லப்பட்டான். அவனுக்குப் பிறகு அவன் தம்பி நஸ்ருல்லா அமீர் ஆனான். ஆனால், வெகு விரைவிலேயே அவன் சிம்மாசனத்தில் இருந்து அகற்றப்பட்டான். அதன் பேரில் ஹபிபுல்லாவின் இளைய மகன்களில் ஒருவனாகிய அமானுல்லா அமீர் ஆனான். அவன் அமீர் ஆனவுடனே, 1919 மே மாதத்தில், இந்தியாவின் மீது ஒரு குட்டிப்படையெடுப்பு நடத்தினான். இந்தப் படையெடுப்புக்கு என்ன காரணம், யார் இதை தொடங்கியது என்பது தெளிவாகவில்லை.

இந்த யுத்தம் மிகவும் குறுகிய காலத்தில் முடிந்துவிட்டது. சண்டை

ஒன்றும் நடக்கவில்லை. ராணுவ ரீதியில் பார்த்தால் அமானுல்லாவை விட இந்தியாவில் பிரிட்டிஷார் எவ்வளவோ அதிகப் பலம் பெற்றிருந்தனர். ஆனால், அவர்கள் சண்டைக்குத் தயாராயில்லை. இரண்டொரு சம்பவங்கள் நிகழ்ந்ததுதான் தாமதம், அவர்கள் ஆப்கானியருடன் சமாதானத்துக்கு வந்துவிட்டார்கள். முடிவு ஆப்கானிஸ்தானம் ஒரு சுதந்திர நாடென்று ஒப்புக் கொள்ளப்பட்டது. அவனுடைய புகழ் ஐரோப்பாவிலும் ஆசியாவிலும் பரவியது. அவனைப் பிரிட்டிஷாருக்கு பிடிக்கவில்லை.

அமானுல்லாவின் கொள்கைகள், எல்லோருடைய கவனத்தையும் ஈர்த்தது. மேல்நாட்டு முறையில் அவன் ஒன்றன்பின் ஒன்றாகப் பல சீர்திருத்தங்களைத் துவக்கினான். ஆப்கானிஸ்தானத்தை 'மேல்நாட்டு மயமாக்குதல்' என்று சொல்லப்பட்டது. இந்தக் காரியத்தில் அவனுடைய மனைவியான ராணி சௌரியா அவனுக்கு உறுதுணையாக இருந்தாள். அவள் ஐரோப்பாவில் ஓரளவு கல்வி கற்றவள். பெண்கள் முகத்தைத் திரையிட்டு மறைக்கும் கோஷா வழக்கம் அவளுடைய மனத்தை உறுத்திற்று. பிற்போக்கான ஒரு நாட்டை ஒரு நொடியில் மாற்றிவிட வேண்டும் என்கிற பெருமுயற்சி இவ்வாறு தொடங்கியது. ஆனால், துருக்கியை பார்த்து இந்த சீர்திருத்த நடவடிக்கையை தொடங்கினார் அமானுல்லா. ஆனால், ஆப்கானியர் துருக்கியரைவிட எவ்வளவோ பிற்போக்கானவர்கள். அதனால், அவருடைய வேலை இரட்டிப்புக் கடினமாயிற்று.

இருந்தாலும், அமானுல்லாவுக்கு அவனுடைய ஆட்சியின் தொடக்க காலத்தில் அமோக வெற்றி கிடைத்தது. அவன் பல ஆப்கானிய மாணவ, மாணவிகளை ஐரோப்பாவுக்குக் கல்வி கற்க அனுப்பினான். சோவியத் ரஷியா, சீனாவிலிருந்து துருக்கி வரையில் எல்லாக் கிழக்கு நாடுகளுடனும் நேசக் கரம் நீட்டியது. சோவியத்தின் இந்த நேசப் போக்கும் உதவியும் துருக்கியையும் பாரசீகத்தையும் அன்னிய ஆதிக்கத்திலிருந்து விடுவிப்பதற்குப் பெரிதும் துணைபுரிந்தன.

சோவியத் ரஷியா, துருக்கி, பாரசீகம், ஆப்கானிஸ்தானம் ஆகிய நான்கு நாடுகளுடனும் பல உடன்படிக்கைகளும் கூட்டுறவு ஒப்பந்தங்களும் செய்து கொள்ளப்பட்டன. அந்த நான்கு நாடுகளும் கூட்டாக எவ்வித உடன்படிக்கையும் செய்து கொள்ளவில்லை. ஒவ்வொரு நாடும் மற்ற மூன்று நாடுகளுடன் தனித்தனியான, ஆனால், ஏறக்குறைய ஒரே மாதிரியான, உடன்படிக்கையைச் செய்து கொண்டது. இவ்வாறு, மத்திய கிழக்கில் எல்லா நாடுகளின்

நிலைமையையும் பலப்படுத்தக்கூடிய ஒரு உடன்படிக்கைப் பின்னல் ஏற்பட்டது. இந்த உடன்படிக்கைகள் சோவியத்து ராஜ தந்திரத்துக்குப் பெரிய வெற்றியாகும். இவை மத்திய கிழக்கில் பிரிட்டனின் செல்வாக்குக்கு உலை வைத்தன. பிரிட்டிஷ் அரசாங்கம் சோவியத் ரஷியாவுடன் அமானுல்லா உறவு கொண்டாடுவதை விரும்பவில்லை.

1928 ஆரம்பத்தில், அமானுல்லாவும் ராணி சௌரியாவும் ஆப்கானிஸ்தானத்தை விட்டு ஐரோப்பாவுக்கு பயணம் செய்தனர். அவனுடன் ராணியும் சென்றாள். இருவருக்கும் சென்ற இடங்கள் அனைத்திலும் பலத்த வரவேற்பு கிடைத்தது. ஆனால், உள்நாட்டில் இருவரைப் பற்றியும் வதந்திகள் கிளப்பப் பட்டன. ராணியின் பலவிதமான படங்கள் வீடுகள் தோறும் வினியோகிக்கப்பட்டன. மதத்துக்கு விரோதமாக இருவரும் செயல்படுவதாக பிரச்சாரம் நடைபெற்றது. பயணம் முடித்து திரும்பும் சமயத்தில் அமானுல்லா துருக்கிக்கும் பாரசீகத்திற்கும் பயணம் செய்தான்.

ஆனால், அமானுல்லாவுக்கு எதிராக இவ்வளவு பிரசாரம் நடந்ததற்கு யார் பொறுப்பு? ஆப்கானியருக்கு அதற்கு வேண்டிய பணம் கிடையாது. பயிற்சியும் கிடையாது. பிரிட்டிஷ் ரகசிய இலாகாதான் இந்தப் பிரசாரத்துக்கு மூல காரணம் என்று மத்திய கிழக்கிலும் ஐரோப்பாவிலும் நம்பினார்கள். இதில் பிரிட்டிஷாரைச் சம்பந்தப் படுத்த எந்தத் தடையமும் கிடைக்கவில்லை. ஆனால், ஆப்கானியக் கலகக்காரர்கள் பிரிட்டிஷ் துப்பாக்கிகள் வைத்திருந்ததாகச் சொல்லப் பட்டது. ஆனால், ஆப்கானிஸ்தானத்தில் அமானுல்லாவின் நிலையைப் பலவீனப்படுத்துவதில் பிரிட்டன் அக்கறை கொண்டிருந்தது என்பது நாடறிந்த விஷயம்.

ஆப்கானிஸ்தானத்தில் அமானுல்லாவின் அஸ்திவாரம் பறிக்கப்பட்டு வந்த சமயத்தில், புதிய கருத்துகளுடனும், புதிய சீர்திருத்த ஆர்வத்துடனும் ஆப்கானிஸ்தானத்துக்குத் திரும்பினான். சீர்திருத்தங்களை நிறைவேற்றும் வேலையில் அவன் உடனே முனைந்தான். பிரபுக்களின் பட்டத்தையும் உரிமையையும் ஒழித்தான். மதத் தலைவர்களின் அதிகாரங்களை குறைத்தான். அவன் தன்னுடைய சர்வாதிகாரத்தையும் குறைத்துக்கொண்டு அரசாங்கத்துக்குப் பொறுப்பான மந்திரி சபை ஒன்றை அமைக்கவும் முயன்றான். சிறிது சிறிதாகப் பெண் விடுதலையிலும் கவனம் செலுத்தினான்.

அதுவரை உள்நாட்டில் கனன்றுகொண்டிருந்த நெருப்பு திடீரென்று பற்றி எரிந்தது. 1928 முடிவில், கலகம் கிளர்ந்தெழுந்தது.

வெறும் தண்ணீர் தூக்குபவனான பச்சா இசாகோ என்பவனுடைய தலைமையில் பரவிய கலகம் 1929ல் வெற்றி பெற்றது. அமானுல்லாவும் ராணி சௌரியாவும் நாட்டை விட்டு ஓடிவிட்டார்கள். தண்ணீர் தூக்குவோன் அமீர் ஆனான். காபூலில் ஐந்து மாதம் அவனுடைய தர்பார் நடந்தது. பிறகு அமானுல்லாவின் மந்திரியும் தளகர்த்தனுமான நாதிர்கான் அவனை அகற்றிவிட்டுத் தானே நாதிர் ஷா என்ற பெயருடன் அரசன் ஆனான். நாட்டில் அடிக்கடி குழப்பம் விளைந்தது. ஆனால், பிரிட்டிஷாருக்கு நண்பனான நாதிர் ஷா பிரிட்டனின் உதவியுடன் அரசனாயிருந்து வந்தான்.

ஆப்கானிஸ்தானத்தின் கதையும், மேற்கு, தெற்கு ஆசியாவின் கதையும் முடிந்துவிட்டன. ஆசியாவின் தென் கிழக்கு முனையில் அண்மையில் நிகழ்ந்த சில சம்பவங்களை மட்டும் சுருக்கமாகக் குறிப்பிட்டு விட்டு இந்தக் கடிதத்தை முடித்து விடுகிறேன்.

பர்மாவுக்குக் கிழக்கே சையாம் இருக்கிறது. உலகத்தின் இப்பகுதியில் சையாம் மட்டும் எப்படியோ தன் சுதந்திரத்தைக் காப்பாற்றி வந்திருக்கிறது. உலக யுத்தத்தில் நேச நாடுகள் நிச்சயமாக ஜெயித்துவிடும் என்று இருந்த சமயத்தில், சையாம் நேச நாடுகளுடன் சேர்ந்தது. பிறகு அது சர்வதேச சங்கத்திலும் உறுப்பினரானது.

1932 ஜூனில் சையாமின் தலைநகரான பாங்காக்கில், சையாம் மக்கள் கட்சியின் கீழ் ஜனநாயக ஆட்சி தொடங்கியது. லுவாங் பிரதீத் என்ற வக்கீலின் தலைமையில் ஒரு சில வாலிப ராணுவ அதிகாரிகளும் நாட்டுக்கான அரசியல் சட்டம் ஒன்றை அரசர் அங்கீகரிக்கும்படி செய்தார்கள். அரசருடைய அதிகாரங்கள் குறைந்தன. இந்த மாறுதலை மக்கள் ஆதரித்தார்கள். அரசர் உடனே பணிந்து விடவே நெருக்கடி விரைவில் தீர்ந்தது. ஆனால், அவர் மனமார அவ்வாறு பணிந்து கொடுக்கவில்லை. 1933 ஏப்ரலில் அவர் திடீரென்று மக்கள் சபையை சபையைக் கலைத்து விட்டு லுவாங் பிரதீத்தை வெளியேற்றினார். இரண்டு மாதங்களுக்குப் பிறகு இன்னொரு 'அரசு கவர் சூழ்ச்சி' நடைபெற்றது. மீண்டும் மக்கள் சபை உயிர்ப் பெற்றது. சையாமின் புதிய அரசாங்கம் இங்கிலாந்துடன் நெருங்கிய உறவை வளர்க்கவில்லை. அதன் நோக்கம் ஜப்பானின் மீது அதிகமாக இருக்கிறது.

சையாமுக்குக் கிழக்கேயுள்ள பிரெஞ்சு இந்தோ - சீனாவிலும் தேசியம் நாளுக்கு நாள் பலம் பெற்றுப் பரவி வருகிறது. தேசிய இயக்கத்தைப் பிரெஞ்சு அரசாங்கம் ஒடுக்க முயற்சிக்கிறது. இதுவரை

அது எத்தனையோ சதி வழக்குகளை நடத்தி எத்தனையோ பேருக்கு நீண்ட காலச் சிறைத் தண்டனை அளித்திருக்கிறது.

கடைசியாக, டச்சுக் கிழக்கிந்தியத் தீவுகளில் ஒன்றான ஜாவாவைப் பார்ப்போம். ஜாவா மக்களில் பெரும்பாலோர் முஸ்லிம்கள். உலக யுத்தத்தின்போதும் அதற்குப் பிறகும், மேற்கு ஆசியாவில் நிகழ்ந்த சம்பவங்கள் அவர்களைப் பாதித்தன. கான்டனில் தோன்றி வளர்ந்த சீனப் புரட்சி இயக்கம் அவர்களைப் பெரிதும் கவர்ந்தது. இந்திய ஒத்துழையாமை இயக்கத்திலும் அவர்கள் அக்கறை காட்டினார்கள். 1916ல் டச்சு அரசாங்கம் ஜாவாவுக்கு அரசியல் சீர்திருத்தம் வழங்குவதாக வாக்களித்தது.

படேவியாவில் மக்கள் சபை ஒன்று ஏற்படுத்தப்பட்டது. இதில் பெரும்பாலும் நியமனம் பெற்ற உறுப்பினர்கள் இருந்தார்கள். இதன் அதிகார வரம்பு மிகவும் குறை வாயிருந்தது. இதற்கு எதிர்ப்பான கிளர்ச்சி தொடர்ந்து நடந்தது. ஜாவாவிலும் சுமத்திராவிலும் வேலை நிறுத்தங்களும் கலகங்களும் நிகழ்ந்தன. 1927ல் டச்சு அரசாங்கத்துக்கு எதிராக ஒரு எழுச்சி தோன்றியது. அது குரூரமாக அடக்கப்பட்டது. உலகப் பொருளியல் மந்தம் காரணமாகவும், ஏற்றமான பாதுகாப்பு வரி விதிப்பால் வெளி மார்க்கெட்டுகள் குறைந்து போனதன் காரணமாகவும், ஜாவாவின் சர்க்கரைத் தொழில் கஷ்ட தசையில் இருக்கிறது.

1933 ஆரம்பத்தில், ஜாவாவுக்குக் கிழக்கேயுள்ள கடலில் ஒரு விசித்திர சம்பவம் நிகழ்ந்தது. டச்சு யுத்தக் கப்பல் ஒன்றில் வேலை செய்யும் மாலுமிகள் தங்களுடைய கூலி குறைக்கப்பட்டதை எதிர்த்து, கப்பலையே ஓட்டிச் சென்றுவிட்டனர். வேலை நிறுத்தத்தில் அதை தீவிர வகையைச் சேர்ந்ததாகக் கொள்ளலாம். அதன் பேரில், டச்சு விமானங்கள் கப்பல்மீது குண்டுகளை வீசி மாலுமிகளைக் கொன்று கப்பலைக் கைப்பற்றின.

இப்போது, நாம் ஆசியாவிலிருந்து ஐரோப்பாவுக்குச் செல்லவேண்டும். ஐரோப்பா இப்போது நம் கவனத்தை ஈர்க்கிறது. பிற்கால ஐரோப்பாவை நாம் இன்னும் பார்க்கவில்லை. உலக நிலைமைகளுக்குச் சாவி இன்னும் ஐரோப்பாவின் கையில்தான் இருக்கிறது என்பதை நீ மறந்து விடக்கூடாது. ஆகவே, அடுத்த சில கடிதங்களில் நாம் ஐரோப்பாவைக் கவனிப்போம்.

சீனப் பிரதேசத்தையும் வடக்கிலுள்ள சோவியத் பிரதேசத்தையும் சிறிது காலம் கழித்து பார்ப்போம்.

1918 முதல் 1923 வரை ஜெர்மனியில் நடைபெற்ற கம்யூனிஸ்ட் புரட்சி

171. நடக்காத புரட்சி

ஜூன் 13, 1933

இங்கிலாந்தில் பலமுறை மன்னரை எதிர்த்து மக்கள் போராட்டம் வெடித்துள்ளது. ஆனால், ஏதோ ஒருவகையில் சமாதானத்தில் முடிந்திருக்கிறது. ஒவ்வொரு முறையும் மக்களுக்கு அதிகாரம் கிடைப்பதற்கு பதிலாக மத்திய வகுப்பாரும், நிலச்சுவான்தார்களும், தொழில் முதலாளிகளும் அதிகாரம் பெற்றனர். மக்களுக்கு முதலாளிகள் ஏதேனும் சிறிய சலுகைகள் வழங்கி, அவர்கள் வாழ்க்கை நிலையை சிறிது உயர்த்தினார்கள்.

மக்கள் வாழ்க்கையில் கஷ்டத்தை ஏற்படுத்துவது முதலாளிகள் தான். ஆனால், மன்னரிடம் சலுகைகள் கிடைக்காமல் போகும்போது கஷ்டப்படும் மக்களை தங்கள் கையாளாக தூண்டிவிட்டு மன்னர்களை பணிய வைப்பது முதலாளிகள். ஆக, பத்தொன்பதாம் நூற்றாண்டில் இங்கிலாந்தில் புரட்சிக்கான எல்லா நிலைமைகளும் இருந்தும், அங்கு புரட்சி நிகழாததே முக்கியமான சம்பவம். இதை புகழ்பெற்ற ஆங்கில எழுத்தாளர் ஜி.கே.செஸ்டர்டன் கூறி-யிருக்கிறார். அதாவது நடக்காத புரட்சியே அந்த நூற்றாண்டின் முக்கியமான நிகழ்வு என்று சொல்கிறார்.

இதே பொருளில், மேற்கு ஐரோப்பாவின் யுத்த பிற்கால நிகழ்ச்சிகளில் முக்கியமானது, அங்கு நிகழாமல் போன புரட்சியே

என்று கூறலாம். ரஷியாவில் போல்ஷிவிக் புரட்சியைத் தோற்றுவித்த அதே நிலைமைகள் மத்திய மற்றும் மேற்கு ஐரோப்பிய நாடுகளில் சிறிதளவேனும் இருந்தன.

ரஷியாவுக்கும், இங்கிலாந்து, ஜெர்மனி, பிரான்சு ஆகிய நாடுகளுக்கும் உள்ள முக்கியமான வித்தியாசம் என்ன? ரஷியாவில் இந்த நாடுகளைப் போலப் பலமான முதலாளிகளோ, மத்திய வகுப்போ இல்லை. மார்க்சிய சித்தாந்தப்படி இயந்திரத் தொழிலில் முன்னேறிய ஐரோப்பிய நாடுகளில்தான் தொழிலாளர் புரட்சி தோன்றி இருக்கவேண்டும். ஆனால், மேற்கு ஐரோப்பிய நாடுகளில் போல, நாடாளுமன்றத்தை நடத்த மத்திய வகுப்பினர் இல்லை. எனவேதான், தொழிலாளர் சோவியத்துகள் அதிகாரத்தை கைப்பற்றின. ரஷியாவின் பிற்போக்கு நிலையே அதன் பலவீனம். எனவேதான், மற்ற முற்போக்கு நாடுகளைக் காட்டிலும் ரஷியா ஒரு அடி முன்னேறிச் சென்றது. இவ்வாறு ஒரு அடி முன்னால் எடுத்து வைத்தவர்கள், லெனின் தலைமையில் செயலாற்றிய போல்ஷிவிக்குகள்.

ஆனால், அவர்கள் உண்மையை உணர்ந்திருந்தார்கள். ரஷியா முன்னேற வெகுகாலம் ஆகும் என்பதை அவர்கள் உணர்ந்து இருந்தார்கள். எனவேதான், ரஷியாவின் தொழிலாளர் அரசுக்கு ஐரோப்பிய நாடுகளால் ஆபத்து வரும் என்று நம்பினார்கள். அதனால்தான், ஐரோப்பாவில் புரட்சி தோன்றினால்தான் ரஷிய அரசு பிழைக்கும் என்று நினைத்தார்கள். அதனால்தான், தொடக்க நாட்களில் உலகத் தொழிலாளருக்கு தங்கள் வேண்டுகோள் விடுத்தனர்.

உலக நாடுகளுடனும், பக்கத்து நாடுகளுடனும் நட்பை விரும்பினார்கள். பாதிக்கப்பட்ட எல்லா இனங்களையும் அரவணைத்தனர். எல்லாவற்றுக்கும் மேலாகச் உலகத் தொழிலாளருக்கு ஆதரவாக போராடத் தயாராக இருந்தார்கள். பொதுவாக, ரஷியாவை தனித் தேசம் என்று அவர்கள் நினைக்கவில்லை. உலக வரலாற்றில் முதன்முதலாக தொழிலாளர் வர்க்க அரசாங்கத்தை உருவாக்கிய உலகப் பகுதி என்றே ரஷியாவை கருதினார்கள். அதற்குமேல் அவர்கள் ரஷியப் புரட்சிக்கு முக்கியத்துவம் அளிக்கவில்லை.

போல்ஷிவிக்குகளின் புரட்சி வேண்டுகோள்களை ஜெர்மன் அரசாங்கமும் மற்ற அரசாங்கங்களும் தங்களுடைய நாடுகளில் நுழையாமல் பார்த்துக் கொண்டன. ஆனாலும், பல போர் முனைகளுக்கு செய்தி எட்டியது. பிரான்ஸ் ராணுவம் கலகலத்தது.

யுத்தத்தில் தோற்ற நாடுகளான ஜெர்மனியிலும், ஆஸ்திரியாவிலும், ஹங்கேரியிலும் நிலைமை மோசமாகியது. சில ஆண்டுகள் வரை பெரிய சமூகப் புரட்சியின் ஓரத்தில் ஐரோப்பா நின்றது. நேச நாடுகளில் கூடப் புரட்சிக்கான அம்சம் தெரிந்தது. ஐரோப்பா, ஆசியா முழுவதும் அதிருப்தி புகைந்தது. புரட்சிக் கனல் மூண்டது. அது எந்த நேரத்திலும் பற்றி எரியக்கூடும் என்று தோன்றியது.

புரட்சிக்கான அம்சங்கள் இவ்வளவு இருந்தும், மத்திய ஐரோப்பாவிலோ மேற்கு ஐரோப்பாவிலோ புரட்சி வெடிக்கவில்லை. ஆனால், அது அச்சம் கொண்டது. அந்த அச்சமே, சோவியத் ரஷியாவுக்குப் பாதுகாப்பாக முடிந்தது. சோவியத் ரஷியாவுக்கு இந்த உதவி இல்லாவிட்டால், வல்லரசுகள் 1919 அல்லது 1920ல் அதை முறியடித்திருக்கும்.

உலக யுத்தத்துக்குப் பின், பிற்போக்கான 'கன்சர்வேடிவ்'கள், முடியரசுவாதிகள், நிலமானியப் பிரபுக்கள் ஆகியோரும், சோஷலிச ஜனநாயகவாதிகளும் கூட்டுச் சேர்ந்து கொண்டு புரட்சிவாதிகளை அடக்கினார்கள். சோஷலிச ஜனநாயக வாதிகள், கம்யூனிஸ்டுகளைக் கண்டு, முதலாளிகளைக் காட்டிலும் அதிகமாகப் பயந்தார்கள். அவர்கள் கம்யூனிஸ்டுகளை ஒழிப்பதற்கு முதலாளிகளுடன் சேர்ந்துகொண்டார்கள். அவர்கள் பிற்போக்குச் சக்திகளுடன் சேர்ந்து புரட்சிச் சக்தியை நசுக்க உதவினார்கள். அவர்களுடைய இந்தச் செயல் ஐரோப்பிய நாடுகள் பலவற்றில் எதிர்ப்புரட்சி தோன்றக் காரணமா-யிற்று. ஆனால், எதிர்பார்ப்புக்கு மாறாக புதிய, கொடிய சமூக விரோத சக்திகள் அதிகாரத்துக்கு வந்தன. உலக யுத்தத்துக்குப் பிந்தைய ஆண்டுகளில் நிகழ்ச்சிகள் இவ்வாறு உருவாகி வந்தன என்று கூறலாம்.

ஆனால், போராட்டம் முடிந்து விடவில்லை. முதலாளித்துவத்துக்கும் சோஷலிசத்துக்கும் போர் தொடர்கிறது. இரண்டுக்கும் நிரந்தர சமாதானம் ஏற்பட வழியில்லை. ரஷியாவும் கம்யூனிசமும் ஒரு துருவத்தில் நிற்கின்றன. மேற்கு ஐரோப்பாவின் முதலாளித்துவ நாடுகளும் அமெரிக்காவும் இன்னொரு துருவத்தில் நிற்கின்றன. இரண்டுக்கும் இடையில் மிதவாதிகளும் மத்தியதர நாடுகளும் மறைந்து வருகிறார்கள். உலகில் பொருளாதார நிலைமைகள் அடியோடு மாறுகிறது. மக்களுடைய துன்பம் அதிகரிக்கிறது. இதுவே அந்த மாறுபாட்டுக்கும் அதிருப்திக்கும் காரணமாகும்.

உலக யுத்தத்துக்குப் பின்னர் நடந்த நிறைவேறாத பல புரட்சிகளில்

ஜெர்மன் புரட்சி முக்கியமானதாகும். ஆகவே, அதைப் பற்றிச் சிறிது கூறுகிறேன். *1918* தொடக்கத்தில், போல்ஷ்விக்குகள் ஐரோப்பியத் தொழிலாளருக்கு விடுத்த வேண்டுகோள்கள் ஜெர்மன் தொழிலாளரைப் பெரிதும் பாதித்தன. யுத்த தளவாடத் தொழிற்சாலைத் தொழிலாளர்கள் வேலை நிறுத்தங்கள் செய்தார்கள். ஜெர்மன் அரசாங்கத்தின் நிலைமை மோசமாயிற்று. அது பெரிய ஆபத்தில் வந்து முடிந்திருக்கும். ஆனால், சோஷலிஸ்டுத் தலைவர்கள் வேலைநிறுத்தக் கமிட்டியில் சேர்ந்து உள்ளிருந்தே வேலை நிறுத்தத்தை முறியடித்தனர்.

1918 நவம்பர் 4ல், வட ஜெர்மனியில் கீல் என்னுமிடத்தில் ஒரு கடற்படைக் கலகம் நிகழ்ந்தது. ஜெர்மன் கடற்படையைச் சேர்ந்த பெரிய யுத்தக் கப்பல்களுக்குக் கடலில் செல்லக் கட்டளை பிறந்தது. ஆனால், மாலுமிகளும் கரிதள்ளுவோரும் கப்பலை விட மறுத்துவிட்டனர். அவர்களை அடக்குவதற்காக அனுப்பப்பட்ட ராணுவம் அவர்களுடன் சேர்ந்து கொண்டது. கடற்படை அதிகாரிகள் கைது செய்யப்பட்டார்கள். தொழிலாளரும் படைவீரரும் கொண்ட கழகங்கள் (சோவியத்துகள்) நிறுவப்பட்டன. ரஷியாவில் சோவியத்துப் புரட்சி தோன்றியபோது இருந்த நிலை உருவாகியது. இது ஜெர்மனி முழுவதும் பரவும் நிலை தோன்றியது. உடனே, சோஷலிச ஜனநாயகக் கட்சித் தலைவர்கள் கீல் நகருக்கு வந்தனர். அவர்கள் மாலுமிகள், தொழிலாளருடைய கவனத்தை வேறு திசைகளில் திருப்பினார்கள். ஆனால், அந்த மாலுமிகள் தங்கள் ஆயுதங்களுடன் கீல் நகரைவிட்டு, ஜெர்மனி முழுவதும் கலக விதையை விதைத்து வந்தார்கள்.

புரட்சி இயக்கம் பரவியது. தெற்கு ஜெர்மனியைச் சேர்ந்த பவேரியாவில் குடியரசுப் பிரகடனம் செய்யப்பட்டது. ஆயினும், கெய்சர் அரச பீடத்தை விட்டு நகரவில்லை. நவம்பர் 9 ஆம் தேதி பெர்லினில் பொது வேலை நிறுத்தம் தொடங்கியது. யாரும் வேலைக்குப் போகவில்லை. பலாத்காரம் என்பது சிறிதும் நிகழவில்லை. நகரின் காவல்படை புரட்சிக்காரரர் பக்கம் சேர்ந்து கொண்டது. பழைய ஏற்பாடு வீழ்ந்தது. அது இருந்த இடத்தில் இப்போது என்ன வருவது என்பதுதான் கேள்வி. சில கம்யூனிஸ்டுத் தலைவர்கள் சோவியத்துக் குடியரசுப் பிரகடனம் செய்யும் தறுவாயில் இருந்தார்கள். அவர்களை முந்திக்கொண்டு ஒரு சோஷலிச ஜனநாயகத் தலைவர் நாடாளுமன்ற குடியரசுப் பிரகடனம் செய்துவிட்டார்.

இவ்வாறுதான் ஜெர்மன் குடியரசு உதித்தது. ஆனால், அது பேருக்குத்தான் குடியரசாயிருந்தது. பழையன கழிந்து புதியன

புகுவதன்றோ புரட்சிக்கு அடையாளம்! ஒரு மாறுதலும் நிகழவில்லை. தலைமை வகித்த சோஷலிச ஜனநாயகவாதிகள் எல்லாவற்றையும் பழையபடியே விட்டுவிட்டார்கள். மந்திரி பதவி போன்ற சில உயர் பதவிகளை அவர்கள் எடுத்துக் கொண்டார்கள். ராணுவம், சிவில் சர்வீஸ், நீதிபரிபாலனம், நிருவாகம் எல்லாம், தலையிலிருந்து அடிவரையில், கெய்சர் காலத்தில் இருந்தது போலவே இருந்தது. மன்னர் மட்டுமே போனர். மற்றபடி அப்படியே இருந்தது. புரட்சியைக் குழி தோண்டிப் புதைப்பதற்கு வேண்டிய சந்தர்ப்பத்தை ஜனநாயக சோஷலிஸவாதிகள் புரட்சியின் எதிரிகளுக்கு அளித்தார்கள். பழைய ராணுவ வெறியர்கள் ஜெர்மனியில் இன்னும் எஜமானத்துவம் வகித்தார்கள்.

புதிய சோஷலிச ஜனநாயக அரசாங்கம், கீல் மாலுமிகள் புரட்சியை விதைப்பதை விரும்பவில்லை. அது பெர்லினில் இந்த மாலுமிகளை அடக்க முயன்றது. **1919** ஜனவரி தொடக்கத்தில் பலாத்காரப் போராட்டங்கள் நிகழ்ந்தன. அதன்பேரில், ஜெர்மன் கம்யூனிஸ்டுகள் சோவியத்து அரசாங்கம் ஒன்றை அமைக்க முயன்றார்கள். அதற்குப் பெர்லின் பொது மக்கள் உதவி செய்யக் கோரினார்கள். அவ்வாறே அவர்களுக்குப் பொதுமக்களின் உதவி சிறிது கிடைத்தது. அவர்கள் அரசாங்கக் கட்டடங்களையும் கைப்பற்றிக் கொண்டார்கள். ஜனவரி மாதத்தில், ஏறக்குறைய ஒரு வாரம் பெர்லினில் அவர்களுடைய ஆட்சி நடந்தது. அது 'செந்நிற வாரம்' என்று அழைக்கப்படுகிறது.

ஆனால், பொது மக்களிடமிருந்து போதிய உதவி கிடைக்கவில்லை. அவர்களில் பெரும்பாலோருக்கு என்ன செய்வதென்றே புரியவில்லை. பெர்லினில் இருந்த ராணுவத்தைச் சேர்ந்த படை வீரர்களுக்கும் என்ன செய்வதென்று புரியவில்லை. அவர்கள் எந்தப் பக்கமும் சேராமல் இருந்தார்கள். உடனே, சோஷலிச ஜனநாயக வாதிகள் இதற்கென்று தொண்டர்படை ஒன்றைத் திரட்டி அவர்களின் உதவியால் கம்யூனிஸ்டுக் கலகத்தை அடக்கினார்கள். ஈவிரக்கமற்ற கொலை பாதகப் போர் நிகழ்ந்தது. போர் முடிந்து சில தினங்கள் சென்றபிறகு, கார்ல் லீப் நெக்ட், ரோசா லக்சம் பர்க் என்ற இரு கம்யூனிஸ்டுத் தலைவர்கள் அவர்களுடைய மறைவிடங்களில் கொலை செய்யப்பட்டனர்.

சோஷலிச ஜனநாயகக் குடியரசு கம்யூனிஸ்டுகளை நசுக்கியது. அதற்குப் பிறகு வெய்மார் என்னுமிடத்தில் குடியரசுக்காக அரசியல் ஒன்று தயாரிக்கப்பட்டது. ஆகவே அது வெய்மார் அரசியல் அமைப்பு என்று அழைக்கப்படுகிறது. மூன்று மாதங்களுக்கு உள்ளாகக்

குடியரசுக்கு ஒரு புது அபாயம் தோன்றியது. பிற்போக்குவாதிகள் குடியரசுக்கு விரோதமாக எதிர்ப்புரட்சி செய்தார்கள். பழைய ராணுவத் தளபதிகள் அதை முன்னின்று நடத்தினார்கள். இந்தக் கலகம் 'காப் எழுச்சி' எனப்படுகிறது. அதைத் தலைமை வகித்து நடத்தியவன் பெயர் 'காப்'. சோஷலிச ஜனநாயக அரசாங்கம் பெர்லினிலிருந்து ஓட்டம் பிடித்தது.

ஆனால், பெர்லின் தொழிலாளர்கள் எழுச்சியை அடக்கி விட்டார்கள். கட்டுப்பாடாக நின்ற தொழிலாளருக்கு முன்னால் இப்போது காப்பும் அவனுடைய நண்பர்களும் ஓடினார்கள். மீண்டும், சோஷலிச ஜனநாயகத் தலைவர்கள் திரும்பிவந்து அரசாங்கத்தை நடத்தலானார்கள். கலகம் செய்த குற்றத்துக்காக, அரசாங்கம், கம்யூனிஸ்டுகளை நடத்திய விதத்திற்கும், 'காப்பியரை' நடத்திய விதத்திற்கும் வித்தியாசம் அப்பட்டமாக தெரிந்தது. காப்பியக் கலகக்காரர்களில் பலர் பென்ஷன் வாங்கும் அதிகாரிகளாக இருந்தனர். அவர்கள் அரசாங்கத்தை எதிர்த்துக் கலகம் செய்தும் அவர்களுடைய பென்ஷன் நிறுத்தப்படவில்லை.

காப் எழுச்சியைப்போலவே பவேரியாவிலும் ஒரு எதிர்ப்புரட்சி எழுந்தது. அதுவும் தோற்றது. ஆனால், அதில் சுவாரஸ்யம் என்னவென்றால் அதை நடத்திய ஆஸ்திரியனான முன்னாள் ராணுவ வீரன், இன்று ஜெர்மனியின் சர்வாதிகாரியாக விளங்குகிறான். அவன் தான் ஹிட்லர்.

யுத்தத்துக்குப் பிற்பட்ட ஆண்டுகளில் ஜெர்மனியில் நிகழ்ந்த வரலாறுகள் பற்றி விரிவாகக் கூறினேன். புரட்சியானது எவ்வாறு காற்றில் வட்டமிட்டுக் கொண்டு எதிர்ப் புரட்சியுடன் போராடியது என்பதைப் பற்றி இன்னும் விரிவாகச் சொல்லலாம். இப்போதைக்கு இதுபோதும். ஆஸ்திரியாவிலும் ஏறக்குறைய இதே கொந்தளிப்பான நிலைமை காணப்பட்டது. சமாதான உடன்படிக்கை ஆஸ்திரியாவை உருத் தெரியாமல் செய்துவிட்டது. பெரிய நகரமான வியன்னாவைத் தலைநகராகக் கொண்ட இந்தச் சிறு நாடு 1918 நவம்பர் 12 ஆம் தேதி அதாவது, போர் நிறுத்த ஒப்பந்தம் கையெழுத்தான மறுநாள், குடியரசாயிற்று. அது ஜெர்மனியின் ஒரு பகுதியாக இருக்க விரும்பியது. ஆனால், நேச நாடுகள் இதைக் கண்டிப்பாக மறுத்துவிட்டன.

ஜெர்மனியைப் போலவே ஆஸ்திரியாவிலும் ஆரம்பத்தில் சோஷலிச ஜனநாயகவாதிகள் அதிகாரம் வகித்தார்கள். ஆனால்,

அச்சம், தன்னம்பிக்கையின்மை காரணமாக அவர்கள் முதலாளித்துவக் கட்சிகளுக்கு விட்டுக்கொடுத்து சமாதானக் கொள்கையைக் கடைப்பிடித்தார்கள். கடைசியில், அங்கு பிற்போக்கான சர்வாதிகார அரசு நிறுவப்பட்டது. நெடுங்காலம் வரையில் சோஷலிஸ்டு நகரமான வியன்னாவுக்கும் கன்சர்வேடிவ்களான விவசாயிகளுக்கும் ஓயாத போராட்டம் நிகழ்ந்தது.

1918 அக்டோபர் 3 ஆம் தேதியே, அதாவது, யுத்தம் முடிவதற்கு ஐந்து வாரங்களுக்கு முன்பே ஹங்கேரியில் ஒரு புரட்சி ஏற்பட்டது. நவம்பரில் குடியரசு பிரகடனம் செய்யப்பட்டது. நான்கு மாதங்களுக்குப் பிறகு, 1919 மார்ச்சில், இரண்டாவது புரட்சி நிகழ்ந்தது. இது பேலாகுன் என்ற கம்யூனிஸ்டின் தலைமையில் நடந்த சோவியத்துப் புரட்சியாகும். அவர் லெனினின் தோழர். சோவியத்து அரசாங்கம் ஒன்று அமைக்கப்பட்டது. அது சில மாதங்கள் அதிகாரம் வகித்தது. ஆனால், ஹங்கேரியைச் சேர்ந்த பிற்போக்கு வாதிகள் ருமேனிய ராணுவத்தின் உதவியைக் கேட்டார்கள்.

ருமேனியர் வந்து பேலாகுன் அரசாங்கத்தை ஒழித்தார்கள். பிறகு நாட்டில் தங்கிச் சூறையாடத் தொடங்கினார்கள். நேச நாடுகள் அச்சுறுத்திய பிறகே ருமேனியர் நாட்டை விட்டு வெளியேறினர். ஆனால், போகும்போதே படு நாசம் செய்துவிட்டு போனார்கள்.

இந்தக் கடிதத்தில் மத்திய ஐரோப்பாவில் நிகழ்ந்த யுத்தத்திற்கு பிறகான நிகழ்ச்சிகள் சிலவற்றையும், வல்லரசுகளில் யுத்தமும், தோல்வியும், ரஷியப் புரட்சியும் ஏற்படுத்திய பாதிப்புகளையும் பார்த்தோம். யுத்தத்துக்குப் பிற்பட்ட நாட்களில் ஐரோப்பாவில் எந்த நிமிஷத்திலும் புரட்சி வெடிக்கும் நிலைமை இருந்தது. இது சோவியத் ரஷியாவுக்கு சாதகமாக முடிந்தது. ஏனெனில், சோவியத் ரஷியாவைத் தாக்கினால், அது சொந்த நாட்டில் தொழிலாளரை எவ்வாறு பாதிக்குமோ என்று அஞ்சிய வல்லரசுகள் சோவியத்து ரஷியாவின் மீது பாயத் துணியவில்லை. ஆனால், புரட்சி என்னவோ தோன்றவில்லை.

இந்தக் கடிதத்தில் தோற்ற நாடுகளைப் பற்றிப் பேசினேன். வென்ற நாடுகளும் கஷ்டங்களை அனுபவித்தன. இதுபோன்ற எழுச்சியும் கொந்தளிப்பும் இல்லாமல் இங்கிலாந்தும் பிரான்சும் தப்பின. இதாலியில் பெரிய பிரளயம் ஏற்பட்டது. அதனால் விபரீத பலன்கள் விளைந்தன. அவற்றைத் தனியாகப் பார்க்க வேண்டும்.

ஜெர்மன் மார்க் நாணயத்தின் மதிப்பு கடுமையாக வீழ்ந்தது. மதிப்பே இல்லாத பணத்தை அடித்துக் குவித்தது அரசு

172. பழைய கடனைத் தீர்க்க புதிய முறை

ஜூன் 15, 1933

கொதிக்கிற எண்ணெய்க் கொப்பரை போல, உலக யுத்தத்துக்குப் பிறகு ஐரோப்பா இருந்தது. உலகம் முழுவதுமே அப்படித்தான் இருந்தது என்று சொல்லலாம். வார்சேல்ஸ் உடன்படிக்கையும், மற்ற உடன்படிக்கைகளும் நிலைமைகளுக்குப் பரிகாரம் தேடவில்லை. ஐரோப்பாவை பங்கிட்டு புதிய வரைபடம் உருவாக்கியது சில பழைய தேசிய பிரச்சனைகளை தீர்த்து வைத்தது. அத்துடன் புதிய பிரச்சனைகளையும் உருவாக்கியது. ஆஸ்திரியாவின் டைரோலை இதாலிக்கும், உக்ரேனில் ஒரு பகுதியா போலந்துக்கும் கொடுத்து வீண் வம்புக்கு காரணமாகியது. மத்திய ஐரோப்பாவும் கிழக்கு ஐரோப்பாவும் பால்கன் மயமாகியது. அங்கே சிறு சிறு அரசுகள் உருவாக்கப்பட்டன. அதனால், முன்பு இருந்ததைவிட அதிகமான எல்லைகளும், சுங்கவரித் தடைகளும், மத மாச்சரியங்களும் முளைத்தன.

பிரதேச மாறுதல்களைவிட யுத்த இழப்பீட்டுத் தொகை பெரிய விஷயமாக மாறியது. அதாவது, யுத்தத்தில் தோற்ற ஜெர்மனி, ஜெயித்த நேச நாடுகளுக்கு இழப்பீடாக பெரிய தொகை கொடுக்க வேண்டும் என்று நிர்ணயிக்கப்பட்டது. வார்சேல்ஸ் உடன்படிக்கையில் எவ்வளவு தொகை என்று குறிப்பிடவில்லை.

ஆனால், அடுத்தடுத்த கூட்டங்களில், ஜெர்மனி, 660 கோடி பவுன் ஆண்டுத் தவணைகளில் செலுத்த வேண்டும் என்று முடிவாயிற்று. ஜெர்மனி, தன்னால் முடியாதென்று சொல்லிப் பார்த்தது. ஆனால், ஏற்கவில்லை. அமெரிக்காவிடம் கடன் வாங்கி இரண்டு மூன்று தவணைகள் கட்டியது. மறு ஆலோசனைக்கு விஷயம் வரும் என்று நினைத்தது. எத்தனை தலைமுறை ஆனாலும் இழப்பீடைக் கொடுக்க முடியாது என்று மற்ற நாடுகளுக்கு தெரியும்.

விரைவில் ஜெர்மனி செலவுக்கே திண்டாடியது. வெளிநாடுகளுக்கு தங்கமாக தரவேண்டியதாக இருந்தது. எனவே, ஜெர்மனி பணத்தை அச்சடித்து கொடுத்தது. தங்கத்தின் இருப்புக்கு மேல் நோட்டுகளை அச்சடித்தது ஜெர்மனி. நோட்டுகளின் மதிப்பு குறைந்தது. மதிப்பு குறைந்ததால் கொடுக்கல் வாங்கலும் குறைந்து விடுகிறது. இதைத்தான் பணவீக்கம் என்று சொல்கிறார்கள். 1922, 23ல் ஜெர்மனியில் நிகழ்ந்தது இதுதான். எல்லாப் பண்டங்களின் விலைவாசியும் உயர்ந்தது. ஆனால், ஜெர்மன் நாணயமான மார்க்கின் மதிப்பு, பவுன் அல்லது டாலர் அல்லது பிராங்கு இவற்றின் மதிப்போடு ஒப்பிட்டுப் பார்க்கும்போது வெகுவாகக் குறைந்துவிட்டது. ஒரு கடிதத்துக்குத் தபால் தலை ஒட்டுவதற்குப் பத்து லட்சம் காகித மார்க்கு கொடுக்க வேண்டியதாயிற்று. மற்ற விலைவாசிகளும் இவ்வாறே விபரீதமாகப் பெருகி அடிக்கடி மாறிக்கொண்டிருந்தன.

ஜெர்மன் அரசாங்கம் வேண்டுமென்றே தனது பணக் கஷ்டத்தில் இருந்து தப்பிக்க இப்படி ஒரு நிலையை உருவாக்கியது. அதன் நோக்கம் ஈடேறியது. ஜெர்மன் அரசாங்கமும், நகர சபைகளும், மற்றக் கடன்காரரர்களும் தாங்கள் உள்நாட்டில் தரவேண்டிய கடன்களை பயனற்ற நோட்டுகளைக் கொடுத்து தீர்த்தனர். அரசாங்கமும் தனி மனிதர்களும் பட்டிருந்த கடன் பளு தீர்ந்தது. பண வீக்கத்தால் எல்லாரைக் காட்டிலும் மத்திய வகுப்பார் அதிக கஷ்டப்பட்டனர். நிலை தவறி அந்தஸ்தை இழந்து அவதிக்கு ஆளான இந்த மத்திய வகுப்பார் தட்டுக்கெட்டுத் தடுமாறி அப்போது தோன்றி வளர்ந்து வந்த கட்சிகளில் வந்து சேர்ந்தார்கள். அவர்களில் பெரும்பாலோர் ஹிட்லரின் புதிய கட்சியான தேசிய சோஷலிஸ்டு அல்லது நாஜிக் கட்சியில் சேர்ந்தார்கள்.

பழைய மார்க்கு நாணயம் செல்லாக் காசு பெறாமல் போகவே அதை எடுத்துவிட்டு ‘ரென்டென் மார்க்கு’ என்ற புது நாணயச் செலாவணி முறை புகுத்தப்பட்டது. இதில் பண வீக்கம் ஏற்படவில்லை. அதன்

முழு மதிப்பையும் தங்கத்தில் பெற முடிந்தது. ஆகவே, ஜெர்மனி தன்னுடைய கீழ் மத்திய வகுப்பு மக்களைப் பலிகொடுத்த பிறகு மீண்டும் நிலையான நாணயச் செலாவணி முறையை வந்தடைந்தது.

ஜெர்மனி இழப்பீடு செலுத்தத் தவறியதும் பிரான்சும் பெல்ஜியமும் தங்களுடைய படைகளை அனுப்பி ஜெர்மனியில் ரூர் பிரதேசத்தைக் கைப்பற்றின. வார்சேல்ஸ் உடன்படிக்கையின் கீழ், நேச அணி ஏற்கெனவே ரைன்லாந்தை தங்கள் வசம் வைத்திருந்தார்கள். 1923 ஜனவரியில் பிரான்சும் பெல்ஜியமும் இன்னும் கொஞ்சம் இடத்தைப் பிடித்துக்கொண்டன. இங்கிலாந்து இதில் சேர மறுத்து விட்டது. நிலக்கரி வயல்களும் தொழிற்சாலைகளும் மிகுந்த இந்த ரூர் பிரதேசம் ரைன்லாந்தை அடுத்துள்ளது. ஆனால், நிலக்கரி சுரங்க முதலாளிகளும் தொழிலாளர்களும் வேலை செய்ய மறுத்தனர். இதையடுத்து, 1925 இல் பிரான்சும் பெல்ஜியமும் ரூர் பிரதேசத்தை விட்டு அகன்றன.

யுத்த இழப்பீடு தொகை தொடர்பாக அடுத்தடுத்து மாநாடுகளும், கமிஷன்களும் நடந்தன. 1932ல் இழப்பீடு கொடுப்பது சாத்தியமில்லை என்று எல்லோரும் ஒப்புக்கொண்டனர். அத்துடன் எல்லாம் ஒழிந்தது.

யுத்த இழப்பீடுப் பிரச்சினை யுத்தம் முடிந்து பன்னிரண்டு ஆண்டுகளுக்கும் மேலாக ஐரோப்பாவை வாட்டி வந்தது. அதே சமயத்தில் ஜெர்மனி அல்லாத மற்ற நாடுகள் தரவேண்டிய யுத்தக் கடன் பிரச்சினையும் இருந்து வந்தது. யுத்தம் முடிந்த சமயத்தில் சில நாடுகள் பிரான்சிடம் கடன்பட்டிருந்தன. பல நாடுகள் இங்கிலாந்திடம் கடன்பட்டிருந்தன. எல்லா நேச நாடுகளும் அமெரிக்காவிடம் ஏகத்துக்குக் கடன்பட்டிருந்தன. அமெரிக்கா ஒன்றுதான் எந்த நாட்டுக்கும் பதில் சொல்ல வேண்டிய நிலையில் இல்லை. அது எல்லா நாடுகளுக்கும் ஏராளமாகக் கடன் கொடுத்திருந்தது. அது இப்போது இங்கிலாந்தின் பழைய அந்தஸ்தை அடைந்து உலகத்தின் வட்டி வியாபாரியாக இருந்தது.

இந்த யுத்தக் கடன்கள் இங்கிலாந்து, பிரான்சு, இதாலி முதலிய நாடுகளுக்குப் பெரும் சுமையாக இருந்தன. அவை அரசாங்கங்களின் கடன் என்பதால், அவற்றைத் திருப்பித் தரும் பொறுப்பு, அந்த அரசாங்கங்கள் மீது விழுந்தது. அவை அமெரிக்காவிடம் இருந்து சில சலுகைகளை முயன்று பெற்றன. அப்படியும் கடன்சுமை நீங்கியபாடில்லை. வாங்கிய கடனைக் கொடுத்துத்தான் தீரவேண்டும் என்று அமெரிக்கா அடம்பிடித்தது. கடனைக் கொடுத்து விழுங்கப்

பார்க்கிறது என்று அமெரிக்காவை ஐரோப்பிய நாடுகள் திட்டத் தொடங்கின.

ஐரோப்பா மட்டுந்தான் அமெரிக்காவிடம் கடன்பட்டிருந்தது என்று நினைக்க வேண்டாம். உலக யுத்தத்தின்போது லத்தீன் அமெரிக்க நாடுகளுக்கு நவீன இயந்திர சாதனம், தொழில் இவற்றின் அருமை பெருமைகள் தெரியவந்தன. ஆகவே, அவை தொழில் அபிவிருத்தியில் கவனம் செலுத்தின. அதற்கு வேண்டிய மூலதனம் வடக்கே அமெரிக்காவிலிருந்து வந்து கொட்டியது. அவை வட்டிகூடக் கொடுக்க முடியாதபடி அவ்வளவு அதிகமாகக் கடன் வாங்கிவிட்டன. தென் அமெரிக்க நாடுகள் எங்கும் சர்வாதிகாரிகள் தோன்றினார்கள். கடன் வாங்குகிற வரையில் எல்லாம் நன்றாகத்தான் இருந்தது. கடன் கொடுப்பது நின்றவுடன் லத்தீன் அமெரிக்காவும் ஐரோப்பாவைப் போல அங்கும் எல்லாம் சரிந்து முறிந்தது.

ஆகவே, உலக யுத்தத்துக்குப் பிந்தைய ஆண்டுகளில் அமெரிக்கா உலகத்தின் வட்டி வியாபாரியாக மாறியது. அது பணத்தால் வீங்கி வெடித்துவிடும் போல் இருந்தது. உலகத்திலேயே அமெரிக்காவின் கை மேலோங்கி நின்றது. அது ஐரோப்பாவையும் அதைவிட அதிகமாக ஆசியாவையும் அலட்சியமாகப் பார்த்தது. சண்டையும் சச்சரவும் மலிந்த இந்தப் பழைய கண்டங்கள் மூப்பினால் மதியிழந்து விட்டன என்று அது கருதியது.

அமெரிக்காவின் ஜனத்தொகை உலகின் மொத்த ஜனத்தொகையில் ஆறு சதவிகிதம்தான். ஆகவே, அமெரிக்காவில் பொதுவாகவே வாழ்க்கைத் தரம் மிகவும் உயர்வாக இருந்தது. ஆனால், இதைவிட இன்னும் உயர்வாக அது இருந்திருக்கக்கூடும். ஏனெனில், அந்தச் செல்வத்தில் பெரும் பகுதியும் சில ஆயிரம் லட்சாதிபதிகளிடமும் கோடீசுவரர்களிடமும் தங்கியிருந்தது. இந்தப் 'பெருமுதலாளிகள்' அமெரிக்காவை ஆண்டார்கள். யார் ஜனாதிபதியா வேண்டும் என்று அவர்கள் தீர்மானித்தார்கள். அவர்கள்தான் சட்டம் செய்தார்கள். அவர்களே அதை மீறவும் செய்தார்கள். அவர்களுடைய ஊழல் கொள்ளை கொள்ளையாக இருந்தது. ஆனால், நாடு பொதுவாக நலமாக இருந்தது. அந்த வரையில் அமெரிக்கப் பொது மக்கள் அதைப்பற்றிக் கவலை கொள்ளவில்லை.

1919-20 ஆண்டுகளில் அமெரிக்கா அடைந்திருந்த உச்ச நிலை பற்றிய புள்ளி விவரங்களைத் தெரிவித்ததற்கு காரணம் உள்ளது.

கட்டுக்கட்டாக பணத்தை சுமந்துபோய் பாக்கெட்டில் பொருள்களை வாங்கினர்

இந்தியா, சீனா போன்ற பிற்போக்கான - தொழில் வளர்ச்சியற்ற நாடுகளோடு ஒப்பிட்டுப் பார்க்கையில், நவீன இயந்திரத் தொழில் ஒரு நாட்டை எவ்வளவு நல்ல நிலைக்கு உயர்த்துகிறது பார்த்தாயா? அதுமட்டுமின்றி, இதே அமெரிக்கா எத்தகைய நெருக்கடியை சந்திக்கப் போகிறது என்பதையும் பார்க்கப் போகிறோம். அந்த நெருக்கடியைப் பற்றிப் பிறகு கூறுகிறேன்.

அந்த நெருக்கடி பிறகு தோன்றியது. 1929 வரையில், ஐரோப்பாவுக்கும் ஆசியாவுக்கும் நேர்ந்த இடையூறுகளில் இருந்து அமெரிக்கா தப்பித்துக் கொண்டது போல இருந்தது. தோற்ற நாடுகளின் தொல்லைக்கு எல்லை இல்லை. ஜெர்மனியின் தொல்லையைப்பற்றி ஏற்கெனவே சிறிது சொல்லியிருக்கிறேன். அநேகமாக, மத்திய ஐரோப்பாவைச் சேர்ந்த சிறு நாடுகள் எல்லாம் ஜெர்மனியைக் காட்டிலும் கேடான நிலையில் இருந்தன. அவற்றில் ஆஸ்திரியாவைக் குறிப்பாகச் சொல்லவேண்டும். ஆஸ்திரியா பண வீக்கத்தால் கஷ்டப்பட்டது. போலந்தும் அப்படியே. இரண்டும் தங்களுடைய நாணயத்தை மாற்றின.

ஆனால், இந்தப் பீடை தோற்ற நாடுகளோடு நின்றுவிடவில்லை, வெற்றி பெற்ற நாடுகளையும் அது சிறிது சிறிதாகப் பீடித்தது. கடன் பட்டாருடைய கஷ்டம் எல்லாருக்கும் நன்கு தெரிந்த விஷயம். இப்பொழுது ஒரு புதிய ஞானம் உண்டாயிற்று. கடன் தந்தாருக்கும் கஷ்டம் உண்டென்று எல்லாரும் உணரலானார்கள்!

173. பணத்தின் விசித்திரப் போக்கு

ஜூன் 16, 1933

உலக யுத்தத்துக்கு முன் எல்லா நாடுகளிலும் பணத்துக்கு நிலையான மதிப்பு இருந்தது. இந்தியாவில் ரூபாயும், இங்கிலாந்தில் பவுனும், அமெரிக்காவில் டாலரும், பிரான்சில் பிராங்க்கும், ஜெர்மனியில் மார்க்கும், ரஷியாவில் ரூபிளும், இதாலியில் லிராவும் என்று ஒவ்வொரு நாட்டிலும் நாணயம் புழக்கத்தில் இருந்தது.

இந்த நாணயங்கள் ஒன்றுக்கும் மற்றொன்றுக்கும் உள்ள மதிப்பு நிலையாக இருந்தது. அவை ஒன்றோடு ஒன்று சர்வ தேசியத் தங்கத் திட்டத்தால் பிணைக்கப்பட்டு இருந்தன. அதாவது, ஒவ்வொரு நாணயத்துக்கும் ஒரு குறிப்பிட்ட தங்க மதிப்பு இருந்தது. ஒவ்வொரு நாட்டின் எல்லைக்குள் அதன் நாணயம் புழங்குவதில் எந்த கஷ்டமும் இல்லை. ஆனால், வெளிநாட்டு நாணயங்கள் சர்வதேச பரிவர்த்தனை அடிப்படையில் மதிப்பிடப்படும். உலக யுத்தத்திற்கு பிறகு நாடுகளின் நாணய மதிப்பு படுமோசமாக வீழ்ச்சி அடைந்தது.

யுத்தகால நெருக்கடிகள் காரணமாக, யுத்தத்தில் ஈடுபட்ட அரசுகள் தங்கத் திட்டத்தை விலக்கி, தங்களுடைய நாணயச் பரிவர்த்தனை மதிப்பைக் குறைத்துக் கொண்டன. ஓரளவு அந்நாடுகளில் பணவீக்கம் ஏற்பட்டது. அது வியாபாரத்துக்கு

உதவியாக இருந்தது. ஆனால், நாணயச் செலாவணிகளின் சர்வதேச உறவை அது தலைகீழாக்கி விட்டது.

யுத்தம் நடந்து கொண்டிருந்த போது உலகம் நேச அணி என்றும், ஜெர்மன் அணி என்றும் இரு பெரும் பிரிவுகளாகப் பிரிந்திருந்தது. ஒவ்வொரு பிரிவும் தங்களுக்குள் ஒத்துழைப்பு வழங்கின. ஆனால், எல்லாம் யுத்தத்தைக் குறிக்கோளாகக் கொண்ட ஒத்துழைப்பாக இருந்தது. யுத்தம் முடிந்த பிறகு கஷ்டங்கள் தோன்றின. மாறி வரும் பொருளாதார நிலைமைகள், தேசங்களின் பரஸ்பர அவநம்பிக்கை, இவற்றின் பயனாக ஒவ்வொரு நாணயப் பரிவர்த்தனை மதிப்பும் ஒவ்வொரு வகையில் இருந்தது.

இன்றைய பணமுறை முழுவதும் நாணயத்தை, அதாவது நம்பிக்கையை அடிப்படையாகக் கொண்டிருக்கிறது. பாங்கு நோட்டு, 'செக்கு', இரண்டும் பணம் கொடுப்பதாக வாக்குறுதியே ஒழிய அசல் பணம் அல்ல. ஆயினும், அவை அசல் பணத்தைப் போல் ஏற்றுக் கொள்ளப்படுகின்றன. நாணயம் நம்பிக்கையைப் பொறுத்தது. நம்பிக்கை போய்விட்டால் நாணயமும் போய்விடுகிறது.

யுத்தம் முடிந்தபிறகு பணமுறை தலைகீழாகப் புரண்டதற்கு இது ஒரு காரணம். ஐரோப்பாவின் குழப்பமான நிலைமை நம்பிக்கையைச் சிதறடித்தது. தற்கால உலகத்தில் எல்லாம் ஒன்றையொன்று சார்ந்தும் பற்றியும் நிற்கின்றன. ஒரு பகுதி இன்னொன்றுடன் நெருக்கமாகப் பின்னிக் கொண்டிருக்கிறது. ஜெர்மனியில் மார்க்கு நாணயத்தின் மதிப்பு விழுந்து விட்டது என்றால் உடனே லண்டனிலும் பாரிசிலும் நியூயார்க்கிலும் பலர் பல வழிகளில் பாதிக்கப்படுகிறார்கள்.

இந்தக் காரணங்களால் அநேகமாக எல்லா நாடுகளிலும் நாணய பரிவர்த்தனைக் கஷ்டங்கள் தோன்றின. தொழில் வளர்ச்சி அதிகமான நாடுகளில் கஷ்டமும் அதிகமாக இருந்தது. ஏனெனில், தொழில் வளர்ச்சி என்பது மிகவும் சிக்கலான, மெல்லிய சர்வதேசியக் கட்டுக்கோப்பைக் குறிக்கிறது. திபெத்தைப் போல் வெளி உலகத்துடன் நெருங்கிய தொடர்பு இல்லாத பிற்போக்கான ஒரு நாடு மார்க்கு அல்லது பவுன், இதன் ஏற்றத் தாழ்வால் பாதிக்கப்படாது என்பது உறுதி. ஆனால், அமெரிக்காவில் டாலர் மதிப்பு வீழ்ந்தால் உடனே அது ஜப்பானை தாறுமாறாக ஆக்கிவிடும்.

மேலும் தொழில் வளர்ச்சி அடைந்த நாடு ஒவ்வொன்றிலும் வெவ்வேறு குழுக்களின் நலன்கள் வெவ்வேறாக இருந்தன.

உதாரணமாக, சிலர் மதிப்புக் குறைந்த பணத்தையும் ஓரளவு பணவீக்கத்தையும் விரும்பினார்கள். வேறு சிலர் இதற்கு நேர்மாறான நிலைமையை விரும்பினார்கள். அதாவது, பணத்தின் முழு மதிப்பை, குறைவான பணச் செலவையும் விரும்பினார்கள். பணம் கொடுத்தவர்களும், வங்கி முதலாளிகளும், பிறரிடமிருந்து பணம் பெற வேண்டியவர்கள் எல்லாரும் பணத்தின் மதிப்பு உயர்வாக இருக்க வேண்டுமென்று விரும்பினார்கள்.

கடன் பட்டவர்கள் எல்லாரும் பணத்தின் மதிப்புக் குறைவாக இருந்தால் கடனைத் தீர்க்கச் வசதியாக இருக்குமே என்று நினைத்தார்கள். தொழில் முதலாளிகளும், உற்பத்தி செய்வோரும் வழக்கமாகப் வங்கி முதலாளிகளிடம் கடன் வாங்குவோர் என்பதால் பணத்துக்கு மதிப்புக் குறைவாக இருப்பதை விரும்பினார்கள்.

அதைவிட முக்கியமான காரணம், குறை மதிப்பு அவர்களுடைய சரக்குகளை வெளி நாடுகளில் விற்பதற்குப் பெரிதும் உதவியாக இருக்கும் என்பதுதான். பிரிட்டிஷ் நாணயத்தின் மதிப்புக் குறைவாக இருந்தால் வெளிச் சந்தைகளில் ஜெர்மன் அல்லது அமெரிக்கா அல்லது இதர அன்னிய நாட்டுச் சரக்குகளை விடப் பிரிட்டிஷ் சரக்குகள் விலை மலிவாக இருக்கும். இதனால் பிரிட்டிஷ் சரக்குகள் அதிகமாக விலையாகிப் பிரிட்டிஷ் தொழில் முதலாளிகளுக்கு சாதகமாக இருக்கும்.

யுத்தத்துக்குப் பிறகு, இங்கிலாந்துக்கு, அமெரிக்கா உதவி செய்வதை நிறுத்தியது. உடனே பவுனின் மதிப்பு சிறிது குறைந்தது. இங்கிலாந்து இப்போது சிரமத்துக்கு ஆளாயிற்று. இயற்கையாகக் குறைந்த பவுனின் மதிப்பை ஏற்றுக்கொண்டு அதன் புது மதிப்பை அந்தக் குறைந்த அளவில் நிர்ணயம் செய்வதா? அப்படிச் செய்தால் பிரிட்டிஷ் சரக்குகளின் விலை மலிவாகிப் பிரிட்டிஷ் தொழிலுக்கு அனுகூலம் உண்டாகும், ஆனால், வங்கி முதலாளிகளுக்கும் பணம் கொடுத்தவர்களுக்கும் நஷ்டம் உண்டாகும்.

இன்னும் என்ன வென்றால், உலகத்தில் நிதி விவகாரங்களுக்கு லண்டன் மையமாக இருப்பது போய்விடும். லண்டனுடைய இடத்தை நியூயார்க் அடையும். கடன் வேண்டுவோர் லண்டனுக்குச் செல்வதற்குப் பதிலாக நியூயார்க்குக்குச் செல்வார்கள். இங்கிலாந்து பவுனுக்குக் குறைந்த மதிப்பு நிர்ணயம் செய்வதை விட்டால், பவுனின் மதிப்பை அதன் பழைய நிலைக்கு உயர்த்துவதைத் தவிர வேறு வழி

இல்லை. இதனால், பவுனின் அந்தஸ்து உயரும். நிதித் துறையில் லண்டன் தொடர்ந்து தலைமை வகிக்கும். ஆனால், தொழில்கள் பெரிதும் பாதிக்கப்படும். பின்னர் நிகழ்ந்தவை இதை வலியுறுத்தின.

பிரிட்டிஷ் அரசாங்கம் இரண்டாவது வழியை கடைப்பிடித்தது. 1925ல், அது பவுனை அதன் பழைய தங்க மதிப்புக்கு உயர்த்தியது. இவ்வாறு, அவர்கள் ஓரளவு தங்கள் தொழிலைக் காவு கொடுத்துப் வங்கி முதலாளிகளுக்கு சாதகம் செய்தார்கள். அதைவிட, அவர்களுக்கு முன்னின்ற முக்கியமான பிரச்சினை அவர்களுடைய பேரரசு இருப்பதா போவதா என்பதுதான். நிதித் துறையில் லண்டன் தனக்கிருந்த உலகத் தலைமையை இழந்து விட்டால் வல்லரசு நாடுகள் லண்டனின் தலைமையையோ உதவியையோ எதிர்பார்க்காது.

இவ்வாறு, பிரிட்டன் தனது தலைமையையும் பேரரசையும் காப்பாற்றிக் கொள்ளத் துணிந்து முயன்றது. ஆனால், அந்த முயற்சி பெரிய நஷ்டத்தில் முடிந்தது. பவுன் தன்னுடைய பழைய அந்தஸ்தைச் சிறிது காலத்துக்கு அடைந்தது. ஆனால், அதற்குள் தொழில் ஸ்தம்பித்து விட்டது. வேலையில்லாத் திண்டாட்டம் பெருகியது. விசேஷமாக, நிலக்கரித் தொழில் பெருத்த இன்னலுக்கு ஆளாகியது. பவுனின் தங்க மதிப்பை உயர்த்தியதுதான் இதற்கு காரணமாகும்.

நிலக்கரித் தொழில் சீர்கேடு அடையவும், சுரங்க முதலாளிகள் தொழிலாளரின் கூலியைக் குறைக்கத் தீர்மானித்தார்கள். இதைச் சுரங்கத் தொழிலாளர் கடுமையாக எதிர்த்தனர். மற்றத் தொழில்களில் ஈடுபட்டுள்ள தொழிலாளரும் அவர்களுக்கு ஆதரவாக நின்றனர். பிரிட்டிஷ் தொழிலாளர் இயக்கம் முழுவதும் சுரங்கத் தொழிலாளர் சார்பில் போராடத் தயாராகியது. தொழிற் சங்கங்களுக்கு இடையே ஒரு பலமான 'முக்கூட்டுறவு' ஏற்படுத்தப்பட்டது. அதில் கட்டுப்பாடும் பயிற்சியும் வாய்ந்த தொழிலாளர் பல லட்சக்கணக்கில் சேர்ந்திருந்தார்கள்.

தொழிலாளருடைய இந்தத் தீவிர போக்கைக் கண்ட அரசாங்கம் நடுக்கம் கொண்டது. இன்னும் ஒரு ஆண்டுக்குப் பழையபடியே கூலி கொடுப்பதற்காக அரசாங்கம் சுரங்க முதலாளிகளுக்கு உதவித் தொகை அளித்து நெருக்கடியைத் தள்ளிப் போட்டது. விசாரணைக் கமிஷன் ஒன்றும் நியமிக்கப்பட்டது. ஒன்றும் ஆகவில்லை. அடுத்த ஆண்டில், அதாவது, 1926ல், சுரங்க முதலாளிகள் கூலியைக் குறைக்க முற்பட்டபோது மீண்டும் நெருக்கடி தோன்றியது. இப்போது

தொழிலாளருடன் போரிட அரசாங்கம் ஆயத்தமாக இருந்தது. இதை எதிர்பார்த்து இடைப்பட்ட மாதங்களில் அரசாங்கம் எல்லா ஏற்பாடுகளும் செய்து வைத்திருந்தது.

தொழிலாளர் கூலி குறைப்புக்கு இணங்காதபடியால் சுரங்கங்களை மூடிவிட சுரங்க முதலாளிகள் முடிவு கட்டினார்கள். இதை எதிர்ப்பதற்காகத் தொழிற்சங்கக் காங்கிரஸ், இங்கிலாந்தில் பொதுவேலை நிறுத்தம் தொடங்க வேண்டியதாயிற்று. அந்த அறைகூவலைக் கேட்டுத் தொழிலாளர் அனைவரும் ஒன்று திரண்டார்கள். நாடெங்கும் ஒரு வேலையும் நடைபெறவில்லை. நாட்டின் வாழ்வு அப்படியே ஸ்தம்பித்துப் போயிற்று. ரயில்கள் ஓடவில்லை, தொழிற்சாலைச் சக்கரங்கள் உருளவில்லை, பத்திரிகைகள் அச்சாகவில்லை, இன்னும் வேறு எந்தத் தொழிலும் நடைபெறவில்லை. சில அத்தியாவசியமான பொதுக் காரியங்களை மட்டும் அரசாங்கம் தொண்டர்களின் உதவியைக்கொண்டு நடத்திச்சென்றது.

1926 ஆம் வருடம் மே மாதம் 3-4ஆம் தேதி நள்ளிரவில் பொது வேலை நிறுத்தம் தொடங்கியது. பத்து நாளைக்குப் பிறகு தொழிற்சங்கக் காங்கிரசின் மிதவாதத் தலைவர்கள் ஏதோ தங்களுக்குத் தரப்பட்ட சில வாக்குறுதிகளைச் சாக்காகக் கொண்டு திடீரென்று வேலை நிறுத்தத்தை வேண்டாமென்று சொல்லிவிட்டார்கள். அவர்களுக்குப் புரட்சிப்போக்கு வாய்ந்த அந்த வேலைநிறுத்தம் பிடிக்கவில்லை. சுரங்கத் தொழிலாளர் இப்போது நட்டாற்றில் விடப்பட்டார்கள். ஆயினும், அவர்கள் சளைக்காது பல மாதங்கள் வரையில் தனியே நின்று போராடினார்கள். அவர்களால் எவ்வளவு நாளைக்குப் பட்டினி இருக்க முடியும்? ஆகவே, அவர்கள் முடிவில் ஒடிந்து போனார்கள். இது சுரங்கத் தொழிலாளருக்கு மட்டுமின்றிப் பொதுவாகப் பிரிட்டிஷ் தொழிலாளர் அனைவருக்குமே பெருந் தோல்வியாகும்.

இங்கிலாந்தில் நடந்த பொது வேலைநிறுத்தமும், நீண்ட காலத்துக்குச் சுரங்கத் தொழில் மூடப்பட்டதும் சோவியத் ரஷியாவின் கவனத்தைப் பெரிதும் கவர்ந்தன. பிரிட்டிஷ் சுரங்கத் தொழிலாளருக்கு உதவி செய்வதற்காக ரஷியத் தொழிலாளரிடம் இருந்து பணம் திரட்டி ரஷியத் தொழிற்சங்கங்கள் பெருந்தொகைகளை அனுப்பிவைத்தன.

அந்தச் சமயத்துக்கு இங்கிலாந்தில் தொழிலாளரை நசுக்கி ஆயிற்று. ஆனால், தொழில்களின் சுணக்கத்திற்கும் வேலையில்லாத் திண்டாட்டத்தின் வளர்ச்சிக்கும் அது பரிகாரம் ஆகாதல்லவா? வேலை-

யில்லாமையால் தொழிலாளர் பெருந்துன்பத்துக்கு ஆளானார்கள். அரசாங்கத்துக்கும் அது பெரும் சுமையாக முடிந்தது. ஏனெனில், வேலையில்லாதார் இன்ஷூரன்ஸ் திட்டம் பல நாடுகளில் அமலுக்கு வந்திருந்தது. ஒரு தொழிலாளிக்கு வேலை இல்லை யென்றால், அதற்கு அவனே காரணமாக இருந்தால் தவிர, அவனை ஆதரிக்க வேண்டியது அரசாங்கத்தின் கடமை என்பது அனைவராலும் ஒப்புக்கொள்ளப்பட்டது. ஆகவே, பதிவு செய்யப்பட்ட வேலை இல்லாதாருக்கு அரசாங்கம் படி அளிக்கவேண்டிய தாயிற்று. இவ்வகையில் அரசாங்கத்துக்கும் நிறுவனங்களுக்கும் பெருந்தொகை செலவாயிற்று.

இந்த நிகழ்ச்சிகளுக்கெல்லாம் யாது காரணம்? இந்த விபரீத விளைவுக்கு எங்கோ எதிலோ அடிப்படையான தவறுதல் இருக்க வேண்டும் அல்லவா? ஆம், எங்கோ பெருத்த கோளாறு இருக்கத்தான் வேண்டும். சோஷலிஸ்டுகளும் கம்யூனிஸ்டுகளும் அந்திம தசையிலுள்ள முதலாளித்துவமே இதற்குக் காரணம் என்று குறை கூறினார்கள். அவர்கள் தங்கள் கூற்றுக்கு ஆதாரமாக ரஷியாவைச் சுட்டிக் காட்டினார்கள். அங்கு எத்தனையோ கஷ்டங்கள் இருந்தாலும் வேலையில்லாக் கஷ்டமாவது இல்லையல்லவா என்று கேட்டார்கள்.

இந்தப் பிரச்சினைகள் மிகவும் சிக்கலானவை. மனித சமூகத்துக்கு வரும் நோய்களைத் தீர்க்க மருந்துகள் சொல்வதில் வைத்தியர்களுக்குள்ளும் பண்டிதர்களுக்குள்ளும் அபிப்பிராய பேதம் நிறைய இருக்கிறது. ஆயினும், நாம் அவற்றைப் பார்த்து அவற்றின் சிறப்பியல் கூறுகளை ஆராய முயலுவோம்.

வியாபாரத்திலும் பொருளியல் துறையிலும் நாம் பொருளியல் தேசியத்தைக் காண்கிறோம். ஒரு நாடு, தான் மற்ற நாடுகளிடமிருந்து வாங்குவதை விட, மற்ற நாடுகளுக்கு அதிகமாக விற்கவேண்டும், உள்நாட்டில் செலவாவதைவிட அதிகமாக உற்பத்தி செய்யவேண்டும் என்பதுதான் 'பொருளியல் தேசிய'த்தின் பொருளாகும்.

ஒவ்வொரு நாடும் தன்னுடைய சரக்குகளை விற்க விரும்பினால் பிறகு வாங்குவது யார்? ஒரு சாமான் விற்பனை ஆகவேண்டும் என்றால், விற்போன் ஒருவனும் வாங்குவோன் ஒருவனும் வேண்டுமல்லவா? உலகத்தில் எல்லாருமே விற்பவர்களாக இருக்க முடியாதல்லவா? ஆயினும், பொருளியல் தேசியம் இந்த நியாயத்தையே அடிப்படையாகக் கொண்டிருக்கிறது. ஒவ்வொரு நாடும் வெளிநாட்டுச் சரக்குகளை உட்புக முடியாமல் தடுப்பதற்குப் பாதுகாப்பு வரிச்

சுவர்களையும் பொருளியல் வேலிகளையும் எழுப்புகிறது. ஆனால், அதே சமயத்தில் வெளிநாடுகளில் தன்னுடைய சரக்குகள் ஏராளமாக வியாபாரம் ஆகவேண்டும் என்று விரும்புகிறது. இந்தப் பாதுகாப்பு வரிகள் தற்கால உலகின் அஸ்திவாரமான சர்வதேசிய வியாபாரத்தைத் தடுத்து முடக்குகின்றன. வியாபாரம் முடங்கவும் தொழில் அடங்கி வேலையில்லாமை விஷம்போல் ஏறுகிறது.

வியாபாரத்துக்குக் குறுக்கே நிற்கும் இந்தப் பாதுகாப்பு வரிகளும் தடைகளும் ஒவ்வொரு நாட்டிலும் உண்மையில் ஒரு சில வகுப்பாருக்குத் தான் லாபகரமாக இருக்கின்றன. ஆனால், அந்த வகுப்பார் தத்தம் நாடுகளில் ஆதிக்கம் வகிப்பதால் தங்களுக்கு ஏற்றாற்போல் நாட்டின் கொள்கையை உருவாக்குகிறார்கள். ஆகவே, ஒவ்வொரு நாடும் இன்னொரு நாட்டை மிஞ்சப் பார்த்து முடிவில் எல்லா நாடுகளும் ஒன்றாகக் கஷ்டப்படுகின்றன. தேசியப் போட்டிகளும் கருத்து வேறுபாடுகளும் அதிகரிக்கின்றன. சர்வதேச ராஜ தந்திரிகள் பரஸ்பர வேற்றுமைகளைத் தீர்த்துக்கொள்வதற்கு அடிக்கடி மாநாடுகள் கூடுகிறார்கள். தித்திக்கப் பேசுகிறார்கள். ஆனால், அவர்கள் கையில் வெற்றி சிக்குவதில்லை. இந்தியாவில் ஹிந்து - முஸ்லிம் - சீக்கியம் பிரச்சினையைத் தீர்ப்பதற்கு நாம் அடிக்கடி செய்யும் முயற்சிகளை இது ஞாபகப்படுத்துகிறது அல்லவா? ஒருவேளை இந்த இரு விஷயங்களிலும், தவறான எண்ணங்களும் தவறான லட்சியங்களும் தோல்விக்கு காரணமாக இருக்கலாம்.

பாதுகாப்பு வரிகளாலும் பொருளியல் தேசியத்துக்கு ஆக்கம் தரும் ஏனைய முறைகளாலும், அதாவது, அரசாங்கம் தொழில்களுக்கு நன்கொடை அளிப்பது, உதவித் தொகை வழங்குவது, சாமான்களை ஏற்றிச்செல்ல ரயில் கட்டணத்தைக் குறைத்துக் கொடுப்பது போன்ற முறைகளால், லாபமடைவோர் சொத்துடையோரும் பொருள் உற்பத்தியாளரும் ஆவர்.

உள்நாட்டு மார்க்கெட்டுகளைப் பாதுகாப்பதால் இந்த வகுப்பார் நல்ல லாபம் அடைந்தார்கள். இவ்வாறு, பாதுகாப்பு வரிகளின் நிழலில் சிலருக்கு நிலைத்த உரிமைகள் ஏற்பட்டன. நிலைத்த உரிமைகளை உடைய எல்லோரையும் போல அவர்களும் தங்களுக்குத் தீமை தரும் மாறுதலை எதிர்க்கிறார்கள். ஒரு தடவை விதிக்கப்பட்ட பாதுகாப்புவரி எப்போதும் எடுபடாமல் இருப்பதற்கும், பொருளியல் தேசியத்தால் எல்லாருக்கும் கெடுதலே ஒழிய நன்மை இல்லை என்பதை எல்லாரும் உணர்ந்திருந்தும் அது உலகில் உலவி வருவதற்கும்

இது ஒரு காரணமாகும். ஒரு தடவை நிலைத்த உரிமைகளை உருவாக்கிவிட்டால் பிறகு அவற்றை ஒழிப்பது அவ்வளவு எளிதல்ல;

இதுபோன்ற விஷயத்தில் ஒரு நாடு மட்டும் தனித்து நடவடிக்கை எடுப்பது இன்னும் அரிதாகும். எல்லா நாடுகளும் ஒருங்கு கூடிப் பாதுகாப்பு வரிகளை ஒழிக்கவோ அல்லது வெகுவாகக் குறைக்கவோ ஏகமனதாக ஒப்புக்கொண்டு நடவடிக்கை எடுத்தால் ஒருவேளை அது சாத்தியமாகலாம். அப்பொழுது கூடக் கஷ்டங்கள் இருக்கும். ஏனெனில், அத்தகைய ஒரு ஏற்பாட்டின்கீழ்த் தொழில் அபிவிருத்தி குறைந்த நாடுகள் சரி சமானமாகப் போட்டியிட முடியாமல் கஷ்டநஷ்டங்களுக்கு ஆளாக நேரிடும். பெரும்பாலும் பாதுகாப்பு வரிகளின் அரவணைப்பில்தான் புதிய தொழில்கள் வளர முடியும்.

பொருளியல் தேசியம் தேசங்களுக்கு இடையே வியாபாரம் நடப்பதை குறைத்துத் தடுக்க முயலுகிறது. அதனால் உலக மார்க்கெட்டு கெடுகிறது. உலக மார்க்கெட்டிலும் தடையற்ற வியாபாரத்திலும்தான் முதலாளித்துவம் பிறந்து வளர்ந்தது. போட்டியே முதலாளித்துவத்தின் மூச்சு, உலக மார்க்கெட்டு இல்லையென்றால், தடையற்ற வியாபாரம் இல்லையென்றால், தேசிய எல்லைகளுக்குள் போட்டி இல்லையென்றால், பிறகு முதலாளித்துவச் சமூக அமைப்பு என்பது ஏது? அதன் ஸ்தானத்தில் வேறு எது வரும் என்பது வேறு விஷயம். ஆனால், இத்தனை பரஸ்பர முரண்பாடுகளுடன் கூடிய பழைய ஏற்பாடு இன்னும் நீண்ட நாளைக்குக் காலம் தள்ளுவது கஷ்டம் என்று தோன்றுகிறது.

விஞ்ஞானமும் தொழிலியல் வளர்ச்சியும் தற்காலச் சமூக அமைப்பைத் தாண்டி வெகுதூரம் சென்றுவிட்டன. அவற்றின் உதவியால் ஏராளமான உணவுப் பொருள்களும் சுகபோகப் பொருள்களும் உற்பத்தியாகின்றன. முதலாளித்துவத்துக்கு அவற்றை வைத்துக்கொண்டு என்ன செய்வதென்று தெரியவில்லை. அது வேறொன்றும் புரியாமல் உற்பத்தியைச் சுருக்கவும், உற்பத்தியான பொருள்களை அழிக்கவும் திட்டம் போடுகிறது.

ஆகவே, நாம் ஒரு விபரீதக் காட்சியைக் காண்கிறோம். ஒரு பக்கம் எல்லாம் இருக்கிறது; ஒரு பக்கம் ஒன்றும் இல்லை. தற்காலத்து விஞ்ஞானத்திற்கும் தொழில்முறைக்கும் ஏற்ப முதலாளித்துவம் முன்னேற முடியவில்லை என்றால், அவற்றுடன் ஒத்து நடக்கக்கூடிய வேறு முறையைக் கண்டுபிடிப்பதுதான் முறை. அது இல்லையென்றால்,

விஞ்ஞானத்தின் குரல்வளையை நெரித்து அதை முன்னேற வொட்டாமல் தடுத்து நிறுத்தவேண்டும். ஆனால், அத்தகைய செய்கை முட்டாள்தனத்துக்கு முதல் தாம்பூலம் வைப்பது போல் ஆகும். எப்படியும் அது நடக்கிற காரியமில்லை.

பொருளியல் தேசியமும், ஏகபோக உரிமைகளின் வளர்ச்சியும், தேசியப் போட்டா போட்டிகளும், நசித்து வரும் முதலாளித்துவத்தின் இதர சந்ததிகளும் சேர்ந்து கொண்டு உலகைக் குட்டிச்சுவராக்கி வருவதில் வியப்பொன்றும் இல்லை. தற்கால ஏகாதிபத்தியவாதம் முதலாளித்துவத்தின் ஒரு அவதாரமே ஆகும். ஒவ்வொரு சாம்ராஜ்ய வல்லரசும் பிற நாட்டு மக்களைச் சுரண்டித் தன்னுடைய தேசியப் பிரச்சினைகளுக்குத் தீர்வுகாண முயற்சிக்கிறது, மீண்டும் இதனால் வல்லரசுகளுக்கு இடையே போட்டியும் பொறாமையும் போராட்டமும் விளைகின்றன. இன்றைய தலைகீழான உலகத்தில் எல்லாம் போராட்டத்திலேயே வந்து முடிவதாகக் காண்கிறது!

யுத்தப் பிற்காலத்தில் பணம் எத்தகைய விசித்திரப் போக்கை மேற்கொண்டது என்று கூறி இந்தக் கடிதத்தைத் தொடங்கினேன். எல்லாம் விசித்திரப் போக்கை மேற்கொண்டு நடக்கும்போது பணத்தை மட்டும் எப்படிக் குறை கூறுவது?

பிரிட்டனில் நாடாளுமன்றத்தை கேட்காமல் தேசிய அரசு அமைந்தது

174. சதுரங்க ஆட்டம்

ஜூன் 18, 1933

பொருளாதார விஷயங்களையும், நாணய மதிப்பு பற்றியும் கடந்த இரண்டு கடிதங்களில் பேசினேன். அவை எளிதில் விளங்காத சிதம்பர ரகசியம் என்றும், மூளைக்கு வேலை கொடுத்தால் தவிர புரிந்துகொள்வது அரிது என்றும் சொல்லப்படுவது உண்மையே. ஆனால், அவை அப்படியல்ல. பொருளாதார அறிஞர்கள் அப்படி கருத வைத்திருக்கிறார்கள்.

பழைய காலத்தில் மதகுருமார்கள் யாருக்கும் புரியாத வழக்கொழிந்த மொழியில் மந்திரங்களை ஓதி சடங்குகளையும் பூஜைகளையும் உருவாக்கி, மக்களை ஏமாற்றி வந்தார்கள். தற்காலத்தில் மத குருமார்களின் செல்வாக்கு மிகவும் குறைந்துவிட்டது. தொழில் வளர்ச்சி மிக்க நாடுகளில் அவர்களுக்கு எந்த செல்வாக்கும் இல்லை. அவர்களுடைய இடத்தில் பொருளாதார நிபுணர்களும், வங்கி முதலாளிகளும் தோன்றி தெருவில் போவோருக்கு புரியாத மொழியில் பேசி மக்களை மயங்க வைக்கிறார்கள். ஒரு நிபுணர் சொல்வதற்கும் இன்னொருவர் சொல்வதற்கும்கூட வேறுபாடு இருக்கிறது.

ஆகவே, இன்று அரசியல் துறையிலும் பிற துறைகளிலும் ஆதிக்கம் செலுத்தும் இந்தப் பொருளாதார விஷயங்களை நாமும்

சிறிது அறிந்துகொள்வது நல்லது. மனிதர்களை இரண்டு வகையாகப் பிரிக்கலாம். அதாவது,செலுத்துவோர் ஒருவகை. செலுத்தப்படுவோர் இன்னொரு வகை. முதல் வகையினர் வாழ்க்கையில் நல்ல செயல்களை செய்து சுற்றிலும் இருப்போரை தங்கள் வழிப்படுத்த முயற்சிப்பார்கள். இரண்டாவது வகையினர், சுய சிந்தனை இல்லாமல், எடுப்பார் கைப்பிள்ளையாக அங்கும் இங்கும் அலை பாய்பவர்கள்.

முதல் வகையினருக்கு கல்வியும் ஞானமும் அவசியம். ஏனெனில் அவற்றை அடியொற்றித்தான் நற்செயலில் ஈடுபடமுடியும். கொள்ளை நோய் போன்ற இயற்கை விபத்து ஏற்பட்டால் இந்தியாவில் மட்டுமின்றி ஐரோப்பாவில்கூட மக்கள் தங்களைக் காப்பாற்றும்படி தெய்வத்தைப் பிரார்த்திப்பதைப் பார்க்கிறோம். பிரார்த்தனை நொந்த மனதுக்கு ஆறுதல் அளித்து நம்பிக்கையையும் தைரியத்தையும் ஊட்டுமாயின் மிகவும் நல்லதே. அதை ஒருவரும் எதிர்க்க வேண்டியதில்லை.

ஆனால், நோய் பரவுவதைப் பிரார்த்தனையால் தடுக்கலாம் என்ற எண்ணத்துக்குப் பதிலாக, ஆரோக்கிய முறைகளை அனுசரித்து நோய்க்கான காரணத்தை அறிந்து தீர்க்க வேண்டும் என்ற விஞ் ஞானக் கருத்து இப்போது வலுத்து வருகிறது. தொழிற்சாலையில் ஒரு இயந்திரம் பழுதாகி விட்டாலோ, ஒரு மோட்டார்க்கார் 'டயர் பஞ் சர்' ஆகிவிட்டாலோ பிரார்த்தனை செய்து சரிப்படுத்திவிடலாம் என்று நினைப்பது இல்லை. உடனே இயந்திரத்தைப் பழுது பார்த்தும், கார் சக்கரத்தைப் 'பஞ்சர்' ஒட்டியும் இயக்குகிறார்கள்.

அவ்வாறே, மனித இயந்திரத்தையும் சமூக இயந்திரத்தையும் எடுத்துக் கொண்டால், நல்ல எண்ணத்தோடு அவற்றைப் பற்றிய தேர்ந்த கல்வியும் அவசியமாகிறது. இந்தக் கல்வியை வரையறுத்துக் கூறுவது கடினம். இடைவிடாத ஆராய்ச்சியாலும் அனுபவத்தாலும் வரையறுக்கப்படாத இந்தக் கல்வியையும் நாம் வகைபிரித்து நம் அறிவை வளர்த்துக் கொள்ளலாம். அந்த அறிவின் துணைகொண்டு நம்மைச் சூழ்ந்த மனித சமூகத்திடம் எப்படி நடக்க வேண்டும் என்பதை அறிந்து கொள்ளலாம்.

யுத்தத்துக்குப் பிற்பட்ட ஆண்டுகளில் ஐரோப்பா மூன்று பிரிவுகளாகப் பிரிந்திருந்தது. அவை, யுத்தத்தில் ஜெயித்த கட்சி, தோற்ற கட்சி, சோவியத்து ரஷியா ஆகியவை. இவை தவிர, நார்வே, ஸ்வீடன், ஹாலந்து, ஸ்விட்சர்லாந்து போன்ற சிறிய நாடுகளும் இருந்தன. ஆனால், அரசியல் கண்ணோட்டத்தில் அவை

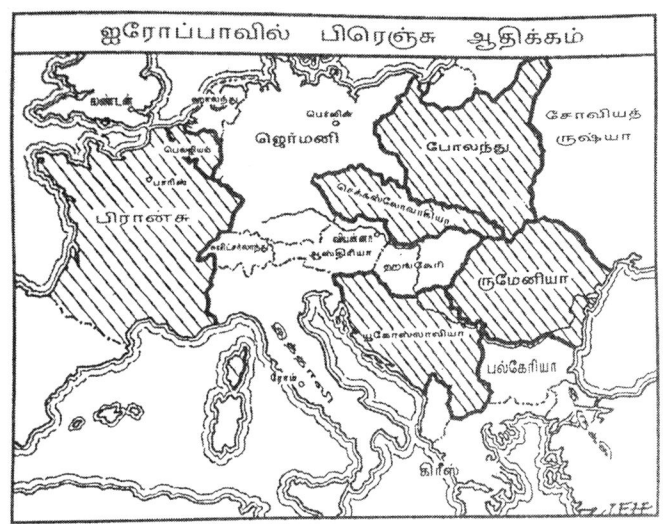

ஐரோப்பாவில் பிரெஞ்சு ஆதிக்கம்

அவ்வளவு முக்கியமானவை அல்ல. தொழிலாளர் அரசாங்கத்தை உடைய சோவியத்து ரஷியா தனித்து நின்று, ஜெயித்த கட்சியின் கண்ணைச் சதா உறுத்திவந்தது. சோவியத்து அரசாங்க அமைப்பு வேற்று நாடுகளிலுள்ள தொழிலாளரைப் புரட்சி செய்யக் கைகாட்டி அழைத்தது மட்டும் அவர்கள் கண்ணை உறுத்தவில்லை. ஜெயித்த வல்லரசுகள் கிழக்கில் செய்ய விரும்பிய எதையும் செய்ய முடியாமல் செய்தது சோவியத். அவற்றின் எரிச்சலுக்கு இதுதான் காரணம்.

1919, 20 ஆம் ஆண்டுகளில், ஜெயித்த வல்லரசுகளில் பெரும்பாலானவை ரஷிய விவகாரங்களில் தலையிட்டு யுத்தம் செய்து சோவியத்தை நசுக்க முயன்றதுபற்றி முன்பே கூறியுள்ளேன். ஆனால், சோவியத்து ரஷியா எல்லாக் கண்டங்களுக்கும் தப்பிப் பிழைத்துக்கொண்டது. ஐரோப்பாவின் ஏகாதிபத்திய வல்லரசுகள், 'சோவியத்து ரஷியா இருந்து ஒழியட்டும், என்ன பண்ணுவது' என்ற மனப்பான்மையில் அதைச் சகித்துக் கொண்டனவே ஒழிய, அதன்பால் நல்லெண்ணமோ, பெருந்தன்மையோ காட்டவில்லை.

மத்திய ஐரோப்பாவிலும் மேற்கு ஐரோப்பாவிலும் ஜெயித்த நாடுகளுக்கும் தோற்ற நாடுகளுக்கும் இடையே வித்தியாசம் ரொம்பவும் நன்றாகத் தெரிந்தது. குறிப்பாக, பிரான்சு வெற்றிக்கு அறிகுறியாக இருந்தது. தோற்ற நாடுகளுக்குச் சமாதான உடன்படிக்கைகளில் கண்ட பல விஷயங்கள் பிடிக்கவில்லை. அவை ஒன்றும் செய்யக்கூடிய

நிலையில் இல்லாவிட்டாலும், எதிர்கால மாறுதல்களைப் பற்றிக் கனவு கண்டன. ஆஸ்திரியாவும் ஹங்கேரியும் 'சீக்காளி' நாடுகளாய்விட்டன; அவை நாளுக்குநாள் மோசமாகி வந்தன.

இதற்கு மாறாக, பழைய செர்பியா உப்பி இப்போது யுகோஸ்லாவியா ஆகியிருந்தது. யுகோஸ்லாவியாவில் ஒரு மாகாணமாக உள்ள குரோஷியாவில் சுதந்திர இயக்கம் வலுத்து வருகிறது. செர்பிய அரசாங்கம் அதைக் கடுமையாக அடக்கி வருகிறது. படத்தில் பார்த்தால் போலந்து இப்போது பெரிதாகவே தோன்றுகிறது. இப்போதுள்ள போலந்தில் ரஷிய உக்ரேனின் ஒரு பகுதி அடங்கியிருக்கிறது. பயங்கரமான சித்திரவதைகள், மரண தண்டனைகள் முதலிய பல காட்டுமிராண்டி முறைகளைக் கையாண்டு அதைப் 'போலிஷ் மயம்' ஆக்கி வருகிறார்கள். மேலே கூறியவை கிழக்கு ஐரோப்பாவில் புகைந்து கொண்டிருக்கும் சிறு நெருப்புகளில் சிலவாகும். இந்த நெருப்புப் பரவினால் அபாயம் சாத்துக் கொண்டிருக்கிறது.

யுத்தத்துக்குப் பிற்பட்ட ஆண்டுகளில், அரசியல் ரீதியாகவும் ராணுவ ரீதியாகவும், ஐரோப்பாவில் தலைதூக்கி நின்ற நாடு பிரான்சு. அதற்கு வேண்டிய பிரதேசங்கள் கிடைத்துவிட்டன. சொல் அளவிலாவது யுத்த நஷ்டஈடு கொடுப்பதாக உறுதி தரப்பட்டது. ஆயினும், பிரான்சுக்கு நிம்மதியோ சந்தோஷமோ இல்லை. ஜெர்மனி மீண்டும் பலம் பெற்று வந்து தன்னைப் போரில் வீழ்த்திவிடுமோ என்ற அச்சம் அதை வாட்டியது. ஜெர்மனியின் ஜனத்தொகை பிரான்சின் ஜனத் தொகையைவிட மிகவும் அதிகமாயிருந்தது அச்சத்துக்கு முக்கிய காரணமாகும். ஜெர்மானியர் வீரத்தில் சிறந்தவர்கள். நமக்குத் தெரிந்து அவர்கள் பிரான்சின்மீது இருமுறை படையெடுத்துச் சென்றிருக்கிறார்கள்.

ஆகவே, ஜெர்மனி தன்மீது பழிவாங்கும் என்னும் எண்ணம் பிரான்சின் நெஞ்சைவிட்டு அகலவே இல்லை. உள்ளதைப் போக்கடித்துக் கொள்ளாமல் பாதுகாத்துக் கொள்ளவேண்டும் என்ற எண்ணத்தின் அடிப்படையில், பிரான்ஸ் தனது கொள்கையை உருவாக்கி வந்தது. தன்னுடைய நிலையைப் பலப்படுத்திக் கொள்வதற்காக வார்சேல்ஸ் உடன்படிக்கையில் தன்னைப் போலவே அக்கறை கொண்ட நாடுகளின் குழுவை பிரான்சு கூட்டி வந்தது. பெல்ஜியம், போலந்து, செக்கோஸ்லொவாகியா, ருமேனியா, யுகோஸ்லாவியா ஆகியவை அந்த குழுவில் இருந்தன.

இவ்வாறு, ஐரோப்பாவில் பிரான்சு தனது தலைமையை நிலைநாட்டிக் கொண்டது. இங்கிலாந்துக்கு இது பிடிக்கவில்லை. ஐரோப்பாவில் தன்னைத் தவிர யாரும் தலையசைப்பதாக இருக்கக்கூடாது என்பது இங்கிலாந்தின் எண்ணம். இங்கிலாந்து தன்னுடைய கூட்டாளியான பிரான்சிடம் காட்டிவந்த காதலும் நட்பும் இப்போது மிகவும் சுருங்கிவிட்டன. பிரிட்டிஷ் பத்திரிகைகள் பிரான்ஸை குறை கூறியும், பழைய பகையாளி ஜெர்மனியைப்பற்றி அன்பாகவும் எழுதத் தொடங்கின, இங்கிலாந்துக்கு ஏதாவது அரசியல் சாதகம் கிடைத்தாலும் சரி, அல்லது பிரிட்டிஷ் அரசாங்கம் ஏதாவது ராஜ தந்திர நடவடிக்கை எடுத்தாலும் சரி, அதைப் பிரிட்டனிலுள்ள எல்லா வகுப்பாரும் கூடி, தர்மநியாய அடிப்படையில் செய்த காரியமாக சத்தியம் செய்வார்கள். கவுண்ட் ஸ்போர்சா என்ற இதாலிய ராஜதந்திரி, "இந்த அருமையான குணம் பிரிட்டாஷாருக்குக் கடவுளால் அளிக்கப்பட்ட வரப்பிரசாதமாகும்" என்று கூறுகிறார்.

இன்னொரு பழைய கூட்டாளியான இதாலியும் பிரான்சுடன் பேதப்பட்டது. இரண்டுக்கும் எப்போதும் தகராறுதான். 1922ல், இதாலியில் முசோலினி அதிகாரத்தைக் கைப்பற்றியதும், அவனுடைய ஏகாதிபத்திய ஆசைகளுக்கு பிரான்சு குறுக்கே நின்றதுதான் இதற்குக் காரணங்களாகும். முசோலினியைப் பற்றியும் 'பாசிச'த்தைப் பற்றியும் அடுத்த கடிதத்தில் சொல்கிறேன்.

யுத்தத்துக்குப் பிற்பட்ட ஆண்டுகளில், ஆஸ்திரேலியா, கானடா, இரண்டும் கலாசாரத் துறையிலும் பொருளாதாரத் துறையிலும் அமெரிக்கா மீது ஈர்ப்பு கொண்டன. ஜப்பானியரையும், ஜப்பானியர் வெளிநாடுகளில் சென்று குடியேறுவதையும் மூன்று நாடுகளும் பொதுவாக வெறுத்தன. விசேஷமாக, ஆஸ்திரேலியாவுக்கு இது விஷயத்தில் பயம் அதிகம். அங்கு மக்கள் குடியேறாத பிரதேசங்கள் நிறைய இருக்கின்றன. அதற்கும் ஜப்பானுக்கும் அதிகத் தூரம் இல்லை. ஜப்பானில் ஜனத்தொகை நிறைந்து வழிகிறது.

ஆஸ்திரேலியா, கானடா, அமெரிக்கா மூன்றுக்கும் இங்கிலாந்து ஜப்பானுடன் உறவு கொண்டிருப்பது பிடிக்கவில்லை. பணத்திலும் பிற வகையிலும் அமெரிக்கா உலகில் முதன்மை வகித்தபடியால் இங்கிலாந்து அதன் பிரியத்தைச் சம்பாதிக்க விரும்பியது. ஆகவே, 1922ல், வாஷிங்டன் மாநாட்டில் அது ஆங்கிலோ ஜப்பானிய உறவைத் தியாகம் செய்தது.

வாஷிங்டன் மாநாடு இங்கிலாந்தின் கிழக்குக் கொள்கையில் மாறுதலைக் குறித்தது. சீனா பலம் பெற்று வந்தது. அல்லது, பலம் பெறுகிற மாதிரி தெரிந்தது. ஜப்பானுக்கும் அமெரிக்காவுக்கும் பகைமை முற்றி வந்தது. ஜப்பானா, அமெரிக்காவா என்று வந்தபோது இங்கிலாந்து அமெரிக்காவின் பக்கம் மாறியது. அல்லது, ஜப்பானைக் கைவிட்டது என்பது பொருத்தமாக இருக்கும். சிங்கப்பூரில் பணத்தைக் கொட்டி பெரிய பெரிய கப்பல்துறைளை பிரிட்டன் கட்டியது. சிங்கப்பூரைப் பெரிய கப்பல் படைத் தளமாக்கியது. ஒரு பக்கம் இந்தியா, பர்மா மீதும் இன்னொரு பக்கம் பிரெஞ்சு, டச்சுக் காலனிகள் மீதும் அது ஆதிக்கம் செலுத்தக்கூடும். எல்லாவற்றிலும் முக்கியமாக, பசிபிக்கில் யுத்தம் நேர்ந்தால், அது ஜப்பான் அல்லது எந்த வல்லரசுடனும் நன்கு போரிட முடியும்.

1922ல் வாஷிங்டனில் ஆங்கிலோ - ஜப்பானிய உறவு முறிந்ததன் பயனாக ஜப்பான் தனித்து நின்றது. அது வேறு வழியின்றி ரஷியாவை நாடவும் அதனுடன் நட்பை வளர்க்கவும் தொடங்கியது. மூன்று ஆண்டுகளுக்குப் பிறகு, 1925 ஜனவரியில், ஜப்பானுக்கும் சோவியத்து யூனியனுக்கும் இடையே ஒரு உடன்படிக்கை ஏற்பட்டது.

யுத்தத்தை அடுத்த ஆண்டுகளில், ஜெயித்த நாடுகள் ஜெர்மனியை ஒதுக்கி வைத்தன. அதையடுத்து, அவற்றை அச்சுறுத்தும் நோக்கத்தில் சோவியத் ரஷியாவுடன் ரகசிய ஒப்பந்தம் செய்தது. 1922ல் கையெழுத்தான ரபல்லோ ஒப்பந்தம், வெளியே தெரிந்துவுடன் நேச நாடுகள் அதிர்ச்சி அடைந்தன. ஜெர்மனி சோவியத் பக்கம் சேர்ந்துவிடும் என்ற பயம் இங்கிலாந்தை ஆட்டிப் படைத்தது. உடனே ஜெர்மனியுடன் நேச மனப்பான்மையுடன் பேசத் தொடங்கினர்.

1925ல் லொகார்னோ ஒப்பந்தம் மூலமாக, பிரிட்டிஷ் கொள்கைக்கு ஒரு வெற்றி கிடைத்தது. பிரான்சுக்கும் ஜெர்மனிக்கும் உள்ள வழக்கில் அது ஒரளவுக்குப் பிரிட்டனை மத்தியஸ்தம் செய்யும் நிலையில் வைத்தது, ஜெர்மனியை ரஷியாவின் பக்கம் போகாமல் இழுத்தது. மேற்கு ஐரோப்பிய நாடுகளைச் சோவியத்துக்கு எதிரான ஒரு கோஷ்டியாக ஒன்று சேர்த்தது, லொகார்னோ மாநாட்டின் முக்கிய அம்சமாகும். இதைக் கண்டு ரஷியா தொடை நடுக்கம் கொண்டது. அது இதற்கு மாற்றாகத் துருக்கியுடன் சில மாத காலத்துக்குள் ஒரு உடன்படிக்கை செய்துகொண்டது. 1925 டிசம்பரில், இந்த உடன்படிக்கை கையெழுத்தாயிற்று. 1926 செப்டம்பரில், ஜெர்மனி சர்வதேச சங்கத்தில் உறுப்பினராகச் சேர்ந்தது. அப்போது கூடலும்

குலாவலும் கொஞ்சலும் கைகுலுக்கலும் அதிகமாகி இருந்தன. எல்லாரும் ஒருவரையொருவர் பாராட்டிக் கொண்டார்கள்.

இவ்வாறு, ஐரோப்பிய நாடுகளின் சதுரங்க ஆட்டம் நடந்துகொண்டிருந்தது. அதில் உள்நாட்டுக் கொள்கைகள் பெரிதும் பிரதிபலித்தன. 1923ல் இங்கிலாந்தில் நடந்த பொதுத் தேர்தலில் கன்சர்வேடிவ் கட்சி தோல்வியுற்றது. பார்லிமெண்டில் தொழிற்கட்சிக்கு நல்ல மெஜாரிட்டி இல்லாவிட்டாலும் அது முதல் தடவையாக அரசாங்கம் அமைத்தது. ராம்சே மாக்டொனால்டு பிரதம மந்திரியாகி இருந்தார். அந்த அரசாங்கம் ஒன்பதரை மாதமே நீடித்திருந்தது. அந்தச் சொற்ப காலத்துக்குள்ளேயே அது சோவியத்து ரஷியாவுடன் ஓர் ஒப்பந்தம் செய்து கொண்டது. அதன் பயனாக இரு நாடுகளுக்கு மிடையில் ராஜதந்திர, வியாபார உறவுகள் ஏற்படுத்தப்பட்டன.

இதற்கப்புறம், அதே வருஷம் திடீரென்று சீனாவில் பலம் பொருந்திய ஐக்கிய அரசாங்கம் ஏற்பட்டது. அந்த அரசாங்கம் சோவியத்துடன் நெருங்கி உறவாடுவதாகத் தெரிந்தது. பல மாதங்கள் வரையில் பிரிட்டிஷார் சீனாவில் பெருங் கஷ்டத்துக்கு ஆளானார்கள். அவர்கள் தங்களுடைய கௌரவத்தை மூட்டை கட்டி வைத்து விட்டுத் தங்களுக்குப் பிடிக்காத பல காரியங்களைச் செய்ய நேர்ந்தது. ஆனால், சீன இயக்கம் சிலகாலம் வெற்றியுடன் ஒன்றுபட்டு நின்ற பிறகு பிளவுபட்டுச் சிதறுண்டது. சர்வதேசிய சதுரங்கத்தில் இது ரஷியாவுக்குப் பெருந்தோல்வியாகும். இங்கிலாந்துக்கு இது பெரிய வெற்றி. அது சோவியத்துக்கு மேலும் தோல்வியை உண்டாக்க திட்டமிட்டது. சோவியத்துக்கு எதிரான வல்லரசுக் குழு அமைக்கவும், ரஷியாவை வளைத்துக் கொள்ளவும், மீண்டும் முயற்சிகள் தொடங்கின.

1927 மத்தியில், உலகின் பல்வேறு பாகங்களில் சோவியத்துக்கு எதிரான நடவடிக்கை தொடங்கியது. 1927 ஏப்ரலில், ஒரே தேதியில், பீகிங்கிலுள்ள சோவியத்து அரசாங்கத் தூதர் காரியாலயமும் ஷாங்காயிலுள்ள சோவியத்துக் 'கான்சல்' காரியாலயமும் சோதனை இடப்பட்டன. இந்த இடங்கள் இரு சீன அரசாங்கங்களின் ஆதிக்கத்தில் இருந்தன. ஆயினும், இது விஷயத்தில் அவை ஒற்றுமையாக நடவடிக்கை எடுத்தன. அரசாங்கத் தூதர் காரியாலயத்தைச் சோதனையிட்டு அவரையும் அவமதிப்பதென்பது சாதாரணமாக நடக்கிற காரியம் அல்ல. அம்மாதிரி செய்தால் அநேகமாக அது யுத்தத்தில்தான் கொண்டுவிடும். ரஷியாவைப் போரில் மாட்டிவிடுவதற்காக இங்கிலாந்தும் சோவியத்துக்கு எதிரான மற்ற வல்லரசுகளும் சீன

அரசாங்கங்களை இவ்வாறு செய்யும்படித் தூண்டின என்று ரஷியர் நம்பினார்கள். ஆனால், ரஷியா போரில் இறங்கவில்லை.

ஒரு மாதம் கழித்து, **1927** மே மாதத்தில், லண்டனிலுள்ள ரஷிய வியாபாரக் காரியாலயங்கள் சோதனையிடப்பட்டன. இது 'ஆர்க்காஸ் சோதனை' என்று சொல்லப்படுகிறது. இங்கிலாந்தில் வியாபாரம் செய்துவந்த உத்தியோகச் சார்புள்ள ரஷியக் கம்பெனிக்கு 'ஆர்க்காஸ்' என்று பெயர். இதுவும் இன்னொரு வல்லரசை எவ்வித அவமதித்த செயலாகும். உடனே இரு நாடுகளுக்குமிருந்த ராஜதந்திர உறவும் வியாபார சம்பந்தமும் முடிந்தன. அடுத்த மாதம், அதாவது ஜூன் மாதம், போலந்தில் சோவியத்துத் தூதர் கொல்லப்பட்டார்.

ஒன்றன்பின் ஒன்றாக வெகு விரைவில் நடைபெற்ற இச் சம்பவங்களைக் கண்டு ரஷியா கதிகலங்கிப்போயிற்று. வல்லரசுகள் கூடித் தன்மீது பாயப்போகின்றன என்று அது எதிர்பார்த்தது. ரஷியாவில் பெரிய யுத்த பீதி குடிகொண்டது. மேல் ஐரோப்பிய நாடுகள் பலவற்றில் தொழிலாளர்கள் ரஷியாவிற்குச் சாதகமாகவும், வருவதுபோல் தோன்றிய யுத்தத்தை எதிர்த்தும், ஆர்ப்பாட்டம் செய்தார்கள். ஆனால், பிறகு பீதி நீங்கியது. யுத்தம் வரவில்லை.

அதே ஆண்டில், அதாவது **1927**ல் போல்ஷிவிக் புரட்சியின் பத்தாவது ஆண்டு விழாவைச் சோவியத்து ரஷியா சிறப்பாகக் கொண்டாடியது. இங்கிலாந்தும் பிரான்சும் அப்போது ரஷியாவை மிகவும் பகைத்து நின்றன. ஆனால், கீழ் நாடுகளான பாரசீகம், துருக்கி, ஆப்கானிஸ்தானம், மங்கோலியா ஆகியவை அந்த விழாவுக்கு பிரதிநிதி கோஷ்டிகளை அனுப்பிவைத்துத் தங்களுடைய நட்பைக் காட்டின.

மற்றப் பெரிய வல்லரசுகளில் அமெரிக்கா, சோவியத்து யூனியன் இரண்டும் சர்வதேச சங்கத்தில் அங்கம் வகிக்கவில்லை. சர்வதேச சங்கம் என்பது தனக்கு விரோதமான முதலாளித்துவ நாடுகளைக் கொண்ட ஒரு போட்டி சபை என்று சோவியத்து யூனியன் கருதியது. சோவியத்து யூனியனில் பல குடியரசுகள் கூட்டரசாகச் சேர்ந்திருந்தபடியால் அதுவே ஒரு சர்வதேச சங்கம் என்று கருதப்பட்டது. சர்வதேச சங்கம் வல்லரசுகளின் கைக்கருவி என்று கிழக்கு நாடுகளும் அதைச் சந்தேகத்தோடு நோக்கின. அப்படியிருந்தும்; அமெரிக்காவும் ரஷியாவும் இன்னும் அநேகமாக எல்லா நாடுகளும் சங்கத்தின் சார்பில் நடந்த ஆயுதக் குறைப்பு மாநாடுகளில் கலந்துகொண்டன. **1925**ல் ஆயுதக் குறைப்பைப் பற்றிய உலக மாநாட்டுக்கு வேண்டிய

ஆயத்தங்கள் செய்வதற்காகச் சங்கம் ஒரு ஆயத்தக் கமிஷனை நியமித்தது. இந்தக் கமிஷன் ஒவ்வொரு திட்டமாக ஏழு ஆண்டுகள் விடாமல் பரிசீலனை செய்து எந்த முடிவுக்கும் வரவில்லை. 1932ல் உலக மாநாடு கூடியது. பல மாதங்கள் வாய்ப்பந்தல் போட்டபின் அது போன இடம் தெரியாமல் போயிற்று.

ஆயுதக் குறைப்பு பற்றிய பேச்சு வார்த்தைகளில் அமெரிக்கா கலந்துகொண்டது மட்டுமின்றி, உலகில் தனக்கிருந்த பொருளியல் ஆதிக்கம் காரணமாக ஐரோப்பாவிலும் ஐரோப்பிய விவகாரங்களிலும் அதிக அக்கறை காட்டவும் ஆரம்பித்தது. அகில ஐரோப்பாவும் அதனிடம் கடன்பட்டிருந்தது. ஐரோப்பிய நாடுகள் மீண்டும் குஸ்திபிடிப்பதை அது தடுக்க விரும்பியது. அவை சண்டை பிடித்துக்கொண்டால் அமெரிக்கா கொடுத்துள்ள கடனும் அதன் வியாபாரமும் என்னாவது? ஆயுதக் குறைப்பு பேச்சு விரைவில் பயன் தராது போகவே சமாதானத்தை நிலை நாட்டுவதற்கு 1928ல் ஒரு புதிய திட்டம் தோன்றியது. பிரெஞ்சு, அமெரிக்க அரசாங்கங்கள் ஒன்று கூடிப் பேசி இந்தத் திட்டத்தை வெளியிட்டன. யுத்தத்தை உலகினின்று ஒழித்துக் கட்டுவதாக அது கூறியது. முதலில் பிரான்சும் அமெரிக்காவும் மட்டும் ஒப்பந்தம் செய்துகொள்வது என்று இருந்தது. ஆனால், பிறகு உலகிலுள்ள எல்லா நாடுகளும் இதில் சேர்க்கப்பட்டன. ஒப்பந்தம் 1928 ஆகஸ்டில், பாரிசில் கையெழுத்தாயிற்று.

வெளிப் பார்வைக்கு இவ்வாறு யுத்தம் 'ஒழிக்கப்பட்டு' வருகையில், பிரிட்டனும் பிரான்சும் ரகசியத்தில் தங்களுடைய கடற்படைகளைப் பற்றி, 1928 இல் ஒரு சமாதான ஏற்பாடு செய்துகொண்டன. இது எப்படியோ வெளியில் புரைசல் கிளம்பிவிட்டது. இதைக்கேட்ட ஐரோப்பாவும் அமெரிக்காவும் அதிர்ச்சியுற்றன. திரை மறைவில் நிலைமை உண்மையில் எப்படி இருந்தது என்பதற்கு இது தக்க சான்றாகும்.

சோவியத்து யூனியன் கெல்லாக் ஒப்பந்தத்தை அங்கீகரித்து அதில் கையெழுத்திட்டது. ஒப்பந்தத்தை வியாஜமாகக் கொண்டு சோவியத்துக்கு எதிரான நாடுகள் ஒரு குழுவாகச் சேர்ந்து தன்னைத் தாக்குவதை ஓரளவு தடுக்கலாம் என்று சோவியத்து நினைத்ததே அது கையெழுத்திட்டதற்கு உண்மையான காரணமாகும். ஒப்பந்தத்துக்குப் பிரிட்டிஷார் வகுத்த புறனடைகள் சிறப்பாகச் சோவியத்தை உத்தேசித்தவை போலத் தோன்றின. ஒப்பந்தத்தில் கையெழுத் திடுகையில் பிரிட்டிஷ் பிரெஞ்சுப் புறனடைகளை ருஷியா பலமாக

ஆட்சேபித்தது.

ருஷியா யுத்தத்தைத் தடுப்பதில் மிகவும் சிரத்தை கொண்டிருந்தது. ஆகவே, அது தன்னுடைய அண்டை நாடுகளான போலந்து, ருமேனியா, எஸ்தோனியா, லாட்வியா, துருக்கி, பாரசீகம் இவற்றுடன் தனியாக ஒரு ஒப்பந்தம் செய்துகொண்டது. இது லிட்வினாப் ஒப்பந்தம் என்று வழங்கப்படுகிறது. 1929 பிப்ரவரியில், அதாவது, கெல்லாக் ஒப்பந்தம் சர்வ தேசியச் சட்டமாவதற்கு ஆறு மாதங்கள் முந்தி, இது கையெழுத்தாயிற்று.

சண்டை போட்டுச் சாகத் துடிக்கும் உலகை எப்படியாவது காப்பாற்ற வேண்டும் என்னும் எண்ணத்தோடு இந்த ஒப்பந்தங்களும், உடன்படிக்கைகளும், தேசக் கூட்டுறவுகளும் ஒன்றன்பின் ஒன்றாகச் செய்யப்பட்டு வந்தன. ஆனால், முற்றிப்போயிருக்கும் வியாதியை இத்தகைய மேல் மருந்துகளால் தீர்க்க முடியுமா? 1920-29ல் இவை நடந்த காலத்தில், ஐரோப்பிய நாடுகளில் சோஷலிஸ்டு ஜனநாயக வாதிகள் பெரும்பாலும் அதிகாரம் வகித்தார்கள். அதிகாரத்தையும் பதவியையும் ருசி பார்க்கப் பார்க்க அவர்கள் முதலாளித்துவ ஜோதியில் இரண்டறக் கலந்து வந்தார்கள். முதலாளித்துவத்தைக் காப்பாற்றுவதற்கு அவர்களே முன்னணியில் நின்றார்கள். முதலாளித்துவம் புதிய நிலைமைகளோடு பொருந்துமாறு தன்னைத் திருத்தி அமைத்துக் கொண்டது போலத் தெரிந்தது. இப்படியே அது இன்னும் சிறிதுகாலம் தள்ளலாம். சீக்கிரத்தில் புரட்சிகரமான மாறுதல் ஏற்படுவதற்கு எங்கும் அறிகுறியைக் காணோம்.

ஆக, 1929 இல் ஐரோப்பாவில் நிலைமை இவ்வாறு இருந்தது.

175. முசோலினியும் பாசிசமும்

ஜூன் 21, 1933

ஐரோப்பாவில் 1929 ஆம் ஆண்டு நடந்தவற்றை பார்த்துக் கொண்டிருக்கிறோம். ஆனால், யுத்தத்துக்கு பிறகு இத்தாலியில் நடந்தவற்றை பார்க்க வேண்டும். அது இத்தாலியில் நடந்தவை என்பதால் முக்கியத்துவம் பெறவில்லை. உலகமெங்கும் புதுவகையான போராட்டம் தொடங்கிவிட்டது என்பதற்கு இத்தாலி நிகழ்வுகள் அடையாளமாக இருந்தன. எனவே, அவற்றின் முக்கியத்துவம் நாடுகளின் எல்லைகளை கடந்து நிற்கிறது. ஆகவே அவற்றை தனியாக பார்ப்போம். இந்தக் கடிதத்தில் உலகின் முக்கியமான மனிதர்களில் ஒருவராக இருக்கும் முசோலினியைப் பற்றியும் இத்தாலியில் பாசிசம் வளர்ந்தது பற்றியும் கூறுகிறேன்.

உலக யுத்தம் தொடங்குவதற்கு முன்பே, இத்தாலி பொருளாதார நெருக்கடியில் சிக்கியிருந்தது. 1911-12 ல் துருக்கியோடு தொடுத்த போரில் அதற்கு வெற்றி கிடைத்தது. வட ஆப்பிரிக்காவில் லிபியாவை இத்தாலியுடன் இணைத்துக்கொண்டது. நாட்டின் தலைவர்களுக்கு மகிழ்ச்சி அளித்தாலும், இந்தப் போரால் உள்நாட்டு நிலைமை மோசமாகியது. அது அதிகரித்து வந்தது. 1914ல் உலக யுத்தம் தொடங்குவதற்கு முன்னர் இத்தாலி புரட்சி விளிம்பில் நின்றுகொண்டிருந்தது. தொழிற்சாலைகளில் பெரிய வேலை நிறுத்தங்கள் பல நிகழ்ந்தன.

மிதவாதத் தலைவர்கள் வேலை நிறுத்தங்களை உருப்படாமல் செய்தனர். பிறகு யுத்தம் வந்தது. இத்தாலி தன்னுடைய ஜெர்மன் கூட்டாளிகளுடன் சேரவில்லை. அது தன்னுடைய நடுநிலைமை வகித்தது. இத்தாலி தன்னை ஏலத்தில் விட்டது அதற்குக் கவுரவம் அளிப்பதாயில்லை. ஆனால், தனி மனிதர் செய்யக் கூசும் காரியங்களைத் தேசங்கள் கூசாமல் செய்கின்றன. அவை அவ்வளவுதூரம் காய்த்துப்போய் இருக்கின்றன. நேச நாடுகள் இத்தாலிக்கு அதிக லஞ்சம் தரக்கூடிய நிலையில் இருந்தது. ஆகவே, 1915மே மாதத்தில், இத்தாலி நேச நாடுகள் சார்பில் யுத்தத்தில் சேர்ந்தது.

இதற்குப் பிறகு ஸ்மிர்னாவையும் ஆசியா மைனரையும் இத்தாலிக்குத் தருவதாகச் செய்த ஒப்பந்தம், போல்ஷ்விக் புரட்சியால் நிறைவேறாமல் போயிற்று. இத்தாலிக்கு இது ஒரு குறை. பாரிஸ் உடன்படிக்கையிலும் அதற்கு அதிருப்தி. யுத்தத்தில் புதிய காலனிகளைக் கைப்பற்றி அவற்றைச் சுரண்டி பொருளாதார கஷ்டத்தை தீர்க்கலாம் என்ற கனவு சிதைந்தது.

யுத்தத்துக்குப் பிறகு, நேச நாடுகளில், இத்தாலி மிகவும் களைத்திருந்தது. சோஷலிசத்துக்கும் கம்யூனிசத்துக்கும் ஆதரவு அதிகரித்து வந்தது. ரஷியப் போல்ஷ்விக்குகளின் உதாரணம் அவர்களுக்கு முன்னால் இருந்தது. ஒரு பக்கம் தொழிலாளர் கஷ்டத்துக்கு ஆளாகியிருந்தனர். இன்னொரு பக்கம் ராணுவத்தில் இருந்து நீக்கப்பட்ட வீரர்கள் வேலை இல்லாமல் இருந்தனர். குழப்பங்கள் அதிகரித்தன. மத்திய வகுப்புத் தலைவர்கள் தொழிலாளர் போராட்டத்தை எதிர்ப்பதற்கு இந்தப் படை வீரர்களை ஒன்று திரட்டினர்.

1920 கோடையில், ஒரு நெருக்கடி ஏற்பட்டது. ஐந்து லட்சம் தொழிலாளரைக் கொண்ட உலோகத் தொழிலாளர் சங்கம் கூலியை உயர்த்த வேண்டுமென்று கூறியது. தொழிலாளர் வீட்டில் தங்காமல் தொழிற்சாலைக்குச் சென்று அங்கு வேலை செய்யாமல் போராட்டம் நடத்தினர். இப்போது இதை உள்ளிருப்பு வேலை நிறுத்தம் என்கிறார்கள். முதலாளிகள் தொழிற்சாலைகளைச் சாத்திப் பூட்டினர். அதன் பேரில், தொழிலாளர்கள் தொழிற்சாலைகளை சோஷலிஸ்டு முறையில் நடத்த முயன்றனர்.

தொழிலாளரின் இச்செய்கை புரட்சிகரமானது என்பதில் ஐயமில்லை. இது தொடர்ந்து நடந்தால் சமூகப் புரட்சியாவது ஏற்படவேண்டும், அல்லது தோல்வியாவது ஏற்படவேண்டும்.

இரண்டுமற்ற நிலைமை நெடுநாள் நீடிப்பதற்கில்லை. அப்போது இதாலியில் சோஷலிஸ்டுக் கட்சி மிகவும் பலம் பொருந்தியிருந்தது. போராட்டத்தை அங்கீகரித்த சோஷலிஸ்ட்டுகள், போராட்டத்துக்குத் துணை நிற்காமல், நடுநிலைமை வகித்தனர். தொழிலாளர் தலைவர்கள், தீவிரவாதக் கட்சியினர் ஆகியோரின் தயக்கம் காரணமாகத் தொழிலாளர் தொழிற்சாலைகளை எடுத்து நடத்திய அந்த நடவடிக்கை தோற்றது.

முதலாளிக்கு இது பெரிய தைரியத்தைக் கொடுத்தது. அவர்கள் தொழிலாளர்கள், தொழிலாளர் தலைவர்கள் ஆகியோருடைய பலம் எவ்வளவென்று எடைபோட்டுப் பார்த்து அவர்கள் நினைத்தபடி அது இல்லை என்பதைக் கண்டுகொண்டார்கள். அவர்கள் இப்போது தொழிலாளர் இயக்கத்தையும் சோஷலிஸ்டுக் கட்சியையும் பழிவாங்கத் திட்டமிட்டனர். அவர்கள் தங்களுடைய கவனத்தைப் பெனிடோ முசோலினியின் தொண்டர் படைகள் மீது திருப்பினார்கள். 1919ல் படையிலிருந்து நீக்கப்பட்ட போர்வீரர்களைக் கொண்டு பெனிடோ முசோலினி அவற்றை அமைத்திருந்தான். அவர்கள், சோஷலிஸ்டுகள் அல்லது தீவிர வாதிகள் ஆதிக்கத்தில் உள்ள நகரசபை அல்லது கூட்டுறவு சங்கத்தைத் தாக்குவார்கள். பெரிய முதலாளிகள், தொழிலாளர் இயக்கத்தையும் சோஷலிசத்தையும் எதிர்த்துச் சண்டைபோட பண உதவியும் ஆதரவும் தந்தார்கள். அரசாங்கமும் சொஷலிஸ்ட்டுகளை ஒடுக்க நினைத்ததால், அவர்களை கணடுகொள்ளவில்லை.

இந்தச் சண்டைக் கூட்டத்தாரை சுருக்கமாகப் பாசிஸ்டுகள் என்று அழைப்போம். இவர்களை ஒன்று திரட்டிய பெனிடோ முசோலினி யார்? அவனுக்கு அப்போது வயது ஒன்றும் அதிகமில்லை. (இப்போது அவனுக்கு வயது 50 தான். அவன் பிறந்தது 1883ல்) இரும்புப் பட்டறையில் வேலை செய்த அவன் தகப்பனார் ஒரு சோஷலிஸ்ட்டு. ஆகவே, பெனிடோ சோஷாலிஸ்டுக் கொள்கையில் வளர்ந்தான். இளவயதில் அவன் நெருப்புக் கக்கும்படியாகப் பேசுவான். மிதவாத சோஷலிஸ்டுத் தலைவர்களை அவன் பலமாகத் தாக்கினான். அரசாங்கத்துக்கு விரோதமாக வெடிகுண்டு எறிதல் உள்ளிட்ட வன்முறைகளை பகிரங்கமாக ஆதரித்தான்.

துருக்கியோடு இத்தாலிக்குப் போர் மூண்டபோது, பெரும்பாலான சோஷலிஸ்டுத் தலைவர்கள் அதை ஆதரித்தார்கள். ஆனால், முசோலினி அந்தப் போரை எதிர்த்தான். சில வன்செயல்களுக்காக சில மாதங்கள் சிறைவாசம் அனுபவித்தான். அவன் யுத்தத்தை ஆதரித்த

மிதவாத சோஷலிஸ்டுத் தலைவர்களை அதற்காகக் கடுமையாகத் தாக்கி அவர்களைச் சோஷலிஸ்டுக் கட்சியினின்று வெளியேற்று வித்தான். அவன் மிலான் நகரிலிருந்து 'அவந்தி' என்ற சோஷலிஸ்டுத் தினசரிப் பத்திரிகையின் ஆசிரியனாக இருந்தான். பலாத்காரத்தைப் பலாத்காரத்தால் எதிர்க்கும்படி அவன் தினசரி தொழிலாளருக்குப் புத்திமதி கூறி வந்தான். முசோலினி வன்முறையைத் தூண்டுவதை மிதவாத மார்க்சிஸ்டுத் தலைவர்கள் எதிர்த்தார்கள்.

பிறகு உலக யுத்தம் வந்தது. தொடக்கத்தில் இதாலி நடுநிலைமை வகிக்க வேண்டும் எனவும், பிறகு நேச நாடுகளுடன் சேர வேண்டும் எனவும் பிரச்சாரம் செய்தான். பழைய சோஷலிஸ்ட் பத்திரிகையில் இருந்து விலகி புதிய பத்திரிகையைத் தொடங்கினான். சோஷலிஸ்ட் கட்சி அவனை நீக்கியது. ராணுவத்தில் சேர்ந்தான். இதாலி போர்முனையில் போரிட்டு காயமடைந்தான்.

யுத்தத்துக்குப் பிறகு முசோலினி தன்னைச் சோஷலிஸ்டு என்று கூறிக் கொள்வதை நிறுத்திவிட்டான். அவன் சோஷலிஸத்தையும், முதலாளித்துவ அரசையும் சேர்த்து எதிர்த்தான். அவன் வன்முறையை ஆதரித்து பேசியும் பத்திரிகையில் எழுதியும் வந்தான். அவன் 1919 மார்ச்சில், 'பாசிசத்தை' உருவாக்கி, படையிலிருந்து நீக்கப்பட்டடு, வேலையில்லாமல் திரிந்த வீரர்களைச் சேர்த்தான். அவர்களுக்குப் வன்முறையே கொள்கை.

அரசாங்கமும் அதிகமாகத் தலையிடாததால், அவர்கள் வளர்ந்தனர். நகரங்களில் சில சமயங்களில் தொழிலாளருக்கும் அவர்களுக்கும் சண்டை ஏற்படும். தொழிலாளர்கள் அவர்களை கடுமையாக தாக்குவார்கள். ஆனால், தொழிலாளர்களைச் சோஷலிஸ்டுத் தலைவர்கள் அடக்கினார்கள். பாசிஸ்ட் வன்முறையை, பொறுமையாகவும் அமைதியாகவும் இருந்து எதிர்க்க வேண்டும் என்று தொழிலாளருக்கு அறிவுரை கூறினார்கள். இப்படிச் செய்தால் பாசிசம் ஓய்ந்துவிடும் என்பது அவர்கள் நம்பிக்கை. ஆனால், பாசிஸ்டுகள் பலத்தில் வளர்ந்தனர். பணக்காரர்கள் அவர்களுக்குப் பணம் கொடுத்தார்கள். அரசாங்கம் அவர்களை கண்டுகொள்ளாமல் விட்டது.

முசோலினியின் தலைமையில் பாசிஸ்டுகள் இரு முரண்பட்ட தத்துவங்களுக்கு உரியோராக இருந்தனர். முதலில் அவர்கள் சோஷலிசத்துக்கும் கம்யூனிசத்துக்கும் எதிரிகள். ஆகவே, பணக்காரர், சொத்துக்களுக்கு சொந்தக்காரர்கள் ஆகியோரின் ஆதரவு அவர்களுக்குக் கிடைத்தது. ஆனால், முசோலினி ஒரு பழைய

சோஷலிஸ்டு, புரட்சிவாதி, கிளர்ச்சிக்காரன். முதலாளித்துவத்துக்கு எதிரான பல கோஷங்களை அவன் கிளப்பினான். ஆகவே, ஒன்றுமில்லாத ஏழைகளும் பாசிஸ்டுகள்பால் ஈர்க்கப்பட்டார்கள்.

மேலும் அரசாங்கத்துக்கு எதிராகக் கிளர்ச்சி செய்வதில் நிபுணர்களான கம்யூனிஸ்டுகளிடம் இருந்து அந்த வித்தையை முசோலினி கற்றிருந்தான். இவ்வாறு, பாசிசம் என்பது ஒரு விசித்திர கதம்பமாக விளங்கியது. அது பல பட்டறையாகப் பல வழிகளில் அர்த்தம் செய்வதற்கு இடம் கொடுத்தது. அது சாராம்சத்தில் முதலாளித்துவ இயக்கமாயினும் முதலாளித்துவத்துக்குக் குழிதோண்டவல்ல பல கோஷங்களை முழங்கியது.

அவனுடைய அமைப்பின் பலம், மத்திய வகுப்பாரும், வேலை இல்லாத கீழ் மத்திய வகுப்பாரும்தான். அதன் செல்வாக்கு வளர வளர, தொழிற்சங்கங்களில் சேராத வேலையில்லாத தொழிலாளரும், கிடைத்த வேலை செய்யும் கூலித் தொழிலாளரும் அதில் வந்து சேர்ந்தார்கள். பாசிஸ்டுகள் கடைக்காரர்களை மிரட்டி விலையைக் குறைத்து விற்கும்படி செய்தார்கள். இதனால், ஏழைகளின் ஆதரவும் அவர்களுக்குக் கிடைத்தது. பல சாகசக்காரரும் பாசிஸ்டுக் கொடியின் கீழ் சேர்ந்தனர். இத்தனை பேர் சேர்ந்தும் பாசிசம் இன்னும் ஒரு சிறு பான்மை இயக்கமாகவே இருந்தது.

ஆகவே, சோஷலிஸ்டுத் தலைவர்கள் தங்களுக்குள் சண்டை போட்டுக்கொண்டிருந்த நேரத்தில், பாசிஸ்டுகளின் பலம் வளர்ந்து வந்தது. இத்தாலியின் ராணுவம் பாசிசத்தின்பால் நட்பு காட்டியது. ராணுவத் தளபதிகளை முசோலினி தன் கைக்குள் போட்டுக்கொண்டான். ஒன்றுக்கொன்று ஒவ்வாத பல திறப்பட்ட பிரிவுகளை, தன் தலைமையின் கீழ்ச் சேர்த்து நிறுத்தினான். ஒவ்வொரு பிரிவும் பாசிசம் தனது நன்மைக்காகவே தோன்றியுள்ளது என்று நம்பும்படி செய்ததுதான் முசோலினியின் திறமை.

பணக்கார பாசிஸ்டு, முசோலினியைத் தன்னுடைய பணத்தையும் சொத்தையும் பாதுகாப்பவனாகக் கண்டான். முதலாளித்துவத்துக்கு எதிராக அவன் பேசுவதெல்லாம் பாமர மக்களை ஏய்க்கும் வெறும் பேச்சு என்று நினைத்தான்.

ஏழை பாசிஸ்டு முதலாளித்துவ விரோதமே பாசிசத்தின் சத்தான அம்சம் என்றும் மற்றதெல்லாம் பணக்காரரைத் தட்டிக்கொடுத்துத் தாஜா செய்வது என்றும் நம்பினான்.

இவ்வாறு, முசோலினி இரண்டு பேரையும் தட்டிவிட்டுத் தன் காரியத்தைப் பார்த்தான். இன்றைக்குப் பணக்காரருக்குச் சாதகமாகவும் நாளைக்கு ஏழைக்குச் சாதகமாகவும் பேசினான். ஆனால், உண்மையில் அவன் முதலாளி வர்க்கத்துக்குப் போராடுவோனாக இருந்தான். அவர்கள் அவனுக்குப் பணஉதவி அளித்தார்கள். தங்களை நெடுநாளாக அச்சுறுத்தி வரும் தொழிலாளர் சக்தியையும் சோஷலிசத்தையும் அவர்கள் கருவறுக்க முனைந்து நின்றார்கள்.

கடைசியாக,1922 அக்டோபரில், அசல் ராணுவத் தளபதிகளால் நடத்தப்பட்ட பாசிஸ்டுப் படைகள் ரோமாபுரியின்மீது படையெடுத்துச் சென்றன. அதுவரையில் பாசிஸ்டு அக்கிரமங்களைப் பேசாமல் பார்த்துக் கொண்டிருந்த பிரதமர் இப்போது ராணுவச்சட்டம் பிரகடனம் செய்தார். ஆனால், அதற்குரிய காலம் போய்விட்டது. இப்போது அரசரே முசோலினியின் பக்கம் சேர்ந்துகொண்டார். அவர் ராணுவச் சட்டத்தை ரத்து செய்து விட்டுப் பிரதமரின் ராஜிநாமாவை ஏற்றுக்கொண்டு முசோலினியை அடுத்த பிரதமராக இருக்குமாறும், மந்திரி சபையை அமைக்குமாறும் அழைத்தார். 1922 ஆம் வருடம் அக்டோபர் மாதம் 30ஆம் தேதி பாசிஸ்டு ராணுவம் ரோமாபுரியை அடைந்தது. அன்றையதினமே முசோலினியும் பிரதமராக பதவியேற்க மிலானில் இருந்து ரயிலில் வந்து சேர்ந்தான்.

பாசிசம் வென்றது. முசோலினி அதிகாரத்தை அடைந்தான். ஆனால், அவனுடைய கொள்கை என்ன? திட்டம் என்ன? நோக்கம் என்ன? பெரிய இயக்கங்கள் பெரும்பாலும் ஒரு தெளிவான தத்துவத்தை அடிப்படையாகக் கொண்டிருக்கும். அந்தத் தத்துவம் சில குறிப்பிட்ட கொள்கைகளையும், நோக்கங்களையும், திட்டங்களையும் அடிப்படையாகக் கொண்டு வளரும். தத்துவமோ கொள்கையோ லட்சியமோ இல்லாத தனிப் பெருமை பாசிசத்துக்கு உண்டு. சோஷலிசம், கம்யூனிசம், தாராள வாதம் இவற்றை எதிர்ப்பதையே ஒரு தத்துவமாகக் கொண்டால் தவிர அதற்கு வேறு தத்துவம் கிடையாது. 1920ல், அதாவது, பாசிஸ்டுப் படைகள் அமைக்கப்பட்ட ஆண்டுக்கு அடுத்த ஆண்டு முசோலினி அவர்களைப் பற்றிப் பின் வருமாறு கூறினான்:

“பாசிஸ்டுகள், எந்தக் குறிப்பிட்ட கொள்கைகளுக்கும் கட்டுப்படாத காரணத்தால், இத்தாலிய மக்களின் எதிர்கால க்ஷேமம் என்னும் ஒரே லட்சியத்தை நோக்கி இடையறாது முன்னேறுகிறார்கள்.”

இதை ஒரு தெளிவான கொள்கை என்று சொல்வதற்கில்லை.

தன் நாட்டு மக்களின் நலமே தன்னுடைய லட்சியம் என்று யாரும் சொல்லக்கூடும். *1922*ல் ரோமாபுரியின்மீது படையெடுத்துச் செல்வதற்கு ஒரு மாதம் முன்னால், முசோலினி, 'எங்களுடைய திட்டம் மிகவும் எளிதானது; நாங்கள் இதாலியை ஆளவிரும்புகிறோம்' என்று கூறினான்.

பாசிசத்தின் தோற்றத்தைப் பற்றித் தான் எழுதிய கட்டுரை ஒன்றில் முசோலினி இதை இன்னும் தெளிவாக கூறியிருக்கிறான். ரோமாபுரியின் மீது படையெடுத்துச் சென்றபோது எதிர்காலத்தைப்பற்றி எந்தக் குறிப்பான திட்டமும் தனக்கு இல்லை என்று அவன் அதில் கூறுகிறான். பழைய சோஷலிஸ்டுப் பள்ளிக்கூடத்தில் தான் படித்த பாடத்தை ஒட்டி அரசியல் நெருக்கடி ஏற்படும் காலத்தில் செயலாற்ற வேண்டும் என்ற ஒரே ஆவேசத்தால் உந்தப்பட்டுத் தான் இந்தக் காரியத்தில் ஈடுபட்டதாக அவன் கூறுகிறான்.

பாசிசமும் கம்யூனிசமும் ஒன்றுக்கொன்று நேர்மாறானவை என்றாலும் சில காரியங்களை பொதுவாகக் கொண்டிருக்கின்றன. ஆனால், தத்துவத்தையும் கொள்கைகளையும் பொறுத்தவரையில், இரண்டுக்கும் மலைக்கும் மடுவுக்கும் உள்ள வித்தியாசம் இருக்கிறது. பாசிசத்துக்கு அடிப்படையான கொள்கைகள் ஏதும் கிடையாது என்பதை ஏற்கெனவே பார்த்தோம். அது வெறுமையிலிருந்து தோன்றுகிறது. இதற்கு மாறாக, கம்யூனிசம் அல்லது மார்க்சியம் என்பது ஒரு சிக்கலான பொருளியல் கொள்கையும் சரித்திர உரையும் ஆகும். அதற்குக் கடினமான மனப்பழக்கம் தேவை.

பாசிஸ்டுகளின் உருப்படியான திட்டம் அதிகாரத்தைக் கைப்பற்றுவது ஒன்றுதான். எனவே, முசோலினி பிரதமர் ஆனபோதே அது நிறை வேறிவிட்டது. பிறகு அவன் தன் எதிரிகளை நசுக்கித் பாசிஸ்டுகள் பகிரங்கமாகப் பலாத்காரத்தைப் புகழ்ந்தார்கள். அவர்கள் நாடாளுமன்றத்தில் எதிர்க்கட்சி உறுப்பினர்களை அடித்துத் துன்புறுத்தினார்கள். அரசியல் அமைப்பையே மாற்றும்படியான புதிய தேர்தல் சட்டம் ஒன்றைக் கொண்டுவந்து அதை நிறைவேற்றினார்கள். இவ்வாறு, முசோலினிக்குச் சாதகமாகப் பெரிய மெஜாரிட்டி சம்பாதிக்கப்பட்டது.

பாசிஸ்டுகள் அதிகாரத்தைக் கைப்பற்றிப் போலீசையும் ராணுவத்தையும் அரசாங்க யந்திரத்தையும் ஏவக்கூடிய நிலையில் இருந்தனர். ஆனால், சட்டவிரோதமான வன்முறையில் தொடர்ந்து ஈடுபட்டு வந்தது வியப்பாகவே இருக்கிறது. அடி, உதை, சித்திரவதை,

கொலை, சொத்து நாசம் இவ்வாறு அவர்கள் புரியாத கொடுஞ் செயல் ஒன்றும் இல்லை. இன்னொரு புது முறையையும் அவர்கள் விசேஷமாகக் கையாண்டார்கள். அதாவது, தங்களுடைய எதிரிகளுக்கு நிறைய விளக்கெண்ணெய் கொடுத்துக் குடிக்குமாறு செய்தார்கள்.

1924ல் பெரிய சோஷலிஸ்டும் பார்லிமெண்டு அங்கத்தினருமாகிய கியகோமோ மாட்டியாட்டி என்பவர் கொலையுண்டார். அதைக் கேட்டு ஐரோப்பாவே அதிர்ச்சியுற்றது. அவர், அப்போது நடந்த தேர்தல்களில் பாசிஸ்டுகள் கையாண்ட முறைகளைக் கண்டித்துப் நாடாளுமன்றத்தில் பேசினார். பேசிய சில நாட்களில் கொல்லப்பட்டார். அமெண்டோலா என்னும் மிதவாதத் தலைவரைப் பாசிஸ்டுகள் அடித்துக் கொன்றனர். லிபரல் கட்சியைச் சேர்ந்தவரும் பழைய பிரதம மந்திரியுமான நிட்டி என்பவர் இத்தாலியிலிருந்து தப்பியோடினார்.

சட்டப்படி எதிரிகளை அடக்கி ஒடுக்குவதோடு மேற்கூறிய முறைகளும் கையாளப்பட்டன. சோஷலிஸ்டுகளும் கம்யூனிஸ்டுகளும் மாத்திரம் என்று இல்லை. அமைதியும் அதிமிதவாதப் போக்கும் கொண்ட லிபரல்கள் கூட இதற்கு ஆளானார்கள். இத்தாலி முழுவதும் பாசிஸ்டு மயமாக இருக்க வேண்டும். அதைத் தவிர வேறு கட்சியோ அமைப்போ இருக்கக்கூடாது. பாசிஸ்டுகளே எல்லா உத்தியோகங்களிலும் இருக்கவேண்டும்.

முசோலினி இத்தாலியின் சர்வ வல்லமை வாய்ந்த சர்வாதிகாரியாக விளங்கினான். அவன் பிரதமர் மட்டுமல்ல. அவனே வெளிநாட்டு மந்திரி, உள்நாட்டு மந்திரி, காலனி மந்திரி, யுத்த மந்திரி, கடற்படை மந்திரி, ஆகாயப் படை மந்திரி, தொழில் மந்திரி! மந்திரி சபை பூராவும் அவனே என்று சொல்லிவிடலாம். பாவம், அரசர், அவர் எங்கேயோ இருந்தார். அவரை யாரும் ஏனென்று கேட்பார் இல்லை. பார்லிமெண்டு சிறிது சிறிதாகக் கழுதை தேய்ந்து கட்டெறும்பான கதையாக முடிந்தது. எல்லாருடைய குடுமியும் பாசிஸ்டு மகாசபையின் கையில் இருந்தது; பாசிஸ்டு மகா சபையின் குடுமி முசோலினியின் கையில் இருந்தது.

அயல்நாட்டு விவகாரங்கள்பற்றி முசோலினி தொடக்கத்தில் பேசிய பேச்சுக்கள் ஐரோப்பாவில் பீதியை ஏற்படுத்தின. அகம்பாவமும், ஜம்பமும், மிரட்டலும் அவற்றில் பொங்கி வழிந்தன. அண்டை நாடான பிரான்சை அவன் பகிரங்கமாகப் பலதடவைகள் மிரட்டினான். பிரான்சு இத்தாலியைவிட எவ்வளவோ பலம்மிக்க நாடு என்பதில் சந்தேகமில்லை. ஆனால், யாரும் சண்டைக்குத் தயாரா-

யில்லை. சர்வதேச சங்கத்தையே முசோலின் துச்சமென பேசினான். ஆனால் அதையும் கண்டுகொள்ளாமல் கடந்தார்கள்.

1929ல் போப்பாண்டவருக்கும் இத்தாலிய அரசாங்கத்துக்கும் இருந்த பழைய சண்டை தீர்ந்தது. முசோலினிக்கும் போப்பாண்டவரின் பிரதிநிதிக்கும் ஒர் ஒப்பந்தம் ஏற்பட்டது. 1871ல் இத்தாலிய அரசாங்கம் ரோமாபுரியைத் தலைநகராகக் கொண்டதில் இருந்து போப்பாண்டவர் அதை அங்கீகரிக்கவும், ரோமாபுரியின்மீது தனக்குள்ள ஆதிபத்திய உரிமையை விட்டுக் கொடுக்கவும் மறுத்து வந்திருக்கிறார். ஆகவே, போப்பாண்டவர்கள் தாங்கள் தேர்ந்தெடுக்கப்பட்டதும் ரோமாபுரியிலுள்ள பெரிய 'வாடிகன்' அரண்மனைக்குள் சென்று விடுவார்கள்; மீண்டும் அவர்கள் இத்தாலிய மண்ணில் அடி வைப்பதே இல்லை.

1929 ஆம் ஆண்டு ஒப்பந்தப்படி ரோமாபுரியிலுள்ள அச்சிறிய வாடிகன் பிரதேசம் தனியான ஒரு சுதந்திர அரசாக ஒப்புக்கொள்ளப்பட்டது. போப்பாண்டவர் அந்த ராஜ்யத்துக்கு முழு உரிமை பூண்ட அரசராவார். அங்கு வாழும் குடிகளின் மொத்த எண்ணிக்கை ஐந்நூறு! அந்த ராஜ்யத்துக்குத் தனியாக நீதிமன்றங்களும், நாணயச் செலாவணியும், தபால் தலைகளும், ரயிலும், உத்தியோக வருக்கமும் உண்டு. அங்குள்ள குட்டி ரயில்வேக்குக் கொள்ளைப் பணம் செலவாகிறது.

போப்பாண்டவர் இப்போது தன்னைத் தானே சிறை செய்து கொள்வதில்லை. அவர் எப்போதாவது வாடிகனை விட்டு வெளியில் வருவதுண்டு. முசோலினி போப்பாண்டவருடன் செய்துகொண்ட உடன்படிக்கை காரண்மாகக் கத்தோலிக்கர்கள் அவனை ஆதரிக்கத் தொடங்கினார்கள். சட்ட விரோதமான பாசிஸ்டு பலாத்கார அமல் ஏறக்குறைய ஒரு வருஷம் மிகவும் கடுமையாயிருந்தது. பிறகு. 1926 வரையில், அது ஓரளவு இருந்தது. அவை இந்தியாவில் நாம் அதிகமாகப் பார்த்து வரும் அவசரச் சட்டங்களைப் போன்றவை.

அடக்குமுறையும், பெருவாரியாகக் கைது செய்வதும் தொடர்ந்து நடை பெற்று வருகின்றன. அதிலிருந்து எவ்வளவுதான் எதிர்ப்பை நசுக்க முயன்றாலும் நாட்டில் ரகசியத்தில் புரட்சி இயக்கம் வேலை செய்து வருவதாகத் தெரிகிறது. நாட்டின் பணச் செலவு அதிகரிக்கிறது. பொருளாதார நிலைமை சீர்கேடு அடைந்து வருகிறது.

ஸ்பெயின் உள்நாட்டுப் போர்

176. ஜனநாயகமும் ஒரு நாயகமும்

ஜூன் 22, 1933

பெனிடோ முசோலினி இதாலிக்கு சர்வாதிகாரியானான். ஐரோப்பிய நாடுகள் ஒவ்வொன்றிலும் ஒரு சிம்மாசனம் காலியாக கிடக்கிறது. திறமையுள்ளவன் அதை அடையலாம் என்று முரசொலி சொன்னானாம். பல நாடுகளில் சர்வாதிகாரத் தலைமைகள் தோன்றின. நாடாளுமன்றங்கள் கலைக்கப்பட்டன. அல்லது சர்வாதிகாரிகளுக்கு வணக்கம் சொல்லவேண்டிய நிர்ப்பந்தத்துக்கு தள்ளப்பட்டன. ஸ்பெயின் இதற்குச் சிறந்த உதாரணமாகும்.

ஸ்பெயின் உலக யுத்தத்தில் சேரவில்லை. யுத்தம் செய்த நாடுகளுக்குச் பொருள்களை விற்று பணம் சம்பாதித்தது. ஆனால், அதற்கும் கஷ்டங்கள் இருந்தன. அது தொழில் துறையில் முன்னேற்றம் இல்லாத ஒரு நாடு. அமெரிக்காவிலிருந்தும் கிழக்கிலிருந்தும் செல்வம் வந்து குவிந்த காலம் மலையேறிவிட்டது. ஐரோப்பாவில் அதன் வாழ்வு மங்கிவிட்டது. இப்பொழுது அது வல்லரசு அல்ல. அங்கே 'கோர்ட்டேஸ்' என்று அழைக்கப்பட்ட கையாலாகாத நாடாளுமன்றம் இருந்தது.

ரோமன் கத்தோலிக்க மத அமைப்பு பலம் மிக்கதாக இருந்தது. 1917ல் ரஷியாவில் போல்ஷிவிக்குகள் அதிகாரத்தைக் கைப்பற்றப் போராடிக் கொண்டிருந்தபோது ஸ்பெயினில் தொழிலாளரும்

தீவிரவாதிகளும் பொது வேலைநிறுத்தம் செய்து ஜனநாயகக் குடியரசு அமைக்க முயன்றார்கள். அரசரின் அரசாங்கமும் ராணுவமும் இந்த வேலைநிறுத்தத்தையும் இயக்கத்தையும் நசுக்கிவிட்டன. அதனால், நாட்டின் ராணுவத்தின் கை மேலோங்கியது. ராணுவத்தின் பலத்தை நம்பி அரசரும் சிறிது சர்வாதிகாரம் செலுத்தத் தொடங்கினார்.

ஆப்பிரிக்காவில் உள்ள மொராக்கோ இரு மண்டலங்களாகப் பிரிக்கப்பட்டுப் பிரான்சின் கீழும் ஸ்பெயினின் கீழும் வைக்கப்பட்டிருந்தது. 1921ல் மொராக்கோவில் வாழ்ந்த 'ரிஃப்' மக்களிடையே ஸ்பானிய ஆட்சிக்கு எதிராக ஒரு இயக்கம் தோன்றியது. அப்துல் கரீம் என்ற தலைவன் ஸ்பானிய படைகளை பலமுறை தோற்கடித்தான். இதையடுத்து, அரசியல் அமைப்பையும் நாடாளுமன்றத்தையும் ஒழித்துவிட்டு, சர்வாதிகாரத்தை அமலாக்க அரசரும் ராணுவமும் முடிவு செய்தனர்.

ஆனால், யார் சர்வாதிகாரி ஆவது என்பதில் மோதல் ஏற்பட்டது. அரசர் தாமே சர்வாதிகாரியாக இருக்கவும், ராணுவ சர்வாதிகாரம் தேவை என்று தளபதிகளும் ஆசைப்பட்டனர். 1923 செப்டம்பரில் நிகழ்ந்த ராணுவக் கலகத்தில் ராணுவ சர்வாதிகாரம் என்றாகியது. தளபதி பிரை மோடி ரிவேரா சர்வாதிகாரி ஆனான். ஆனால், மொராக்கோவில் அப்துல் கரீமை அடக்குவதற்கு ஸ்பெயின் கையாண்ட முறைகள் பலன் தரவில்லை. அவன் ஸ்பானியரை அஞ் சாது எதிர்த்தான். ஸ்பானிய அரசாங்கம் அவனுக்குச் சாதகமான சில கோரிக்கைகளுக்கு இணங்கவும் தயாராக இருந்தது.

ஆனால், அவன் முழு சுதந்திரம்தான் தனக்கு தேவை என்று அவன் பிடிவாதமாக இருந்தான். ஸ்பானிய அரசாங்கம் தனியாக அவனை அடக்கியிருக்கும் என்று எண்ணுவதற்கில்லை. 1925ல், மொராக்கோவில் அதிக பங்குள்ள பிரான்ஸ் இந்த விவகாரத்தில் தலையிடத் தீர்மானித்தார்கள். அவர்கள் தங்களுடைய பெரும் பலத்தைத் திரட்டி அப்துல்கரீமை எதிர்த்தனர். 1926 ஆம் ஆண்டு மத்தியில், அவனைத் தோற்கடித்தார்கள். அவனுடைய நீண்ட வீர தீரப் போராட்டம் பிரெஞ் சுக்காரரிடம் சரணாகதியில் வந்து முடிந்தது.

இந்த ஆண்டுகளில் ஸ்பெயினில் பிரைமோ டி ரிவேராவின் சர்வாதிகார ஆட்சி நடந்து வந்தது. ராணுவ பலமும், பத்திரிகைத் தணிக்கையும் அடக்குமுறையும், சில சமயம் ராணுவச் சட்ட அமலும் தாண்டவமாடின. இந்தச் சர்வாதிகாரத்துக்கும் முசோலினியின்

சர்வாதிகாரத்துக்கும் உள்ள வேற்றுமையைத் தெரிந்து கொள்ள வேண்டும். இதாலியில் மக்களில் சில வகுப்பார் முசோலினியை ஆதரித்தனர். ஆனால், ஸ்பெயிந் சர்வாதிகாரம் ராணுவத்தை மட்டும் ஆதாரமாகக் கொண்டிருந்தது. பிரைமோ டி ரிவேராவின் மீது ராணுவத்துக்கு அலுப்புத் தட்டியவுடனே அவன் நிராதரவாக விடப் பட்டான். *1930* தொடக்கத்தில் அரசர் பிரைமோவை 'டிஸ்மிஸ்' செய்தார். அதே ஆண்டு புரட்சி தோன்றியது. அது அடக்கப்பட்டது. ஆனால், புரட்சி உணர்வும் குடியரசு விருப்பும் மக்களிடையே பெரிதும் பரவியிருந்ததால் அதை அடக்க முடியவில்லை.

1931 இல் நடந்த நகரசபைத் தேர்தல்களில் குடியரசுவாதிகள் நாட்டில் தங்களுக்குப் பெருஞ்செல்வாக்கு இருப்பதைக் காட்டினார்கள். அதை அடுத்து, அரசர் அல்பான்சோ பதவியைத் துறந்து ஓடிவிட்டார். அதற்குப்பின், ஒரு தற்காலிக அரசாங்கம் அமைக்கப்பட்டது.

ஜனநாயக அரசாங்க முறைகளைக் கைவிட்டுச் சர்வாதிகாரத்தை ஏற்படுத்திக் கொண்ட நாடுகளில், போலந்து, யூகோஸ்லாவியா, கிரீஸ், பல்கேரியா, போர்ச்சுகல், ஹங்கேரி, ஆஸ்திரியா ஆகியவற்றையும் சொல்ல வேண்டும்.

நான் மேலே கூறிய நாடுகள் யாவற்றிலும் இடைவிடாத சுத்தமான சர்வாதிகாரம் நடைபெற்றதாக எண்ணி விடக்கூடாது. சில சமயம், அந்த நாடுகளின் நாடாளுமன்றங்கள் சிறிது காலம் விழித்துக்கொண்டு வேலைபார்க்கும். சில சமயம், சமீபத்தில் பல்கேரியாவில் நடந்ததுபோல, அதிகாரத்திலுள்ள அரசாங்கம் கம்யூனிஸ்டுகள் போன்ற தனக்குப் பிடிக்காத நாடாளுமன்ற உறுப்பினர்களை கைது செய்து அகற்றிவிட்டு மிச்சமுள்ளவர்களை வைத்துக் கொண்டு காரியத்தை ஒப்பேற்றும்.

ஐரோப்பாவுக்கு வெளியிலும் சர்வாதிகார அரசுகள் தோன்றின. துருக்கியைப் பற்றியும் கமால் பாஷாவைப் பற்றியும் முன்பே கூறியுள்ளேன். தென் அமெரிக்காவில் பல சர்வாதிகாரிகள் இருந்தனர். ஆனால், சர்வாதிகாரம் தென் அமெரிக்காவுக்குப் புதிதல்ல. அங்குள்ள குடியரசுகளுக்கு எப்போதுமே ஜனநாயக முறைகள் என்றால் வேப்பங்காய்தான்.

மேற்கூறிய சர்வாதிகார பட்டியலில் நான் சோவியத்து யூனியனைச் சேர்க்கவில்லை. அங்குள்ள சர்வாதிகாரம் ஏனைய சர்வாதிகாரங்களைப்

போலக் கொடியதாயினும் வேறு வகையைச் சேர்ந்ததாகும். அங்கு நடைபெறுவது ஒரு தனி நபர் அல்லது சிறு கோஷ்டியின் சர்வாதிகாரம் அல்ல. சிறப்பாகத் தொழிலாளரை அடிப்படையாகக் கொண்ட, கட்டுப்பாடு மிகுந்த ஒரு அரசியல் கட்சியின் சர்வாதிகாரம் அங்கு நடைபெறுகிறது. 'பாட்டாளி வர்க்கச் சர்வாதிகாரம்' என்று அது அழைக்கப்படுகிறது. ஆக, கம்யூனிஸ்டு வகை, பாசிஸ்டு வகை, ராணுவ வகை ஆகிய மூன்று வகையான சர்வாதிகாரங்களை நாம் பார்க்கிறோம். ராணுவ வகை உலகம் தொடங்கிய நாள் முதலே உள்ளது. கம்யூனிஸ்டு, பாசிஸ்டு வகைதான் சரித்திரத்தில் புதிதாகக் காண்கிறோம்.

நமக்கு முதலில் புலனாவது, இந்த சர்வாதிகாரங்களும் அவற்றின் பேதங்களும் ஜனநாயகத்துக்கும் பார்லிமெண்டு அரசாங்க முறைக்கும் முற்றிலும் நேர்மாறானவை என்பதாகும். 19-வது நூற்றாண்டை நான் ஜனநாயகத்தின் நூற்றாண்டு என்று கூறியது உனக்கு நினைவிருக்கலாம். 19 ஆம் நூற்றாண்டின் இந்த ஜனநாயக சம்பிரதாயத்துக்கு 20 ஆம் நூற்றாண்டு அல்லது யுத்தத்துக்குப் பிற்பட்ட ஆண்டுகள் முடிவு கட்டின என்று சொல்லலாம்.

கம்யூனிசம், பாசிசம் இரண்டும் ஜனநாயகத்தை எதிர்த்துக் குறை கூறுகின்றன. ஆனால், இரண்டும் முற்றிலும் வெவ்வேறான காரணங்களுக்காக அவ்வாறு செய்கின்றன. கம்யூனிசத்தையோ பாசிசத்தையோ மேற்கொள்ளாத நாடுகளில்கூட ஜனநாயகத்துக்குப் பழைய செல்வாக்கு இல்லை.

சமீபத்தில் ஜெர்மனி தன்னுடைய நாடாளுமன்றத்தை மூடிவிட்டது. அங்கு இப்போது கொடிய பாசிச ஆட்சி நடைபெறுகிறது. அமெரிக்காவில் எப்போதுமே ஜானாதிபதிக்கு ஏராளமான அதிகாரம் உண்டு. சமீபத்தில் அந்த அதிகாரம் இன்னும் அதிகரிக்கப்பட்டு இருக்கிறது. வெளிப்பார்வைக்குப் பழையபடியே நாடாளுமன்றம் வேலை செய்து வருவது இங்கிலாந்து, பிரான்சு ஆகிய இரண்டு நாடுகளில் தான். லண்டனிலும் பாரிசிலும் கூடப் நாடாளுமன்றங்கள் வெறும் குடுக்கைகள் ஆகி வருகின்றன.

இவ்வாறு, 19 ஆம் நூற்றாண்டு ஜனநாயகமும் நாடாளுமன்றங்களும் எங்கும் செல்வாக்குக் குறைந்து வருகின்றன. சில நாடுகளில் அவை தயவு தாட்சணியமின்றி வெளிப்படையாக நிராகரிக்கப்படுகின்றன. இன்னும் சில நாடுகளில் அவை தம்முடைய உண்மையான கருத்தை

இழந்து 'அர்த்தமற்ற வெறும் ஆடம்பர அனுஷ்டானமாகச் சிதைந்து வருகின்றன.

இவ்வாறு நிகழ்வதற்குக் காரணம் என்ன? ஒரு நூற்றாண்டுக்கும் மேலாக எந்த ஜனநாயகம் எண்ணற்ற மக்களின் பக்தி பூர்வமான லட்சியமாக விளங்கியதோ, எந்த ஜனநாயகத்தின் பலிபீடத்தில் ஆயிரக்கணக்கான பேர் தங்கள் உயிரையும் தியாகம் செய்தார்களோ, அந்த ஜனநாயகம் இப்போது சீர்மை குன்றக் காரணம் என்ன?

இத்தகைய மாறுதல்கள் போதிய காரணமின்றி நிகழ்வதில்லை. அவற்றைப் பொது மக்களின் சபல சித்தத்தின் விளைவென்று கொள்வதற்கும் இல்லை. 19 ஆம் நூற்றாண்டின் சம்பிரதாய ஜனநாயகத்தோடு பொருந்தாத ஏதோ ஒன்று தற்கால வாழ்க்கை நிலைமைகளில் இருக்க வேண்டும். இந்த விஷயம் சிக்கலானதும் சுவாரஸ்யம் மிகுந்ததும் ஆகும். இங்கு அதை முழுவதுமாக ஆராய முடியாவிட்டாலும் ஒன்றிரண்டு கருத்துகளைக் கூறுகின்றேன்.

சற்று முன் ஜனநாயகத்தைப் பற்றிக் குறிப்பிடும்போது 'சம்பிரதாய' ஜனநாயகம் என்று சொன்னேன். அது உண்மையான ஜனநாயகம் அல்ல என்றும், ஒரு வர்க்கம் மற்ற வர்க்கங்களின்மீது ஆட்சி புரிவதை மறைக்க உதவும் போர்வை என்றும் கம்யூனிஸ்டுகள் கூறுகிறார்கள். முதலாளித்துவத்தின் சர்வாதிகாரத்தை ஜனநாயக மூடி மறைக்கிறது என்பது அவர்கள் கூற்று. அவர்கள் அதைத் தனவந்தர் ஆட்சி என்று அழைக்கிறார்கள். சாமானியப் பொதுமக்களுக்கு வாக்குரிமை அளிக்கப்பட்டிருப்பதாக கூறுவதெல்லாம் அவர்கள் நான்கு அல்லது ஐந்து ஆண்டுகளுக்கு ஒரே ஒரு முறை ராமன் என்பவன் தங்கள் மீது சவாரி செய்யலாமா அல்லது கிருஷ்ணன் என்பவன் தங்கள் மீது சவாரி செய்யலாமா என்று அபிப்பிராயம் தெரிவிப்பதைத் தவிர்த்து வேறில்லை.

ராமன் வந்தாலும் கிருஷ்ணன் வந்தாலும் ஆளும் வர்க்கம் பாமர மக்களைச் சுரண்டுவது உறுதி. இந்த வர்க்க ஆட்சியும் சுரண்டல் முறையும் ஒழிந்து, ஆளும் வர்க்கம் ஆளப்படும் வர்க்கம் சுரண்டும் வர்க்கம் சுரண்டப்படும் வர்க்கம் என்பது இல்லாமல் உலகத்தில் எல்லோரும் ஒரே வர்க்கமாய் முடிகிற காலத்தில்தான் உண்மையான ஜனநாயகம் பிறக்கும். ஆயினும், இந்தச் சோஷலிஸ்டு அரசாங்கத்தைத் தோற்றுவிப்பதற்குச் சிறிது காலம் வரையில் பாட்டாளி மக்களின் சர்வாதிகாரம் நடைபெற வேண்டியது அவசியமாகிறது. தொழிலாளர்

அரசாங்கத்துக்கு எதிராக முதலாளிகளும் 'பூர்ஷுவா'க்களும் சூழ்ச்சி புரிவதைத் தடுப்பதற்கு பாட்டாளி மக்களின் சர்வாதிகாரம் பயன்படுகிறது.

ரஷியாவில் இந்த சர்வாதிகாரத்தைத் தொழிலாளருக்கும், விவசாயி களுக்கும், மற்றத் தீவிரவாதிகளுக்கும் பிரதிநிதித்துவம் வகிக்கும் சோவியத்துகள் நடத்துகின்றன. கம்யூனிஸ்டுக் கட்சியின் இஷ்டப்படி, சோவியத்துகள் ஆடுகின்றன. கம்யூனிஸ்டுகளின் ஆளும் கும்பல் கட்சியை ஆட்டி வைக்கிறது. பத்திரிகைச் சுதந்திரம், சிந்தனா சுதந்திரம், செயல் சுதந்திரம் இவற்றைப் பொறுத்த வரையில் மற்ற சர்வாதிகாரங்களைப் போலவே பாட்டாளி மக்களின் சர்வாதிகாரமும் கண்டிப்பாக இருக்கிறது. ஆனால், பின்னது தொழிலாளரின் நல்லெண்ணத்தை அடிப்படையாகக் கொண்டிருப்பதால் தொழிலாளரைத் தன்னுடன் கொண்டுச் செல்ல வேண்டியது அவசியமாகிறது. முடிவில், தொழிலாளரைப் பிறர் சுரண்டுவதோ, ஒரு வர்க்கம் தன்னுடைய நன்மைக்காக இன்னொரு வருக்கத்தைச் சுரண்டுவதோ இதன்கீழ் இல்லை.

பாசிஸ்டுகளின் கூற்று மேலே கூறியதற்கு முற்றிலும் வேறானது. சென்ற கடிதத்தில் குறிப்பிட்டதுபோல, பாசிஸ்டு சித்தாந்தங்களை நிச்சயிப்பது எளிதான காரியமில்லை. பாசிசத்துக்குத் திட்டமான கொள்கைகள் இருப்பதாகத் தெரியவில்லை. ஆனால், ஜனநாயகத்தின் அடிப்படைத் தத்துவத்தையே பாசிஸ்டுகள் எதிர்க்கிறார்கள். முசோலினி, ஜனநாயகத்தை 'அழுகி நாற்றமெடுக்கும் பிணம்' என்று அழைத்தான்! தனி மனிதர் உரிமை என்பதும் பாசிஸ்டுகளுக்கு வேப்பங்காய் தான். அவர்களுக்கு எல்லாம் அரசாங்கமே.

பாசிசத்தை இன்னும் சிறிது ஆழ்ந்து நோக்கி அது என்னவென்று அறிய முயலுவோம். அது வன்முறையை உச்சந்தலையில் வைத்துக் கொண்டாடுகிறது. சாத்விகத்தைக் கண்டிக்கிறது. 'என்சைக்ளோபீடியா இத்தாலியானா'வில் முசோலினி இப்படி எழுதுகிறான்...

"பாசிசமானது உலகில் நிரந்தர சமாதானம் நிலவுவதை அவசிய மென்றோ பயனுள்ளதென்றோ கருதவில்லை. ஆகவே, அது சாத்விகக் கொள்கையை நிராகரிக்கிறது. போராட மறுக்கும், தியாகம் செய்யப் பின்வாங்கும் பயங்கொள்ளித் தனத்தை மூடி மறைக்கவே சாத்விகம் பயன்படுகிறது. யுத்தம் ஒன்றே மனித சக்திகளை உச்சநிலைக்குத் தூண்டித் தன்னை அஞ்சாது நிற்கும் மக்களின் மீது தனது மகிமை பொருந்திய முத்திரையைப் பொறிக்கிறது. யுத்தத்துக்குப் புறம்பான

மற்றச் சோதனைகள் எல்லாம் வெறும் மாற்றுக் கட்டளைகளே ஒழிய வேறில்லை; அவை சாவா வாழ்வா என்ற பிரச்சினையை மனிதன் முன் வைப்பதில்லை."

பாசிசம் தீவிரத் தேசியத்தன்மை வாய்ந்தது. ஆனால் கம்யூனிசமோ சர்வதேசியத் தன்மை வாய்ந்தது. பாசிசம் சர்வதேசியத்தை எதிர்த்து நிற்பது, அது அரசாங்கத்தைத் தெய்வமாக்கி அந்தத் தெய்வத்தின் பலி பீடத்தில் தனி மனிதன் சுதந்திரத்தையும் உரிமையையும் பலியிடுகிறது. மற்ற நாடுகளெல்லாம் அதற்கு அந்நியமானவை; விரோதிகளைப்போல் பாவிக்கத் தக்கவை. அது யூதர்களை அந்நிய இனத்தவர் என்கிற காரணத்தினால் கொடுமைப்படுத்துகிறது. அது முதலாளித்துவத்துக்கு எதிரிடையான முழக்கங்களை எழுப்பினும், புரட்சிகரமான செயல்முறையை மேற்கொண்டிருப்பினும், முதலாளித்துவ வர்க்கத்துடனும் பிற்போக்குவாதிகளுடனும் உறவு கொண்டுள்ள சித்தாந்தமாகும்.

கூட்டுறவு அரசாங்கமே பாசிசத்தின் லட்சியம் என்று சொல்லப் படுகிறது. அத்தகைய அரசாங்கத்தின் கீழ் ஒவ்வொருவனும் பொது நன்மைக்குப் பாடுபடுவான் என்று எதிர்பார்க்கப்படுவது இயல்பு. ஆனால், இத்தாலியிலோ வேறு நாட்டிலோ அத்தகைய அரசாங்கம் இதுவரையில் தோன்றவில்லை. ஏறக்குறைய மற்ற முதலாளித்துவ நாடுகளைப் போலவேதான் இத்தாலியிலும் முதலாளித்துவம் செயல்படுகிறது. ஆனால் அதற்குச் சில கட்டுப்பாடுகள் விதிக்கப்பட்டு இருக்கின்றன.

பாசிசம் இத்தாலியில் மட்டும் சிறப்பாகத் தோன்றியுள்ளது என்று கூறுவதற்கில்லை. பிற நாடுகளிலும் அது பரவியுள்ளது. பொதுப் பகையாளியான சோஷலிஸ்டுத் தொழிலாளர் இயக்கத்தை அது எதிர்த்துப் போரிடுவதால் அதை முதலாளித்துவ அரசாங்கம் சகித்துக்கொள்ளுகிறது. கட்சி என்கிற முறையிலும், பிறகு ஒரு நாட்டின் அரசாங்கத்தைக் கைப்பற்றிக்கொள்ளும் போது அந்த முறையிலும், பாசிசம் தொழிலாளர் அமைப்புகள் அழித்து எல்லா எதிரிகளையும் இம்சைக்கு ஆளாக்குகிறது.

இவ்வாறு, முன்னேறிவரும் சோஷலிசத்துக்கும், அரண் அமைத்துக் கொண்டுள்ள முதலாளித்துவத்துக்கும் இடையே வர்க்க மாறுபாடு முற்றி முதிர்கிறபோது பாசிசம் தோன்றுகிறது. முதலாளித்துவம் ஜனநாயக சாதனங்களைப் பயன்படுத்திக் கொண்டு அதிகாரத்தை

ஸ்பெயின் உள்நாட்டுப் போர் முடிந்ததும் மன்னர் ஓடிவிட்டார்

வகித்துத் தொழிலாளரை அடக்கி வைத்திருக்கக் கூடிய வரையில் ஜனநாயகம் தழைத்தோங்க இடமளிக்கிறது. அது முடியாதபோது முதலாளித்துவம் ஜனநாயகத்தைப் புறக்கணித்துவிட்டுப் அப்பட்டமான பாசிச முறையான பயங்கர வன்முறையை மேற்கொள்ளுகிறது.

ரஷியா நீங்கலாக ஐரோப்பாவில் எல்லா நாடுகளிலும் பாசிசம் பல்வேறு அளவில் இயங்கி வருகிறது. சமீபத்தில் ஜெர்மனியில் அது பெரும் வெற்றி பெற்றிருக்கிறது. இங்கிலாந்தில்கூட ஆளும் வகுப்பாரிடையில் பாசிசக் கருத்துகள் பரவி வருகின்றன. அவை இந்தியாவில், அடிக்கடி பிரயோகிக்கப்படுவதைப் வெளிப்படையாகக் காண்கிறோம். இன்று உலக அரங்கில், முதலாளித்துவத்தின் கடைசிப் புகலிடமான பாசிசம், கம்யூனிசத்தை நேருக்கு நேர் எதிர்த்து நிற்கிறது.

பாசிசத்தின் மற்ற அம்சங்கள் ஒருபுறமிருக்க, அது இன்று உலகை வாட்டும் பொருளாதாரத் துன்பங்களுக்கு யாதொரு மாற்றும் உரைக்கக் கூடிய நிலையில் இல்லை. அது அதிதீவிர தேசியத் தன்மை வாய்ந்திருப்பதால் நாடுகள் ஒன்றையொன்று சார்ந்து நிற்கும் உலகப் போக்குக்கு மாறாகச் செல்கிறது. யுத்தத்துக்குக் காரணமான தேசிய விரோதத்தை வளர்க்கிறது.

சீனாவின் வடபகுதியை ஒருங்கிணைக்க நடந்த படையெடுப்பு

177. சீனாவில் புரட்சியும் எதிர்ப் புரட்சியும்

ஜூன் 26, 1933

ஐரோப்பாவில் இருந்தும், அதன் உள்ளக் குமுறல்களில் இருந்தும் விடைபெற்று, அதைவிட அதிகமான தொந்தரவுகளில் சிக்கியுள்ள சீனாவையும் ஜப்பானையும் இப்போது பார்ப்போம். சீனாவைப் பற்றிய கடந்த கடிதத்தில், மிக்க தொன்மையும் உயிர் வன்மையும் வாய்ந்த உலக கலாசாரங்களில் ஒன்றாக சீன கலாசாரத்தின் மீது ஒட்டப்பட்ட அந்த இளம் குடியரசுக்கு நேர்ந்த பல்வேறு இடையூறுகளைப் பற்றிக் கூறினேன்.

சீன தேசம் சிதறுண்டு வந்தது. பழி பாவத்துக்கு அஞ்சாத யுத்தப் பிரபுக்களான 'டுசூன்'களும், 'டுசூன்'களுக்கு 'டுசூன்'களும் நாட்டில் கொட்டமடித்துக் கொண்டு இருந்தார்கள். சீனாவை ஒன்று சேர விடாமல், பிரித்துப் பலவீனப்படுத்துவதில் அக்கறை கொண்ட வல்லரசுகள் 'டுசூன்'களுக்கு வேண்டிய உதவியும் ஊக்கமும் அளித்தன. இந்த 'டுசூன்'களுக்குத் தர்மமோ, நியாயமோ எதுவும் கிடையாது. ஓயாது நடைபெற்ற உள்நாட்டுச் சண்டைகளில் 'டுசூன்'கள் அடிக்கடி கட்சி மாறினார்கள்.

சண்டைகளுக்கு இடையில் அவர்களும் அவர்களுடைய படைகளும், பாவம், ஏழை விவசாயிகளை துன்புறுத்தி வாழ்ந்து வந்தார்கள். தென் சீனாவில் கான்டனில், தமது வாழ்நாள் முழுதும்

சீன சுதந்திரத்துக்காக உழைத்து வந்த மாபெரும் சீனத் தலைவரான டாக்டர் சன் யாட்சென் அமைத்த தேசிய அரசாங்கத்தைப் பற்றியும் முன்பு கூறியுள்ளேன்.

அன்னிய வல்லரசுள் ஷாங்காய், ஹாங்காங் போன்ற பெரிய சீனத் துறைமுக நகரங்களில் உட்கார்ந்திருந்தன. அவை சீனாவின் வெளி நாட்டு வியாபாரம் முழுவதையும் தங்கள் பிடிக்குள் வைத்திருந்தன. பொருளாதாரத் துறையில் சீனா அந்த வல்லரசுகளின் காலனி நாடாக இருப்பதாக டாக்டர் சன் கூறியது பொய்யில்லை. ஒரு எஜமானுக்குப் பதில் சொல்வதே கஷ்டம். பலருக்கும் பதில் சொல்வதென்றால் கேட்க வேண்டியதில்லை. நாட்டைத் தொழில் துறையில் முன்னேற்றிச் சீர்திருத்துவதற்கு டாக்டர் சன் அன்னிய நாடுகளின் உதவியைப் பெற முயன்றார். முக்கியமாக, அமெரிக்காவும் பிரிட்டனும் தமக்கு உதவி செய்யும் என்று அவர் எதிர்பார்த்தார். ஆனால், யாரும் உதவவில்லை. அவற்றுக்கு சீனாவைச் சுரண்டுவதில் குறியே தவிர, அதன் நலனிலும் முன்னேற்றத்திலும் அல்ல. டாக்டர் சன் 1924 ஆம் ஆண்டில் சோவியத் ரஷியாவை கேட்டார்.

சீனாவில் மாணவர்கள் மத்தியிலும், அறிவாளி வகுப்பினர் மத்தியிலும் கம்யூனிசம் ரகசியமாகவும் வேகமாகவும் வளர்ந்து வந்தது. 1920ல் கம்யூனிஸ்டுக் கட்சி அமைக்கப்பட்டது. சீன அரசாங்கங்கள் அதை வெளிப்படையாக வேலை செய்ய அனுமதிக்கவில்லை. எனவே, அது ரகசிய சங்கமாக வேலை செய்து வந்தது. டாக்டர் சன்னைக் கம்யூனிஸ்டு என்று கூற முடியாது. அவர் ஒரு மிதமான சோஷலிஸ்டு. புகழ்பெற்ற அவருடைய 'மூன்று ஜன தத்துவங்கள்' அதை நன்கு காட்டுகின்றன.

ஆயினும், சோவியத் ரஷியா சீனாவின் மீதும் மற்றக் கிழக்கு நாடுகள் மீதும் ஆதரவாகவும் நேர்மையாகவும் நடந்து கொண்டதைப் பார்த்தார். எனவே, அவர் அதன் நட்பைத் தேடி வளர்த்தார். அவர் சில ரஷியர்களைத் தமக்கு ஆலோசகர்களாகக் கொண்டார். அவர்களில் சிறந்தவர் பொரோடின் என்ற போல்ஷிவிக். கான்டனில் கோமின்டாங் கட்சிக்குப் பொரோடின் பெரிய பக்கபலமாக இருந்தார். பொதுமக்கள் ஆதரவுபெற்ற சக்திவாய்ந்த ஒரு தேசியக் கட்சியை உண்டாக்க அவர் பெரிதும் பாடுபட்டார். முழுவதும் கம்யூனிஸ்ட் பாணியில் அவர் வேலை செய்யவில்லை. கட்சியின் தேசிய அடிப்படையை அவர் மாற்றவில்லை. ஆனால், கோமின்டாங்கில் கம்யூனிஸ்டுகள் உறுப்பினராகச் சேர்வதற்கு இப்போது அனுமதிக்கப்பட்டார்கள்.

தேசியக் கோமின்டாங் கட்சிக்கும் கம்யூனிஸ்ட் கட்சிக்கும் ஒருவிதமான கூட்டுறவு ஏற்பட்டது. கோமின்டாங் கட்சியில் பழமை விரும்பிகளாகவும், பணக்காரரர்களாகவும் உள்ள உறுப்பினர்கள், முக்கியமாகப் பெரிய ஜமீன்தார்கள், கம்யூனிஸ்டுகளோடு உறவு கொள்வதை விரும்பவில்லை. அந்தப் பக்கத்தில், கம்யூனிஸ்டுகளில் பலரும் இதை விரும்பவில்லை. ஏனெனில், இந்தக் கூட்டுறவினால் அவர்கள் தங்களுடைய திட்டத்தைத் தளர்த்திக் கொள்ள வேண்டும். அத்துடன், தாங்கள் தனியாக இருந்தால் செய்யக்கூடிய பல விஷயங்களை இப்போது செய்யமுடியாத நிலையிலும் இருந்தார்கள். இந்தக் கூட்டுறவு நிலையாக இல்லை. நெருக்கடியான தருணத்தில் அது உடைந்து விட்டது. அதனால் சீனாவுக்கு தீமை விளைந்தது.

ஒன்றுக்கொன்று முரணான இரண்டு அல்லது அதற்கும் மேற்பட்ட வகுப்புகளை ஒரே கட்சியில் சேர்ப்பது கஷ்டமான காரியம்தான். ஆனால், அந்தக் கூட்டுறவு இருந்த வரையில் எல்லாம் சீராகவே நடந்தது. கோமின்டாங்கும் கான்டன் அரசாங்கமும் செல்வாக்கும் பலமும் பெருகிவந்தன. விவசாயிகளின் அமைப்புகளுக்கு ஊக்கம் அளிக்கப்பட்டது. அவை விரைவில் பரவின. தொழிற் சங்கமும் அவ்வாறே பெருகின. இப்படிக் கிடைத்த மக்கள் ஆதரவுதான் கான்டனில் கோமின்டாங்குக்கு உண்மையான பலத்தையும் அதிகாரத்தையும் அளித்தது. இந்த ஆதரவைக் கண்டு அஞ்சியே ஜமீன்தார்களான கோமின் டாங் தலைவர்கள் பிற்காலத்தில் கட்சியை உடைத்துவிட்டார்கள்.

சீனாவின் நிலைமைகளுக்கும் இந்தியாவின் நிலைமைகளுக்கும் அனேக ஒற்றுமைகள் இருக்கின்றன. அடிப்படையான பல வேற்றுமைகளும் இல்லாமல் இல்லை. சீனா சிறப்பாக ஒரு விவசாய நாடு. லட்சக்கணக்கான சீன விவசாயிகளையும் குடியானவர்களையும் சொல்ல முடியாத கடன் சுமை அழுத்திக் கொண்டிருக்கிறது. இந்தியாவில் போலவே அங்கும் விவசாயிகளுக்கு வருஷத்தில் பல மாதங்களில் வயலில் வேலை இருப்பதில்லை.

சீனாவில் பெரிய எஸ்டேட்டுகள் மிகவும் குறைவு. அப்படி ஒரு 'எஸ்டேட்டு' இருந்தாலும், உடனே அதை அதற்குரிய வாரிசுகள் பல பாகங்களாக பிரித்துக் கொள்வார்கள். விவசாயிகளில் பாதிப் பேருக்குச் சொந்தத்தில் நிலம் உண்டு. பாக்கியுள்ள பாதிப்பேர் ஜமீன்தார்களிடம் வேலை செய்கிறார்கள். ஆகவே, சீனாவில் சிறு பண்ணைகள்தான் ஏராளமாக இருக்கின்றன. அவர்களிடம் நவீன விவசாய இயந்திர சாதனங்கள் எதுவும் இல்லை. அதனால், அவர்கள் உடலை வளைத்து உழைத்தார்கள்.

அவர்கள் இவ்வளவு உழைத்தும் அவர்களில் பாதிப் பேருக்குமேல் அரைவயிற்றுக் கஞ்சிக்கு வழியில்லை. இந்தியாவின் விவசாயிகளைப் போலவே அவர்களும் அன்றாடச் சோற்றுக்குக் கஷ்டப்பட்டார்கள். அவர்களைப் பஞ்சமும் நோயும் வெள்ளமும் வாட்டின. லட்சக்கணக்கான மக்கள் மாண்டனர். பொரோடினின் ஆலோசனைப்படி டாக்டர் சன்னின் அரசாங்கம் விவசாயிகளுக்கும் தொழிலாளருக்கும் கஷ்ட நிவாரணம் அளிக்கும் உத்தரவுகளைப் பிறப்பித்தது. நிலவரி கால் பாகம் குறைக்கப்பட்டது. தொழிலாளருக்கு நாளைக்கு எட்டு மணிநேர வேலையும், குறைந்த பட்சக் கூலியும் நிர்ணயம் செய்யப்பட்டன. விவசாயிகள் சங்கங்கள் நிறுவப்பட்டன. பொதுமக்கள் இந்தச் சீர்திருத்தங்களை வரவேற்றார்கள். அவர்கள் உற்சாகம் அடைந்தனர். புதிய சங்கங்களில் அவர்கள் ஏராளமாக வந்து சேர்ந்தார்கள். கான்டன் அரசாங்கத்துக்கு அபரிமிதமான ஆதரவு தந்தார்கள்,

ஆகவே, கான்டன் அரசாங்கம் தன்னைப் பலப்படுத்திக்கொண்டு வடக்கேயிருந்த 'டுசூன்'களுடன் போர் தொடுக்கத் தயாராகி வந்தது. ராணுவ கல்லூரி தொடங்கப்பட்டது. ராணுவமும் அமைக்கப்பட்டது. இதுவரை மத சம்பந்தம் பெற்றிருந்த கல்வி மதத்தில் இருந்து பிரிக்கப்பட்டது. பல பழைய ஆலயங்கள் இப்போது உபயோகிக்கப்படும் விதமே இதற்குத் தக்க உதாரணமாகும். கான்டனில் இருந்த புகழ்பெற்ற ஒரு பழைய ஆலயம் இப்போது போலீஸ் பயிற்சிக் கழகமாக உபயோகிக்கப்பட்டு வருகிறது! இன்னொரு இடத்தில் ஆலயங்கள் காய்கறி விற்கும் 'மார்க்கெட்டு'களாக மாற்றப்பட்டுள்ளன.

1925 மார்ச்சில், டாக்டர் சன் யாட்-சென் காலமானார். ஆனால், பொரோடினை ஆலோசகராகக் கொண்ட கான்டன் அரசாங்கம் மேலும் மேலும் பலத்தில் மிகுந்து வந்தது. 1925 மே மாதத்தில், வேலை நிறுத்தத்தை ஒட்டி நிகழ்ந்த ஆர்ப்பாட்டம் ஒன்றில் ஒரு தொழிலாளி உயிரிழக்க நேர்ந்தது. அந்தத் தொழிலாளியின் நினைவாக நடந்த ஒரு நிகழ்ச்சியை, ஏகாதிபத்திய எதிர்ப்பு ஆர்ப்பாட்டம் நடத்த பயன்படுத்தினர். ஒரு பிரிட்டிஷ் போலீஸ் அதிகாரி தன்கீழிருந்த சீக்கியப் போலீசாருக்கு அந்தக் கூட்டத்தின்மீது துப்பாக்கிப் பிரயோகம் செய்யும்படி உத்தரவிட்டான். அதில் பல மாணவர்கள் உயிரிழந்தார்கள்.

இதைக் கண்டு பிரிட்டிஷார்மீது சீனாவெங்கும் கோபத்தீ கொழுந்துவிட்டு எரிந்தது. இதற்குப் பிறகு நிகழ்ந்த ஒரு நிகழ்ச்சி

நிலைமையை இன்னும் மோசமாக்கியது. *1925* ஜூனில், கான்டனில் ஷமீன் பிரதேசம் என்று அழைக்கப்பட்ட அந்நியருக்குச் சொந்தமான பிரதேசத்தில் பெரும்பாலும் மாணவர் அடங்கிய ஒரு சீனக் கூட்டத்தின்மீது இயந்திரத் துப்பாக்கிப் பிரயோகம் நடந்தது. அதில் *52* பேர் மாண்டார்கள். அதற்கும் அதிகமான பேர் காயமுற்றார்கள். இந்த 'ஷமீன் படுகொலை'க்குப் பிரிட்டிஷாரே முக்கிய பொறுப்பாளிகள் என்று கருதப்பட்டது. கான்டனில் பிரிட்டிஷ் சாமான்கள் பகிஷ்கரிக்கப்பட்டன. பல மாதங்கள் வரையில் ஹாங்காங் வியாபாரம் தடைப்பட்டுக் கிடந்தது. அதனால் பிரிட்டிஷ் வியாபாரக் கம்பெனிகளுக்கும் பிரிட்டிஷ் அரசாங்கத்துக்கும் பெருத்த நஷ்டம் ஏற்பட்டது. ஷாங்காய் தென் சீனாவில் பிரிட்டிஷாருக்குச் சொந்தமான இடம் என்பது உனக்குத் தெரிந்திருக்கலாம். அது கான்டனுக்கு மிகவும் அருகிலுள்ள ஒரு பெரிய வியாபார இடமாகும்.

டாக்டர் சன்னின் மரணத்துக்குப் பிறகு கான்டன் அரசாங்கத்தில் வலதுசாரியினருக்கும், இடதுசாரியினருக்கும் ஓயாத தகராறு இருந்து வந்தது. கொஞ்சகாலம் ஒரு கட்சியும் பிறகு இன்னொரு கட்சியும் அதிகாரத்திற்கு வருவது வாடிக்கை ஆகியது. *1926* ஆம் ஆண்டு மத்தியில், வலதுசாரியைச் சேர்ந்த சியாங் கே ஷேக் தலைமைத் தளபதி ஆனான். அவன் கம்யூனிஸ்டுகளை வெளியேற்றினான்.

ஆயினும், இரு கோஷ்டிகளும் ஒன்றையொன்று நம்பாத நிலையிலும் ஓரளவு ஒத்துழைத்தன. கான்டன் ராணுவம் வடக்கே படையெடுத்துச் சென்று அங்குள்ள 'டுசூன்'களை ஒழித்துச் சீனா முழுவதும் அதிகாரம் செலுத்தக்கூடிய ஒரே தேசிய அரசாங்கத்தை நிறுவத் தொடங்கியது. எதிரிகளுடன் கைகலந்து அதிகமாகப் போரிடாமலேயே அதற்கு வெற்றிமேல் வெற்றி கிடைத்து வந்தது. வட சீனா பிளவுபட்டுக் கிடந்தது. தென் சீனாவுக்கு வந்த பலமெல்லாம் விவசாயிகள், தொழிலாளரிடமிருந்து வந்தது.

1926 ஆம் ஆண்டு முடிவதற்குள்ளாகத் தேசியவாதிகள் பாதி சீனாவுக்கு மேல் வியாபித்து யாங்ட்சி நதிக்கரையில் உள்ள ஹாங்கோ நகரைக் கைப்பற்றினார்கள். அவர்கள் அதை வூஹன் என்று பெயர் மாற்றித் தலைநகரைக் கான்டனிலிருந்து அங்கு மாற்றினார்கள். வடக்கே அட்டகாசம் செய்துவந்த யுத்தப் பிரபுக்கள் அடித்து விரட்டப்பட்டார்கள். அப்பொழுதுதான், தீவிர தேசியப் போக்குடைய புது சீனா தங்கள் முன் நிற்பதை வல்லரசுகள் புரிந்துகொண்டன. புது சீனா தங்களுடன் சரிசமத்துவம் கோருவதையும் அதனிடம்

தங்களுடைய உருட்டல் மிரட்டல் பலிக்காது என்பதையும் அவை உணர்ந்து கொண்டன.

1927 ஆரம்பத்தில், தேசியவாதிகள் ஹாங்கோவில் பிரிட்டிஷார் வசத்திலிருந்த சலுகைப் பிரதேசத்தைக் கைப்பற்ற முயன்றபோது சீனருக்கும் பிரிட்டிஷாருக்கும் தகராறு ஏற்பட்டது. முதன் முதலாகப் பிரிட்டிஷார் சீனாவில் தாங்கள் கடைப்பிடித்த கொள்கையை மாற்றிக்கொண்டு புதிய சீனாவுடன் சமரசமாகப் போனார்கள். ஹாங்கோ சலுகை ஒரு சில்லரை விவகாரம். அதைச் சமரசமாகப் பைசல் செய்துகொள்வது கஷ்டமில்லை. ஆனால், அதற்கு அருகில் உள்ள பெரிய துறைமுகமான ஷாங்காயில் சீனாவிலேயே அதிக லாபம் தரும் பெரிய சலுகைப் பிரதேசம் இருந்தது. தேசியவாதிகள் படையெடுத்துச் செல்லும் வழியில் அது இருந்தது.

அந்தச் சலுகைப் பிரதேசம் சீன அரசாங்கத்தின் சம்பந்தமே இல்லாமல் அன்னிய ஆதிக்கத்தின் கீழ் இருந்தது. தேசிய படைகள் நகரை நெருங்கியவுடன் ஷாங்காயிலிருந்த அன்னியரும் அவர்களைச் சேர்ந்த அன்னிய அரசாங்கங்களும் நடுங்கினார்கள். யுத்தக் கப்பல்களும் படைகளும் ஷாங்காய் துறைமுகத்துக்கு விரைந்து சென்றன. முக்கியமாக, பிரிட்டிஷ் அரசாங்கம் 1927 ஜனவரியில், ஒரு பெரிய படையை அனுப்பி வைத்தது. அதில் இந்தியத் துருப்புகளும் இருந்தன.

இப்போது, ஹாங்கோ அல்லது வூஹனிலிருந்த தேசிய அரசாங்கத்துக்கு ஷாங்காயின் மீது படையெடுத்துச் சென்று அதைக் கைப்பற்றுவதா, வேண்டாமா என்ற சங்கடமான பிரச்சினை எழுந்தது. இதுவரை 500 மைலுக்கும் மேற்பட்ட பிரதேசத்தை வெறுமே காலால் நடந்து பிடித்திருக்கிறோம். இன்னும் அந்தப் பகுதிகளில் தங்களை நிலைப்படுத்தவில்லை. ஷாங்காயைத் தாக்கினால் வல்லரசுகளுடன் மோத நேரிடும். அதனால், அவர்கள் இதுவரை அடைந்துள்ள வெற்றிக்கு ஆபத்து நேரலாம். எனவே தங்களுடைய நிலையை உறுதி செய்துகொண்டு மெதுவாகச் செல்லவேண்டும் என்று பொரோடின் யோசனை சொன்னார்.

பொரோடின், தாம் ஒரு புரட்சிக்காரராக இருந்தும் நிதானமாகப் போக வேண்டுமென்று ஆலோசனை கூறினார். ஆனால், கோமின்டாங்கின் வலது சாரித் தலைவர்கள் குறிப்பாக தலைமைத் தளபதியான சியாங் கே ஷேக் ஷாங்காய் மீது படையெடுத்துச் செல்ல வேண்டுமென்று பிடிவாதம் பிடித்தார். இதற்குப் பிறகு கோமின்டாங்

கட்சி இரண்டாகப் பிளவுபட்டபோது இந்தப் பிடிவாதத்தின் உண்மையான காரணம் தெரிய வந்தது. விவசாயிகள், தொழிலாளர்கள் சங்கங்களின் சக்தி அதிகரித்து வருவது வலதுசாரித் தலைவர்களுக்குப் பிடிக்கவில்லை. ராணுவத் தளபதிகளில் பலர் ஜமீன்தார்களாக இருந்தார்கள்.

ஆகவே, அவர்கள் கட்சி பிளவுபட்டாலும், அந்தச் சங்கங்களை நசுக்கித் தீருவது என்று முடிவு கட்டினார்கள். கட்சியில் உள்ள தீவிரவாதிகளோடும் குறிப்பாகக் கம்யூனிஸ்டுகளோடும் போரிடுவதற்கு ஷாங்காய் தங்களுக்கு எல்லா உதவுயம் செய்யும் என்று வலதுசாரித் தளபதிகள் எதிர்பார்த்தார்கள். ஷாங்காயில் உள்ள அந்நிய வங்கி முதலாளிகளும் தொழில் முதலாளிகளும் இதில் காரியத்தில் தங்களுக்குச் சாதகமாக இருப்பார்கள் என்று அவர்கள் அறிந்திருந்தார்கள்.

ஆகவே, அவர்கள் **1927** ஆம் வருடம் மார்ச்சு மாதம் **22** ஆம் தேதி, ஷாங்காய் மீது படையெடுத்துச் சென்றார்கள். நகரின் சீனப் பகுதி அவர்கள் வசமாயிற்று. அந்நியர் வசமிருந்த பகுதி தாக்கப்படவில்லை. அதிகச் சண்டை இல்லாமலே ஷாங்காய் கிடைத்துவிட்டது. ஷாங்காயிலிருந்த அரசாங்கம் வீழ்ந்துவிட்டது. இரண்டு நாளைக்குப் பிறகு மாபெரும் நகரமான நாங்கிங்கையும் தேசிய ராணுவம் பிடித்துக்கொண்டது. இந்தச் சமயத்தில் கோமின்டாங் கட்சியில் பிளவு ஏற்பட்டுத் தேசியவாதிகளின் வெற்றிக்கு முற்றுப்புள்ளி வைத்தது. இதனால் விபரீத பலன் விளைந்தது. புரட்சி முடிவுற்றது. எதிர்ப் புரட்சி தொடங்கியது.

ஹாங்கோ அரசாங்கத்தில் பலருடைய விருப்பத்துக்கும் மாறாகச் சியாங் கே ஷேக் ஷாங்காய் மீது படையெடுத்துச் சென்றான். இரு கட்சிகளும் ஒன்றுக்கொன்று எதிராகச் சூழ்ச்சி செய்தன. ஹாங்கோ அரசாங்கத்தை நடத்தியவர்கள் ராணுவத்தில் சியாங்குக்கு உள்ள செல்வாக்கைக் குலைத்து அவனைத் தொலைத்துவிட முயன்றார்கள். சியாங், நாங்கிங்கில் போட்டி அரசாங்கம் ஏற்படுத்தினான். ஷாங்காயைக் கைப்பற்றிய சில நாளைக்கெல்லாம் இவ்வளவும் நடந்துவிட்டது.

ஹாங்கோவிலிருந்த தன்னுடைய அரசாங்கத்தையே எதிர்த்துக் கொண்ட சியாங் இப்போது கம்யூனிஸ்டுகள், இடதுசாரி யினர், தொழிற்சங்க ஊழியர்கள் ஆகியோர்மீது போர் தொடுத்தான். எந்தத் தொழிலாளர் ஷாங்காயை அவன் சுலபமாகப் பிடிப்பதற்கு உதவி

செய்து அவனை இரு கைகளாலும் ஆனந்தமாக வரவேற்றார்களோ அவர்களையே அவன் இப்போது வேட்டையாடினான். பலர் சுட்டுக் கொல்லப்பட்டார்கள். இன்னும் பலருடைய தலைகள் சீவப்பட்டன. தேசியவாதிகள் ஷாங்காய்க்கு அளித்ததாகக் கருதப்பட்ட சுதந்திரம் சீக்கிரமே ரத்தப் பலியாக மாறியது.

1927இல் ஏப்ரல் மாதத்தில், இதெல்லாம் நடந்துகொண்டிருந்தபோது தான் பீகிங்கிலும் ஷாங்காயிலும் சோவியத் தூதர் அலுவலகங்கள் தாக்குதலுக்கு உள்ளாகின. ஷாங்காயில் நடந்தது போலவே பீகிங்கிலும் கம்யூனிஸ்டுகளும் தீவிரவாதிகளும் புறக்கணிக்கப்பட்டனர். இதை வல்லரசுகள் வரவேற்றன. ஷாங்காயிலிருந்த அவற்றின் பிரதிநிதி களோடு சியாங் கே ஷேக் ஒத்துழைக்க விரும்பினான். 1927 மே மாதத்தில், இதே சமயத்தில் பிரிட்டிஷ் அரசாங்கம் லண்டனில் 'ஆர்க்காஸ் சோதனை' என்று பெயர்பெற்ற சோதனையைச் சோவியத் ரஷியாவின் தூதர் அலுவலகத்தில் நடத்தி, ரஷியாவுடன் அரசுத் தொடர்பை அறுத்துக் கொண்டது உனக்கு நினைவிருக்கும்.

ஒன்று அல்லது இரண்டு மாதங்களுக்குள், சீனாவின் தோற்றம் அடியோடு மாறிவிட்டது. கோமின்டாங் கட்சி ஒன்றோடொன்று போரிடும் இரு பிரிவுகளாகப் பிளவுபட்டுவிட்டது. அதற்கு ஆதரவான விவசாயிகளும் தொழிலாளரும் இன்று நாய்களைப்போல் வேட்டையாடப் பட்டார்கள். ஷாங்காயிலும், சீனா முழுவதிலுமே, தொழிற்சாலைகளில் முதலாளிகள் தொழிலாளிகளைக் கசக்கிப் பிழிந்தார்கள். தொழிலாளிகள் மிருகங்களிலும் கேவலமாக வாழ்ந்து வந்தார்கள்.

சீன விவகாரங்கள் இவ்வாறு முடிந்ததுபற்றி மாஸ்கோ அரசாங்கம் பொரோடினைக் குறை கூறியது. அவர் 1927 ஜூலை மாதத்தில் ரஷியாவுக்குப் புறப்பட்டுச் சென்றார். அவர் சென்ற பிறகு ஹாங்கோவில் இருந்த கோமின்டாங்கின் இடதுசாரிக் கட்சி கட்டுக்குலைந்து போயிற்று. இப்போது கோமின்டாங் முழுக்க முழுக்க நாங்கிங் அரசாங்கத்தின் ஆதிக்கத்தின்கீழ் வந்தது. இந்தச் சமயத்தில் பலர் சீனாவை விட்டு வெளியேறினார்கள். அவர்களில் மதிப்புக்குரிய சீன மாபெருந்தலைவரான சன் யாட்-சென்னின் மனைவியும் ஒருவர். தம்முடைய கணவர் சீன சுதந்திரத்துக்காகப் பட்டபாடு ராணுவ வெறியர்களாலும் பிறராலும் வீணாக்கப்படுகிறது என்று அவர் மனம் நொந்து கூறினார். அப்படியிருந்தும், அந்த ராணுவவாதிகள் டாக்டர் சன்னின் பிரசித்திப்பெற்ற மூன்று ஜன தத்துவங்களான தேசியம்,

ஜனநாயகம், சமூக நீதி இவற்றின் மீது ஆணையிட்டு அவற்றைப் பின்பற்றுவதாகக் கூறி வந்தார்கள்.

மீண்டும் சீனாவில் யுத்தப்பிரபுக்களும் தளபதிகளும் ஒருவரோடொருவர் சண்டையிட்டு ரணகளம் ஆக்கினார்கள். கான்டன், நாங்கிங் அரசாங்கத்திடமிருந்து பிரிந்து தெற்கே தனியாக அரசாங்கம் அமைத்துக் கொண்டது. 1928ல் பீகிங், நாங்கிங் அரசாங்கத்தின் வசமாயிற்று. அதன் பெயர் 'பீபிங்' என்று மாற்றப்பட்டது.

பீகிங் அல்லது பீபிங் வீழ்ச்சியுற்ற பின்பும் தேசத்தின் பல பாகங்களில் உள்நாட்டுப்போர் ஓயவில்லை. உள்நாட்டில் ஒரு பெரிய பிரதேசம் கம்யூனிஸ்டு அரசாங்கத்துக்கு உட்பட்டிருந்தது. நாங்கிங் அரசாங்கம் பண உதவிக்குப் பெரும்பாலும் ஷாங்காயிலிருந்த வங்கி முதலாளிகளை நம்பியிருந்தது. பல தளகர்த்தர்களின் கீழிருந்த பெரிய படைகள் விவசாயிகளுக்குப் பெரும்பாரமாக முடிந்தன. படையில் இருந்து அனுப்பப்பட்ட போர் வீரர்கள் அநேகர் கிராமங்களில் வேலையை தேடி அலைந்தார்கள். வேலை கிடைக்காமல் போகவே அவர்கள் திருட்டுத் தொழிலில் ஈடுபட்டனர்.

1927 டிசம்பரில், நாங்கிங் அரசாங்கத்துக்கும் சோவியத்து ரஷியாவுக்கும் அரசு உறவு அறுபட்டது. வல்லரசுகளின் ஆதரவில் நாங்கிங் சோவியத்துக்கு எதிராகத் தீவிரமான கொள்கைகளை மேற்கொண்டது. அதன் பயனாக, 1927 ஆம் ஆண்டிலேயே, யுத்தம் மூண்டிருக்க வேண்டியது. ஆனால், ரஷியா யுத்தத்தை விரும்பவில்லை. 1929ல், மீண்டும் சீன அரசாங்கம் மஞ்சூரியாவில் தீவிரப் போக்கை மேற்கொண்டது. சோவியத்துத் தூதர் அலுவலகம் சோதனையிடப்பட்டது. கிழக்குச் சீன ரயில்வேயில் வேலை பார்த்து வந்த ரஷிய அதிகாரிகள் வேலையில் இருந்து நீக்கப்பட்டார்கள். ரயில்வே, பெரும்பாலும் ரஷியாவுக்குச் சொந்தம், சோவியத் அரசாங்கம் உடனே சீனாவின் மீது எதிர் நடவடிக்கை எடுத்தது. சில மாதங்கள் வரையில் ஒருவிதமான போர் நிலைமை நீடித்தது. கடைசியில் சீன அரசாங்கம் சோவியத்துக் கோரிக்கைக்கு இணங்கப் பழைய ஏற்பாட்டின்படி நடப்பதாக ஒப்புக்கொண்டது.

மஞ்சூரியாவும் அங்கே செல்லும் ரயில்வேயும் பல சர்வதேசியத் தகராறுகளுக்குக் காரணமாயிருந்து வந்துள்ளன. அங்கே பலருடைய உரிமைகள் மோதுகின்றன. அவற்றில் சீனாவையும் ஜப்பானையும் ரஷியாவையும் முக்கிய மாகச்சொல்லவேண்டும். சமீபத்தில், வடகிழக்கி

ஜவஹர்லால் நேரு 285

ஹைபெங் சோவியத் குடியரசு நிறுவப்பட்டது

லுள்ள இந்தச் சீன மாகாணங்கள் ஜப்பானுடைய ஆதிக்கத்தின் கீழ் வந்துள்ளன, ஆனால், உலகம் இதை ஒப்புக்கொள்ளவில்லை. அதைப்பற்றி அடுத்த கடிதத்தில் கூறுகிறேன்.

சீனாவின் சில பகுதிகளில் கம்யூனிஸ்டு அரசாங்கம் நிறுவப்பட்டிருப்பது குறித்து மேலே சொன்னேன், 1927 நவம்பரில், தென் சீனாவில் குவான்டங் மாகாணத்தில் ஹைபெங் ஜில்லாவில் முதல் கம்யூனிஸ்டு அரசாங்கம் நிறுவப்பட்டது. இது 'ஹைபெங் சோவியத்துக் குடியரசு' என்று அழைக்கப் பட்டது. இது பல விவசாயிகள் சங்கங்களில் இருந்து உருவாகியது. உள் சீனாவில் சோவியத்துப் பிரதேசம் பெருகி வந்தது. 1932ஆம் ஆண்டு மத்தியில், சீனாவில் ஏறக்குறைய ஆறில் ஒரு பாகம் அதாவது, இரண்டரை லட்சம் சதுர மைலும் ஐந்து கோடி ஜனத்தொகையும் கொண்ட பகுதி, சோவியத்துக்கு சொந்தமாகியது. இந்த அரசாங்கம் நாலு லட்சம் பேர் கொண்ட செஞ்சேனையை அமைத்தது. அதற்கு உதவியாகச் சிறுவர், சிறுமியர் படைகளும் இருந்தன. நாங்கிங் அரசாங்கம், கான்டன் அரசாங்கம் இரண்டும் சீன சோவியத்துகளை அடக்குவதற்கு முடிந்த வரையில் பார்த்தன, சியாங் கே ஷேக் அவற்றுக்கு எதிராகப் பலமுறை தானே படைகளை நடத்திச் சென்று பார்த்தான். ஆனால், ஒன்றும் முடியவில்லை. சில சமயம் சோவியத்துகள் பின்வாங்கி உள்நாட்டில் வேறு இடங்களில் தங்களைப் பலப்படுத்திக் கொண்டன.

சர்வதேச சங்கத்தை மீறி ஷாங்காயை தாக்கிய ஜப்பானுடன் சீன படை நடத்திய தாக்குதல்

178. உலகத்தையே எதிர்க்கும் ஜப்பான்

ஜூன் 29, 1933

சீனாவின் புரட்சியையும் எதிர்ப் புரட்சியையும் பார்த்தோம். தேசிய இயக்கத்தை உடைத்து புரட்சியை சீர்குலைத்த அந்த சோகத்திற்கு, பணக்கார ஜமீன்தார்களும், பிறரும் காரணமாக இருந்ததை பார்ததோம்.

உள்நாட்டுத் தொந்தரவுகளும் தொல்லைகளும் போதாது என்று அன்னிய எதிரியின் உறுதியான தாக்குதலையும் எதிர்த்து நிற்க வேண்டிய நிலை ஏற்பட்டது. சீனாவின் பலவீனத்தைப் பயந்படுத்தி ஜப்பான் சீனா மீது பாய்ந்தது.

உலக யுத்தத்தின்போது ஜப்பான் தன்னுடைய இருபத்தொரு கோரிக்கைகளால் சீனாவை உருட்டி மிரட்டியதை முன்பே பார்த்தோம். அமெரிக்காவிலும் ஐரோப்பாவிலும் இதைப்பற்றிக் கூக்குரல் எழுந்தது. எனவே, ஜப்பானுக்குத் தான் கேட்டது அனைத்தும் கிடைக்கவில்லை. ஆனால், பெரும்பாலும் கிடைத்தது.

யுத்தம் முடிந்த பிறகு ஜார் பேரரசும் ஒழிந்து விட்டது. தான், ஆசியாவில் பரவுவதற்கு அதுவே தக்க சமயம் என்று ஜப்பான் நினைத்தது. ஜப்பானிய ராணுவம் சைபீரியாவுக்குள் நுழைந்தன. ஜப்பானிய ஏஜெண்டுகள் மத்திய ஆசியாவில் சாமர்கண்ட், பொகாரா வரையில் வந்தார்கள். சோவியத்து ரஷியா விழித்துக்

கொண்டதாலும், அமெரிக்கா சந்தேகம் கொண்டு எதிர்த்ததாலும் முயற்சி பலிக்கவில்லை. ஜப்பானுக்கும் அமெரிக்காவுக்கும் எப்போதும் கீரிக்கும் பாம்புக்கும் உள்ள உறவுதான் என்பதை நாம் மறந்துவிடக்கூடாது.

1922 ல் நடந்த வாஷிங்டன் மாநாடு அமெரிக்க ராஜ தந்திரத்துக்கு வெற்றியாகும். அது ஜப்பானியரின் ஆசையில் மண்ணைப் போட்டது. அந்த மாநாட்டில் ஜப்பான் உள்பட ஒன்பது வல்லரசுகள் சீனாவை ஆக்கிரமிப்பதில்லை என்று உரைத்தன. ஆகவே, சீனாவில் பரவும் எண்ணத்தை ஜப்பான் கைவிடுவதைத் தவிர வேறு வழியில்லை. அந்த மாநாட்டில் பிரிட்டிஷ் ஜப்பானிய உறவும் முறிந்து, ஜப்பான் தனியாக நின்றது. பிரிட்டிஷ் அரசாங்கம் சிங்கப்பூரில் ஒரு பெரிய கடற் படைத்தளம் கட்டியது. இது ஜப்பானியரை அச்சுறுத்தவே இருக்கும்.

1924ல் ஜப்பானியர் அமெரிக்காவில் குடியேறக் கூடாது என்று அமெரிக்கா சட்டம் இயற்றியது. இதை ஜப்பான் பெரிதும் வெறுத்தது. ஆனால், அமெரிக்காவை எதிர்த்து ஜப்பான் என்ன செய்ய முடியும்? பகைவரால் சூழப்பட்ட தனி ஆளாக நின்ற நிலையில் ஜப்பான் ரஷியாவின் பக்கம் திரும்பி 1925 ஜனவரியில், அத்துடன் ஒரு உடன்படிக்கை செய்துகொண்டது.

இந்தக் காலத்தில் ஜப்பானுக்கு நேர்ந்த மாபெரும் விபத்தைப்பற்றி உனக்குக் கூறவேண்டும். 1925 செப்டம்பர் மாதம் 1ஆம் தேதி ஜப்பானில் ஒரு கொடிய பூகம்பம் ஏற்பட்டது. அதை அடுத்துக் கடலே பொங்கிவந்து ஊரை அழித்தது. 'பட்ட காலிலே படும். கெட்ட குடியே கெடும்' என்ற பழமொழிப்படி தலைநகராகிய டோகியோவில் தீப்பற்றிக்கொண்டு அதை அழித்துவிட்டது. யோகஹாமா துறைமுகமும் அழிந்து போயிற்று. லட்சம் பேருக்கு மேல் உயிரிழந்தார்கள். பொருள் சேதம் கணக்குவழக்கில்லை. இத்தனை ஆபத்துகளையும் சமாளித்து ஜப்பானிய மக்கள் எரிந்து சாம்பலான டோகியோ நகரை மீண்டும் புதிதாக கட்டினர்.

ஜப்பான் தன்னுடைய இக்கட்டான நிலைமை காரணமாக ரஷியாவுடன் சமரசம் செய்து கொண்டதே தவிர, அது கம்யூனிசத்தை அங்கீகரித்ததாகக் கொள்ள முடியாது. கம்யூனிசம் என்றால் ஜப்பானிய நடைமுறை ஏற்பாட்டில் உள்ள அம்சங்கள் இல்லை என்று ஆகிவிடும் அல்லவா? பெரும் தொழில் முதலாளிகளின் சுரண்டல் காரணமாக மக்களின் துன்பம் பெருகப் பெருகக் கம்யூனிசமும் ஜப்பானில் வளர்ந்து வந்தது. மக்கள்தொகையும் பெருகிக்கொண்டே சென்றது. அவர்கள்

அமெரிக்காவுக்கோ கானடாவுக்கோ அல்லது ஆஸ்திரேலியாவின் அத்துவான வெளிகளுக்கோ கூடச் சென்று குடியேற முடியாது. எங்கும் கதவு அடைக்கப்பட்டிருந்தது.

சீனா அருகில் இருந்தது. ஆனால், அங்கு ஜனங்கள் நிரம்பி வழிந்து கொண்டிருந்தார்கள். கொரியாவுக்கும் மஞ்சூரியாவுக்கும் சிலர் சென்று குடியேறினார்கள். உள்நாட்டில் நிலைமை அதிகமாகச் சீர்கேடு அடையவும் கம்யூனிஸ்டுக் கருத்துகளும் இன்னும் எல்லாத் தீவிரவாதக் கருத்துகளும் கடுமையான அடக்குமுறைக்கு ஆளாயின. 1925ல் 'சமாதானப் பாதுகாப்புச் சட்டம்' ஒன்று நிறைவேற்றப்பட்டது. அதன் வாசகம் சுவாரஸ்யமாக இருப்பதால் அதன் முதல் பிரிவைக் கீழே தருகிறேன்:

"தேசிய அரசியல் அமைப்பை மாற்றும் நோக்கத்துடனோ அல்லது தனி நபர்ச் சொத்துரிமையை நிராகரிக்கும் நோக்கத்துடனோ சங்கமோ சபையோ நிறுவுவோரும், அத்தகைய சங்கத்தின் நோக்கத்தை நன்கு தெரிந்துகொண்டு அதில் சேருவோரும் ஐந்து ஆண்டுக்கு மேற்பட்ட கடுங்காவல் தண்டனை முதல் மரண தண்டனை வரை அடைவதற்கு உரியோர் ஆவார்கள்."

கம்யூனிசம் மட்டுமின்றி எல்லாவிதமான சோஷலிச, தீவிரவாத அரசியல் சீர்திருத்தங்களையும் தடுக்கின்ற இந்தச் சட்டத்தின் கடுமை கம்யூனிசத்தின் வளர்ச்சியைக் கண்டு ஜப்பான் கொண்ட திகிலுக்கு ஓர் அளவுகோலாகும்.

ஆனால், கம்யூனிசத்துக்குக் காரணம் என்ன? சமூக நிலைமைகள் காரணமாகப் பொதுமக்கள் படும் துன்பத்தில் இருந்தே கம்யூனிசம் பிறக்கிறது. பசியின் கொடுமையால் மக்கள் தங்கள் குழந்தைகளைக் கூட விற்பதாகவும் செய்திகள் வருகின்றன. வேலை கிடைக்காத காரணத்தால் மத்திய வகுப்பாரும் திண்டாடிக் கொண்டிருக்கிறார்கள். நாட்டில் தற்கொலைகள் பெருகி வருகின்றன.

1928ல் கம்யூனிசத்துக்கு எதிரான போர் பெரிய அளவில் தொடங்யது. ஒரே இரவில் ஆயிரம் பேருக்குமேல் கைது செய்யப்பட்டார்கள். ஒரு மாதம் வரையில் இந்தச் செய்தியை வெளியிட பத்திரிகைகள் அனுமதிக்கப்படவில்லை. 1932 அக்டோபரில் நடந்த பெரிய சோதனை ஒன்றில் 2250 பேர் கைது செய்யப்பட்டார்கள். அவர்களில் பெரும்பாலோர் மாணவர்களும் ஆசிரியர்களும். தொழிலாளர் அல்ல. அவர்களில் நூற்றுக்கணக்கான

மாதரும் படித்துப் பட்டம் பெற்றோரும் இருந்தார்கள். இந்தியாவில் நடக்கும் மீரட் சதி வழக்கைப் போல ஜப்பானிலும் ஆண்டுக்கணக்கில் சில கம்யூனிஸ்டு வழக்குகள் நடந்து வருகின்றன.

ஜப்பானிய நிலைமைகளைப் பற்றி இவ்வளவு விரிவாகக் கூறியதன் காரணம், ஜப்பான் மஞ்சூரியாவில் மேற்கொண்ட நடவடிக்கைக்குத் தொடக்கம் இன்னதென்று நீ தெரிந்து கொள்ள வேண்டும் என்பதற்காகத்தான். இப்போது அதைப்பற்றிச் சிறிது கூறுகிறேன்.

மஞ்சூரியாவில் ரயில் மார்க்கம் இருந்தபடியால் ஏராளமான சீனர் அங்கு வந்து குடியேறினார்கள். சீன மக்கள் தங்களுடைய மூன்று வடகிழக்கு மாகாணங்களில் சென்று குடி புகுந்தது உலக வரலாற்றில் மக்கள் ஓரிடம் விட்டு வேறிடம் சென்று குடிபுகுந்த பெரிய இயக்கங்களில் ஒன்றாகக் கருதப்படுகிறது. 1923லிருந்து 1929 வரையில், அதாவது, ஏழு ஆண்டுகளுக்குள், 25 லட்சத்துக்கு மேற்பட்ட சீனர் மஞ்சூரியாவுக்குச் சென்றார்கள். இப்போது மஞ் சூரியாவின் மக்கள்தொகை மூன்று கோடி ஆகும். பழைய மஞ்சு வகுப்பினர் சீனரில் ஐக்கியமாகி விட்டனர். அவர்கள் தங்கள் மொழியைக் கூட மறந்துவிட்டனர்.

1922ல், வாஷிங்டன் மாநாட்டில் கையெழுத்தான ஒன்பது வல்லரசு ஒப்பந்தம் பற்றிக் கூறியது உனக்கு நினைவிருக்கலாம். சீனாவில் ஜப்பான் கொண்டிருந்த கருத்தை மறுப்பதற்காகவே மேற்கத்திய வல்லரசுகள் முக்கியமாக அந்த ஒப்பந்தத்தைச் செய்தன. அதில் ஜப்பான் உள்ளிட்ட ஒன்பது வல்லரசுகளும் சந்தேகத்துக்கு இடமின்றி "சீனாவின் சுதந்திரத்தை மீறி நடப்பதில்லை" என்று ஒப்புக் கொண்டுள்ளன.

சில வருஷங்கள் வரையில் ஜப்பான் பல்லைக் கடித்துக்கொண்டிருந்தது. 1931ல் ஜப்பானிய அரசாங்கம் மஞ் சூரியாவில், பகிரங்கமாகவே வலுச்சண்டை தொடங்கியது. இது 1922 ஆம் ஆண்டு ஒன்பது வல்லரசு ஒப்பந்தத்தை மீறிய செய்கையாகும். இது சர்வதேச சங்க முத்திரை ஒப்பந்தத்தை மீறிய செயலும் ஆகும். சீனா, ஜப்பான் இரண்டும் சர்வதேச சங்கத்தின் உறுப்பு நாடுகள் என்பதால் அவை சங்கத்தைக் கேட்காமல் ஒன்றோடொன்று போர் தொடுக்கக் கூடாது.

கடைசியாக, ஜப்பான் செய்தது யுத்தத்தைச் சட்டவிரோதமாக்கிய 1928 ஆம் ஆண்டு பாரிஸ் உடன்படிக்கையையும் மீறி நடந்ததாகும். சீனாவுக்கு விரோதமாகப் போர் நடவடிக்கைகளை மேற்கொண்ட

காரணத்தால், ஜப்பான் மேற்கூறிய ஒப்பந்தங்களையும் வாக்குறுதி களையும் வேண்டுமென்றே மீறி உலகத்தையே எதிரியாக்கி கொண்டது.

ஜப்பான் சீனாமீது பகிரங்கமாக யுத்தப் பிரகடனம் செய்யாமலே மஞ்சூரியாமீது படையெடுத்துச் சென்றது. சீன அரசாங்கம் இதை எதிர்த்துச் சர்வதேச சங்கத்திடமும் மற்ற வல்லரசுகளிடமும் முறையிட்டுக் கொண்டது. ஆனால், ஏன் என்று கேட்பார் ஒருவருமில்லை. ஒவ்வொரு நாட்டுக்கும் தன் பாடே பெரிதா- யிருந்தது. அத்துடன், ஜப்பானை வேறு விரோதித்துக் கொண்டு வீண் வம்பை விலைக்கு வாங்க ஒரு நாடும் தயாராயில்லை. சீனாவில் ஜப்பான் சாமான் புறக்கணிப்பு பேரியக்கம் ஜப்பானுக்கு பெரிய தலைவேதனையை அளித்தது.

1932, ஜனவரியில் ஒரு ஜப்பானிய சேனை திடீரென்று சீன மண்ணில் ஷாங்காய்க்கு அருகில் பிரவேசித்துப் பழிபாவத்துக்கு அஞ்சாத ஒரு பெரிய படுகொலையைச் செய்தது. ஷாங்காய்க்கு அருகிலுள்ள சாபை என்ற பெரிய பிரதேசம் குண்டுமாரிக்கு இரையாகி நிர்மூலமானது. ஆயிரக் கணக்கான மக்கள் உயிரிழந்தனர். ஜப்பானிய ராணுவம் சீன ராணுவத்தை எதிர்த்துத் தாக்கி இவ்வாறு செய்யவில்லை என்பதை நினைவில் வைக்கவேண்டும்.

சீனா முழுவதும் கோபம் பொங்கிப் பெருகியது. அன்னியனின் இந்தக் காட்டுமிராண்டித்தனமான படையெடுப்பை சீனாவி- லிருந்த பல்வேறு அரசாங்கங்களும் பகைமையை மறந்து எதிர்க்க முடிவெடுத்தன. அனைவரும் சேர்ந்து ஜப்பானுக்கு எதிராக அணி அமைக்க பேச்சு நடந்தது. சீன உள்நாட்டிலிருந்த கம்யூனிஸ்டு அரசாங்கம்கூட நாங்கிங் அரசாங்கத்துடன் இது விஷயத்தில் ஒத்துழைப்பதாகத் தெரிவித்தது. ஆயினும், நாங்கிங் அரசாங்கமோ, அதன் தலைவனான சியாங் கே ஷேக்கோ முன்னேறி வரும் ஜப்பானியத் துருப்புகளிடமிருந்து ஷாங்காயைக் காப்பதற்கு ஒன்றும் செய்யவில்லை. சர்வதேச சங்கத்துக்கு ஒரு ஆட்சேபம் அனுப்பிவிட்டு நாங்கிங் பேசாமல் இருந்துவிட்டது.

இந்தச் சமயத்தில் தெற்கேயிருந்து ஒரு விசித்திரமான சேனை ஷாங்காய்க்கு வந்து சேர்ந்தது. அது 'பத்தொன்பதாம் வழிச் சேனை' என்று அழைக்கப்பட்டது. அது கான்டன் ஆட்களைக் கொண்டிருந்தது. ஆனால், அது கான்டன் அரசாங்கத்துக்கோ நாங்கிங் அரசாங்கத்துக்கோ உட்பட்டு இருக்கவில்லை. அதில் பதினாறு வயதுப் பையன்களும் பதினாலு வயதுப் பையன்களும் நிறைய இருந்தார்கள். சிலருக்குப்

பன்னிரண்டு வயதுக்குமேல் இராது. 1932 ஜனவரியிலும் பிப்ரவரியிலும் இரண்டு வாரம் அவர்கள் நாங்கிங் அரசாங்கத்திடம் இருந்து எவ்வித உதவியும் பெறாமல் போரிட்டார்கள். அவர்களைக் காட்டிலும் ஆள் பலமும் ஆயுத பலமும் அதிகமாக உடைய ஜப்பானிய சேனையின் முன்னேற்றத்தைத் தடுத்து நிறுத்த வேண்டும் என்றால் அவர்கள் எவ்வளவு வீர தீரத்துடன் போரிட்டிருக்க வேண்டும்! அவர்களுடைய அசகாய சூரத்தனத்தைக் கண்டு ஜப்பானியரே அதிசயித்தார்கள்.

பத்தொன்பதாம் வழிச் சேனை வரலாறு படைத்தது. அதன் புகழ் உலகெங்கும் ஒலித்தது. சீனாவைக் காக்க அது ஆற்றிய போரினால் ஜப்பான் போட்டிருந்த திட்டங்கள் தலைகீழாயின. மேற்கத்திய வல்லரசுகளும் ஷாங்காயில் தங்களுடைய சொத்து சுதந்திரங்களுக்கு எங்கே போரினால் நஷ்டம் விளையுமோ என்று கவலைப்பட்டுக் கொண்டிருந்தன. ஆகவே, ஷாங்காயிலிருந்து ஜப்பான் தன்னுடைய படைகளை கொஞ்சம் கொஞ்சமாக வாபஸ் பெற்றுக்கொண்டது.

ஜப்பானியர் ஷாங்காயை விட்டுப் போனார்களே ஒழிய மஞ் சூரியாவை அதிகம் கவனிக்கத் தொடங்கினார்கள். அவர்கள் அங்கு ஒரு பொம்மை அரசாங்கத்தை ஏற்படுத்தி, மஞ்சூரியா தன்னுடைய சுய நிர்ணய உரிமையை ஒட்டி நடக்கிறது என்று உலகுக்குத் தெரி-வித்தார்கள்.

மஞ்சூரியாவில் ஜப்பானுக்கு நிம்மதி இல்லை. சீனத் தொண்டர் படைகள் அவர்களுடன் ஓயாது போரிட்டுக் கொண்டிருந்தன. அந்தத் தொண்டர் படைகளை ஜப்பானியர் 'கொள்ளைக்காரர்' என்று அழைத்தார்கள். சீனரைக் கொண்ட மஞ்சுகோ படைகளை நிறுவி, அவற்றுக்குப் பயிற்சி அளித்து அந்சக் 'கொள்ளைக்காரரை' எதிர்த்துப் போரிடும்படி அனுப்பிவைத்தார்கள். அந்தப் படைகள் 'கொள்ளைக்காரருடன்' போய்ச் சேர்ந்து கொண்டன. ஜப்பானியர் அனுப்பிய படைகள் ஒன்றாவது திரும்பிவரவில்லை.

சீனா மீதான படையெடுப்பு குறித்து சர்வேதச சங்கம், பல மாதங்கள் விசாரணைக்கு பிறகு அறிக்கை வெளியிட்டது. அதில் ஜப்பானை கண்டித்தது. மஞ்சூரியாவிலும் சரி, மற்ற இடங்களிலும் சரி, ஜப்பான் வன்முறையை பயன்படுத்தி செய்துள்ள மாறுதல்களைத் ஒப்புக்கொள்ள முடியாதென்று அமெரிக்கா அறிவித்தது. அமெரிக்கா இவ்வளவு உறுதியாத இருந்தும், இங்கிலாந்தும், ஓரளவுக்குப் பிரான்சு, இதாலி, ஜெர்மனி ஆகிய நாடுகளும் ஜப்பானை ஆதரித்தன.

இந்நிலையில் 1933 ஆம் ஆண்டு முதல் தேதியன்று, திடீரென்று ஜப்பானிய ராணுவம் சீனாவில் புகுந்து பெருஞ்சுவருக்கு இப்பாலுள்ள ஷான்ஹைகுவான் நகரைத் தாக்கத் தொடங்கியது. ஷான்ஹைகுவான் சர்வநாசம் செய்யப்பட்டது. ஏராளமான நகர மாந்தர் உயிரிழந்தனர். அதற்குப் பிறகு ஜப்பானிய ராணுவம் ஜெஹோல் என்னும் சீன மாகாணத்துக்குள் பிரவேசித்துப் பீபிங் நகரை நெருங்கிற்று. 'கொள்ளைக்காரர்' ஜெஹோலைத் தலைமை இடமாகக் கொண்டு மஞ்சுகோவைத் தாக்கினார்கள் என்பது இந்தப் படையெடுப்புக்கு ஜப்பான் சொல்லிய சாக்கு. எப்படியும் ஜெஹோல் மஞ்சுகோவின் ஒரு பகுதி என்று சொல்லிக் கொண்டார்கள்.

புது வருஷப் பிறப்பன்று நடந்த இந்தப் புது ஆக்கிரமிப்பும், படுகொலையும் சர்வதேச சங்கத்தைத் தட்டி எழுப்பின. சங்கத்தைச் சேர்ந்த சிறிய நாடுகள் ஜப்பான்மீது நடவடிக்கை எடுக்கவேண்டும் என்று பிடிவாதமாக இருந்தன. ஆகவே, சங்கம் லிட்டன் ரிப்போர்ட்டை அங்கீகரித்தும், ஜப்பானைக் கண்டித்தும் ஒரு தீர்மானம் நிறைவேற்றியது. ஜப்பானிய அரசாங்கம் இதைச் சற்றும் சட்டை செய்யாமல் சங்கத்திலிருந்து விலகிக்கொண்டது. சங்கத்தில் இலிருந்து ராஜிநாமா செய்துவிட்டு ஜப்பான் பீபிங் நகரை நோக்கி முன்னேறிச் சென்றது. அதற்கு எதிர்ப்பே இல்லை. 1933 மே மாதத்தில், ஜப்பானிய சேனை பீபிங் நகரின் வாசலை அணுகியபோது சீனாவும் ஜப்பானும் யுத்த நிறுத்த ஒப்பந்தம் செய்து கொண்டன. ஜப்பான் ஜெயித்து விட்டது. ஜப்பானிய ஆக்கிரமிப்பை எதிர்த்து ஒன்றும் செய்யாத நாங்கிங் அரசாங்கமும், இப்போதிருக்கும் கோமின்டாங் கட்சியும் சீன மக்களின் அன்பை இழந்ததில் ஆச்சரியம் ஒன்றுமில்லை.

மஞ்சூரிய விவகாரத்தைப் பற்றி விரிவாகப் பேசிவிட்டேன். சீனாவின் எதிர் காலத்தைப் பாதிப்பதால் அது மிகவும் முக்கியமானது. சர்வதேச சங்கத்தின் கையாலாகாத் தனத்தைக் காட்டுவதால் அது இன்னும் முக்கியமானது. சர்வதேசியத் துறையில் ஒரு தேசம் தப்புச் செய்கிறது என்று நிரூபிக்கப்பட்ட பின்பும் சங்கம் அது குறித்து ஒன்றும் செய்ய முடியவில்லை அல்லவா? பெரிய ஐரோப்பிய வல்லரசுகளின் கபட நாடகத்தையும் சூதுவாதுகளையும் மஞ்சூரிய விவகாரம் வெட்ட வெளிச்சமாக்கி விட்டது. இந்த விஷயத்தில் சங்க உறுப்பினர் அல்லாத அமெரிக்கா, ஜப்பானுக்கு எதிரான போக்கை மேற்கொண்டு அதனுடன் போர் தொடுக்கும் படியான நிலைமைக்கும் வந்துவிட்டது. இங்கிலாந்தும் மற்ற வல்லரசுகளும் ரகசியத்தில் ஜப்பானுக்கு உடந்தையாக இருப்பதைக் கண்டு, தான் ஜப்பானுக்கு

விரோதமாகத் தனித்து நிற்க நேரிடும் என்று அஞ்சிய அமெரிக்கா பிறகு சற்று உஷாராகிவிட்டது. சங்கம் வாயால் ஜப்பானைக் கண்டித்து விட்டுச் செய்கையில் சும்மா இருந்துவிட்டது. சங்கத்தில் அங்கம் வகிக்கும் நாடுகள் மஞ்சுகோ அரசை அங்கீகரிப்பதில்லை என்று தீர்மானித்தன. ஆனால், இது வெறும் கண் துடைப்பு வித்தையே ஒழிய வேறில்லை என்பது பின்பு தெளிவாயிற்று.

ஆகவே, சீனா மஞ்சூரியாவை இழந்ததோடு வேறு பலவற்றையும் இழந்து நின்றது. ஜப்பான் பாக்கி சீனாவையும் பயமுறுத்தி வந்தது. திபெத்து சுதந்திரமாக இருந்தது. மங்கோலியா ரஷிய சோவியத்து யூனியனைச் சேர்ந்த ஒரு சோவியத்து நாடு. இன்னொரு பெரிய மாகாணத்திலும் சீனாவுக்குத் தொந்தரவு உண்டாயிற்று. சிங்கியாங் அல்லது சீன துருக்கி ஸ்தானம் என்று பெயர்பெற்ற அந்த மாகாணம் திபெத்துக்கும் சைபீரியாவுக்கும் இடையில் இருக்கிறது. காஷ்மீரின் தலைநகரான ஸ்ரீநகரிலிருந்து ஒட்டகத்தின்மீது வியாபாரிகள் புறப்பட்டு 'லடாக்' கிலுள்ள 'லே' நகர் வழியாகச் சிங்கியாங்கில் உள்ள 'யார்கண்ட்'டுக்கும் 'காஷ்கரு'க்கும் தவறாது போய்வருகிறார்கள்.

1933 தொடக்கத்தில், சிங்கியாங் மாகாணத்தில் ஒரு துருக்கியக் கலகம் நிகழ்ந்தது. 'யார்கண்ட்'டும், 'காஷ்கரு'ம் கலகக்காரரர் வசமாயின. அங்கே ஒரு குடியரசு ஸ்தாபிக்கப்பட்டது. இந்தக் கலகத்தைத் தூண்டிவிட்டதாகப் பிரிட்டன் சோவியத்து ரஷியா மீது குற்றம் சாட்டியது. மஞ்சுகோவைப் போல் சீனாவுக்கும் ரஷியாவுக்கும் இடையில் ஒரு இடைதாங்கி நாட்டை ஏற்படுத்துவதற்காகப் பிரிட்டன் கலகத்தைத் தூண்டி விட்டதென்று ரஷியா பகிரங்கமாகக் குற்றம் சாட்டியது. சிங்கியாங் கலகத்தைத் திட்டம் போட்டு நடத்திய பிரிட்டிஷ் ராணுவ அதிகாரியின் பெயரும் அம்பலத்துக்கு வந்துள்ளது.

குறிப்பு: இந்தச் சிங்கியாங் கலகம் சீன அரசாங்கத்தை ஆதரிப்போரால் அடக்கப்பட்டது. அதை அடக்குவதற்குச் சோவியத்து அதிகாரிகள் மறைமுகமாக உதவி செய்திருக்கலாம். இதன் பலனாக, மத்திய ஆசியாவில் சோவியத்து ரஷியாவின் கவுரவம் உயர்ந்து பிரிட்டனின் கவுரவம் தாழ்ந்தது.

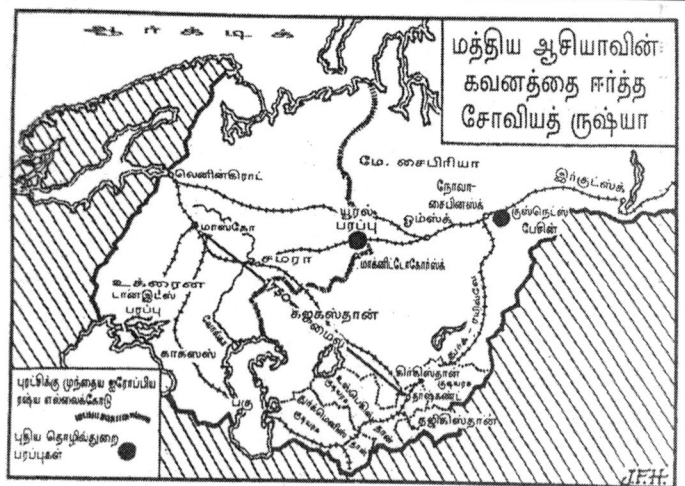

179. சோவியத் குடியரசுகளின் ஒன்றியம்

ஜூலை 7, 1933

சோவியத் ரஷியாவில் புரட்சியின் நாயகன் லெனின் *1924* ஜனவரியில் காலமானது வரை பார்த்தோம். அதிலிருந்து இப்போது தொடர்வோம். ரஷிய புரட்சிக்கு பிறகு, எழுதிய பல கடிதங்களில் அடிக்கடி ரஷியாவின் பெயர் இடம்பெற்றது. ஐரோப்பியப் பிரச்சினைகள், இந்தியாவின் எல்லை, மத்திய கிழக்கு நாடுகள், துருக்கி, பாரசீகம், கிழக்குக் கோடி நாடுகள், சீனா, ஜப்பான், எதை எடுத்துக் கொண்டாலும் ரஷியாவின் பெயர் அடிக்கடி வந்து குறுக்கிட்டது.

சமீப ஆண்டுகளில் நாடுகளுக்கு இடையே உள்ள உறவும், அவை ஒன்றையொன்று சார்ந்து நிற்பதும் மிகவும் அதிகமாகி வந்துள்ளன. வரலாறு சர்வதேசிய மயமாகவும் உலக வரலாறாகவும் மாறி வருகிறது. ஒரு தேசத்தின் வரலாற்றை மட்டும் அறியவேண்டும் என்றாலும் உலகம் முழுவதையும் சேர்த்துப் பார்க்க வேண்டியுள்ளது.

ஐரோப்பாவிலும் ஆசியாவிலும் சோவியத்து யூனியனுக்குச் சொந்தமான மாபெரும் நிலப்பரப்பு முதலாளித்துவ உலகத்துக்கு அப்பாற்பட்டிருப்பினும், எங்கும் அதைத் தொட்டுக்கொண்டும் மோதிக்கொண்டும் நிற்கிறது. கீழ் நாடுகள் பால் ருஷியா அனுஷ்டித்த தாராளமான கொள்கையைப் பற்றியும், துருக்கி,

பாரசீகம், ஆப்கானிஸ்தானம் ஆகிய நாடுகளுக்கு அது அளித்த 'உதவியைப் பற்றியும், சீனாவுடன் அதுகொண்ட வெகு நெருக்கமான தொடர்பு கடைசியில் திடீரென்று அறுந்துபோனது பற்றியும், முந்தையக் கடிதங்களில் கூறியிருக்கிறேன். இப்போது, உன்னைச் சோவியத்துப் பூமியின் இதயப் பகுதிக்கு அழைத்துச்சென்று அங்கே நடைபெறும் ஆச்சரியமான சமூக இயல் சோதனையை உனக்குக் காட்ட விரும்புகிறேன்.

புரட்சியை அடுத்த நாலு ஆண்டுகளில், 1917லிருந்து 1921 வரை பகைவர் கூட்டத்தினின்று புரட்சியைக் காப்பதற்குப் போரிடவே பொழுது சரியாக இருந்தது. யுத்தமும், கலகமும், உள்நாட்டுப் போரும், பட்டினியும், சாவும் நிறைந்த அந்தக் காலம் உருக்கமும் சோகமும் ததும்பி லட்சியத்தைக் காப்பதற்காகச் சாமானியப் பொது மக்கள் காட்டிய வீரத்தால் அது பொலிவு பெற்றது.

இதற்குப் பிறகு, 1921ல் லெனின் 'புதிய பொருளியல் கொள்கை'யைப் புகுத்தியபோது, கம்யூனிஸத்தில் இருந்து விலகுவதாக தோன்றியது. அவர்கள் ஒரு அடி பின்வாங்கி, சற்று இளைப்பாறிப் புதிய தெம்பைப் பெற்றுப் பயணிக்க விரும்பினார்கள். சோவியத்து அரசாங்கம் நாசமுற்ற நாட்டை புனரமைக்கும் காரியத்தில் ஈடுபட்டது. அதற்காக, அவர்களுக்குப் பலவித இயந்திர சாதனங்களும் பொருள்களும் தேவையாக இருந்தன.

ரயில்வே என்ஜின்கள், பெட்டிகள், இயந்திரக் கலப்பைகள், தொழிற்சாலை சாதனங்கள் ஆகிய எண்ணற்ற பொருள்களை அவர்கள் வெளிநாடுகளில் பணம்கொடுத்து வாங்கவேண்டியது இருந்தது, ஆனால், அவர்களிடம் பணம் இல்லை, ஆகவே, அவர்கள் அந்த நாடுகளுடன் உறவை ஏற்படுத்தி, தவணைகளில் பொருள்கள் வாங்க வேண்டும். சோவியத் ரஷியாவை நாடுகள் அங்கீகரித்தால் மட்டுமே இது முடியும்.

ஆனால், வல்லரசுகள் சோவியத் ரஷியாவையும் போல்ஷ்விக்கு களையும் வெறுத்தன. சோவியத்தின் தொடர்பே இல்லாமல் இருந்தால் அவற்றுக்கு மகிழ்ச்சியாக இருக்கும். ஆனால், பூமியின் நிலப்பரப்பில் ஆறில் ஒரு பாகத்தை ஆளும் அரசாங்கத்தைப் புறக்கணிக்க முடியுமா? அதைவிட ஏராளமான விலையுயர்ந்த இயந்திர சாமான்களை வாங்குவதற்குத் தயாராக தேடிவரும் வாடிக்கையாளரை எப்படி விட முடியும்? ரஷியா போன்ற விவசாய நாட்டுக்கும் ஜெர்மனி, இங்கிலாந்து, அமெரிக்கா போன்ற தொழில்துறை நாடுகளுக்கும்

வியாபாரம் நடப்பது இரு தரப்புக்கும் நன்மை தரும் விஷயம். ரஷியா தான் வாங்கும் இயந்திர சாமான்களுக்குப் பதிலாக அந்த நாடுகளுக்கு வேண்டிய உணவுப் பொருள்களையும் மூலப் பொருள்களையும் குறைந்த விலைக்குக் கொடுக்க முடியும்.

கடைசியில் கம்யூனிசத்தின் பால் உள்ள வெறுப்பை பணத்தாசை வென்றது. அனேகமாக எல்லா நாடுகளும் சோவியத்து அரசாங்கத்தை அங்கீகரித்தன. பல அதனுடன் வியாபார உடன்படிக்கைகள் செய்து கொண்டன. தொடக்கத்தில் இருந்தே சோவியத்தை அங்கீகரிக்க மறுத்தது அமெரிக்கா மட்டும்தான். ஆனால், இரு நாடுகளுக்கும் இடையில் வியாபாரம் நடந்து வந்தது.

இவ்வாறு சோவியத்து ரஷியா அனேகமாக எல்லா முதலாளித்துவ, நாடுகளுடனும் உறவு ஏற்படுத்திக் கொண்டது. அந்த வல்லரசுகளுக்கு இடையே இருந்த போட்டி ஓரளவு அதற்கு உதவியாக இருந்தது. தோற்கடிக்கப்பட்ட ஜெர்மனி, 1922ல், ரஷியாவை நாடியதையும், ரபல்லோ உடன்படிக்கை கையெழுத்தானதையும் முன்பே பார்த்தோம். ஆனால், இந்த உறவு நிலையற்றதாக இருந்தது.

முதலாளித்துவம், கம்யூனிசம் இரண்டும் எதிரும் புதிருமானவை. போல்ஷிவிக்குகள் அழுத்தப்படும், சுரண்டப்படும் மக்களுக்கு ஆதரவாக இருந்தனர். காலனி நாடுகளில் அடிமைப்பட்ட மக்களுக்கும், தொழிற்சாலைகளில் சுரண்டப்படும் தொழிலாளர்களுக்கும் அவர்கள் ஆதரவாக நின்றனர். அரசாங்கம் நேரடியாக தலையிடாமல், காமின்டர்ன் எனப்படும் சர்வதேச பொதுவுடமைச் சங்கத்தின் மூலம் செய்தார்கள். இதற்கு மாறாக வல்லரசுகளும், குறிப்பாக இங்கிலாந்தும், சோவியத்தை இல்லாமல் செய்ய எல்லாவற்றையும் செய்தன. இந்த நிலையில் தகராறு ஏற்படாமல் எவ்வாறு இருக்க முடியும்?

ஏகாதிபத்திய வாதத்தை வேரோடு பிடுங்கும் சித்தாந்தத்துக்கு பிரதிநிதியாக இருப்பது சோவியத்து ரஷியா. இன்று இங்கிலாந்தும் மற்ற முதலாளித்துவ நாடுகளும் சோவியத்து ராணுவத்தைக் கண்டு அஞ்சவில்லை. ஆனால், அதைவிட அதிகச் சக்திவாய்ந்த, அபாயகரமான சோவியத்துக் கருத்துக்களையும் கம்யூனிஸ்டுப் பிரசாரத்தையும் கண்டு அவர்கள் அஞ்சுகிறார்கள். அவற்றை எதிர்ப்பதற்காக ரஷியாவுக்கு ஓயாமல் பொய்ப் பிரசாரம் செய்யப்படுகிறது.

சோவியத் அரசாங்கம் குறித்து நம்பமுடியாத கதைகள் கட்டிவிடப்படுகின்றன. பிரிட்டிஷ் ராஜதந்திரிகள், யுத்தகாலத்தில்

தங்கள் பகைவர்களைத் தவிர்த்து வேறு யாரைக் குறித்தும் உபயோகிக்காத வார்த்தைகளைச் சோவியத்துத் தலைவர்களைக் குறித்து உபயோகிக்கிறார்கள். இந்த நிலைமையில் சோவியத்து ரஷியாவும் வல்லரசுகளும் ஒட்டமுடியாது அல்லவா? கம்யூனிஸ்டு நாடும் முதலாளித்துவ நாடுகளும் ஒன்றுசேர முடியாது. அவற்றுக்கு இடையே நிரந்தர சமாதானம் நிலவ முடியாது.

போல்ஷிவிக்குகள் அதிகாரத்துக்கு வந்ததும், ஜார் காலத்தில் ரஷியா மற்ற நாடுகளிடம் வாங்கிய கடனைக் கொடுக்க முடியாது என்று சொன்னார்கள். 1905ல் தோற்றுப்போன புரட்சியின் போதே இந்தக் கொள்கை தெளிவு படுத்தப்பட்டது. அதன் அடிப்படையில் சீனா உள்ளிட்ட நாடுகள் தங்களுக்குக் கொடுக்க வேண்டிய கடனையும் சோவியத்து கேட்கவில்லை. யுத்த இழப்பீடிலும் அவர்கள் பங்குக்கு வரவில்லை.

சோவியத்து அரசாங்கம், கடனை நிராகரிப்பதற்கு பல நியாயங்களை கூறினாலும், வல்லரசுகளுடன் சமரசமாகப் போவதற்கு வெகு ஆவலோடு இருந்தது. ஆகவே, கடன் பிரச்சினையைப் பேச தயாராக இருந்தது. ஆனால், சோவியத்தை நிபந்தனை-யின்றி அங்கீகரித்த பிறகு பேச்சு நடத்தலாம் என்றது. இங்கிலாந்து, பிரான்சு, அமெரிக்கா மூன்றுக்கும் கடனைத் திருப்பிக் கொடுப்பது தொடர்பாக எவ்வளவோ உறுதி கூறியது. ஆனால், வல்லரசுகள் அதனுடன் சமரசமாகப் போவதில் அக்கறை காட்டவில்லை.

ரஷியா வாங்கிய பழைய கடன்கள் விஷயம் இன்னும் தீர்ந்த பாடில்லை. இதற்கிடையில், இங்கிலாந்து, பிரான்சு, ஜெர்மனி, இதாலி போன்ற பெரிய பெரிய முதலாளித்துவ நாடுகளும் ரஷியா செய்த காரியத்தையே செய்து வருகின்றன. ரஷியா செய்தபோது மட்டும் எல்லாம் அலறிப் புடைத்தன.

என்ன ஆனாலும் பிற நாடுகளுடன் சமாதானமாகப் போகவேண்டு மென்பது சோவியத்தின் கொள்கையாக இருந்தது. எழுந்து நிற்பதற்கு அவர்களுக்கு அவகாசம் தேவையாக இருந்தது. சோஷலிஸ்டு முறையில் ஒரு பெரிய நாட்டைப் புனரமைக்கும் மாபெருங் காரியம் அவர்களுடைய கவனம் முழுவதையும் கவர்ந்து நின்றது.

1921ல் லெனின் புதிய பொருளாதாரக் கொள்கையை அறிமுகம் செய்தார் அல்லவா? உற்பத்திச் சாதனங்களை அரசாங்கப் பொதுவுடைமையாக்கும் திட்டத்துக்கு மத்திய விவசாய வகுப்பினரை

அனுகூலமாகத் திருப்புவதற்காக அந்தக் கொள்கை வகுக்கப்பட்டது. கிராமங்களுக்கு மின்சாரம் வழங்கும் பெரிய திட்டத்தையும் லெனின் தொடங்கினார். பெரிய மின்சார உற்பத்தி இயந்திர சாலைகள் அமைக்கப்பட்டன. விவசாயிகளுக்கு உதவி செய்யவும், நாட்டை தொழில் மயமாக்கவும் மின்சாரம் தேவையாக இருந்தது.

மின்சாரத்தின் உதவியால் ஒளிவீசும் கிராமங்களில் வாழ்வோரும், மின்சாரத்தின் உதவியைக் கொண்டு விவசாய வேலைகளைச் செய்யும் விவசாயிகளும் பழைய வழக்கத்தையும் பாணியையும் கைவிட்டுப் புதிய வழிகளில் சிந்திக்கத் தொடங்கினார்கள். நான்கு வருஷம் ‘யுத்தகாலக் கம்யூனிசம்’ அமல் செய்யப்பட்டதால் ரஷியாவில் இந்த மாறுதல் தீவிரமாகி வந்தது. சொந்தத்தில் வியாபாரம் செய்வதற்கு விவசாயிகளுக்கு வசதி அளிக்கப்பட்டது.

நாட்டை மின்சார மயமாக்குவதில் லெனின் பெரிதும் முனைந்து நின்றார். அதற்காக அவரால் சொல்லப்பட்ட கணக்கு புகழ்பெற்றது. ‘மின்சாரத்துடன் சோவியத்தைக் கூட்டினால் சோஷலிஸம் தோன்றும்’ என்று அவர் கூறினார். லெனின் காலத்துக்குப் பிறகும் இந்த மின்சார மயமாக்கும் வேலை தீவிரமாகத் தொடர்ந்து நடந்தது. உழவுக்கும் பிற காரியங்களுக்கும் டிராக்டர்களை உபயோகிப்பதால் விவசாய முறைகள் திருந்துவதோடு விவசாயிகளின் மனப்பான்மையிலும் மாற்றம் உண்டாகிறது. அமெரிக்காவில் உள்ள ‘போர்டு’ கம்பெனி இந்த இயந்திரக் கலப்பைகளைச் ‘சப்ளை’ செய்தது, ஆண்டுக்கு லட்சம் மோட்டார்களை உற்பத்தி செய்யக் கூடிய ஒரு பிரம்மாண்டமான தொழிற்சாலையை ரஷியாவில் கட்டுவதற்குச் சோவியத்து அரசாங்கம் ‘போர்டு’ கம்பெனியுடன் ஒப்பந்தம் செய்துகொண்டது. இது முக்கியமாக இயந்திரக் கலப்பைகளை உற்பத்தி செய்வதற்காக ஏற்படுத்தப்பட்டது,

சோவியத்து எண்ணெயும் பெட்ரோலும் உற்பத்தி செய்து வெளி நாடுகளுக்கு விற்றது. அஜர்பைஜானிலும் ஜார்ஜியாவிலும் நல்ல எண்ணெய்ப் பிரதேசம் இருக்கிறது. சோவியத்து தன்னுடைய எண்ணெயையும் பெட்ரோலையும் மற்றப் பெரிய எண்ணெய்க் கம்பெனிகளைவிடக் குறைந்த விலைக்கு வெளிநாடுகளில் விற்க தொடங்கியது.

‘சோவியத்து’ என்ற பதத்தை இந்தக் கடிதத்திலும் பிற கடிதங்களிலும் நான் அடிக்கடி பயன்படுத்துகிறேன். சில சமயம் ‘ரஷியா’ இதைச் செய்தது, அதைச் செய்தது என்றும் சொல்லியிருக்கிறேன். இவ்வாறு

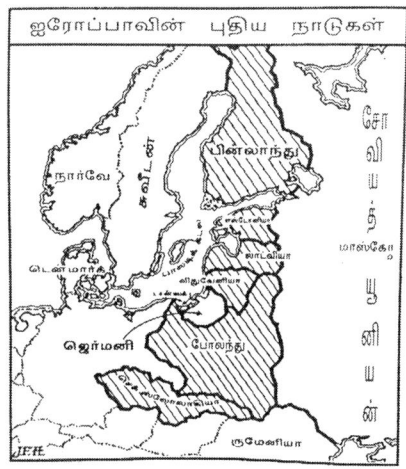

ஒரே பொருளைக் குறிப்பதற்குப் பல மொழிகளை உபயோகித்து வந்துள்ளேன். இனி அது என்ன வென்று பார்ப்போம். 1917 நவம்பரில், போல்ஷ்விக் புரட்சிக்குப்பின் பெட்ரோகிராடில் சோவியத்துக் குடியரசுப் பிரகடனம் செய்யப்பட்டதை நீ அறிவாய். ஜார் அரசாங்கத்தால் கொடுமைக்கு ஆளான தேசிய இனங்களைச் சேர்ந்த பலர் ரஷியப் புரட்சி இயக்கத்தில் சேர்ந்தார்கள். ஆனால், அவர்கள் விரும்பியது தேசியப் புரட்சியே ஒழியச் சமூகப் புரட்சி அல்ல.

1917 பிப்ரவரி புரட்சிக்குப் பின்னர் ஏற்பட்ட தற்காலிக அரசாங்கம் இந்தத் தேசிய இனங்களின் நிலையைச் சீர்திருத்துவதற்குப் பல வாக்குறுதிகள் அளித்தது. என்றாலும் காரியத்தில் ஒன்றும் செய்யவில்லை. ஆனால், போல்ஷ்விக் கட்சியின் தொடக்கத்தில் இருந்தே, புரட்சிக்கு வெகுகாலம் முன்னரே, லெனின் ஒவ்வொரு தேசிய இனத்துக்கும் முழு சுய நிர்ணய உரிமை வழங்க வேண்டும் என்றும், ரஷியாவில் இருந்து பிரிந்து தனித்திருக்கும் சுதந்திரம்கூட அவர்களுக்கு இருக்க வேண்டும் என்றும் வற்புறுத்தி வந்தார். பழைய போல்ஷ்விக் திட்டத்தில் இது ஒரு அம்சம். போல்ஷ்விக் புரட்சிக்குப் பின்னர் அரசாங்கத்தைக் கைப்பற்றிக் கொண்ட அவர்கள் மீண்டும் சுய நிர்ணயக் கொள்கையில் தங்களுக்குள்ள நம்பிக்கையை ஊர்ஜிதம் செய்தார்கள்.

உள்நாட்டுப் போரில் ஜார் சாம்ராஜ்யம் உருக்குலைந்தது. சிறிது காலம் வரையில் மாஸ்கோவையும் லெனின்கிராடையும் சுற்றியுள்ள சிறு பிரதேசமே சோவியத்துக் குடியரசின் வசமிருந்தது. மேற்கத்திய வல்லரசுகளின் தூண்டுதலின் பேரில் பால்டிக் கடலை அடுத்த

பின்லாந்து, எஸ்தோனியா, லாட்வியா, லிதுவேனியா ஆகிய தேசிய இனங்கள் சுதந்திர அரசுகள் ஆகிவிட்டன. போலந்தும் சுதந்திர அரசாயிற்று. உள்நாட்டுப் போரில் ரஷிய சோவியத்து வெற்றி பெற்று அன்னிய படைகள் வெளியேறவும், சைபீரியாவிலும் மத்திய ஆசியாவிலும் தனி, சுதந்திரச் சோவியத்து அரசாங்கங்கள் தோன்றின. அந்த அரசாங்கங்களின் லட்சியங்கள் பொதுவாக இருந்தபடியால் அவை ஒன்றோடொன்று நெருங்கிய உறவு பூண்டிருந்தன. 1923ல் அவை ஒன்று சேர்ந்து சோவியத்து யூனியன் ஆயின. 'யூனியன் ஆஃப் சோஷலிஸ்டு சோவியத்துக் ரிபப்ளிக்' என்பது அவற்றின் முழுப்பெயராகும். அதைக் குறுக்கி, யு.எஸ்.எஸ்.ஆர். என்று சொல்கிறார்கள்.

1923லிருந்து யூனியன் குடியரசுகளின் எண்ணிக்கையில் சிறிது மாறுதல் ஏற்பட்டிருக்கிறது. ஒன்றிரண்டு குடியரசுகள் இரண்டாகப் பிரிந்துள்ளன. மங்கோலியாவும் சோவியத்து யூனியனுடன் ஒரு வகையான உறவு கொண்டிருக்கிறது.

இவ்வாறு, சோவியத்து யூனியன் பல குடியரசுகளின் கூட்டாக விளங்குகிறது. இந்தக் கூட்டில் சேர்ந்துள்ள குடியரசுகளில் சில தாங்களே கூட்டுகளாக உள்ளன. ஒன்றோடொன்று பின்னிக் கிடக்கும் பல குடியரசுகள் தவிர, இன்னும் பல 'தேசிய,' சுய ஆட்சிப் பிரதேசங்கள் இந்தக் குடியரசுகளில் உள்ளன. இவ்வளவு சுய ஆட்சியைப் புகுத்தியிருப்பதன் காரணம் ஒவ்வொரு தேசிய இனமும் தன்னுடைய மொழியையும் பண்பாட்டையும் பாதுகாத்துக் கொண்டு இயன்றவரை சுதந்திரமாக வாழவேண்டும் என்பதுதான்.

கூடிய வரையில் ஒரு தேசிய இனம் அல்லது வகுப்பு இன்னொன்றை அடக்கி ஆளுவதைத் தவிர்ப்பதற்கு முயற்சி செய்யப்பட்டுள்ளது. சிறுபான்மையினர் பிரச்சினையைச் சோவியத்து தீர்த்துள்ள விதத்தில் நமக்கு அக்கறை இருக்கிறது. சில கஷ்டமான சிறுபான்மையினர் பிரச்சினைகள் நம் முன்பும் நிற்கின்றன அல்லவா? நம்முடைய கஷ்டத்தைவிடச் சோவியத்தின் கஷ்டம் பன்மடங்கு அதிகம் என்று தெரிகிறது. வெவ்வேறான 182 தேசிய இனங்களை அவர்கள் சமாளிக்க வேண்டியிருந்தது. அவர்கள் அதில் வெற்றி பெற்றார்கள். ஒவ்வொரு தனித் தேசிய இனத்தையும் அங்கீகரித்து அவர்கள் தங்களுடைய மொழியிலேயே கல்வி கற்கவும், பிற அலுவல்களைச் செய்யவும் ஊக்கம் அளிக்கப்பட்டது. அவ்வளவு தூரத்துக்குச் சோவியத்து ரஷியா சென்றது. வெவ்வேறு சிறுபான்மையினரின்

இயந்திரமயமான கூட்டுப்பண்ணை

தனிப்பட்ட போக்குகளைத் திருப்தி செய்வதற்காக மட்டும் இது செய்யப்படவில்லை. சாமானியப் பொதுமக்கள் கல்வியும் பண்பாடும் பெற்றுச் சிறக்கவேண்டும் என்றால் அது தாய் மொழியில்தான் இயலும் என்ற நம்பிக்கையே இதற்கு காரணமாகும். ஏற்கெனவே, இதற்குப் பலன் கைமேல் கிடைத்திருக்கிறது.

யூனியனில் அதன் வெவ்வேறு பகுதிகள் என்றும் இல்லாத படி ஒன்றுக்கொன்று நெருங்கி வந்து கொண்டிருக்கின்றன. ஜார் காலத்தில் ஒரே மத்திய அரசாங்கம் இருந்தபோதுகூட இந்த ஒற்றுமை காணப்படவில்லை. அவை பொதுவான லட்சியங்களைக் கொண்டிருப்பதும், அவை அனைத்தும் பொதுவாக ஒரு துறையில் வேலை செய்வதுமே இதற்குக் காரணமாகும். சொல்லளவில் ஒவ்வொரு யூனியன் குடியரசும் தனக்கு வேண்டியபோது யூனியனிலிருந்து பிரிந்துசெல்ல உரிமை பெற்றிருக்கிறது. ஆனால், அவ்வாறு எந்தக் குடியரசும் செய்வது அதற்குக் கேடாக முடியும். ஏனெனில், சோஷலிஸ்டுக் குடியரசுகளை முதலாளித்துவ உலகம் எதிர்த்து நிற்கும்போது அவை ஒன்றுபட்டு நிற்பதில்தான் எல்லா அனுகூலமும் இருக்கிறது.

நமக்கு மத்திய ஆசியாவுடன் தொன்று தொட்டு இருந்து வரும் தொடர்பை ஒட்டிப் பார்க்கும்போது இந்த மத்திய ஆசியக் குடியரசுகளினிடம் நாம் விசேஷ அக்கறை காட்ட வேண்டியவர்கள் ஆகிறோம். கடந்த சில ஆண்டுகளில் அவை அடைந்துள்ள அதிசய முன்னேற்றம் காரணமாக அவை நம் கண்களுக்கு இன்னும் சிறந்து தோன்றுகின்றன. ஜார்களின் கீழ் அவை கல்வியறிவு இல்லாமல் பிற்போக்குக்கும் மூட நம்பிக்கைகளுக்கும் உறைவிடமாக இருந்தன. அங்கு வாழ்ந்த பெண்களில் பெரும்பாலோர் கோஷா பெண்களாக இருந்தனர். இன்று அவை இந்தியாவைக் காட்டிலும் பல துறைகளில் முன்னேற்றம் அடைந்துள்ளன.

சோவியத் ரஷ்யா முதல் ஐந்தாண்டு திட்டத்தை வெற்றிகரமாக முடித்தது

180. சோவியத் ரஷியாவின் ஐந்தாண்டு திட்டம்

ஜூலை 9, 1933

லெனின் உயிரோடு இருந்த வரை சோவியத் ரஷியாவின் ஒப்பற்ற தலைவராக இருந்தார். அவருடைய மரணத்துக்குப் பின் தலைமைக்குப் போட்டி ஏற்பட்டது. வெளிஉலகத்தையும் ஓரளவு ரஷியாவையும் பொறுத்த மட்டில்கூட, லெனினுக்கு அடுத்த இடத்தில் இருந்தவர் ட்ராட்ஸ்கி. அக்டோபர் புரட்சியில் பெரும் பங்கு கொண்டு அதை நடத்தியவர் டிராட்ஸ்கிதான். செஞ் சேனையை உருவாக்கி அன்னியர் தலையீட்டைத் தகர்த்தெறிந்து உள்நாட்டுப் போரில் வெற்றி கண்டவர் டிராட்ஸ்கிதான்.

ஆனால், போல்ஷ்விக் கட்சிக்கு அவர் புதியவர். லெனின் நீங்கலாக உள்ள பழைய போல்ஷ்விக்குகள் அவரை விரும்பவுமில்லை, நம்பவுமில்லை, பழைய போல்ஷ்விக்குகளில் ஒருவரான ஸ்டாலின் கம்யூனிஸ்டுக் கட்சியின் பொதுச்செயலாளர் ஆனார். அந்த வகையில் ரஷியாவிலேயே மிகுந்த பலம் கொண்ட கட்சி அவர் கையில் இருந்தது. டிராட்ஸ்கிக்கும் ஸ்டாலினுக்கும் பொருந்தாது. நேர்மாறான குணம் படைத்த அவர்கள் ஒருவரையொருவர் மனமார வெறுத்தார்கள்.

டிராட்ஸ்கி சிறந்த எழுத்தாளர். பெரிய பேச்சாளர். வினை செயல்வகை தெரிந்தவர். செயலாற்றல் மிக்கவர். கூர்மையான

அறிவு படைத்தவர். புரட்சி சித்தாந்தங்களை வகுப்பவர். தமது சொல்லம்பால் பகைவரைச் சல்லடைக் கண்களாகத் துளைப்பவர். அவருக்குப் பக்கத்தில் ஸ்டாலின் சூரியன் முன் நிலவென இருந்தார். ஸ்டாலின் அடங்கி ஆரவாரமின்றி இருந்தார். ஆனால், அவரும் செயல் ஆற்றுவதில் வல்லவர். அஞ்சாது போராடக் கூடியவர். இரும்புபோன்ற மன உறுதி பெற்றவர். அவரை எல்லாரும் 'எஃகு மனிதன்' என்றே அழைத்தார்கள். டிராட்ஸ்கியை அனைவரும் புகழ்ந்தார்கள். ஸ்டாலினை நம்பினார்கள். ஸ்டாலின் பாமர மக்களிடையே தோன்றியவர். ஜார்ஜியா நாட்டில் விவசாய குடும்பத்தில் உதித்தவர். இந்த இருவரும் கம்யூனிஸ்ட் கட்சியில் ஒருங்கே இருப்பது சாத்தியமில்லை.

ஸ்டாலினுக்கும் டிராட்ஸ்கிக்கும் ஏற்பட்ட சண்டை சொந்தச் சண்டை. ஆனால், அவ்வளவோடு அது நின்றுவிடவில்லை. அவர்கள் இருவரும் வெவ்வேறு கொள்கைகளையும், வெவ்வேறு வழிகளில் புரட்சியைப் பெருக்கும் முறைகளையும் குறித்து நின்றார்கள். புரட்சிக்குப் பல ஆண்டுகளுக்கு முன்பே, டிராட்ஸ்கி நிரந்தரப் புரட்சி சித்தாந்தத்தை வகுத்திருந்தார்.

அதன்படி ஒரு தேசத்தில் மட்டும், எவ்வளவு சாதகமான சூழல் இருப்பினும், முழு சோஷலிஸத்தை நிறுவுவது இயலாத காரியம். உலகப் புரட்சிக்குப் பின்னர் தான் உண்மையான சோஷலிசம் ஏற்படமுடியும். அப்பொழுதுதான் விவசாயிகளைச் சோஷலிசத்துக்குத் திருப்புவது சாத்தியமாகும். பொருளாதார ஏணியில் முதலாளித்துவத்துக்கு அடுத்த உயர்ந்தபடி சோஷலிசமாகும். சர்வ தேசியக் கட்டுக் கோப்பில் பலனளிக்கும் வகையில் வேலை செய்ய வல்லது சோஷலிசம் ஒன்று தான். ஆகவே, சோஷலிசம் தவிர்க்க. முடியாதது ஆகிறது. இதுவே மார்க்சிய சித்தாந்தம்.

ஆனால், சோஷலிசத்தை ஒரு நாட்டில் மட்டும் வேலைசெய்ய தொடங்கினால், அது பொருளாதார நிலையில் கீழ்நோக்கிச் செல்வதாகும். சோஷலிஸ்டுத் துறை உள்பட எல்லாத் துறைகளிலும் முன்னேற்றம் ஏற்படுவதற்குச் சர்வதேசியம் இன்றியமையாத அடிப்படை ஆகிறது. அதிலிருந்து திரும்பிச் செல்வது முடிகிற காரியமில்லை. முடிந்தாலும் விரும்பத்தக்கது இல்லை. ஆகவே, டிராட்ஸ்கியின் கருத்துப்படி, தனியாக ஒரு நாட்டில் மட்டும், அது ஆனானப்பட்ட சோவியத்து யூனியனாக இருந்தாலும் சரி, சோஷலிசத்தை உருவாக்குவது பொருளாதார வகையில் ஆகாத காரியம்.

சோவியத்து எத்தனையோ விஷயங்களுக்கு மேற்கு ஐரோப்பாவின் தொழில் துறை நாடுகளை எதிர்பார்க்க வேண்டியதாக இருந்தது. அது நகரத்துக்கும் கிராமத்துக்கும் இடையில் இருக்க வேண்டிய ஒத்துழைப்பைப் போல் இருந்தது. தொழில்துறை மேற்கு நாடுகள் நகரத்தைப்போல் இருந்தன. ரஷியா கிராமத்தைப் போலிருந்தது. அரசியல் வகையிலும், தனித்த ஒரு சோஷலிஸ்டு நாடு முதலாளித்துவச் சூழ்நிலையில் அதிக நாள் காலந்தள்ள முடியாது என்று டிராட்ஸ்கி கருதினார். இரண்டும் ஒன்றோடொன்று பொருந்தாதவை. இதை முன்பே பார்த்தோம். ஒன்று, முதலாளித்துவ நாடுகள் சோஷலிஸ்டு நாட்டை அழித்துவிடும். அல்லது, முதலாளித்துவ நாடுகளில் சமூகப் புரட்சி தோன்றிச் சோஷலிசம் எங்கும் அமையும். சிறிது காலம் வரையில், இரண்டும் ஒன்றின் அருகே ஒன்று நிலையில்லாமல் இருந்து வரலாம்.

புரட்சிக்கு முன்பும் பின்பும் போல்ஷிவிக் தலைவர்கள் எல்லாரும் பெரும்பாலும் மேற்கூறிய கருத்தையே கொண்டிருந்தார்கள். உலகப் புரட்சிவரும், வரும் என்று அவர்கள் பெரிதும் எதிர்பார்த்தார்கள்; குறைந்த பட்சம் சில ஐரோப்பிய நாடுகளிலாவது வரும் என்று நினைத்தார்கள். பல மாதங்கள் வரையில் ஐரோப்பிய வானம் குமுறிக் கொண்டிருந்தது. ஆனால், அந்தப் புயல் வீசாது தணிந்து விட்டது.

உலகப் புரட்சியைக் குறியாகக் கொண்ட ஒரு தீவிரக் கொள்கையைக் கடைப்பிடிக்க வேண்டும் என்று ட்ராட்ஸ்கி கூறினார். இதனால் டிராட்ஸ்கிக்கும் ஸ்டாலினுக்கும் முரண்பாடு ஏற்பட்டது. இந்த இரண்டு சிம்மங்களின் மோதலினால் கம்யூனிஸ்டுக் கட்சியே சில ஆண்டுகளுக்கு ஆட்டம் கண்டது. இதில் ஸ்டாலின் வெற்றி பெற்றார். அதற்கு முக்கிய காரணம் கட்சி அவர்கையில் இருந்ததுதான். டிராட்ஸ்கியும் அவரை ஆதரித்தவர்களும் புரட்சியின் பகைவர்களாகக் கருதப்பட்டுக் கட்சியிலிருந்து விரட்டப்பட்டார்கள். டிராட்ஸ்கி முதலில் சைபீரியாவுக்கு அனுப்பப்பட்டார். பிறகு, சோவியத்து யூனியனை விட்டு நாடு கடத்தப்பட்டார்.

சோஷலிசத்துக்கு விவசாயிகளைத் திருப்புவதற்காகத் தீவிரமான விவசாயக் கொள்கையைக் கடைப்பிடிக்க வேண்டும் என்றார் ஸ்டாலின். உடனே ஸ்டாலினுக்கும் டிராட்ஸ்கிக்கும் மோதல் உண்டாயிற்று. இது, மற்ற நாடுகளில் நிகழ்வதைக் கருதாமல் ரஷியாவில் சோஷலிசத்தை நிறுவ செய்யப்படும் முயற்சியாகும். டிராட்ஸ்கி இதை ஏற்க மறுத்துத் தம்முடைய 'நிரந்தரப் புரட்சி'

சித்தாந்தமே சரி என்று வாதிட்டார். அதுமட்டுமின்றி, விவசாயிகள் முழுச் சோஷலிச அமைப்பில் பொருந்த மாட்டார்கள் என்று அவர் கூறினார். உண்மையில், டிராட்ஸ்கியின் யோசனைகள் பலவற்றை ஸ்டாலின் எடுத்துக் கொண்டார். ஆனால், டிராட்ஸ்கியின் பாணியில் இல்லாமல் தமக்கே உரிய பாணியில் அவற்றைக் கையாண்டார். இதைக் குறித்து டிராட்ஸ்கி தமது சுயசரிதத்தில், 'அரசியலில் ஒரு விஷயத்தை முடிவு செய்வது எது என்பது மட்டுமல்ல. எப்படி யார் என்பதுதான் முக்கியமாக இருக்கிறது' என்று எழுதியுள்ளார்.

இருவருக்குமான போர் முடிந்தது. எந்த அரங்கில் டிராட்ஸ்கி புகழ் பெற்றாரோ அதிலிருந்து அகற்றப்பட்டார். சோவியத்து யூனியனை கட்டி எழுப்பிய தலைமைச் சிற்பிகளில் ஒருவரான அவர் அந்த மண்ணையே விட்டுப்போக வேண்டிது ஆயிற்று. அநேகமாக எல்லா முதலாளித்துவ நாடுகளும் அவருக்கு தஞ்சம் தர மறுத்தது. கடைசியில், துருக்கியில் இஸ்தான்பூலை அடுத்த பிரிங்கிபோ தீவில் அவருக்கு தஞ்சம் கிடைத்தது. அங்கு அவர், 'ரஷியப் புரட்சியின் வரலாறு' என்ற அரிய நூலை எழுதினார். ஸ்டாலின்பால் அவருக்குள்ள பகைமை நீங்கவில்லை. அவர் ஸ்டாலினைச் சுடு சொல்லால் தாக்கிவந்தார். உலகின் சில பாகங்களில் டிராட்ஸ்கி கட்சி என்றே ஒரு கட்சி தோன்றி வளரலாயிற்று. அது சோவியத்து அரசாங்கத்துக்கும் 'காமின்டர்ன்' சபையின் கம்யூனிசத்துக்கும் எதிர்த்தரப்பில் நின்று வேலை செய்தது.

டிராட்ஸ்கியை ஒழித்துத் தலைமுழுகிய பிறகு ஸ்டாலின் தமது புதிய விவசாயக் கொள்கையை அமல் நடத்துவதில் தீரத்துடன் ஈடுபட்டார். அறிவாளி வகுப்பினர் வேலையில்லாது கஷ்டப்பட்டுக் கொண்டிருந்தார்கள். தொழிலாளர் வேலை நிறுத்தம் செய்தார்கள். அவர் பணக்கார விவசாயிகள் மீது வரி விதித்து அதைக் கொண்டு கிராமங்களில் பெரிய கூட்டுப் பண்ணைகள் நிறுவினார். அந்தப் பண்ணைகளில் ஏராளமான விவசாயிகள் கூட்டுறவு முறையில் ஒன்று சேர்ந்து உழைத்து, வரும் ஊதியத்தைத் தங்களுக்குள் பகிர்ந்து கொண்டார்கள்.

பணக்கார விவசாயிகளுக்கு இந்தக் கொள்கை பிடிக்கவில்லை. அவர்களுக்கு, சோவியத்து அரசாங்கத்திடம் கோபம் வந்தது. அவர்களுடைய கால்நடைகளும் பண்ணைக் கருவிகளும் ஏழை விவசாயிகளின் உடைமைகளோடு சேர்ந்து எல்லாருக்கும் பொதுச் சொத்தாகி விடும் என்று அவர்கள் பயந்தார்கள். அந்தப் பயம் காரணமாக அவர்கள் தங்களுடைய கால்நடைகளைக் கொன்று விட்டார்கள். அதனால்,

அடுத்த ஆண்டு உணவுப் பொருளுக்கும், இறைச்சிக்கும், நெய், பால், தயிருக்கும் பஞ்சம் ஏற்பட்டது.

இது ஸ்டாலினுக்கு எதிர்பாராத ஒரு இடி. ஆயினும், அவர் தம்முடைய திட்டத்தைக் கைவிடாது பிடிவாதமாகப் பற்றி நின்றார். அவர் அதை யூனியன் முழுமைக்கும் விஸ்தரித்து விவசாயம், தொழில் இரண்டையும் உள்ளடக்கிய மாபெரும் திட்டமாகச் செய்தார். பெரிய பெரிய மாதிரிப் பண்ணைகளைச் சர்க்காரே நடத்தியும், கூட்டுப் பண்ணைகள் அமைத்தும், விவசாயிகளுக்குத் தொழில்துறை அனுபவம் உண்டாக்கத் திட்டமிடப்பட்டது.

பெரிய தொழிற்சாலைகள் அமைத்தும், நீர்மின்சார உற்பத்தி நிலையங்கள் ஏற்படுத்தியும், சுரங்கங்கள் வெட்டியும், இன்னும் பற்பல தொழில்கள் செய்தும் நாட்டைத் தொழில் மயமாக்கும் முயற்சி மேற்கொள்ளப்பட்டது. இவற்றுடன் கூடவே, கல்வி, விஞ்ஞானம், கூட்டுறவு முறையில் விற்றல் வாங்கல், தொழிலாளருக்கு லட்சக் கணக்கில் வீடு கட்டுதல், பொதுவாக வாழ்க்கைத் தரத்தை உயர்த்துதல் ஆகிய எல்லாத் துறைகளிலும் எல்லா வழிகளிலும் ஈடுபட்டுப் பெருஞ்செயல் ஆற்றினர். இதுதான் ரஷியாவின் புகழ்பெற்ற 'ஐந்தாண்டுத் திட்ட'மாகும். இது ஆசைக்கு அளவில்லாத பிரம்மாண்டமான ஒரு திட்டம். செல்வமும் முன்னேற்றமும் மிகுந்த நாட்டில் கூட இதை ஒரு தலைமுறையில் சாதிப்பது அரிது. ஏழைமையும் பிற்போக்கும் வாய்ந்த ரஷியா இதைச் சாதிக்க முயல்வது எள்ளி நகையாடத் தக்கதாகத் தோன்றியது.

ஐந்தாண்டுத் திட்டம் பல கேள்விகளை எழுப்பியது. தப்பித் தவறி ஒரு சிறு பிசகு செய்துவிட்டாலும் அதன் பலன் விபரீதமாகப் போய்விடும். செயல் திட்டங்களின் தொடரில் ஒரு தொடர் தளர்ச்சி அடைந்தாலும் முழுவதும் நின்றுவிடும். ஆனால், முதலாளித்துவ நாடுகளுக்கு இல்லாத ஒரு பெரிய வசதி ரஷியாவுக்கு இருந்தது. அங்கே பெரிய அளவில் திட்டமிடுதல் இல்லை. தனிப்பட்ட நிறுவனங்கள் தங்கள் எதிர்கால வேலையைக் குறித்துத் திட்டமிடுகின்றன.

யூனியன் முழுவதிலும் உள்ள பல்வேறு தொழில்களையும் செயல்களையும் தன் ஆதிக்கத்தில் கொண்டு செலுத்தும் அனுகூலம் சோவியத்து அரசாங்கத்துக்கு இருந்தது. ஆகவே, அது எல்லாச் செயல்களும் தம்முள் ஒத்தியையும் ஒரு திட்டத்தை வகுத்து அதை நிறைவேற்றக்கூடிய நிலையில் இருந்தது. இதில் முயற்சி வீண்போகாது. ஒன்றைக் கணிப்பதிலோ செய்வதிலோ சில பிழைகள் நேர்ந்து

அதனால் காரியம் வீண்போகலாம். கொண்டு செலுத்தும் அதிகாரம் ஒருமுகமாக இருக்கையில் அத்தகைய பிழைகளை விரைவில் திருத்திக் கொள்ளவும் வழி இருக்கிறது.

சோவியத்து யூனியனில் தொழில்துறை சகாப்தத்துக்குச் செம்மையாக அடிகோலுவதே ஐந்து வருஷத் திட்டத்தின் நோக்கமாகும். எல்லாருக்கும் தேவையான துணி முதலிய பொருள்களை உற்பத்தி செய்யும் சில தொழிற்சாலைகளை ஏற்படுத்துவது அதன் நோக்கமல்ல. சோவியத்து அரசாங்கம் மிகுந்த தொலைநோக்குடன் தனது ஐந்தாண்டுத் திட்டத்தில் பெரிய இயந்திரத் தொழில்களில் முழுக் கவனத்தையும் செலுத்துவது என்று முடிவு செய்தது. இவ்வாறு, தொழில் துறைக்கு உறுதியான அடிப்படை வகுத்தால் பிறகு சிறிய இயந்திரத் தொழில்களை ஏற்படுத்திக் கொள்வது எளிதாகி விடும். பெரிய இயந்திரத் தொழில்களின் பயனாக ரஷியா இயந்திரங்களுக்கும் யுத்த தளவாடங்களுக்கும் வெளிநாடுகளை எதிர்பார்ப்பதும் குறையும்.

அப்பொழுதிருந்த நிலைமையில் ருஷியா பெரிய யந்திரத் தொழிலுக்கு முதலிடம் அளித்தது ரொம்பவும் சரி. ஆனால், அதன் பலன் ஜனங்கள் பன் மடங்கு அதிகமாகப் பாடுபட வேண்டியதாயிற்று. அவர்கள் எண்ணற்ற இன்னலுக்கும் ஆளானார்கள். சிறிய யந்திரத் தொழில்களைவிடப் பெரிய யந்திரத் தொழில்களுக்குச் செலவு அபாரமாகப் பிடிக்கும். இன்னொரு முக்கிய வேற்றுமை, அவற்றிலிருந்து லாபம் கிடைக்க ஆரம்பிப்பதற்கு அதிகக் காலம் செல்லும், ஒரு துணிநெசவாலை வைத்தால் அதில் உடனே துணிநெய்து ஜனங்களுக்கு விற்கலாம். ஜனங்கள் வாங்கி உபயோகிக்கும் பொருள்களை உற்பத்தி செய்யும் மற்றச் சிறிய யந்திரத் தொழில்கள் விஷயத்திலும் இது பொருந்தும். ஆனால், ஒரு எஃகு இரும்புத் தொழிற்சாலை ரயில் தண்டவாளங்களையும், என்ஜின்களையும் உற்பத்தி செய்யலாம். இவற்றை யார் வாங்க முடியும்? இவற்றை உபயோகிப்ப தென்றாலும் அதற்கு முன்னர் ரயில் பாதை போடவேண்டும். அது உடனே ஆகிற காரியமா? அதுவரையில் மூலதனம் பெரிய அளவில் அத்தொழிற்சாலையில் முடங்கிக்கிடக்கிறது. அந்த அளவுக்கு நாட்டில் பணப் பஞ்சம் உண்டாகிறது.

ஆகவே, பெரிய யந்திரத் தொழில்களை விரைவில் நிறுவுவதற்கு ரஷியா அனைத்தையும் தியாகம் செய்ய வேண்டியதாயிற்று. வெளியி லிருந்து வந்த இயந்திரங்களுக்கும், அவற்றை நிறுவவும்

தங்கமாகவும், ரொக்கப் பணமாகவும் கொடுக்க வேண்டியிருந்தது. அதை எவ்வாறு கொடுப்பது? சோவியத்து யூனியனைச் சேர்ந்த மக்கள் தங்கள் வாயையும் வயிற்றையும் கட்டித் தங்களுக்கு மிகவும் அவசியமான பண்டங்களையும் துறந்து வெளிநாடுகளுக்குப் பணம் கொடுப்பதைச் சாத்தியமாக்கினார்கள். அவர்கள் தாங்கள் உண்ண வேண்டிய உணவுப் பொருள்களை வெளிநாடுகளுக்கு அனுப்பி அந்தப் பணத்தை யந்திரங்கள் வாங்குவதற்குக் கொடுத்தார்கள். எவற்றுக்கெல்லாம் மார்க்கெட்டு இருந்ததோ அவை அனைத்தையும் அவர்கள் அனுப்பினார்கள். ரஷிய மக்களுக்கு ரொட்டிக்குத் தொட்டுக்கொள்ள வெண்ணெய் இல்லை. எல்லாம் இயந்திரம் வாங்குவதற்குப் போய்விட்டது.

ஐந்தாண்டுத் திட்டத்தில் அடங்கியிருந்த இந்த மாபெரும் முயற்சி 1929ல் தொடங்கியது. மீண்டும் புரட்சி ஆவேசம் எங்கும் பரந்தது. லட்சியத்தின் அழைப்பு மக்களின் காதுகளில் ஒலித்து அவர்களை உலுக்கியது. அவர்கள் தங்கள் உடல் பொருள் ஆவி மூன்றையும் புதிய போராட்டத்திற்கு அர்ப்பணம் செய்தார்கள். இந்தப் போராட்டம் புறப்பகையையோ அகப் பகையையோ எதிர்த்து நடக்கவில்லை. இது ரஷியாவின் பிற்போக்கான நிலைமைகளுக்கு எதிரான போராட்டம். முதலாளித்துவத்தின் எச்சத்துக்கு எதிரான போராட்டம். குறைந்த வாழ்க்கைத் தரத்துக்கு எதிரான போராட்டம். ரஷிய மக்கள் உற்சாகத்துடன் கஷ்டங்களைச் சகித்துக்கொண்டு கடினமான துறவு வாழ்க்கையை மேற்கொண்டார்கள். இனி வரும் உன்னதமான எதிர் காலத்துக்காக அவர்கள் நிகழ்காலத்தைத் தியாகம் செய்தார்கள்.

வரலாற்றிலேயே முதன் முதலாகச் சோவியத்து ரஷியா தன் சக்தி அனைத்தையும், அழிப்பதற்காக அல்லாமல் அமைதியான முறையில் ஆக்குவதற்காக ஈடுபடுத்திப் பிற்போக்கான ஒரு நாட்டை சோஷலிச முறையில் தொழில் துறையில் உயர்த்துவதற்கு முனைந்து நின்றது. ஆனால், இதைச் செயலாற்றுகையில், சிறப்பாக மத்திய உயர்தர வகுப்பு விவசாயிகள், அனுபவித்த துன்பத்தை அளவிட முடியாது. பல தடவைகளில் இத் திட்டம் பூராவும் தோல்வியில் முடிந்து, தன்னுடன் சோவியத்து அரசாங்கத்தையும் கொண்டு போய் விடும்போல் தோன்றியது. எதற்கும் தளர்ச்சி கொள்ளாது, பற்றி நிற்பதற்கு அசாத்திய நெஞ்ரம் வேண்டியிருந்தது. முக்கியஸ்தர்களான பல போல்ஷ்விக்குகள் விவசாயத் திட்டத்தை நிறைவேற்றுவதில் உள்ள கஷ்ட நஷ்டங்களைக் கண்டு அதைச் சிறிது தளர்த்த வேண்டு மென்று கருதினார்கள். ஆனால், ஸ்டாலின் அவ்வாறு கருதவில்லை.

சோவியத் யூனியனின் கூட்டப்பண்ணைத் திட்டத்தின் வெற்றி

அவர் எதற்கும் வாயைத் திறக்கவில்லை. கொண்டதை விடவுமில்லை. அவரது உறுதியிலும் பலத்திலும் ஓரளவு, கம்யூனிஸ்டுக் கட்சி உறுப்பினர்களிடமும் ரஷியாவிலுள்ள மற்ற ஊழியர்களிடமும் பரவியது.

ஜனங்கள் உற்சாகம் குன்றாமல் மேலும் மேலும் புதுப்புது முயற்சிகளில் ஈடுபடுவதற்காக ஐந்தாண்டுத் திட்டத்துக்குச் சாதகமாக ஓயாது பிரசாரம் நடைபெற்று வந்தது. பெரிய நீர்மின்சாரத் திட்டங்களை நிறைவேற்று வதிலும், அணைகளும், பாலங்களும், தொழிற்சாலைகளும், கூட்டுப் பண்ணைகளும் அமைப்பதிலும் மக்கள் மிகுந்த அக்கறை காட்டினார்கள். ஒவ்வொரு தொழிற்சாலையைச் சுற்றிலும் புதிய நகரங்கள் தோன்றின. புதிய சாலைகள், புதிய கால்வாய்கள், புதிய ரயில் பாதைகள், பெரும்பாலும் மின்சார ரயில்கள், விமானப் போக்கு வரவுகள் எல்லாம் தோன்றின.

ரசாயனப் பொருள்கள் உற்பத்தித் தொழிலும், யுத்த தளவாடங்கள் உற்பத்தித் தொழிலும், யந்திரக் கருவிகள் உற்பத்தித் தொழிலும் நிறுவப்பட்டன. யந்திரக் கலப்பைகளையும், மோட்டார்கார்களையும், ரயில் என்ஜின்களையும், மோட்டார் என்ஜின்களையும், சுற்றுக் குழாய்களையும், விமானங்களையும் சோவியத்து யூனியன் உற்பத்தி செய்ய ஆரம்பித்தது. பல இடங்களுக்கு மின்சார வசதி கிடைத்தது. எங்கும் ரேடியோ ஏற்பட்டது. வேலையில்லாத் திண்டாட்டம் முடிவுக்கு வந்தது. கட்டட வேலைகளும் பிற வேலைகளும் ஏராளமாக இருந்ததால் எல்லாருக்கும் வேலை கிடைத்தது. நிபுணர்களான பல என்ஜினியர்கள் வெளிநாடுகளில் இருந்து வந்தார்கள். சோவியத்து

யூனியன் அவர்களை ஆவலோடு வரவேற்றது. இதே சமயத்தில்தான் மேற்கு ஐரோப்பாவிலும் அமெரிக்காவிலும் பொருளாதார சுணக்கம் பரவி, வேலையில்லாதார் தொகை அளவிட முடியாது பெருகியது என்பதையும் பார்க்க வேண்டும்.

ஐந்தாண்டுத் திட்டம் முற்றிலும் செவ்வனே நடைபெறவில்லை. என்ன இருந்தும் வேலையின் வேகம் குறையவில்லை. அதிகரித்துக் கொண்டே சென்றது. வேலை, வேலை இன்னும் வேலை என்று அவர்கள் அடித்து நகர்த்தினார்கள். இதற்குப் பிறகு 'நான் ஆண்டுகளில் ஐந்தாண்டுத் திட்டம்' என்ற வாய்பாடு தோன்றிற்று. இந்த மாபெரும் திட்டத்தை ஐந்து ஆண்டுகளில் முடிப்பதே மிகப் பெரிய காரியம்! 1932 ஆம் வருஷம் டிசம்பர் மாதம் 31 ஆம் தேதி, அதாவது, நான்காவது ஆண்டு முடிவில் இந்தத் திட்டம் முடிவுற்றது. அதை அடுத்து உடனே, 1933 ஆம் வருடம் ஜனவரி மாதம் 12 ஆம் தேதி புதிய ஐந்தாண்டுத் திட்டம் தொடங்கியது.

ஐந்து வருஷத் திட்டம் வெற்றி என்று சிலரும், தோல்வி என்று சிலரும் வாதிக்கிறார்கள். அதன் தோல்விகளைச் சுட்டிக் காட்டுவது எளிது. பல அம்சங்களில் அது எதிர்பார்த்த பலனை அளிக்கவில்லை. ஆனால், பிற நாடுகளில் தொழிலாளரை அச்சுறுத்தும் வேலையில்லாத் திண்டாட்டமும், பட்டினிக் கொடுமையும் ரஷியாவில் அறவே இல்லை. மக்களிடையே பொருளாதார வகையில் தாங்கள் பயப்பட வேண்டியதில்லை என்கிற பாதுகாப்பு உணர்ச்சி புதிதாக உண்டாகி இருக்கிறது.

ஐந்தாண்டுத் திட்டம் வெற்றியா, தோல்வியா என்று வாதிடுவதில் அர்த்தமில்லை. சோவியத்து யூனியனின் தற்கால இருப்பே அதற்குச் சரியான விடையாகும். இந்தத் திட்டம் உலக மக்களின் கவனத்தையே கவர்ந்துள்ளது என்பது இன்னொரு விடையாகும். திட்டமிடுவதைப் பற்றிப் பேசாதவர் இப்போது இல்லை. ஐந்தாண்டுத் திட்டம், பத்தாண்டுத் திட்டம், மூன்றாண்டுத் திட்டம் என்கிற பேச்சு எல்லாருடைய வாயிலும் அடிபடுகிறது. திட்டம் என்கிற சொல்லிலே சோவியத்து யூனியன் மந்திர சக்தியை ஊட்டி விட்டது.

தொழில்மயமான சோவியத் ரஷ்யா

181.ரஷியா சந்தித்த சவால்கள்-வெற்றிகள்

ஜூலை 17, 1933

சோவியத்து ரஷியாவின் ஐந்தாண்டுத் திட்டத்தை, பல பெரிய புரட்சிகளை ஒன்றாக இணைத்த அரிய முயற்சி என்றே சொல்ல வேண்டும். விவசாயத்தில் கூட்டுப்பண்ணை முறையை அறிமுகப்படுத்தி, இயந்திரங்களைக் கொண்டு பெரிய அளவில் விளைச்சலைக் குவித்தது. தொழில் துறையில் அது ரஷியாவை விரைவாக இயந்திர மயமாக்கியது.

விஞ்ஞான முறைப்படி சிந்தித்து அதைச் செயல்படுத்திய விதம் உலகிற்கே புதிய முயற்சி. முன்னேறிய நாடுகள்கூட இதை முயற்சி செய்ததில்லை. எல்லாத் துறைகளிலும் விஞ்ஞான சாத்தியமான அம்சங்களை பயன்படுத்தியதுதான் சோவியத் திட்டத்தின் சிறப்பு. இன்று உலகம் முழுவதும் இதந்த திட்டமிடுதலை வியந்து பேசினாலும், முதலாளித்துவ சமூகத்தில் பலனளிப்பது அரிதுதான்.

ரஷியாவில் ஐந்தாண்டுத் திட்டம் அமலான காலத்தில், முதலாளித்துவ உலகம் இதுவரை அறிந்திராத பெரிய பொருளாதார நெருக்கடியில் சிக்கியிருந்தது. வியாபார மந்தம், தொழிற்சாலைகள் மூடல், வேலையில்லாத் திண்டாட்டம். உணவுப் பொருள்கள், மூலப் பொருள்கள் விலை வீழ்ச்சி ஆகியவற்றால் விவசாயிகள் பெருங் கஷ்டத்துக்கு ஆளாகினர்.

மற்ற இடங்களில் மக்கள் வேலையின்றித் தவித்தபோது சோவியத்து யூனியனில் எல்லாரும் ஓடி ஓடி வேலை செய்தது, இரண்டுக்கும் உள்ள வேற்றுமையை வெளிப்படுத்தியது. உலக நெருக்கடி சோவியத்து யூனியனைப் பாதிக்கவில்லை. அதன் பொருளாதார நிலை முற்றும் வேறாக இருந்தது. ஆனால், நெருக்கடியின் விளைவுகளில் இருந்து சோவியத் தப்பிக்க முடியவில்லை. அவை, மறைமுகமாக வந்து சோவியத்தின் கஷ்ட நஷ்டங்களை அதிகரித்தன. சோவியத்து தன்னுடைய விவசாயப் பொருள்களை வெளிநாடுகளில் விற்று அங்கிருந்து இயந்திரங்கள் வாங்கி வந்தது என்று முன்பே கூறியுள்ளேன். உலக சந்தையில் விவசாயப் பொருள்களின் விலைவாசி வீழ்ச்சிற்றதால், சோவியத்தின் ஏற்றுமதி மதிப்பும் இறங்கியது. ஆனால், தான் வாங்கிய இயந்திரங்களுக்கு வேண்டிய பணத்தைக் கொடுப்பதற்காக அது மேலும் அதிகமாக உணவுப் பொருள்களை ஏற்றுமதி செய்தது. இவ்வாறு, உலக நெருக்கடி சோவியத்துக்கு நஷ்டத்தை ஏற்படுத்தி, அது போட்ட கணக்குகளையும் தலைகீழாக்கின. இதன் பயனாக, ரஷியாவில் மக்கள் உபயோகத்துக்கான பொருள்கள் மேலும் குறைந்து துன்பம் அதிகரித்தது.

ஒரு பக்கம் சோவியத்து யூனியனில் உணவுப் பொருள் குறைந்து வந்தது. இன்னொரு பக்கம் மக்கள்தொகை அதிகரித்தது. உணவு உற்பத்தியில் காணப்பட்ட மந்தமும், குழந்தை உற்பத்தியில் காணப்பட்ட வேகமும் சோவியத்துக்குப் பெரிய தலைவலியாக முடிந்தன. அதாவது, பதினைந்து சொச்சம் ஆண்டுகளில் மூன்றரைக் கோடி பெருகியிருக்கிறது. சாதாரணமாக மக்கள்தொகை இவ்வளவு பெருகுவதில்லை.

சோவியத்து யூனியன் முழுவதும் மக்கள் தொகை மிகுந்த நகரங்களின் எண்ணிக்கை வேகமாக அதிகரித்தது. புதிய தொழில்துறை நகரங்கள் உருவானவுடன் வேலைக்கா வந்தவர்கள் அதில் தங்கினர். 1917ல் சோவியத்து ரஷியாவில் லட்சம் ஜனத்தொகைக்கு மேற்பட்ட நகரங்கள் 24 இருந்தன. 1933ல் அது, 50-க்கும் மேலே போயிற்று. பதினைந்து ஆண்டு காலத்தில் நூற்றுக்கு மேற்பட்ட தொழில்துறை நகரங்களைச் சோவியத்து நிர்மாணம் செய்தது.

ஒரு விவசாயி நகரத்துக்குச் சென்று தொழிலாளி ஆகும்போது அவன் கிராமத்திலிருந்தது போல உணவு உற்பத்தி செய்வோனாக இருப்பதில்லை. தொழிற்சாலைகளில் வேலை செய்யும் தொழிலாளி என்ற வகையில் அவன் இயந்திர சாமான்களையும் கருவிகளையும் உற்பத்தி செய்வோனாக இருக்கலாம். ஆனால், உணவுப் பொருளைப் பொறுத்த வரையில் அவன் இப்போது அதை உபயோகிப்பவனே ஒழிய உற்பத்தி செய்பவன் அல்ல.

கிராமங்களில் இருந்து ஏராளமான விவசாயிகள் உழவுத் தொழிலை விட்டு நகரங்களுக்குச் சென்றனர். எனவே, அவர்கள் உணவு உற்பத்தி செய்பவர்கள் என்பதிலிருந்து அதை உபயோகிப்போராக மாறினார்கள். உணவு பற்றாக்குறைக்கு இது ஒரு காரணம்.

இன்னொரு காரணமும் இருந்தது. நாட்டில் இயந்திரத் தொழிற்சாலைகள் பெருகின. அவற்றுக்கு மூலப் பொருள்கள் அதிக அளவில் தேவையாக இருந்தன. ஜவுளி ஆலைகளுக்குப் பஞ்சு தேவையாக இருந்தது. ஆகவே, உணவு தானியங்களுக்குப் பதிலாகப் பருத்தியும் பிறவும் பல இடங்களில் விதைக்கப்பட்டன. இதனால் உணவுப் பொருள் குறைந்தது.

சோவியத்து யூனியனில் ஏற்பட்ட மக்கள்தொகைப் பெருக்கமே அதன் செழிப்புக்குச் சான்றாகும் மக்கள் கஷ்டங்களுக்கு ஆளான போதிலும் யாரும் பட்டினி கிடக்கவில்லை என்பதை அது காட்டிற்று. கண்டிப்பான வினியோக முறையின் பயனாக மக்கள் அனைவருக்கும் அத்தியாவசியமான அளவுக்கு உணவுப் பொருள் கிடைத்தது. இனி, குழந்தைகள் குடும்பத்துக்குப் பாரமாக இருக்க மாட்டார்கள். அவர்களைக் கவனித்துக் கொள்ள அரசாங்கம் இருக்கிறது. அவர்களுக்கு உணவளிப்பதும் கல்வி புகட்டுவதும் அதன் பொறுப்பு. சுகாதார, மருத்துவ வசதிகள் பெருகியது இன்னொரு காரணம். மழலைச் சாவு 27லிருந்து 12 சதவிகிதமாகக் குறைந்தது. 1913ல் மாஸ்கோவில் மரண விகிதம் ஆயிரத்துக்கு 23க்கு மேலிருந்தது, 1931ல் 13க்கும் கீழே போயிற்று.

உணவு விஷயத்தில் உள்ள கஷ்டமெல்லாம் போதாதென்று 1931 இல் சோவியத்து யூனியனில் சில பாகங்களில் பஞ்சம் வேறு ஏற்பட்டது. மற்ற முதலாளித்துவ வல்லரசுகளுடன் சேர்ந்து ஜப்பான் தன் மீது போர் தொடுக்கலாம் என்று சோவியத்து அஞ்சியது. எனவே, ராணுவத்துக்கு தேவைப்படும் என்று உணவு தானியங்களையும், உணவுப் பொருள்களையும் சேமித்தது. கம்யூனிசமும் முதலாளித்துவமும் சமாதானமாகப் போக முடியாது. வல்லரசுகள் கம்யூனிசத்தை அடக்குவதற்குக் கங்கணம் கட்டிக்கொண்டு இருந்தன. இதைக் காணும் போல்ஷிவிக்குகள் எப்போதும் கடுகடுப்பாக இருக்கிறார்கள். உள்நாட்டிலேயே தொழிற்சாலைகளையும் வேறு பெரிய நிறுவனங்களையும் பெரிய அளவில் நாசமாக்க நடந்த முயற்சிகளை அவர்கள் சமாளிக்க வேண்டியிருந்தது.

பொதுவாக ரஷியாவில் மரண தண்டனை கிடையாது. ஆனால்,

எதிர்ப்புரட்சிக்கு மரண தண்டனை விதிக்கப்பட்டது. பொது உடைமையைத் திருடுவது எதிர்ப்புரட்சிக்குச் சமமான செயல் என்பதால் அதற்கு மரண தண்டனை அளிக்க வேண்டும் என்று சோவியத்து அரசாங்கம் கட்டளை பிறப்பித்தது.

1932ல் கூட்டுப் பண்ணைகளும் தனிப்பண்ணைகளும் தங்கள் தேவைக்குப் போக மிகுதியிருப்பதை நகரங்களில் நேராக விற்றுக்கொள்ள அனுமதிக்கப்பட்டது முக்கியமான சீர்திருத்தமாகும். இப்போதுள்ள சோவியத்து யூனியன் இப்போது சோஷலிசப் பாதையில் வெகு தூரம் முன்னேறிச் சென்றுள்ளது. அது தொழில்மயமாகி அதன் விவசாயமும் பெரும்பாலும் பொது உடைமையாகி உள்ளது.

1929க்கும் 1933க்கும் இடையில் 2 லட்சம் கூட்டுப் பண்ணைகள் நிறுவப்பட்டன. அரசாங்கப் பண்ணைகள் 5 ஆயிரம் இருந்தன. அரசாங்கப் பண்ணைகள் மற்றவற்றுக்கு மாதிரிப் பண்ணைகளாக இருந்தன. அவற்றில் சில மிகப் பெரியவை. இந்தக் காலத்தில் ஒரு லட்சத்து 20 ஆயிரம் இயந்திரக் கலப்பைகள் அதிகமாக உபயோகிக்கப்பட்டன. விவசாயிகளில் ஏறக்குறைய மூன்றில் இரண்டு பங்கினர் கூட்டுப் பண்ணைகளில் உறுப்பினராகச் சேர்ந்திருந்தார்கள்.

கூட்டுறவு நிறுவனத்தின் அதிசய வளர்ச்சி இன்னொரு பெரிய சாதனையாகும். 1928ல் உபயோகிப்போர் கூட்டுறவுச் சங்கத்தில் 2 கோடியே 65 லட்சம் உறுப்பினர்கள் இருந்தார்கள். 1932ல் உறுப்பினர்கள் எண்ணிக்கை 7 கோடியே 50 லட்சம் ஆக வளர்ந்தது. ரஷியாவின் மூலை முடுக்குகளில் எல்லாம் இந்தச் சங்கத்தின் மொத்த விற்பனைக் கடைகளும் சில்லறை விற்பனைக் கடைகளும் இருக்கின்றன.

1933ஆம் வருடம் ஜனவரி மாதம் 1ஆம் தேதி இரண்டாவது ஐந்தாண்டுத் திட்டம் தொடங்கிற்று. வாழ்க்கைத் தரத்தை விரைவில் உயர்த்துவதற்காகச் சிறிய இயந்திரத் தொழில்களை வளர்ப்பதே அதன் நோக்கம். இயந்திரங்களுக்காக முன்போல் இப்போது வெளிநாடுகளிடம் கையேந்த வேண்டியதில்லை. சோவியத்து யூனியனில் அமைக்கப்பட்ட பெரிய இயந்திரத் தொழில்கள் பெரும்பாலான இயந்திரங்களை உற்பத்தி செய்யக்கூடிய நிலையில் இருந்தன.

வேலை இப்போதும் இருக்கும், எப்போதும் இருக்கும். ஆனால் ஐந்தாண்டுத் திட்டத்தின் தொடக்க ஆண்டுகளைவிட இனி வரும் எதிர்காலத்தில் அது அதிக எளிதாகவும் மகிழ்ச்சிகரமாகவும்

இருக்கலாம். சோவியத்து யூனியனின் கோட்பாடே, 'உழைக்காதவனுக்கு உணவு இல்லை' என்பதுதான். ஆனால், போல்ஷிவிக்குகள் வேலைக்குப் புதியதொரு தூண்டுகோல் தேடித் தந்திருக்கிறார்கள். முதலாளித்துவத்தின் அடிப்படையே போட்டியும், மற்றவர்களுடைய வயிற்றில் அடித்துத் தனி நபர்கள் லாபம் சம்பாதிப்பதும் ஆகும். சோவியத்து யூனியனில், இந்த லாபத் தூண்டுதலுக்குப் பதிலாகச் சமூகநலத் தூண்டுதல் மக்களுடைய உள்ளத்தில் இடம் பெற்று வருகிறது. எங்கும் சாமானிய மக்களைப் பாறாங்கல்போல் அழுத்தி நிற்கும் இல்லாமைக் கொடுமையும் நாளைப்பொழுது எப்படிக் கழியுமோ என்ற அச்சமும் ரஷியாவில் இருந்து அகன்றது மாபெரும் சாதனையாகும். இதனால், சோவியத்து யூனியனில் மக்களுக்கு மனநோய் அறவே நீங்கிவிட்டதாக கூறப்படுகிறது.

கஷ்டம் மிகுந்த இந்த ஆண்டுகளில் சோவியத்து யூனியனில் எங்கும் எதிலும் வளர்ச்சி காணப்பட்டது. கல்வி சிறந்தது, விஞ்ஞானம் வளர்ந்தது, கலை மலிந்தது. எல்லாவற்றுக்கும் சிகரம் வைத்தாற்போல், பால்டிக் கடலிலிருந்து பசிபிக் சமுத்திரம் வரையில், பாமிர் மலையில் இருந்து மத்திய ஆசியாவிலுள்ள ஹிந்துகுஷ் வரையில் சோவியத்து யூனியனில் வாழும் பல திறப்பட்ட மக்களிடையே நட்பும் ஒற்றுமையும் வளர்ந்திருக்கின்றன.

பொதுவாக, கல்வி, விஞ்ஞானம், கலை ஆகிய துறைகளில் சோவியத்து யூனியன் அடைந்துள்ள முன்னேற்றத்தைப்பற்றி எழுத எனக்கு ஆசையாக இருக்கிறது. ஆனால், அந்த ஆசையை நான் அடக்கிக்கொள்ள வேண்டும். ஆச்சரியமான சில விஷயங்கள் மட்டும் கூறுகிறேன். ரஷியாவின் கல்வி முறை இப்போதுள்ள கல்வி முறைகள் எல்லாவற்றினும் தலை சிறந்தது. புதுமையானது என்று கல்வித் துறையில் அனுபவமுள்ள பலர் கூறியிருக்கிறார்கள். ரஷியாவில் இப்போது எழுத்தறிவு இல்லாதவர்களே கிடையாது. மத்திய ஆசியாவிலுள்ள உஸ்பெகிஸ்தான், துர்க்மெனிஸ்தான் போன்ற பிற்போக்கான பிரதேசங்கள் எழுத்தறிவில் அடைந்துள்ள முன்னேற்றம் வியப்புக்குரியது.

சோவியத்து யூனியனில் உள்ள பள்ளிக்கூடங்களில் படிக்கும் மொத்தக் குழந்தைகளில் மூன்றில் இரண்டு பங்கினருக்குமேல் பள்ளிக் கூடங்களிலேயே சுடச்சுட மதிய உணவு போடப்படுகிறது என்பதை அறிய நீ சந்தோஷப்படுவாய். சாப்பாடு இலவசம் என்று சொல்ல வேண்டியதில்லை. படிப்பும் இலவசமே. ஒரு தொழிலாளர் ராஜ்யத்தில் வேறு எவ்வாறு இருக்கமுடியும்?

வேறு எந்த நாட்டையும்விட ரஷியாவில் புத்தகங்களும் பத்திரிகைகளும் அதிகமாக வெளியாகின்றன என்று சொல்லலாம். மற்ற நாடுகளைப் போல் இவை பெரும்பாலும் பொழுது போக்குக்கு உரிய நாவல்கள் அல்ல. எல்லாம் அறிவை மேம்படுத்தும் நூல்கள். ரஷியத் தொழிலாளிக்கு மின்சாரம், என்ஜினியர் படிப்பு ஆகியவற்றில் ஆர்வம் இருப்பதால் அவன் நாவல்களைவிட தொழில் நுட்பம் சார்ந்த நூல்களைப் படிக்கவே ஆசைப்படுகிறான். ஆனால், குழந்தைகள் படிப்பதற்கு நல்ல நல்ல வேடிக்கை வேடிக்கையான கதைப் புத்தகங்கள் இருக்கின்றன.

விஞ்ஞானத் துறையில் சோவியத்துருஷியா ஏற்கெனவே முதல் வரிசையில் நிற்கிறது. சுத்த விஞ்ஞானக் கல்வி, அதன் எண்ணற்ற பிரயோகங்கள், இரண்டிலும் அதற்கு முதலிடம் உண்டு. விஞ்ஞானத்தின் பல்வேறு கிளைகளுக்கும் சம்பந்தப்பட்ட பெரிய பெரிய ஆராய்ச்சிக் கழகங்களும், நிலையங்களும் தோன்றியுள்ளன. லெனின் கிராடில் ஒரு பெரிய தாவர நூல் கழகம் உள்ளது. அதில் கோதுமையில் மட்டும் 28 ஆயிரம் வகைகள் கண்டுபிடிக்கப்பட்டுள்ளன. அது விமானத்திலிருந்து நெல் விதைக்கும் முறைகளைப் பற்றி ஆராய்ச்சி நடத்திவருகிறது.

முன் காலத்தில் ஜார்களுக்கும் பிரபுக்களுக்கும் உரியனவாக இருந்த பழைய அரண்மனைகள் இப்போது மக்களுக்குரிய பொருட்காட்சிச் சாலைகளாகவும், தங்குமிடங்களாகவும், சுகாதார மையங்களாகவும் மாறிவிட்டன. லெனின் கிராடுக்கு அருகில் முன்னர் அரச குலத்தவர் ஆண்டு அனுபவித்த பழைய அரண்மனைகளை இப்போது குழந்தைகளும் சிறுவர்களும் ஆண்டு அனுபவிக்கிறார்கள். சோவியத்து ரஷியாவில் குழந்தைகளுக்கும் சிறுவர்களுக்கும்தான் இன்று அருமையும் செல்லமும் அதிகம். மற்றவர்களுக்கு எது இருந்தாலும் இல்லாவிட்டாலும் அவர்களுக்கு எல்லாம் உண்டு. அவர்களுக்காகவே தற்காலத் தலைமுறை இவ்வளவு பாடுபடுகிறது. நாளைக்கு விஞ்ஞான ரீதியான சோஷலிஸ்டு அரசாங்கம் வந்தால் அதற்கு அவர்கள்தானே வாரிசுகள். மாஸ்கோவில் ஒரு பெரிய 'தாய், குழந்தைப் பாதுகாப்பு மத்திய ஆராய்ச்சிக் கழகம்' உள்ளது.

வேறு எந்த நாட்டைக் காட்டிலும் ரஷியாவில் பெண்களுக்குச் சுதந்திரம் அதிகம். அதே சமயத்தில் அரசாங்கம் அவர்களுக்கு விசேஷப் பாதுகாப்பும் அளித்துள்ளது. அவர்கள் எல்லாத் தொழில்களிலும் ஈடுபட்டுள்ளனர். அவர்களில் அநேகர் என்ஜினியர்களாக இருக்கிறார்கள். போல்ஷ்விக் மூதாட்டியான ஸ்ரீமதி கோலந்தாய்

உலகின் முதல் பெண் அரசாங்கத் தூதராக நியமிக்கப்பட்டுள்ளார். லெனினின் மனைவியான குருப்ஸ்காயா அம்மையார் சோவியத்துக் கல்வி இலாகாவின் ஒரு பிரிவுக்குத் தலைவியாக உள்ளார்.

இந்த மாறுதல்கள் எல்லாம் நாளுக்கு நாள் மணிக்கு மணி நிகழ்ந்து வருவதால், சோவியத்து யூனியன் ஒரே கிளர்ச்சி மயமாக இருக்கிறது. ஆனால், அதிலும் சைபீரியாவின் அத்துவானப் பெரு வெளிகளையும் மத்திய ஆசியாவின் புராதனப் பள்ளத்தாக்குகளையும் போல் மனக்கிளர்ச்சியையும் சந்தோஷ மயக்கத்தையும் தருவது வேறொன்றும் இல்லை. ஏனெனில், தலைமுறை தலைமுறையாக மனுஷ ஜாதியின் மாறிவரும் போக்கில் இருந்தும் முன்னேற்றத்தில் இருந்தும் பிரிக்கப்பட்டு, ஒரு ஒதுக்குப்புறமாகப் போய்விட்ட அவையிரண்டும் இப்போது வாயுவேகம் மனோவேகமாக முன்னேறி வருகின்றன.

இந்தக் கடிதம் நீண்டு வருகிறது. எனவே, சர்வதேசிய அரங்கில் சோவியத்து யூனியன் ஆற்றிய செயல்களைப் பற்றிச் சிறிது உனக்குக் கூறவேண்டும். யுத்தத்தைச் 'சட்ட விரோத' மாக்கிய கெல்லாக் சமாதான உடன்படிக்கையில் சோவியத்து கையெழுத்திட்டது உனக்குத் தெரியும். 1929ல் சோவியத்து தன்னுடைய அண்டை நாடுகளுடன் செய்து கொண்ட லிட்வினாவ் ஒப்பந்தம் உனக்கு நினைவிருக்கலாம். எப்படியாவது சமாதானம் நிலவவேண்டும் என்ற ஆசையில், ரஷியா எல்லா நாடுகளுடனும், ஆக்கிரமிப்புக்கு எதிரான ஒப்பந்தங்கள் செய்துகொண்டே போயிற்று. சோவியத்துக்கு பக்கத்தில் உள்ள நாடுகளில் ஜப்பான் ஒன்றுதான் அத்தகைய ஒப்பந்தத்துக்கு இணங்க மறுத்தது. 1932 நவம்பரில், ரஷியாவும் பிரான்சும் செய்து கொண்ட ஒப்பந்தம் உலக அரசியலில் ஒரு முக்கியமான நிகழ்ச்சியாகும். அதனால், மேற்கு ஐரோப்பிய அரசியலில் ரஷியா நுழைந்தது.

சீனா ரஷியாவிடம் நெடுநாள் மவுனமாக விரோதம் பாராட்டிக் கொண்டு அரசாங்க உறவு கொள்ளாமல் இருந்தது. ஜப்பான் சீனாவை மஞ்சூரியாவில் நெருக்கத் தொடங்கியதும், அது சோவியத்து அரசாங்கத்தை முதன் முதலாக அங்கீகரித்தது. ஜப்பானுடன் ரஷியாவுக்கு மெல்லிய உறவு இருந்தாலும், இரு நாடுகளுக்கும் எப்போதும் நட்புணர்வு கிடையாது. ஆசிய பூமியில் ஜப்பானின் ஆசைகளுக்குத் தடைக் கல்லாகச் சோவியத்து நிற்கிறது. இரண்டுக்கும் அடிக்கடி எல்லைத் தகராறுகள் நிகழ்ந்து கொண்டே இருக்கும். ஜப்பானிய அரசாங்கம் சோவியத்தைச் சதா குத்திக் கொண்டே இருக்கிறது. இரண்டுக்கும் போர் மூளும் என்கிற பேச்சு அடிக்கடி

எழுவதுண்டு. ஆனால், ரஷியா எல்லாவற்றையும் பொறுத்து வந்தது.

ஆங்கிலோ-ரஷியத் தகராறு சர்வதேசிய அரசியலின் நிரந்தர அம்ச மாகும். *1933* ஏப்ரலில், மாஸ்கோவில் பிரிட்டிஷ் என்ஜினியர்களைக் குற்றம் சாட்டி விசாரித்ததற்கு எதிராக இங்கிலாந்து பதில் நடவடிக்கை எடுத்தது. அதற்குப் பதில் நடவடிக்கை ரஷியா எடுத்தது. ஆனால், இந்தப் புயல் ஓய்ந்து இரண்டுக்கும் மீண்டும் வழக்கமான உறவு ஏற்பட்டது. ஆயினும், பிரிட்டனின் கன்சர்வேடிவ் அரசாங்கம் சோவியத்தை மனமார வெறுப்பதால் இரண்டும் எப்போதும் விறைப்பாகத்தான் இருக்கும். அமெரிக்காவில் ரஷியாவின்மீது நேச உணர்ச்சி வளர்ந்து வருகிறது. ஜனாதிபதி ரூஸ்வெல்ட்டு ரஷியாவுடன் சாதாரணமாக இரு நாடுகளிடையில் இருக்க வேண்டிய உறவை ஏற்படுத்தி வருகிறார். உலகில் எங்கும் அமெரிக்காவின் நலன்களும் ரஷியாவின் நலன்களும் மாறுபட்டு மோதவில்லை.

ஜெர்மனியில் நாஜி அரசாங்கத்தின் உருவத்தில் ரஷியாவுக்குப் புதிய கொடும்பகை முளைத்து வலுத்து வருகிறது. ரஷியாவுக்கு அது நேராகத் தீங்கிழைக்க முடியாவிட்டாலும் எதிர்காலத்தில் பேரபயமாக முடியலாம். ஐரோப்பாவில் பாசிஸ்டுப் போக்கு மேலோங்கி வருகிறது.

சர்வதேசிய வகையில் சோவியத்து ரஷியா திருப்தி கொண்ட வல்லரசைப் போல் நடந்து வருகிறது. அது எவ்விதமான தப்புத் தண்டாவுக்கும் போகாமல் என்ன நேர்ந்தாலும் சமாதானத்தைக் கைவிடக் கூடாது என்று உறுதி காட்டுகிறது. மற்ற நாடுகளில் புரட்சியைக் கிளப்பிவிட வேண்டும் என்கிற புரட்சிகரமான கொள்கைக்கு இது எதிரிடையாகும். இத்தகைய ஒரு கொள்கை முதலாளித்துவ, வல்லரசுகளுடன் அனேக விஷயங்களில் ராசியாகப் போவதில்தான் கொண்டுவிடும்.

1933 ஜூலை மாதத்தில், சோவியத்து ரஷியாவின் நிலை இவ்வாறு இருந்தது. அப்போது லண்டனில் உலகப் பொருளாதார மகாநாடு நடந்து கொண்டிருந்தது. அதைப் பயன்படுத்திக்கொண்டு ரஷியா தன்னுடைய பக்கத்து நாடுகளான, ஆப்கானிஸ்தானம், எஸ்தோனியா, லாட்வியா, பாரசீகம், போலந்து, ருமேனியா, துருக்கி, லிதுவேனியா ஆகியவற்றுடன் ஆக்கிரமிப்புக்கு எதிரான ஒப்பந்தம் செய்துகொண்டது. ஜப்பான் மீண்டும் அதில் சேர மறுத்துவிட்டது.

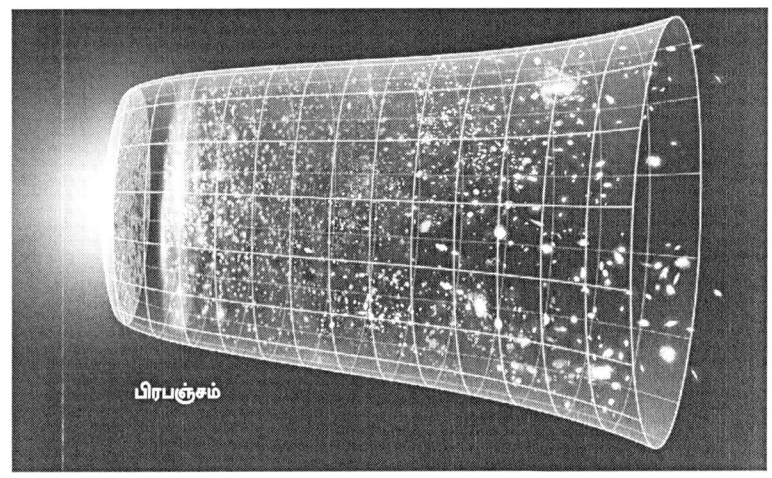

பிரபஞ்சம்

182. அற்புதமான அறிவியல் முன்னேற்றம்

ஜூலை 13, 1933

உலக யுத்தத்துக்குப் பிந்தைய ஆண்டுகளில் உலகம் முழுவதும் நடந்த அரசியல் நிகழ்ச்சிகளை விரிவாகவும், பொருளாதார விஷயங்களை சுருக்கமாகவும் பேசிவிட்டேன். இந்தக் கடிதத்தில் விஞ் ஞானத்தைப் பற்றியும் அதன் பலன்களைப் பற்றியும் சொல்கிறேன்.

விஞ்ஞானத்தைப் பற்றிச் சொல்வதற்கு முன், உலக யுத்தத்துக்குப் பிறகு பெண்களுடைய நிலையில் நிகழ்ந்த பெரும் மாறுதலை உனக்கு மீண்டும் நினைவூட்ட விரும்புகிறேன். 19ஆம் நூற்றாண்டில் பெரிய இயந்திரத் தொழில்கள் தொடங்கியதில் இருந்து அவற்றில் பெண்கள் வேலை செய்தார்கள். அப்போதிருந்து அவர்கள் அனுபவித்த அடிமைத்தனம் நீங்கத் தொடங்கியது. பெண் விடுதலை முதலில் மெதுவாகத்தான் இருந்தது. யுத்த நிலைமைகள் அதன் வேகத்தை அதிகப்படுத்தின.

யுத்தத்துக்குப் பிற்பட்ட ஆண்டுகள் அதை அநேகமாகப் முழுமை செய்துவிட்டன. இன்றைய தினம் உலகின் பல பகுதிகளிலும், பெண் டாக்டர்களும், ஆசிரியர்களும், என்ஜினியர்களும் இருக்கிறார்கள். சில ஆண்டுகளுக்கு முன் அவர்கள் கோஷாக்களாக அடைபட்டுக் கிடந்தார்கள், நீயும் உன்னுடைய தலைமுறையைச் சேர்ந்தவர்களும்

இதெல்லாம் எப்போதும் உள்ளதுதான் என்று நினைக்கலாம், ஆனால், இது ஆசியாவில் மட்டுமின்றி ஐரோப்பாவில் கூட மிகவும் புதுமையான விஷயமாகும். இன்றைக்கு நூறு ஆண்டுகளுக்கு சற்றுக்குறைவாக, 1840ல், முதல் உலக அடிமை எதிர்ப்புச் சபை லண்டனில் கூடிற்று. அதற்கு அமெரிக்காவில் இருந்து சில பெண்கள் பிரதிநிதிகளாக வந்திருக்கிறார்கள். ஆனால், அந்தச் சபை அமெரிக்காவில் இருந்து வந்த 'பெண் பிரதிநிதிகளை' அனுமதிக்க மறுத்து விட்டது. பெண்கள் ஒரு சபை நடவடிக்கைகளில் கலந்து கொள்வது பெண் குலத்துக்கே இழிவைத் தரும் காரியம் என்று அது கருதியது.

இப்போது விஞ்ஞானத்தைப் பார்க்கலாம். சோவியத்து ரஷியாவின் ஐந்தாண்டுத் திட்டத்தைப் பற்றிப் பேசுகையில் அது சமூக விவகாரங்களில் விஞ்ஞானத் தன்மையை பயன்படுத்துவது என்று கூறினேன். முழுவதும் என்று சொல்ல முடியாவிட்டாலும், ஒரு அளவுக்காவது கடந்த 150 ஆண்டு ஐரோப்பிய நாகரிகத்தின் பின்னால் நிற்பது இந்த விஞ்ஞானத் தன்மைதான். அதன் செல்வாக்கு வளர வளர அறிவுக்குப் புறம்பான மூட நம்பிக்கைகளும், மாய, மந்திரங்களும் மங்கி வருகின்றன. விஞ்ஞானத்துக்கு புறம்பான காரியங்களுக்கு எதிர்ப்பு வலுக்கிறது. இதனால், விஞ்ஞானத் தன்மை இவற்றை வெற்றி கொண்டதாக கருதிவிட முடியாது. ஆனால், விஞ்ஞானம் வெகுவாக முன்னேறியிருக்கிறது. பத்தொன்பதாம் நூற்றாண்டில் அது பல முக்கியமான வெற்றிகளை அடைந்தது.

விஞ்ஞான முன்னேற்றத்தால் உலகம் முழுவதும், குறிப்பாக மேற்கு ஐரோப்பாவும் வட அமெரிக்காவும், அடையாளமே தெரியாதபடி மாறிவிட்டன. அதற்கு முற்பட்ட பல்லாயிரம் ஆண்டுகளில் அடையாத மாறுதலை அவை அடைந்தன.

விஞ்ஞானக் கல்வியின் பயனாக மனிதன் இயற்கையை அதிகமாக அறியவும் அடக்கியாளவும் கற்றுக்கொண்டான். அதுதான் வளர்ச்சிக்கும் செல்வம் பெருகியதற்கும் காரணம். கல்வியும் கேள்வியும் பெருகியது உண்மைதான். ஆனால், அதன் கூடவே அறிவும் ஒழுக்கமும் வளர்ந்ததாக நீ எண்ணி விடக்கூடாது. சமீபத்தில் பிரிட்டிஷ் விஞ்ஞான சங்கத்தின் தலைவர், "மனிதனுக்குத் தன்னை அடக்கியாளத் தெரிவதற்கு முன்னால் இயற்கையை அடக்கியாளும் வல்லமை கிடைத்துவிட்டது" என்று கூறியுள்ளார்.

நம்மில் பெரும்பாலோர் விஞ்ஞானம் ஈன்றெடுத்த சாதனங்களை,

அவை எப்படி வந்தன என்பதைச் சிந்தித்துப் பார்க்காமல் உபயோகித்து வருகிறோம். முன்னேற்றமடைந்த ஒரு காலத்தில் நாம் வாழ்வது பற்றியும், நாமே மிகுந்த 'முன்னேற்றம்' அடைந்தவர்கள் போலவும் நினைத்துக் கொள்கிறோம். இப்போதுள்ள ஒரு என்ஜின் டிரைவர் ஒரு என்ஜினை ஓட்டுகிறான். பிளேட்டோ அல்லது சாக்ரடீசுக்கு அதை ஓட்டத் தெரியாது. இந்தக் காரணங்களால் அவர்களை விட, என்ஜின் டிரைவர் முன்னேற்றமானவன் என்று அர்த்தமாகுமா? அது முட்டாள்தனமாகும். அதேசமயம், அந்தக் காலத்தில் போக்குவரவுக்குப் பிளேட்டோ உபயோகித்த ரதத்தைவிடத் தற்காலத்தில் தானாக ஓடும் என்ஜின் அதிக முன்னேற்றமான சாதனம் என்று கூறுவது பொருத்தமாயிருக்கும்.

தற்போது நாம் எண்ணற்ற புத்தகங்களைப் படிக்கிறோம். அவற்றில் பெரும்பாலானவை குப்பை என்றே எனக்குத் தோன்றுகிறது. பழைய காலத்தில் மக்கள் சில நூல்களையே கற்றாலும் அவற்றைக் கசடறக் கற்றார்கள். அந்த நூல்களும் கல்விக் கருவூலங்களாக விளங்கின.

நமக்குக் கிடைத்துள்ள கல்வியைச் சரியான முறையில் உபயோகிக்கக் கற்றாலொழிய, நாம் அதனால் வரும் முழுப் பயனையும் அடைய முடியாது. நல்ல மோட்டார் காரில் சவாரி செய்வதற்கு முன்னால், எங்கே போகிறோம் என்கிற முடிவு வேண்டும். அதாவது, வாழ்க்கையில் நமது குறிக்கோள் என்னவாயிருக்க வேண்டும் என்று நாம் ஒருவாறு நிச்சயம் செய்து கொள்ளவேண்டும். கெட்டிக்காரக் குரங்கு மோட்டார் ஓட்டக் கற்றுக் கொள்ளலாம். ஆனால், அதை நம்பி யாராவது காரில் ஏறி உட்காருவார்களா?

தற்காலக் கல்வியின் அகலத்தையும் ஆழத்தையும் அளப்பது அரிது. பல்லாயிரக்கணக்கான ஆராய்ச்சியாளர் அல்லும் பகலும் புதுப்புது உண்மைகளைத் தேடி அலைகிறார்கள். ஒவ்வொருவனும் ஒரு குறிப்பிட்ட துறையை எடுத்துக் கொண்டு தனித்தனியாக ஆராய்ச்சி நடத்திவருகிறான். ஒவ்வொருவனும் கல்விக் கடலில் சேரும் ஓடையாகவும், சிற்றாறு ஆகவும், நதியாகவும் இருக்கிறான். கல்வியானது கடல் போல் விரிந்து பரந்திருப்பதால் ஒவ்வொருவனும் தன்னுடைய துறையில் தேர்ச்சியடைய வேண்டியுள்ளது. அவன் மற்றத் துறைகளை அறியமாட்டான்.

இந்த குறுகலான ஒருதுறை அறிவை மீறிப் பரந்த நோக்கோடு பார்க்கக்கூடிய சிலரும் இருக்கிறார்கள். அவர்களுடைய ஒரு

துறைப்புலமை அதற்குத் தடை செய்வதில்லை. அவர்கள் தங்களுடைய விஞ்ஞான ஆராய்ச்சிகளை விடாது நடத்திக் கடந்த பதினைந்து ஆண்டுகளில் எவ்வளவோ ஆச்சரியமான புதுமைகளைத் தேடித் தந்திருக்கிறார்கள். இன்றைய விஞ்ஞான உலகின் சிகரமாக விளங்குபவர் ஆல்பர்ட் ஐன்ஸ்டைன் என்பவர். அவர் ஒரு ஜெர்மன் யூதர். யூதர்களைக் கருவறுக்கக் கங்கணம் கட்டிக்கொண்டிருக்கும் ஹிட்லர் அரசாங்கம் அவரை ஜெர்மனியைவிட்டு விரட்டிவிட்டது.

பௌதிக சாஸ்திரத்தில் சில அடிப்படையான சித்தாந்தங்களை ஐன்ஸ்டைன் புதிதாக வகுத்திருக்கிறார். சகல பிரபஞ்சத்தையும் பொறுத்த அந்தச் சித்தாந்தங்களை நுட்பமான கணித முறைகளைக் கொண்டு அவர் கண்டுபிடித்துள்ளார். அவற்றின்படி 200 ஆண்டுகளாக ஒப்புக் கொள்ளப்பட்டு வந்த நியூட்டனுடைய சித்தாந்தங்கள் சிலவற்றை அவர் மாற்றியுள்ளார். ஐன்ஸ்டைன் சித்தாந்தம் ஆச்சரியமான வகையில் நிரூபிக்கப்பட்டது. அந்தச் சித்தாந்தத்தை நான் விளக்கப் போவதில்லை. அது மிகவும் சிக்கலானது. அதைத் தியரி ஆஃப் ரிலேட்டிவிட்டி அல்லது சார்பியல் கோட்பாடு என்று அழைக்கிறார்கள்.

ஐன்ஸ்டைன் கண்ணால் காணக்கூடிய பிரபஞ்சத்தை ஆராய்ந்தார். இன்னொரு கோடியில் விஞ்ஞானிகள் நுண்ணிய அணுவை ஆராய்ந்தார்கள். ஒரு ஊசி முனையை எடுத்துக்கொள். அதாவது, கண்ணால் பார்க்கக்கூடிய மிகச் சிறிய பொருள். இந்த ஊசி முனை ஒரு வழியில் பிரபஞ்சத்துக்கு ஒப்பாக உள்ளது என்று விஞ்ஞான முறைகளால் நிரூபிக்கப்பட்டுள்ளது. மாலிக்யூல்கள் எனப்படும் பேரணு, ஆட்டம்ஸ் எனப்படும் அணு, இவற்றையெல்லாம் ஆராய்கிறார்கள். ஒவ்வொரு அணுவிலும் மின்னணுக்கள், அதாவது புரோட்டான்ஸ், எலெக்ட்ரான்ஸ் என்று சொல்கிறார்கள். அவற்றினும் சிறியவற்றை பாஸிட்ரான்ஸ் என்றும் நியூட்ரான்ஸ் என்றும் டென்டான்ஸ் என்று அழைக்கிறார்கள்.

இதெல்லாம் நுண்ணியதிலும் நுண்ணியதாக இருந்தாலும், மிகவும் சக்தி வாய்ந்த உருப்பெருக்கி துணைகொண்டு பார்த்தாலும் பேரணு கண்ணுக்குத் தெரிவது அரிது. பேரணுவே இப்படியென்றால், அணு, புரோடான், எலெக்ட்ரான் இவற்றைக் கற்பனை செய்து பார்ப்பதும் அரிது. ஆயினும், விஞ்ஞான முன்னேற்றத்தினால் இவற்றைப்பற்றிய செய்திகள் ஏராளமாகச் சேர்க்கப்பட்டுள்ளன. சமீபத்தில் அணுவையும் பிளந்துள்ளார்கள்.

விஞ்ஞானம் கண்டுபிடித்துள்ள புதுப்புது சித்தாந்தங்களைக் கருதும் போது மூளை குழம்புகிறது. அவற்றைப் புரிந்துகொள்வது மிக மிக அரிது. இன்னும் வியப்பான ஒன்றைச் சொல்லுகிறேன், கேள். நமக்குப் பெரிதாகத் தோன்றும் நாம் வாழும் இந்தப் பூமி சூரியனைச் சுற்றும் ஒரு சிறு கோள் என்பதை நாம் அறிவோம். சூரியனே ஒரு சின்ன நட்சத்திரம்தான். சூரிய மண்டலம் முழுவதும் பிரபஞ்சத்தில் ஒரு சிறு துளிதான்.

பிரபஞ்சத்தின் அகலமும் நீளமும் அளவிட அரிதாயிருக்கிறது. இதன் பகுதிகள் சிலவற்றிலிருந்து ஒளி வந்து நம்மை அடைவதற்கு லட்சம், பத்து லட்சம், கோடி ஆண்டுகள் செல்கின்றன. இரவில் நாம் ஒரு நட்சத்திரத்தைக் காண்கிறோம். நாம் பார்ப்பது இப்போதுள்ள நட்சத்திரம் அல்ல. அதிலிருந்து இப்போது நம்மை வந்து அடைந்துள்ள ஒளி, நம்மை நோக்கி அதனின்று தனது நீண்ட பிரயாணத்தைத் தொடங்கியபோது, அதாவது, பல்லாயிரம் ஆண்டுகளுக்கு முன், அந்த நட்சத்திரம் எப்படி இருந்ததோ அதையே நாம் இப்போது காண்கிறோம்.

அதனால்தான் இவற்றை ஆராய்வதற்கு ஐன்ஸ்டைனின் தத்துவம் நமக்குப் பெரிதும் பயன்படுகிறது. அதாவது, நாம் காண்கிற நட்சத்திரம் நமக்கு நிகழ்காலம். ஆனால், உண்மையில் நாம் காண்பது கடந்த காலமே. அந்த நட்சத்திரத்தில் இருந்து ஒளி புறப்பட்ட பிறகு அந்த நட்சத்திரம் இல்லாமல்கூடப் போயிருக்கலாம். யார் கண்டது!

நமது சூரியன் ஒரு சாதாரண சின்ன நட்சத்திரம் என்று சொன்னேன். அதுமட்டுமின்றி, லட்சக்கணக்கான நட்சத்திரங்கள் சேர்ந்த கூட்டத்தை ஒரு நட்சத்திர மண்டலம் என்று சொல்கிறோம். நாம் இரவில் காணும் நட்சத்திரங்களில் பெரும்பாலானவை இந்த மண்டலத்தைச் சேர்ந்தவை. வெறுங்கண்களால் சில நட்சத்திரங்களையே நம்மால் காண முடிகிறது. பெரிய தொலை நோக்கிகளின் துணைகொண்டு பார்த்தால் இன்னும் அதிகமான நட்சத்திரங்கள் கண்ணுக்கு தெரியும். வானநூல் புலவர்கள் இந்தப் பிரபஞ்சத்தில் வெவ்வேறான லட்சக்கணக்கான நட்சத்திர மண்டலங்கள் இருக்கின்றன என்று கணக்கிட்டிருக்கிறார்கள்.

இன்னொரு வியப்பு என்னவென்றால் இந்தப் பிரபஞ்சம் விரிந்துகொண்டே செல்கிறது என்று சொல்கிறார்கள். சர் ஜேம்ஸ் ஜீன்ஸ் என்ற கணிதவியல் அறிஞர், இதைப் பெரிதாகிவரும் சோப்புக்

குமிழியின் மேல்புறத்தோடு ஒப்பிடுகிறார். குமிழியை ஒத்த இப் பிரபஞ்சத்தின் ஒரு மூலையிலிருந்து இன்னொரு மூலைக்கு ஒளி செல்வதற்குப் பல லட்சம் ஆண்டுகள் ஆகின்றன என்றால் இது எவ்வளவு பெரிதாயிருக்க வேண்டும்!

இந்த அதிசயம் போதாதென்றால் இன்னும் இந்த ஆச்சரியமான பிரபஞ்சத்தைப் பற்றிச் சொல்லுகிறேன், கேள். புகழ்பெற்ற கேம்பிரிட்ஜ் வானவியல் அறிஞரான சர் ஆர்தர் எடிங்டன் என்பவர், ஒருமுறை சாவி கொடுத்துவிட்ட கடிகாரம் மறுமுறை சாவி கொடுக்காவிட்டால் ஓடி நின்று விடுவதுபோல, நமது பிரபஞ்சம் சிறிது சிறிதாகச் சிதறுண்டு வருவதாகக் கூறுகிறார். ஆனால், இதெல்லாம் நடப்பதற்குப் பல லட்சம் ஆண்டுகள் ஆகும் என்பதால் நாம் கவலைப்பட வேண்டியதில்லை.

19 ஆம் நூற்றாண்டில் இயற்பியலும், வேதியியலும் இயற்கை அல்லது புற உலகை அடக்கியாள மனிதனுக்கு உதவி செய்தன. பிறகு, விஞ்ஞானி தன்னையே ஆராயத் தொடங்கினான். உயிரியல், விலங்கியல், தாவரவியல் என்று, அதாவது, மனிதன், விலங்கு, தாவரம் ஆகியவற்றின் உயிர்த் தத்துவத்தை ஆராய்ந்தான். இப்போது அது முன்னேற்றம் அடைந்திருக்கிறது.

உயிர்த் தத்துவத்துக்கு அடுத்தது மனோதத்துவம். அது மனிதனுடைய மனக்கடலைப் பற்றியும், அதில் அலைகளெனத் தோன்றும் சிந்தனைகள், ஆசைகள், அச்சங்களைப் பற்றியும் கூறுகிறது. இவ்வாறு, விஞ்ஞானம் புதிய புதிய துறைகளில் புகுந்து நம்மையே நமக்கு அறிவிக்கிறது. நம்மைப் பற்றிய அறிவு பெருகுவது நம்மை நாம் அடக்கியாள உதவி செய்யலாம்.

சில பிராணிகளின் ஆராய்ச்சி விஞ்ஞானத்தின் வளர்ச்சிக்குச் செய்துள்ள உதவியை அறிய நாம் ஆச்சரியப்படுவோம். பாவம், தவளையை அறுத்துப் பார்த்து நரம்புகளும் தசைகளும் இயங்கும் விதத்தைத் தெரிந்து கொண்டார்கள். அழுகல் வாழைப்பழத்தின் மீது உட்காரும் அற்ப ஈயின் துணைக் கொண்டு பரம்பரைத் தத்துவத்தை அறிந்துகொண்டார்கள். இந்த ஈயைக் கவனித்துப் பார்த்துப் பரம்பரைக் குணம் ஒரு தலைமுறை-யிலிருந்து இன்னொரு தலைமுறைக்கு எப்படித் தொடர்கிறது என்று கண்டுபிடித்தார்கள். மனிதருக்குள் பரம்பரைக் குணம் காணப்படும் விதத்தை அறிந்துகொள்ள இது ஓரளவு உதவியாக இருக்கிறது.

தவளையையும் ஈயையும்விடத் தாழ்ந்த தத்துக்கிளி அல்லது வெட்டுக் கிளி நமக்குப் பெரிய குருவாக விளங்குகிறது. அமெரிக்க

ஆராய்ச்சியாளர்கள் வெட்டுக்கிளிகளை நன்கு ஆராய்ந்து பார்த்து விலங்குகளிலும், மனிதர்களிலும், பாலினம் எப்படி நிச்சயமாகிறது என்று காட்டியுள்ளார்கள். தாயின் ரத்தத்தில் உள்ள சிறிய கரு எப்படி தொடக்கத்திலேயே ஆணோ பெண்ணோ ஆகிச் சிறிது சிறிதாக வளர்ந்து ஆண் குட்டியாகவோ, பெண் குட்டியாகவோ, பிள்ளையாகவோ, பெண்ணாகவோ பிறக்கிறது என்பதை இப்போது நாம் நன்றாக அறிந்திருக்கிறோம்.

தவளை, ஈ, வெட்டுக்கிளி, இவற்றுக்குப் பிறகு வீட்டில் வளரும் நாயும் நமக்குப் பரோபகாரம் செய்திருக்கிறது. நமது காலத்தைச் சேர்ந்த பிரபல ரஷிய விஞ்ஞானியான பவ்லோவ் என்பவர் நாய்களைக் கவனிக்கத் தொடங்கி, ஆகாரத்தைக் கண்டதும் அவற்றின் நாக்கில் எப்போதும் ஜலம் ஊறுகிறது என்பதை ஆராய்ந்தார். இவ்வாறு தானாக நிகழும் நிகழ்ச்சியை 'இயற்கை எதிர் வினைப்பாடு' (Unconditioned reflex) என்று அழைக்கிறார்கள். ஒரு குழந்தை எவ்வித முன் அனுபவமும் இல்லாமலேயே தும்முகிறது, கொட்டாவி விடுகிறது, காலை நீட்டுகிறது, அதைப்போல.

நாயின் மீதும், நாய் எச்சில் மீதும் நடத்திய சோதனைகள் மனித மனோதத்துவ சாஸ்திரத்துக்கு அடிப்படையாக அமைந்தன. அவற்றை ஒட்டி ஒருவனுடைய குழந்தைப் பருவத்தில் பல இயற்கை எதிர் வினைப்பாடுகள் நிகழ்கின்றன என்றும், அவன் வளர வளரச் 'செயற்கை எதிர் வினைப்பாடுகள்' உண்டாகின்றன என்றும் காட்டியுள்ளார்கள். பாம்பைப் பார்த்தவுடன் எதையும் யோசியாமல் பயந்து துள்ளிக் குதிப்பதற்கு பவ்லோவ் நடத்திய சோதனைகளை அறிந்திருக்க வேண்டிய அவசியம் இல்லை.

விஞ்ஞான ரீதியான ஆராய்ச்சித் தன்மையை உனக்கு உணர்த்துவதற்காகவே மேற்கண்ட சில உதாரணங்களைக் கூறினேன். பழைய வேதாந்த விசாரணையில் யாரும் பகுத்தறியவோ புரிந்துகொள்ளவோ முடியாத பெரிய தத்துவார்த்தங்களைக் குறித்து நிச்சயமில்லாமல் பேசிக்கொண்டே இருப்பார்கள். ஆனால், அதன் உண்மையை அறிவதற்கு முடிவான உரைகல்லோ அளவையோ இல்லாததால் விஷயம் தெளிவுபடாமல் பழையபடியே இருக்கும். அவர்கள் அடுத்த உலகத்தைப் பற்றியே பேசிக் கொண்டிருந்ததால் இந்த உலகிலுள்ள அற்பவிஷயங்களை அறிவதற்கு அவர்களுக்கு நேரமில்லை.

விஞ்ஞான ஆராய்ச்சி வேதாந்த ஆராய்ச்சிக்கு நேர் மாறானது.

அற்பமாகத் தோன்றுகிற விஷயங்களை விஞ்ஞானம் அதி கூர்மையாகக் கவனித்துக் குறித்துக் கொள்கிறது. அதிலிருந்து சில முக்கியமான முடிவுகள் பெறப்படுகின்றன. அந்த முடிவுகளை அடிப்படையாகக் கொண்டு விஞ்ஞானம் சித்தாந்தங்களை வகுக்கிறது. அந்தச் சித்தாந்தங்கள் சரியா என்று பார்ப்பதற்கு மீண்டும் ஆராய்ச்சிகளும் சோதனைகளும் நடக்கின்றன.

இப்படிச் சொல்வதால் விஞ்ஞானம் எப்போதும் தவறிழைக்காது என்று அர்த்தமில்லை. அடிக்கடி அது தவறிழைக்கிறது. அடிக்கடி அது சொன்னதை மாற்றிக் கொள்ளுகிறது. ஆனால், ஒரு பிரச்சினையை அணுகுவதற்கு விஞ்ஞான முறைதான் தகுந்த முறை என்று தோன்றுகிறது. தனக்குத் தெரியாதது ஒன்றுமில்லை என்று 19 ஆம் நூற்றாண்டில் விஞ்ஞானம் கொண்டிருந்த இறுமாப்பு இன்றைய தினம் போய்விட்டது.

அறிவுடையவன் தனது அறிவின் சிறுமையை உணர்கிறான். அறி-வில்லாதவனோ முற்றும் உணர்ந்து விட்டதாக எண்ணிக் கொள்கிறான். விஞ்ஞானமும் அப்படியே. அது முன்னேற முன்னேறத் தான் பிடித்த முயலுக்கு மூன்றேகால் என்று சாதிப்பது குறைந்து வருகிறது. கேட்கப்படும் வினாக்களுக்கு அடித்து விடை பகருவதை விடுத்துச் சற்றுத் தயக்கத்துடன் பேசுகிறது. “விஞ்ஞான முன்னேற்றத்தை விஞ்ஞானிகள் விடையளிக்கக் கூடிய வினாக்களைக் கொண்டு கணக்கிடாமல் அவர்கள் எழுப்பக்கூடிய வினாக்களைக் கொண்டு கணக்கிடவேண்டும்” என்று எடிங்டன் கூறுகிறார். அது ஒருவேளை உண்மையாயிருக்கலாம். ஆயினும், விஞ்ஞானம் விடையளிக்கக் கூடிய வினாக்களின் எண்ணிக்கை அதிகரித்து வருகிறது. வாழ்க்கையைப் புரிந்துகொள்ள அது நமக்கு உதவுகிறது. அதை நாம் நன்கு பயன்படுத்திக் கொள்வோம் என்றால், நல்ல குறிக்கோளோடு கூடிய நல்வாழ்க்கை நடத்தவும் நமக்கு உற்ற துணையாக அது இருக்கும். வாழ்க்கையின் மூலை முடுக்குகளில் உள்ள இருளை எல்லாம் விஞ் ஞானம் தனது ஒளியால் மாய்க்கிறது.

பயணத்திற்கும் பயன்படுகிறது... நகரங்களை நாசம் செய்யவும் பயன்படுகிறது

183. அறிவியலின் நன்மையும் தீமையும்

ஜூலை 14, 1933

விஞ்ஞானம் புதிதாக உருவாக்கியுள்ள அற்புத சொர்க்கத்தை கடந்த கடிதத்தில் உனக்குச் சிறிது காட்டினேன். அந்தக் காட்சி உனக்குள் எத்தகைய பாதிப்பை ஏற்படுத்தி இருக்கும் என்று எனக்குத் தெரியாது. மனிதனுடைய சிந்தனையும், பிரபஞ்சமும் விரிவடைந்துகொண்டே போகின்றன. விரிவாக தெரிந்துகொள்ள நிறைய நூல்கள் இருக்கின்றன.

இன்று உண்மையென்று கூறுவது, நாளை இல்லாமல் போகலாம். அல்லது வேறு உண்மைக்கு இடம் கொடுக்கலாம். மனித அறிவானது பிரபஞ்சத்தை ஊடுருவி, அதன் மறைபொருளை துருவிக் காண முயற்சிப்பதை நினைத்து வியக்கிறேன். பெரியதில் பெரிய அண்டத்தையும், சிறியதில் சிறிய அணுவையும் அளந்தறிய விரையும் ஆற்றலில் நான் மெய்மறந்து போகிறேன்.

இன்றைய வாழ்க்கையை விஞ்ஞானத்தின் விளைவுகள் முழுவதும் ஆக்கிரமித்து நிர்ணயிக்கின்றன. அவையின்றி நம்மால் இருக்க முடியுமா என்று நினைக்கவே கஷ்டமாக இருக்கிறது. கடந்த காலம் பொற்காலம் என்று பழமையை நினைத்து உருகுபவர்கள் இருக்கிறார்கள். கடந்துபோன வரலாறில் சில காலப்பகுதிகள் நம்மை மிகவும் வசீகரிக்கின்றன. அவை

சில அம்சங்களில் நாம் வாழும் காலத்தைவிட மேம்பட்டனவாக இருக்கலாம். இந்த வசீகரத்துக்குக் கூடத் தூரத்துப் பச்சையும் தெளிவற்ற காட்சியும் காரணமாக இருக்கலாம். ஒரு காலகட்டத்தை பெருமையாக நினைத்தால், அந்தக் காலத்தில் வாழ்ந்த பெரியோர்களை மட்டும் நினைக்கிறோம். வரலாறு முழுவதும் பார்த்தால் சாமானிய மக்களின் வாழ்வு துன்பம் மிகுந்ததாகவே இருந்துள்ளது. ஆனால், பல காலமாக மக்கள் தாங்கிய துன்பச் சுமையை விஞ்ஞானம் ஓரளவு குறைத்திருக்கிறது.

நம்மைச் சுற்றிலும் சூழ்ந்துள்ள பொருள்கள் பெரும்பாலும் விஞ் ஞானத்தோடு தொடர்புள்ளவை. விஞ்ஞான உதவியால் பயணம் செய்கிறோம். நமது உணவுப் பொருள் உற்பத்தியாகி வெவ்வேறு இடங்களுக்குச் செல்கிறது. நாம் படிக்கும் பத்திரிகைகள், பேனா, காகிதம், நோய்களுக்கான மருந்து இப்படி எல்லாமே விஞ்ஞானத்தின் உதவியால் ஆனவை. விஞ்ஞானம் இல்லாமல் உலகில் வாழும் மக்கள் எல்லாருக்கும் வேண்டிய உணவு கிடைப்பது அரிது. விஞ்ஞானத்தின் துணைகொண்டு உணவை உற்பத்தி செய்து, அதே விஞ்ஞானத்தின் துணைகொண்டு அதை ஓரிடத்திலிருந்து மற்றோர் இடத்துக்குக் கொண்டு சென்றால்தான் மக்கள்தொகை இவ்வுலகில் உயிர்வாழ முடியும்.

ஆண்டுதோறும் எண்ணற்ற மாறுதல்கள் செய்யப்படுவதால், இயந்திரத்தின் சக்தி அதிகரித்து, அது மனித உழைப்பை எதிர்பார்ப்பது குறைகிறது. இயந்திரத் தத்துவ முறைச் சீர்திருத்தங்களும், விஞ்ஞானத் தத்துவ முறை முன்னேற்றங்களும் இருபதாம் நூற்றாண்டைச் சேர்ந்த கடந்த முப்பதாண்டுகளில்தான் வேகமாக நிகழ்கின்றன. உற்பத்தியில் மின்சாரத்தின் உபயோகம் அதிகரிக்கிறது. இருபதாம் நூற்றாண்டில், அதிலும் குறிப்பாக அமெரிக்காவில், மின்சாரப் புரட்சி நடந்துள்ளது. இதனால் வாழ்க்கையில் புதிய நிலைமைகள் தோன்றி வருகின்றன. மின்சாரப் புரட்சி மின்சார சக்தி சகாப்தத்தைத் தோற்றுவிக்கிறது. தொழில்களுக்கும், ரயில்களுக்கும், வேறு பலவற்றுக்கும் பயன்படும் மின்சார சக்தி எல்லாவற்றையும் மிஞ்சி நிற்கிறது. இதனால்தான் தொலைநோக்கு மிகுந்த லெனின் சோவியத்து ரஷியா முழுவதும் பெரிய பெரிய நீர்மின்சார நிலையங்களை நிறுவத் திட்டம் வகுத்தார்.

தொழிலுக்கு மின்சாரத்தை உபயோகிப்பதும், மற்றச் சீர்திருத்தங்கள் செய்வதும் சேர்ந்து அதிகப் பணச் செலவில்லாமல் பெரிய மாறுதலை ஏற்படுத்துகிறது. மின்சாரத்தால் இயங்கும் ஒரு இயந்திரத்தைச் சிறிது மாற்றி அமைத்தால் உற்பத்தியை இரட்டிப்பாக்க முடியும். உற்பத்தியில் மனித உழைப்பு வந்து புகுவது

அதைத் தாமதம் செய்வதோடு தவறாகவும் செய்துவிடுகிறது. மின்சாரம் வந்து மனித உழைப்புக்கு இருக்கும் இடத்தைச் சிறிது சிறிதாகக் குறைத்து வருகிறது. இதுவே உற்பத்திப் பெருக்கத்துக்குப் பெரும்பாலும் காரணம். இயந்திரங்கள் திருந்தத் திருந்த அவற்றில் வேலை செய்யும் ஆட்கள் குறைந்து வருகிறார்கள். ஒரு மனிதன் சில கம்பிகளைத் தள்ளிச் சில பொத்தான்களை அழுத்துகிறான். உடனே பெரிய இயந்திரங்கள் சுழலத் தொடங்குகின்றன. இதனால் இயந்திர உற்பத்திச் சாமான்கள் பெருகுகின்றன. அதேசமயத்தில் பல தொழிலாளர்கள், வீட்டுக்கு அனுப்பப்படுகிறார்கள். அதே சமயத்தில், ஒரு புதிய இயந்திரத்தைத் தொழிற்சாலையில் நிறுவுவதற்குள் அது ஓரளவு பழைய மாதிரி ஆகிவிடுகிறது. அதற்குள் புதிது புதிதாக இயந்திரங்கள் உற்பத்தி ஆகின்றன.

இயந்திரங்களினால் வேலை போய்விடும் என்று தொழிலாளர்கள் போராடிய காலம் போய், வேலை கிடைக்கும் வழி அதிகரித்தது. ஒரு தொழிலாளி தானே கையால் செய்வதைவிட இயந்திரத்தின் உதவியால் அதிகச் சாமான்கள் செய்ய முடியும். இதனால், அவனுடைய கூலி உயர்ந்து சாமான்களின் விலை குறைந்தது. ஆகவே தொழிலாளரும் ஏழை மக்களும் மேற்படி சாமான்களை அதிகமாக வாங்க முடிந்தது. வாழ்க்கைத் தரம் உயர்ந்து, தொழிற்சாலையில் உற்பத்தி செய்யப்பட்ட சாமான்களை வாங்குவோரின் தொகை அதிகரித்தது. இதன் பயனாகத் தொழிற்சாலைகள் பெருகின. அவற்றில் வேலை செய்வோரின் எண்ணிக்கையும் பெருகிற்று.

கடந்த சில ஆண்டுகளாக இந்தச் சக்கரம் நின்று விட்டதாகத் தெரிகிறது. தற்போதுள்ள முதலாளித்துவ முறையின் கீழ் இனி விரிவக்கத்துக்கு இடமில்லை. தற்கால இயந்திரத் தொழில் 'பெரிய அளவு உற்பத்தி'யை லட்சியமாகக் கொண்டுள்ளது. ஆனால், அப்படி உற்பத்தியாகும் சாமான்களைப் பொதுமக்கள் வாங்கக் கூடிய நிலையில் இருக்க வேண்டும். அவர்கள் வேலை இல்லாமலோ பணம் இல்லாமலோ கஷ்டப்பட்டால் அவற்றை எப்படி வாங்கக்கூடும்?

1929லிருந்து உலகமெங்கும் பெரிய வியாபார மந்தம் ஏற்பட்டு எல்லாரையும் வாட்டுகிறது. 1929க்குப் பிறகு ஏற்பட்டிருக்கும் வளர்ச்சி காரணமாக அமெரிக்காவில் மட்டும் பல லட்சம் பேர் வேலையிழந்து தவிக்கிறார்கள். மீண்டும் உற்பத்தி 1929ஆம் ஆண்டு அளவுக்கு வந்தாலும் அவர்கள் அத்தனை பேருக்கும் வேலை கிடைப்பது அரிதென்று தோன்றுகிறது.

பொதுவாக உலகம் முழுவதும், குறிப்பாகத் தொழில் துறை

முன்னேற்றம் மிக்க நாடுகளிலும், வேலையில்லாதார் பிரச்சினை பெரிதாக வளர்ந்து வருவதற்கு இது ஒரு காரணமாகும். இன்னும் பல காரணங்களும் இருக்கின்றன. இது ஒரு விசித்திரமான விபரீதப் பிரச்சினை ஆகும். ஏனெனில், நவீன யந்திரங்களைக் கொண்டு உற்பத்தியைப் பெருக்கினால் நாடும் நகரமும் செல்வம் பெருகி ஒவ்வொருவருடைய வாழ்க்கைத் தரமும் உயர வேண்டும் என்றுதானே நாம் சாதாரணமாக நினைப்போம். ஆனால், அதற்கு மாறாக அது கொடிய வறுமையிலும் துன்பத்திலும் வந்து முடிந்திருக்கிறது.

சோவியத்து ரஷியா இத்தகைய பிரச்சினைகளுக்கு விஞ்ஞான முறைகளைப் பயன்படுத்துகிறது. ஆனால், அது ஒரு நாட்டின் எல்லைக்கு உட்பட்டு வேலைசெய்ய வேண்டியிருப்பதாலும், அதைத் தவிர்த்த மற்ற நாடுகள் முதலாளித்துவ முறையைக் கடைப்பிடித்து அதற்கு விரோதமாக இருப்பதாலும், அதற்கு பல இடையூறுகள் நேர்ந்துள்ளன. சோஷலிசம் முடிவாக வெற்றி பெற வேண்டுமானால் அது உலக சோஷலிசமாகத்தான் மாறவேண்டும். சமுதாயத்தின் முன்னேற்றத்தை யாரும் தடை செய்ய முடியாது.

இன்றைய சர்வதேசியக் கட்டுக்கோப்பு அரைகுறையாக இருந்தாலும் அதற்காக அதைத் தள்ளிவிட்டுத் தனித்து வாழும் தேசியத்தை ஆதரிக்க முடியாது. இன்று பாசிஸ்டுகள் பல நாடுகளில் செய்வது போலத் தேசியத்தைத் தீவிரமாக்கச் செய்யும் எந்த முயற்சியும் முடிவில் தோல்வியடைவது உறுதி.

விஞ்ஞானத்தினால் எத்தனையோ நன்மைகள் விளைந்து இருக்கின்றன. ஆனால், யுத்தத்தின் கோரங்களும் அதனால் அதிகரித்து இருக்கின்றன. அரசாங்கங்கள் விஞ்ஞானத்தின் மற்ற நல்ல அம்சங்களை விட்டுவிட்டு, யுத்த அம்சங்களை மட்டும் பயன்படுத்தின. அதாவது, புதிது புதிதாக வரும் விஞ்ஞானச் செயல்முறைகளைப் பயன்படுத்தி தம்முடைய படைப் பலத்தைப் பெருக்கின. கடைசியாகப் பார்த்தால் பெரும்பாலான அரசாங்கங்கள் படைப் பலத்தையே ஆதாரமாகக் கொண்டிருக்கின்றன. விஞ்ஞானச் செயல்முறைகளின் துணைகொண்டு அவை எதற்கும் அஞ் சாமல் பொது மக்கள் மீது கொடுங்கோலாட்சி செலுத்தக்கூடும்.

கொடுங்கோல் அரசுகளை எதிர்த்துப் பழைய முறையில் மக்கள் கலகம் செய்யும் காலம் மலையேறிவிட்டது. பிரெஞ்சுப் புரட்சியைப் போல தெருக்களில் வேலி அடைத்து சண்டை போடுகிற நாள் இனி வராது. ஆயுதம் தரிக்காத மக்கள் கூட்டமோ, ஆயுதம் தாங்கிய மக்கள்

கூட்டமோ போர்க் கருவிகளை குவித்து வைத்துள்ள அரசாங்கப் படையுடன் எதிர்த்துப் போர் செய்வது முடியாத காரியம். ரஷியப் புரட்சியின் போது நடந்தது போல அரசாங்க ராணுவமே அரசாங்கத்தின் மீது திரும்பலாம். அது நடந்தால் தவிர அரசாங்கத்தை வன்முறையால் வெல்ல முடியாது. ஆகவே, சுதந்திரத்துக்காகப் போராடும் மக்கள் பலாத்காரத்தை விடுத்துச் சாத்விக மக்கள்போராட்ட முறைகளைக் கடைப்பிடிக்க வேண்டிய அவசியம் நேரிட்டுள்ளது.

ஆகவே, கோஷ்டி அல்லது ஒருசிலர் ஆட்சி ஏற்படுவதற்கும், தனி மனிதனின் சுதந்திரமும் 19ஆம் நூற்றாண்டு ஜனநாயகக் கருத்துகளும் பலியாவதற்கும் விஞ்ஞானம் வழி செய்கிறது. பல்வேறு நாடுகளில் ஒரு சிலர் ஆட்சி தோன்றியுள்ளது. பல நாடுகளிலுள்ள ஒருசிலர் ஆட்சிகள் ஒன்றோடொன்று முட்டிக்கொள்கின்றன. இதனால், நாடுகளுக்கிடையே போர் மூளுகிறது. இன்றோ, எதிர்காலத்திலோ நேரக்கூடிய மகாயுத்தம் எதுவும் அந்த ஒரு சிலர் ஆட்சிகளை மட்டுமின்றி நாகரிகத்தையே நாசம் செய்து விடலாம். அல்லது, அதன் சாம்பலிலிருந்து, மார்க்சியத் தத்துவம் எதிர்பார்ப்பது போல், ஒரு சர்வதேசியச் சோஷலிஸ்டுச் சமுதாய அமைப்பு உதித்தாலும் உதிக்கலாம்.

போர் இனியதல்ல. அதன் கொடுமைகளை நினைத்தால் நம் குடல் குமுறும். இதனால்தான் வீர வாசகத்திலும் யுத்த கீதத்திலும் பளிச்சென்ற உடுப்பிலும், அதன் உண்மை உருவத்தை மறைத்து வைத்திருக்கிறார்கள். ஆனால், தற்காலத்தில் யுத்தம் என்றால் என்னவென்று தெரிந்துகொள்வது அவசியம். கடந்த உலக யுத்தம் பலருக்கு யுத்தத்தின் கொடுமை எப்படிப் பட்டதென்று காட்டியது. ஆயினும் அந்த யுத்தம் இனி வரப்போகும் யுத்தத்துக்கு உறை போடக் காணாது என்று சொல்லுகிறார்கள். ஏனெனில், கடந்த சில ஆண்டுகளில் தொழில்துறை செயல் முறை பத்து மடங்கு வளர்ச்சி அடைந்திருந்தால், போர் வித்தை நூறு மடங்கு வளர்ச்சி அடைந்திருக்கிறது.

இனி, யுத்தம் என்பது காலாட்படைகளும் குதிரைப் படைகளும் ஒன்றோடொன்று மோதுதல் அல்ல. இன்றைய தினம் யுத்தம் என்றால் இயந்திர 'டாங்கி'கள், விமானங்கள், குண்டுகள் என்று அர்த்தம். விமானங்களின் வேகமும் லாகவமும் நாளுக்கு நாள் அதிகரித்து வருகின்றன.

யுத்தம் தொடங்கினால், உடனே எதிரி விமானங்கள் பகைவர் நாடுகள்மீது குண்டுகளைப் பொழியும் என்று எதிர்பார்க்கிறார்கள்.

யுத்தப் பிரகடனம் ஆனவுடனேயே இந்த விமானங்கள் வரலாம், அல்லது எதிரியை முந்திக் கொள்வதற்காக அதற்கு முன்புகூட வந்து பெரிய நகரங்கள் மீதும் தொழிற்சாலைகள் மீதும் வெடிகுண்டுகள் வீசலாம். தாக்க வரும் விமானங்கள் சில தாக்கப்பட்டு அழியலாம். ஆயினும், நகரங்கள் மீது குண்டு போட்டு அழிப்பதற்குப் பாக்கியிருப்பவையே போதும். போரில் ஈடுபடாத மக்களை ஈவிரக்கமற்ற முறையில் கொன்று குவித்து துன்பத்தை ஏற்படுத்துவதுதான் விமானத் தாக்குதலாகும். கிருமி ஆயுதங்களும் பயன்படுத்தலாம்.

இவையெல்லாம் அரக்கத்தன்மை கொண்டதாகவும் நம்ப முடியாததாகவும் இருக்கிறது அல்லவா? அரக்கர்கள் கூட இதைச் செய்ய விரும்ப மாட்டார்கள். ஆனால், அச்சத்துக்கு அடிமையாகி உயிருக்குப் போராடும் மக்கள் நல்லது தீது மறந்து நம்பமுடியாத காரியங்களை எல்லாம் செய்கிறார்கள்.

சென்ற உலக யுத்தத்தில் விஷப் புகை மிகுதியாக உபயோகிக்கப்பட்டது. எல்லாப் பெரிய நாடுகளும் யுத்த காலத்தில் உபயோகிப்பதற்காகப் பெரிய தொழிற்சாலைகளில் விஷப்புகை உற்பத்தி செய்து வருவது அறிந்த விஷயம். இதன் முடிவு என்னவென்றால், அடுத்த உலக யுத்தம் ஏற்பட்டால் உண்மையான சண்டை போர்முனைகளில் நடக்காது. போர் முனைகளுக்குப் பின்னால் நகரங்களிலும் ஊர்களிலும் வீடுகளிலும் உள்ள சாதாரண மக்கள் தலையில் குண்டு விழுந்து மடிவார்கள்.

என்ன நடக்குமென்று யாரும் சொல்ல முடியாது. எதிர்காலத்தை மூடி நிற்கும் திரையை யாரும் கிழித்துப் பார்க்க முடியாது. ஒன்றுக்கொன்று நேர்மாறான இரண்டு செயல்முறைகள் நிகழ்வதை இன்று உலகில் காண்கிறோம். ஒரு முறை, பகுத்தறிவையும் ஒத்துழைப்பையும் வளர்த்து நாகரிகக் கோயிலைக் கட்டி வருகிறது. இன்னொரு முறையோ, எல்லாவற்றையும் இடித்து மனித குலத்தைத் தற்கொலை செய்து கொள்ளும் முயற்சியில் செலுத்தி வருகிறது. இரண்டின் வேகமும் அதிகரிக்கிறது. இரண்டும் விஞ்ஞான ஆயுதங்களுடன் போருக்குத் தொடை தட்டிக்கொண்டு நிற்கின்றன. எது வெல்லுமோ?

184.பொருளாதார மந்தமும் உலக நெருக்கடியும்

ஜூலை 19, 1933

விஞ்ஞானம் மனிதனுக்கு கொடுத்துள்ள வசதிகளை மீறி, முதலாளித்துவ உலகம் படும் துயரம் வியப்புக்குரியது. விஞ் ஞானம் நமக்கு எத்தனையோ வசதிகளைக் கொடுத்திருக்கிறது. ரேடியோவின் மூலம் நாம் இங்கே பேசுவது தூரதேசங்களில் கேட்கிறது. டெலிபோன் மூலம் நாம் பூமியின் இன்னொரு ஓரத்தில் உள்ளவர்களோடு பேசுகிறோம். 'டெலிவிஷன்' மூலம் நாம் அவர்களைப் பார்க்கக் கூடிய நாளும் விரைவிலேயே வரப்போகிறது. உலகத்தை பிடித்த வறுமையை அடித்து ஓட்டக்கூடிய நிலையில் விஞ்ஞானம் வளர்ச்சி அடைகிறது.

வரலாற்றின் தொடக்கக் காலத்தில் மனிதன் தனது கஷ்டத்தை நொந்து மடிந்தான். அவனுக்கு மறு உலகம் என்ற கற்பனையை உருவாக்கினார்கள். அவன் தனது சகல துன்பங்களில் இருந்தும் விடுபடுவதற்கு சொர்க்கம் ஒன்றையும் கற்பனை செய்து கொண்டான். இதற்குப் பிறகு விஞ்ஞானம் வந்து வசதியான வாழ்க்கைக்கு தேவையான சாதனங்களை மனிதனுக்கு அளித்தது. கைக்கெட்டியது வாய்க்கு எட்டவில்லை என்பதுபோல் சாத்தியமாகக்கூடிய இந்த வசதி வாய்ப்புகளுக்கு நடுவில் மனித குலம் பெரும்பாலும் இல்லாமை யிலும் துன்பத்திலும் இன்னும் சிக்கிக் கொண்டிருக்கிறது. இந்த விபரீதத்தை என்னவென்று சொல்வது?

நமது தற்காலச் சமுதாயமும் விஞ்ஞானமும் ஒன்றோடொன்று பொருந்தவில்லை. சமுதாயத்தின் முதலாளித்துவ அமைப்பும், நவீன விஞ்ஞான முறையும், உற்பத்தி முறையும் மாறுபட்டு நிற்கின்றன. சமுதாயம் உற்பத்தி செய்யக் கற்றுக்கொண்டதே ஒழிய உற்பத்தி செய்ததை வினியோகிக்கக் கற்றுக் கொள்ளவில்லை.

இதை விளங்கிக் கொள்ள ஐரோப்பாவையும் அமெரிக்காவையும் மீண்டும் பார்ப்போம். உலக யுத்தம் முடிந்ததில இருந்து பத்து ஆண்டுகள் அவற்றின் நிலையை ஏற்கெனவே சிறிது கூறியுள்ளேன். தோற்றுப்போன நாடுகளான ஜெர்மனியும் மத்திய ஐரோப்பாவைச் சேர்ந்த சிறு நாடுகளும் யுத்த பிற்கால நிலைமைகளுக்கு ஈடு கொடுக்க முடியாமல் கஷ்டத்துக்கு ஆளாயின. ஜெயித்த ஐரோப்பிய நாடுகளும் ஒன்றும் வாழ்ந்து விடவில்லை. அவை, ஒவ்வொன்றும், அமெரிக்காவிடம் கடன்பட்டிருந்தன. அதுதவிர, உள்நாட்டில் யுத்தத்துக்காகப் பட்ட கடன் சுமை வேறு அவற்றின் குரல்வளையை இறுக்கியது.

அந்தப் பத்து ஆண்டுகளில் அமெரிக்கா மட்டும்தான் செல்வம் கொழித்துக் கொண்டிருந்தது. அதற்குப் பணம் தண்ணீர்ப்பட்ட பாடாக இருந்தது. அது காரணமாகவே ஆசைக்கு அளவில்லாமல் போய்ப் பங்குகளிலும் கடன் பத்திரங்களிலும் சூதாடுவதில் வந்து முடிந்தது.

இதற்கு முன்பு ஏற்பட்ட வியாபார மந்தங்கள் கழிந்ததுபோல இந்தப் பொருளாதார நெருக்கடியும் தீரும் என்று முதலாளித்துவ உலகம் நினைத்துக் கொண்டிருந்தது. முதலாளித்துவத்தின் வாழ்வே சுகத்துக்கும் கஷ்டத்துக்கும் இடையில் மாறி மாறி ஊசலாடுவது போலத் தோன்றியது. இந்த நிலைமைக்கு முதலாளித்துவத்தின் திட்டமிடப்படாத விஞ்ஞான முறையே காரணம் என்று சொல்லப்பட்டது. தொழில் பெருக்கம் காரணமாகச் சுகம் கிடைக்கிறது. உடனே எல்லாரும் முடிந்த வரையில் அதிகமாக உற்பத்தி செய்கிறார்கள். அதாவது, வாங்கக் கூடியதற்கு அதிகமாக உற்பத்தி ஆகிறது. கையிருப்புச் சரக்கு குவிகிறது. நெருக்கடி தோன்றுகிறது. மறுபடியும் தொழில் மந்தமாகிறது.

சிறிது காலம் எல்லாம் தேங்கி நிற்கிறது. அப்போது சிறிது சிறிதாகக் கையிருப்புச் சரக்கு குறைகிறது. மறுபடியும் தொழில் துளிர்க்கிறது. உடனே மீண்டும் கொஞ்ச காலத்துக்குச் வளம் ஏற்படுகிறது. இம்மாதிரி, வளமும் நெருக்கடியும் மாறி மாறி வந்த காரணத்தால், இப்பொழுது இல்லாவிட்டாலும் இன்னும் சிறிது காலத்துக்குப் பிறகாவது வளம் கொழித்தே தீரும் என்று மக்கள் நம்பினார்கள்.

ஆனால், அதற்கு மாறாக 1929ல் நிலைமை திடீரென்று சீர்கெட்டது.

ஜெர்மனிக்கும் தென் அமெரிக்க நாடுகளுக்கும் கடன்கொடுப்பதை அமெரிக்கா நிறுத்தி விட்டது. அமெரிக்க முதலாளிகள் முடிவில்லாமல் கடன் கொடுத்துக் கொண்டே இருக்க முடியாது அல்லவா? அமெரிக்க முதலாளிகளின் கையில் ஏராளமான ரொக்கப் பணம் புழக்கமின்றி இருந்ததால், அதைக் கடனாகக் கொடுத்தார்கள். கையில் மீந்த பணத்தை பங்குப் பரிவர்த்தைனை சூதாட்டத்தில் இறக்கினார்கள். ஒவ்வொருவரும் உடனே கோடீசுவரர்கள் ஆக துடித்துக் கொண்டு நின்றார்கள்.

அமெரிக்கா ஜெர்மனிக்குக் கடன் கொடுப்பதை நிறுத்திய உடனே நெருக்கடி ஏற்பட்டது. சில ஜெர்மன் வங்கிகள் வீழ்ந்தன. பல தென் அமெரிக்க அரசாங்கங்களும் வேறு சில சிறிய நாடுகளும் கடனைச் செலுத்த முடியவில்லை. இவ்வாறு, நாணயம் சீர்குலைவதைக் கண்ட அமெரிக்க ஜனாதிபதி ஹூவர் பயந்து போய், *1931* ஜூலையில், ஒரு ஆண்டுக்குத் கடன் தவணையை நீடித்தார். அதாவது, ஒரு ஆண்டுக்கு அரசாங்கங்கள் ஒன்றுக்கொன்று கடன் செலுத்த வேண்டியதில்லை. கடன்பட்ட நாடுகளுக்கு இது சற்று நிம்மதியை அளித்தது.

இதற்கிடையில், *1929* அக்டோபரில், அமெரிக்காவில் ஒரு முக்கிய சம்பவம் நிகழ்ந்து விட்டது. பங்குப் பரிவர்த்தனை சூதாட்டத்தினால் பங்குகளின் விலை சொல்ல முடியாமல் உயர்ந்து பிறகு திடீரென்று தலைகுப்புற விழுந்தது. நியூயார்க்கின் நிதி வட்டாரங்களில் பெரிய நெருக்கடி ஏற்பட்டது. அன்றைய தினத்திலிருந்து அமெரிக்காவின் செழிப்பான அத்தியாயம் முடிவுற்றது. நெருக்கடியால் கஷ்டப்பட்ட நாடுகளின் வரிசையில் அமெரிக்காவும் சேர்ந்தது.

உலகம் முழுவதும் வியாபாரம் சுருங்கியது. விலைவாசிகள் வீழ்ச்சி அடைந்தன. பண்டங்களின் உற்பத்தி அதிகமாகவும் அவற்றை வாங்கி உபயோகிப்பது குறைவாகவும் போயின. அதாவது, உற்பத்தியான பண்டங்களை வாங்குவதற்கு மக்கள் கையில் பணமில்லை. தொழிற்சாலைகளை மூடினார்கள். அமெரிக்காவிலும் ஐரோப்பாவிலும் பிற இடங்களிலும் வேலையில்லாத் திண்டாட்டம் வளர்ந்தது. தொழில்துறை நாடுகள் கஷ்டப்பட்டன. அதைப் போலவே விவசாய நாடுகளும் கஷ்டப்பட்டன. சில சமயம் விளைச்சல் முழுவதையும் விற்றாலும் வரி செலுத்த போதவில்லை. வரிப் பணத்துக்காக அவர்களுடைய தட்டுமுட்டு சாமான்கள் கூட ஏலம் போடப்பட்டன. உணவுப் பொருள் விலை குறைந்தாலும் அதை உற்பத்தி செய்தவர்கள் உண்ண உணவின்றிக் வசிக்கக் குடிசையின்றித் வாழ வழியின்றித் தவித்தார்கள்.

உலகத்தில் ஒரு நாடு மற்ற நாடுகளைச் சார்ந்து நிற்கவேண்டிய நிலை இருப்பதாலேயே இந்தச் சுணக்கம் உலகத்தை பாதித்தது. வெளி உலகத் தொடர்பு இல்லாமல் அறவே துண்டிக்கப்பட்ட திபெத்துப் போன்ற ஒரு இடத்தைத்தான் அது பாதிக்கவில்லை என்று நினைக்கிறேன்.

மக்கள் தாங்கள் உற்பத்தி செய்யும் பொருள்களைக் கூட வாங்க முடியாத நிலையில் இருக்கிறார்கள். உலகில் வேலையில்லாத் திண்டாட்டம் அதிகரிக்கிறது. ஐரோப்பாவிலும் அமெரிக்காவிலும் மட்டும் 3 கோடி தொழிலாளருக்கு வேலையில்லை. ஐரோப்பா, அமெரிக்காவிலும் வேலை இல்லாமல் இருப்போரைக் காட்டிலும் அதிகமாக இந்தியாவில் இருக்கலாம்.

பொருளாதார மந்தத்தால் பாதிக்கப்பட்ட பெரிய தொழில் துறை நாடுகளுக்குள் கடைசியாகப் பாதிக்கப்பட்ட நாடு அமெரிக்கா. ஆனால், மற்ற இடங்களைக் காட்டிலும் அங்குதான் மக்களால் கஷ்டத்தைத் தாங்க முடியவில்லை. அமெரிக்க மக்கள் கஷ்டம் அறியாதவர்கள். நீடித்த வியாபார மந்தம் அவர்களுக்குப் புதிது. பணக்கர்வம் படைத்த அமெரிக்காவுக்கு இது பேரிடியாக முடிந்தது. அமெரிக்காவில் ஆயிரக்கணக்கான வங்கிகள் நஷ்டம் அடைந்தன.

அமெரிக்காவில் வேலையற்ற ஆண்களும் பெண்களும் வேலை தேடி ஊர் ஊராக அலைந்தனர். அவர்கள் சாலைகள் வழியே நடந்து சென்றார்கள். போகிற வருகிற மோட்டார் கார்களில் தங்களைச் சிறிது தூரம் ஏற்றிச் செல்லும்படி கெஞ்சினார்கள். மெதுவாகச் செல்லும் ரயில் வண்டிகளின் கால்பலகைகளில் நின்றுகொண்டு சென்றார்கள். இதைவிடக் கண்றாவி, சிறுவர்களும், சிறுமிகளும், குழந்தைகளுங்கூடச் சிறு சிறு கூட்டமாகவோ தனியாகவோ நாடெங்கும் அலைந்து திரிந்ததுதான். இவ்வளவு கொடூரத்திலும், பன்னிரண்டு வயதும் பதினாறு வயதும் நிரம்பாத பாலர்களை மிகக் குறைந்த கூலிக்குப் பத்து மணி நேரமும் பன்னிரண்டு மணி நேரமும் வேலை வாங்கத் தயங்காத பாவிகளுக்குக் குறைவில்லை. வியாபார மந்தம் காரணமாக அமெரிக்காவில் குழந்தைகளை வேலை வாங்கும் முறை மீண்டும் தலைகாட்டியது. அதையும் மற்ற அக்கிரமங்களையும் தடை செய்யும் சட்டங்கள் பகிரங்கமாக அலட்சியம் செய்யப்பட்டன.

இவையெல்லாம் நிகழ்கையில், அமெரிக்காவிலோ உலகின் பிற பாகங்களிலோ உணவுப் பொருளுக்கோ அல்லது தொழிற்சாலைகளில் உற்பத்தியாகும் பொருளுக்கோ பஞ்சமில்லை என்பதை நீ மறந்துவிடக்

கூடாது. உற்பத்தி அளவுக்கு மீறி அதிகமாகிவிட்டது என்பதுதான் பிரச்சினை. ஒரு பக்கம் வறுமை மக்களை வறுத்தெடுக்க, இன்னொரு பக்கம் உணவுப் பொருள்கள் வேண்டுமென்றே அழிக்கப்பட்டன.

கதிர் முற்றி விளைந்த விளைச்சல் அறுக்காமலேயே கழனிகளில் மக்கி மடிந்தது. பழங்கள் பறிக்காமலேயே மரங்களில் அழுகின. இன்னும் பல பண்டங்கள் வேண்டுமென்றே அழிக்கப்பட்டன. ஒரு உதாரணம் மட்டும் கூறுகிறேன்... பிரேசில் நாட்டில் 1931 ஜூனிலிருந்து 1933 பிப்ரவரி வரை 1 கோடியே 40 லட்சம் மூட்டைகளுக்கு மேற்பட்ட காப்பிக்கொட்டை நாசமாக்கப்பட்டது. அவ்வளவு காப்பிக்கொட்டை யார் வாயிலும் போகாமல் வீணாயிற்று. ஆனால், உலகில் காப்பி சாப்பிடுவதற்கு இஷ்டப்படும், ஆனால் வாங்கச் சக்தியற்ற மக்கள் லட்சக்கணக்கில் இருக்கிறார்கள்.

காப்பிக்கொட்டை மட்டுமின்றிக் கோதுமையும் பருத்தியும் வேறு பல பொருள்களும் அழிக்கப்பட்டன. உற்பத்தியைக் குறைப்பதற்காகப் பருத்தி, ரப்பர், தேயிலை முதலியவற்றின் விதைப்பைக் கட்டுப்படுத்துவதற்கான நடவடிக்கைகள் எடுக்கப்பட்டன. இந்த அழிப்பும் கட்டுப்பாடும் விவசாயப் பொருள்களின் விலையை உயர்த்துவதற்கு வழியாகக் கொள்ளப்பட்டன. உற்பத்திக் குறைந்தால் கிராக்கி ஏற்பட்டு விலை உயரும் அல்லவா?

சுணக்கத்தின்போது, அமெரிக்காவிலோ பிற இடங்களிலோ, நான் சொன்னதுபோல் பொருள்களுக்குப் பஞ்சமில்லை. விவசாயி களிடம் விளைபொருள்கள் இருந்தன. அவர்களால் அவற்றை விற்க முடியவில்லை, நகரத்தில் உள்ளவர்களிடம் தொழிற்சாலைப் பண்டங்கள் இருந்தன. அவர்களாலும் அவற்றை விற்க முடியவில்லை. ஆகவே, தொழில் துறையில் முன்னேற்றம் மிக்க முதலாளித்துவ அமெரிக்காவில் பலர் பணம் தோன்றுவதற்கு முன்னாலிருந்த பண்டமாற்று முறையை மேற்கொண்டார்கள். நூற்றுக்கணக்கான பண்டமாற்று நிறுவனங்கள் தோன்றின. மக்கள் பணத்தை எதிர்பாராமல் பண்டங்களையும் உழைப்பையும் மாற்றிக்கொள்ளத் தொடங்கினார்கள். பால் பண்ணை வைத்து நடத்தும் ஒருவர் பல்கலைக்கழகம் ஒன்றுக்குப் பாலும் வெண்ணையும் முட்டையும் கொடுத்துவிட்டு அதற்குப் பதிலாகத் தன் குழந்தைகளை அங்கே படிக்க வைத்தார்.

வேறு நாடுகளிலும் பண்டமாற்று முறை ஓரளவு பெருகியது.

சிக்கலான சர்வதேசியப் பரிவர்த்தனை முறை தகர்ந்துபோகவே, பல நாடுகளுக்கு இடையே பண்டமாற்று வியாபாரங்கள் நிகழ்வதைக் காண்கிறோம். இங்கிலாந்து ஸ்காண்டிநேவியாவுக்கு நிலக்கரியைக் கொடுத்து அதனிடமிருந்து மரம் பெற்றுக்கொண்டது. கானடா அலுமினியத்துக்குச் சோவியத்து எண்ணெயை மாற்றிக்கொண்டது. அமெரிக்கா பிரேசில் காப்பிக் கொட்டைக்குப் பதிலாகக் கோதுமை அனுப்பி வைத்தது.

சுணக்கத்தில் நல்ல அடி வாங்கியவர்கள் அமெரிக்க விவசாயிகள். தங்களுடைய பண்ணைகளை அடகு வைத்து வங்கிகளிடம் வாங்கி-யிருந்த கடனை அவர்களால் கொடுக்க முடியவில்லை. பண்ணைகளை ஏலத்தில் விட வங்கிகள் முயன்றன. ஆனால், விவசாயிகள் அதற்கு இடம் கொடுக்கவில்லை. அவர்கள் ஏலத்தைத் தடுப்பதற்குக் கமிட்டிகள் அமைத்தார்கள். முடிவு, விவசாயிகளின் சொத்தை ஏலத்தில் எடுப்பதற்கு ஒருவரும் துணிந்து முன்வரவில்லை. இது ஒரு இயக்கமாக அமெரிக்கா முழுவதும் பரவியது. கம்யூனிஸமோ, சோஷலிஸமோ இதற்கு காரணமில்லை.

அமெரிக்காவின் நிலைமைகளைப் பற்றிச் சற்று விரிவாகப் பேசியதன் காரணம், அது பல வழிகளில் நம் மனத்தைக் கவரும் ஒரு நாடு என்பதற்காகத் தான். முதலாளித்துவ நாடுகளில் அதுவே மிகுந்த முன்னேற்றம் வாய்ந்தது. அமெரிக்காவுக்கு இது அடியோடு புதிது. பெரிய அளவில் நேர்ந்த அந்தத் துன்பம் அவர்களைத் திக்குமுக்காடச் செய்துவிட்டது. மந்தத்தின்போது அமெரிக்கா பட்டபாட்டிலிருந்து மற்ற நாடுகளின் நிலைமையை ஊகித்துக் கொள்ளலாம்.

தென் அமெரிக்காவில், அமெரிக்கா கடன் கொடுப்பதை நிறுத்தியதும் மந்தமும் சேர்ந்து பெரிய நெருக்கடியை உருவாக்கியது. அதனால் அங்குள்ள குடியரசு அரசாங்கங்கள் அல்லது அங்கு ஆட்சி புரிந்த சர்வாதிகாரிகள் கவிழ்ந்தனர். அர்ஜெண்டினா, பிரேஸில், சிலி உள்பட தென் அமெரிக்க நாடுகள் எங்கும் புரட்சிகள் நிகழ்ந்தன. இந்தப் புரட்சிகள், எல்லாத் தென் அமெரிக்கப் புரட்சிகளையும் போல அரண்மனைகளோடு நின்றுவிட்டன. இவை அதிகார பீடத்தின் உச்சியிலுள்ள சர்வாதிகாரிகளையும் அரசாங்கங்களையும் மட்டுமே மாற்றின. ராணுவத்தையும் போலீசையும் ஆட்டிவைக்கக் கூடிய ஆளோ கூட்டமோதான் ஒரு நாட்டை ஆளுகிறது. தென் அமெரிக்க அரசாங்கங்கள் யாவும் கடனில் மூழ்கிக் கிடந்தன. பெரும்பாலானவை கடனைத் தவணைப்படி செலுத்த முடியவில்லை.

பொருளாதார மந்தம் உலகை வாட்டிய நிலையில் சோவியத்தில் தொழில் நகரங்கள் உருவாகின

185. நெருக்கடியின் காரணம்

ஜூலை 21, 1933

பொருளாதார மந்தம் அல்லது வியாபார மந்தம் உலகத்தின் குரல் வளையை நெரித்து மூச்சுத் திணறச் செய்தது. அசையவே முடியவில்லை. பல இடங்களில் இயந்திரங்கள் ஓட்டத்தை நிறுத்திவிட்டன. விளை நிலங்கள் தரிசாகக் கிடந்தன. ரப்பர் மரத்தில் ஒழுகும் பிசினை வழிப்பார் யாருமில்லை. தேயிலை பறிக்காமல் புதராகக் கிடந்தது. இந்தத் தொழிலில் ஈடுபட்டோர் வேலை-யில்லாமல் கிடந்தனர். பல நாடுகளில் தற்கொலை பெருகியது.

எல்லாத் தொழில்களும் மந்தத்தால் பாதிக்கப்பட்டாலும், யுத்த தளவாட தொழில் மட்டும் பாதிக்கவில்லை. அது பல்வேறு நாடுகளைச் சேர்ந்த தரைப்படை, கடற்படை, ஆகாயப் படைகளுக்கு ஆயுதங்களையும் போர்க் கருவிகளையும் 'சப்ளை' செய்து வந்தது.

ஆனால், இந்த பொருளாதார மந்த நிலைமையில் இருந்து சோவியத் யூனியன் மட்டும் தப்பியது. அங்கே வேலையில்லாத் திண்டாட்டமே எழவில்லை. ஐந்தாண்டுத் திட்டத்தின் கீழ் மக்கள் முன்னைவிடக் கஷ்டப்பட்டு வேலை செய்தார்கள். அது முதலாளித்துவத்தின் ஆளுகை எல்லைக்கு அப்பால் இருந்தது. அதன் பொருளாதாரமும் வேறாக இருந்தது. ஆனால், அது

மறைமுகமாகப் பாதிக்கப்பட்டது. அது வெளிநாடுகளில் விற்ற விளை பொருள்களுக்கு விலை குறைவாகக் கிடைத்தது.

இந்த மந்த நிலைமைக்கு, உலக நெருக்கடிக்கு காரணம் என்ன? இதன் கொடுமையை உலக யுத்தத்தின் கொடுமைக்கு ஒப்பாகச் சொல்லலாம். முதலாளித்துவத்துக்கு இது ஒரு சின்னக் கண்டம் தானா? இதிலிருந்து அது பிழைத்துக்கொள்ளுமா? அல்லது, உலகில் இவ்வளவு நீண்டகாலம் ஆட்சி செலுத்திவந்த முதலாளித்துவ முறையை இந்தக் கண்டம் வாயில் போட்டுக்கொள்ளுமா? இவற்றுக்குக் கிடைக்கும் விடையில் உலகத்தின் எதிர்காலம் தொங்கிக் கொண்டிருக்கிறது. அதில் நமது எதிர்காலமும் அடங்கியிருக்கிறது அல்லவா?

முதலாளித்துவத்துக்கு உற்ற நோயின் தன்மையையும் அதைத் தீர்க்கும் மருந்தினையும் உரைப்பது எளிதல்ல. கம்யூனிஸ்டுகளும் சோஷலிஸ்டுகளும்தான் இதைப் பற்றித் தங்களுக்குத் தெளிவான அபிப்பிராயம் இருப்பதாகச் சொல்லிக் கொள்கிறார்கள். முதலாளித்துவத்தின் சரிவு அவர்களுடைய கருத்துகளையும் சித்தாந்தங்களையும் மெய்ப்பிக்கின்றன அல்லவா? முதலாளித்துவ நிபுணர்களோ சிந்தை கலங்கித் திகைக்கிறார்கள்.

நெருக்கடிக்கு உண்மையான காரணம் யுத்த நஷ்ட ஈட்டுக் கடன்கள் என்று ஜெர்மானியர் நினைத்தார்கள். சில பொருளாதார அறிஞர்கள், பணத்தின் விசித்திரப் போக்கும், விலைவாசிகளின் வீழ்ச்சியுமே கஷ்டத்துக்குக் காரணம் என்று கருதினார்கள். அதற்குக் காரணம் தங்கப் பற்றாக்குறை. அதைவிட முக்கிய காரணம் அரசாங்கங்கள் தங்கத்தைச் சேர்த்து வைத்தது. மற்றும் சிலர் எல்லாத் துன்பத்துக்கும் பொருளாதார தேசியமும், சர்வதேசிய வர்த்தகத் தடையாக விளங்கும் பாதுகாப்பு வரிகளும், சுங்க வரிகளும் என்று சொன்னார்கள். விஞ் ஞான, இயந்திரச் செயல் தத்துவ முறைகள் வளர்ச்சியடைந்து மனிதர்கள் வேலை செய்யவேண்டிய அவசியத்தைக் குறைத்து விட்டபடியால் வேலையில்லாத் திண்டாட்டம் பெருகி இந்தச் சங்கடத்தில் வந்து முடிந்தது என்பது இன்னும் சிலருடைய கூற்று.

யுத்தத்தில் ஏற்பட்ட தோல்வி மந்த நிலைமைக்குக் காரணமாக இருக்க முடியாது. ஏனெனில், வெற்றிபெற்ற நாடுகளும் அதில் சிக்கிக் கொண்டிருந்தன. நாடுகளின் ஏழ்மை அதற்குக் காரணம் என்று கூறமுடியாது, ஏனெனில், உலகத்திலேயே செல்வத்தில் சிறந்த நாடான அமெரிக்கா அதிகமாகக் கஷ்டப்பட்ட நாடுகளில் ஒன்றாகும். உலக யுத்தம் நெருக்கடியின் வரவைத் துரிதப்படுத்தியது

என்பதில் எள்ளளவும் சந்தேகமில்லை. ஆனால், இன்னும் ஆழமாகச் சென்று நெருக்கடியின் காரணத்தை ஆராய்வோம்.

அதிக உற்பத்தியால்தான் எல்லாத் தொந்தரவும் என்று சொல்லப்படுகிறது. அதிக உற்பத்தி என்று சொல்வதே தவறு. பல லட்சக்கணக்கான மக்கள் வாழ்க்கைக்கு வேண்டிய அத்தியாவசியமான பொருள்கள்கூட இன்றிக் கஷ்டப்படும் போது அதிக உற்பத்தி எங்கிருந்து வந்தது? கோடிக்கணக்கான மக்களுக்கு உடுக்கப் போதுமான உடையில்லை. அப்படியிருந்தும் 'மில்'களிலும் கதர்க் கடைகளிலும் துணி அதிக உற்பத்தியாகி வாங்குவாரின்றிக் குவிந்து கிடக்கிறது என்று கேள்விப்படுகிறோம். இந்த நிலைக்குக் காரணம் அதை வாங்குவதற்கு மக்களிடம் பணமில்லை என்பதே தவிர அவர்களுக்கு அது தேவையில்லை என்பதல்ல.

அதாவது, செல்வத்தின் வினியோகத்தில் ஏற்றத் தாழ்வு இருக்கிறது. ஒரு பக்கம் சிலரிடம் தேவைக்கு அதிகமான செல்வம் இருக்கிறது. அவர்களுக்கு அதை எப்படி முழுவதும் உபயோகிப்பது என்று தெரியவில்லை. அவர்கள் மேலும் மேலும் பணத்தை வங்கிகளில் சேர்த்து வைக்கிறார்கள். இந்தப் பணம் மார்க்கெட்டுகளில் உள்ள பொருட்களை வாங்க பயன்படுவதில்லை. இன்னொரு பக்கம், பணம் இல்லாத குறையினால் தேவையான பொருள்களைக் கூட வாங்க முடியாத நிலையில் பெரும்பாலோர் இருக்கிறார்கள்.

உலகத்தில் ஏழைகளும் இருக்கிறார்கள், பணக்காரர்களும் இருக்கிறார்கள் என்கிற, எல்லாருக்கும் தெரிந்த விஷயத்தை சுற்றி வளைத்துப் பேசுவதாக நீ நினைக்கலாம். முதலாளித்துவ முறையின் போக்கே செல்வ வினியோகத்தில் உள்ள ஏற்றத் தாழ்வுகளை அதிகரிக்கச் செய்வதுதான். பெரிய இயந்திரத்தையும் உலக மார்க்கெட்டையும் உடைய முதலாளித்துவம் வேகமாக முன்னேறியது. தனி மனிதர்களிடமும் குழுக்களிடமும் செல்வம் குவிந்தது. எனவே விரைவான மாறுதல்கள் தோன்றின. செல்வ வினியோகத்தில் உள்ள ஏற்றத்தாழ்வு பெருகியதும் வேறு சில காரணங்களும் சேர்ந்து தொழில் துறை நாடுகளில் முதலாளிகள், தொழிலாளிகள் போராட்டத்தைப் புதியதாகத் தோற்றுவித்தது.

அந்த நாடுகளில் உள்ள முதலாளிகள் தொழிலாளிகளுக்கு உயர்ந்த கூலி, சிறந்த வாழ்க்கை நிலைமைகள் முதலிய பல சலுகைகள் நல்கித் தகராறைத் தணித்து வந்தார்கள். காலனி நாடுகளையும் பிற்போக்கு நாடுகளையும் சுரண்டி அவர்கள் மேற்படி சலுகைகளை அளித்தார்கள்.

இவ்வாறு தொழில்துறை நாடுகளான மேற்கு ஐரோப்பாவும் அமெரிக்காவும், ஆசியா, ஆப்பிரிக்கா, தென் அமெரிக்கா, கிழக்கு ஐரோப்பா ஆகியவற்றைச் சுரண்டிப் பெருஞ் செல்வம் திரட்டின. சுரண்டியதில் சில பருக்கைகளைத் தங்கள் நாட்டுத் தொழிலாளருக்கும் எறிந்து வந்தன. புதிய மார்க்கெட்டுகளையும், மூலப்பொருள்களையும் தேடி நாடுகள் அலைந்தன. தொழில்துறை நாடுகள் தங்களுக்குள் மோதிக்கொண்டன. உலகம் முழுவதும் சுரண்டலுக்கு உள்ளான பிறகு முதலாளித்துவத்தால் பரவக்கூட முடியவில்லை. வல்லரசுகளுக்கு இடையிலான தகராறுகள் யுத்தத்தில் முடிந்தன.

இவற்றையெல்லாம் முன்பே கூறியுள்ளேன். ஆயினும் உலக நெருக்கடியை நீ புரிந்து கொள்வதற்காக மீண்டும் கூறுகிறேன். ஒரு பக்கம் செல்வம் மிகுதியாக சேர்க்கப்பட்டது. இன்னொரு பக்கம் செலவுக்குப் போதிய பணம் இல்லை. இவைதான் நெருக்கடிக ளுக்குக் காரணமாக இருந்தன. ஆனால், அவை முற்றவில்லை. அதற்குக் காரணம், முதலாளிகள் தங்களிடம் மீதியாயிருந்த பணத்தைக் கொண்டு பிற்போக்கான பிரதேசங்களின் வளர்ச்சிக்கு பயன்படுத்தினார்கள். அவற்றில் இருந்து பலன் எடுக்கத் தொடங்கினார்கள். அதனால் புதிய மார்க்கெட்டுகள் ஏற்பட்டு பண்டங்களின் விற்பனை பெருகியது.

முதலாளித்துவத்தின் கடைசி அத்தியாயம் ஏகாதிபத்தியம் என்று சொல்லப்படுகிறது. இந்த வளர்ச்சிக்கு இடையூறு ஒன்றும் நேராதிருந்தால் உலகம் முழுவதும் இயந்திரத் தொழில் மயமாகி இருக்கும். ஆனால், அதற்குப் பல தடைகள் தோன்றின. அவற்றில் முக்கியமானது வல்லரசுகளுக்குள் எழுந்த போட்டியும் பேராசையுமே ஆகும். காலனி நாடுகளின் புதிய தேசிய இயக்கமும், தொழில் வளர்ச்சியும் இன்னொரு தடையாகும். அந்தத் தொழில்கள் அந்தந்த மார்க்கெட்டுகளுக்குச் ‘சப்ளை’ செய்ய ஆரம்பித்தன. இவை சேர்ந்துதான் யுத்தத்தைத் தோற்றுவித்தன. ஆனால், யுத்தத்தால் முதலாளித்துவத்தின் பிரச்சினைகளைத் தீர்க்கக் கூடவில்லை.

பெரிய பிரதேசமான சோவியத்து யூனியன் முதலாளித்துவ உலகினின்று முற்றும் பிரிந்து சென்றதில் அந்த மார்க்கெட்டை பயன்படுத்த முடியமால் போயிற்று. கிழக்கே தேசியம் வளர்ந்து இயந்திரத் தொழில் பரவியது. யுத்தத்தின்போதும் அதற்குப் பின்னும் விஞ்ஞானத் தத்துவ முறையில் ஏற்பட்ட முன்னேற்றம் செல்வ வினியோகத்தில் உள்ள ஏற்றத்தாழ்வை வளர்த்து வேலையில்லாத் திண்டாட்டத்தைத் தோற்றுவித்தது. யுத்தக் கடன்களும் மேற் கூறியவற்றுடன் சேர்ந்து கொண்டன.

யுத்தக் கடன்கள் பெரிய அளவில் இருந்தன. அவை எவ்விதமான செல்வத்தையும் குறிக்கவில்லை என்பதை இங்கே நினைவில் வைக்கவேண்டும். ஒரு நாடு ரயில் போடவோ, நீர்ப்பாசன வேலைகளுக்காகவோ, அல்லது வேறு பயனுள்ள காரியத்துக்காகவோ கடன் வாங்கி ச் செலவழித்தால், அதற்கான பலன்கள் இருக்கும். அந்த வேலைகள் அவற்றின் மீது செலவழித்த பணத்தை விட அதிகமான வருமானத்தை உற்பத்தி செய்யக் கூடியவை. ஆகவே, அவை 'உபயோககரமான வேலைகள்' (Productive works) என்று அழைக் கப்படுகின்றன. யுத்த காலத்தில் வாங்கின கடன்கள் அத்தகைய காரியம் எதற்கும் செலவாகவில்லை. அவை வெட்டிச் செலவாக முடிந்ததும் இல்லாமல் அழிவுக்கும் காரணமாயின.

யுத்தத்தில் செலவான பெருந்தொகை எல்லாவற்றையும் கரியாக்கி விட்டுச் சென்றன. ஆகவே, யுத்தக் கடன்கள் நன்மை கலவாத துன்பச் சுமையாக முடிந்தன. ஒவ்வொரு நாட்டிலும் ஒவ்வொரு வகைக் கடன் பெரிதாக இருந்தாலும், எல்லாவற்றிலும் பெரிதாக இருந்தது தேசியக்கடன்தான். யுத்தத்துக்குப் பிறகு பிரிட்டனின் தேசியக் கடன் 650 கோடி பவுனாக உயர்ந்தது. இதற்கு வட்டி மட்டும் கொடுப்பது என்றாலும் அதுவே பெரும் பாரமாக இருக்கும்.

ஒரு அரசாங்கம் இன்னொரு அரசாங்கத்துக்குச் செலுத்த வேண்டிய கடனைத், திருப்பிக் கொடுக்கும் நாடு அவ்வளவு பணத்தையும் இழந்து தெருவில் நின்றது. ஆனால், உள்நாட்டில் வாங்கிய கடனைத் திருப்பிக் கொடுக்கும் போது, அந்தப் பணம் எப்படியும் உள்நாட்டிலேயே தங்கிவிடுகிறது. ஆயினும், அரசாங்கத்துக்குக் கடன் கொடுத்தவர்கள் அநேகமாகப் பணக்காரர்கள். ஏழை, பணக்காரர் எல்லாருக்கும் வரி விதித்து அந்தக் கடனை தீர்க்க வேண்டியிருந்தது. அதாவது, ஏழைக்கும் பணக்காரனுக்கும் வரி விதித்து அதை பணக்காரனுக்குக் கொடுக்கும்படி ஆயிற்று. பணக்காரர்கள் தாங்கள் வரியாகச் செலுத்தியதையும் அதைவிட அதிகமாகவும் திரும்பப் பெற்றுக் கொண்டார்கள். ஏழைகள் வரிக் கொடுத்ததுதான் மிச்சமே தவிரத் திரும்பப் பெற்றது ஒன்றுமில்லை. அதனால், பணக்காரர் மேலும் பணக்காரர் ஆனார்கள். ஏழைகள் மேலும் ஏழைகள் ஆனார்கள்.

ஐரோப்பிய நாடுகள் அமெரிக்காவுக்குக் கடன் திருப்பிக் கொடுத்தன என்றால் அந்தப் பணம் முழுவதும் அங்குள்ள பெரிய வங்கி முதலாளிகள் கையிலும் நிதி நிர்வாகிகள் கையிலும் சென்றது. இவ்வாறு, யுத்தக் கடன்கள் காரணமாக ஏழைகள் கையிலிருந்த

பணம் ஏற்கெனவே பணத்தில் புரண்டவர்களிடம் போய் குவிந்தது. பணக்காரர்கள் அதை ஏதாவது தொழிலில் முதலீடாகப் போட விரும்பினார்கள். பணக்காரன் எவனும் தன் பணம் சும்மா கிடப்பதை விரும்பமாட்டான் அல்லவா? அவர்கள் புதிய தொழிற்சாலைகள் கட்டுவதிலும் இயந்திரங்கள் வாங்குவதிலும் வேறு முதலீட்டுச் செலவுகளிலும் தங்களுடைய பணத்தை உபரியாகப் போட்டார்கள். மக்களுடைய வறுமை நிலை இத்தகைய முதலீட்டுச் செலவைத் தாங்கக் கூடியதாக இல்லை. பணக்காரர்கள் பங்குப் பரிவர்த்தனை சூதாட்டத்திலும் இறங்கினார்கள். அவர்கள் பொருள்களை மேலும் மேலும் உற்பத்தி செய்து குவித்தார்கள். ஆனால், அவற்றை வாங்கப் பொது மக்களிடம் பணம் இல்லாதபோது அவற்றை உற்பத்தி செய்து என்ன பயன்? ஆகவே, அதிக உற்பத்தி ஏற்பட்டது. உற்பத்தி செய்யப்பட்ட பொருள்கள் விற்பனை ஆகவில்லை. தொழில்கள் நஷ்டமடையத் தொடங்கின. பல தொழில்கள் கடையை மூட வேண்டியதாயிற்று. நஷ்டமடைந்த முதலாளிகள் பயந்து போய்ப் பணத்தைத் தொழில்களில் போடாமல் வங்கிகளில் பூட்டி வைத்தார்கள். இவ்வாறு, வேலையில்லாத் திண்டாட்டம் பரவி வியாபார மந்தம் உலகெங்கும் பரவியது.

நெருக்கடிக்குக் காரணம் என்று கூறப்பட்டவற்றை மேலே தனித்தனியாக ஆராய்ந்துள்ளேன். புரியும்படி சொன்னால், மக்களுக்குத் தாங்கள் நெற்றி வேர்வை நிலத்தில் விழப் பாடுபட்டு உற்பத்தி செய்த பொருள்களை வாங்கப், போதுமான பணம் கூலியாகவும் சம்பளமாகவும் கிடைக்கவில்லை. பொருள்களின் மதிப்பு அவர்களுடைய மொத்த வருமானத்தைவிட அதிகமாக இருந்தது. மக்களின் கையில் இருந்தால் மேற்கூறிய பொருள்களை வாங்குவதற்குப் பயன் படக்கூடிய பணம், சில கொழுத்த பணக்காரரிடம் குவிந்து கிடந்தது.

அவர்களுக்கு அந்தப் பணத்தை வைத்துக் கொண்டு என்ன செய்வதென்று தெரியவில்லை. இந்த உபரிப் பணம்தான் அமெரிக்காவிலிருந்து கடனாகப் புறப்பட்டு ஜெர்மனிக்கும், மத்திய ஐரோப்பாவுக்கும், தென் அமெரிக்காவுக்கும் சென்றது. இவ்வாறு அமெரிக்காவில் இருந்து வந்த கடன்தான் யுத்தத்தில் அடிப்பட்ட ஐரோப்பாவையும் முதலாளித்துவ இயந்திரத்தையும் சில ஆண்டுகளுக்கு இயங்கச் செய்தது. அப்படியிருந்தும் அதுவே நெருக்கடிக்குக் காரணமாயிற்று. கடைசியில், இந்தக் கடனை நிறுத்தியவுடனே எல்லாம் ‘மடேர்’ என்று இடிந்து விழுந்தது.

முதலாளித்துவத்தின் நெருக்கடிக்கு இது மூலகாரணம் என்பது

ஜவஹர்லால் நேரு

முதலாளித்துவ உலகம் முழுவதும் உணவுக்கும் வேலைக்கு அலைந்து கொண்டிருந்தது

சரி என்றால், வருமானங்களில் உள்ள ஏற்றத் தாழ்வைக் குறைத்துச் சரிசமானமாகச் செய்வதோ அல்லது அந்த வழியில் நடவடிக்கை எடுப்பதோதான் இதற்குச் சரியான பரிகாரமாக இருக்க முடியும். இந்தப் பரிகாரத்தை முழுவதும் அனுசரிப்பது என்பது சோஷலிசத்தைக் கைக்கொள்வதுதான். ஆனால், சந்தர்ப்பங்கள் நிர்ப்பந்தம் செய்தால் தவிர முதலாளிகள் அதைச் செய்ய மாட்டார்கள்.

சோஷலிஸ்டுகள் கம்யூனிஸ்டுகள் நீங்கலாக வேறு பல அறிஞரும் தற்கால நிலைமையில் முதலாளித்துவம் பயன்படுமா என்று கேட்கத் தொடங்கி உள்ளனர். சிலர் அதிதீவிரமான பரிகாரங்கள் கூறுகிறார்கள். சில யோசனைகள் வெகு விபரீதமானவை கூட. மக்களுடைய மூளை அவ்வளவு தீவிரமாக வேலை செய்யத் தொடங்கியது. புரட்சி மனப்பான்மை இல்லாதவர்கள் கூடப் புரட்சிகரமான யோசனைகளைத் தெரிவித்தார்கள். இதை உனக்கு உணர்த்தவே அவற்றைப் பற்றிக் குறிப்பிட்டேன்.

ஜெனிவாவிலுள்ள சர்வதேச தொழிற்சங்கக் காரியாலயம் (International Labour Office) வேலையில்லாத் திண்டாட்டத்தை உடனடியாகக் குறைப்பதற்கு வேலை நேரத்தை வாரத்துக்கு நாற்பது மணியாகக் கட்டுப்படுத்தலாம் என்றது. அந்தச் சின்ன யோசனையை அமல் செய்திருந்தால் பல லட்சக்கணக்கான பேருக்கு வேலை கிடைத்திருக்கும். அந்த அளவுக்காவது வேலையில்லாக் கஷ்டம் குறைந்திருக்கும். தொழிலாளர் பிரதிநிதிகள் அனைவரும் இந்த யோசனையை வரவேற்றார்கள். ஆனால், பிரிட்டிஷ் அரசாங்கம் இதை எதிர்த்தது.

நெருக்கடியும் சுணக்கமும் உலகம் முழுவதையும் பாதித்ததால் அதற்கான பரிகாரமும், உலகம் அனைத்துக்கும் பொருந்துவதாக இருக்க வேண்டும் என்று எதிர்பார்ப்பது இயற்கையே. சில நாடுகள் ஒத்துழைப்புக்கான வழிகளைக் காண முயன்றன. ஆனால், அந்த முயற்சிகள் பலிக்கவில்லை. உலக பரிகாரம் கிடைக்காமல் போகவே, ஒவ்வொரு நாடும் தேசிய பரிகாரத்தை தேடியது. அதாவது, உலக வியாபாரம் மந்தமாக இருப்பதால், நம் நாட்டு வியாபாரத்தை நமக்கே வைத்துக்கொண்டு வெளிநாட்டுச் சாமான்கள் நம் நாட்டுக்கு வருவதைத் தடுப்போம் என்று ஒவ்வொரு நாடும் நியாயம் பேசியது.

இருவகையான ஏகபோக உரிமைகள் அதிகரித்தன. ஒன்று: பாதுகாப்பு வரிகளால் பலனடையும் நாடுகளுக்குள் ஏற்படும் வெளிநாட்டு ஏகபோக உரிமைகள். இன்னொன்று: பெரிய கம்பெனிகள் சிறிய கம்பெனிகளை விழுங்குவதால் ஏற்படும் உள்நாட்டு ஏகபோக உரிமைகள். ஏகபோக உரிமைகளின் வளர்ச்சி புதிதல்ல. உலக யுத்தத்துக்கு முன்பே, பல ஆண்டுகளாக, அது வளர்ந்து வருகிறது. ஆனால், இப்போது அந்த வளர்ச்சியின் வேகம் அதிகரித்தது. பல நாடுகளில் பாதுகாப்பு வரிகளைக் காண்கிறோம். பெரிய நாடுகளில் இங்கிலாந்து ஒன்றுதான் இதுவரை தடையற்ற வியாபாரத்தில் நம்பிக்கை வைத்து, பாதுகாப்பு வரி விதிக்காமல் இருந்தது. ஆனால், இப்போது அது தன்னுடைய பழைய வழக்கத்தைக் காற்றில் பறக்கவிட்டு மற்ற நாடுகளைப் போலவே பாதுகாப்பு வரி விதிக்க வேண்டியதாயிற்று. அதன் தொழில்கள் சிலவற்றுக்கு இது காலத்தில் செய்த உதவியாக முடிந்தது.

இவையெல்லாம் அங்கங்கே தற்காலிக அமைதி அளித்தாலும் பொதுவாக உலகின் நிலைமையைச் சீர்குலைத்தன. இவை சர்வதேசிய வியாபாரத்தை மேலும் மட்டுப்படுத்தியதோடு செல்வ வினியோகத்தில் உள்ள ஏற்றத் தாழ்வை இன்னும் அதிகரித்தன. ஒவ்வொரு நாடும் மற்ற நாடுகளுக்கு எதிராகப் பாதுகாப்பு வரியை உயர்த்திக்கொண்டே போனது. இதன் காரணமாக போட்டியிடும் நாடுகளுக்குள் சதா தகராறு வளர்ந்து வந்தது. 'பாதுகாப்பு வரி யுத்தங்கள்' என்று அவை அழைக்கப்படுகின்றன. உலக மார்க்கெட்டு சுருங்கவும் அதற்கான போராட்டம் கடுமையாயிற்று. மற்ற நாடுகளுடன் போட்டி போடுவதற்காகத் தொழிலாளரின் கூலியைக் குறைக்க வேண்டும் என்று முதலாளிகள் வற்புறுத்தினார்கள். ஆகவே, சுணக்கம் மிகுந்தது. வேலையில்லாத் திண்டாட்டம் பெருகியது. கூலியைக் குறைக்கக் குறைக்கத் தொழிலாளரின் வாங்கும் சக்தியும் குறைந்தது.

186. அமெரிக்கா V/S இங்கிலாந்து

ஜூலை 25, 1933

பொருளாதார மந்தத்தின் போது, சர்வதேச வியாபாரம் மூன்றில் ஒரு பங்காக சுருங்கிவிட்டது. மக்களுடைய வாங்கும் சக்தி குறைந்ததால் உள்நாட்டு வியாபாரமும் குறைந்தது. வேலையில்லாத் திண்டாட்டம் அதிகரித்தது. வேலையில்லாத தொழிலாளர்களுக்கு உதவித்தொகை கொடுப்பது பெரிய சுமையாகியது. வரி அதிகமாக விதித்தும் வரவுக்கு அதிகமாக செலவாகியது. முப்படைகளுக்கும், உள்நாட்டு வெளிநாட்டு கடன்களுக்கும் செலவைக் குறைக்க முடியவில்லை. கூடுதலாக கடன் வாங்கும் நிலை உருவானது. நாடுகளின் நிதிநிலையை சீர்குலைத்தது.

நெருக்கடியும் சீர்குலைவும் சோவியத்து யூனியனைத் தவிர்த்து, உலகம் முழுவதையும் பாதித்தன. ஆனாலும், அவற்றை நிவர்த்தி செய்வதற்கு சர்வதேச அளவில் நாடுகள் ஒத்துழைக்கவில்லை. ஒவ்வொரு நாடும் அதனதன் போக்கில் போவதும், பிற நாடுகளை மிஞ்சப் பார்ப்பதுமாக இருந்தன. பிற நாடுகளின் பாதிப்பை தனக்குச் சாதகமாக்க முயற்சித்தன.

இந்த வியாபார மந்தத்தோடு தொடர்பில்லாத, ஆனால் அதைப் பாதிக்கக்கூடிய, இரண்டு முக்கிய அம்சங்களை, உலக விவகாரங்களில் காண்கிறோம். முதலாவதாக, முதலாளித்துவ உலகுக்கும் சோவியத்து

யூனியனுக்கும் உள்ள போட்டி. இரண்டாவதாக, அமெரிக்காவுக்கும் இங்கிலாந்துக்கும் உள்ள போட்டி.

முதலாளித்துவத்தின் நெருக்கடியே, முதலாளித்துவ நாடுகள் எல்லாவற்றையும் சவளையாக மாற்றியது. எனவே யுத்த அபாயம் குறித்த எதிர்பார்ப்பு குறைந்தது. ஒருநாள் பொழுதை நிம்மதியாக கடத்துவதே நாடுகளுக்கு பெரிய விஷயமாகியது. இந்த நிலைமையில் யுத்தத்திற்குப் பணத்திற்கு எங்கே போவது? ஆயினும், அந்த நெருக்கடியே யுத்த அபாயத்தைப் பெருக்கியிருக் கிறது. அத்தகைய நிலைமையில் உள்ளவர்கள் தங்களுடைய உள்நாட்டுக் கஷ்டங்களைத் தீர்ப்பதற்கு வெளிநாடுகளுடன் யுத்தம் தொடுப்பதுதான் வழி என்று இறங்கிவிடுகிறார்கள். முக்கியமாக, ஒரு சர்வாதிகாரியோ, சிறு கூட்டமோ அதிகாரத்தை வகிக்கும்போது இதுதான் நிகழ்கிறது.

ஒரு சர்வாதிகாரி தன்னுடைய அதிகாரத்தை இழப்பதைக் காட்டிலும் நாட்டை யுத்தத்தில் மாட்டிவிட்டு மக்கள் கவனத்தை வேறு திசையில் திருப்ப முயலுகிறான். ஆகவே, சோவியத்து யூனியனுக்கும் கம்யூனிசத்துக்கும் எதிரான பிரசாரத்தை நாம் எப்போதும் எதிர்பார்க்கலாம். முதலாளித்துவத்தின் நெருக்கடியால் சோவியத்து யூனியன் நேராகப் பாதிக்கப்படவில்லை என்று முன்னரே கூறியுள்ளேன். தன்னுடைய ஐந்தாண்டுத் திட்டங்களை நிறைவேற்றுவதில் முனைந்திருந்த சோவியத்து யுத்தத்தை எல்லா வகையிலும் தவிர்க்க விரும்பியது.

யுத்தத்துக்குப் பிறகு இங்கிலாந்துக்கும் அமெரிக்காவுக்கும் போட்டி ஏற்படுவது தவிர்க்க முடியாதது ஆகியது. உலக வல்லரசுகளான இரண்டும் உலக விவகாரங்களில் ஆதிக்கம் செலுத்த விரும்புகின்றன. உலக யுத்தம் அமெரிக்காவைச் செல்வத்திலும் செல்வாக்கிலும் உச்ச நிலையில் ஏற்றியது. ஆகவே, உலகத் தலைமையை அடைவது தனது உரிமை என்று அமெரிக்கா நினைத்தது. இங்கிலாந்தும் பழைய காலம் மலையேறிவிட்டது என்பதை நன்கு உணர்ந்து அமெரிக்காவின் நட்பை நாடியது.

ஆனால், இங்கிலாந்து தன்னுடைய நலன்களையும் அந்தஸ்தையும் விட்டுக் கொடுக்க விரும்பவில்லை. முக்கியமாக, உலகில் தனக்குள்ள நிதித்துறைத் தலைமையை அது இழக்க விரும்பவில்லை. அமெரிக்காவும் இந்த நிதித்துறைத் தலைமையைத்தான் விரும்பியது. இரு நாடுகளின் வங்கி முதலாளிகளும் தங்கள் அரசாங்க ஆதரவுடன்

நிதித்துறையிலும், தொழில் துறையிலும் உலகத் தலைமை பெறுவதைப் பணயமாக வைத்து ஆடினார்கள். இந்த ஆட்டத்தில் ஜெயிக்கக்கூடிய துருப்புச் சீட்டுகளெல்லாம் அமெரிக்காவின் கையில் இருந்தன. ஆட்ட அனுபவமும் சாமர்த்தியமும் இங்கிலாந்தின் பக்கம் இருந்தன.

இவ்வாறு, இங்கிலாந்தின் பொருளியல் நலன்களும் அமெரிக்காவின் பொருளியல் நலன்களும் வெவ்வேறு திசையில் இழுத்தன. உலகில் எதை விட்டுக்கொடுத்தாலும் கொடுப்பார்கள். பொருள் என்று வந்து விட்டால் ஒருவரும் விட்டுக் கொடுக்கமாட்டார்கள். இரு நாட்டு மக்களிடையிலும் எத்தனையோ பொதுவான அம்சங்கள் உள்ளன. ஆயினும், இந்த மாறுபாட்டைத் தவிர்க்க முடியவில்லை. ஆங்கிலேயர் இது விஷயத்தில் விட்டுக் கொடுப்பார்கள் என்று எதிர்பார்க்க முடியாது. தலைமுறை தலைமுறையாக ஆதிக்கம் செலுத்திப் பழகிய ஆங்கில மக்கள் இந்தத் தலைவிதியை ஒப்புக்கொள்வார்கள் என்று தோன்றவில்லை. அவர்கள் போராடுகிறார்கள், போராடுவார்கள், தீரமாகப் போராடுவார்கள்.

உலகில் இன்றுள்ள இரு முக்கியமான போட்டிகளைப் பற்றி மட்டும் குறிப்பிட்டேன். இவற்றைக் கொண்டு பார்த்தால் உலக நிகழ்ச்சிகளை எளிதில் புரிந்து கொள்ளலாம். இவை தவிர இன்னும் எத்தனையோ போட்டிகள் உள்ளன.

பொருளாதார மந்த காலத்தில் என்ன நடந்தது என்பதை பார்ப்போம். 1930 ஜூனில், பிரான்சு ரைன்லாந்தை விட்டு வெளியேறியது. சுணக்கம் வந்து எல்லாவற்றையும் சுணக்கியதால் இந்த முடிவு என்று ஜெர்மனி நினைத்தது. ஆனால், அதற்கு தனது பகுதி கிடைத்ததில் சந்தோஷம். ஒவ்வொரு நாடும் தன்னுடைய நிலைமையை மனத்திற் கொண்டு விஷயத்தை நோக்கியது. அதனால் எல்லா நாடுகளும் சேர்ந்து பொதுவாக நடவடிக்கை எடுப்பது சாத்தியப்படவில்லை.

1931ஆம் ஆண்டு மத்தியில், ஜெர்மனியில் நிதி நிலைமை சீர்குலைந்து வங்கிகள் நஷ்டம் அடைந்தன. இது இங்கிலாந்தில் நெருக்கடியை உருவாக்கியது. இங்கிலாந்தின் நிதி நிலைமையும் சீர் குலையும் நிலையில் இருந்தது. இந்த நெருக்கடியில் தொழிற் கட்சி அரசாங்கத்தின் பிரதமராக இருந்த மாக்டொனால்டு தனது அரசைக் கவிழ்த்துவிட்டு, தேசிய அரசு அமைத்தார். அவரே அதற்கு பிரதமரானார். ஏறக்குறைய அதே சமயத்தில் அட்லாண்டிக்

கடற்படையைச் சேர்ந்த பிரிட்டிஷ் மாலுமிகள் கூலிக் குறைவு சம்பந்தமாகக் கலகம் செய்தார்கள். அமைதியான முறையில் நிகழ்ந்த இந்தக் கலகம் பிரிட்டனையும் ஐரோப்பாவையும் அதிகமாகப் பாதித்தது. ரஷியப் புரட்சியும், அங்கு மாலுமிகள் கலகம் செய்ததும் மக்களுடைய நினைவுக்கு வந்து போல்ஷ்விசம் வந்து விடுமோ என்ற அச்சத்தை ஏற்படுத்தின.

பிரிட்டிஷ் மூலதனம் வெளியேறவும் பவுன் மதிப்பு விழுந்தது. கடைசியில், **1931**ஆம் ஆண்டு செப்டம்பர் மாதம் **23**ஆம் தேதி இங்கிலாந்து தங்கத் திட்டத்தைக் கைவிட்டது. தங்கத்தைக் காப்பாற்றுவதற்காகப் பவுன் தங்கத்தில் இருந்து பிரிக்கப்பட்டது. இதற்கு முன் இருந்த பவுன் ஸ்டர்லிங்கைத் தங்கமாக மாற்றிக் கொள்ளும் உரிமை இப்போது இல்லை.

இங்கிலாந்து தனக்கு முழுவதும் அடங்கிய நாடுகளான இந்தியாவில் இருந்தும், எகிப்திடம் இருந்தும் தங்கத்தை உறிஞ்சி அது நெருக்கடியில் இருந்து சமாளித்து எழுந்தது. பவுன் மதிப்பு வீழ்ச்சியுற்றதால் அதன் தொழில்கள் லாபமடைந்தன. இப்போது அது தன்னுடைய சாமான்களை வெளிநாடுகளில் நல்ல விலைக்கு விற்க முடிந்தது. இங்கிலாந்து சமாளித்து எழுந்தது ஆச்சரியமானது ஆகும்.

யுத்த நஷ்டஈடு விஷயமும் யுத்தக் கடன் விஷயமும் இன்னும் பைசல் ஆகாமலே இருந்தன. அமெரிக்க அரசாங்கம் யுத்தக் கடனையும் யுத்த நஷ்ட ஈட்டையும் ஒரே தட்டில் வைக்க மறுத்துவிட்டது. இதனால், ஐரோப்பிய நாடுகள் போட்ட திட்டம் கவிழ்ந்தது. ஐரோப்பியர் அமெரிக்காவிடம் அதிகக் கோபம் கொண்டார்கள்.

1932 டிசம்பரில், அமெரிக்காவுக்குக் கடன் செலுத்த வேண்டிய தவணை வந்தது. இங்கிலாந்தும் பிரான்சும் பிற நாடுகளும் எத்தனையோ காரணங்களை எடுத்துக்காட்டி மன்றாடியும், அவை கடனைச் செலுத்த வேண்டும் என்று அமெரிக்கா கூறிவிட்டது. *1933* ஜூனில், அடுத்த தவணை செலுத்த வேண்டிய காலம் வந்தது. பிரான்சு மீண்டும் 'பேபே' சொல்லி விட்டது. அமெரிக்கா இங்கிலாந்தினிடம் தாராளமாக நடந்து கொண்டது. இங்கிலாந்திடமிருந்து அடையாள மாக ஒரு சிறு தொகையைப் பெற்றுக்கொண்டது.

மேலே, இங்கிலாந்தின் நிதித்துறைத் தலைமையைப் பற்றியும், அந்தத் தலைமைக்கு அமெரிக்கா போட்டியிட்டது பற்றியும், வங்கி நெருக்கடிகள் பற்றியும், பல்வேறு நாடுகளின் நிதி நிலைமை

சீர்குலைந்தது பற்றியும் மாறி மாறிப் பேசி வந்துள்ளேன். எல்லாம் ஒரே குழறுபடியாக இருக்கிறதே என்று நீ கேட்கலாம். இதெல்லாம் உனக்குப் புரிகிறதா என்பது கூட எனக்குச் சந்தேகம்தான். விஷயம் என்னவோ சிக்கல் நிறைந்தது என்பதில் சந்தேகமில்லை. நமது தற்கால உலகத்தைப் புரிந்து கொள்ள அதைப் பற்றிச் சிறிது தெரிந்து கொள்வது அவசியம். அது என்னால் ஆகாத காரியம். நான் அதில் நிபுணன் இல்லை. நானே ஒரு கற்றுக்குட்டிதான். சில விஷயங்கள் மட்டும் கூறுகிறேன்.

உலக நிகழ்ச்சிகளையும் பத்திரிகைச் செய்திகளையும் சரியாகப் புரிந்துகொள்ள அவை உனக்கு உதவும். பங்குகள் கொண்ட தனிக் கம்பெனிகளையும், தனி வங்கிகளையும், பங்குகளை விற்று வாங்கும் பங்குப் பரிவர்த்தனை நிலையங்களையும் கொண்டது முதலாளித்துவ முறை என்பதை நீ மறந்துவிடக் கூடாது. சோவியத்து யூனியனில் நிதி முறையும் தொழில் முறையும் முற்றிலும் வேறானவை. அங்கு இத்தகைய கம்பெனிகளோ, வங்கிகளோ, பங்குப் பரிவர்த்தனை நிலையங்களோ கிடையாது. அங்கு எல்லாம் அரசாங்கத்துக்குச் சொந்தம். வெளிநாடுகளுடன் வியாபாரம் என்பது உண்மையில் பண்ட மாற்றுதான்.

ஒவ்வொரு நாட்டிலும் உள்நாட்டுப் பண விவகாரம் பெரும்பாலும் 'செக்கு'கள் மூலமாகவும், அதைவிடச் சற்றுக் குறைந்த அளவில் பாங்கு நோட்டுகள் மூலமாகவும் நடைபெறுவது உனக்குத் தெரியும். சில்லறையாக வாங்குவதைத் தவிர்த்துத் தங்கமும் வெள்ளியும் புழங்குவதே இல்லை. ஆனால், ஒரு நாடு இன்னொரு நாட்டுக்குத் தங்கமாகத்தான் கொடுக்க வேண்டும் என்றால் அது பெரிய சிரமத்தில்தான் முடியும். சர்வ தேசிய வியாபாரமே வளர்ச்சி அடையாது. உலகத்தில் உள்ள தங்கத்தின் மதிப்புக்கும் அளவுக்கும் தகுந்தபடிதான் சர்வதேசிய வியாபாரம் நடக்கும். அந்த அளவுக்கு மேல் கொடுப்பதற்குத் தங்கம் இருக்காது என்பதால் வர்த்தகம் நிலைகுலைந்து விடும். மறுபடியும் தங்கத்தை விடுதலைசெய்து கொண்டு வந்தால்தான் வர்த்தகம் தொடங்கக் கூடும்.

ஒரு நாட்டின் ஏற்றுமதி ஏறக்குறைய அதன் இறக்குமதிக்குச் சமமாயிருக்கும். அதாவது, ஒரு நாடு பிற நாடுகளிடமிருந்து பெறும் சாமான்களுக்கு விலையாகத்தான் அந்த நாடுகளுக்கு அனுப்பும் சாமான்களைக் கொடுக்கிறது. ஆனால், இது முற்றிலும் உண்மையல்ல. ஏற்றுமதியும் இறக்குமதியும் எப்போதும் தன்னைக் கட்டிக்கொண்டு போவதில்லை. ஏதாவதொரு பக்கத்தில் சிறிய வித்தியாசம் இருக்கும்.

187. டாலர், பவுன், ரூபாய் விளையாட்டு

ஜூலை 27, 1933

உலக யுத்தம் உலகை மூன்று பிரிவுகளாகப் பிரித்துவிட்டது. சண்டை போட்ட கட்சிகள் இரண்டு பிரிவுகளாகவும், நடு நிலைமை வகித்த நாடுகள் ஒரு பிரிவாகவும் பிரிந்து நின்றன. சண்டை போட்டுக்கொண்ட பிரதேசங்களில் வியாபாரத் தொடர்போ வேறு தொடர்புகளோ இல்லை. தங்களுடைய கடலாதிக்கம் காரணமாக, நேச நாடுகள் நடு நிலைமை நாடுகளுடனும் காலனிகளுடனும் சிறிது வியாபாரம் செய்ய முடிந்தது.

யுத்தத்தில் ஈடுபட்ட நாடுகளுக்கு பணம் ஏராளமாகச் செலவாயிற்று. இங்கிலாந்தும் பிரான்சும் தங்கள் நாட்டு மக்களிடமிருந்தும், அமெரிக்காவிடமும் கடன் வாங்கி தங்களுடைய கூட்டாளிகளுக்குப் பண உதவி செய்தன. அதற்குப் பிறகு அடுத்தடுத்து பிரான்சும் இங்கிலாந்தும் களைத்துவிட்டன. அப்போது அமெரிக்காவுக்குக் கொடுக்கவேண்டிய ஐந்து கோடி பவுனை அதனால் கொடுக்க முடியவில்லை. அந்த நெருக்கடியான சமயத்தில், இங்கிலாந்தும் பிரான்சும் அவற்றின் கூட்டாளிகளும் செய்த அதிருஷ்டம், அமெரிக்கா அவர்களுக்கு ஆதரவாக யுத்தத்தில் சேர்ந்தது.

அதிலிருந்து யுத்தம் முடியும் வரையில் அமெரிக்கா தன்னுடைய

கூட்டாளிகள் எல்லாருக்கும் யுத்தத்தை நடத்த பணம் கொடுத்தது. முடிவு என்னவென்றால், யுத்தம் முடிவடைந்த சமயத்தில், அமெரிக்கா உலகத்தின் வட்டி வியாபாரியாக விளங்கியது. எல்லா நாடுகளும் அதனிடம் கடன் பட்டிருந்தன.

யுத்தத்தின்போது அமெரிக்கா அடைந்த லாபம் இது மட்டுமல்ல. அமெரிக்காவின் வெளிநாட்டு வியாபாரமானது பிரிட்டிஷ் வியாபாரம், ஜெர்மன் வியாபாரம் இரண்டின் இடத்தையும் எடுத்துக்கொண்டு, இப்போது பிரிட்டிஷ் வியாபாரத்துக்குச் சமமான நிலையை அடைந்தது. அமெரிக்காவிடம் உலகிலுள்ள தங்கத்தில் மூன்றில் இரண்டுபங்கு வந்து குவிந்தது. வெளிநாட்டுப் பத்திரங்களும் அதன் கையில் நிறைய வந்தடைந்தன.

அமெரிக்காவின் நிதி நிலைமை அசைக்க முடியாததாயிருந்தது. நியூயார்க், லண்டனின் இடத்தை அடைய வேண்டுமென்று ஆசைப்பட்டது. இவ்வாறு, நியூயார்க்கிலும் லண்டனிலும் உள்ள பாங்கு முதலாளிகள் நிதி நிர்வாகிகளுக்கு இடையில் ஒரு பெரிய போட்டி தொடங்கிற்று. அவரவர் அரசாங்கம் அவரவரை ஆதரித்து நின்றது.

அமெரிக்காவின் நிர்ப்பந்தம் பிரிட்டிஷ் பவுனை நிலைகுலைத்தது. இங்கிலாந்து வங்கி தன்னுடைய நாணயச் செலாவணிக்கு மாற்றாகத் தங்கம் கொடுக்க முடியவில்லை. உலகமெங்கும் நாணயச் செலாவணிகள் நிலையின்றித் தத்தளித்தபோது அமெரிக்க டாலர் ஒன்றுதான் உறுதியாக நின்றது.

இந்த நிலையில் பண வியாபாரமும் தங்கமும் லண்டனை விட்டு நியூயார்க்குக்குச் சென்றிருக்கும் என்று நாம் நினைப்போம். ஆனால், வெளிநாட்டு உண்டியல்களும் வெளிநாட்டுச் சுரங்கங்களில் தோண்டி எடுக்கப்பட்ட தங்கமும் லண்டனுக்கே சென்றன. இதற்குக் காரணம் டாலரைவிடப் பவுனை யாவரும் விரும்பியதல்ல. டாலர் எளிதில் கிடைக்காததே யாகும்.

பிரிட்டிஷ் வங்கிகள் உலகம் முழுவதும் உள்ள தங்களுடைய கிளைகள், ஏஜென்சிகள் மூலமாக 'அங்கீகார முறை'யை அமல் நடத்திவந்தது உனக்கு நினைவிருக்கலாம். அமெரிக்க வங்கிகளுக்கு அத்தகைய கிளைகளோ ஏஜென்சிகளோ இல்லை. ஆகவே, அவை வெளிநாட்டு உண்டியல்களை 'அங்கீகரிக்க' வழியில்லை. அதனால் அந்த உண்டியல்கள் பிரிட்டிஷ் வங்கிகள் மூலமாக லண்டனுக்குச் சென்றன. இந்தக் கஷ்டத்தைத் தவிர்ப்பதற்காக அமெரிக்க வங்கி

முதலாளிகள் வெளிநாடுகளில் கிளைகளும் ஏஜென்சிகளும் ஏற்படுத்த தொடங்கினார்கள். ஆனால், அதில் இன்னொரு கஷ்டம் இருந்தது. பிரிட்டிஷ் வங்கிகளுக்கு இந்தத் துறையில் நூறு ஆண்டு அனுபவம் இருந்தது. எடுத்த எடுப்பிலேயே அதில் அவர்களை மிஞ்சுவது எளிதில் ஆகிற காரியமில்லை. லண்டனின் நாணயச் செலாவணி இன்னும் நிலையற்றிருந்தது. அதாவது, பவுனுக்கு நிச்சயமான தங்க மதிப்பு இல்லை. பவுன் தங்கத்தில் இருந்து விடுபட்டு நின்றது.

1925ல் பவுனுக்கு மீண்டும் பழைய தங்க மதிப்பு அளித்து அதை நிலை நிறுத்தினார்கள். இது பிரிட்டிஷ் வங்கி முதலாளிகளுக்குப் பெரிய வெற்றியாகும். ஏனெனில், அதிக தங்க மதிப்புள்ள பவுன் அவர்களுக்கு அதிகமாக வருவாயை ஏற்படுத்தும். ஆனால், பிரிட்டிஷ் தொழில் முதலாளிகளுக்கு இது நல்லதல்ல. இதனால், வெளிநாடுகளில் பிரிட்டிஷ் சாமான்களின் விலை உயர்ந்தது. வெளி மார்க்கெட்டில் அமெரிக்கா, ஜெர்மனி, இன்னும் மற்றத் தொழில் துறை நாடுகளுடன் அவர்களால் போட்டி போட முடியவில்லை. பவுனின் கவுரவம் உயர்ந்தது. ஆனால், இதையடுத்து இங்கிலாந்தில் பல உள்நாட்டுத் தகராறுகள் உண்டாயின. பிரிட்டிஷ் தொழில் பாதிக்கப்பட்டது இதற்கு ஒரு காரணமாகும். வேலையில்லாத் திண்டாட்டம் ஏற்பட்டது. நிலக்கரிச் சுரங்க வேலை நிறுத்தம் நீடித்தது. பொது வேலை நிறுத்தம் நடைபெற்றது.

பவுன் தன்னிலையை அடைந்து விட்டது. ஆனால், அது போதிய பரிகாரம் அளிக்கவில்லை. பிரிட்டிஷ் அரசாங்கம் அமெரிக்காவுக்கு ஏராளமான பணம் கடன் கொடுக்க வேண்டியிருந்தது. அதைக் கொடுக்கும்படி அமெரிக்கா எந்த நேரத்திலும் கேட்கக் கூடும். அப்படி அமெரிக்கா கேட்டு விட்டால் மீண்டும் பவுன் மதிப்பு இறங்க வேண்டியதுதான். ஆனால், பிரிட்டிஷ் அரசாங்கம் பவுனையும் லண்டனின் நிதித் தலைமையையும் காப்பாற்றிக் கொள்ள துடியாகத் துடித்தது. ஆகவே, பிரான்சையோ இதாலியையோ கலந்து ஆலோசிப்பதற்கு அவர்களுக்கு நேரமில்லை. அமெரிக்காவுடன் ஏற்பாட்டுக்கு வந்தனர். ஆனால், அதில் பிரிட்டிஷாருக்கு அதிக நஷ்டம். அமெரிக்க அரசாங்கம் விதித்த கடுமையான நிபந்தனைகளை அவர்கள் ஒப்புக் கொண்டார்கள். அதற்குப் பிறகு, பிரான்சும் இதாலியும் தங்கள் கடனைப் பைசல் செய்யும் விஷயத்தில் அமெரிக்காவிடமிருந்து எவ்வளவோ சாதகமான சலுகைகளைப் பெற்றன.

இந்தக் காலத்தில் நிதி வியாபார வெறி உச்சத்தில் இருந்தது. ஓரளவு

லண்டனுக்கும் நியூயார்க்குக்கும் விளைந்த போட்டி காரணமாக ஐரோப்பாவில் பணம் ஏராளமாகப் புரண்டது. லட்சாதிபதிகளும், கோடீசுவரர்களும் திடீர் திடீரென்று தோன்றினார்கள்.

மத்திய, கிழக்கு ஐரோப்பாவில் நிகழ்ந்த இந்த ஆங்கிலோ அமெரிக்கப் போட்டி ஒரு நன்மையைச் செய்தது. 1929ஆம் ஆண்டு பொருளாதார மந்தம் ஏற்படுவதற்கு முற்பட்ட ஆண்டுகளில் ஐரோப்பா மீண்டும் புத்துயிர் பெறுவதற்கு அங்கே கொட்டப்பட்ட பணம் பேருதவி அளித்தது.

இதற்கிடையில், பிரான்சில் 1926, 1927ல் பணவீக்கம் ஏற்பட்டது. பிராங்க்கின் மதிப்பு தலைகுப்புற விழுந்தது. அந்த வீழ்ச்சி காரணமாகத் தங்களுடைய பணம் போய்விடுமோ என்று பயந்து, பணக்காரப் பிரெஞ்சுக்காரர்கள் தங்கள் கையிருப்பை வெளிநாடுகளுக்கு அனுப்பினார்கள். அவர்கள் வெளிநாட்டுச் சர்க்கார் கடன் பத்திரங்களை நிறைய வாங்கினார்கள். 1927ல் பிராங்க்கு மீண்டும் நிலைக்குக் கொண்டு வரப்பட்டுப் பழைய தங்க மதிப்பில் ஐந்தில் ஒரு பங்காக அதன் மதிப்பு நிர்ணயிக்கப்பட்டது. வெளிநாட்டுச் சர்க்கார் கடன் பத்திரங்கள் வைத்திருந்த பிரெஞ்சுக்காரர்கள் இப்போது அவற்றைப் பிராங்க்குக்கு மாற்ற விரும்பினார்கள். அவர்கள் இதில் நல்ல அடி அடித்தார்கள். அவர்களிடம் முதலில் இருந்த பிராங்க்கின் அளவைப் போல் ஐந்து மடங்கு இப்போது அவர்களுக்குக் கிடைக்கும். பிராங்க்கை எப்போதும் கட்டி அழுது கொண்டிருந்தால் அவர்களுக்குப் பண வீக்கத்தால் நஷ்டம் ஏற்பட்டிருக்கும். இப்போது, அவர்களுக்கு ஒரு நஷ்டமும் இல்லை.

இதற்கிடையில், வர்த்தக நெருக்கடியும் பொருளாதார மந்தமும் வளர்ந்து வந்தன. விவசாயப் பொருள்களின் விலைவாசிகள் விழுந்தன. 1930ஆம் ஆண்டு இலையுதிர் காலத்தில், கோதுமை விலை விழுந்து விட்டபடியால் கிழக்கு ஐரோப்பாவைச் சேர்ந்த வங்கிகளிடம் கடன் வாங்கியவர்கள் அதைத் திருப்பித்தர முடியவில்லை. ஆகவே, அவை வியன்னாவில் வாங்கிய பவுன் கடனையும் டாலர் கடனையும் திருப்பித் தர முடியவில்லை. இது வியன்னாவில் வங்கி நெருக்கடியை ஏற்படுத்தியது. வியன்னாவில் கிரெடிட் - ஆன்ஸ்டால்ட் என்னும் மிகப் பெரிய வங்கி திவால் ஆனது. இதன் விளைவாக ஜெர்மன் வங்கிகள் ஆட்டம் கண்டன. மார்க்கு நாணயம் எந்த நேரத்திலும் மதிப்பு இழக்கும் என்று தோன்றியது. அவ்வாறு முறிந்தால், ஜெர்மனியில் உள்ள அமெரிக்க மூலதனமும் பிரிட்டிஷ் மூலதனமும் அரோகரா

ஆகியிருக்கும். அதைத் தவிர்ப்பதற்காகவே அமரிக்க ஜனாதிபதி ஹூவர், யுத்தக் கடன், யுத்த நஷ்ட ஈடு செலுத்தும் தவணையை ஒரு ஆண்டு தள்ளிப் போட்டார். அவர் தள்ளிப்போட தவறியிருந்தால் ஜெர்மனி சீர்குலைந்து போயிருக்கும்.

அதாவது, குறுகிய காலக் கடன்களாக இங்கிலாந்து ஜெர்மனிக்குக் கொடுத்த ஏராளமான பணம் அங்கு முடங்கிக் கிடந்தது. லண்டன் வங்கி முதலாளிகள் திண்டாடினர். பிரான்சும் அமெரிக்காவும் அவர்களுக்கு 13 கோடி பவுன் கடன்கொடுத்தும் பயனில்லை. லண்டன் நிதி வட்டாரங்களில் பீதி பரவி ஒவ்வொருவனும் தன்னுடைய பணத்தை திருப்பி வாங்கினான். 13 கோடி பவுனும் பறந்து போய்விட்டது.

அந்தச் சமயத்தில் பிரிட்டனில் தொழிற்கட்சி அரசாங்கம் நடைபெற்றது. அது நியூயார்க், பாரிஸ் வங்கி முதலாளிகளிடம் கடன் கேட்டது. அவர்கள் பிரிட்டனில் சமூக நலத்திட்டங்களில் சிக்கனம் பிடிக்கவும், தொழிலாளர் கூலியைக் குறைக்க வேண்டும் என்ற நிபந்தனைகளை விதித்து, கடன் கொடுத்தனர். தொழிற்கட்சி பிரதமர் ராம்சே மெக்டொனால்டு சொந்தக் கட்சிக்கே துரோகம் செய்து, இதை ஒப்புக்கொண்டார்.

அவர் தனது கட்சி அரசை கலைத்துவிட்டு கன்சர்வேட்டிவ் கட்சியுடன் இணைந்து தேசிய அரசு அமைத்தார். பிரான்சும் அமெரிக்காவும் கொடுத்த கடனைக் கொண்டும் பவுனைக் காப்பாற்ற முடியவில்லை. மீண்டும் பவுன் நிலையற்ற நாணயச் செலாவணி ஆயிற்று. அதாவது, ஒரு பவுன் நாணயத்தின் மதிப்பு, 14 ஷில்லிங் ஆயிற்று.

உலகப் பண மார்க்கெட்டில் லண்டனின் ஆதிக்கம் அத்துடன் முடிந்து போனதாக உலகம் எடுத்துக் கொண்டது. இதைத்தான் ஐரோப்பா, அமெரிக்கா, ஆசியா நாடுகள் எதிர்பார்த்தன. ஆனால், அது நிறைவேறும் காலம் அவ்வளவு சமீபத்தில் இல்லை என்பது பிறகு புலனாயிற்று.

பவுனின் வீழ்ச்சி வேறு பல நாடுகளின் செலாவணிகளையும் பாதித்தது. அதை நம்பியிருந்த நாடுகள் சிலவற்றின் நாணயச் செலாவணிகளும் வீழ்ச்சியுற்றன.

இப்போது பிரான்சு நல்ல நிலையில் இருந்தது. அது எச்சரிக்கையாக இருந்ததற்கு பலன் கிடைத்தது. அமெரிக்காவின் பணமும், அதைவிட

அதிகமாக இங்கிலாந்தின் பணமும் ஜெர்மனியில் 'உறைந்து' போகவும் அவற்றின் கை வறண்டிருந்தது. பிரிட்டனும், அமெரிக்காவும் முயன்றும், பிரான்சு அவற்றுடன் சேர மறுத்துவிட்டது. அவற்றுடன் பேரம் பேசி அடையக் கூடிய லாபத்தையும் அது விரும்பவில்லை,

இங்கிலாந்தில், 1931 முடிவில் நாடாளுமன்றத் தேர்தல் நடைபெற்றது; அதில் 'கன்சர்வேடிவ்' கட்சிக்குப் மெஜாரிட்டி கிடைத்தது. தொழிற் கட்சி இருந்த இடம் தெரியவில்லை.

பவுனின் வீழ்ச்சியில் இருந்து பிரிட்டனைக் காப்பாற்ற அமெரிக்கா, பிரிட்டன், பிரான்சு ஆகிய மூன்று நாடுகளோ, அவற்றின் வங்கி முதலாளிகளோ ஒன்றுபட்டு ஒத்துழைக்க முன்வரவில்லை. அவை, ஒவ்வொன்றும் தன் வழியில் போவதையே விரும்பியது. இங்கிலாந்து வங்கி, லண்டன் இழந்து விட்ட நிலையை மீண்டும் அதற்குத் தேடித் தர முயன்றது. உலகமே கண்டு ஆச்சரியப்படும் படியான விதத்தில் அது பெரிய அளவு வெற்றியும் பெற்றது. பவுன் தங்கத்தோடு இணைக்கப்படாத நிலையிலேயே அதற்கு இந்த வெற்றி கிடைத்தது.

இந்த வெற்றிக்கு இந்தியாவும், எகிப்தும் வாரிக் கொடுத்த தங்கம்தான் முக்கிய காரணமாக இருந்தது. இந்த இரண்டு ஏழை நாடுகள்தான் பணக்கார இங்கிலாந்தை காப்பாற்றின.

ஏழை இந்திய ரூபாயின் கதை மிக நீண்ட சோகக் கதையாகும். 1927ல் இந்தியாவில் ரூபாயின் மதிப்பைப் பவுன் ஸ்டர்லிங்கிலும் தங்கத்திலும் இவ்வளவு என்று நிர்ணயிக்க பெரிய விவாதம் நடைபெற்றது. இந்திய அபிப்பிராயத்தை அரசாங்கம் மதிக்கவில்லை. அது தான்கொண்ட கருத்துப்படியே ரூபா மதிப்பை ஒரு ஷில்லிங் ஆறு பென்சு தங்கத்துக்கு நிர்ணயம் செய்தது.

ரூபாயின் மதிப்பு கூடியதால், இந்தியாவில் முதலீடு செய்யப்பட்ட பிரிட்டிஷ் மூலதனத்தின் மதிப்பும் கூடுதலாயிற்று. இந்தியச் சாமான்களின் விலை சற்றுக் கூடியதனால் அது இந்தியத் தொழிலுக்குச் சுமையாக முடிந்தது. எல்லாவற்றைக் காட்டிலும், கடனில் ஆழ்ந்திருந்த விவசாயிகளின் கடன் சுமையை அது அதிகரித்தது.

பவுன், டாலர் போட்டியில் இத்தகைய முறைகளாலும், இன்னும் பல தில்லுமுல்லுகளாலும் இங்கிலாந்து வங்கி தன்னுடைய நிலையைப் பெரிதும் பலப்படுத்திக்கொண்டது. 1932 தொடக்கத்தில், அதற்கு ஒரு யோகம் அடித்தது. அமெரிக்காவின் பணமும் ஜெர்மனியில் உறைந்து

போன காரணத்தால், அமெரிக்காவில் வங்கி நெருக்கடி ஏற்பட்டது. அந்த நெருக்கடியின்போது பல அமெரிக்கர்கள் தங்களுடைய டாலர்களை விற்று ஸ்டர்லிங் பத்திரங்கள் வாங்கினார்கள். இவ்வாறு, பிரிட்டிஷ் அரசாங்கத்துக்கு வெளிநாட்டு டாலர் சேமிப்புகள் ஏராளமாகக் கிடைத்தன.

அது, பிறகு அவற்றை நியூயார்க்கில் சர்க்கார் பாங்கில் கொடுத்துப் பதிலுக்குத் தங்கம் பெற்றுக்கொண்டது. டாலர் தங்கத் திட்டத்தின்கீழ் இருந்தபடியால் அதைக் கொடுத்து யாரும் பதிலுக்குத் தங்கம் கேட்கலாம். இவ்வாறு, பிரிட்டனின் தங்க இருப்பு பெருகியது. அதன் காரணமாகப் பவுன் அபாயம் இல்லாமலும் மேலும் மதிப்புக் குறையாமலும் தப்பித்துக் கொண்டது. ஆனால், அது நிலையான மதிப்பின்றித் தங்கத் திட்டத்தில் இருந்து பிரிந்தே இருந்தது. வெளிநாட்டு சேமிப்புகளும் சர்க்கார் கடன் பத்திரங்களும் ஏராளமாக வந்து சேர்ந்தன. இதையடுத்து லண்டன் மீண்டும் சர்வ தேசியப் பரிவர்த்தனைக்கு ஒரு பெரிய மத்திய மார்க்கெட்டாக மாறியது. அந்தச் சமயத்துக்கு நியூயார்க் தோற்று விட்டது. அதற்கு முக்கிய காரணம் அமெரிக்காவில் ஏற்பட்ட பெரிய வங்கி நெருக்கடிதான். அதில் ஆயிரக்கணக்கான சிறிய வங்கிகள் அழிந்துபோயின என்று முன் கடிதம் ஒன்றில் கூறியுள்ளேன்.

உலகப் பொருளாதார மாநாடு 1933

188. முதலாளித்துவ உலகின் பிணக்குகள்

ஜூலை 28, 1933

சர்வ தேசிய நிதி உலகில் பின்னி பிணைந்திருக்கும், சூதும் வாதுகளையும் சூழ்ச்சிகளையும் போட்டிகள், பொய்களையும் கடந்த கடிதங்களில் கூற முயன்றேன். உனக்கு புரிந்ததா என்பது தெரியவில்லை. ஆனால், நான் மேலோட்டமாகத்தான் சொன்னேன். பல விஷயங்கள் வெளியே தெரியாமல் அமுக்கப்படும்.

இன்றைய உலகில் தொழில், விவசாயம், போக்குவரத்து சாதனம், அரசாங்கம் உள்பட எல்லாவற்றையும் வங்கி முதலாளிகளே ஆட்டிப் படைக்கிறார்கள். தொழில் முதலாளிகள் ஆட்டிப்படைத்த காலம் மலையேறிவிட்டது.

இந்தப் பெரிய வங்கிகள் உலகம் வாழ்ந்தாலும் கெட்டாலும் தாங்கள் மட்டும் எப்போதும் வாழ்வதுதான் வியப்புக்குரிய விஷயம். உலகம் நலமாக இருக்கும்போது வங்கிகளுக்கும் நல்ல வியாபாரம் நடக்கிறது. பணம் புரளுகிறது, வட்டி கிடைக்கிறது. உலகம் சுணங்கினால், வங்கிகள் தங்கள் கையை மூடிக் கொள்கின்றன. துணிந்து கடன் கொடுப்பதில்லை. கடன் இல்லாமல் எந்த வியாபாரம்தான் நடக்கும். ஆகவே, மந்தநிலை மேலும் அதிகரிக்கிறது. ஆனால், இன்னொரு விதத்தில் வங்கிகள் லாபம் அடைகின்றன. நிலம், வீடு, தொழிற்சாலைகள் முதலிய எல்லாச்

சொத்துகளின் விலையும் இறங்குகிறது. பல தொழில்கள் திவால் ஆகின்றன. உடனே வங்கிகள் எல்லாவற்றையும் குறைந்த விலைக்கு வாங்கி விடுகின்றன! இவ்வாறு, நல்ல காலமும் பொல்லாத காலமும் மாறி வந்துகொண்டிருந்தால் வங்கிகளுக்குக் கொண்டாட்டம்தான்.

நிதித் தலைமைக்காக இங்கிலாந்துக்கும் அமெரிக்காவுக்கும் நிகழ்ந்த போராட்டத்தில் லண்டன் மாநகரம் வெற்றி பெற்றதைப் பார்த்தோம். ஆனால், அந்த வெற்றியால் கண்ட பலன் என்ன? போராட்டம் நடந்துவந்த 12 ஆண்டு காலத்தில் அந்தப் பலன் சிறிது சிறிதாக மங்கி வந்தது. சர்வ தேசிய வியாபாரம் சுருங்கவும் நிதித் தலைமையால் வரும் லாபமும் சுருங்கியது.

ஆனால், அமெரிக்காவின் தங்கக் குவியலும், செல்வப் பெருக்கமும், நூதனமான தொழில் நடவடிக்கைகளும் பொருளாதார மந்தம் அதிகரித்த காலத்தில் அதற்கு உதவவில்லை. தூரதேசத்து மக்களை தன் வசம் இழுத்த பொன் விளையும் பூமியான அமெரிக்கா இப்போது என்ன செய்வோம் என்று ஏங்கும் பூமியாயிற்று. நாட்டை ஆண்டுவந்த பெரு முதலாளிகள் வடிகட்டிய அயோக்கியர்கள் என்பது வெளியாயிற்று. பெரு முதலாளிகளின் நண்பரான ஜனாதிபதி ஹூவரை 1932 நவம்பரில் நடந்த தேர்தலில் பிராங்கிளின் ரூஸ்வெல்ட் தோற்கடித்தார்.

1933 மார்ச்சு தொடக்கத்தில், அமெரிக்காவில் இன்னொரு வங்கி நெருக்கடி ஏற்பட்டது. அதன் விளைவாக அமெரிக்கா தங்கத் திட்டத்தைக் கைவிட்டது. டாலரின் மதிப்பு வீழ்ச்சியுற்றது. மற்ற நாடுகளைக் காட்டிலும் அமெரிக்காவிடம் அதிகமான தங்கம் இருந்தும் இவ்வாறு நேரிட்டது.

1933 ஜூனில், முதலாளித்துவ உலகை ஒற்றுமைப்படுத்தி, அதை வாட்டி வதைக்கும் பல பிரச்சினைகளுக்குத் தீர்வு காண்பதற்காக, லண்டனில் உலகப் பொருளியல் மாநாடு கூடிற்று. ஆனால், அபாயமோ எச்சரிக்கையோ, வல்லரசுகளால் ஒத்துப்போக முடியவில்லை. ஒவ்வொன்றும் தன் வழியில் இழுத்தது.

இங்கிலாந்து தனக்கு வேண்டிய உணவுப் பொருளைத் தானே உற்பத்தி செய்துகொள்ளும் நிலையில் இல்லை. அதன் தொழில்களுக்கு வேண்டிய மூலப் பொருள்களும் வெளியிலிருந்து வரவேண்டும். அது தன் தேவையைத் தானே பூர்த்திசெய்து கொள்வது இயலாத காரியம். ஆகவே, பிரிட்டிஷ் அரசாங்கம் ஏகாதிபத்திய அடிப்படையில்

பொருளியல் தேசியத்தை வளர்க்க விரும்பியது. பிரிட்டிஷ் பேரரசை ஸ்டர்லிங் விலைவாசிகளை ஆதாரமாகக்கொண்ட ஒரு பொருளியல் அங்கமாகச் செய்ய அது முயன்றது. இந்த நோக்கத்துடன், 1932ல் அட்டாவாவில் ஒரு பிரிட்டிஷ் பேரரசு மகாநாடு கூடிற்று. அதிலும் கஷ்டங்கள் ஏற்பட்டன. கானடா, ஆஸ்திரேலியா, தென் ஆப்பிரிக்கா ஆகிய நாடுகள் இங்கிலாந்தின் நன்மைக்காகத் எதையும் விட்டுக் கொடுக்க விரும்பவில்லை. அதற்கு மாறாக, இங்கிலாந்து அவற்றின் கோரிக்கைகளுக்கு இணங்க வேண்டியதாயிற்று. இந்தியா மட்டும் பிரிட்டிஷ் சாமான்களுக்குச் சலுகைகள் தர ஒப்புக் கொள்ளுமாறு செய்யப்பட்டது. ஆனால், இந்திய மக்களிடம் எதிர்ப்பு பலமாக இருந்தது.

இதற்கிடையில் சாம்ராஜ்யத் தொழில்களுக்கும் மார்க்கெட்டு களுக்கும் ஒரு புதிய ஆபத்து ஏற்பட்டது. மலிவான ஜப்பான் சாமான்கள் எங்கும் புகுந்து நிறைந்தன. பாதுகாப்பு வரிகளும் அவற்றைத் தடுக்க முடியவில்லை. அவை அவ்வளவு கொள்ளை மலிவாக இருந்தன.

பாதுகாப்பு வரிகளால் ஜப்பானிய சாமான்களை தடுக்க முடியாமல் போயிற்று. பங்குத் திட்டம் புகுத்தப்பட்டது. அதன் கீழ்க் குறிப்பிட்ட அளவுக்குத்தான் சாமான்கள் அனுமதிக்கப்பட்டன. ஜப்பானிய சாமான்களை தடுத்துவிட்டால் ஜப்பானின் கைத் தொழில்கள் என்னாவது? அதன் பொருளாதாரமே தலை கீழாகிவிடும். அது தன் சாமான்களை விற்க வேறு இடம் பார்க்கும்போது பொருளாதார வகையில் யுத்தமே வந்தாலும் வரலாம். முதலாளித்துவத்தின் வீண் போட்டியின் கீழ் இதைத் தவிர வேறொன்றையும் எதிர்பார்ப்பதற்கு இல்லை.

இவ்வாறே, மற்ற ஐரோப்பிய நாடுகளுக்குப் பிரிட்டிஷ் மார்க்கெட்டுகளை மூடிவிட்டால், அவற்றில் சில அழிந்து விடும். ஆக, ஒவ்வொரு நாடும் தன்னுடைய நன்மையைக் கருதி எடுக்கும் எல்லா நடவடிக்கைகளும் மற்ற நாடுகளுக்கும் சர்வதேசிய வியாபாரத்துக்கும் கேடு விளைவித்துத் தொந்தரவில் கொண்டு விடுவதைப் பார்க்கிறோம்.

ஸ்பெயினில் சோஷலிஸ்ட்டுகள் நடத்திய புரட்சி

189. ஸ்பெயினில் புரட்சி

ஜூலை 29, 1933

உலகை வாட்டி வதைத்த பொருளாதார மந்தத்தையும் அது ஏற்படுத்திய நெருக்கடிகளையும் பற்றி சோர்வு தரும் நீண்ட கதை முடிந்தது. இப்போது சமீப காலத்தில் நடந்த இரண்டு பெரிய நிகழ்ச்சிகலை கூறப்போகிறேன். ஒன்று, ஸ்பெயினில் நடந்த புரட்சி. இரண்டு, ஜெர்மனியில் நாஜிகள் அடைந்த வெற்றி.

ஸ்பெயினும் போர்ச்சுகலும் ஐரோப்பாவின் தென்மேற்கு மூலையில் உள்ளன. அவை ஐரோப்பிய வரலாற்றிலும் உலக வரலாற்றிலும் முக்கிய பங்கு வகித்தவை. நாடுகளை விரிவாக்குவதிலேயே அவற்றின் சக்தி செலவாகிவிட்டது. 19ஆம் நூற்றாண்டில் மேற்கு ஐரோப்பா தொழில் துறையிலும் பிற துறைகளிலும் முன்னேறி வந்த சமயத்தில், அவை பின்னடைந்து மத குருமார்களின் ஆதிக்கத்தில் சிக்கிக் கொண்டன.

தேசிய ஸ்பெயின், நெப்போலியனை வெற்றி கொண்டதாக இருந்தாலும், பிரெஞ்சுப் புரட்சியின் கருத்துகளால் பலனடையவில்லை. பிரான்சு நிலமானியத் திட்டத்தை ஒழித்தபோதும், ஸ்பெயின் அரை நிலமானிய நிலை மாறாமல் இருந்தது. அங்குப் பிரபுக்களுக்குப் பெரிய பெரிய

'எஸ்டேட்டு'களும் பலவிதமான சலுகைகளும் இருந்தன. ரோமன் கத்தோலிக்க மத அமைப்பு மதத்தில் மட்டுமின்றி, நிலத்திலும், வியாபாரத்திலும், கல்வியிலும் ஆதிக்கம் வகித்தது. மதத்துக்கே அதிகமான சொத்து இருந்தது. அது பெரிய அளவில் வியாபாரமும் செய்தது. கல்வித் துறையிலும் அதன் ஆதிக்கம் முழுவதும் இருந்தது.

ராணுவ அதிகாரிகள் சிறப்புச் சலுகைகள் கொண்ட ஒரு தனி பிரிவினராக இருந்தனர். ராணுவத்தில் அவர்கள் அளவுக்குமேல் இருந்தார்கள். மொத்த ராணுவத்தில் ஏழில் ஒரு பங்கு அதிகாரிகள். அறிவாளிகள் மத்தியில் முற்போக்கான தாராளக் கருத்துடையவர்கள் இருந்தார்கள். தொழிலாளர் இயக்கம் தொழிற்சங்கப் பொது உடைமைவாதிகள், சோஷலிஸ்டுகள், புரட்சியாளர்கள் ஆகியோரிடையே பிளவுபட்டிருந்தது. ஆயினும், அது வளர்ந்து வந்தது. ஆனால், உண்மையான அதிகாரம் மதம், ராணுவம், பிரபுக்கள் ஆகியோர் கையில் இருந்தது. காடலோனியாவிலும் வடக்கிலுள்ள பாஸ்க் பிரதேசத்திலும் பிரதேச சுயாட்சிக்கான இயக்கங்கள் வலுப்பெற்று வந்தன.

ஸ்பெயினிலும் போர்ச்சுகலிலும் சர்வாதிகார முடியாட்சி நடந்தது. அதிக அதிகாரமில்லாத நாடாளுமன்றங்களும் கூட இருந்தன. ஸ்பானிய நாடாளுமன்றத்துக்கு கோர்ட்டேஸ் என்று பெயர். 1870களில் சிறிது காலம் ஸ்பெயினில் குடியரசு நடைபெற்றது. ஆனால், அது வெற்றி பெறவில்லை. அரசர் பழைய சர்வாதிகார தடபுடலுடன் மீண்டும் திரும்பி வந்து சிம்மாசனத்தில் அமர்ந்தார். 1898ல் அமெரிக்காவுடன் நடந்த யுத்தத்தில் ஸ்பெயினுக்குக் கடைசியாக இருந்த காலனியும் போய்விட்டது. ஸ்பெயினை அடுத்து இருந்த மொராக்கோவில் மட்டும் அதற்கு ஒரு காலனி எஞ்சியிருந்தது.

போர்ச்சுகலுக்கு ஆப்பிரிக்காவில் பெரிய காலனிகள் இருக்கின்றன. அவைதவிர இந்தியாவில் கோவா போன்ற சிறு சிறு இடங்களும் இருக்கின்றன. 1910ல் போர்ச்சுகல், அரசனை விரட்டிவிட்டு ஒரு குடியரசை அமைத்தது. அதிலிருந்து அங்கு பல கலகங்கள் நிகழ்ந்துள்ளன. அரண்மனை விசுவாசக் கட்சியினர் மீண்டும் அரசரைக் கொண்டுவரவும், இடதுசாரிக் கட்சியினர் சர்வாதிகாரிகளையும் பிற்போக்கு அரசாங்கங்களையும் ஒழிக்கவும் கலகம் செய்தனர். குடியரசு ஏதோ ஒரு வகையில் தொடர்ந்து நடைபெற்று வந்தது. இப்போதுள்ள அரசாங்கம் பாசிச ஆதரவு பிற்போக்கு அரசாங்கமாகும். கோவாவில் பொதுக்காரியம் எதுவும் அடக்கப்படுகிறது. சிவில் உரிமை என்கிற பேச்சே அங்குக் கிடையாது.

உலகப்போரில் நடுநிலைமை வகித்து ஸ்பெயின் லாபம் அடைந்தது. இரு தரப்புக்கும் அது பொருள்கள் சப்ளை செய்தது. ஸ்பானிய மக்கள் எப்போதும் தன்போக்கு வாதிகளாக இருந்தனர். அங்குள்ள முன்னேற்றக் கோஷ்டிகள் எப்போதும் தங்களுக்குள் சண்டையிட்டுக் கொண்டே இருந்தன. பகுனின் காலத்தில் இருந்தே புதிய தொழிலாளர் வகுப்புக்கு புரட்சிவாதம் பிடித்தமானதாக இருந்தது. முக்கியமாக, காடலோனியாவில் அராஜக-தொழிற்சங்கப் பொது உடைமைவாதிகள் பலமான அமைப்பாக இருந்தனர். தாராள-ஜனநாயக வாதிகள், சோஷலிஸ்டுகள், சிறிதாயிருந்தாலும் வளர்ந்துவரும் கம்யூனிஸ்டுக் கட்சியினர் ஆகியோர் ஏனைய முற்போக்கு அமைப்பினராக இருந்தனர். இந்த அமைப்புகள் குடியரசை லட்சியமாகக் கொண்டிருந்தன. பிரைமோ டி ரிவேராவின் சர்வாதிகார ஆட்சிக்கு எதிராக இந்தக் குடியரசுக் கோஷ்டிகள் எல்லாம் ஒன்றுபட்டு ஒத்துழைக்கத் தொடங்கின.

1931ல் நடந்த உள்ளாட்சித் தேர்தல்களில் குடியரசுக் கட்சி-யினர் பெருவாரியாக வெற்றி பெற்றார்கள். இதைக் கண்ட அரசன் நாட்டைவிட்டு ஓடிவிட்டான். 1931 ஏப்ரல் 14ல், குடியரசுப் பிரகடனம் செய்யப்பட்டு ஒரு தற்காலிக அரசாங்கம் அமைக்கப்பட்டது. புரட்சி அமைதியான முறையில் நடந்துவிட்டது.

ஸ்பானியப் புரட்சி, 1917 மார்ச்சில் நடந்த முதல் ரஷியப் புரட்சியைப் பல வழிகளிலும் ஒத்திருக்கிறது. ரஷியாவில் ஜார் ஆட்சி முறையைப் போல, ஸ்பெயினிலும் பழைய முடியாட்சி முறை உளுத்துப் போயிருந்தது. ஏழ்மையில் வாடிய விவசாயிகள் இந்த புரட்சிக்கு காரணமாக இருந்தனர். ரஷியாவைக் காட்டிலும் ஸ்பெ-யினில் மதத்தின் அட்டகாசம் அளவில்லாமல் இருந்தது. புரட்சிக்கு பின்னர், வெவ்வேறு வகுப்பினர் வெவ்வேறு வழிகளில் இழுத்தனர். வலதுசாரி, இடதுசாரி இரண்டும் அடிக்கடி கலகம் செய்தன. ஸ்பெயினில் இந்த நிலைமை இன்னும் நீடிக்கிறது,

புதிய ஸ்பானிய அரசியல் அமைப்பில் சில ரசமான அம்சங்கள் இருக்கின்றன. நாடாளுமன்றம் ஒரே சபையை மட்டும் கொண்டிருக்கிறது. வயது வந்தோருக்கெல்லாம் வாக்குரிமை வழங்கப்பட்டு இருக்கிறது. சர்வதேச சங்கத்தின் அனுமதியின்றி ஸ்பானியப் ஜனாதிபித யுத்தப் பிரகடனம் செய்யக்கூடாது. இது எந்த அரசியல் சட்டத்திலும் இல்லாத புதுமையாகும்.

புதிய குடியரசு அரசாங்கம், சோஷலிசம் சிறிது படித்த இடதுசாரி

லிபரல் ஜனநாயக அரசாங்கம் என்று கூறப்பட்டது. மானுவேல் அஜானா என்பவர் பிரதமராக இருந்தார். நில உடைமை, மத அமைப்பு, ராணுவம் ஆகிய மூன்றிலும் பெரிய மாறுதல் ஏற்படுத்தும் சட்டங்கள் இயற்றப்பட்டன. ஆனால் ஒன்றும் செயலாகவில்லை. ராணுவ அதிகாரிகளின் சலுகைகள் சில ரத்து செய்யப்பட்டன. அவர்களில் பலரை நல்ல ஒய்வூதியத்துடன் வேலையில் இருந்து நீக்கினார்கள்.

1932 ஜனவரியில், காடலோனியாவில் புரட்சிகர - தொழிற்சங்கப் பொது உடைமைவாதிகள் பெரிய கலகம் செய்தார்கள். அரசாங்கம் அதை அடக்கியது. பிறகு அதே ஆண்டில் வலதுசாரிக் கலகம் ஒன்று நிகழாமலே குலைந்து போயிற்று.

இந்தத் தொடக்க ஆண்டுகளில் புதிய குடியரசு, முக்கியமாகக் கல்வித் துறையிலும், பிற துறைகளிலும் சாதித்த காரியங்கள் பெருமைப்படத் தக்கவையே. நில உடைமைப் பிரச்சினையைத் தீர்ப்பதற்கும் தொழிலாளரின் நிலையைச் சீர்திருத்துவதற்கும் அரசாங்கம் முயற்சி செய்தது. நில உடைமைச் சீர்திருத்தத்தின் வேகம் விவசாயிகளுக்குத் திருப்தி அளிக்கவில்லை.

குறிப்பு (நவம்பர், 1938):

*1933*ல் ஸ்பெயினிலுள்ள பிற்போக்குவாதிகள் அனைவரும் ஒன்று திரண்டார்கள். அந்த ஆண்டு நடந்த தேர்தலில் இந்த வலதுசாரிக் கூட்டுக்கு மெஜாரிட்டி கிடைத்தது. பிற்போக்கு அரசாங்கம் அதிகாரத்துக்கு வந்தது. அது நில உடைமைச் சீர்திருத்தத்தை நிறுத்தி, மத அமைப்பைப் பலப்படுத்தி முந்தைய அரசாங்கம் செய்த காரியங்களை மாற்றிவிட்டது. இதைக் கண்ட இடதுசாரிகள் ஒன்றுபட்டுப் பிற்போக்குச் சக்திகளை எதிர்த்தனர்.

1934 அக்டோபரில், ஸ்பெயின் முழுவதும் கலகங்கள் நிகழ்ந்தன. அரசாங்கம் அவற்றையும் இடதுசாரிகளையும் அடக்கியது. ஆனால், இடதுசாரியினர் தங்களுடைய பலத்தைத் திரட்டி லிபரல்கள், சோஷலிஸ்டுகள், புரட்சியாளர்கள், கம்யூனிஸ்டுகள் கொண்ட பொதுஜன முன்னணி ஒன்றை அமைத்துக் கொண்டார்கள். *1936* பிப்ரவரியில், கோர்ட்டேசுக்கு நடந்த தேர்தலில் இந்த முன்னணிக் கட்சி ஜெயித்துப் புதிய அரசாங்கம் ஏற்பட்டது. இந்த அரசாங்கம் நிலப் பிரச்சினையைத் தீர்ப்பதற்கும், மத அமைப்பின் சக்தியைக் குறைப்பதற்கும் தீவிர நடவடிக்கை எடுக்கும் என்பதைல் தகராறு

முற்றியது. பிற்போக்குச் சக்திகள் அரசாங்கத்தைத் தாக்குவதென்று தீர்மானித்தன. அவற்றுக்கு முசோலினியிடம் இருந்தும் நாஜி ஜெர்மனியிடம் இருந்தும் ஆதரவு கிடைத்தது.

1936 ஜூலையில், ஸ்பானிய மொராக்கோவில், மூர் ராணுவத்தின் ஆதரவுடன், ஜெனரல் பிராங்கோ கலகத்தைத் தொடங்கினான். ஸ்பானிய மொராக்கோவுக்குச் சுதந்திரம் தருவதாக அவன் வாக்களித்தான். அரசாங்கம் ஆதரவற்று நின்றது. அதையடுத்து மக்களை போரிட வரும்படி அரசு அழைத்தது. மக்கள் முன்வந்தார்கள். மாட்ரிட் நகரையும் பார்சிலோனா மக்களை முக்கியமாகச் சொல்லவேண்டும். அதன் பயனாக அரசாங்கமும் குடியரசும் காப்பாற்றப்பட்டன. ஆனால், ஸ்பெயினின் பெரும் பகுதிகள் பிராங்கோ வசமாயின.

அதிலிருந்து யுத்தம் தொடர்ந்து நடந்து வருகிறது. பிராங்கோவுக்கு இதாலியும் ஜெர்மனியும் பெரிய ராணுவத்தையும், போர் விமானங்களையும், விமானிகளையும், துப்பாக்கி மருந்து முதலான யுத்த சாதனங்களையும் கொடுத்து உதவி புரிகின்றன. குடியரசுக்கும் வெளிநாட்டுத் தொண்டர்கள் வந்து உதவி செய்கின்றனர். அதே சமயத்தில் குடியரசு ஒரு அருமையான புதிய ராணுவத்தைத் திரட்டியுள்ளது. பிரிட்டிஷ், பிரெஞ்சு அரசாங்கங்கள் தாங்கள் இதில் தலையிடப் போவதில்லை என்று அறிவித்துள்ளன. ஆனால், இதன் பலன் பிராங்கோவுக்கு உதவி செய்வதாக முடிந்துள்ளது.

ஸ்பானிய யுத்தம் கொடுமை நிறைந்தது. பிராங்கோவுக்கு உதவி செய்ய வந்துள்ள இதாலிய, ஜெர்மன் விமானங்கள் பாதுகாப்பற்ற நகரங்கள் மீதும் அப்பாவி மக்களின் மீதும் குண்டுகளை வீசுகிறது. மாட்ரிட் நகரைக் காக்க மக்கள் புரிந்த போர் பெரிய புகழ் பெற்று விட்டது. தற்போது ஸ்பெயினில் முக்கால் பாகம் பிராங்கோ வசம் இருக்கிறது. ஆனால், குடியரசு அவனை மேலும் ஆக்கிரமிக்காமல் தடுத்து நிறுத்தியிருக்கிறது. ராணுவ வகையில் குடியரசு பலமுள்ளதாகவே இருக்கிறது. அதன் முக்கிய உபத்திரவம் உணவுத் தட்டுப்பாடுதான். ஸ்பெயினில் நடக்கும் யுத்தம் வெறும் உள்நாட்டுச் சண்டை என்று கருதப்படவில்லை. ஜனநாயகத்துக்கும் பாசிசத்துக்கும் நடக்கும் போராட்டத்துக்கு அடையாளமாக அது பார்க்கப்படுகிறது. ஆகவே, அது எல்லாருடைய கவனத்தையும் அனுதாபத்தையும் கவர்ந்திருக்கிறது.

190. ஜெர்மனியில் நாஜி வெற்றி

ஜூலை 31, 1933

ஸ்பெயினில் புரட்சி நடந்ததில் ஆச்சரியம் ஒன்றுமில்லை. அங்கு புரட்சி நடப்பதற்குரிய அத்தனை காரணங்களும் இருந்தன. ஐரோப்பாவின் நவீன நிலைமைகளோடு ஸ்பெயின் சிறிதும் பொருந்தவில்லை. நன்றாக கனிந்த பழம் மரத்தில் இருந்து விழுவதைப் போல, தொட்டவுடன் விழுந்துவிட்டது. இந்தியாவிலும் பழைய நடைமுறைகள் இன்னும் இருக்கின்றன. அன்னிய ஆட்சி அவற்றுக்கு முட்டுக் கொடுக்காவிட்டால் இன்னேரம் அவை மறைந்து போயிருக்கும்.

ஆனால், சமீபத்தில் ஜெர்மனியில் நடந்தவை முற்றிலும் புதியவை. அவை ஐரோப்பாவையே ஆட்டம் காணச் செய்தவை. பலர் திகைப்பிலிருந்து மீளவில்லை. நாகரிகம் மிக்க ஜெர்மானியர், விலங்கைக் காட்டிலும் கொடிய ஒழுக்கத்தை கடைப்பிடிப்பது உலகம் காணாத விந்தையாகும்.

பாசிஸ்ட்டுகள் என்று அழைக்கப்படும் ஹிட்லரும் அவருடைய நாஜிக் கட்சியும் ஜெர்மனியில் வெற்றி பெற்று விட்டார்கள். 1918ல் நிகழ்ந்த ஜெர்மன் புரட்சிக்கும் அதற்குப் பின்னர் நடந்த நிகழ்ச்சிகளுக்கும் இது எதிர்வினை என்று கருதப்படுகிறது.

ஹிட்லரிசத்தில் பாசிசத்தின் கூறுகள் அனைத்தும் உள்ளன. கொடிய பிற்போக்கு வாதமும், தாராள அம்சங்களும் ஹிட்லரிசத்தில் காணப் படுகின்றன. ஆயினும், அது வெறும் பிற்போக்கு வாதம் அல்ல. அதைவிட மேலானது. இத்தாலியப் பாசிசத்தைவிட விசாலமான அடிப்படையில் மக்களின் உணர்ச்சியின் மீது அது கட்டப்பட்டுள்ளது. இது தொழிலாளர்களின் உணர்ச்சி அல்ல. சொத்துகளையும் சுதந்திரத்தையும் இழந்து பட்டினியில் பரிதவிக்கும் மத்திய வகுப்பு, புரட்சிகரமாக மாறும்போது தோன்றும் உணர்ச்சி இது. ஹிட்லரிசத்துக்கு இந்த உணர்ச்சியே அடிப்படையாக அமைந்தது.

ஒரு முதலாளித்துவ நாடு பொருளாதார நெருக்கடி காரணமாக, சமூகப் புரட்சிக்கு ஆளாகும்போது பாசிசம் தோன்றுகிறது என்று கூறியிருக்கிறேன். முதலாளித்துவ வகுப்பினர் தங்களைக் காப்பாற்றிக் கொள்வதற்காக, கீழ் மத்திய வகுப்பைச் சுற்றி ஒரு மக்கள் இயக்கத்தை உருவாக்குகிறார்கள். ஏமாந்த விவசாயிகளையும் தொழிலாளரையும் கவர்ந்து, அவர்களை தவறான வழியில் செலுத்துவதற்காக, முதலாளித்துவத்துக்கு எதிரான முழக்கங்களை முழங்கும்படி செய்கிறார்கள் என்றும் சொன்னேன்.

அவர்கள் அரசாங்கத்தை அடைந்தவுடன், ஜனநாயக அமைப்புகளை தீர்த்துக் கட்டுகிறார்கள். பிறகு தங்கள் எதிரிகளை தலையெடுக்காமல் நசுக்குகிறார்கள். முக்கியமாக தொழிலாளர் அமைப்புகளை தகர்க்கி றார்கள். ஆகவே, அவர்களுடைய ஆட்சி, வன்முறையை முதலிடமாகக் கொண்டது. அரசாங்கத்தில் முதலாளிகளை ஆதரித்த மத்திய வகுப்பினருக்கு சில பதவிகள் தரப்படுகிறது. தொழில் துறையில் அரசாங்க ஆதிக்கம் புகுத்தப்படுகிறது.

இவையெல்லாம் ஜெர்மனியில் நிகழ்கிறது. இவற்றை நாம் எதிர்பார்த் தோம் என்று சொல்லலாம். ஆனால், நாம் எதிர்பாராத பெரு வியப்பு என்னவென்றால் அந்த இயக்கத்துக்குப் பின்னாலிருந்த பேரூக்கமும் ஹிட்லருடைய கட்சியில் அத்தனை பேர் சேர்ந்ததும் ஆகும்.

நாஜி எதிர்ப்புரட்சி 1933 மார்ச்சில் நிகழ்ந்தது. அதற்கும் முன்னால் சென்று நாஜி இயக்கத்தின் தொடக்கத்தைப் பார்ப்போம்.

1918ல் நிகழ்ந்த ஜெர்மன் புரட்சி ஒரு வெற்றுப் புரட்சி. அது புரட்சியே அல்ல. மன்னராட்சி போய்க் குடியரசு வந்தது. ஆனால், பழைய அரசியல், சமூகப் பொருளாதார ஏற்பாடு அப்படியே இருந்தது. சில ஆண்டுகள் வரையில் அரசாங்கம் சோஷலிஸ்டு

ஜனநாயக வாதிகளின் ஆதிக்கத்தில் இருந்தது. அவர்களுக்குப் பழைய பிற்போக்காளரையும் நிலைத்த உரிமை கொண்ட மன்னர் வம்சத்தையும் நினைத்தால் பயம். அவர்களுடன் ராசியாகவே முயன்றார்கள். இத்தனைக்கும் அவர்களுக்கு லட்சக்கணக்கான கட்சி உறுப்பினர்களும், கட்சியும், தொழிற்சங்கங்களும் இருந்தன. பொதுமக்கள் ஆதரவும் இருந்தது. ஆனால் தற்காப்பு தந்திரங்களைக் கையாண்டார்களே தவிர, ஒழிக்கும் தந்திரத்தை கையாளவில்லை.

இடதுசாரியிடமும், கம்யூனிஸ்டுக் கட்சியிடமும் தான் அவர்கள் கடுமை காட்டினார்கள். அவர்கள் அரசு நடத்திய லட்சணம் பிடிக்காமல் ஆதரித்தவர்கள் அடுத்தடுத்து விலகிச் சென்றார்கள். கம்யூனிஸ்டுக் கட்சி பல லட்சம் உறுப்பினர்களைக் கொண்டிருந்தது. அரசை ஆதரித்த மத்திய வகுப்பினர் பிற்போக்குக் கட்சிகளில் போய்ச் சேர்ந்து கொண்டார்கள். சோஷலிஸ்டு ஜனநாயக வாதிகளுக்கும் கம்யூனிஸ்டுகளுக்கும் நடந்த ஓயாத போராட்டம் இரு கட்சிகளையும் பலவீனப்படுத்தியது.

யுத்தத்துக்குப் பிற்பட்ட ஆண்டுகளில் ஜெர்மனியில் பண வீக்கம் ஏற்பட்டதை, தொழில் முதலாளிகளும், ஜமீன்தார்களும் வரவேற்றனர். ஒன்றுக்கும் உதவாத பணத்தை வைத்து, ஜமீன்தார்கள் தங்கள் கடனை தீர்த்தனர். அடமானம் இருந்த தங்கள் சொத்துகளை மீட்டனர். தொழில் முதலாளிகள் தங்கள் இயந்திரங்களை பழுது பார்த்தனர். ஜெர்மன் சாமான்கள் மலிவாக இருந்ததால் எங்கும் மார்க்கெட் கிடைத்தது. பணவீக்கத்தால் மத்திய வகுப்பினர்தான் நடுத்தெருவுக்கு வந்தனர். அவர்கள்தான் 1923 மற்றும் 1924ல் முதன்முதலில் ஹிட்லரோடு சேர்ந்தார்கள்.

வங்கிகள் திவாலாகி வேலையில்லாத் திண்டாட்டம் பெருகியதால் வியாபார மந்தம் அதிகரித்தது. அதனால் பாதிக்கப்பட்டோருக்கும் ஹிட்லர் புகலிடமாக இருந்தான். வார்சேல்ஸ் உடன்படிக்கையின் படி ராணுவம் கலைக்கப்பட்டது. ஆயிரக்கணக்கான வீர்ரகள் வேலை இல்லாமல் அலைந்தனர். அவர்கள் ஹிட்லர் கட்சியில் சேர்ந்தனர். அரசு சாரா ராணுவமாக செயல்பட்டனர்.

சரி, அடால்ப் ஹிட்லர் யார்? அதிகாரத்துக்கு வருவதற்கு ஒன்றிரண்டு ஆண்டுகள் முன்வரையில், அவன் ஒரு ஜெர்மன் குடிமகன்கூட அல்ல. அவன் ஒரு ஜெர்மன் ஆஸ்திரியன். ராணுவத்தில் சேர்ந்து யுத்தத்தில் சேவை செய்திருக்கிறான். ஜெர்மன் குடியரசுக்கு

எதிரான கலகத்தில் அவன் சேர்ந்திருந்தான். அவனுக்குச் சிறைத் தண்டனை கிடைத்தாலும், அதிகாரிகள் அவனிடம் பிரியமாக நடந்து கொண்டார்கள். பிறகு சோஷலிஸ்டு ஜனநாயக வாதிகளுக்கு எதிராகத் தேசிய சோஷலிஸ்டுக் கட்சியை தொடங்கினான். அதிலிருந்து தான் 'நாஜி' என்கிற பெயர் அந்தக் கட்சிக்கு ஏற்பட்டது.

அது சோஷலிஸ்டுக் கட்சி என்று அழைக்கப்பட்டாலும் ஹிட்லர் சோஷலிசத்துக்கு கொடிய எதிரி. நாஜிக் கட்சி 'ஸ்வஸ்திகா' சின்னத்தைத் தனக்கு அடையாளமாகக் கொண்டது. இந்தியாவில் அது பலரும் பயன்படுத்துவதை நீ அறிவாய். நாஜிகள் தங்கள் கட்சிக்கு ஒரு படையையும் திரட்டினார்கள். அதற்கு 'புயல் படை' என்று பெயர். காக்கி நிற சீருடையே உடுப்பு. ஆகவே, ஜெர்மன் நாஜிகள் 'காக்கிச் சட்டையினர்' என்று அழைக்கப் படுகிறார்கள்.

நாஜிகளுக்குத் தெளிவான திட்ட வரையறை கிடையாது. அது தீவிர தேசிய வெறி கொண்டது. ஜெர்மனியும் ஜெர்மன் மக்களும் உலகில் உயர்ந்தவர்கள் என்ற கொள்கை உடையது. மற்றப்படி, அதைப் பலவகையான வெறுப்புகளின் கதம்பம் எனலாம். மார்க்சியத்துக்கும், கம்யூனிசத்துக்கும், சோஷலிசத்துக்கும் விரோதம். தொழிற்சங்கங்களுக்கும். யூதர்களுக்கும் விரோதம். ஏனெனில், யூதர்கள் அன்னிய வகுப்பினர் என்றும், அவர்கள் 'ஆரிய' ஜெர்மன் வகுப்பினரின் மேன்மையைக் கெடுத்து தாழ்த்துகிறார்கள் என்று ஹிட்லர் கூறினான். அது முதலாளித்துவத்துக்கு விரோதி என்று சொல்லிக்கொண்டே, பணக்காரரையும் கொள்ளை லாபம் சம்பாதிப்போரையும் வாயளவில் சபிப்பதோடு சரி. தொழில்களில் ஓரளவு அரசாங்க ஆதிக்கம் வேண்டும் என்று ஏதோ சொன்னதைத் தவிர்த்து வேறு சோஷலிசம் ஒன்றும் அது பேசவில்லை.

இவை எல்லாவற்றுக்கும் பின்னால் யாரும் கேட்டறியாத ஒரு வன்முறைத் தத்துவம் பொதிந்து கிடந்தது. வன்முறைக் குணம் போற்றப்பட்டதுடன், ஊக்கமும் அளிக்கப்பட்டது. புகழ்பெற்ற ஜெர்மன் தத்துவ ஞானியான ஆஸ்வால்டு ஸ்பெங்லர் இந்த வன்முறைத் தத்துவம் குறித்து இப்படி கூறியிருக்கிறார்... 'மனிதன் பிற வுயிர்களை வதைத்து உண்ணும் ஒரு மிருகம். துணிச்சல், வஞ்சனை, குரூரம் ஆகிய குணங்களுக்கு அவன் இருப்பிடம்'.... 'லட்சியங்கள் என்பன கோழைத்தனத்தையே குறிக்கின்றன'.... 'இரக்கம், இணக்கம், அமைதி என்பன பல்லில்லாத உணர்ச்சிகள்' 'வதைத்துண்ணும் மிருகத்தின் இன உணர்ச்சிகளில் வெறுப்பு உணர்ச்சியே உண்மையானதாகும்.' 'மனிதன், கூட்டங் கூட்டமாக இங்குமங்கும் செலுத்தப்படும் பசுவைப் போல்

இருக்கக்கூடாது. மேற்கூறிய லட்சணம் பொருந்திய மனிதனுக்கு யுத்தமே மேலான தருமமும் ஆனந்தமும் ஆகும்' என்றெல்லாம் ஆஸ்வால்டு ஸ்பெங்லர் கூறியிருக்கிறார்.

ஸ்பெங்லரின் வாசகங்கள் ஹிட்லரிசத்துக்குப் பின்னால் உள்ள மனப்பான்மையைப் புரிந்து கொள்ள உதவுகின்றன. நாஜி ஆட்சியின் கொடுமைக்கும் குரூரத்துக்கும் அவை விளக்கம் தருகின்றன. ஒவ்வொரு நாஜியும் இவ்வாறு எண்ணுகிறான் என்று நாம் எடுத்துக் கொள்ளக்கூடாது. ஆனால், நாஜிக் கட்சியின் தலைவர்களும் தீவிரவாதிகளும் இவ்வாறு எண்ணுகிறார்கள் என்பதில் சந்தேகமில்லை. அவர்கள் சொல்வதையும் செய்வதை யும் மற்றவர்கள் பின்பற்றுகிறார்கள். சாதாரணமான ஒரு நாஜி இதைப்பற்றி எண்ணவே இல்லை என்பது பொருத்தமாக இருக்கும்.

அவன் தன்னுடைய சொந்தக் கஷ்டத்தையும் தேசத்துக்கு ஏற்பட்ட அவமானத்தையும் தாங்கமுடியாமல் கொதித்து எழுந்தான். பிரான்சு ரூர் பிரதேசத்தைக் கைப்பற்றிக் கொண்டது, ஜெர்மனியில் ஆத்திரத்தை உண்டாக்கியது. ஹிட்லர் சொல்வன்மை மிக்கவன். அவன் பேசுவதைக் கேட்பதற்கு மக்கள் திரண்டு வந்தார்கள். அவன் அவர்களுடைய உணர்ச்சிகளைத் தட்டி எழுப்பி எல்லாவற்றுக்கும் மார்க்சிஸ்ட்டுகள் மீதும் யூதர் மீதும் பழியைப் போட்டான். ஜெர்மனியைப் பிரான்சோ மற்ற நாடுகளோ இழிவாக நடத்தினால் நாஜிக் கட்சியில் மேலும் மக்கள் வந்து சேருவதற்கு அது ஒரு காரணமாயிற்று.

சோஷலிஸ்டு ஜனநாயகக் கட்சி விரைவிலேயே அரசாங்க ஆதிக்கத்தை இழந்தது. கத்தோலிக்க மத்திய கட்சி என்கிற இன்னொரு கட்சி அதிகாரத்துக்கு வந்தது. ஒரு கட்சிக்காவது மற்றவர்களை எதிர்பாராமல் அரசு நடத்தும் பலம் நாடாளுமன்றத்தில் இல்லை. ஆகவே, அடிக்கடி தேர்தல்களும் சூழ்ச்சிகளும் கட்சித் தந்திரங்களும் நடைபெற்றன. நாஜிகளின் செல்வாக்கு வளர்வதைக் கண்டு பயந்த சோஷலிஸ்டு ஜனநாயக வாதிகள் முதலாளித்துவ மத்திய கட்சியையும், ஜனாதிபதி தேர்தலில் பழைய ராணுவ தளபதியான வான் ஹிண்டன்பர்க்கையும் ஆதரித்தார்கள்.

நாஜிக் கட்சியின் செல்வாக்கு வளர்ந்தாலும், தொழிலாளர் கட்சிகளான சோஷலிஸ்டு ஜனநாயகக் கட்சியும் கம்யூனிஸ்டுக் கட்சியும் பலமாகவே இருந்தன. கடைசி வரையில் ஒவ்வொன்றுக்கும் லட்சக்கணக்கான ஆதரவாளர்கள் இருந்தார்கள். ஆனால், அவை ஒன்றுபட்டுப் பொது

அபாயத்தை எதிர்க்கவில்லை. சோஷலிஸ்டு ஜனநாயக வாதிகள் அதிகாரம் செலுத்திய காலத்தில், அதாவது, 1918ஆம் ஆண்டிலிருந்து தங்களைத் துன்புறுத்தி வந்தார்கள் என்பதையும், நெருக்கடி ஏற்படும் காலங்களில் எல்லாம் அவர்கள் பிற்போக்காளருடன் சேர்ந்தையும் கம்யூனிஸ்டுகளால் மறக்க முடியவில்லை.

நாஜிகளுக்குக் கம்யூனிஸ்டுத் தொழிலாளரைக் கொல்வது ஒரு தொழிலாக இருந்தது. சில சமயங்களில் தொழிலாளரும் பழிக்குப் பழி வாங்கினார்கள். ஹிட்லர் தன்னுடைய தலைமையின் கீழ் பல தரப்பட்ட ஆட்களையும் கொண்டு செலுத்தினான். கீழ் மத்திய வகுப்பினர், தொழில் முதலாளிகள், பணக்கார நிலச்சுவான்தார்கள் எனறு கலவையான கூட்டு அது. சோஷலிஸத்தை எதிர்த்ததால் தொழில் முதலாளிகள் ஹிட்லருக்குப் பணம் கொடுத்து ஆதரித்தனர். பெருகி வரும் மார்க்சிய அல்லது கம்யூனிச வெள்ளத்தைத் தடுத்து நிறுத்தக்கூடியவன் அவன் ஒருவனே என்று அவர்களுக்குத் தோன்றியது.

1933 ஜனவரி *30*ல் கிழவரான ஜனாதிபதி வான் ஹிண்டன்பர்க் ஹிட்லரைச் 'சான்சலர்' ஆக நியமித்தார். அது பிரதமர் பதவியைப் போன்றது. நாஜிகளும் தேசியவாதிகளும் கூட்டுச் சேர்ந்தார்கள். பொதுத் தேர்தல் நடந்தது, அதில் நாஜிகளும் அவர்களுடைய கூட்டாளிகளும் நாடாளுமன்றத்தில் மெஜாரிட்டிக்கு தேவையான இடங்களை மட்டும் கைப்பற்றினார்கள். தங்களுக்கு எதிர்க் கட்சியில் உள்ளவர்களை சிறையில் அடைத்தார்கள். அந்தச் சமயத்திற்குச் சரியாக நாடாளுமன்றக் கட்டடம் நெருப்புப் பிடித்து எரிந்தது. கம்யூனிஸ்டுகள்தான் இந்த வேலையைச் செய்தார்கள் என்று நாஜிகள் சொன்னார்கள். கம்யூனிஸ்டுகள் இதைப் பலமாக மறுத்தார்கள். தங்களை ஒழிப்பதற்கு ஒரு காரணத்தை உருவாக்க, நாஜித் தலைவர்களே நெருப்பு வைத்துவிட்டதாக கம்யூனிஸ்டுகள் சொன்னார்கள்.

அதற்குப் பிறகு ஜெர்மனி எங்கும் 'நாஜிபீதி' அல்லது 'காக்கி பீதி' தொடங்கியது. முதலில் நாடாளுமன்றம் கலைக்கப்பட்டது. ஹிட்லரிடமும் அவனது மந்திரி சபையிடமும் அனைத்து அதிகாரங்களும் ஒப்படைக்கப்பட்டன. அவர்கள் தங்கள் இஷ்டம் போல் எதையும் செய்யலாம். ஜெர்மனியின் கூட்டரசியலுக்கு முடிவு கட்டப்பட்டது. ஹிட்லர் சர்வாதிகாரி ஆனான்.

இந்த மாறுதல்கள் நடக்கும் போது ஜெர்மனி முழுவதும் நாஜி புயல் படையினர் கட்டவிழ்த்து விடப்பட்டனர். அவர்கள் அடி,

உதை, வெட்டு, குத்து என்று நாட்டை வன்முறைக் களமாக மாற்றினர். அந்தப் படுபாதகச் செயல்களைக் கூறவே நாக்கு கூசுகிறது. இதுபோன்ற கொடூரத்தை இதுவரை உலகமே கண்டதில்லை. நாஜிகளுக்கு அபாயம் ஏதுமில்லை. அவர்கள் யாரைக் கண்டும் அஞ்சவேண்டியது இல்லை. அரசாங்கம் அவர்கள் கையில் இருந்தது. நாஜிகளை ஏற்காதவர்களையும், அவர்களுக்கு ஆமாம் போடாதவர்களையும் விலங்குகளைப் போல கொன்று குவிக்க வேண்டும் என்பதே நோக்கம்.

நாஜிகள் அதிகாரத்திற்கு வந்ததிலிருந்து ஆண்களையும் பெண்களையும் கணக்கு வழக்கின்றி கொன்று குவித்தனர். எண்ணற்ற பேர் சிறைகளிலும் காவல் கூடங்களிலும் தள்ளப்பட்டு அங்கே சித்திரவதை செய்யப்படுவதாக கேள்விப்படுகிறோம். மிகவும் குரூரமாகத் தாக்கப்பட்டவர்கள் கம்யூனிஸ்டுகள். சோஷலிஸ்டு ஜனநாயக வாதிகளுக்கும் சித்திரவதைக்கு குறைவில்லை.

முதலில் ஒழியவேண்டியவர்கள் யூதர்கள். சமாதானவாதிகளும், தாராளவாதிகளும், தொழிற்சங்கவாதிகளும், சர்வதேசியவாதிகளும் தாக்குதலுக்கு ஆளான மற்றவர்கள். மார்க்சியத்தையும் மார்க்சியரையும், இன்னும் கேட்டால் இடதுசாரிகள் அனைவரையும் நிர்மூலமாக்கும் யுத்தம் இது என்று நாஜிகள் அறிவிக்கிறார்கள். யூதர்களை எல்லாப் பதவிகளில் இருந்தும் தொழில்களில் இருந்தும் நீக்கியாகவேண்டும். ஆயிரக்கணக்கான யூத எழுத்தாளர்களும், பள்ளி ஆசிரியர்களும், இசை மேதைகளும், வழக்கறிஞர்களும், நீதிபதிகளும், டாக்டர்களும், நர்சுகளும் நாட்டில் இருந்து விரட்டப்பட்டார்கள். யூதர் கடைகள் புறக்கணிக்கப்பட்டன. யூதத் தொழிலாளர்கள் தொழிற்சாலைகளில் இருந்து நீக்கப்பட்டார்கள். நாஜிகளுக்குப் பிடிக்காத நூல்கள் எரிக்கப்பட்டன. பத்திரிகைகள் நாஜிகளை எதிர்த்து எழுதினால் மறுநாள் வெளிவராது. நாஜிகளின் கொடுமைகள் குறித்து பத்திரிகைகள் மூச்சுவிடக்கூடாது. மீறி மூச்சுவிட்டாலோ கடுமையான தண்டனை கிடைக்கும்.

நாஜிக்கட்சி தவிர மற்ற கட்சிகள், அமைப்புகள் எல்லாம் ஒடுக்கப் பட்டன. கம்யூனிஸ்டுக் கட்சி முதல் பலி. இரண்டாவது சோஷலிஸ்டு ஜனநாயகக் கட்சி. மூன்றாவது கத்தோலிக்க மத்திய கட்சி. கடைசியாக அவர்களுடைய கூட்டாளிகளான தேசியவாதிகள் தலையிலும் கை வைத்தார்கள். ஜெர்மன் தொழிலாளர்கள் தலைமுறை தலைமுறையாகத் தங்கள் உடல், பொருள், ஆவி மூன்றையும் தியாகம் செய்து கட்டியிருந்த மகத்தான தொழிற்சங்கங்கள் தகர்க்கப்பட்டன. அவற்றின் சொத்துகள் பறிமுதல் செய்யப்பட்டன. நாஜிக் கட்சி மட்டுமே இருக்க வேண்டும்.

கலை, கல்வி, விஞ்ஞானம், நாடகம் எல்லாவற்றிலும் நாஜிமுத்திரை இருக்கவேண்டும். "உண்மையான ஜெர்மானியன் தனது எண்ணங்களை ரத்தத்தில் தோய்த்து எண்ணுகிறான்'' என்று ஹிட்லரின் பிரதானத் தளபதிகளில் ஒருவனான ஹர்மான் கோயரிங் கூறுகிறான். ஹிட்லர் ஏசுவின் இரண்டாவது அவதாரம் என்றும், ஆனால் முதலாவதைவிட இரண்டாவது முழுமைபெற்ற அவதாரம் என்றும் பள்ளிக் கூடக் குழந்தைகளுக்கு போதிக்கப்படுகிறது.

பொதுவாக மக்கள் மத்தியிலும், குறிப்பாகப் பெண்கள் மத்தியிலும் கல்வி மிகவும் அதிகமாகப் பரவுவதை நாஜி அரசாங்கம் விரும்பவில்லை. ஹிட்லர் சித்தாந்தப் படி பெண்கள் வீட்டையும் அடுப்பங்கரையையும் பார்த்துக் கொள்ள வேண்டியவர்கள். அவர்களுடைய முதற்கடமை அரசாங்கத்துக்காகப் போராடி உயிர்விடக்கூடிய வீரப்பிள்ளைகளை பெற்றுக் கொடுக்க வேண்டியது. டாக்டர் கோயபல்ஸ் என்பவன் பிரச்சாரத் துறை மந்திரியாக இருக்கிறான். அவன் இப்படிக் கூறுகிறான்... "பெண்ணாய்ப் பிறந்தவள் குடும்பத்தில் இருக்க வேண்டியவள். நாட்டுக்கும் மக்களுக்கும் குழந்தைகளைப் பெற்றுத் தருவதே அவளுக்குரிய வேலை.... பெண் விடுதலை என்பது அரசாங்கத்துக்கு அபாயகரமான ஒரு விஷயம். ஆண் செய்யவேண்டிய காரியத்தை அவள் ஆணுக்கு விட்டுவிடவேண்டும்.'' இதே டாக்டர் கோயபல்ஸ், பொது மக்களுக்குப் பொது விவகாரங்களைத் தான் விளக்கப் போகும் முறையைப் பற்றிக் குறிப்பிடுகையில், 'பியானோ' வாத்தியத்தை வாசிப்பதுபோல நான் பத்திரிகைகளை உபயோகிக்கப்போகிறேன்" என்கிறான்.

யூத டாக்டர்களும், வக்கீல்களும், வாத்தியார்களும், நர்சுகளும் பிறரும் விரட்டடப்பட்டனர் என்றால், அதற்கு 'ஆரிய' ஜெர்மானியர் அவர்களோடு போட்டியிட திறமை அற்றவர்களாக, அவர்களுடைய வெற்றியைப் பார்த்துக் கொட்டாவி விட்டுக்கொண்டு, அவர்கள் வகிக்கும் பதவிகளைத் தாங்கள் அடைய விரும்பியதுதான் காரணமாகும். யூதர்களின் கடைகள் மூடப்பட்டதற்குக் காரணம் 'ஆரியர்'களால் அவர்களுக்குச் சமமாகப் போட்டியிட முடியவில்லை என்பதுதான்.

யூதர் அல்லாதார் வைத்துக் கொண்டிருந்த கடைகளில் கூடப் பலவற்றை நாஜிகள் மூடிவிட்டார்கள். காரணம், அந்தக் கடைக்காரர்கள் அகவிலைக்குப் பொருள்களை விற்று அநியாய லாபம் அடித்ததுதான். தற்போது நாஜிகளை ஆதரிப்போர் கிழக்குப் பிரஷியாவில் உள்ள பெரிய எஸ்டேட்டுகள் மீது கண்

வைத்திருக்கிறார்கள். அவற்றைத் தங்களுக்குள் பங்கு போட்டுக் கொள்ளவேண்டும் என்பது அவர்களுடைய விருப்பம்.

மிருகத்தனமும் வெருவந்த செய்கையும் நாஜி இயக்கத்தின் முக்கிய அம்சங்களாயினும், அவற்றோடு அது நின்றுவிட்டதாக நாம் எண்ணக்கூடாது. ஜெர்மன் தொழிலாளர் நீங்கலாகப் பெரும்பாலான ஜெர்மன் மக்கள் உண்மையாகவே ஹிட்லரைக் கொண்டாடியும் போற்றுகிறார்கள். சென்ற தேர்தலில் கிடைத்த வோட்டுகளை எடுத்துக்கொண்டு பார்த்தால் ஜெர்மன் மக்களில் 52 சதவிகிதத்தினர் ஹிட்லரை ஆதரிக்கிறார்கள் என்று தெரிகிறது. இந்த 52 சதவிகிதத்தினர் தான் மிச்சமுள்ள 48 சதவிகிதத்தினரையோ அவர்களில் ஒரு பகுதியாரையோ சித்திரவதை செய்கிறார்கள்.

ஆனால், ஜெர்மனியில் இன்னொரு பாதி அல்லது அதற்கும் குறைவான பேர் வேறு விதமாக எண்ணுகிறார்கள். ஜெர்மன் தொழிலாளருடைய உள்ளத்திலே சீற்றமும் பகைமையும் பொங்கிக் கொண்டிருக்கின்றன. நாஜிகளின் கொடுமைக்கு அஞ்சியே அது வெளிப்படாமல் அடங்கி இருக்கிறது. அவர்கள் பலாத்காரத்துக்கும் கொடுங்கோன்மைக்கும் பணிந்து, தங்கள் உழைப்பையும் தியாகத்தையும் சொரிந்து கட்டிய கோட்டை தங்கள் கண்ணெதிரிலே இடித்துப் பாழாக்கப்படுவதைப் பார்த்துக் கொண்டு சோகமே உருவாய் ஏங்கி நிற்கிறார்கள்.

கடந்த சில மாதங்களில் ஜெர்மனியில் நிகழ்ந்த எல்லாவற்றுள்ளும், அவ்வளவு பெரிய சோஷலிஸ்டு ஜனநாயகக் கட்சி எதிர்ப்பே தெரிவிக்காமல், அடியற்ற மரம்போல் சாய்ந்து விட்டது. ஐரோப்பாவில் உள்ள தொழிலாளர் கட்சிகளுக்குள் இதுதான் பழைமையும், பெருமையும் கட்டுப்பாடும் வாய்ந்தது. அப்படியிருந்தும், அந்தக் கட்சி எதிர்த்து ஒரு சொல்கூடச் சொல்லாமல் எல்லா அவமானங்களுக்கும் தலை வணங்கி கிடக்கிறது. ஆனால், அவர்களுடைய சரணாகதியே அவர்களை அறுக்கும் கூர்வாளாயிற்று, நாஜிகள், தொழிலாளரிடம் சென்று உங்களுடைய தலைவர்கள் அபாயம் நேரிட்ட காலத்தில் உங்களைக் கைவிட்டு விட்டார்கள் என்று குத்திக் காட்டினார்கள்.

கம்யூனிஸ்டுக் கட்சி எதிர்த்து ஒரு பொதுவேலை நிறுத்தம் தொடங்கியது. ஆனால், அதற்குச் சோஷலிஸ்டு ஜனநாயகத் தலைவர்களின் ஆதரவு இல்லாததால் அது பிசுபிசுத்துப்போ- யிற்று. தொழிலாளர் இயக்கம் உடைத் தெறியப்பட்டாலும், ரகசிய ஸ்தாபனம் ஒன்று பரவலாக வேலை செய்து வருவதாகத் தெரிகிறது.

நாஜி ஒற்றர்கள் கண்ணிலும் மண்ணைத் தூவிவிட்டு ரகசியப் பத்திரிகைகள் லட்சக்கணக்கில் வெளியாகின்றன. ஜெர்மனியிலிருந்து தப்பியோடிய சில சோஷலிஸ்டு ஜனநாயகத் தலைவர்கள் வெளியில் இருந்து ரகசியமாகப் பிரசாரம் செய்ய முயன்று வருகிறார்கள்.

ஜெர்மனியில் இருந்து விரட்டப்பட்ட அறிஞர்களில், சிகரமாக கருதப்படுபவர், ஆல்பர்ட் ஐன்ஸ்டைன். அந்த அறிஞர்களுக்கு ஜெர்மனிதான் தாய்நாடு. வெளியில் உள்ளவர்களும் அவர்களை ஜெர்மானியராகவே கொண்டிருந்தார்கள். அவர்களைப் புதல்வர்களாகப் பெறுவதை எந்த நாடும் பெரும் பேறாகக் கருதியிருக்கும். ஆனால், இனவெறிபிடித்த நாஜிகளோ அவர்களை ஈவிரக்கமின்றி வேட்டையாடினார்கள். இதைக்கண்டு உலகமெங்கும் ஒரே கண்டனக் குரல் எழுந்து ஒலித்தது.

ஆனால், உலகம் முழுவதும் பரவியிருந்த யூதர்கள், சத்தமே இல்லாமல் ஜெர்மன் சாமான்களைப் புறக்கணித்தது. அதைவிட ஒரு படி அதிகமாகவும் போயிற்று. 1933 மே மாதத்தில் நியூயார்க்கில் கூடிய மாநாடு மிகச் சுருக்கமாக ஜெர்மனியை மொத்தமாக புறக்கணிக்க வேண்டும் என்று தீர்மானித்தது.

ஹிட்லரின் குருதி கொப்புளிக்கும் நெருப்புரையும், கோபாவேச இடிமுழக்கமும் ஐரோப்பாவின் செவியில் நாராசம் போல் பாய்ந்து அதன் உள்ளத்தில் கிலியை எழுப்பின. ஜெர்மனியின் பலம் வளர்ந்தால் முக்கியமாகப் பிரான்சுக்குத்தான் பயம் அதிகம். ஆகவே, அது கதிகலங்கிப் போயிற்று. சில நாட்கள் வரையில் ஐரோப்பா போரின் விளிம்பில் நின்றுகொண்டிருந்தது. திடீரென்று நாஜி அச்சம் காரணமாக ஐரோப்பாவில் வல்லரசுகள் புதிதாகக் கூட்டுச் சேரத் தொடங்கின. பிரான்சுக்கு எங்கிருந்தோ சோவியத்து ரஷியாவின் பால் பரிவு பொங்கியது.

பல ஆண்டுகளாக ஜெர்மனிக்குச் சாதகமாக இருந்த இங்கிலாந்து மக்கள் எதிராகத் திரும்பி, ஜெர்மன் 'ஹூணர்'களைப் பற்றிப் பேசத் தொடங்கினார்கள். ஐரோப்பாவில் ஹிட்லருடைய ஜெர்மனி துணையின்றித் தனியாக நின்றது. யுத்தம் வந்திருந்தால் பிரான்சின் பலம் மிகுந்த ராணுவம், நிராயுதபாணியான ஜெர்மனியை நசுக்கி மிதித்திருக்கும். ஆகவே, ஹிட்லர் தன்னுடைய தந்திரத்தை மாற்றிக்கொண்டு சமாதானம் என்று பேசத் தொடங்கினான். முசோலினி, பிரான்சு, இங்கிலாந்து, இதாலி, ஜெர்மனி ஆகிய நான்கு நாடுகள் ஒப்பந்தம் செய்து கொள்ளலாம் என்ற யோசனையுடன் ஹிட்லரின் உதவிக்கு வந்தான்.

1933 ஜூனில் இந்நாலு வல்லரசு ஒப்பந்தம் முடிவாகக் கையெழுத்தாயிற்று. பிரான்சுக்கு அரை மனசுதான். ஒப்பந்தத்தின் வாசகம் சாதாரணமாகத் தான் இருக்கிறது. பிரான்சு மனமில்லாமல் தான் அதில் கையெழுத்திட்டது. *1933* ஜூலை முதல் தேதி, லண்டனில் சோவியத்தும் அதன் பக்கத்து நாடுகளும் ஆக்கிரமிப்புக்கு எதிரான ஒப்பந்தம் செய்துகொண்டன. இரு நான்கு வல்லரசு ஒப்பந்தத்தின் விளைவாகவே நடந்தது. இந்தச் சோவியத்து ஒப்பந்தத்துக்குப் பிரான்சு தனது சம்மதத்தை தெரிவித்திருப்பது ஆச்சரியமான விஷயமாகும்.

இதனிடையே ஹிட்லர் பிரிட்டிஷ் ஆதரவைப்பெற முயன்று வருகிறான். அதற்காக, அவன் பிரிட்டிஷார் இந்தியாவை விட்டுவிட்டால் ஆபத்துதான் நேரும் என்று பகிரங்கமாகக் கூறியுள்ளான். அவன் சோவியத்துக்கு எதிராக இருப்பதாலேயே அவனிடம் பிரிட்டிஷ் அரசாங்கத்துக்குப் பிரியம் அதிகம்.

ஐரோப்பாவில் நாஜி ஜெர்மனி ஒரு சூறாவளிப் பிரதேசமாக மாறியிருக்கிறது. கட்டுப்பாடான எதிர்ப்பு எல்லாவற்றையும் நாஜிகள் நசுக்கி எறிந்து விட்டார்கள். ஜெர்மனியில் வேறு கட்சியோ அமைப்போ கிடையாது. நாஜிகளுக்கு உள்ளேயே இரு பிரிவுகள் இருப்பதாகத் தெரிகிறது. நாஜி இயக்கத்தின் வலதுசாரிக்கும் இடது சாரிக்கும் பொதுவாகவுள்ள அம்சங்கள் மிகவும் குறைவு. இரு திறத்தாரையும் ஒன்று சேர்த்துக் கொண்டு போவதிலும், ஒருவருக்கு எதிராக மற்றவரைத் தட்டி விடுவதிலும்தான் ஹிட்லருடைய சாமர்த்தியம் அடங்கியிருக்கிறது.

ஹிட்லரிசத்தைப் பற்றிய இந்த வரலாறு மிகவும் நீண்டுவிட்டது. ஆனால், நாஜி வெற்றியும் அதன் விளைவுகளும் ஐரோப்பாவுக்கும் உலகத்துக்கும் அதி முக்கியமான பலன்களை அளிக்கும் என்பதை நீ ஒப்புக்கொள்வாய். நாஜிசத்துக்கும் பாசிசத்துக்கும் வேற்றுமை இல்லை. பாசிஸ்டுக்கு உரிய சகல லட்சணங்களும் ஹிட்லரிடத்தில் பொருந்தியிருக்கின்றன. ஆனால், நாஜி இயக்கம் இதாலியப் பாசிசத்தை விட அதிக தீவிரம் வாய்ந்திருக்கிறது. அதிலுள்ள தீவிர அம்சங்கள் தலையெடுக்குமா அல்லது தூக்கி எறியப்படுமா என்பது இனிமேல்தான் தெரியவேண்டும்.

குறிப்பு (நவம்பர், 1938):

இந்தக் கடிதத்தை எழுதி ஐந்தே கால் ஆண்டு ஆகிறது. இந்த ஐந்தேகால் ஆண்டு காலத்தில் உலக அரசியலில் ஹிட்லரின் கீழ் நாஜி ஜெர்மனி எடுத்துள்ள விசுவரூபத்தைப் போல் அதிசயமான நிகழ்ச்சி

வேறொன்றும் இல்லை. இன்று, ஹிட்லருடைய வாய் அசைந்தால் ஐரோப்பாவே அசைகிறது. பெரிய வல்லரசுகள் அவனுக்கு முடிதாழ்த்தி அடி வணங்குகின்றன. இருபது ஆண்டுக்கு முன்னால் ஜெர்மனி தோற்கடிக்கப்பட்டுப் புழுதியில் புரட்டப்பட்டது. யுத்தம் ஒன்றும் செய்யாமலேயே இன்று ஹிட்லர் அதற்கு வெற்றிமாலை சூட்டிவிட்டான். வார்சேல்ஸ் உடன்படிக்கை போன இடம் தெரியவில்லை.

ஹிட்லர் அதிகாரத்துக்கு வந்ததும் ஜெர்மனியிலுள்ள எதிரிகளைக் காலி செய்து நாஜிக் கட்சியைப் பலப்படுத்துவதில் முதன் முதலாகக் கவனம் செலுத்தினான். காக்கிச்சட்டை படை கலைக்கப்பட்டது. அதன் தலைவர்கள் 1934 ஜூன் 30 ஆம் தேதி சுட்டுக் கொல்லப்பட்டார்கள்.

1934 ஆகஸ்டில் ஜனாதிபதி ஹிண்டன்பர்க் இறந்தார். ஹிட்லர் அவருடைய இடத்தில் ஜனாதிபதி ஆனான். அவன் இப்போது ஜெர்மனியில் சர்வ வல்லமை உள்ளவனாக மாறினான். ஆனால், ஜெர்மனியின் பொருளாதார நிலைமை சீராகவில்லை. ரகசியத்தில் ஆயுத குவிப்பு நடைபெற்று வந்தது. ஜெர்மனியின் போர்க் கோலத்தைக் கண்டு ஏனைய நாடுகள் அஞ்சின.

1935 தொடக்கத்தில் சார் பிரதேசத்தில் பொதுமக்கள் வாக்கெடுப்பு நடைபெற்றது. மிகப் பெரும்பாலோர் ஜெர்மனியோடு மீண்டும் சேர விரும்பிக் கருத்துத் தெரிவித்தார்கள். ஆகவே, சார் பிரதேசம் ஜெர்மனியோடு சேர்க்கப்பட்டது. ஜெர்மனியிலுள்ள எல்லாரும் கட்டாய ராணுவ சேவை செய்யவேண்டும் என்றும் கட்டளை இட்டான். ஜெர்மனியின் ஆயுதக்குவிப்புக்கு எதிராக சர்வதேச சங்கத்தில் உள்ள வல்லரசுகள் வாயைத் திறக்கவில்லை. பிரான்சு வெலவெலத்துப் போயிற்று. அது சோவியத்து ரஷியாவுடன் ஒரு கூட்டுறவு ஒப்பந்தம் செய்து கொண்டது. பிரிட்டிஷ் அரசாங்கம் நாஜி ஜெர்மனியோடு சேருவதை விரும்பி அதனுடன், 1935 ஜூனில், ஒரு கடற்படை ஒப்பந்தம் செய்து கொண்டது.

இதிலிருந்து எதிர்பாராத விளைவுகள் தோன்றின. இங்கிலாந்து தன்னைக் கைவிட்டு விட்டதாக எண்ணிய பிரான்சு இதாலியை அணுகியது. இதுதான் தக்க தருணம் என்று கண்ட முசோலினி அபிசீனியா மீது படையெடுத்தான்.

1938 மார்ச்சில், ஹிட்லர் ஆஸ்திரியாவுக்குள் படைப் பிரவேசம் செய்து ஜெர்மனி - ஆஸ்திரியா இணைப்பைப் பிரகடனம்

செய்தான். மீண்டும் சர்வதேச சங்க வல்லரசுகள் மௌனம் சாதித்தன. ஆஸ்திரியாவில் நாஜிகள் யூதர்மீது கொடூரமான தாக்குதல் தொடங்கினார்கள்.

இப்போது செக்கோஸ்லொவாகியா மீது நாஜி ஆக்கிரமிப்புத் திரும்பியது. பல மாதங்கள் வரையில் சுடேட்டன் ஜெர்மானியர் பிரச்சினை ஐரோப்பாவை வாட்டியது. பிரிட்டிஷ் கொள்கை நாஜிகளுக்குப் பெரிதும் அனுகூலமாக இருந்தது. பிரான்சு அதை மீறி நடக்க முடியவில்லை. ஜெர்மனி உடனே போர் தொடுப்பதாகப் பயமுறுத்தவே பிரான்சு முடிவில் தன்னுடைய கூட்டாளியான செக்கோஸ்லொவாகியாவைக் கைவிட்டது. இந்த முடிவுக்கு இங்கிலாந்தும் உடந்தையாக இருந்தது. ஜெர்மனியும் இங்கிலாந்தும் பிரான்சும் இத்தாலியும், **1938**ஆம் வருடம் செப்டம்பர் மாதம் **29** ஆம் தேதி மியூனிக்கில் செய்துகொண்ட ஒப்பந்தம் செக்கோஸ்லொவாகியாவுக்கு ஓலை கிழித்தது. சுடேட்டன் பிரதேசத்தையும் இன்னும் மற்ற இடங்களையும் ஜெர்மனி கைப்பற்றிக்கொண்டது. எரிகிற வீட்டில் பிடுங்கியது லாபம் என்று கருதிய போலந்தும் ஹங்கேரியும் செக்கோஸ்லொவாகியாவிலிருந்து தலா கொஞ்சம் பிய்த்துக்கொண்டன.

இவ்வாறு, ஐரோப்பாவைப் புதிதாகப் பங்கு போட்டுக்கொள்ளும் அத்தியாயம் தொடங்கியது. இந்த ஐரோப்பாவில் பிரான்சும் இங்கிலாந்தும் இரண்டாந்தர வல்லரசுகள் ஆய்விட்டன. ஹிட்லருடைய நாஜி ஜெர்மனிக்கு ராஜயோகம் அடித்தது.

1932ல் ஜெனிவாவில் நடைபெற்ற உலக ஆயுதக்குறைப்பு மாநாடு

191. ஆயுதக் குறைப்பு மாநாடு

ஆகஸ்டு 2, 1933

லண்டனில் கூடிய உலகப் பொருளாதார மாநாடு தோல்வியில் முடிந்தது. அதையடுத்து, மீண்டும் கூடுவோம் என்று கூறிவிட்டு, உறுப்பினர்கள் வீடு திரும்பினார்கள்.

அதைப்போன்ற இன்னொரு மாநாடு ஆயுதக்குறைப்பு மாநாடு. சர்வதேச சங்கத்தின் ஏற்பாட்டில் நடந்தது இந்த மாநாடு. ஜெர்மனியும், ஆஸ்திரியா, ஹங்கேரி உள்ளிட்ட தோற்ற நாடுகளும் ஆயுதக் குறைப்பு செய்ய வேண்டும் என்று வார்சேல்ஸ் உடன்படிக்கை கூறியது. ஜெர்மனி கடற்படையோ, விமானப்படையோ, பெரிய ராணுவமோ வைத்திருக்கக் கூடாது என்றும் மற்ற நாடுகளும் சிறிது சிறிதாக ஆயுதக் குறைப்பு செய்யவேண்டும் என்றும் சொல்லப்பட்டது.

தேசியப் பாதுகாப்புக்கு வேண்டிய ஆயுதத் தளவாடங்களை மட்டும் வைத்துக்கொண்டு மற்றவற்றை எல்லா நாடுகளும் குறைத்துக்கொள்ள வேண்டும் என்பது அதன் நோக்கம். அந்தத் திட்டத்தின் முதல் பகுதி அதாவது, ஜெர்மன் ஆயுதக் குறைப்பு உடனே நிறைவேற்றப்பட்டது. இரண்டாவது பகுதியை நிறைவேற்றத்தான், வார்சேல்ஸ் உடன்படிக்கை கையெழுத்தாகி

13 ஆண்டுகள் கழித்து ஆயுதக் குறைப்பு மாநாடு கூட்டப்பட்டது. ஆனால், முழு மாநாடு கூடுவதற்கு முன்னால் தயாரிப்புக் குழுக்கள் ஆண்டுக் கணக்கில் இந்த விஷயத்தை ஆராய்ந்து வந்தன.

கடைசியாக, 1932 தொடக்கத்தில், உலக ஆயுதக் குறைப்பு மாநாடு கூடியது. மாநாடு மாதக் கணக்காகவும் ஆண்டுக் கணக்காகவும் நடைபெற்றது. எவ்வித முடிவும் ஏற்படவில்லை. ஒவ்வொரு நாடும், ஆயுதக் குறைப்பு என்றால் மற்ற நாடுகள் தங்களுடைய ஆயுத பலத்தைக் குறைத்துக் கொள்ள வேண்டும். தான் மட்டும் பழையபடியே இருக்கவேண்டும் என்று அர்த்தம் செய்தது. அநேகமாக எல்லா நாடுகளும் சுயநல மனப்பான்மை காட்டின. ஜப்பானும் பிரிட்டனும் அதில் முதன்மையாக இருந்தன.

ஒற்றுமை ஏற்படாமலிருப்பதற்கு என்னென்ன முட்டுக்கட்டைகள் உண்டோ அத்தனையும் அவை போட்டன. மாநாடு நடக்கும்போதே ஜப்பான் சர்வதேச சங்கத்தின் கட்டளையை மீறி மஞ்சூரியாவை ஆக்கிரமிக்க யுத்தம் நடத்திக் கொண்டிருந்தது. இரண்டு தென் அமெரிக்கக் குடியரசுகள் சண்டை போட்டுக் கொண்டிருந்தன. பிரிட்டன் இந்தியாவின் வடமேற்கு எல்லையில் பழங்குடியினர் மீது விமானத்தில் இருந்து குண்டுகளை வீசியது.

மகாநாட்டில் எத்தனையோ யோசனைகள் கூறப்பட்டன. அவற்றில் முக்கியமானவை மூன்று. அந்த மூன்றையும் கொண்டு வந்தவை முறையே சோவியத்து ரஷியாவும், அமெரிக்காவும், பிரான்சும் ஆகும். எல்லா ஆயுத தளவாடங்களையும் பாதியாகக் குறைக்க வேண்டுமென்று ரஷியா கூறியது. பொதுவாக, மூன்றில் ஒரு பங்கு குறைக்கலாம் என்று அமெரிக்கா கூறியது. பிரிட்டன் இந்த இரண்டு யோசனைகளையும் எதிர்த்தது. அதனுடைய படைகள், முக்கியமாகக் கடற்படை, போலீஸ் காரியங்களுக்காகவே இருப்பதால் அவற்றைக் குறைக்க முடியாது என்று கூறியது.

பிரான்சு பலமுறை ஜெர்மன் தாக்குதலுக்கு ஆளாகியிருக்கிறது. ஆகவே, அது 'பாதுகாப்பு' அம்சத்தை எப்போதும் வற்புறுத்தி வந்துள்ளது. ஆக்கிரமிப்பை அடியோடு தடுக்க முடியாவிட்டாலும் ஏதேனும் ஒரு ஏற்பாட்டை அது விரும்பியது. ஆக்கிரமிக்கும் நாட்டுக்கு எதிராக நடவடிக்கை எடுக்க சர்வதேச சங்கத்தின் கீழ் ஒரு சர்வதேசியப் படை இருக்க வேண்டும் என்று அது கூறியது.

ஆக்கிரமிக்கிற நாடு என்று எதைச் சொல்வது? இது ஒரு

கஷ்டமான கேள்வி. ஆக்கிரமிக்கும் நாட்டுக்கு எதிராக ஏதாவது நடவடிக்கை எடுக்க வேண்டுமாயின், ஆக்கிரமிப்பு என்றால் என்ன என்பதை வரையறுத்துத் தெளிவாகக் கூற வேண்டும். ஒரு நாடு தன்னுடைய படைகளை இன்னொரு நாட்டின் எல்லையைத் தாண்டி அனுப்பினாலும் அல்லது இன்னொரு நாட்டின் கரையைக் கடல் முற்றுகையிட்டாலும் அதை ஆக்கிரமிக்கும் நாடு என்று சொல்ல வேண்டும் என்று ரஷியா கூறியது. பெரும்பாலும் பிரான்சு உள்ளிட்ட சிறிய பெரிய வல்லரசுகள் இதை ஒப்புக்கொண்டன. ஜப்பான், இங்கிலாந்து, இத்தாலி ஆகியவை பின்வாங்கின.

ஜெர்மனி மற்ற நாடுகளுடன் சமத்துவம் கோரியது. மற்ற நாடுகளின் அளவுக்குத் தன்னுடைய ஆயுத பலத்தைப் பெருக்கிக்கொள்ள அனுமதி தர வேண்டும். இல்லாவிட்டால், தன்னுடைய அளவுக்கு மற்ற நாடுகள் தங்களுடைய ஆயுதப் பலத்தைக் குறைக்க வேண்டும் என்று அது கேட்டது. பேச்சுவார்த்தைகள் நடந்து கொண்டிருந்தபோது ஜெர்மனியில் நாஜிகள் அதிகாரத்துக்கு வந்தார்கள். அவர்களுடைய அனல் கக்கும் போக்கைக் கண்டு பிரான்சும் மற்ற நாடுகளும் பயந்து போய் மேலும் பிடிவாதம் காட்டின. ஜெர்மனியின் சார்பில் சொல்லப்பட்ட இரண்டு யோசனைகளுக்கும் ஏனைய நாடுகள் இணங்கவில்லை.

தற்கால முதலாளித்துவ உலகில் யுத்த தளவாடங்களும் இதர கொலைக் கருவிகளும் செய்து விற்பது போன்ற லாபகரமான தொழில் வேறு இல்லை. அரசாங்கங்கள்தான் போர் தொடுக்க முடியும் என்பதால், அரசாங்கங்கள் வாங்குவதற்காகவே இவை செய்யப்படுகின்றன. அப்படியிருந்தும் தனிப்பட்ட கம்பெனிகள் இந்த வியாபாரத்தைச் செய்வதுதான் இதிலுள்ள வேடிக்கையாகும். இந்தக் கம்பெனிகளின் முதலாளிகள் சொல்லமுடியாத பணக்காரர் ஆகிவிடுகிறார்கள். பொதுவாழ்வில் புகழ்பெற்ற பலர் இந்தக் கம்பெனிகளில் பங்குதாரர்களாக இருக்கிறார்கள்.

யார் பணம் கொடுத்தாலும் அவர்களுக்குப் பாரபட்சமின்றி கொலைக் கருவிகளையும் நாச சாதனங்களையும் விற்கின்றன. சர்வதேச சங்கம் சீனாவில் ஜப்பானுடைய ஆக்கிரமிப்பைக் கண்டித்துக் கொண்டிருந்தபோது, பிரிட்டனிலும் பிரான்சிலும் ஏனைய நாடுகளிலும் உள்ள யுத்த தளவாட உற்பத்திக் கம்பெனிகள் ஜப்பான், சீனா இரண்டுக்கும் ஆயுதங்களைச் சப்ளை செய்து வந்தன. உண்மையில் ஆயுதக் குறைப்பு நடந்தால், அந்தக் கம்பெனிகளின் கதி அவ்வளவுதான்.

யுத்தத் தளவாட உற்பத்திக் கம்பெனிகள்தான் யுத்த பீதிகளைக் கிளப்பிவிடுகின்றன என்றும், தமது அரசாங்கங்களை யுத்தத்திற்கான கொள்கைகளை அமலாக்கும்படி தூண்டுகின்றன என்றும் சர்வதேச கமிஷன் ஒன்று கூறியது. அந்தக் கம்பெனிகள் பல நாடுகளின் ராணுவ, கப்பல் படை இனச் செலவுகளைப் பற்றிப் பொய்யான கதைகளைக் கட்டிவிட்டு மற்ற நாடுகளையும் தங்களுடைய யுத்த தளவாடச் செலவுகளை அதிகரிக்கும்படி செய்கின்றன என்பதும் கண்டு பிடிக்கப்பட்டது. அவை அரசாங்க அதிகாரிகளுக்கும், மக்கள் கருத்தை உருவாக்குவதற்காகப் பத்திரிகைகளுக்கும் லஞ்சம் கொடுக்கின்றன. பிறகு அவை சர்வதேசியக் கூட்டுக் கம்பெனிகளும், ஏகபோகக் கம்பெனிகளும் அமைத்துக் கொண்டு யுத்த சாமான்களின் விலையை உயர்த்தி விடுகின்றன. ஆகவே, தனி நபர்கள் யுத்த தளவாட உற்பத்தி செய்வதை நிறுத்த வேண்டும் என்று சர்வதேச சங்கக் கமிஷன் சிபாரிசு செய்தது. இதுவும் ஆயுதக் குறைப்பு மாநாட்டில் வைக்கப்பட்டது. ஆனால், இதற்கும் பிரிட்டிஷ் அரசாங்கம்தான் எதிர்ப்பு தெரிவித்தது.

வெவ்வேறு நாடுகளிலுள்ள யுத்த தளவாடக் கம்பெனிகள் தங்களுக்குள் நெருங்கிய உறவு வைத்துள்ளன. அவை தேச பக்தியைத் துணைக் கருவியாகக் கொண்டு மரணத்தோடு விளையாடுகின்றன. மாநாடு எந்த முடிவுக்கும் வராமல் தடுப்பதற்கு, எல்லாச் சூழ்ச்சிகளையும் செய்தன. தளவாடக் கம்பெனிகளின் ஏஜெண்டுகள் சர்வதேச சங்கத்தின் அதிகார மட்டத்திலும், நாடுகளின் அரசியல் வட்டாரத்திலும் புகுந்து தங்கள் திருவிளையாடலை நடத்துகிறார்கள்.

ஆயுதக் குறைப்பு மாநாட்டுக்கு ஏற்பட்ட உண்மையான கஷ்டம் இதுதான், உலகில் இரண்டு வகையான வல்லரசுகள் இருந்தன. திருப்தி அடைந்த வல்லரசுகள், திருப்தி அடையாத வல்லரசுகள். அடக்கியாளும் வல்லரசுகள், அடக்கியாளப்படும் வல்லரசுகள். உள்ள நிலைமையே நீடிக்க வேண்டும் என்று விரும்பும் வல்லரசுகள், மாறுதல் வேண்டும் வல்லரசுகள். இந்த இரண்டும் ஒத்துப் போக முடியாதல்லவா? ஆளும் வகுப்பும் ஆளப்படும் வகுப்பும் எங்காவது ஒத்துப் போக முடியுமா? அதைப்போல்தான் இதுவும். சர்வதேச சங்கம் மொத்தத்தில் அடக்கியாளும் வல்லரசுகளுக்குப் பிரதிநிதியாக விளங்குகிறது. ஆகவே, அது உள்ள நிலைமையைப் பாதுகாக்கப் பார்க்கிறது. பாதுகாப்பு ஒப்பந்தங்களும், ஆக்கிரமிப்பை வரையறுத்துக்கூற முயல்வதும் உள்ள நிலைமையைப் பாதுகாக்கச் செய்யப்படும் காரியங்களே தவிர வேறில்லை. சர்வதேச சங்கத்தில் ஆதிக்கம் வகிக்கும் வல்லரசுகளில்

ஒன்று ஆக்கிரமிப்பில் இறங்கினாலும் அதை 'ஆக்கிரமிக்கும்' நாடு என்று அந்தச் சங்கம் கூறுமா என்பது சந்தேகத்துக்குரிய விஷயமே.

ஐரோப்பாவில் உள்ள நிலைமை நீடிப்பதற்காக எவ்விதக் கூட்டுறவுகளிலும் பந்தங்களிலும் அகப்பட்டுக் கொள்ளாமல் இதுவரை அமெரிக்கா தப்பித்து வந்துள்ளது. இன்றைய சர்வதேச அரசியலின் பொய்ம்மைக்கும் போலித் தன்மைக்கும் ஆயுதக் குறைப்பு முயற்சிகளின் தோல்வியே சான்று. ஒவ்வொரு நாடும் சமாதானம், சமாதானம் என்று கூவுகிறது. ஆனால், யுத்தத்துக்கு தயார் ஆகிறது. கெல்லாக் - பிரையாண்ட் ஒப்பந்தம் யுத்தத்தைச் சட்ட விரோதம் ஆக்கியுள்ளது. ஆனால், இப்போது அதைச் சீந்துவார் யார்? அப்படி ஒன்று இருப்பதாக யாருக்காவது நினைவிருக்கிறதா என்பதுகூடச் சந்தேகம்தான்.

குறிப்பு:

ஆயுதக் குறைப்பு மாநாடு ஜெர்மனி கூறிய யோசனைகளை நிராகரித்துவிட்டது. **1933** அக்டோபரில் ஜெர்மனி மாநாட்டை விட்டு வெளியேறியது. அத்துடன் சர்வதேச சங்கத்திலிருந்தும் விலகியது. அதிலிருந்து ஜெர்மனி சங்கத்திலிருந்து விலகியே நிற்கிறது. ஜப்பானும் மஞ்சூரியா விவகாரத்தில் சங்கத்தை விட்டு விலகியது. இதாலியின் அபிசீனியப் படையெடுப்பைச் சங்கம் ஏற்காததால், அதுவும் விலகியது. இவ்வாறு மூன்று பெரிய வல்லரசுகள் சங்கத்தை விட்டு விலகி நிற்கும் நிலைமையில், அதன் ஆதரவில் ஆயுதக் குறைப்பு பற்றிய சர்வதேசிய முடிவு எப்படி ஏற்படும்? அதற்கு மாறாக, ஆயுதக் குறைப்பு மாநாடு முடிந்த உடனே எல்லா நாடுகளும் தங்கள் தங்கள் ஆயுத பலத்தை அதிகரிக்கத் தொடங்கின. ஜெர்மனி பிரம்மாண்டமான ராணுவத்தையும், விமானப் படையையும் திரட்டத் தொடங்கியது. இங்கிலாந்து, பிரான்சு, அமெரிக்கா இன்னும் மற்ற நாடுகளும் தங்கள் யுத்த தளவாடங்களை அதிகரிப்பதற்குப் பெரிய அளவு நிதியை ஒதுக்கின.

அமெரிக்காவை சிக்கலில் இருந்து மீட்ட ஜனாதிபதி ரூஸ்வெல்ட்

192. கைகொடுத்து உதவிய ரூஸ்வெல்ட்

ஆகஸ்டு 4, 1933

கதையை முடிப்பதற்கு முன் அமெரிக்காவை இன்னொரு முறை பார்த்துவிடுவது நல்லது. இனியும் அதிக நாட்கள் இந்தக் கதையை வளர்க்க விரும்பவில்லை. அமெரிக்காவில் அற்புதமான ஒருபெரிய சோதனை நிகழ்ந்து கொண்டிருக்கிறது. அந்தச் சோதனையின் முடிவில் வருங்காலத்தில் முதலாளித்துவம் என்னாகும் என்பது தெரியும். ஆகவே, உலகம் அதைக் கூர்மையாக கவனித்து வருகிறது. முதலாளித்துவ நாடுகளில் அமெரிக்கா மிகவும் முற்போக்கானது என்று மீண்டும் கூறுகிறேன்.

செல்வச் சிறப்பிலும், தொழிலியல் செயல் முறையிலும் மற்ற நாடுகளை அது முந்தி நிற்கிறது. அது எந்த நாட்டிடமும் ஒரு செப்புக் காசு கைநீட்டி வாங்கியதில்லை. தன் குடிகளிடம் மட்டும் தான் அது கடன் பட்டுள்ளது. அதன் ஏற்றுமதி வியாபாரம் பெரியது மட்டுமல்ல, வலர்ந்தும் வருகிறது. ஆனால், அதன் உள்நாட்டு வியாபாரத்தில் ஏற்றுமதி மிகக் குறைவானது. சுமார் 15 சதவிகிதம் இருக்கும். அமெரிக்கா விஸ்தீரணத்தில் ஏறக்குறைய ஐரோப்பாக் கண்டம் அவ்வளவு இருக்கும். ஆனால், இரண்டுக்கும் ஒரு பெரிய வித்தியாசம்.

ஐரோப்பா சிறு சிறு நாடுகளாகப் பிரிந்து கிடக்கிறது.

ஒவ்வொரு நாடும் தனது எல்லையைத் தாண்டும் வெளிநாட்டுச் சாமான்களுக்கு ஏராளமான சுங்கவரி விதிக்கிறது. அமெரிக்காவில் அதன் எல்லைக்குள் அத்தகைய வியாபாரத் தடைகள் கிடையாது. கடனில் மூழ்கி வறுமையில் உழலும் ஐரோப்பிய நாடுகளுக்கு இல்லாத இத்தனை வசதிகளும் அமெரிக்காவுக்கு இருந்தன. அங்கே பொன்னும் வெள்ளியும் பணமும் மலையாகக் குவிந்து கிடந்தன.

இவ்வளவெல்லாம் இருந்தும் முதலாளித்துவத்துக்கு ஏற்பட்ட நெருக்கடியில் சிக்கிக்கொண்டு தன் கர்வத்தை இழந்து நின்றது. அளவற்ற வீரியமும் சக்தியும் நிறைந்த அமெரிக்க மக்கள் தங்கள் கஷ்டத்துக்கு விதியின்மீது பழி போட்டார்கள். மொத்தத்தில் நாடு பணக்கார நாடாகவே இருந்தது. பணம் எங்கும் போய்விட வில்லை. ஆனால், அது சில இடங்களில் மட்டும் சென்று குவிந்தது. நியூயார்க்கில் இன்னும் கோடி கோடியாகப் பணம் புரண்டது. பெரிய வங்கி முதலாளியான ஜே. பீர்பான்ட் மார்கன் என்பவன் தனக்குச் சொந்தமான உல்லாசக் கப்பலில் ஆனந்தமாகக் கடற்பவனி வந்துகொண்டுதான் இருந்தான். அப்படியிருந்தும், சமீபத்தில் நியூயார்க் நகரம் 'பசித்த நகரம்' என்று அழைக்கப்பட்டது.

சமீப ஆண்டுகளில் அமெரிக்காவில் 'கொள்ளைக் கூட்டத்தாரின்' அக்கிரமங்கள் அதிகரிக்கின்றன. தங்களுக்கு தடையாக இருப்போரை அவர்கள் சுட்டுக் கொல்கிறார்கள். அமெரிக்காவில் உலக யுத்தம் முடிந்தவுடன் மது விலக்குச் சட்டம் நிறைவேற்றப்பட்டது. ஆனால், சிறிது சிறிதாக கள்ளச் சாராய வியாபாரம் பெருகியது. வெளிநாடுகளில் இருந்து வந்ததோடு உள்நாட்டிலும் கள்ளச் சாராயம் காய்ச்சப்பட்டது. இந்தச் சாயராயத்தை விற்பதற்கு ரகசிய கடைகல் ஆயிரக்கணக்கில் திறக்கப்பட்டன. போலீஸ்காரருக்கும் அரசியல் வாதிகளுக்கும் லஞ்சம் கொடுக்கப்பட்டது. நாடு முழுவதும் மதுவிலக்கை ஆதரிப்போர் என்றும், எதிர்ப்போர் என்றும் இரு பிரிவாகியது.

கொள்ளையர்கள் குழந்தைகளைக் கடத்தி பணம் பறித்தனர். இந்தக் குற்றத்தைக் கண்டு மக்கள் நடுங்கினார்கள். வியாபார மந்தத்தோடு இவையும் சேர்ந்து கொண்டன. எல்லாம் கூடி அமெரிக்க மக்களைப் அச்சுறுத்திவிட்டன. 1932 நவம்பரில் நடந்த ஜனாதிபதி தேர்தலில் ரூஸ்வெல்ட்டுக்கு மிகப்பெரிய ஆதரவு அளித்தனர். ரூஸ்வெல்ட் ஜனநாயகக் கட்சியைச் சேர்ந்தவர். மதுவிலக்கை எதிர்ப்பவர். அந்தக் கட்சியைச் சேர்ந்தவர்கள் அதிகமாக அமெரிக்க ஜனாதிபதி ஆனதில்லை.

சமீபத்தில் அமெரிக்காவில் நிகழ்ந்தவற்றை இங்கிலாந்திலும்

ஜெர்மனியிலும் நிகழ்ந்தவற்றோடு ஒப்பிட்டுப் பார்க்கவேண்டும் என்று தோன்றுகிறது. ஜெர்மனியை ஒப்பிடுவது அதிகப் பொருத்தமாக இருக்கும். ஏனெனில், அமெரிக்கா, ஜெர்மனி இரண்டும் தொழில் சிறப்புமிக்கவை என்றாலும் ஏராளமான விவசாயிகளைக் கொண்டிருக்கின்றன. ஜெர்மனியின் மொத்த மக்கள் தொகையில் கால் பங்கினர் விவசாயிகள். அமெரிக்காவில் 40 சத விகிதத்தினர் விவசாயிகள். இரு நாடுகளிலும் விவசாயிகளைக் கணக்கில் எடுத்துக் கொள்ளாமல் தேசியக் கொள்கையை வகுக்க முடியாது.

ஜெர்மனியில் கீழ் மத்திய வகுப்பார் சொத்துகளை இழந்தனர். அவர்கள் எண்ணிக்கை அதிகரித்தது நாஜி இயக்கம் தோன்ற முக்கிய காரணம். ஜெர்மன் பண வீக்கத்துக்குப் பின் இந்தத் தொகை விரைவில் பெருகியது. இந்த வகுப்புதான் ஜெர்மனியில் புரட்சிகரமாக மாறியது. இன்று அமெரிக்காவில் வளர்ந்து வருவதும் இந்த வகுப்புதான்.

நாணயச் செலாவணி நெருக்கடியும் மார்க்கு, பவுன், டாலர் ஆகியவை தங்கத்திலிருந்து பிரிந்ததும், பணவீக்கமும், வங்கி மூடல்களும் மற்ற ஒப்புமைகளாகும். இங்கிலாந்தில் வங்கி மூடல்கள் இல்லை. அங்குச் சிறிய வங்கிகள் நிறைய இல்லை. மற்ற அம்சங்களில் இம்மூன்று நாடுகளிலும் நிகழ்ந்தவை ஒன்றையொன்று ஒத்திருக்கின்றன. முதலில் நெருக்கடிக்கு ஆளாகியது ஜெர்மனி; பிறகு இங்கிலாந்து; பிறகு அமெரிக்கா. ஏறக்குறைய அதே வகுப்பார்தான் ஜெர்மனியில் நாஜிகளுக்குப் பின்னாலும், இங்கிலாந்தில், 1931 தேர்தலில், தேசிய அரசாங்கத்துக்குப் பின்னாலும், அமெரிக்காவில் 1932 நவம்பரில், ஜனாதிபதி தேர்தலில் ரூஸ்வெல்ட்டுக்குப் பின்னாலும் இருந்தவர்கள். அதாவது கீழ் மத்திய வகுப்பார். அவர்கள் இதற்கு முன்பு வேறு கட்சிகளில் இருந்தவர்கள்.

1933 மார்ச்சில் ரூஸ்வெல்ட்டு ஜனாதிபதி பதவியை ஏற்றார். உடனே, ஏற்கெனவே உள்ள மந்தத்துடன், பெரிய வங்கி நெருக்கடியும் ஏற்பட்டது. ரூஸ்வெல்ட்டு துணிந்து நடவடிக்கை எடுத்தார். வங்கி, தொழில், விவசாயம் இவற்றைச் சீர்திருத்த அதிகாரம் வேண்டும் என்று நாடாளுமன்றத்தைக் கேட்டார். ரூஸ்வெல்ட்டுக்கு மக்கள் ஆதரவைப் பார்த்து, அவர் கேட்ட அதிகாரத்தை கொடுத்தது. இதையடுத்து அவர் ஜனநாயக சர்வாதிகாரி ஆகிவிட்டார். மின்னல் வேகத்தில் செயலாற்றினார். சில வாரங்களுக்கு அவர் அமெரிக்கா முழுவதையும் தன்னுடைய நடவடிக்கைகளால் ஆட்டி வைத்துவிட்டார். தேசம் அவரிடம் கொண்ட நம்பிக்கை மேலும் பெருகியது.

1. தங்கத் திட்டத்தினின்று டாலரைப் பிரித்து அதன் மதிப்பைக்

குறைத்தார். அதனால், கடனாளிகளின் சுமை குறைந்தது. பண வீக்கம் ஏற்பட்டது. 2. விவசாயிகளுக்கு உதவித் தொகைகள் வழங்கினார். விவசாயத்துக்கு உதவுவதற்காக 200 கோடி டாலர் கடன் வாங்கினார்.

3. காடுகளில் வேலை செய்வதிலும், வெள்ளத்தைத் தவிர்க்கும் வேலையிலும் 2 லட்சத்து 50 ஆயிரம் தொழிலாளரை ஈடுபடுத்தினார். இது வேலையில்லாக் கஷ்டத்தைச் சிறிது நீக்கியது. 4. வேலையில்லாக் கஷ்டத்தை போக்குவதற்காக காங்கிரஸிடம் 80 கோடி டாலர் கேட்டார். காங்கிரஸ் அதை அனுமதித்தது.

5. மூவாயிரம் கோடி டாலர் கடன் வாங்கி அனைவருக்கும் வேலை கொடுப்பதற்காக அதைப் பொது வேலைகளில் செலவழிக்கத் தீர்மானித்தார். 6. மதுவிலக்குச் சட்டத்தை ரத்து செய்வதற்கான நடவடிக்கைகளைத் விரைவுபடுத்தினார்.

இந்தப் பெருந்தொகைகளை பணக்காரர்களிடம்தான் கடன் வாங்க வேண்டும். மக்களுடைய வாங்குகிற சக்தியை அதிகரிப்பதே அன்றும் இன்றும் ரூஸ்வெல்ட்டின் கொள்கையாகும். அவர்களிடம் பணம் நடமாடினால் பண்டங்களை வாங்குவார்கள். அவ்வாறு வாங்க ஆரம்பித்தால் வியாபார மந்தம் தானாகக் குறையும். இந்த நோக்கத்தோடு தான் அவர் பெரிய பொது வேலைகளைத் தொடங்கியிருக்கிறார். அவற்றில் தொழிலாளர் வேலை செய்து காசு சம்பாதிக்கலாம். இதே நோக்கத்தோடுதான் தொழிலாளரின் கூலியை அதிகரிக்கவும் வேலை நேரத்தைக் குறைக்கவும் அவர் முயன்று வருகிறார். வேலை நேரம் குறைந்தால் இன்னும் அதிகமான பேருக்கு வேலை கிடைக்கும் அல்லவா?

நெருக்கடி காலங்களிலும் சுணக்கத்தின்போதும் முதலாளிகள் வழக்கமாகக் காட்டுகிற மனப்பான்மைக்கு இது நேர் எதிரானது. அவர்கள் இந்த மாதிரியான சமயங்களில் உற்பத்திச் செலவை மட்டுப்படுத்த, கூலியைக் குறைத்து வேலை நேரத்தை அதிகப்படுத்துவார்கள். ஆனால், சாமான்களைப் பெரிய அளவில் உற்பத்தி செய்ய வேண்டும் என்றால் அவற்றை வாங்கக்கூடிய சக்தியை மக்களுக்கு அளிக்கவேண்டும். அதற்கு உயர்ந்த கூலியை அவர்களிடம் பெருவாரியாக வினியோகிக்க வேண்டும் என்று ரூஸ்வெல்ட்டு கூறுகிறார்.

சோவியத்து ரஷியா அமெரிக்கப் பருத்தியை வாங்குவதற்காக அமெரிக்க அரசாங்கம் அதற்குக் கடன் கொடுத்திருக்கிறது. இரு அரசாங்கங்களும் பெரிய அளவில் பண்டமாற்றுச் செய்துகொள்வதைப் பற்றி ஆலோசித்து வருகின்றன.

ரூஸ்வெல்ட்டின் நடவடிக்கையை அரசாங்க சோஷலிசம் என்றே சொல்ல வேண்டும். அதன் கீழ் வேலை நேரமும் வேலை செய்யும் நிலைமைகளும் சீரமைக்கப்பட்டன. தொழில்கள் மீது அரசாங்க ஆதிக்கம் ஏற்படுகிறது.

வழக்கமான அமெரிக்கத் தோரணையில் இப்போது இந்த வேலை வேகமாகவும் உற்சாகத்தோடும் நடந்து வருகிறது. குழந்தைகளை வேலை வாங்கும் முறை ஒழிக்கப்பட்டு விட்டது. அதாவது, பதினாறு வயது வரையில் யாரையும் தொழிற்சாலைகளில் வேலை வாங்கக் கூடாது. ஒரு தொழிலை நடத்தும் நிர்வாகம், தானே திட்டம் வகுக்க முன்வராவிட்டால் அரசாங்கம் தலையிட்டு அதைச் செய்ய நேரும் என்று லேசாகப் பயம் காட்டப் படுகிறது. வேலை நேரத்தை குறைக்கவும், கூலியை உயர்த்தவும் முதலாளி உறுதி அளிக்க வேண்டும் என்று அரசு கேட்கிறது. இதை நிறைவேற்றும் முதலாளிகளுக்கு அரசாங்கம் கவுரவப் பதக்கங்கள் வழங்கும்.

பொதுவாக மக்களிடத்திலும், மத்திய வகுப்பாரிடத்திலும், ரூஸ்வெல்டின் மீது அளவற்ற நம்பிக்கை பிறந்திருக்கிறது. ஏற்கெனவே, ரூஸ்வெல்ட்டை லிங்கனோடு ஒப்பிட்டுப் பேச தொடங்கிவிட்டார்கள்.

ஐரோப்பாவில்கூட அநேகர், சுணக்கத்தை ஒழிக்கும் விஷயத்தில் ரூஸ்வெல்ட்டு உலகுக்கே வழிகாட்டுவார் என்று எதிர்பார்க்கத் தொடங்கினார்கள். அமெரிக்காவில் நிறைவேற்றுவதற்காக அவர் வகுத்திருந்த பெரிய திட்டங்களுக்கு இடையூறான எதையும் அவர் ஒப்புக்கொள்ள மறுத்துவிட்டார்.

ரூஸ்வெல்ட்டின் கொள்கை பொருளியல் தேசியப் போக்குடையது என்பதில் சந்தேகம் இல்லை. ஆயினும், ரூஸ்வெல்ட்டு உலக விவகாரங்களில் தனக்கு முன்னால் பதவி வகித்தவர்களைவிட அதிகமாக ஈடுபட்டு வருகிறார். அவர் ஹிட்லரை எச்சரித்ததில் இருந்து அவனுடைய வேகம் இறங்கியிருக்கிறது. சோவியத்து ரஷியாவையும் அவர் தொட்டுப்பார்த்து வருகிறார்.

ரூஸ்வெல்ட்டு வெற்றி பெறுவாரா? இதுதான் அமெரிக்காவிலும் பிற இடங்களிலும் கேட்கப்படுகிற கேள்வி. முதலாளித்துவம் தொடர்ந்து நடைபெறுவதற்கு அவர் பெருமுயற்சி செய்து வருகிறார். ஆனால், ரூஸ்வெல்ட்டின் வெற்றி பெரு முதலாளிகளின் தோல்வியாகும். அவர்கள் அவரை ஒரு கை பார்க்காமல் விடுவார்கள் என்று சொல்வதற்கில்லை.

உலக விவகாரங்களைக் கணித்து அபிப்பிராயம் சொல்லக்கூடியவர்கள் ரூஸ்வெல்ட் மிகப்பெரிய காரியத்தைத் தொடங்கி இருக்கிறார், அவர் அதில் வெற்றி பெற மாட்டார் என்று நினைக்கிறார்கள். அவர் தோற்றுவிட்டால் பெரு முதலாளிகளின் கை மேலோங்கிவிடும். ஒருவேளை அவர்களுடைய சக்தி முன்னைக் காட்டிலும் அதிகரிக்கலாம். அமெரிக்காவில் தொழிலாளர் இயக்கத்துக்கு அவ்வளவு பலம் இல்லை. அதை அரசாங்கம் எளிதில் நசுக்கிவிடக்கூடும்.

குறிப்பு:

நெருக்கடியைச் சமாளிப்பதற்கும், முதலாளித்துவத்தைப் புதிய நிலைமைகளுக்கு ஏற்ப மாற்றி அமைக்கவும் ரூஸ்வெல்ட்டு செய்துவரும் முயற்சி ஓரளவு வெற்றி பெற்றது. அடிப்படையான மாறுதல் ஏற்பட்டு விட்டதாகச் சொல்ல முடியாது. ஆயினும் நிலைமை சீராகியது. அமெரிக்கத் தொழிலாளர் இயக்கம் பலமும் வர்க்க உணர்ச்சியும் மிகுந்து புத்துயிர் பெற்றது. தொழிற் சங்கங்களின் உறுப்பினர் எண்ணிக்கை பலமடங்கு பெருகியது. இதை முதலாளிகள் எதிர்த்தார்கள்.

பொருளாதார நிலைமை சீராகியதும் பெரு முதலாளிகள் தைரியம் கொண்டு ரூஸ்வெல்ட்டை எதிர்க்கத் தொடங்கினர். அமெரிக்க 'சுப்ரீம்' கோர்ட்டு ரூஸ்வெல்ட்டு இயற்றிய இரு முக்கியமான சட்டங்களும் அரசியல் அமைப்புக்கு எதிரானவை என்றும், அதனால் செல்லத்தகாதவை என்றும் தீர்ப்புக் கூறின. இவ்வாறு, ரூஸ்வெல்ட்டின் 'புதுக் கோட்பாட்'டுக்குக் குழி தோண்டப் பட்டது.

1936ல், ரூஸ்வெல்ட்டு இரண்டாம் முறையாக ஜனாதிபதி பதவிக்கு மிகப் பெரும்பான்மையான வாக்குகளால் தேர்ந்தெடுக்கப்பட்டார். பெரு முதலாளிகளோடு அவர் தொடங்கிய போராட்டம் இன்னும் நீடிக்கிறது. இப்போதுள்ள நாடாளுமன்றம் அவர் பேச்சைக் கேட்பதாக இல்லை. பல விஷயங்களிலும் அது அவரை எதிர்த்து நிற்கிறது.

193. பார்லிமெண்டுகளின் தோல்வி

ஆகஸ்டு 6, 1933

இன்றைய உலகை உருவாக்கும் பலவித சக்திகளில் இரண்டைப் பற்றி ஏற்கெனவே கூறியிருக்கிறேன். மீண்டும் ஆராயவேண்டிய அந்த இரண்டு விஷயங்கள்... (1) யுத்தத்துக்குப் பிந்தைய ஆண்டுகளில் தொழிலாளர் இயக்கமும் பழைய முறைச் சோஷலிசமும் தோல்வியுற்றது. (2) நாடாளுமன்றங்களின் தோல்வி.

1914ல், உலக யுத்தம் தொடங்கியபோது தொழிலாளர் இயக்கம் எவ்வாறு தோல்வியுற்றது என்றும், இரண்டாவது சர்வதேச தொழிலாளர் அமைப்பு எவ்வாறு சிதறுண்டது என்றும் முன்பே கூறியுள்ளேன். ஆனால், கடந்த நான்கு ஆண்டுகளில் முதலாளித்துவ உலகம் இதுவரை கண்டறியாத பொருளாதார மந்தம் ஏற்பட்டு அதன் பயனாகத் தொழிலாளர்கள் சொல்லமுடியாத துன்பத்தை அனுபவிக்கிறார்கள். அப்படியிருந்தும் எந்த இடத்திலும் தொழிலாளர் உண்மையான புரட்சி மனப்பான்மையை காட்டவில்லை. இதில் இங்கிலாந்தையும் அமெரிக்காவையும் முக்கியமாகக் குறிப்பிடவேண்டும்.

யுத்தம் முடிந்து சில ஆண்டுகள் வரையில் அதி தீவிரமான

புரட்சிப் போக்கை தொழிலாளர் இயக்கம் மேற்கொண்டிருந்தது. ஆனால் இப்போது பரமசாதுவாக மாறி எது வந்தாலும் தலைவிதியே என்று ஏற்றுக்கொள்ளக் கூடிய நிலையை அடையக் காரணம் என்ன?

தலைவர்களிடம் குற்றம் இருக்கலாம். ஆனால், நிலைமைகளின் விளைவாகவே தலைவர்கள் தோன்றுகிறார்கள். ஒரு நாட்டின் யோக்கியதைக்குத் தக்கபடிதான் அரசாளுவோர் அமைவார்கள். ஒரு இயக்கமும் தன் யோக்கியதைக்குத் தக்க தலைவர்களையே அடைகிறது. இந்த ஆராய்ச்சியில் நாம் இறுதியாகப் பெறுவது என்னவென்றால், தலைவர்கள் என்போர் ஒரு நாடு அல்லது இயக்கத்தின் உண்மையான விருப்பங்களையே பிரதிபலிக்கிறார்கள் என்பதுதான். உண்மையில், இந்தச் சாம்ராஜ்ய நாடுகளைச் சேர்ந்த தொழிலாளர்களும் அவர்களின் தலைவர்களும் சோஷலிசத்தை ஒரு உயிருள்ள லட்சியமாகவோ அல்லது உடனே அடைய வேண்டிய ஒன்றாகவோ கொள்ளவில்லை. அவர்களுடைய சோஷலிசம் முதலாளித்துவ முறையோடு பெரிதும் கட்டுண்டு சிக்குண்டு கிடந்தது.

ஆகவே, தொழிற் கட்சிகளும் தொழிற் சங்கங்களும் சோஷலிஸ்டு ஜனநாயகவாதிகளும் இரண்டாவது இன்டர்நாஷனலும் இன்னும் இவை போன்ற அமைப்புகளும் முதலாளித்துவ அடிப்படையை மாற்ற முயலாமல் இங்கும் அங்கும் அதைச் சிறிது திருத்தவே முயன்று வந்தன. அவர்கள் தங்களுடைய லட்சியத்தை இழந்துவிட்டார்கள்.

புதிய கம்யூனிஸ்டுக் கட்சியின் நிலை வேறு விதமாக இருந்தது. அதனுடைய செய்தியில் தொழிலாளருக்கு உரமும் கவர்ச்சியும் மிகுந்திருந்தது. அதற்குப் பின்னால் இருந்த சோவியத்து யூனியன் எல்லாரையும் வசீகரித்தது. அப்படியிருந்தும் அது வெற்றி பெறவில்லை. ஐரோப்பாவிலும் அமெரிக்காவிலும் உள்ள மாபெரும் தொழிலாளர் சமூகங்களை அதனால் அசைக்க முடிய வில்லை. இங்கிலாந்திலும் அமெரிக்காவிலும் அதன் வலி ஒடுங்கிக்கிடந்தது. ஜெர்மனியிலும் பிரான்சிலும் அதற்குச் சிறிதளவு பலம் இருந்தது. அதைக் கூட உபயோகித்துக்கொள்ள அதற்குத் திராணி இல்லை என்பதை ஜெர்மனியைப் பொறுத்த வரையிலாவது கண்டோம்.

தொழிலாளர்கள் மத்தியில் கம்யூனிஸ்டுக் கட்சியானது ஒரு கட்சி என்ற முறையில் ஓங்கவில்லை. ஆனால், கம்யூனிஸ்டுக் கருத்துகள் விரிவாகப் பரவின. சிறப்பாக, அறிவாளி வகுப்பினரிடையே அவை பரவின. எங்கும், முதலாளித்துவத்தை ஆதரிப்போரிடையில் கூட,

நெருக்கடியின் விளைவாக ஏதாவது ஒரு உருவில் கம்யூனிசம் ஏற்பட்டே தீரும் என்கிற பயம் இருந்தது. ஏதாவது மாறுதல் நிகழும் என்று எங்கும் எதிர்பார்க்கப்பட்டது. பழைய முறை முதலாளித்துவத்தின் காலம் மலையேறி விட்டதென்பதை எல்லாரும் உணர்ந்தார்கள். எவ்விதத் திட்டமும் இல்லாமல் அவனவன் அகப்பட்டதைச் சுருட்டும் இந்தத் தனி உடைமைப் பொருளியல் ஒழியவேண்டும். இதில் செல்வமும் முயற்சியும் வீணாவதோடு தகராறுகள் வளர்கின்றன.

அரசாங்கச் சோஷலிசத்துக்கும் அரசாங்க முதலாளித்துவத்துக்கும் அதிக வித்தியாசம் இல்லை. யார் அரசாங்கத்தை நடத்துகிறார்கள், யார் அதனால் லாபமடைகிறார்கள், ஒரு குறிப்பிட்ட பணக்கார வகுப்பா அல்லது முழுச் சமுதாயமா என்பதைத்தான் நாம் முக்கியமாகப் பார்க்கவேண்டும்.

அறிவாளிகள் இதைப்பற்றி விவாதம் நடத்திக் கொண்டிருக்கையில் மேற்கு ஐரோப்பியத் தொழில்துறை நாடுகளில் உள்ள கீழ் மத்திய வகுப்பார் செயலில் இறங்கிவிட்டார்கள். அவர்களுக்கு முதலாளித்துவமும் முதலாளிகளும் தங்களைச் சுரண்டுவதாக ஓர் எண்ணம். ஆகவே, முதலாளிகள்மீது அவர்களுக்கு வெறுப்பு இருந்தது. ஆனால், முதலாளிகளையும் முதலாளித்துவத்தையும் விடத் தொழிலாளரும் கம்யூனிசமும் எங்கே அதிகாரத்தைக் கைப்பற்றுகிறார்களோ என்பதில்தான் அவர்களுக்கு அதிகப் பயம்.

முதலாளிகள் இந்தப் பாசிஸ்டு எழுச்சியோடு எப்போதும் சமாதானமாகப் போனார்கள். கம்யூனிசத்தைத் தடுப்பதற்கு இதைவிட்டால் வேறு வழியில்லை என்று அவர்கள் நினைத்தார்கள். இவ்வாறு, கம்யூனிசம் யாருக்குப் பிடிக்கவில்லையோ, அதைக்கண்டு யார் பயந்தார்களோ, அவர்கள் பாசிசத்துடன் கூட்டுச் சேர்ந்து கொண்டார்கள். முதலாளித்துவத்துக்குக் கம்யூனிசத்தால் அபாயம் இருக்கக்கூடிய அல்லது ஏற்படக்கூடிய இடங்களில் எல்லாம் பாசிசம் பெரிய அளவிலோ சிறிய அளவிலோ பரவியது. இந்த இரண்டுக்கும் இடையில் சிக்கி, நாடாளுமன்ற அரசாங்க முறை திக்கு முக்காடிப் போயிற்று.

இப்போது நாம் இந்தக் கடித ஆரம்பத்தில் பேசிய இரண்டாவது முக்கிய விஷயத்துக்கு, அதாவது, நாடாளுமன்றங்களின் தாழ்வு அல்லது தோல்விக்கு வருகிறோம். சர்வாதிகாரத்தைப் பற்றியும் பழைய முறை ஜனநாயகத்தின் தோல்வியைப் பற்றியும் முன் கடிதங்களில் விரிவாகக்

கூறியுள்ளேன். ரஷியா, இதாலி, மத்திய ஐரோப்பா ஆகிய இடங்களில் இதைத் தெளிவாகக் கண்டோம். இப்போது ஜெர்மனியில் நாஜிகள் அதிகாரத்துக்கு வருவதற்கு முன்பே நாடாளுமன்ற அரசாங்கம் சீர்குலைந்ததைப் பார்த்தோம். அமெரிக்காவில் பிரசிடெண்டு ரூஸ்வெல்ட்டுக்குக் காங்கிரஸ் சகல அதிகாரங்களையும் அளித்ததைப் பார்த்தோம். பிரான்சிலும் இங்கிலாந்திலும்கூட இது நிகழ்வது நமக்குத் தெரிகிறது. ஐரோப்பாவிலேயே இந்த இரு நாடுகள்தான் நெடுங்காலமாக நிலைத்த ஜனநாயக மரபு கொண்டவை. முதலில், இங்கிலாந்தை நோக்குவோம்.

இங்கிலாந்து ஒன்றைச் செய்வதற்கும் ஐரோப்பாக் கண்டத்திலுள்ள ஏனைய நாடுகள் அதைச் செய்வதற்கும் அதிக வித்தியாசம் உண்டு. இங்கிலாந்தில் புறத் தோற்றங்களை அவ்வளவாக மாற்றுவதில்லை. ஆகவே, மாறுதல்கள் ஏற்பட்டாலும் அவை அவ்வளவாகக் கண்ணுக்குத் தெரிவதில்லை. சாதாரணமாகப் பார்ப்போருக்குப் பிரிட்டிஷ் நாடாளுமன்றம் பழையபடி நடப்பதாகவே தோன்றும். ஆனால், உண்மையில் அது பெரிதும் மாறுதல் அடைந்திருக்கிறது. இப்போது அரசாங்கத்தைக் கேள்வி கேட்பதும், அரசாங்க நடவடிக்கைகளைக் குறை கூறுவதும், கடைசியில் அரசாங்கத்தின் பொதுவான கொள்கையை ஏற்பதும்தான் நாடாளுமன்றம் செய்யக்கூடியது. இவற்றோடு அது நின்றுவிடுகிறது. ஹெரால்டு ஜே. லாஸ்கி கூறுவதுபோல, "நமது அரசாங்கம் என்பது நிர்வாக சபையின் சர்வாதிகாரமாகிவிட்டது. நாடாளுமன்றம் தன்னை விரட்டிடக்கூடும் என்கிற ஒரு பயம் தான் அதைச் சுற்றுக் கட்டுத்திட்டத்தில் வைத்திருக்கிறது."

1931 ஆகஸ்டில், தொழிற்கட்சி அரசாங்கம் திடீரென்று தேசிய அரசாங்கமாக மாறியது தொழிற்கட்சிக்கோ நாடாளுமன்றத்துக்கோ தெரியாது. இரவோடு இரவாக ஒரு சிலர் முடிவெடுத்து இதை செய்தார்கள். பிரதமர் மாக்டொனால்டை தொழிற்கட்சி நீக்கினாலும், பெரும்பான்மையுடன் அவரே பிரதமராக இருக்கிறார். இந்த முடிவை காமன்ஸ் சபை ஏற்கிறதே தவிர எதிர் நடவடிக்கை எடுக்கவில்லை. காமன்ஸ் சபை இதைக் கடைசியாக அங்கீகரித்தது என்பதால் இதன் தன்மை மாறி விடாது, இது சர்வாதிகார முறையாகும்.

நேற்றிருந்த தொழிற்கட்சி அரசாங்கத்தை இன்று காலை எழுந்து பார்க்கும்போது காணவில்லை. அதன் இடத்தில் 'தேசிய அரசாங்கம்' காணப்பட்டது. அதில் 'கன்சர்வேடிவ்'கள் மிகுதியாக இருந்தார்கள்.

அதற்குத் தேசிய நிறம் கொடுப்பதற்காக ஒருசில லிபரல்களும் தொழிற்கட்சியினரும் அதில் சேர்க்கப்பட்டு இருந்தார்கள். மாக்டொனால்டும் அவரை ஆதரித்தவர்களும் தேசிய அரசாங்கம் இல்லையென்றால் கம்யூனிசம் ஏற்படுவதைத் தவிர வேறு வழியில்லை என்று கூறினார்கள். இவ்வாறு இங்கிலாந்தில் கூடப் பழங்காலத்து ஜனநாயகம் சிதைந்து நாடாளுமன்றம் தாழ்வுற்று வருகிறது.

நாடாளுமன்றம், ஜனநாயகம் என்பதெல்லாம் உள்ள நிலைமைகளைக் காக்கும் வரையில்தான் பணக்கார வகுப்பாருக்கு மகிழ்ச்சியாக இருக்கின்றன என்பதைப் பார்க்கிறோம். இது உண்மையான ஜனநாயகம் அல்ல என்று சொல்ல வேண்டியதில்லை.

முதலாளித்துவத்துக்கும் ஜனநாயகத்துக்கும் உள்ள முரண்பாடு இயற்கையில் அமைந்ததாகவும் தொடர்ந்து செல்வதாகவும் உள்ளது. இதைத் தப்பான பிரசாரமும் ஜனநாயக வெளிவேஷமும் மறைத்து நிற்கின்றன. நாடாளுமன்றங்களும், கடிக்கிற நாய்க்கு எலும்புத் துண்டை எறிவதுபோல் பணக்கார வகுப்பார் மற்ற வகுப்பாரைத் திருப்தி செய்வதற்குச் செய்யும் காரியங்களும் உண்மையை மறைக்க உதவுகின்றன. இதற்குமேல் திருப்திசெய்ய முடியாது என்கிற நிலை ஏற்படும்போது இரு வகுப்பாருக்கும் தகராறு முற்றுகிறது.

அந்த நிலையில், இதுவரை பல்வேறு கட்சிகளாகப் பிரிந்திருந்த முதலாளித்துவ ஆதரவாளர்கள் எல்லோரும் தங்களுடைய நிலைத்த உரிமைகளுக்குத் தோன்றியுள்ள அபாயத்தை எதிர்ப்பதற்கு ஒன்று சேர்ந்துவிடுகிறார்கள். லிபரல்களும் லிபரல்களைப் போன்ற பிற குழுக்களும் ஒரே குழுவாக இணைகிறார்கள். ஜனநாயக வேஷம் கலைகிறது. ஐரோப்பாவிலும் அமெரிக்காவிலும் இந்தக் கட்டம் இப்போது தோன்றியுள்ளது. இன்று பெரும்பாலான நாடுகளில் ஏதாவது ஒரு வடிவில் மேலோங்கி நிற்கும் பாசிசமானது அந்தக் கட்டத்தைக் குறிக்கிறது.

புதிதாக ஒன்று திரண்டு நிற்கும் முதலாளித்துவத்தின் சக்திகளை எதிர்க்கும் ஆற்றல் இல்லாத தொழிலாளர் இயக்கம் எங்கும் தன்னைக் காத்துக்கொள்ள முயன்று வருகிறது. ஆயினும், முதலாளித்துவமுறை புது உலகத்துக்குப் பொருந்துமாறு தன்னை மாற்றிக்கொள்ள இயலாமல் தள்ளாடுவது விசித்திரமாகும். அது, எப்படியாவது உயிர் தப்பிப் பிழைத்தாலும், பெரிதும் மாற்றம் அடைவதோடு மிகக் கடுமையாகவும் மாறும் என்பதில் சந்தேகமில்லை.

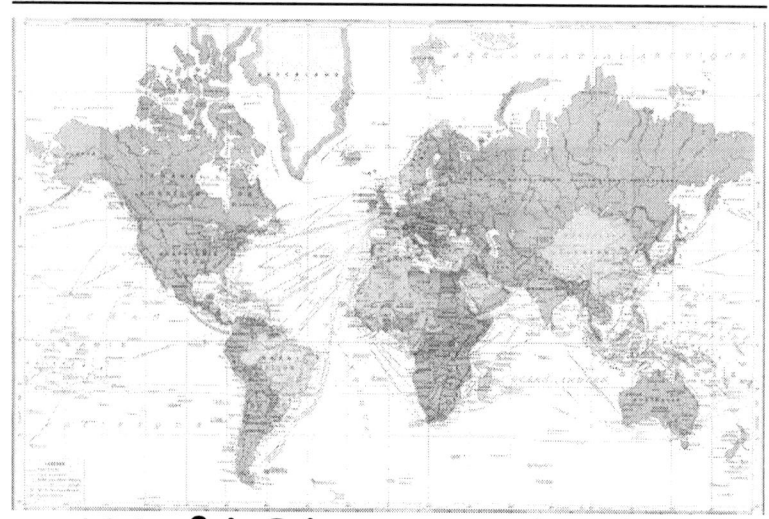

194. மீண்டும் ஒரு உலகப் பார்வை

ஆகஸ்டு 7, 1933

எழுதினால் எழுதிக்கொண்டே இருக்கலாம். அந்த அளவுக்கு சுழலும் இந்தப் பூமியில் விஷயங்கள் இருந்துகொண்டே இருக்கும். இந்தக் கதைக்கு முடிவென்பதே இல்லை. நாம் வாழும் இன்றைய பூமியின் வாழ்க்கை ஒரு கணம் பார்த்த மாதிரி மறுகணம் இல்லை. நான் எழுதிக் கொண்டு இருக்கும்போதே அது மாறி வருகிறது. இன்று நான் எழுதுவது நாளைக்குப் பழங்கதையாகவும் பொருத்தம் இல்லாமலும் போய்விடலாம். வாழ்க்கை ஆறு போல தேங்காமல் பாய்ந்துகொண்டே இருக்கிறது.

சில சமயங்களில், நம்மையோ நமது சிறு விருப்பங்களையோ பொருட்படுத்தாமல் நம்மை துரும்பென இழுத்துக்கொண்டு பாய்ந்து விரைகிறது. அது செங்குத்தான மலைச்சரிவில் சென்று வீழ்ந்து பல்லாயிரம் சிற்றாறுகளாகச் சிதறுமோ, அளவிட முடியாத அளவுக்கு, ஆழங்காண முடியாத, சாந்தம் நிறைந்த, என்றும் மாறா இயல்புடைய பெருங்கடலில் சென்று சேருமோ தெரியவில்லை.

ஏற்கெனவே நான் எழுத நினைத்ததற்கு அதிகமாக எழுதிவிட்டேன். இவ்வளவு எழுதியிருக்க வேண்டாம் என்று நினைக்கிறேன். என்னுடைய பேனா நிற்காமல் ஓடிக்கொண்டே

இருக்கிறது. நாம் நமது நீண்ட பயணத்தை முடித்து அதன் கடைசிக் கட்டத்தையும் கடந்துவிட்டோம். நாம் இன்று வரையில் வந்து நாளையின் வாசலில் நிற்கிறோம். ஆனால், நாளையும் இன்றாகும் போது அது எப்படி இருக்கும்? எனவே, நாம் சற்று நிதானித்து உலகத்தை ஒரு முறை பார்ப்போம். இன்று, 1933ஆம் ஆண்டு ஆகஸ்ட் மாதம் 7 ஆம் தேதி அதன் நிலையைப் பார்ப்போம்.

இந்தியாவில் மீண்டும் காந்திஜியைக் கைது செய்து தண்டித்து விட்டார்கள். அவர் மறுபடியும் எரவாடா சிறைச்சாலைக்குச் சென்றுவிட்டார். சாத்விகச் சட்ட மறுப்பு சற்றுக் கட்டுப்படுத்தப்பட்ட வடிவில் மீண்டும் தொடங்கியுள்ளது. நமது தோழர்கள் மறுபடியும் சிறைக்குப் போகத் தொடங்கி இருக்கிறார்கள்.

எனது அருமைத் தோழர், எனது கேம்பிரிட்ஜ் பல்கலைக்கழக நண்பர், யதீந்திர மோஹன் சென்குப்தா இப்பொழுதுதான் மறைந்தார். பிரிட்டிஷ் அரசாங்கத்தின் கைதியாக அவர் உயிர் நீத்தார். இந்தியத் தாயின் தவப்புதல்வர்களும் புதல்விகளும் சிறைகளில் தங்கள் இளமையை அர்ப்பணித்து வருகிறார்கள். அவர்களுடைய ஆற்றல் ஆக்க வேலைக்குப் பயன்பட்டிருக்க வேண்டியவை.

இந்தியா இன்றுள்ள நிலைமையைப் பின் வரும் செய்திகள் நன்கு எடுத்துக் காட்டுகின்றன. வங்காளத்தில் சில பகுதிகளில் எந்த மாதிரியான உடை உடுக்க வேண்டும் என்றுகூட அரசாங்கம் கட்டளையிடுகிறது. வேறு விதமாக உடுத்தால் சிறைக்குப் போகவேண்டியதுதான். சிட்டகாங்கில் பன்னிரண்டு வயதும் அதற்கு மேலும் உள்ள சிறுவர்களும் சிறுமிகளும், தாங்கள் போகும் இடங்களுக்கு அடையாளச் சீட்டுக் கொண்டுபோக வேண்டும். இத்தகைய விபரீதமான ஒரு உத்தரவு எனக்குத் தெரிந்து எங்கும் இருந்ததில்லை. பிரிட்டிஷ் ஆட்சியின் கீழ் நமது நாடு நின்றால் குற்றம், உட்கார்ந்தால் குற்றம், இருமினால் குற்றம், தும்மினால் குற்றம், சிறுநீர் போக உத்தரவு, மலம் கழிக்க உத்தரவு என்ற நிலைமைக்கு வந்திருக்கிறது. நமது வடமேற்கு எல்லையில் நமது சகோதரப் பட்டாணியர் மீது பிரிட்டிஷ் விமானங்கள் குண்டு மழை பொழிகிறது.

வேற்று நாடுகளில் வாழும் நமது இந்திய சகோதரர்களுக்கு மதிப்பு என்பதே இல்லை. சொந்த நாட்டில் மதிப்பற்றவர்களுக்கு வேற்று நாடுகளில் எங்கிருந்து மதிப்பு ஏற்படும்? அவர்கள் தாங்கள் பிறந்து வளர்ந்த தென் ஆப்பிரிக்காவில் இருந்தும் வெளியேற்றப்படுகிறார்கள். அதன் பகுதிகள் சிலவற்றை, முக்கியமாக நேட்டாலில் சில

இடங்களை, அவர்களே தங்கள் உழைப்பால் ஆக்கியிருக்கிறார்கள், நிறப் பகை, இனப்பகை, பொருளியல் பகை எல்லாம் கூடித் தென் ஆப்பிரிக்காவிலுள்ள இந்த இந்தியரை அநாதைகளாகச் செய்துவிட்டன.

கிழக்கு ஆப்பிரிக்காவில் கெனியாவையும் அதைச் சுற்றியுள்ள பிரதேசங்களையும் உருவாக்குவதில் இந்தியர் பெரும் பங்கு கொண்டு உழைத்திருக்கிறார்கள். ஆனால், அவர்களை இப்போது அங்கு வேண்டுவார் இல்லை. அங்கு, இந்தியரோ ஆப்பிரிக்கரோ நிலம் வாங்க முடியாது. ஏழை ஆப்பிரிக்கரின் நிலையோ இன்னும் கேவலம். ஆதியில் நிலமெல்லாம் அவர்களுக்குச் சொந்தமாக இருந்தது. இன்று, பதினாறு வயதுக்கு மேற்பட்ட ஒவ்வோர் ஆணுக்கும் அவனைச் சார்ந்து வாழும் பெண்டு பிள்ளைகளுக்கும் தலைவரி விதிக்கப்பட்டது. ஆப்பிரிக்கருக்கு வேறு உடைமை ஏதும் இல்லாதபடியால் அவர்களுடைய உடலுக்கு வரி விதிக்கப்பட்டது! ஆனால், தலைக்கு ஆண்டுக்கு 12 ஷில்லிங் தலைவரியை கையில் காசின்றி அவர்கள் எப்படிச் செலுத்துவது? அவர்கள் வரியைச் செலுத்துவதற்காக ஐரோப்பியத் தோட்ட முதலாளிகளுக்குச் சொந்தமான தோட்டங்களில் கட்டாயமாக வேலை செய்ய வேண்டும். தலைவரியை செலுத்துவதற்காக சில சமயம் உள் பகுதியில் இருந்து 700 அல்லது 800 மைல் பயணம் செய்து கரையோரங்களில் உள்ள தோட்டங்களில் வேலை செய்து கழிக்க வேண்டும்.

சுரண்டப்படும் இவ் வாப்பிரிக்கரின் சோகக் கதையைப்பற்றி நான் எவ்வளவோ சொல்லக்கூடும். தங்களுடைய குறையை வெளி உலகத்துக்கு எடுத்துச் சொல்லவும் வகையற்றவர்களாக அவர்கள் இருக்கிறார்கள். அவர்களுடைய துன்பத்துக்கு முடிவில்லை. அவர்கள் எல்லாக் கஷ்டங்களையும் மவுனமாக அனுபவித்து வருகிறார்கள். முதலில் தங்களுக்குச் சொந்தமான நல்ல நிலங்களினின்று அவர்கள் துரத்தப் பட்டார்கள். அந்த நிலங்களை ஐரோப்பியர் இலவசமாக அடைந்தார்கள். இப்போது அவர்கள் அதே நிலங்களுக்குத் திரும்பி வந்து ஐரோப்பியருக்குக் கீழ் வேலை செய்ய வேண்டியிருக்கிறது.

மூன்று ஆண்டுகளுக்கு முன்னால் இனிமேல் ஆப்பிரிக்கருடைய நிலங்களைப் பறிக்க மாட்டோம் என்று பிரிட்டிஷார் கூறினார்கள். ஆனால், ஆப்பிரிக்கருடைய கெடுவாய்ப்பாக கடந்த ஆண்டு கெனியாவில் தங்கம் கண்டுபிடிக்கப்பட்டது. பிரிட்டிஷ் அரசாங்கத்தின் உறுதிமொழி காற்றில் பறந்தது. ஐரோப்பியத் தோட்ட

முதலாளிகள் அந்த நிலங்களுக்கு விரைந்து சென்று அவற்றின் சொந்தக்காரர்களான ஆப்பிரிக்க விவசாயிகளை விரட்டிவிட்டுப் பூமியைத் தோண்டித் தங்கம் எடுக்கலானார்கள். பிரிட்டிஷ் அரசாங்கம் அளித்த வாக்குறுதி இப்படியாக முடிந்தது. அது நிற்க, இதெல்லாம் ஆப்பிரிக்கருக்கு நல்லதாகவே முடியும் என்று சொல்கிறார்கள். ஆகையால், அவர்கள் தங்களுடைய நிலத்தை இழப்பது பற்றி மிகவும் சந்தோஷப்படுகிறார்களாம்.

ஆப்பிரிக்காவைப்பற்றி நமது கடிதங்களில் நாம் அதிகம் பேசாதபடியால் இங்கு கெனியாவைப் பற்றிச் சிறிது கூறினேன். சமீபத்தில் முன்னேறுவதற்கான சந்தர்ப்பம் ஒன்று அவர்களுக்குக் கிடைத்தது. ஆப்பிரிக்காவின் மேல் கரையில் ஒரு பல்கலைக்கழகம் தொடங்கப்பட்டுள்ளது. அதை அவர்கள் நன்கு பயன்படுத்தி சிறந்த முறையில் முன்னேறி வருகிறார்கள்.

மேற்கு ஆசிய நாடுகளைப் பற்றிப் போதிய அளவு சொல்லி இருக்கிறேன். அந்த நாடுகளிலும் எகிப்திலும் பல வடிவங்களிலும் பல கட்டங்களிலும் சுதந்திரப் போராட்டங்கள் நடைபெற்று வருகின்றன. தென் கிழக்கு ஆசியாவிலும், தொலைதூர இந்தியாவிலும், சையாம், இந்தோ - சீனா, ஜாவா, சுமத்திரா, டச்சு இந்தியத் தீவுகள், பிலிப் பைன் தீவுகள் ஆகிய இடங்களிலும் அதே நிலையைக் காண்கிறோம். சுதந்திர நாடான சையாம் தவிர மற்ற எல்லா நாடுகளிலும் நடைபெற்றுவரும் போராட்டத்தில் இரு அம்சங்கள் காணப்படுகின்றன. ஒன்று, அந்நிய ஆட்சிக்கு விரோதமான தேசிய ஆவேசம். இன்னொன்று, தாழ்த்தப்பட்ட வகுப்பினர் சமூக சமத்துவம், அல்லது குறைந்தபட்சம் பொருளியல் முன்னேற்றம் அடையவேண்டுமென்று கொண்டுள்ள துடிப்பு.

ஆசியாவின் கிழக்கு ஓரத்தில் மாபெரும் சீன தேசமானது தன்னைத் தாக்குவோருக்கு முன்னால் செயலிழந்து நிற்கிறது. இன்னும், உள் நாட்டுப் பூசல்களால் அது பலவாறாகப் பிளவு பட்டுள்ளது. அதன் ஒரு முகம் கம்யூனிசத்தை நோக்குகிறது. இன்னொரு முகம் கம்யூனிசத்தை ஏறிட்டும் பார்க்க விரும்பாமல் எதிர்ப்பக்கம் பார்க்கிறது. இதற்கிடையில் ஜப்பான் மேலும் மேலும் படையெடுத்து வந்து சீனாவிலுள்ள பெரும் பிரதேசங்களைத் தன் ஆதிக்கத்தின்கீழ்க் கொண்டு வருகிறது. ஆனால், சீனா தன்னுடைய நீண்ட கால வரலாறில் எத்தனையோ பெரிய பெரிய படையெடுப்புகளையும் அபாயங்களையும் பார்த்து அவற்றை எல்லாம் ஏப்பம் விட்டிருக்கிறது. ஆகவே, ஜப்பானியப் படையெடுப்புக்கும் அது தப்பிப் பிழைக்கும் என்பதில் ஐயமில்லை.

ஜப்பான் மண்ணாசைக்கு அடிமையாகி உலக பேரரசு ஆகும் கனவுகளில் மூழ்கியிருக்கிறது. இந்தக் கனவுக்குப் பின்னால் பொருளாதாரச் சீர்குலைவு என்னும் நனவு அச்சுறுத்திக் கொண்டு நிற்கிறது. ஜப்பானில் நிறைந்து வழியும் மக்கள்தொகை அமெரிக்காவுக்கும் செல்ல முடியாமல் இன்னும் மனிதர் குடியேறாத பெரும் பரப்பை உடைய ஆஸ்திரேலியாவுக்கும் செல்ல முடியாமல் கிடந்து தவிக்கிறது. தற்கால நாடுகளில் மிகவும் சக்தி வாய்ந்த அமெரிக்காவின் பகைமை வேறு ஜப்பானின் கனவைக் கலைத்து வருகிறது. ஆசியாவில் ஜப்பான் அதிகமாகப் பரவாமல் தடுக்கும் இன்னொரு முட்டுக்கட்டை சோவியத்து ருஷியா.

வடக்கு ஆசியா முழுவதும் சோவியத்து யூனியனில் அடங்கியுள்ளது. ஒரு புது உலகையும் புதுச்சமூக அமைப்பையும் திட்டமிட்டுச்சிருஷ்டிக்கும் பெரும் பணியில் அது தன்னைப் புதைத்துக் கொண்டிருக்கிறது. ஐரோப்பாவிலும் ஆசியாவிலும் காலூன்றி நிற்கும் சோவியத்து யூனியனைத் தள்ளாடுகின்ற மேற்கு உலக முதலாளித்துவத்துக்கு ஒரு நிலையான அறைகூவல் என்றே சொல்லவேண்டும். வியாபார மந்தம், வேலையில்லாத் திண்டாட்டம், ஒன்றுக்குப் பின் ஒன்றாக வரும் நெருக்கடிகள் முதலியவற்றால் பீடிக்கப்பட்ட முதலாளித்துவம் உயிருக்கு மன்றாடும் நிலையில் சோவியத்து யூனியன் ஆற்றலும் ஆர்வமும் நம்பிக்கையும் ஊற்றெடுத்துப் பொங்கும் புது உலகையும் புதுச் சமூகத்தையும் உருவாக்கிக் கொண்டிருக்கிறது. சோவியத்து ரஷியாவின் எழுச்சி, உலக முழுவதும் உள்ள சிந்தனைச் செல்வர்களை ஆகர்ஷித்து வருகின்றன.

நிலப்பரப்பில் இன்னொரு பெரும் பகுதியைத் தன்னகத்தே கொண்ட அமெரிக்கா முதலாளித்துவத்தின் தோல்விக்கு அறிகுறியாக விளங்குகிறது. பெருங்கஷ்டங்களுக்கும், நெருக்கடிகளுக்கும், வேலைநிறுத்தங்களுக்கும், வேலையில்லாத் திண்டாட்டங்களுக்கும் இடையில் அது முதலாளித்துவத்தைக் காப்பாற்ற அரும்பாடு பட்டு வருகிறது. இதன் முடிவு எப்படியாகும் என்பதை இனிமேல்தான் பார்க்க வேண்டும். அது எப்படியாயினும் அமெரிக்காவுக்குள்ள பெரிய அனுகூலங்களை யாரும் எடுத்துக்கொள்ள முடியாது.

அடுத்தாற்போல், லத்தீன் நாடுகளைக் கொண்ட தென் அமெரிக்க மாபெரும் கண்டம் வட அமெரிக்காவில் இருந்து எவ்வளவு தூரம் மாறுபட்டிருக்கிறது! வட அமெரிக்காவில் காணப்படும் இன வெறுப்பு இங்கு ஒரு சிறிதும் இல்லை. இங்கு எல்லா இனங்களும்

கலந்து வாழ்கின்றனர். கானடாவிலும் அமெரிக்காவிலும் செந்நிற இந்தியர் அநேகமாகப் பூண்டற்றுப் போய்விட்டார்கள். ஆனால், தென் அமெரிக்காவில் முக்கியமாக, வெனிசுலாவில் அவர்கள் இன்னும் பெருந்தொகையினராக வாழ்ந்து வருகிறார்கள்.

தென் அமெரிக்காவில் இனங்கள் எல்லாம் கலந்து வாழ்ந்தாலும் வெள்ளைப்பிரபு வம்சத்தவரே ஆளும் வகுப்பினர் ஆவர். ராணுவமும் போலீசும் எந்தக் கோஷ்டி அல்லது குழுவுக்கு அடங்கியிருக்கிறதோ அதுவே ஆட்சியைச் செலுத்தும். மேல் அதிகார பீடங்களில் அடிக்கடி புரட்சி ஏற்பட்டது என்று முன்பே கூறியுள்ளேன். தென் அமெரிக்க நாடுகள் எல்லாவற்றிலும் உலோகப் பொருள்கள் நிறைய கிடைக்கின்றன. ஆகவே, அவற்றின் செல்வம் பெருக வழி இருக்கிறது. ஆனால், தற்போது அவை கடனில் மூழ்கித் தத்தளிக்கின்றன.

லத்தீன் அமெரிக்கா (இதில் மெக்சிகோவும் அடங்கியதாகும்) கத்தோலிக்க மதத்தைக் கடைப்பிடிக்கிறது. மெக்சிகோவில் அரசாங்கத்துக்கும் கத்தோலிக்கக் குருமார்களுக்கும் இடையே எத்தனையோ ரத்தக்களரி ஆகியிருக்கிறது. ஸ்பெயினில் நிகழ்ந்தது போல மெக்சிகோ அரசாங்கமும் ரோமன் கத்தோலிக்க மதஅமைப்புக்கும் கல்வித் துறையிலும் பிற துறைகளிலும் உள்ள அளவற்ற அதிகாரத்தைக் கட்டுப்படுத்த விரும்பியது.

பிரேஸில் நீங்கலாகத் தென் அமெரிக்கா முழுவதும் ஸ்பானிய மொழி வழங்குகிறது. பிரேஸிலில் வழங்குவது போர்ச்சுகீசிய மொழி. தென் அமெரிக்கா போன்ற ஒரு பெரிய கண்டத்தில் கற்பிக்கப்படுவாதல் ஸ்பானிய மொழி இன்று உலகப் பெரு மொழிகளில் ஒன்றாக விளங்குகிறது. ஏற்கெனவே, ஸ்பானியம் எழிலும், ஓசை நயமும், இலக்கிய வளமும் செறிந்த ஒரு மொழியாகும். இப்போது தென் அமெரிக்காவில் வழங்குவது காரணமாக அதற்குப் பெரிய வியாபார முக்கியமும் ஏற்பட்டிருக்கிறது.

195. மிரட்டும் யுத்தம்

ஆகஸ்டு 8,1933

விரைவுப் பார்வையாக கடந்த கடிதத்தில் ஆசியா, ஆப்பிரிக்கா, அமெரிக்கா ஆகிய கண்டங்களைப் பார்த்தோம். ஐரோப்பாவை இந்தக் கடிதத்தில் பார்த்து விடுவோம். அங்கு சண்டையும் சச்சரவுகமாக இருந்தாலும் பலவித குணநலன்களும் பொருந்தியுள்ளன.

உலக வல்லரசுகளின் தலைமையாக இருந்த இங்கிலாந்து, தனது தகுதியை இழந்துவிட்டது. இருப்பதைக் காப்பதற்கே போராட வேண்டியுள்ளது. ஒரு காலத்தின் அதன் கப்பற்படைதான் அதன் ஆதிக்கத்தின் அடையளமாக இருந்தது. வேறு எந்த நாட்டுக் கடற்படையும் அதற்கு ஈடாகவில்லை. ஆனால், இப்பேது அமெரிக்க கப்பற்படை அதை பின்னுக்கு தள்ளும் நிலைக்கு வந்துவிட்டது.

கடற்படையைவிட விமானப்படையே இப்போது முக்கியமாகி விட்டது. அதில் இங்கிலாந்து பலவீனமாக இருக்கிறது. சில வல்லரசுகளிடம் இங்கிலாந்திடம் இருப்பதைக் காட்டிலும் அதிகமான போர் விமானங்கள் இருக்கின்றன. வியாபாரத் துறையிலும் இங்கிலாந்து பின்னுக்கு போய்விட்டது. இனி அந்தக் காலம் திரும்பவரும் என்று தோன்றவில்லை. இங்கிலாந்தின்

ஏற்றுமதி வியாபாரமும் நாளுக்கு நாள் குன்றி வருகிறது. உயர்ந்த பாதுகாப்பு வரிகள் விதித்தும், தனது பேரரசுச் சலுகைகள் மூலமாகவும் அது தன்னுடைய பொருட்களைத் தனது பேரரசு எல்லைக்குட்பட்ட சந்தைகளில் விற்பதற்கு வழி தேடுகிறது. ஒருவேளை இந்தக் குறுகிய எல்லைக்குள் அது வெற்றி பெற்றாலும் பழைய தலைமை திரும்ப வராது.

அமெரிக்காவுடன் விளைந்த கடும் போட்டிக்குப் பின்னரும் இங்கிலாந்து உலக வியாபாரத்தின் நிதி மையமாக விளங்குகிறது. மாறிவரும் நிலைமைகளுக்கு ஏற்ப வளைந்து கொடுத்துப் போகக் கூடிய நாடு என்று இங்கிலாந்து பெயர் எடுத்திருக்கிறது. அதிகாரத்தையும் சலுகைகளையும் அனுபவித்து ருசி கண்டவர்கள் அவற்றை எளிதில் துறக்க மாட்டார்கள்.

இதற்கிடையில், இங்கிலாந்து அகில உலகிலும் ஆதிக்கம் செலுத்துவதைக் கைவிட்டது. அது தனது கட்டுப்பாட்டில் உள்ள பகுதியில் மட்டும் ஆதிக்கம் செலுத்தினால் போதும் என்ற நிலைமைக்கு வந்திருக்கிறது. ஆஸ்திரேலியா இங்கிலாந்து வங்கி கிழித்த கோட்டைத் தாண்டுவதில்லை. கானடாவின் தொழில்கள் அபிவிருத்தி அடைந்து இங்கிலாந்தின் தொழில்களோடு போட்டி-யிடுகின்றன. கானடா இங்கிலாந்துக்கு விட்டுக் கொடுப்பதில்லை.

இங்கிலாந்தின்மீது தென் ஆப்பிரிக்காவுக்கு இருந்த பழைய கசப்புப் போய்விட்டாலும், அது பேரரசைக் குறித்து உருகுவதில்லை. அயர்லாந்து எப்போதுமே அலாதி. ஆங்கிலோ - ஐரிஷ் வியாபாரப் போர் இன்னும் நின்றபாடில்லை.

ஆகவே, வியாபாரத் துறையில் குடியேற்ற நாடுகளுடன் கொண்ட தொடர்பால் இங்கிலாந்துக்கு லாபம் இல்லை. இந்தியாவிடம் இருந்து அது நல்ல லாபம் அடையக்கூடும். பிரிட்டிஷ் சாமான்களுக்கு இந்தியாவில் இன்னும் பெரிய மார்க்கெட்டு இருக்கிறது.

இந்தியாவின் உள்நாட்டு நிலைமைகள் ஒருபுறம் இருக்க, ஜப்பானுடைய கடும்போட்டியை இங்கிலாந்து இந்தியாவிலும் ஏனைய கிழக்கு நாடுகளிலும், குடியேற்ற நாடுகள் சிலவற்றிலும் சமாளிக்க வேண்டியுள்ளது.

பேரரசை, ஒரு பொருளாதார பகுதியாக்கி தன்னுடன் ஒப்பந்தத்துக்கு வரக்கூடிய டென்மார்க்கு, நார்வே, ஸ்வீடன் போன்ற சிறு நாடுகளையும் கூடச் சேர்த்து இருப்பதைப் போக்கடிக்காமல் பார்த்துக் கொள்வதற்கு

இங்கிலாந்து குட்டிக்கர்ணம் போடுகிறது. நிகழ்ச்சிகளின் போக்கைக் கவனித்தால் இங்கிலாந்துக்கு வேறு வழியில்லை.

ஜப்பானுக்கும் அமெரிக்காவுக்கும் பொருளாதாரத் தகராறுகள் எழக்கூடும். அமெரிக்காவுக்குப் பல துறைகளிலும் போட்டி இருக்கிறது. உலகம் இன்றுள்ள நிலையில் இங்கிலாந்து கீழுக்குப் போகப் போக, மாபெரும் சாதனங்களைக் கொண்ட அமெரிக்கா மேலுக்கு வருவது தவிர்க்க முடியாதது.

இங்கிலாந்துக்குச் சோவியத்து யூனியன் இன்னொரு பெரிய போட்டி யாகும். அவற்றின் கொள்கைகள் ஒன்றுக்கொன்று நேர்மாறானவை. இரண்டும் ஒன்றையொன்று உறுத்துப் பார்த்துக்கொண்டு நிற்கின்றன.

இங்கிலாந்துக்கு இன்று ஒரு குறைவும் இல்லை. அதற்குத் திருப்திதான். ஆனால், உள்ளது போய்விடும் என்று அது அஞ்சுகிறது. இன்று அது பலம் பொருந்தியுள்ளது என்பதில் சந்தேகமில்லை. அதேபோல, ஒரு சாம்ராஜ்ய வல்லரசு என்ற முறையில் அதன் பலம் தேய்ந்து வருவதும் நிஜம்தான்.

இங்கிலாந்திலிருந்து கண்டத்துக்குள் சென்றால், பிரான்சு எதிரே இருக்கிறது. பிரான்சும் ஒரு வல்லரசு தான். அதற்கு ஆப்பிரிக்காவிலும் ஆசியாவிலும் நாடுகள் இருக்கின்றன. ராணுவத்தில் ஐரோப்பாவிலேயே பலம் மிகுந்த நாடு என்று அதைச் சொல்லலாம். போலந்து, செக்கோஸ்லொவாகியா, பெல்ஜியம், ருமேனியா, யுகோஸ்லாவியா ஆகிய நாடுகளுக்கு அது தலைமை வகிக்கிறது. அப்படியிருந்தும் ஜெர்மனியின் படையூக்கத்தைக் கண்டால், அதுவும் அங்கே ஹிட்லர் ஆட்சி தோன்றிய பிறகு, பிரான்சுக்கு ஜுரம் ஏற்பட்டுவிட்டது. எலியும் பூனையும்போல் இருந்த முதலாளித்துவ பிரான்சும் கம்யூனிஸ்டு ரஷியாவும் இப்போது நகமும் சதையுமாக இருப்பதற்கு ஹிட்லர்தான் காரணம். அவனைக் கண்டு நடுங்கும் இந்த இரு நாடுகளும் தங்களுக்குள் நெருக்கம் கட்டத் தொடங்கியுள்ளன.

ஜெர்மனியில் நாஜியின் கோரத்தாண்டவம் கடந்த பல மாதங்களாக நடந்து வருகிறது. ஜெர்மனி ராணுவ ரீதியில் பலம் பெற்றிருந்தால் இதற்குள் ஐரோப்பாவில் யுத்தம் மூண்டிருக்கும். இனியும் யுத்தம் வரலாம். கம்யூனிசத்திலிருந்து நாட்டைக் காக்கவல்ல கடைசிப் புகல் என்று ஹிட்லர் தன்னைக் கூறிக் கொள்கிறான். இதில் உண்மை இருக்கிறது. இன்று ஜெர்மனியில் ஹிட்லரிசம் இல்லாவிட்டால் கம்யூனிசம்தான் வந்து குடிபுகும்.

முசோலினியைத் தலைவனாகக் கொண்ட இத்தாலி சர்வதேசிய அரசியலில் சுயகாரியப் புலியாக இருக்கிறது. அது பிற நாடுகளைப் போல் சமாதானம் என்றும், நல்லெண்ணம் என்றும் கதைப்பதில்லை. யுத்தம் கட்டாயம் வந்தே தீரும் என்று அதற்குத் தெரியும். ஆகவே, அது யுத்தத்திற்கு வெகு மும்முரமாகத் தன்னைத் தயார்படுத்தி வருகிறது.

மத்திய ஐரோப்பாவில் உள்ள சில்லறை நாடுகள் உலக யுத்தத்தின் பின் விளைவுகளிலும் வியாபார மந்தத்திலும் சிக்கித் திக்கு முக்காடுகின்றன. மத்திய ஐரோப்பிய நாடுகளில் குறிப்பாக ஜெர்மானியர் வாழும் ஆஸ்திரியா போன்ற நாடுகளில், நாஜிக் கட்சிகள் தோன்றி வளர்ந்து வருகின்றன.

சிறிது காலத்துக்கு முன்பு, 1932ல் என்று நினைக்கிறேன், மத்திய ஐரோப்பாவையும் டான்யூப் பிரதேசத்தையும் சேர்ந்த செக்கோஸ்லொவாகியா, ருமேனியா, யுகோஸ்லாவியா ஆகிய மூன்று நாடுகளும் தங்களுக்குள் ஒரு கூட்டுறவு செய்து கொண்டன. இவை பிரான்சுக்கு ஆதரவான நாடுகள். உலக யுத்தத்துக்குப் பின் செய்து கொள்ளப்பட்ட ஏற்பாட்டினால் இந்த மூன்றும் லாபம் அடைந்தவை. இது 'சிறு கூட்டுறவு' என்று அழைக்கப்படுகிறது. மூன்று நாடுகள் கொண்ட இந்தச் சிறு கூட்டுறவு ஐரோப்பாவில் தோன்றியுள்ள ஒரு புதிய சக்தியாகும். இது பிரான்சுக்குச் சாதகமாகவும் ஜெர்மனிக்கு விரோதமாகவும், இத்தாலிக்கும் விரோதமாகவும் இருக்கிறது.

ஹிட்லரிசத்தின் பயனாகவும், அதன்மீது ஏற்பட்ட அச்சம் காரணமாகவும், அதுவரை ஒன்றையொன்று பகைத்து வந்த மத்திய கிழக்கு ஐரோப்பாவைச் சேர்ந்த நாடுகள், சிறு கூட்டுறவு நாடுகள், போலந்து, ஆஸ்திரியா, ஹங்கேரி, பால்கன் நாடுகள் நெருங்கி வரத் தொடங்கின. அவற்றுக்குள் பொருளாதார இணக்கம் குறித்து பேச்சும் நடைபெற்றது. அந்த நாடுகள், போலந்தையும் செக் கோஸ்லொவாகியாவையும் முக்கியமாகச் சொல்ல வேண்டும். ஜெர்மனியில் நாஜி எரிமலை வெடித்த பிறகு சோவியத்து ரஷியாவிடம் அதிக நெருக்கம் காட்டுகின்றன.

ஸ்பெயினில் சமீபத்தில் புரட்சி ஏற்பட்டதென்று ஏற்கெனவே கூறியுள்ளேன். ஸ்பெயின் இன்னும் அமளி துமளி அடங்கி ஒரு நிலைக்கு வரவில்லை, மீண்டும் அங்கே இன்னொரு மாறுதல் நிகழலாம் என்று தோன்றுகிறது.

உண்மையில், ஒவ்வொரு நாடும் பிற நாடுகளினின்று தூர விலகிக் கொண்டே போகிறது. மந்தமும் உலக நெருக்கடியும் வந்து இதை மேலும் விரைவுபடுத்தியுள்ளன. அவை காரணமாக, இன்று எல்லா நாடுகளும் பொருளாதார தேசிய வழியைப் பின்பற்றி வருகின்றன. ஒவ்வொன்றும் உயர்ந்த பாதுகாப்பு வரிச் சுவர் எழுப்பிக்கொண்டு இயன்ற வரையில் வெளி நாட்டுச் சாமான்கள் உள்ளே வருவதைத் தடுத்து வருகிறது.

இத்தகைய போக்கு இன்று தவிர்க்க முடியாத ஒன்று என்று தோன்றுகிறது. இது இயந்திரத் தொழிற் புரட்சியின் கடைசிக்கட்டம் என்று சொல்லப்படுகிறது. ஒவ்வொரு நாடும் போதிய அளவு தொழில் மயமாகும்போது நாம் இந்தக் கட்டத்தை அடைகிறோம். ஆசியாவும் ஆப்பிரிக்காவும் தொழில்மயமாகக் கூடிய நிலைக்கு இன்னும் வெகு தூரத்தில் உள்ளன என்பது உண்மையே.

இங்கிலாந்து இந்தியாவைத் தன்னுடைய சாமான்கள் விற்பதற்குரிய மார்க்கெட்டாக வைத்துக் கொள்ள விரும்புகிறது. ஆனால், ஜப்பானும், அமெரிக்காவும், ஜெர்மனியும் தங்களுக்கும் பங்கு வேண்டுமென்று விரும்புகின்றன. சீனாவும் இதே நிலைமையில் இருக்கிறது. அதோடு, அது தற்காலம் குழப்பத்துக்கு ஆளாகியிருப்பதும் அதன் போக்கு வரவு வசதிக் குறைவும் சேர்ந்து வியாபாரம் பரவுவதற்கு இடைஞ்சல் செய்கின்றன.

சோவியத்து ரஷியா ஏராளமான செய்பொருள்களை வெளிநாடு களில் இருந்து வாங்குவதற்குத் தயாராக இருக்கிறது. ஆனால், அவற்றைக் கடனாகக் கொடுக்கவேண்டும் என்றும் உடனே பணம் கொடுக்கத் தன்னால் முடியாது என்றும் சொல்கிறது. ஆனால், சோவியத்து யூனியன் தனக்கு வேண்டிய எல்லாவற்றையும் தானே செய்து கொள்ளும் நாள் மிக நெருக்கத்திலேயே இருக்கிறது.

உலகம் முழுவதும் போட்டியும் பொறாமையுமாக குழப்பமாக இருக்கிறது. புதிய போக்குகள் இவற்றை மேலும் அதிகப்படுத்துகின்றன. ஒவ்வொரு கண்டத்திலும் ஒவ்வொரு நாட்டிலும் உள்ள எளியோரும் நசுக்கப்படுவோரும் இன்று வாழ்க்கையை வாழ்க்கையாகச் செய்யும் பொருள்களில் பங்கு கேட்கிறார்கள். அவற்றை அவர்கள்தானே உற்பத்தி செய்கிறார்கள். அவர்கள் தங்களுக்கு நெடுநாளாகத் திருப்பித் தரவேண்டிய கடனை இப்போது கேட்கிறார்கள். சில இடங்களில் இரைந்து கத்திக்கொண்டு அடிக்க வருகிற மாதிரி கேட்கிறார்கள்.

வேறு சில இடங்களில் சற்று நிதானமாகக் கேட்கிறார்கள். இவ்வளவு நீண்ட காலமாக அவர்கள் நடத்தப்பட்ட விதத்தையும் சுரண்டப்பட்ட விதத்தையும் கண்டு அவர்களுடைய மனம் கசந்து போயிருக்கிறது.

இவ்வாறு, எளியோரும் நசுக்கப்படுவோரும் கொதித்தெழுவது கண்டு உலகம் முழுவதும் உள்ள பணக்கார வகுப்பார் நடுநடுங்குகிறார்கள். அவர்கள் அனைவரும் ஒன்று திரண்டு அந்த எழுச்சியை அடக்கப் பார்க்கிறார்கள். ஆகவே, பாசிசம் வளருகிறது. ஏகாதிபத்திய வாதம் சகல எதிர்ப்பையும் மிதித்து நசுக்குகிறது. ஜனநாயகம் என்றும், மக்களின் நன்மை என்றும், ஆளுவோர் ஆளப்படுவோரின் தர்மகர்த்தாக்கள் என்றும், தேனொழுகப் பேசுவதெல்லாம் இப்போது எங்கேயோ போய்விடுகிறது.

இவ்வாறு, எண்ணற்ற பல அரசியல், பொருளாதார, இனவியல் வேறுபாடுகள் இன்று உலகைக் கவிழ்ந்து நிற்கின்றன. இவை யுத்தத்தின் சாயலைத் தம்முடன் கொண்டு செல்கின்றன. ஒரு பக்கம் ஏகாதிபத்திய வாதமும் பாசிசமும் சேர்ந்த கூட்டுக்கும் இன்னொரு பக்கம் கம்யூனிசத்துக்கும் இடையில் மாறுபாடு ஏற்பட்டிருப்பது பெரிய அபாயமாக இருப்பதாக சொல்கிறார்கள். உலகெங்கும் இவை அணி வகுத்துப் போராட்டத்துக்குத் தயாராக நிற்கின்றன. இரண்டும் சமரசமாகப் போவதற்கு வழியே இல்லை.

நிலமானிய வாதம், முதலாளித்துவ வாதம், சமத்துவ வாதம் (சோஷலிசம்), தொழிற்சங்க வாதம், பொதுவுடைமை வாதம் (கம்யூனிசம்) - எத்தனை வாதங்கள்! இவை யெல்லாவற்றுக்கும் பின்னால் சமயோசித வாதம் உல்லாச நடை போடுகிறது! ஆனால், விருப்பப்பட்ட பேருக்கு இவற்றில் லட்சிய வாதமும் இல்லாமலில்லை. லட்சிய வாதம் என்று சொல்லும்போது கனவிலும் கற்பனையிலும் காணும் சத்தற்ற வெறும் லட்சிய வாதத்தை நான் குறிப்பிட வில்லை. உலகம் முழுவதும் இன்புற வேண்டுமென்கிற மகத்தான லட்சியம் நிறைவடையப் பணியாற்றும் லட்சிய வாதத்தையே குறிப்பிடுகிறேன். எங்கோ ஒரு இடத்தில் ஜார்ஜ் பர்னார்டு ஷா பின்வருமாறு கூறியுள்ளார்:

> "வாழ்க்கையில் உண்மையான ஆனந்தம் எது? நீ பெரும் பணி என்று கருதும் ஒன்றுக்காக உன் உடல் பொருள் ஆவி வேள்வி செய்யப்படல் வேண்டும். அந்தப் பணியிலேயே நீ உழைத்து உழைத்து ஓடாகத் தேயவேண்டும். நோயின் கொள்கலனாகவும்,

ஆசைக் கயிற்றில் ஆடும் பம்பரமாகவும் இல்லாமல், உலகம் முழுவதும் தன்னை மகிழ்ச்சிப் படுத்த முன்வரவில்லையே என்று ஏங்காமல், இயற்கையின் ஏவலை செயல்படுத்தும் கருவியாக இருக்கவேண்டும். இதுவே ஆனந்தம்.''

நாம் வரலாற்றின் உள்ளே புகுந்து பார்த்ததில் என்ன தெரிந்து கொண்டோம்? உலகத்தின் பல பாகங்கள் தனித்தனியாக நிற்பதை விடுத்து, நெருங்கி வந்து, ஒற்றுமையடைந்து, ஒன்றையொன்று சார்ந்து நிற்கின்றன. உலகமே தனித்தனியாகப் பிரிக்கமுடியாத முழுப்பொருளாக இருக்கிறது. இனி, ஒவ்வொரு நாட்டுக்கும் தனித்தனியாகச் வரலாறு எழுதுவது இயலாத காரியம். அந்த நிலையை நாம் கடந்துவிட்டோம். எல்லா நாடுகளின் இழையையும் ஒரே நூலில் கோர்த்து வாங்குவதாய், எல்லா நாடுகளையும் உள்ளிருந்து ஆட்டிவைக்கும் சக்திகளை ஆராய்வதாய் உள்ள ஒரு தனிப்பெரும் உலக வரலாறை எழுதுவதுதான் பயனுள்ள காரியமாகும்.

முன் காலங்களில், நாடுகள் இயற்கைத் தடைகளாலும் பிறதடைகளாலும் தொடர்பு அற்றிருந்த நிலையில்கூட, பொதுவான சர்வதேசிய சக்திகளும், கண்டத்தையும் கண்டத்தையும் இணைக்கும் சக்திகளும் எவ்வாறு அவற்றை உருவாக்கின என்பதைப் பார்த்தோம்.

இது நமது இன்றைய நிலைமை, பெரிய பெரிய சக்திகள் கோடிக் கணக்கான மக்களைப் பிடரியைப் பிடித்து உந்துகின்றன. அவர்களை நாம் என்ன முயன்றாலும் நிறுத்த முடியாது. ஆயினும், நாம் உலகில் ஒரு சிறு முனையில் இருந்து கொண்டே அவர்கள் போகும் வேகத்தையோ திசையையோ சிறிது மாற்றக்கூடும். வெவ்வேறான நமது இயற்கைகளுக்கு ஏற்ப நாம் அவர்களை ஏற்கிறோம். சிலர் அவர்களைக் கண்டு அஞ்சுகிறார்கள். சிலர் அவர்களை வரவேற்கிறார்கள். சிலர் எதிர்க்கிறார்கள். வேறு சிலர் விதியே என்று செயலிழந்து பணிந்துவிடுகிறார்கள். மற்றும் சிலர் அந்தப் புயலையும் ஊர்ந்து கடக்க முயலுகிறார்கள். ஒரு பெரும் பணியில் கைகொடுத்து உதவுவதில் உள்ள ஆனந்தம், அவர்களை அதிலுள்ள அபாயங்களை மனமகிழ்ச்சியோடு ஏற்றுக்கொள்ளத் தூண்டுகிறது.

குழப்பமும் கொந்தளிப்பும் மிகுந்த இந்த இருபதாம் நூற்றாண்டில் நமக்கு அமைதி என்பது கிடையாது. அதில் மூன்றில் ஒரு பங்கு யுத்தத்திலும் புரட்சியிலும் ஏற்கெனவே கழிந்துவிட்டது.

பாசிஸத் தலைவனான முசோலினி, "உலகம் முழுவதும் புரட்சிக்கு

ஆளாகி இருக்கிறது. நிகழ்ச்சிகளின் தாங்க முடியாத வேகமே தவிர்க்க முடியாத விதியைப் போல் நம்மைக்கொண்டு செல்லுகிறது" எனக் கூறுகிறான்.

கம்யூனிஸ்டு தலைவர்களில் ஒருவனான டிராட்ஸ்கியும் இந்த நூற்றாண்டில் சுகத்தையும் நிம்மதியையும் எதிர்பார்க்க வேண்டா மென்று நம்மை எச்சரிக்கிறான். அவன் கூறுகிறான்: "மனித குலத்துக்குப் புத்தி தெரிந்து இருபதாம் நூற்றாண்டைப் போன்ற கலக்கம் மிகுந்த காலம் இருந்ததில்லை. இந்த நூற்றாண்டில் நம்மோடு பிறந்த ஒருவன் சுகவாழ்க்கை வாழ விரும்பினால் அவன் பிறந்த நேரம் அதற்கு இடங்கொடுக்கவில்லை என்றுதான் சொல்லவேண்டும்."

உலகம் முழுவதும் இன்று பிரசவ வேதனையில் ஆழ்ந்துள்ளது. யுத்தத்தின் சாயலும் புரட்சியின் நிழலும் எங்கும் படர்ந்து வருகின்றன. தவிர்க்க முடியாத இந்த விதியில் இருந்து நாம் தப்ப முடியாதென்றால், அதனை நாம் எவ்வாறு ஏற்பது?

நாம் எல்லோரும், அல்லது நம்மில் புத்தியுள்ள எல்லாரும், எதிர்காலம் மலர்ந்து நிகழ்காலம் ஆவதை ஆவலோடு எதிர்நோக்கி நிற்கிறோம். சிலர் நம்பிக்கையோடும் சிலர் அச்சத்தோடும் அதை எதிர் நோக்குகிறார்கள். நாம் எதிர்பார்க்கும் அந்தப் புது உலகில் இன்பமும் எழிலும் கொஞ்சமா? வாழ்க்கையின் நற்பொருள்கள் ஒரு சிலருடைய ஏகபோக உரிமையாக இல்லாமல் பொது மக்கள் அனைவரும் தங்கு தடையின்றித் தாராளமாக பயன்படுத்தக் கூடியனவாக இருக்குமா? அல்லது அந்த உலகம், கொடிய போர்களால் படு நாசமாகி, இன்றைய நாகரிகத்தின் வளமைகளை இழந்து கோரமான பூமியாகக் காட்சி அளிக்குமா? இது ஒரு ஓரம், அது ஒரு ஓரம். எதுவும் நிகழலாம். இரண்டுக்கும் பொதுவில் ஏதாவதொன்று நிகழும் என்று மட்டும் தோன்றவில்லை.

நாம் எதிர்காலத்தை காத்திருந்து நோக்கினாலும், நமக்கு விருப்பமான உலகை உருவாக்கப் பாடுபடுவோம்.

இதுதான் இன்றைய நிலை. நாளைய தினத்தை ஆக்குவது உன்னிடத்திலும் உன் தலைமுறையைச் சேர்ந்த உலகெங்கிலும் உள்ள கோடிக்கணக்கான சிறுவர் சிறுமியரிடத்தில் இருக்கிறது. நீயும் உன் தலைமுறையும் நாளொரு மேனியும் பொழுதொரு வண்ணமுமாக வளர்ந்து வருகிறீர்கள். நீங்கள் நாளைய தினத்தில் பங்கு கொள்ளப் பயிற்சி பெற்று வருகிறீர்கள்.

ஜவஹர்லால் நேரு, கமலா நேருவுடன் இந்திரா பிரியதர்ஷினி

196. கடைசிக் கடிதம்

ஆகஸ்டு 9, 1933

அன்பே, முடிந்தது கதை. இனி நான் எழுத வேண்டியது இல்லை. ஆனால், கதையை முடிப்பதற்கு முன் ஒரு கடைசிக் கடிதத்தை எழுத மனம் தூண்டுகிறது.

இந்தச் சிறைக்கு வந்து எனது இரண்டாண்டு தண்டனைக் காலம் முடியப் போகிறது. இன்றில் இருந்து சரியாக முப்பத்து மூன்றாவது நாள் நான் விடுதலை அடைவேன். ஆனால், அதற்கு முன்பே விடுதலை ஆனாலும் ஆகிவிடுவேன் என்று சிறை அதிகாரி அவ்வப்போது பயமுறுத்துகிறார். இத்தனைக்கும் முழுசா இரண்டு ஆண்டு தண்டனை அனுபவிக்கவில்லை. ஒழுங்குக்காக மூன்றரை மாதம் தள்ளுபடி வேறு செய்துவிட்டார்கள். எனவே, எனது ஆறாவது சிறைத்தண்டனை முடிவுறுகிறது. மீண்டும் பரந்த உலகத்துக்கு நான் செல்வேன்.

ஆனால், எனது நண்பர்களிலும் தோழர்களிலும் பெரும்பாலோர் சிறையில் வாடும்போது, தேசமே பெரிய சிறையாக இருக்கும்போது, நான் மட்டும் எதற்காக வெளியே போக வேண்டும்?

நான் எழுதியுள்ள கடிதங்கள் குவிந்து கிடக்கின்றன! எவ்வளவு காகிதம் வீண்! எவ்வளவு மை வீண்! இதனால் ஏதாவது பயன்

உண்டா என்று தெரியவில்லை. இவ்வளவு காகிதமும் மையும் உனக்கு ஏதாவது சுவையான செய்தி சொல்லுமா? சொல்லும் என்றுதான் நீ சொல்வாய். என் மனம் புண்படுமென்று நீ அப்படிச் சொல்வாய். என்னிடம் உள்ள அன்பினால் புண்படுத்த விரும்பமாட்டாய்.

ஆனால், நீ அவற்றை விரும்பினாலும் விரும்பாவிட்டாலும், இந்த இரண்டு ஆண்டுகளும் தினமும் அவற்றை எழுதும்போது கிடைந்த மகிழ்ச்சியை யாரும் எடுக்க முடியாது. நான் இங்கு வந்தபோது குளிர்காலம். குளிர்காலம் போய் இளவேனிற்காலம் வந்தது. இளவேனில் அதிக நாள் நீடிக்கவில்லை. கோடை வந்து அதைக் கொன்றுவிட்டது. பிறகு, பூமி வறண்டு மனிதனும் மிருகமும் நாவுலர்ந்து வாடும் நிலை. அடுத்து, பெருமழை பொழிந்து குளிர்வித்தது. இப்படியாக இரண்டு ஆண்டுகள் கழிந்தன. நான் இங்கே உட்கார்ந்து எழுதிக் கொண்டும், உன்னை நினைத்துக்கொண்டும், பருவங்கள் கழிவதைப் பார்த்துக் கொண்டும், சிறைக்கூடத்து மேல் தளத்தில் விழும் மழையோசையைக் கேட்டுக்கொண்டும் இருக்கிறேன்.

பத்தொன்பதாம் நூற்றாண்டைச் சேர்ந்த பெஞ்சமின் டிஸ்ராலி என்னும் பிரிட்டிஷ் ராஜதந்திரி, 'சாமானியர்கள் சிறைப்பட்டு நாடு கடத்தப்பட்டால் வாழ்க்கையில் நம்பிக்கை இழந்து விடுகிறார்கள். ஒரு அறிஞனோ அந்த நாட்களைத் தன் வாழ்க்கையிலேயே மிகவும் இனிய நாட்களாகக் கருதுவான்' என்று எழுதியிருக்கிறார். 17ஆவது நூற்றாண்டில் வாழ்ந்த புகழ்பெற்ற டச்சு சட்ட நிபுணரும், தத்துவ ஞானியுமான ஹியூகோ குரோட்டியசைப் பற்றி அவர் அவ்வாறு எழுதினார். ஹியூகோ குரோட்டியசுக்கு ஆயுள் தண்டனை விதித்தார்கள். ஆனால், அவர் இரண்டு ஆண்டுகளுக்குப்பின் தப்பி வந்துவிட்டார். சிறையிலிருந்த அந்த இரண்டு ஆண்டுகளையும் அவர் தத்துவ ஆராய்ச்சியிலும் இலக்கியம் படைப்பதிலும் செலவிட்டார். புகழ் மிக்க அறிஞர் பெருமக்கள் எத்தனையோ பேர் சிறைவாசம் அனுபவித்து இருக்கிறார்கள். அவர்களில் புகழ்பெற்ற இருவரில்... டான் குயிக்சாட் (Don Quixote) என்ற நூலை எழுதிய ஸ்பானிய அறிஞர் சர்வாண்டிஸ் ஒருவர். இன்னொருவர், 'யாத்திரையின் முன்னேற்றம்' (The Pilgrim's Progress) என்ழி நூலை எழுதிய ஆங்கில அறிஞரான ஜான் பனியன்.

நான் அறிஞன் அல்ல. நான் சிறையில் கழித்த நாட்கள் என் வாழ்க்கையிலேயே மிகவும் இனிமையான நாட்கள் என்று சொல்லவும் நான் தயாராக இல்லை. ஆனால், படிப்பதும் எழுதுவதும் சிறையில்

காலத்தைக் கழிப்பதற்கு மிகவும் உதவியாக இருந்தன என்று மட்டும் சொல்லுவேன். நான் இலக்கிய ஆசிரியன் அல்ல, சரித்திர ஆசிரியனும் அல்ல. பின்னே நான் என்ன? இந்தக் கேள்விகளுக்குப் பதில் சொல்வது கஷ்டம். நான் பல விஷயங்களில் புகுந்து பார்த்திருக்கிறேன். கல்லூரியில் விஞ்ஞானம் கற்றேன், பிறகு சட்டம் படித்தேன், பிறகு எத்தனையோ விஷயங்களில் நுழைந்து பார்த்துவிட்டுக் கடைசியாக இந்தியாவில் பலரும் ஈடுபட்டுள்ள தொழிலாகிய சிறைக்குப் போகும் தொழிலை மேற்கொண்டு இருக்கிறேன்!

நான் இக் கடிதங்களில் எழுதியுள்ள எதையும் நீ முடிந்த முடிவாகக் கொள்ளக்கூடாது. ஒரு அரசியல்வாதி எல்லாவற்றைப் பற்றியும் ஏதாவது சொல்லிவைக்க விரும்புவான். தனக்கு எல்லாம் தெரிந்தது போலக் காட்டிக் கொள்வான். அவன் மீது எப்போதும் ஒரு கண் வைத்திருக்க வேண்டும்! இந்தக் கடிதங்கள் மேம்போக்காக வரையப்பட்ட குறிப்புகளே தவிர வேறில்லை. இவற்றூடு செல்லும் மெல்லிய கயிறு இவற்றைப் பிணித்து நிற்கிறது.

என்னுடைய எழுத்தில் என்னுடைய விருப்பு வெறுப்புகள் வெளிப்படத் தோன்றுவதை நீ கவனித்திருப்பாய். அதேபோலச் சிறையில் மாறிமாறிவரும் என்னுடைய சித்தவிருத்திகளும் என்னுடைய எழுத்தில் படிந்துள்ளன. நான் சொல்லியுள்ளதையெல்லாம் நீ வேத வாக்காக எடுத்துக்கொள்ளக்கூடாது. நான் கூறியுள்ள வரலாறுகளில் எத்தனையோ பிழைகள் இருக்கலாம். சரித்திர சம்பந்தமாக எழுதுவதற்கு, நூல் நிலையமோ அவ்வப்போது பார்ப்பதற்கு வேண்டும் நூல்களோ இல்லாத சிறை ஏற்ற இடம் என்று சொல்ல முடியாது.

நான் எழுதியுள்ளதைச் சரித்திரம் என்று கூற முடியாது. நமது கடந்த காலத்தின் காட்சிகளைப் உருப்பெருக்கி காட்டுகிற மாதிரி காட்டியுள்ளேன். சரித்திரத்தில் உனக்குச் சுவை இருந்தால், சரித்திரம் உன்னை மயக்கினால், உனக்குப் படிப்பதற்குப் பல நூல்கள் இருக்கின்றன. இன்று அடிமைத்தனத்தை நியாயம் என்று சொல்வோர் மனிதர் கிடையாது. அப்படியிருந்தும் மகா மேதாவியான பிளேடோ அடிமைத்தனம் அவசியமானது என்று கருதினார்.

கடந்த காலத்தை நிகழ்காலத்தின் அளவைகளைக் கொண்டு நாம் நிதானிக்க முடியாது. நமது மதங்கள் பழைய குருட்டு நம்பிக்கைகளையும் பழக்க வழக்கங்களையும் மக்கள் மனத்தில் ஊறவைத்து விட்டன. அவை தான் பிறந்த காலத்துக்கு பொருத்தமானவையாக இருந்திருக்கலாம். ஆனால், தற்காலத்துக்கு அவை ஒரு சிறிதும் பொருந்தாது.

ஆகவே, கடந்தகால சரித்திரத்தை நாம் அனுதாபக் கண்கொண்டு பார்த்தால், எலும்புக் கூடுகள் எல்லாம் சதையும் ரத்தமும் கூடிய மனித உருவங்களாகி நடந்து செல்வதைக் காணலாம். நமது அகக் கண் முன்பாகப் பல தேசங்களையும் பல காலங்களையும் சேர்ந்த ஆண்களும் பெண்களும் குழந்தைகளும் பவனி போவதைப் பார்க்கலாம்.

சரித்திரத்தின் சித்திரசாலையிலே நாம் எண்ணற்ற பல காட்சிகளைக் காண்கிறோம். பெரிய பெரிய சாம்ராஜ்யங்கள் தோன்றி வளர்ந்து மாண்டு மடிந்து விட்டன. மனிதனும் அவற்றை மறந்து ஆயிரக் கணக்கான ஆண்டுகள் சென்று விட்டன. பிறகு அகழ்வாராய்ச்சியாளர்கள் பூமியைத் தோண்டிப் பொறுமையோடு சோதித்துப் பார்த்து அவற்றின் சின்னங்களை இப்போது நமக்குக் காட்டுகிறார்கள். ஆனால், சாம்ராஜ்-யங்கள் அழிவுற்றாலும் எத்தனையோ கருத்துகளும் கற்பனைகளும் அழியாது இன்றளவும் சிரஞ்சீவியாக இருக்கின்றன.

இறந்த காலம் நமக்கு வழங்கியுள்ள கொடைகள் அனந்தம். இன்று நாம் பெற்றுள்ள செல்வம் அனைத்தும், கலை, நாகரிகம், விஞ்ஞானம், சத்தியத்தின் அம்சங்கள் சிலவற்றை அறியும் அறிவு, எல்லாம், இறந்த காலம் அளித்த வரங்களே ஆகும். ஆனால், இறந்த காலத்தோடு நமது கடமை தீர்ந்துவிடவில்லை. எதிர்காலத்துக்கு நாம் ஆற்றவேண்டிய கடமையும் உள்ளது. கூர்ந்து பார்த்தால், இறந்த காலத்தைக் காட்டிலும் எதிர்காலத்துக்கு நாம் ஆற்ற வேண்டிய கடமை பெரிது என்பது புலப்படும்.

சரித்திரத்திலிருந்து நாம் கற்கவேண்டிய பாடங்கள் பல என்று சொல்லுகிறார்கள். சரித்திரம் ஒரு முறை இருந்த மாதிரி மறுமுறை இருப்பதில்லை என்றும் சொல்கிறார்கள். இரண்டும் உண்மையே. நாம் சரித்திரத்தை அப்படியே 'காப்பி' அடித்தால் ஒரு பலனும் ஏற்படாது. அது ஒரு முறை வந்தபடியே மறுமுறையும் வரும். அல்லது இருந்தபடியே இருக்கும் என்று எதிர்பார்த்தாலும் பலன் இல்லை.

கழிந்து போன யுகம் பக்தி யுகமாகும். பக்தி என்றால் அவநம்பிக்கையோ, சந்தேகமோ கொள்ளாத குருட்டுப் பக்தி. பழைய காலத்தில் கட்டப்பட்ட அற்புதமான கோயில்களும், மசூதிகளும், தேவாலயங்களும் பொதுவாக மக்களின் பக்தியில், சிற்பிகளின் பக்தியில் விளைந்த கலைச் செல்வங்கள். இன்றுகூடப் பக்தியற்ற நமது கல்நெஞ்சையும் கசிந்துருகச் செய்கின்றன. ஆனால், அந்தப் பக்தி யுகம் கழிந்துவிட்டது.

நாம் வாழும் யுகம் வேறு. இப்போது பழைய மாயை அகன்று

விட்டது. எதிலும் நிச்சயம் இல்லை. எடுத்ததற்கெல்லாம் சந்தேகம். தொட்டதற்கெல்லாம் கேள்வி. பழைய நம்பிக்கைகளிலும் பழக்க வழக்கங்களிலும் பலவற்றை நாம் இப்போது ஏற்றுக் கொள்ளக்கூடிய நிலையில் இல்லை. ஆசியாவிலும் சரி, அமெரிக்காவிலும் சரி, அந்தப் பழைய நம்பிக்கை போய்விட்டது. சாக்ரடீஸ் வாழ்ந்த காலத்தைப் போன்று நாம் இப்போது கேள்வி கேட்கும் யுகத்தில் வாழ்கிறோம். ஆனால், இப்போது கேள்வி கேட்பது ஏதென்ஸ் நகரோடு நில்லாமல் உலக முழுவதும் பரவியிருக்கிறது.

சில சமயம் உலகில் காணப்படும் அநீதியும், துன்பமும், கொடுமையும் நமது மனத்தை வாட்டுகின்றன. எங்கும் இருள் சூழ்கிறது. நமக்கு வழி புலப் படவில்லை. நாம் செய்யக்கூடியது எல்லாம் ஒருவருக்கொருவர் உண்மையாக இருப்பதே என்றும், எண்ணுகிறோம்.

நாம் இவ்வளவு தூரம் நம்பிக்கையை இழந்து அவல நினைவுகளுக்கு இடம் கொடுப்போம் என்றால், வாழ்க்கையோ அல்லது வரலாறோ போதிக்கும் பாடத்தைச் சரியாக உணரவில்லை என்றே அர்த்தம். வரலாறோ வளர்ச்சியையும் முன்னேற்றத்தையும் நமக்கு எடுத்துரைக்கிறது. மனிதன் எட்டாத உயரத்தை எல்லாம் எட்டுதல் கூடும் என்று அது சொல்கிறது. வாழ்க்கையோ பலதரப்பட்டது. அதில் எவ்வளவோ நன்மை இருக்கிறது. வாழ்க்கையில் சேறும் சகதியும், கலங்கல் நீரும் நிறைய இருக்கிறது. அதில் அலை எழும்பும் கடல், உறை பனியும், பனிமலையும், நட்சத்திரக் கூட்டம் நிறைந்த இரவும், மனைவி, பிள்ளைகளின் அன்பும், நண்பர்களின் நட்பும், பொதுப்பணியில் ஈடுபட்டுள்ள தோழமையும், பாட்டும் இசையும், புத்தக அறிவும், கருத்துப் பரிமாற்றமும் ஆகிய விலைமதிக்க முடியாத விஷயங்களும் உறவுகளும் இருக்கின்றன அல்லவா? மாணிக்கங்களும் இருக்கின்றன அல்லவா? ஆகவே நாம் ஒவ்வொருவரும் கவியோடு சேர்ந்துகொண்டு,

படைப்பின் அற்புதங்களிலே மனதைக் கொடுத்துவிட்டு, மற்றவர்கள் துன்பத்தைப் பொருட்படுத்தாமல் இருந்துவிடுவது ஆண்மையோ அன்புடைமையோ ஆகாது. சிந்தனைக்கு பெருமையே செயலில் இறங்குதல்தான். நமது நண்பர் ரோமெய்ன் ரோலண்டு கூறுகிறார்... "சிந்தனையின் பயனும் முடிவும் செயலே ஆகும். செயலை நாடாத சிந்தனை எல்லாம் வஞ்சனையும் கருவழித்தலுமே தவிர வேறில்லை. ஆகவே, சிந்தனைக்கு சேவை செய்யும் நாம் செயலுக்கும் சேவை செய்யவேண்டும்."

மக்கள் செயலில் இறங்காமல் தவிர்க்கக் காரணம் அதன் விளைவுகளைக் கண்டு அஞ்சுவதுதான். செயலில் அபாயம் இருக்கிறது

என்பதில் சந்தேகமில்லை. ஆனால், தூரத்தில் பெரிதாக தெரியும் அபாயம், அருகில் சென்றால் அவ்வளவு பெரிதாக தோன்றுவதில்லை. மேலும், அபாயம் நமக்கு நல்ல தோழன். அது வாழ்க்கையின் இன்பத்தையும் சுவையையும் காட்டுகிறது. ஆனால், நிழலின் அருமை வெய்யிலிலே தெரியும் என்பது போல், அவை இல்லாமற் போகும்போது அவற்றின் அருமையை உணரத் தொடங்குகிறோம். நான்கு புறமும் அபாயம் சூழ்ந்து நிற்பதால் பொறி புலன்கள் பல மடங்கு கூர்மை அடையும் என்கிறார்கள்.

இரண்டு வழியில் ஏதாவது ஒரு வழியை நாம் எல்லோரும் பின்பற்றலாம். ஒன்று, மலைகளுக்கு இடையிலுள்ள பள்ளத் தாக்கில் நாம் வாழலாம். அங்கே பனிப்படலமும் புகைப்படலமும் நம்மைச் சூழ்ந்திருக்கும். அல்லது அபாயத்தை விரும்பி ஏற்று மலையுச்சியில் ஏறினாலும் ஏறலாம். அப்படி ஏறினால், வானவெளியில் மிதந்து வரும் மெல்லிய பூங்காற்றை அனுபவிக்கலாம். தொலை தூரத்தில் தெரியும் அழகிய காட்சிகளைப் பருகலாம்.

கடைசியாக, ரவீந்திர நாத் தாகூர் இயற்றிய கீதாஞ்சலியில் இருந்து ஒரு பாட்டைக் கூறி முடிக்கிறேன்

"எங்கு மனம் பயமற்றுத் தலை கம்பீரமாய் நிமிர்கிறதோ
எங்கு அறிவு சுதந்திரத்தோடு ஒளிர்கிறதோ
எங்கு உலகம் குறுகிய குடும்பப் பூசல்களால்
  பிளவுறாமல் உருப்பெற்றிருக்கிறதோ
எங்கு உண்மையின் ஆழத்தினின்று சொற்கள் உதயமாகின்றனவோ
எங்கே தளராமுயற்சி பரிபூர்ணத்தை நோக்கிக்
  கைகளை நீட்டுகின்றனவோ
எங்கே பகுத்தறிவான தெள்ளிய ஓடை
  இறந்த பழக்கங்களான பயங்கரப் பாலை மணலில்
  பாய்ந்து வறண்டு மறையவில்லையோ
எங்கே உள்ளத்தை நினது அருள் முடிவற்றுப்
  பரந்த சிந்தனையிலும் செயலிலும் ஈர்த்துச் செல்கிறதோ
அந்தச் சுதந்திர சுவர்க்கத்தில், எந்தையே,
  என் நாடும் விழிப்புறுமாக!"

கண்ணே, என் செல்வமே! கதை முடிந்து விட்டது. கடைசிக் கடிதம் ஆகிவிட்டது. கடைசிக் கடிதமா? ஒருகாலும் இல்லை, உனக்கு நான் இன்னும் எத்தனையோ கடிதங்கள் எழுதுவேன். ஆனால் இந்தத் தொடர் முற்றிற்று.

பிற்சேர்க்கை

அரபுக்கடல்
நவம்பர் 14, 1938

ஐந்தே கால் ஆண்டுக்கு முன், டேராடூன் மாவட்ட சிறையில் இருந்து இந்தத் தொடரின் கடைசிக் கடிதத்தை உனக்கு எழுதி முடித்தேன். அப்போது எனது இரண்டாண்டு தண்டனை முடிவடைந்து கொண்டிருந்தது. அந்த தனிமையைப் பயன்படுத்தி உனக்கு எழுதிய கடிதங்களை ஒருபுறம் வைத்துவிட்டு, சிறையிலிருந்து வெளியே செல்ல தயாரானேன். ஆனால், அடுத்த ஐந்து மாதங்களில் மீண்டும் இரண்டு ஆண்டு சிறைத்தண்டனை பெற்று சிறைக்கு திரும்ப வந்துவிட்டேன். மறுபடியும் பேனாவை எடுத்துவிட்டேன். இந்தமுறை நான் எழுதியது சொந்தக்கதை.

மீண்டும் வெளியில் வந்தேன். நாம் இருவரும் மிகப்பெரிய துக்கத்துக்கு ஆளானோம். அப்போதிருந்து, அந்தத் துக்கம் என்னை நிழல்போல் தொடர்கிறது. ஆனால், சொந்தத் துக்கத்தை நினைக்க நேரமில்லை. ஆகவே, நீ கல்விக்காக கல்லூரி சென்றாய். நான் இரைச்சல் மிகுந்த போர்க்களத்துக்கு சென்றேன்.

ஐந்து ஆண்டுக்கு மேல் கடந்தவிட்டது. போரும் பூசலும் துன்பமும் நிறைந்த ஐந்தாண்டுகள். நமது நனவுலகுக்கும் கனவு காணும் உலகத்துக்கும் நாள்தோறும் வேற்றுமை அதிகரிக்கிறது. நம்மைத் தொடரும் தீமை நமது நம்பிக்கையின் குரல்வளையை நெரிக்கிறது. நான் இதை எழுதும்போது அரபிக் கடல் கண்ணெதிரே பரவிக் கிடக்கிறது. வெண்ணிலா ஒளியில் அது வெள்ளித் தட்டுபோல மின்னுகிறது.

இந்தப் பிற்சேர்க்கையில் நான் கடந்த ஐந்தாண்டுகளில் நிகழ்ந்த கதையைச் சொல்லப் போகிறேன். இந்தக் கடிதங்கள் புதிய வடிவில் வெளிவரப் போகின்றன. இவற்றை வெளியிடுவோர் கதையை இன்றுவரை வெளியிட விரும்புகிறார்கள். அது எளிதல்ல. இந்த ஐந்து ஆண்டுகளில் எவ்வளவோ நடந்திருக்கிறது. நேரம் இருந்து எழுதத்

தொடங்கினால் இன்னொரு புத்தகமா நீளும். முக்கிய நிகழ்ச்சிகளாக தொகுத்தால்கூட நீளமாகும். ஆகவே, என்ன நடந்தது என்று உனக்கு கோடு காட்டுகிறேன். ஏற்கெனவே எழுதியுள்ள கடிதங்களில் குறிப்புகள் எழுதிச் சேர்த்திருக்கிறேன். இப்போது இக்காலத்தின் நிகழ்ச்சிகளை சுருக்கமாக பார்ப்போம்.

எனது இறுதிக் கடிதங்களில் தற்கால உலகின் மாபெரும் முரண்பாடுகளையும், போட்டிகளையும், பாசிசம், நாஜிஸம் ஆகியவற்றின் வளர்ச்சியைப் பற்றியும், யுத்தத்தின் நிழல் படர்வதையும் பற்றிப் பேசினேன். இந்த ஐந்து ஆண்டுகளில் அவை அதிகமாகி இருக்கின்றன. இன்றுவரை உலக யுத்தம் தோன்றா விட்டாலும், ஆப்பிரிக்காவிலும், ஐரோப்பாவிலும், ஆசியாவின் கிழக்குக் கோடியிலும் போர்கள் நிகழ்ந்துள்ளன. உலகத்தின் நிலை மேலும் மேலும் சீர்குலைந்து வருகிறது.

சர்வதேச ஒத்துழைப்புக்காக செய்யப்பட்ட முயற்சிகள் பலனளிக்கவில்லை. ஆயுதக் குறைப்பு வெறும் பேச்சாகிவிட்டது. ஒவ்வொரு நாடும் ஆயுதப் பலத்தைப் அதிகரிப்பதிலேயே மும்முரமாக ஈடுபட்டிருக்கிறது. அச்சம் உலகத்தை ஆட்டுகிறது. நாஜிஸமும் பாசிசமும் கொடுக்கும் அடி தாங்காமல் ஐரோப்பா துளைக்கப்படுகிறது. அது காட்டுமிராண்டித் தனத்தை நோக்கிச் செல்கிறது.

உலகத்து நாடுகள் ஓயாமல் மாநாடு கூடி அவிழ்க்க முடியாத புதிரை அவிழ்க்கவும் அமைதியை நிலைநாட்டவும் முயன்றன. ஒப்பந்தங்களும், உடன்படிக்கைகளும், கூட்டுறவுகளும் தோன்றினாலும், பிரச்சினைகளை தீர்க்கவில்லை.

நாம் இப்போது புரட்சி யுகத்தில் வாழ்கிறோம். அரசியல் சமத்துவம் மட்டும் இருந்தால் போதாது என்கிற நிலை ஏற்பட்டுள்ளது. இன்று, ஜனநாயகத்தின் எல்லையை விஸ்தரித்து அதில் பொருளாதார சமத்துவத்தையும் சேர்த்துக்கொள்ள வேண்டி இருக்கிறது. அதாவது, பொருளாதார சமத்துவத்துக்கு வழி செய்து, ஜனநாயகத்துக்கு அதன் முழு அர்த்தத்தையும் புகட்டும் புரட்சி. அப்பொழுதுதான் விஞ்ஞானத்தின் முன்னேற்றத்துக்கும் விஞ்ஞானத் தத்துவ முறையின் முன்னேற்றத்துக்கும் இணங்க நாம் நமது சமூக முறையை வகுத்துக்கொள்ள முடியும்.

இன்றைய உலகப் போராட்டம் ஒரு பக்கம் கம்யூனிசம், சோஷலிசம் இந்த இரண்டுக்கும் இன்னொரு பக்கம் பாசிசத்துக்கும்

இடையில் நடைபெறுவதல்ல. ஜனநாயகத்துக்கும் பாசிசத்துக்கும் இடையில் நடைபெறுவதே அந்தப் போராட்டமாகும். ஆகவே, உண்மையான ஜனநாயக சக்திகள் எல்லாம் பாசிசத்தை எதிர்ப்பதற்கு அணிவகுத்து நிற்கின்றன. ஸ்பெயின் தேசம் இன்று இதற்குத் தலை சிறந்த உதாரணமாக விளங்குகிறது.

பாசிஸ்டு வல்லரசுகளின் நோக்கத்திலோ கொள்கையிலோ எள்ளளவும் சந்தேகத்துக்கு இடமில்லை. ஆனால், இப்போது ஜனநாயக வல்லரசுகள் என்ன செய்யப் போகின்றன என்பதைப் பொறுத்தே உலக நிலையின் போக்கு அமையும். ஜனநாயகத்தை அதிகமாக மதித்துப் போற்றும் அமெரிக்கா, ஒரு முறைக்குப் பலமுறை பாசிஸ்டு ஆக்கிரமிப்புக்கு அணை போட மற்ற வல்லரசுகளுடன் ஒத்துழைக்கத் தயார் என்றது. ஆனால், இங்கிலாந்து அதை ஏற்கவில்லை. பிரான்சு எதற்கும் லண்டனை எதிர்நோக்கி, சுதந்திரமாக செயல்பட துணிச்சல் இல்லாமல் இருந்தது.

1937 ஜூனில், சர்வதேசத் தொழிற்சங்கக் காரியாலயம் துணித் தொழிலில் வாரத்துக்கு நாற்பது மணி வேலை நேரம் என்ற யோசனையை வெளியிட்டது. பிரிட்டன் அதற்குச் சம்மதிக்கவில்லை. பிரிட்டிஷ் குடியேற்ற நாடுகள் கூடப் பிரிட்டனை விட்டுவிட்டு அமெரிக்காவை ஆதரித்தன. பிரிட்டிஷ் அரசாங்கம் இவ்வளவு பிற்போக்காக இருக்கும் என்று ஜெனீவாவுக்கு வரும்வரையில் எங்களுக்குத் தெரியாது' என்று பிரதிநிதிகள் சொன்னார்களாம்.

சர்வதேச சங்கத்தின்பால் எத்தனையோ குறைகள் இருப்பினும், சர்வ தேசியக் கருத்துக்கு அதுவே இன்னும் உறைவிடமாக இருந்தது. சில சந்தர்ப்பங்கள் நீங்கலாக, பிரிட்டிஷ் அரசாங்கம் சர்வதேச சங்கத்தைப் புறக்கணித்து அதன் செல்வாக்கைக் குறைக்கும் கொள்கையையே கடைப்பிடித்து வந்துள்ளது. ஆக்கிரமிப்பே தன் கொள்கை என்று முழங்கி வந்த நாஜிஸத்தின் வளர்ச்சி சர்வதேச சங்கத்தைப் போருக்கு அழைக்கும் அறைகூவலாகும். இங்கிலாந்தும், ஓரளவுக்குப் பிரான்சும், அந்த அறைகூவலுக்குத் தலைவணங்கி சர்வதேச சங்கத்தின் காலை வாரின. பாசிஸ்டு வல்லரசுகள் சங்கத்தை விட்டு விலகிக்கொண்டன.

1933 அக்டோபரில், ஜெர்மனி முதலில் விலகியது. பிறகு ஜப்பானும் இதாலியும் விலகின. *1934* செப்டம்பரில் சோவியத்து யூனியன் சங்கத்தில் சேர்ந்து அதற்குப் புதிய உரத்தை ஊட்டியது. நாஜி ஜெர்மனியைக் கண்டு அஞ்சிய பிரான்சு சோவியத்துடன்

கூட்டுறவு செய்துகொண்டது. ஆனால், இங்கிலாந்து சோவியத்தைக் காட்டிலும், நாஜி ஜெர்மனியுடன் கூடுவதே சிறந்ததாகக் கொண்டது. ஆக்கிரமிப்புச் செயல் ஒவ்வொன்றாக வெற்றி அடையவும், பாசிஸ்டு வல்லரசுகளின் தைரியம் அதிகரித்தது. தாங்கள் என்ன செய்தாலும் சர்வதேச சங்கம் தங்களை ஒன்றும் செய்யாது என்று அவர்கள் கண்டு கொண்டார்கள். ஏனெனில், பிரிட்டிஷ் அரசாங்கம் அவர்களுக்கு விரோதமாகப் போகாது என்பதை அவர்கள் நிச்சயமாக உணர்ந்திருந்தார்கள்.

பிரிட்டிஷ் அரசாங்கம் பாசிஸ்டு வல்லரசுகளோடு படிப்படியாக சேர்ந்து வந்ததைப் புரிந்து கொண்டால் சீனாவிலும், அபிசீனியா விலும், ஸ்பெயினிலும், மத்திய ஐரோப்பாவிலும் நிகழ்ந்தவற்றை நன்கு புரிந்து கொள்ளலாம்.

இப்பொழுது யுத்தத்துக்குப் போகுமுன் எந்த நாடும் யுத்தத்துக்குப் போவதாகப் பிரகடனம் செய்வதில்லை. யுத்தப் பிரகடனம் செய்வது பழைய காலத்துச் சமாசாரம். 1937ல் நூரம்பர்க் நகரில் பேசும்போது ஹிட்லர் பின்வருமாறு கூறினான்: "நான் என்னுடைய பகைவனைத் தாக்க விரும்பினால் அவனுடன் மாதக் கணக்கில் பேரம் பேசிக்கொண்டும் ஆயத்தம் செய்துகொண்டும் இருக்க மாட்டேன். இதுவரை செய்து வந்தது போலவே இனியும் செய்வேன். அதாவது, நான் பதுங்கியிருக்கும் இடத்திலிருந்து திடீரென்று பாய்ந்து அவன்மீது மின்னல் வேகத்தில் விழுந்து தாக்குவேன்."

1935 ஜனவரியில், பொது வாக்கெடுப்புக்குப் பின்னர் ஜெர்மனி சார் பிரதேசத்தைக் கைப்பற்றியது. அதே ஆண்டு மே மாதம், ஹிட்லர் ஆயுதக் குறைப்பு விதிகளைக் கிழித்துக் காற்றில் பறக்கவிட்டான். ஜெர்மானியருக்குக் கட்டாய ராணுவச் சேவை விதித்தான். இதைக் கண்ட பிரான்சு அச்சம் கொண்டது. இங்கிலாந்து அதைப் ஒப்புக்கொண்டது. ஒரு மாதத்துக்குப்பின் அது ஜெர்மனியுடன் ஒரு கப்பற் படை ஒப்பந்தம் கூடச் செய்து கொண்டது. ஆகவே, இங்கிலாந்தே வார்சேல்ஸ் உடன்படிக்கையைப் புறக்கணித்து விட்டது. அது, பிரான்சை ஒரு வார்த்தை கூடக் கேட்கவில்லை.

ஜெர்மனியின் ஆயுத பல அதிகரிப்பைக் கண்டு ஐரோப்பா நடுங்கியது. இங்கிலாந்தின் ஜெர்மனி விசுவாசத்தைக் கண்டு பிரான்சு அலறிப் புடைத்தது. இதாலிய எல்லையில் அபாயத்தைக் குறைக்க அது முசோலினியுடன் சமாதானம் செய்து கொள்ள விரைந்தது.

அபிசீனியா

முசோலினி நெடுநாளாகக் காத்துக்கொண்டிருந்த சந்தர்ப்பம் இப்போது வாய்த்தது. பல ஆண்டுகளாக அவன் அபிசீனியா மீது படையெடுக்கத் திட்டம் போட்டிருந்தான். *1934* அக்டோபரில், யூகோஸ்லாவிய அரசன் அலெக்சாந்தரும் பிரெஞ்சு வெளிநாட்டு மந்திரி லூயி பார்த்தோவும் மார்சேல்ஸ் நகரில் கொல்லப்பட்டார்கள். இத்தாலிய ஏஜெண்டு அவர்களைக் கொன்றதாக வதந்தி. இப்போது அபிசீனியா மீது படையெடுத்தால் இங்கிலாந்தோ, பிரான்சோ அதிகமாக எதிர்க்காது என்று முசோலினி நம்பினான்.

ஆகவே, *1935* அக்டோபரில், சர்வதேச சங்கத்தின் கூட்டம் நடந்து கொண்டிருந்த போதே, அவன் படையெடுப்பைத் தொடங்கினான். சங்கத்தின் உறுப்பு நாடாகிய அபிசீனியா தாக்கப்படுவதைக் கண்டு உலகம் அதிர்ச்சியுற்றது. சங்கம் இத்தாலியை ஆக்கிரமிக்கும் நாடு என்று அறிவித்தது. பிறகு, இத்தாலிக்கு பொருளாதார கட்டுப்பாடு விதித்தது. ஆனால் யுத்தத்துக்கு முக்கியமான பொருட்களை சேர்க்கவில்லை. ஆங்கிலோ - ஈரானிய எண்ணெய்க் கம்பெனி இத்தாலிக்கு எண்ணெய் சப்ளை செய்வதற்காக கூடுதலாக வேலை செய்தது. இதாலிக்கு எண்ணெய் அனுப்புவதற்குத் தடை விதிக்க வேண்டுமென்று அமெரிக்கா கூறியது. ஆனால், பிரிட்டன் அதற்கு ஒப்புக்கொள்ளவில்லை.

பிரிட்டிஷ் வெளிநாட்டு மந்திரி சர் சாமுவேல் ஹோரும் பிரெஞ்சு வெளிநாட்டு மந்திரி லவாலும் அபிசீனியாவில் பெரும்பகுதியை இத்தாலிக்கு வழங்கிவிடலாம் என்று தங்களுக்குள் ஒரு ஒப்பந்தம் செய்து கொண்டார்கள். ஆனால், இதற்கு மக்கள் எதிர்ப்பு அதிகமானதால், பிரிட்டிஷ் மந்திரி சர் சாமுவேல் ஹோர் ராஜிநாமா செய்தார். இதற்கிடையில், அபிசீனியர் தங்கள் தாய்நாட்டைக் காக்க வீரப்போர் புரிந்தனர். ஆனால், நெருப்புக் குண்டுகளும், விஷவாயுக் குண்டுகளும் அப்பாவி மக்கள் மீது வீசப்பட்டன. சிகிச்சைப் படை, மருத்துவ மனை மீதும் வீசப்பட்டன.

1936 மே மாதம் இதாலிய சேனை அபிசீனியாவின் தலைநகரான அடிஸ் அபபாவுக்குள் நுழைந்தது. பின்னர், நாட்டின் பல பாகங்களை அது பிடித்துக்கொண்டது. சங்க நாடுகள் அபிசீனியாவைக் காட்டிக்கொடுத்து அதை எண்ணற்ற இன்னலுக்கு ஆளாக்கின. இது, சங்கத்தின் இயலாமையை உலகுக்கு தெரியப்படுத்தியது. இனி

ஹிட்லர் அதற்கு அஞ்சாது மீறி நடக்கலாம். ஆகவே, அவன், 1936 மார்ச்சில், ராணுவம் நிறுத்தக் கூடாது என்று தடை செய்து வைத்திருந்த ரைன்லாந்துக்குள் தன்னுடைய துருப்புகளை அனுப்பினான். இதுவும் வார்சேல்ஸ் உடன்படிக்கையை மீறிய இன்னொரு செயலாகும்.

ஸ்பெயின்

1936 ஆம் ஆண்டில், பாசிஸ்டு நாடுகள் ஐரோப்பாவைத் தங்களுடைய ஆதிக்கத்தில் கொண்டு வருவதற்கு இன்னொரு முயற்சி செய்தன. இது பின்னர் ஜனநாயகத்தையும் சுதந்திரத்தையும் காப்பதற்கான முக்கியப் போராட்டமாக மாறியது. 1936 பிப்ரவரியில், ஸ்பெயினிலுள்ள முற்போக்குக் கட்சிகள் அனைத்தும் ஒன்றுபட்டு பொதுமக்கள் முன்னணி ஒன்றை அமைத்தன. இதற்கு முன்பே பிரான்சில் ஒரு பொதுமக்கள் முன்னணி நிறுவப்பட்டது. பிரான்சில் பாசிசச் சக்திகள் வளர்ந்து பிரெஞ்சுக் குடியரசுக்கே உலைவைக்கப் பார்த்தன. அவற்றுக்கு எதிராகத் தோன்றிய பிரெஞ்சுப் பொதுமக்கள் முன்னணி தேர்தல்களில் வெற்றிபெற்று ஒரு அரசாங்கத்தையும் அமைத்தது. அந்த அரசாங்கம் தொழிலாளருக்கு பயனுள்ள பல சட்டங்களை இயற்றியது.

ஸ்பானியப் பொதுமக்கள் முன்னணியும் நாடாளுமன்றத்துக்கு நடந்த தேர்தலில் ஜெயித்து அரசாங்கத்தை அமைத்தது. அது மத அமைப்பின் அதிகாரத்தைக் கட்டுப்படுத்தவும், நீண்டகாலமாக நிறைவேற்றாமல் தடைப்பட்ட சீர்திருத்தங்களைச் செய்யவும் உறுதி எடுத்தது. இதையடுத்து, பிற்போக்கு சக்திகள் திரண்டன. அவர்கள் இத்தாலியையும் ஜெர்மனியையும் அணுகி அந்த நாடுகளிடமிருந்து உதவி பெற்றார்கள். 1936 ஜூலை 18ல் ஜெனரல் பிராங்கோ ஸ்பானிய மூர் ராணுவத்தின் உதவியுடன் கலகத்தைத் துவக்கினான். மூர் ராணுவத்துக்கு பலவிதமான ஆசைவார்த்தைகள் கூறப்பட்டன. விரைவாகவும் எளிதாகவும் வெற்றி பெற்று விடலாம் என்று பிராங்கோ நினைத்தான்.

ஆனால், அரசு, ஸ்பானிய மக்களை போருக்கு அழைத்தது. அவர்களுக்கு அது ஆயுதங்கள் வழங்கியது. பொதுமக்கள் வெறுங்கையாலேயே பிராங்கோவின் துப்பாக்கிகளையும் ஆகாய விமானங்களையும் எதிர்த்துப் போரிட்டார்கள். ஜனநாயகத்துக்காகப் போரிடுவதற்காக வெளிநாடுகளில் இருந்தும் தொண்டர்கள் ஸ்பெயினுக்கு வந்தார்கள். அவர்கள் சர்வதேசியப் படை ஒன்றை அமைத்துக்

கொண்டு குடியரசுக்கு உற்ற சமயத்தில் பேருதவி புரிந்தார்கள். ஆனால், குடியரசுக்கு உதவிசெய்யத் தொண்டர்கள் வந்தார்கள் என்றால் பிராங்கோவுக்கு பின்னால் இரு நாடுகளின் ராணுவத் தலைமைக் காரியாலயத்தின் அனுபவம் நின்றது. 1936 நவம்பரில், மாட்ரிட் நகரின் தலைவாயில் வரையில் வந்து விட்டார்கள். அதற்குமேல் வரவிடாமல் மக்களுடைய ஈடற்ற எதிர்ப்பு அணைபோட்டது. கொடூரமான தாக்குதல் நடத்தி நகரை நாசம் செய்தாலும், பகைவன் அதை ஜெயிக்க முடியவில்லை. என்னே, மாட்ரிட் நகரின் வெற்றி! ஸ்பானிய மக்களின் வீரத்திற்கும் வெல்ல முடியாத ஆற்றலுக்கும் அடையாளமாக மாட்ரிட் நிற்கிறது.

நாம் ஸ்பானியப் போராட்டத்தின் பொருளை நன்கு உணரவேண்டும். அது ஒரு இடத்தையோ நாட்டையோ மட்டும் பொறுத்த போராட்டமல்ல. கம்யூனிசம் வந்துவிட்டது. மதம் போய்விட்டது என்கிற கூச்சல் கிளப்பப்பட்டது. ஆனால், பொதுமக்கள் முன்னணியைச் சேர்ந்த பிரதிநிதிகளில் ஒரு சிலரே கம்யூனிஸ்டுகள். பெரும்பாலோர் சோஷலிஸ்டுகளும் குடியரசுவாதிகளும்.

கலகம் செய்த ஸ்பானிய ராணுவ, மத அமைப்புக் குழுவுக்குப் பாசிஸ்டு வல்லரசுகளான இதாலியும் ஜெர்மனியும் துணையாக இருந்தன. அவ்விரு நாடுகளும் ஸ்பெயினைத் தங்களுடைய ஆதிக்கத்தில் கொண்டுவர விரும்பின. ஸ்பெயின் தேசத்தின் உலோகச் செல்வங்களும் அவற்றை ஈர்த்தன. ஆகவே, ஸ்பானியப் போர் வெறும் உள்நாட்டுப் போர் அல்ல. பிரிட்டனையும் பிரான்சையும் ஒடுக்கி ஐரோப்பாவில் பாசிசத்தின் ஆதிக்கத்தை நிலைநாட்டுவதற்கான அரசியல் சதுரங்கத்தில் முளைத்த ஐரோப்பிய யுத்தம் என்றே அதைச் சொல்லவேண்டும். இதில் இதாலியின் நலன்களும் ஜெர்மனியின் நலன்களும் ஓரளவு முரண்பட்டன என்றாலும், அந்தச் சமயத்துக்கு அவை ஒத்துப்போயின.

பாசிஸ்டு ஸ்பெயின் பிரான்சுக்கு எமனாக முடியும். அதனால், பிரிட்டிஷார் கீழ்நாடுகளுக்குச் செல்லும் மத்திய தரைக்கடல் மார்க்கத்துக்கும், நன்னம்பிக்கை முனை மார்க்கத்துக்கும் ஆபத்து விளையும். பிரிட்டனுக்கு ஜிப்ரால்டரால் பலன் இருக்காது. சூயஸ் கால்வாயினாலும் அதிகப் பலன் ஏற்படாது. ஆகவே, பிரிட்டனும் பிரான்சும் ஸ்பானிய அரசாங்கத்துக்கு உதவி செய்திருக்க வேண்டும் என்று நாம் எதிர்பார்ப்போம்.

இங்குதான், தேசிய நலன்களைப் பலிகொடுத்தாவது வர்க்க

நலன்களைக் காப்பாற்றவேண்டும் என்ற எண்ணத்துக்கு அரசாங்கங்கள் ஆளாவதைக் காண்கிறோம். ஸ்பெயின் விவகாரம் சம்பந்தமாகப் பிரிட்டிஷ் அரசாங்கம் தலையிடாத் திட்டம் ஒன்று தயாரித்தது. நம் காலத்தில் அதைப்போன்ற கபட நாடகம் வேறில்லை. ஜெர்மனியும் இதாலியும் இந்தத் திட்டத்தில் இருக்கின்றன. ஆனால், கலகக் காரர்களை சட்டப்பூர்வ அரசாங்கம் என்று அங்கீகரித்து, அவர்களுக்கு மட்டும் உதவி செய்யலாம் என்பதே தலையிடாமை என்பதன் அரத்தமாகியது. தவிர, பிரிட்டிஷாருடைய தூண்டுதலின் பேரில், பிரான்சு ஸ்பெயினை அடுத்த பிரனீஸ் எல்லையை மூடிவிட்டது. அதனால், ஸ்பானியக் குடியரசுக்குக் கொஞ்ச நஞ்சம் கிடைத்துவந்த உதவியும் நின்றுபோயிற்று.

கடந்த இரண்டு ஆண்டுகளில் ஸ்பானிஷ் குடியரசு ஓர் அருமையான ராணுவத்தை உருவாக்கி இருக்கிறது. வெளி நாட்டிலிருந்து உதவிக்கு வந்த தொண்டர் களைக்கூட அவர்கள் சமீபத்தில் அனுப்பி விட்டார்கள். இப்போது. ஏறக்குறைய முக்கால் பாகம் ஸ்பெயின் பிராங்கோ வசம் இருக்கிறது. அவன் மாட்ரிட் நகரையும் வாலன்சியா நகரையும் காடலோனியாவில் இருந்து துண்டித்து விட்டான். ஆனால், புதிய குடியரசு ராணுவம் அவனைத் தடுத்து நிறுத்தியுள்ளது.

ஸ்பானிஷ் குடியரசு படும் பெரிய கஷ்டம் போதிய உணவு இன்மையே ஆகும். அதுவும் குளிர்காலத்தில் அது தன்னுடைய ராணுவத்துக்கும், தன்னுடைய பிரதேசத்தில் வாழும் மக்களுக்கும் உணவளித்தால் மட்டும் போதாது. பிராங்கோ கைப்பற்றியுள்ள பகுதியில் இருந்து ஓடிவந்துவிட்ட பல லட்சக்கணக்கான அகதிகளுக்கும் அது உணவு வழங்கிக் காப்பாற்ற வேண்டியிருக்கிறது.

சீனா

ஸ்பெயினின் சோகக் கதையை விடுத்து இப்போது சீனாவின் சோகக் கதைக்குச் செல்வோம்.

ஜப்பான் மஞ்சூரியாவில் தொடர்ந்து ஆக்கிரமித்து வந்தது. நான் ஏற்கெனவே சொன்னபடி, பிரிட்டன் அதற்கு உதவியாக இருந்து வந்தது. ஜப்பானிய ஆக்கிரமிப்புக்கு எதிராக, அமெரிக்கா தன்னுடன் சேர்ந்து ஒத்துழைப்பதாகச் சொன்னதைப் பிரிட்டன் ஏற்கவில்லை. ஏன் பிரிட்டன் ஜப்பானுக்கு ஊக்கமளிக்க வேண்டும்? ஏன் தனக்குப் போட்டியாக வரக்கூடிய ஒரு பலம் பொருந்திய வல்லரசுக்கு மேலும்

பலமளிக்கும் செய்கையை அது மேற்கொள்ளவேண்டும்? இருபதாம் நூற்றாண்டின் தொடக்கத்தில் இருந்தே ஜப்பான் பிரிட்டனின் நிழலில்தான் வல்லரசாக உருவாகி வந்திருக்கிறது. உலக யுத்தத்துக்குப் பின்னர், அமெரிக்காவும் ரஷியாவும் பிரிட்டனுக்குப் பெரிய போட்டியாக வந்து முளைத்தன. ஆகவே, ஜப்பானைத் தூக்கிவிடும் கொள்கை இன்றளவும் தொடர்ந்து வருகிறது. இன்று ஜப்பான் முக்கியமான பிரிட்டிஷ் நலன்களையே வாயில் போட்டுக் கொள்ளும் நிலைக்கு வந்திருக்கிறது. 1933ல், அமெரிக்கா சோவியத்து யூனியனை அங்கீகரித்ததற்கு ஒரு காரணம் அதற்கும் ஜப்பானுக்கும் ஏற்பட்ட போட்டியாகும்.

1933லிருந்து, சீனாவில் பல அரசாங்கங்கள் இருந்து வருகின்றன. சியாங் கே ஷேக்கின் தேசிய அரசாங்கத்தை மற்ற வல்லரசுகள் அங்கீகரித்தன. தெற்கே கான்டனில் ஒரு அரசாங்கம்; இதுவும் கோமின்டாங்கைப் பின்பற்றுவதாகக் கூறிக்கொண்டது. மூன்றாவது, உள்நாட்டில் ஒரு பெரிய பிரதேசம் சீன சோவியத்தின் ஆளுகையில் இருந்தது. இவையன்றிப் பல யுத்தப் பிரபுக்கள் உள்நாட்டில் சிற்றரசர்களாக இருந்தார்கள். பீபிங் நகருக்கு வடக்கே ஜப்பான் சிறிது சிறிதாகச் சீனாவைக் கொறித்துத் தின்று வந்தது.

சியாங் கே ஷேக் ஜப்பானிய ஆக்கிரமிப்பை எதிர்த்து மடக்கு வதற்குப் பதிலா ஆண்டுதோறும் சோவியத்து பிரதேசங்களுக்கு எதிராகப் பெரிய பெரிய படைகளை அனுப்பித் தன் சக்தியைச் செலவிட்டு வந்தான். அநேகமாக அவை தோற்றுத் திரும்பின. அப்படி ஏதாவது சில இடங்களைப் பிடித்தாலும், சீனா சோவியத்துப் படைகள் அவர்கள் கையில் அகப்படாமல் மேலும் உள்நாட்டில் சென்று காலூன்றிக் கொண்டன. எட்டாவது வழிப் படை சூ-டே என்பவரின் தலைமையில் சீனாவில் 8 ஆயிரம் மைலைக் கடந்து சென்ற அற்புதக் கதை ராணுவ சரித்திரத்திலேயே அழியா இடம் பெற்றுவிட்டது.

ஆகவே, இந்தப் போராட்டம் ஆண்டுதோறும் நடந்து வந்தது. ஜப்பானிய ஆக்கிரமிப்பை எதிர்த்துச் சோவியத்துச் சீனா தன்னுடன் ஒத்துழைப்பதாகச் சொன்னதையும் சியாங் கே ஷேக் கேட்கவில்லை. 1937ல், ஜப்பான் சீனாமீது ஒரு பெரிய தாக்குதலைத் துவக்கியது. இதைக் கண்ட சீனக் கட்சிகள் பரஸ்பரம் பகையை மறந்து ஜப்பானுக்கு எதிராக ஒரு ஐக்கிய முன்னணியைத் திரட்டின. சீனாவும் சோவியத்து யூனியன்பால் நெருங்கி வந்தது. 1937 நவம்பரில் இரு நாடுகளுக்கு மிடையே ஒரு ஒப்பந்தம் கையெழுத்தாயிற்று.

ஜப்பானுக்குப் பலத்த எதிர்ப்பு இருந்தது. ஆகாய விமானங்களிலிருந்து குண்டுகளை வீசி மக்களைப் படுகொலை செய்தது. இன்னும் நம்பமுடியாத பல குரூரமான காட்டுமிராண்டி முறைகளைக் கையாண்டது. ஜப்பான் அதை முறியடிக்க முயன்றது. ஆனால், இந்த அக்கினிப் பிரவேசத்திலிருந்து சீனாவில் ஒரு புதிய தேசம் தோன்றிக் கொண்டிருந்தது. சீன மக்களின் பழைய உறக்கம் பறந்தோடியது. ஜப்பானால் இவ்வளவு பெரிய யுத்தத்தைத் தாங்க முடியவில்லை.

ஆஸ்திரியா

இப்போது நாம் ஐரோப்பாவுக்குப் போய் ஆஸ்திரியாவின் சோகக் கதையைப் பார்ப்போம். ஒரு பக்கம் நாஜி ஜெர்மனியாலும் இன்னொரு பக்கம் பாசிஸ்டு இதாலியாலும் ஆஸ்திரியா நெருக்கப்பட்டது. வியன்னா நகரசபை முற்போக்கு வாய்ந்த சோஷலிஸ்டு நகர சபை என்றாலும், உள்ளூர் வகையைச் சேர்ந்த ஒரு மத பாசிசம் நாட்டை ஆண்டு வந்தது. அதற்கு டால்பஸ் சான்சலர் ஆக இருந்தான். அவன் நாஜி ஆக்கிரமிப்பிலிருந்து தன்னைக் காப்பாற்றிக்கொள்ள முசோலினியை நம்பியிருந்தான். வார்சேல்ஸ் உடன்படிக்கையை மீறி முசோலினி ஆஸ்திரியாவுக்கு ஆயுத தளவாடங்கள் அனுப்பி வைத்தான். 1934 பிப்ரவரியில், எதிர்ப் புரட்சியைத் தூண்டியது. வியன்னாவில் நான்கு நாள் சண்டை நடந்தது. புகழ்பெற்ற தொழிலாளர் விடுதிகள் குண்டுகளால் நாசம் செய்யப்பட்டன. டால்பஸ் வெற்றி பெற்றான்.

இதற்கிடையில் நாஜிச் சூழ்ச்சிகள் ஓயாது நடைபெற்றன. 1934 ஜூனில், டால்பஸை வியன்னாவில் நாஜிகள் கொன்றனர். ஆனால், 1935ல், ஆஸ்திரியாவை ஜெர்மனியுடன் இணைப்பதில்லை என்று ஹிட்லர் சும்மா சொல்லி வைத்தான். ஆஸ்திரியாவுக்கு ஆதரவாக முசோலினி தனது எல்லைக்கு அருகே வந்துவிடக் கூடாது என்றே அவன் அப்படிச் சொன்னான்.

இப்போது முசோலினி ஹிட்லருடன் சமாதானத்துக்கு வர நேர்ந்தது. ஆஸ்திரியாவில் ஹிட்லருடைய அட்டகாசம் ஓங்கியது. நாஜிகள் தங்களுடைய கைவரிசையைக் காட்டலானார்கள். 1938 தொடக்கத்தில், பிரிட்டிஷ் பிரதம மந்திரி சேம்பர்லின் ஆஸ்திரிய விவகாரத்தில் இங்கிலாந்து தலையிடாது என்று அறிவித்தார். 1938 மார்ச்சில், ஆஸ்திரியாமீது படையெடுத்துச் சென்றான். அவனுக்கு எதிர்ப்பே இல்லை. ஆஸ்திரியா ஜெர்மனியுடன் இணைந்துவிட்டதாக

பிரகடனம் செய்யப்பட்டது. ஐரோப்பாப் படத்திலிருந்து ஆஸ்திரியா மறைந்துவிட்டது.

செக்கோஸ்லொவாகியா

ஆஸ்திரியாவில் நாஜிகள் அடைந்த வெற்றி மற்ற நாடுகளைவிடச் செக்கோஸ்லொவாகியாவை அதிகமாகப் பாதித்தது. இப்போது அதை மூன்று பக்கத்திலும் நாஜி ஜெர்மனி கவிந்துகொண்டது. நாஜிகளின் சூழ்ச்சிப் படலம் தொடங்கியது. அவர்கள் எல்லை ஓரமுள்ள மாவட்டங்களில் தகராறுகளையும் வம்புச் சண்டைகளையும் கிளப்பி விட்டார்கள்.

செக்கோஸ்லொவாகியாவைச் சேர்ந்த சூடேட்டன் பிரதேசத்தில் அதாவது, பழைய பொஹிமியாவில் - ஜெர்மன் பாஷை பேசும் மக்கள் வசித்து வந்தார்கள். செக் அரசு ஏற்படுவதை அவர்கள் விரும்பவில்லை. அவர்கள் தங்களுக்கு ஓரளவு சுயாட்சி கோரினார்கள். ஜெர்மனியோடு சேருவதை அவர்கள் விரும்பவில்லை. அவர்களில் நாஜி ஆட்சியை அறவே வெறுப்போர் பலர் இருந்தார்கள். பொஹிமியா இதற்குமுன் எப்போதும் ஜெர்மனியின் ஒரு பாகமாக இருந்ததில்லை. ஆஸ்திரியாவைத் தொடர்ந்து ஹிட்லர் செக்கோஸ்லொவாகியா மீது பாய்வான் என்று எதிர்பார்த்தார்கள். அதற்குப் பயந்த ஏராளமான பேர் தங்கள் தலையைக் காப்பாற்றிக் கொள்வதற்காகச் செக்கோஸ்லொவாகியாவில் உள்ள நாஜிக் கட்சியில் சேர்ந்துகொண்டார்கள்.

சர்வதேசிய ரீதியல் செக்கோஸ்லொவாகியாவை ஒரு பலம் பொருந்திய நாடு என்றே சொல்லவேண்டும். அது பிரான்சுடனும் சோவியத்து யூனியனுடனும் கூட்டு ஒப்பந்தம் செய்திருந்தது. சூடேட்டன் பிரதேசத்தைச் சேர்ந்த ஜெர்மன் சிறுபான்மையினர் பிரச்சினை எழுப்பப்பட்டது. பிரச்சினை உண்மையில் சிறுபான்மையினர் பிரச்சினை அல்ல. தென் கிழக்கு ஐரோப்பா முழுவதும் துப்பாக்கி முனையில் தனக்கு அடிபணிந்து தன் ஏவலைக் கேட்கவேண்டும் என்று ஹிட்லர் கொண்ட கருத்தே உண்மையான பிரச்சினையாகும்.

ஹிட்லருடைய நோக்கம், தனக்கு தலைவலி அளித்துவந்த இந்த ஜனநாயக நாட்டைத் தீர்த்துக் கட்டவேண்டும் என்பதே. இதில் யாருக்கும் சந்தேகமில்லை. பிரிட்டிஷ் அரசாங்கம் லார்டு ரன்சிமான் என்பவரை 'மத்தியஸ்தம்' செய்வதற்காகப் பிராக் நகருக்கு

பகிரங்கமாக நாஜிஸம் - பாசிசம் பக்கம் சேர்ந்து கொண்டன.

ருஷியா

இவ்வளவு கபட நாடகங்களுக்கு மத்தியிலும், பெரிய பெரிய வல்லரசுகள் வாக்குறுதிகளை காற்றில் பறக்கவிட்ட சமயத்திலும், சோவியத்து ரஷியா மட்டும் கடைசி வரையில் தன்னுடைய கூட்டாளியான செக்கோஸ்லொவாகியாவைக் கைவிடாமல் தன்னுடைய சர்வதேசியக் கடமைகளை நிறைவேற்றியது விந்தையாகும். ஆனால், செக்கோஸ்லொவாகியாவும் நாஜி வலையில் வீழ்ந்து ரஷியாவுடன் தான் கொண்ட உறவைத் துண்டித்துக் கொண்டது. செக்கோஸ்லொவாகியா கூறு போடப்பட்டது. எல்லாம் போக எஞ்சி நிற்கும் செக்கோஸ்லொவாகியா ஜெர்மனியின் காலனிபோல் வாழ்க்கை நடத்தி வருகிறது.

மேற்கூறியவற்றிலிருந்து சோவியத்து யூனியனின் வெளிநாட்டுக் கொள்கை பெருந்தோல்வி அடைந்தது என்று தெரிகிறதல்லவா? ஆயினும், அதுதான் இன்று ஐரோப்பாவிலும் சரி, ஆசியாவிலும் சரி, பாசிசத்தையும், ஜனநாயக விரோதமான சக்திகளையும் தடுத்து நிறுத்தவல்ல ஒரே அரணாக இருக்கிறது. கடந்த சில மாதங்களாக இங்கிலாந்தும் பிரான்சும் ரஷியாவை அலட்சியம் செய்து வந்தாலும், இன்று அது ஒரு சக்தி வாய்ந்த வல்லரசு என்பதில் தடையில்லை.

ரஷியாவின் முதல் ஐந்தாண்டுத் திட்டம் பொதுவாக வெற்றி பெற்றதென்றே சொல்லவேண்டும். சில குறிப்பிட்ட இனங்களில் அது தோல்வியுற்றிருக்கலாம். ஆனால், அந்தத் திட்டம் ரஷியாவை விரைவில் தொழில் மயமாக்கியும், ரஷிய விவசாயத்தைக் கூட்டு விவசாயமாக்கியும், எதிர்கால முன்னேற்றத்துக்கு அஸ்திவாரம் இட்டது. இரண்டாவது ஐந்தாண்டுத் திட்டம் (1933-37) பெரிய தொழில்களிலிருந்து சிறிய தொழில்களுக்குக் கவனத்தைத் திருப்பி முதல் திட்டத்தின் குறைகளைப் போக்கவும், மக்கள் வாங்கி உபயோகிக்கும் சாமான்களை உற்பத்தி செய்யவும் தலைப்பட்டது.

இவ்வளவு முன்னேற்றமும் அபிவிருத்தியும் இருந்தும், அக்காலத்தில் சோவியத்து யூனியன் ஒரு பெரிய உள்நாட்டு நெருக்கடியைக் கடந்து கொண்டிருந்தது. ஸ்டாலினுக்கும் டிராட்ஸ்கிக்கும் ஏற்பட்ட தகராறைப்பற்றி முன்பே கூறியுள்ளேன். ஆட்சியில் அதிருப்தி கொண்ட பலர் மெள்ள ஒன்று சேர்ந்தார்கள். அவர்களில் சிலர் பாசிஸ்டு

அனுப்பிவைத்தது. அவர் செய்த 'மத்தியஸ்தம்' நாஜிக் கோரிக்கைகளை ஒப்புக்கொள்ளும்படி செக் அரசாங்கத்தை ஓயாது வற்புறுத்தி வந்ததுதான். செக் அரசாங்கம் ஒப்புக் கொண்டால், நாஜிகள் அதற்கு மேலும் வேண்டும் என்று கேட்டார்கள். அவர்களுடைய கோரிக்கையை நிறைவேற்றுவதற்காக ஜெர்மன் ராணுவத்தை அழைத்தார்கள். அதன்பேரில் பிரிட்டிஷ் பிரதம மந்திரி சேம்பர்லின் தானே நேரில் சென்று ஹிட்லரைப் பார்த்தார். அவனுடைய இறுதிக் கோரிக்கையை ஒப்புக்கொண்டு வந்தார்.

அதற்குப் பிறகு இங்கிலாந்தும் பிரான்சும் தங்களுடைய நண்பர்களும் கூட்டாளிகளுமான செக்நாட்டினருக்கு உடனே ஹிட்லர் கேட்பதைக் கொடுத்து விடவேண்டும் என்று இறுதிக் கோரிக்கையை விடுத்தார்கள். அதற்கு அவர்கள் இணங்காவிட்டால் அவர்களை கைவிட நேரும் என்றார்கள். பாவம், செக் மக்கள் என்ன செய்வார்கள்? கடைசியில், செக் அரசாங்கம் வேறு விதியின்றி அழுது கொண்டே அதற்குத் தலைவணங்கியது.

சேம்பர்லின் மீண்டும் ஹிட்லரைச் சந்திப்பதற்குப் புறப்பட்டார். இந்தத் தடவை அவர் அவனை ரைன் நதிக்கரையிலுள்ள காடெஸ்பர்க் என்ற இடத்தில் கண்டார். ஹிட்லருடைய பசி அடங்குவதாகக் காணோம். அவன் தனக்கு இன்னும் இரை வேண்டுமென்று கேட்டான். சேம்பர்லினாலேயே அதை ஒப்புக்கொள்ள முடியவில்லை. ஆகவே, 1938 செப்டம்பர் கடைசி வாரத்தில் யுத்தம் தொடங்கியது. மீண்டும், சேம்பர்லின் ஹிட்லரைப் பேட்டிகாண ஓடினார். இந்தத் தடவை மியூனிக் நகருக்குப் போனார். அங்கே பிரான்சின் பிரதம மந்திரி டலாடியரும், இதாலியின் சர்வாதிகாரி முசோலினியும் வந்திருந்தார்கள். பிரான்சுக்கும் செக்கோஸ்லொவாகியாவுக்கும் கூட்டாளியான ரஷியாவுக்கு அழைப்பு இல்லை. ஹிட்லருடைய புதிய கோரிக்கைகள் ஒப்புக் கொள்ளப்பட்டன. நான்கு வல்லரசுகளும் அவனுடைய கோரிக்கைகள் அடங்கிய மியூனிக் ஒப்பந்தத்தில், செப்டம்பர் மாதம் 29 ஆம் தேதி கையெழுத்திட்டன.

மத்திய, தென்கிழக்கு ஐரோப்பாவில் நாஜிஸம் வெற்றி பெற்றது. இவ்வளவு விலை கொடுத்து வாங்கிய அந்தச் சமாதானமும் நிரந்தரமானதல்ல. வரப்போகும் யுத்தத்துக்காக ஒவ்வொரு நாடும் அவசரம் அவசரமாகப் போர்க்கோலம் பூண்டு வந்தது. ஐரோப்பிய வரலாற்றிலும் உலக வரலாற்றிலும் மியூனிக் ஒப்பந்தத்தை திருப்பம் என்று சொல்ல வேண்டும். பிரிட்டிஷ், பிரெஞ்சு அரசாங்கங்கள்

வல்லரசுகளுடன் சேர்ந்து ரஷியாவுக்கு எதிராகச் சதி செய்ததாகச் சொல்லப்பட்டது. ரஷிய ரகசியப் போலீஸ் இலாகாவின் தலைவனான யகோடாவும் இவர்களுடன் கலந்திருந்ததாகச் சொல்லப்பட்டது.

1934 டிசம்பரில், சோவியத்து அரசாங்கத்தில் முக்கியமானவரான கிராவ் கொல்லப்பட்டார். ஸ்டாலின் ஆட்சிக்கு எதிராகப் பெரிய சதி நடந்ததென்றும், விசாரணைகள் ஜோடனை அல்லவென்றும் நெருங்கிப் பார்த்த சிலர் சொல்லுகிறார்கள். சதிக்குப் பொது மக்களுடைய ஆதரவு இல்லை என்பதும், அவர்கள் ஸ்டாலின் விரோதிகளை எதிர்த்து நின்றார்கள் என்பதும் நிஜமென்று தெரிகிறது. அப்படியிருந்தும், நிரபராதிகளான பலரையும் தண்டிக்கும் அளவுக்குச் சென்ற அடக்குமுறையானது சோவியத்து யூனியன் அவ்வளவு ஆரோக்கிய நிலையில் இல்லை என்பதைப் புலப்படுத்துகிறது. சர்வதேசிய அரங்கில் அவை சோவியத்தின் கவுரவத்துக்குப் பெரிதும் பாதிப்பை ஏற்படுத்தின.

பொருளாதார மறுமலர்ச்சி

1930ல் தோன்றி முதலாளித்துவ உலகத்தையே சில வருஷங்களாக ஸ்தம்பிக்கச் செய்த பெரும் வியாபார மந்தம் கடைசியில் சற்றுச் சீராவதைப் போலக் காணப்பட்டது, பெரும்பாலான நாடுகளில் அரைகுறையான வளர்ச்சி தென்பட்டது. மற்ற நாடுகளைவிடப் பிரிட்டனில் சிறப்பான வளர்ச்சி காணப்பட்டது.

இந்த வளர்ச்சி கணிசமாகக் காணப்பட்டாலும், அந்த அளவுக்குச் சர்வதேசிய வியாபாரம் பெரிதும் பாதிக்கப்பட்டது. உண்மையான வளர்ச்சி சர்வதேசிய வியாபாரம் மீண்டும் தழைப்பதைப் பொறுத்திருக்கிறது.

பிரிட்டிஷ் சாம்ராஜ்யம்

பிரிட்டன் தற்போதைக்குப் பொருளாதார நெருக்கடியைச் சமாளித்து நின்றாலும், பிரிட்டிஷ் சாம்ராஜ்யம் நோயுற்றுக் கிடக்கிறது. அதைச் சீர்குலைக்கவல்ல அரசியல், பொருளாதார சக்திகள் பலத்தில் வளர்ந்து வருகின்றன. சுதந்திரத்தில் கருத்தூன்றிய இந்தியா நாளுக்கு நாள் பலம் அதிகரித்து வருகிறது. குட்டிப் பாலஸ்தீனம் கூடப் பிரிட்டனை ஒரு ஆட்டு ஆட்டி வைக்கிறது.

முதலாளித்துவ உலகில் பிரிட்டனுக்குப் பெரும் போட்டியாக வந்து வாய்த்திருக்கும் அமெரிக்கா, பிரிட்டனின் தலைமையை

எடுத்துக்கொள்ளப் பார்க்கிறது. சோவியத்து ரஷியா பேரரசுகளுக்கு எதிராக உள்ள சோஷலிசத்தை வெற்றியுடன் நிர்மாணித்து வருகிறது. ஜெர்மனியும் இத்தாலியும் பிரிட்டனை இளப்பமான இரண்டாந்தர வல்லரசாக மதித்து நடக்கவும், அதன்பால் அகம்பாவமாகப் பேசவும் தொடங்கி இருக்கிறார்கள்.

காலனிகள்

ஜெர்மனி இப்போது காலனிகள் வேண்டுமென்று கேட்கிறது. அப்படிப் பார்த்தால் காலனிகளே இல்லாத பல சிறு நாடுகளின் கதி என்ன? உண்மையில் 'இல்லாதவர்கள்' ஆகிய காலனி மக்களின் கதி என்ன? ஒரு தேசம் திருப்தி அடைவதோ அதிருப்தி அடைவதோ அது கடைப்பிடிக்கும் பொருளாதாரக் கொள்கையைப் பொறுத்திருக்கிறது. ஏகாதிபத்திய வாதத்தின் கீழ்ச் சமத்துவத்துக்கு இடமில்லாததால் அங்கே எப்போதும் அதிருப்திதான் குடி கொண்டிருக்கும். புரட்சிக்கு முன் ஜார் ரஷியா அதிருப்தி அடைந்த ஒரு நாடு என்றும், ஆகவே, அது தன்னை விரிவாக்க விரும்புகிறது என்றும் சொல்லப்பட்டது. இன்று, ஜார் ரஷியாவைவிடச் சோவியத்து ரஷியாவின் ஆட்சியிலுள்ள பிரதேசம் குறைவு. அப்படி இருந்தும் அது 'திருப்தி'யாக வாழ்ந்து வருகிறது. காரணம், அதற்குச் நாடு கவரும் ஆசை இல்லாததும், அது கடைப்பிடிக்கும் வேறு வகையான பொருளாதார கொள்கையுமே யாகும்.

நிலை காணாது தத்தளித்துக் கொண்டிருந்த உலகை மியூனிக் ஒப்பந்தம் தலைகீழாக்கியது. தென்கிழக்கு ஐரோப்பா நாஜிகளுக்கு அடிபணியத் தொடங்கியது. அமெரிக்காவுக்கும் பிரிட்டனுக்கும் அவ்வளவு பொருத்தமில்லை. பிரதம மந்திரி சேம்பர்லின் பாசிஸ்டு வல்லரசுகளுக்கு ஆதரவாக மாறியதால், ஜனாதிபதி ரூஸ்வெல்ட்டு நாஜிஸத்தின் நோக்கங்களையும் முறைகளையும் கண்டித்து வந்தார். அதே சமயத்தில், அமெரிக்கா தன்னுடைய ஆயுத பலத்தைப் பல மடங்காகப் பெருக்குவதில் முனைந்தது. சோவியத்து யூனியனும் அவ்வாறே செய்தது. மேற்கத்திய நாடுகளுடன் அது செய்துகொண்ட கூட்டுறவுகளும் ஒப்பந்தங்களும் பலன் அளிக்கவில்லை. எந்த நிமிஷத்திலும் அது தனித்து நிற்க நேரிடலாம். ஆயினும், உலகம் இன்றுள்ள நிலைமையில் தனித்து நிற்பதோ நடு நிலைமை வகிப்பதோ சாத்தியமில்லை என்பது அமெரிக்காவுக்கும் தெரியும், ருஷியாவுக்கும் தெரியும், யுத்தம் வந்தால் எப்படியும் அவை அதில் மாட்டிக் கொள்ளாமல் இருக்க முடியாது. அதை எதிர்பார்த்து அவை ஆயத்தம் செய்து வருகின்றன.

அமெரிக்கா

ஜனாதிபதி ரூஸ்வெல்ட்டின் உள்நாட்டுக் கொள்கைக்கு அமெரிக்காவில் பல தடைகள் ஏற்பட்டன. 'சுப்ரீம் கோர்ட்டு'ம் பிற்போக்காளரும் அவருக்குக் குறுக்கே நிற்கிறார்கள். சமீபத்தில் காங்கிரசுக்கு நடந்த தேர்தலில் அவரை எதிர்க்கும் குடியரசுக் கட்சியினருக்கு அதிகப் பலம் கிடைத்திருக்கிறது. ஆயினும், அமெரிக்கப் பொதுமக்களிடம் ரூஸ்வெல்ட்டுக்கு உள்ள செல்வாக்கு பழையபடியே குறையாமல் இருந்து வருகிறது.

தென் அமெரிக்க அரசாங்கங்களுடன் நேச உறவை வளர்க்கும் கொள்கையை ரூஸ்வெல்ட்டு பின்பற்றி வருகிறார். மெக்சிகோவில் அரசாங்கத்துக்கும் பிரிட்டிஷ் அமெரிக்க எண்ணெய் உரிமைகளுக்கும் இடையே தகராறு ஏற்பட்டது. மெக்சிகோவில் பெரிய புரட்சி ஏற்பட்டு நில உரிமை மக்களுடையது என்று உறுதிப்படுத்தப்பட்டு உள்ளது.

துருக்கி

போரும் பூசலும் மலிந்த இன்றைய உலகில் துருக்கியில் மட்டும் அமைதி நிலவுவது மகிழ்ச்சிக்குரிய விஷயமாகும். அதற்குப் பகையான நாடு எதுவும் இல்லை. அதற்கும் கிரீஸ், பால்கன் நாடுகளுக்கும் இடையில் வாழையடி வாழையாக இருந்துவந்த பகை தீர்க்கப்பட்டு விட்டது. சோவியத்து யூனியனோடும், பிரிட்டனோடும் அது நல்லுறவு கொண்டிருந்தது. 1938ஆம் ஆண்டு நவம்பர் மாதம் 10 ஆம் தேதி, அவர் இந்த உலக வாழ்வை நீத்துச் சென்றபோது, தான் எடுத்த காரியம் வெற்றி பெற்றுவிட்டது என்கிற திருப்தியுடனே சென்றார். இந்த நல்வாய்ப்பு எல்லாருக்கும் வாய்ப்பதில்லை.

இஸ்லாம்

கமால் பாஷா மத்திய கிழக்கில் இஸ்லாமின் ஜீவ தத்துவத்துக்கு ஒரு புதிய அர்த்தத்தைக் கொடுத்தார். அது இடைக்காலத்தைச் சேர்ந்த தன்னுடைய கர்நாடக உடையைக் கழற்றிவிட்டு நவீன உடை அணிந்து தற்கால உலகத்தோடு இணைந்திருக்கிறது. மத்திய கிழக்கிலுள்ள இஸ்லாமிய நாடுகள் அனைத்தையும் துருக்கியின் உதாரணம் கவர்ந்தது. இந்தியாவைப்போன்ற நாடுகளில் இந்த மாறுதல் அவ்வளவாகத் தெரியவில்லை. இங்குள்ள முஸ்லிம் மக்கள் தங்களுடன் வாழும் மற்றவர்களைப் போலவே ஏகாதிபத்திய

வாதத்துக்கு அடிமைப்பட்டுக் கிடக்கிறார்கள்.

மாறுபட்டு நிற்கும் உலகம்

இன்று ஐரோப்பாவும் பசிபிக் பிரதேசமும் இரு பெரிய பகைக் களங்களாக விளங்குகின்றன. இந்த இரு பெரும் பிரதேசங்களிலும் வலுச்சண்டைக்கு மார்தட்டிக் கொண்டு நிற்கும் பாசிசம் ஜனநாயகத்தையும் சுதந்திரத்தையும் குழிதோண்டிப் புதைத்து உலகத்தைத் தனக்குக் கீழ்க் கொண்டுவர முயலுகிறது.

இதற்கு முன் எப்போதும் கண்டிராத பொய்ப் பிரசார வெள்ளத்தில் அது உலகை மூழ்கடிக்கிறது. கம்யூனிசத்துக்கு எதிர்ப்பான கோஷங்களை முழங்கிக் கொண்டு அது தன்னுடைய சாம்ராஜ்ய வலையை விஸ்தாரமாக விரித்து வருகிறது. இத்தனைக்கும் சர்வதேசியக் கம்யூனிசம் எங்கும் ஆக்கிரமிப்பில் இறங்கவில்லை. அது பல ஆண்டுகளாக உலக சமாதானத்தையும் ஜனநாயகத்தையும் ஆதரித்து வந்துள்ளது. அமெரிக்காவில் நாஜிச் சதிகளும் வழக்குகளும் நடந்து வருகின்றன.

சர்வதேசியப் பாசிசமானது ஏகாதிபத்திய வாதம் முற்றி முதிர்ந்த ஒரு நிலையாகும். அதுமட்டுமின்றி, இடைக்காலத்தில் தோன்றியது போன்ற மத, இன மாச்சரியங்களையும் அது தூண்டி விட்டிருக்கிறது. ஜெர்மனியில் கத்தோலிக்கர், பிராடெஸ்டெண்டுகள் இருவரும் அடக்கி ஒடுக்கப்படுகிறார்கள். யூதர்களும் யூதர்களின் சந்ததிகளும் கூடக் கருவறுக்கப் படுகிறார்கள். இந்தக் கொடுமைக்குச் சமானமாகச் சொல்லக்கூடிய கொடுமை வரலாற்றிலேய கிடையாது. இந்தக் கொடுமை தாங்க முடியாமல் அநேகர் தற்கொலை செய்து கொண்டார்கள்.

இரு பெரும் நாடுகளான சோவியத்து யூனியனும் அமெரிக்காவும் எதிலும் படாமல் எட்ட நிற்கின்றன. பூமிப் பரப்பிலும், சாதன வசதிகளிலும், பலத்திலும் இந்த இரண்டையும் மிஞ்சிய நாடுகள் தற்போது உலகிலேயே இல்லை. 1935ல், அபிசீனியா படையெடுப்புக்கு ஆளாயிற்று; 1936ல், ஸ்பெயின் தாக்கப்பட்டது. 1937ல், ஜப்பான் சீனாமீது மீண்டும் படையெடுத்தது. 1938ல், நாஜி ஜெர்மனி ஆஸ்திரியாவை விழுங்கி ஏப்பம் விட்டது, செக்கோஸ்லொவாகியாவைக் கண்டதுண்டம் செய்து காலின் கீழ் இட்டது. ஒவ்வோர் ஆண்டும் ஆபத்து அமோகமாக விளைந்து வந்திருக்கிறது. 1939ஆம் ஆண்டின் தலைவாயிலில் இப்போது நாம் நின்று கொண்டிருக்கிறோம். இந்த ஆண்டில் நமக்கும் உலகத்துக்கும் என்ன நேரப் போகிறதோ?